டாக்டர் சிவ. விவேகானந்தன்

பூதங்களின் கதை

காவ்யா

பூதங்களின் கதை

©டாக்டர் சிவ.விவேகானந்தன்

முதல் பதிப்பு : 2019

வெளியீடு : காவ்யா

16, இரண்டாம் குறுக்குத் தெரு, டிரஸ்ட்புரம்,
கோடம்பாக்கம், சென்னை -600024
போன்: 044-23726882 / 9840480232
அச்சாக்கம் : சாய் ஸ்ரீ எண்டர்பிரைசஸ், சென்னை - 14.
பக்கங்கள் : XXV+447 – 472
விலை: ரூ.480/-

Boodhangalin Kathai

©DR. SIVA. VIVEKANANTHAN

First Edition: 2019
Published by **KAAVYA**
16, 2nd Cross Street, Trustpuram,
Kodambakkam, Chennai – 600 024.
Phone - 044-23726882/9840480232
e-mail:kaavyabooks@gmail.com.
Website: www.kaavya.com.
Printed at: Sai Sri Enterprises, Chennai – 14.
Pages:XXV+447= 472
Price: ₹ 480
ISBN: 978-93-86576-87-3

This book is dedicated to
Dr. P. Hemalatha Reddy
*She is
An eminent scholar of Biochemistry,
An excellent administrator and
The Principal of
Sri Venkateswara College
(University Of Delhi, New Delhi)*

பேரா. கிருஷ்ணசாமி நாச்சிமுத்து

Prof.Krishnaswamy Nachimuthu

Senior Researcher, École française d'Extrême-Orient **(EFEO)**
Centre de Pondichéry
16 & 19, Dumas Street, Puducherry - 605001
Tel: 91-413-2334539/ 2225689/ 2332504 (O) 2225279(R)
Phone:0422-2427249,Mobile 09486117259 email:
tamizhkina@gmail.com,tamizh_kina@yahoo.com

Formerly:

Professor Department of Tamil, Coordinator, Department of Tamil and Linguistics, Central University of Tamilnadu,.Thiruvarur-610 005(Tamil Nadu)
Professor of Tamil & Chairperson, Centre of Indian Languages, School of Language, Literature and Culture Studies Jawaharlal Nehru University, New Delhi-110 067
Professor and Head, Dept. Of Tamil, Dean, Oriental Faculty University of Kerala, Thiruvananthapuram, Kerala

வாழ்த்துரை

ஆண்டுதோறும் ஏட்டுச்சுவடியிலிருந்து பெயர்த்துப் பதிப்பித்த நூலையோ அல்லது ஆராய்ச்சி நூலையோ வெளியிட்டு வருகிற முனைவர் சிவ. விவேகானந்தனின் நூலாக்க வரிசையில் இப்போது வெளிவரும் புதுநூல் **பூதங்களின் கதை.** இதுவரை அவர் இருபத்திமூன்று நூற்களை வெளியிட்டுள்ளார். அத்துடன் அவர் மாணவராக இருந்த காலத்திலிருந்து என் அணிந்துரையையோ அல்லது வாழ்த்துரையையோ விடாது பெற்று நூல்வெளியிடுவதையும் கண்டிப்பான வழக்கமாகப் பின்பற்றி வருகிறார்.

சிவ.விவேகானந்தன் வெளியிடும் இந்நூல் அவர் முன்பு வெளியிட்ட **'ஆவிகள் பூதங்கள் பேய்கள்: வரலாறும் வழிபாடும்'** என்ற ஆராய்ச்சி நூலின் இரண்டாம் பகுதி போன்றது. அவர் அந்நூலில் தாம் முன்பு பதிப்பித்து வெளியிட்ட நாஞ்சில்நாட்டுக் கதைப்பாடல்கள் பலவற்றில் ஆவிகள் பூதங்கள் பேய்கள் பற்றிய

நிகழ்ச்சிகளும் செய்திகளும் இடம்பெறுவதால் அவை பற்றிய இலக்கியச் செய்திகள், வரலாற்றுச் செய்திகள், சிற்பச் செய்திகள், நாட்டுப்புற நம்பிக்கைகள், ஊர்ப்பெயர்ப் பதிவுகள் என்று பலவகையான செய்திகளைத் திரட்டிப் பார்த்து அவற்றை நாட்டுப்புறக் கதைப்பாடல் செய்திகளுடன் ஒப்பிட்டு வரலாற்று முறையில் ஆராய்ந்திருந்தார். ஆவிகள் பூதங்கள் பேய்கள் பற்றிய நம்பிக்கை சங்ககாலத்திலிருந்து தொடர்ந்து விளங்கி வந்ததையும்; அத்தகைய நம்பிக்கைகள் வேறு சமூகங்களிலும் மொழிகளிலும் இலக்கியங்களிலும் உள்ளதையும் சிவ.விவேகானந்தன் விறுவிறுப்பாகக் கதைபோல் அதில் விளக்கியிருந்தார்

ஆவிகள் பூதங்கள் பேய்கள் போன்ற மீமனித இயல்பு படைத்த சக்திகள் பற்றிய நம்பிக்கைகள் தொன்மையான சமய நம்பிக்கைகளின் அடித்தளமாக விளங்கி வந்துள்ளன. பெரும்பாலும் இயற்கையை மனிதன் அதன் இயக்க விதிகளோடு பொருந்த விளங்கிக் கொள்ள இயலாதபோது தோன்றியவை அவை. அறிவியல் வளராத காலத்தில் அவற்றை அவ்வாறுதான் விளங்கிக்கொள்ள முடிந்தது. மேலும் மனிதனின் மனவெளி உலகம் சமத்தன்மையை இழக்கும்போது பேய்கள் ஆவிகள் பிசாசுகள் போன்றவை மனநோயின் குறியீடுகளாகவும் மாறி, மனிதனை அவை பற்றிய நம்பிக்கைகள் அலைத்து வருகின்றன. அறிவியல் வளர்ந்தபோதும் அத்தகைய நம்பிக்கைகள் தொடர்ந்து வழங்கி வருகின்றன. மேலும் அவை இன்னொரு நிலையில் மனிதனின் கற்பனைக்கு விருந்தாய், ஒரு மாய எதார்த்த உலகைப் படைத்து இன்பமூட்டவும் செய்கின்றன. விலங்குகளும் பறவைகளும் குழந்தையின் புனைவு உலகத்தில் வலம்வந்து குழந்தைகளுக்கும் பெரியவர்களுக்கும் இன்பமூட்டும் கதைகளை நாம் அறிவோம். இன்று அவற்றுடன் இயங்குறு முறையில் (அனிமேஷன்) ஆவியுடைய கருத்துச் சித்திரங்களாகத் (கார்ட்டூன்) தோன்றும் புனைவு மாந்தர்கள், குழந்தைகள் பெரியவர்கள் மனதைக் கவர்ந்து வருவதையும் நாம் அறிவோம். அத்தகைய ஒரு பழைய நிலையைத்தான் இந்த ஆவிகளும் பேய்களும் பற்றிய கதைகள் காட்டுகின்றன என நினைக்கிறேன். இதை இலக்கிய ஆசிரியர்களும் உளவியலாளர்களும் நன்கு ஆராயவேண்டும்.

சங்ககாலத்தில் அணங்கு, சூரமகளிர் என்ற பெயரில் ஆவிகள் பற்றிய குறிப்புகள் காணப்படுகின்றன. வேலனுக்குச் சாந்திபோல

VI

வெறியாடல் என்ற சடங்கைச் செய்ததாக அறிகிறோம். வேலன், தேவராட்டி, அகவன்மகள், முதுவாய்ச்சாலினி போன்றவர்கள் இத்தகைய சடங்குகள் செய்த பூசாரிகளாக அமைகிறார்கள். பின் போர்க்களத்தில் காளியின் கணங்கள், பேய்கள், கூளிகள் போன்றவை திரிந்ததைப் பற்றிய சங்கப்பாடல்களையும்; தொல்காப்பியத்தில் அவை பற்றிய புறத்துறைகளையும் பார்க்கிறோம். ‘ஆதன்’ என்பது போலவே ‘பூதன்’ என்ற பெயரும் சங்ககாலத்தில் காணப்பட்டதையும்; தொல்காப்பியரே இத்தகைய விகுதி பெற்ற பெயர்களுக்கு இலக்கணம் வகுப்பதையும் பார்க்கிறோம். காரைக்கால் அம்மையார் போன்றவர்கள் சிவனோடு இணைத்து இந்தக் கூளிக்கணங்களைப் பாடுகிறார்கள். நீலி என்ற பேய் பற்றிய கதையைக் கற்பனையாகச் சொல்லிச் சமணத் தத்துவங்களைக் காவியமாக எடுத்துரைக்கிறது நீலகேசி. சமண சமயத்தில் இயக்கன் இயக்கிகள் என்ற தீர்த்தங்கரர்களின் காவல் பணியாளர்கள் பற்றிய நம்பிக்கை உள்ளது. அத்தகைய இயக்கிகள் நம்பிக்கையிலிருந்து தென்மாவட்டங்களில் காணப்படும் இசக்கியம்மன் வழிபாடு வந்திருக்கலாம் என்பார் முனைவர் வேதாச்சலம். சிலம்பு தேவராட்டியாகிய முதுவாய்ச்சாலினி ஆவேசமுற்று கண்ணகியின் பெருமையைப் பேசுவதையும் மாலிருஞ்சோலை மலையில் வனசாரினி போன்ற பேய்ப்பெண்கள் உலவியதையும் சிலப்பதிகாரத்தில் பார்க்கிறோம். பரணி இலக்கியங்களில் காணப்படும் காளிக்கு ஊழியம் செய்யும் கூளிகள் மனிதர்களின் மாற்றுருவங்கள்போலக் காட்சி தருகிறார்கள்.

இப்படி வகைவகையான நம்பிக்கைகள் பழக்கவழக்கங்கள் இலக்கிய ஆக்கங்கள் இவற்றின் தொடர்ச்சியைத் தென்மாவட்டங்களில் வழங்கும் பூதக் கதைப்பாடல்களில் பார்க்கிறோம். அவற்றில் **பூதப்பெருமாள் கதை (ஈஸ்வரகாலப் பூதக்கதை), சங்கிலிபூதத்தான் கதை** என்ற இரண்டைத் திரு. விவேகானந்தன் சுவடிகளிலிருந்து பதிப்பித்துத் தருகிறார்.

பூதவழிபாடு (பூதாராதனை), பூதக்கோலம், தெய்யம் போன்றவை துளுநாட்டிலும் வடகேரளத்திலும் வழங்குகின்றன. இவற்றிலும் கூத்தும் கதைப்பாட்டும் வழிபாடும் உண்டு. இவை இன்றும் துளுநாட்டு அடையாளங்கள். சிலம்பில் செங்குட்டுவனை வரவேற்க வந்த பல கூத்தர்கள் பற்றிய செய்தியிலும் இதைப்பற்றிய குறிப்புகள் உண்டு. துளுநாடு, வடகேரளம் இவற்றிலுள்ள

VII

பூதாராதனை என்பவை பற்றிய எண்ணற்ற ஆய்வுகள் நடந்துள்ளன. பேராசிரியர் க. சுப்பிரமணியம் கேளரளப் பல்கலைக்கழகத் தமிழ்த்துறை ஆய்விதழில் ஒரு கட்டுரை எழுதியதாக நினைவு. மேலும் இதைப்பற்றி விரிவாக ஆராய்ந்த காலஞ்சென்ற பீட்டர் கிளவுஸ் என்பவரை நம் துறைக்கு அழைத்துப் பேசவும் செய்வித்தார். வலைத்தளத்தில் பூதவழிபாடு, பாடுதனை, பூதகோல என்று தேடினால் ஆங்கிலத்திலும் கன்னடத்திலும் வெளிவந்துள்ள ஆய்வுகள் பற்றி பல செய்திகளைப் பார்க்கலாம்.

இங்குப் பதிப்பிக்கப்பெறும் சங்கிலிபூதத்தான் கதைச்சுவடி கேரளப் பல்கலைக்கழகச் சுவடி நூலகத்தில் இருந்ததை வைத்து ஜான்சி என்ற பெண் எம்.பில் செய்து பதிப்பித்துள்ளாள் என்று நினைக்கிறேன். மன்னன் கருங்காளி வாதை கதைப்பாடல் சுவடியை பி.எஸ். இராஜேஷ் 2005 ஆம் ஆண்டில் எம்.பில். பட்டத்திற்காக ஆய்வு செய்து பதிப்பித்துள்ளார். இதை அவர் அச்சிட்டதாக நினைவு. என்னிடம் சகுந்தலா என்ற பெண் 2005-ஆம் ஆண்டு நம்பிராஜன் கதை என்பதனைப் பதிப்பித்துள்ளாள், அதிலும் சங்கிலிபூதத்தான் கதை வருகிறது.

திருநெல்வேலிப் பகுதியில் இந்தக் கதைப்பாடல்கள் பூதத்தான் வழிபாட்டோடு இணைந்து வழங்கி வருகின்றன. இக்கதைகளில் வரும் புலையராகிய கருங்காளி பற்றிய கதை, பூதங்களின் செயல்பாடு முதலியன அக்காலகட்டச் சமூகப் பொருளாதாரச் சிக்கல்களை நுட்பமாக அறிந்துகொள்ள உதவியாக இருக்கின்றன. இவை வரலாற்றை மாய எதார்த்தமாகச் சொல்கின்றன எனத் தோன்றுகிறது. இன்னும் கொங்குநாட்டில் நடந்த குடியேற்றங்களைப் பற்றிக் கதைவடிவில் பேசும் சோழன் பூர்வபட்டயம் என்ற நூலிலும் காடுகளிலும் ஊர்களிலும் புதிதாக வெளியிலிருந்து வந்து குடியேறும் குடியேற்றக்காரர்களை எதிர்கொள்ளும் பூதங்கள் வருகின்றன என்பதும் நினைவுக்கு வருகிறது.

பல செய்திகளைக் கள ஆய்வு வழி திரட்டி ஒரு களஞ்சியம்போல **'ஆவிகள் பூதங்கள் பேய்கள்: வரலாறும் வழிபாடும்'** என்ற நூலை உருவாக்கி அளித்த முனைவர் சிவ.விவேகானந்தன் அதன் தொடர்ச்சியாக இப்போது **'பூதங்களின் கதை'** என்ற தலைப்பில் இரண்டு கதைப்பாடல்களை ஆராய்ந்து கள ஆய்வுக்குறிப்புகள் புகைப்படங்கள் முதலியவற்றுடன்

பதிப்பித்துள்ளது பாராட்டுக்குரியது. மேன்மேலும் இவ்வாராய்ச்சியை விரிவுபடுத்தி ஆய்வார்க்கு அவர் வெளியிடும் இந்நூல் பெரிதும் துணைநிற்கும். சிவ.விவேகானந்தன் மேன்மேலும் ஆராய்ச்சியிலும் பதிப்புப் பணியிலும் ஈடுபட்டுப் பல நூல்களையும் வெளியிட்டுப் **'பன்னூல் வித்தகர்'** என்று பெயர் சிறந்து வாழ வாழ்த்துகிறேன்.

கி.நாச்சிமுத்து

முகாம்: ஹூஸ்டன், அமெரிக்கா
17-06-2019

**Department of Tamil
Sri Venkateswara College
University of Delhi**

Dr. SIVA. VIVEKANANTHAN
Associate Professor

Benito Juarez Road
Dhaula Kuan
New Delhi – 110 021
INDIA

விதி

ஒரு குழந்தை தன் தாயின் வயிற்றில் கருவாக இருக்கும்போதே அதன் விதி எழுதப்படுகிறது. சைவ வைணவ மதங்களில் இத்தகைய நம்பிக்கை நிலவுகிறது. படைப்புக் கடவுளான பிரம்மதேவன் தம் கையால் இதனை எழுதுவதாகவும் இதற்குப் 'பிரம்ம எழுத்து' என்று பெயர் இருப்பதாகவும் நம்புகின்றனர். தலையெழுத்துப்படிதான் வாழ்வு நடக்கும் என்று பொதுவாகச் சிலர் கூறுவது இதனால்தான். இதன் அடிப்படையில்தான் நவகிரகங்கள் நம் வாழ்வில் சிலபோது நன்மையையோ சிலபோது தீமையையோ ஏற்படுத்துகின்றன. விதிப்படி நடக்கும் இச்செயல்களை யாரால் மாற்ற இயலும்? சிலர் விதியை மதியால் வெல்லலாம் என்பர். அப்படி நம்பபப்பட்டாலும் அந்த விதியை மதியால் வெல்வதற்கு ஒரு விதி இருக்க வேண்டும். விதியை மாற்றி எழுதும் வல்லமை இறைவன் ஒருவனுக்கே உண்டு என்றும்; அதனைப் பக்தியின் ஆழத்தால் பெறமுடியும் என்றும் நம்புகின்றனர். முருகபெருமான் மீது அளவற்ற பக்திகொண்ட அருணகிரிநாதர் ஓரிடத்தில் அவரது விதி முருகன் கால்பட்டு அழிந்ததாகக் குறிப்பிடுவார். 'கால்பட்டு அழிந்தது இங்குஎன் தலைமேல் அயன் கையெழுத்தே' என்பது கந்தரலங்காரம்(40). புராணங்கள்படி விதி என ஒன்று இருப்பதையும் அதனை இறைவனால் மாற்றமுடியும் என்பதனையும் மார்க்கண்டேயன் கதை மூலம் அறியலாம்.

X

‘முப்பது வருடம் வாழ்ந்தவரும் இல்லை முப்பது வருடம் தாழ்த்தவரும் இல்லை’ என்றொரு சொல்வழக்கு உண்டு. முப்பது ஆண்டுக்கு ஒருமுறை சனி நம்மைப் பிடித்து ஏழரை ஆண்டுகள் நம் வாழ்வோடு விளையாடும். அப்போதுதான் விதி என்ற ஒன்று இருப்பது மனிதனுக்கு நினைவுக்கு வரும். ஒருவனது விதிப்படி, அதாவது அவனது முற்பிறப்பின் நல்வினை தீவினைகளின்படி அவனுக்கு நன்மை தீமைகள் வந்து சேரும். விதி என்பது நன்மை தீமைகளுக்குப் பொதுவானதுதான்; ஆனால் வளமாக இருப்பவன் எப்போதும் விதியைக் குறித்துப் பேசுவதில்லை, மாறாக வாழ்வில் நைந்து பிய்ந்துபோய் இருக்கும்போது மட்டுமே ஒருவன் விதியைக் குறித்துப் பேசுகிறான். விதிதான் சனி, சனிதான் விதி என்பதுபோல் சனிபகவானுக்கும் விதிக்கும் நெருங்கிய தொடர்பு உண்டு. விதியின் தூதுவனே சனி எனலாம். சிவபெருமானின் பக்தனான இராவணன் கடுந்தவம் புரிந்த காரணத்தால் அவரிடமிருந்து பல வரங்களைப் பெற்றான். அவன் பெற்ற வரத்தைக் கொண்டு தேவர்களையும் முனிவர்களையும் ஏவலாளர்களாக்கித் துன்பப்படுத்திக் கொண்டிருந்தான். அவனுடைய சிம்மாசனத்திற்கு ஏறிச்செல்லும் படிக்கட்டுகளாக நவகிரகங்களைக் குப்புறப் படுக்க வைத்திருந்தான். அவர்களைக் காப்பாற்றும் விதமாக நாரதர் அங்கு வந்து, ‘உண்மையான வீரன் என்பவன் நேருக்குநேர் எதிரிகளைச் சந்திப்பானே தவிர முதுகின்மேல் கால் வைக்கமாட்டான்’ என்று கூறினார். இராவணனிடம் விதி விளையாடத் தொடங்கியது. நாரதரின் தந்திரத்தைப் புரிந்துகொள்ளாத இராவணன் உடனே நவகிரகங்களைத் திருப்பிப் போட்டான். அக்கணமே அவன் சனியின் அகோரப் பார்வையில் சிக்கிக்கொண்டான். அந்த விதியின் விளைவுதான் இராவணன் இராமபாணத்தால் அழிந்தது.

மும்மூர்த்திகளில் முதல்வரான சிவனையே விதி அலைக்கழித்ததுண்டு. சாதாரண மக்களைச் சோதித்துப் பார்க்கும் சனிபகவானுக்குத் தன்னைச் சனீஸ்வரன் என்று பெருமைப்படுத்திய சிவபெருமானைச் சோதிக்க வேண்டும் என்ற விபரீத எண்ணம் தோன்றியது. சனியால் தன்னை எதுவும் செய்துவிட முடியாது என்று எண்ணிய சிவன், அதன் பார்வையில் சிக்காமல் மண்ணுலகில் மானிட உருவில் தோன்றி ஒரு தாமரைக்குளத்தில் நீருக்கடியில் மறைந்திருந்து பின்னர் வெளிப்பட்டபோது எதிரே சனிபகவான் நின்றிருந்தார். சனிபகவானைக் கண்ட சிவன், இந்த மூன்று நாழிகை நேரம் உன்னால் என்னை ஒன்றும் செய்ய

XI

இயலவில்லையே? என்று சொன்னார். அதற்குச் சனிபகவான், நீர் ஒளிந்திருந்ததே என் பிடியிலிருந்து தப்புவதற்காகத்தானே என்றார். விதியின் பலத்தை உலகிற்கு அறிவுறுத்தவே சனி சிவன் விளையாட்டு எடுத்துக்காட்டப்படுகிறது. அதனால் விதியை எந்தச் சக்தியாலும் மாற்ற இயலாது. சனி நவகிரகங்களில் பாரபட்சமற்ற கிரகம். அரசனோ ஆண்டியோ எவனாக இருந்தாலும் வேறுபாடு காட்டாமல் தன்பிடியில் சிக்கிய அனைவரையும் ஆட்டிப்படைப்பது அது ஒன்றேதான். அதன் ஆட்டுதலில் சின்னாப்பின்னமாகி அல்லல்படுகிறோமே அதைத்தான் விதி என்கிறோம்.

இந்நூலில் பதிப்பிக்கப்பட்டுள்ள இரண்டு கதைப்பாடல்களிலும் விதியின் விளையாட்டைக் காணமுடிகிறது. பூதப்பெருமாள் கதைப்பாடலில் தமக்குப் பணிவிடை செய்வதற்காகப் பூதங்களைப் பிறவி செய்யும் சிவபெருமான், அவற்றின் மிரட்டல்களுக்குத் தப்பவில்லை. கடலைக் கலக்கிடுவேன், கயிலையை நகட்டிடுவேன், கோபுரத்தை இடித்திடுவேன், கொடிமரத்தை முறித்திடுவேன் என்பன போன்ற மிரட்டல்களைப் பூதப்பெருமாளும் அவரது பெண் துணைப் பூதங்களும் சிவனுக்கு விடுகின்றன. சிவன் தமது விதியை எண்ணி அவற்றை சகித்துக்கொள்கிறார். இறுதியில் அவர் அவற்றுக்கு அடங்கி, அவை விடுக்கும் கோரிக்கையை நிறைவேற்றுகிறார். ஆனால் பூதப்பெருமாள் கேட்கும் வரத்தை மட்டும் சிவன் கொடுக்காமல் அதனைப் பல்வேறு பணிகளைச் செய்யுமாறு பணிக்கிறார். கல்லறை கட்டுவதற்குக் கல்லுடைக்கும்போது கிங்கிலியர்களிடம், 'வாழ்ந்த நாள் வாழ்ந்துவிடலாம், ஆனால் வரும் விதியை வெல்ல முடியுமோ? தாழ்ந்தநாள் தாழ்ந்திடலாம் ஆனால் தலையெழுத்தை வெற்றிகொள்ள முடியுமோ?' என்று தன் விதியை எண்ணி பூதம் நொந்துகொள்கிறது.

கல்லறை கட்டும்போது சிவனை அதில் அடைத்துவிட வேண்டும் என்ற எண்ணத்தோடு பல்வேறு விதமான பொறிகளையும் பூட்டுகளையும் வைத்துக் கட்டுகிறது பூதம். அதன் பின்னர் சிவனைக் கல்லறையைக் காணுமாறு அழைத்து வருகிறது. சிவனை அதில் அடைத்துவிட வேண்டும் என்று பூதம் எண்ணும்போது சிவன் பூதத்தைக் கல்லறையில் அடைத்துவிடுகிறார். சிக்கிக்கொண்ட பூதம், சிவன் என்னை

XII

வஞ்சித்துக் கல்லறையில் அடைத்துவிட்டார் எனக் கூற, அதற்குச் சிவன், நீ செய்த சூழ்ச்சி உனக்குத்தான், என்னை அடைத்துவிடலாம் என்ற எண்ணத்தில் கல்லறையில் பொறிகளும் பூட்டுகளும் வைத்தாய் அல்லவா, நீ வைத்த பொறிகளும் பூட்டுகளும் உனக்கே வந்து விடிந்ததடா என்று கூறுகிறார். யாருக்கும் இந்த அபத்தம் வந்துவிடும், விதிவசம் அல்லாமல் வேறொன்றும் சொல்வதற்கில்லை என்று பூதம் தன்னைத் தானே தேற்றிக்கொள்கிறது. இப்படி வேள்வியில் பிறந்து வந்த பூதத்திற்குச் சிவனிடமிருந்து இறுதிவரை வரம் கிடைக்கவில்லை; மாறாகத் திருச்சடை தாங்கியதும் நெய்க்கிடாரத்தில் மூழ்கியதும் அக்கினித்தூண் தழுவியதும் தடிவிலங்கில் பூட்டப்பட்டதும் கல்லறையில் அகப்பட்டதும்தான் அதற்கு விதிக்கப்பட்டவை; இந்த அவலநிலைதான் அதன் தலையெழுத்து.

சங்கிலிபூதத்தான் கதைப்பாடலில் குழந்தைமீது சோமாண்டி ஆசிக்கும் சந்தனநம்பிக்கும் ஏற்படும் ஆவல் அவர்களின் விதியை நிர்ணயிக்கிறது. வடநாட்டில் வாழ்வதற்கு வழியில்லை என்று தென்னாட்டிற்கு வந்து திருக்குறுங்குடி அழகிய நம்பி கோயிலில் புரோகிதராகப் பணிபுரிந்து செல்வத்தைச் சேர்த்த சந்தனநம்பியின் மனைவிக்கு ஒரு மகனைப் பெற வேண்டும் என்ற ஆசை எழுகிறது. அதனால் கணவன் துணையுடன் கோயிலில் சென்று விரதமிருந்து குழந்தைக்கான வரத்தைப் பெறுகிறாள் சோமாண்டி. இறைவன் வரத்தைக் கொடுக்கும் முன்பாகவே சேத்திரபாலபூதத்தைக் கயிலைக்கு அனுப்பி சிவனிடம் இந்தத் தம்பதிக்குக் குழந்தை பாக்கியம் உண்டா என்று கேட்டுவரப் பணிக்கிறார். கயிலை சென்ற சேத்திரபாலரிடம் சிவன் அலுவலகத்தின் தலைமைக் கணக்கன் சித்திரபுத்திரன், 'அந்தத் தம்பதிக்கு ஒரு மகன் பிறப்பான், ஆனால் அவன் எழு வயதில் கோயிலில் வைத்தே இறந்துபோவான்' என்று கூறி அனுப்புகிறார். இதைத் தெரிந்துகொண்டுதான் இறைவன் திருக்குறுங்குடி அழகியநம்பி, அந்தத் தம்பதிக்குப் பிள்ளை வரம் கொடுக்கிறார். சோமாண்டி கருவுறுகிறாள், பிள்ளையின் விதி அப்போதே எழுதப்படுகிறது. பிள்ளை பிறந்து பள்ளி செல்லும் பருவத்தில் தந்தை அறியாமலேயே அவன் பின்னால் கோயிலுக்குச் செல்ல, கோயில் அருகில் சென்றபோது மகன் வருவதைக் கண்ட தந்தை சந்தனநம்பி, அவனைக் கோயிலுக்கு அழைத்துச் செல்கிறான். பூசை முடிந்தபோது மகன் கோயிலில் உறங்குவதை அறியாத நம்பி, தினமும் வருவதைப்போல பூதங்களிடம்

XIII

விடைபெற்றுவிட்டு வீட்டுக்குத் திரும்புகிறான். மனைவி சோமாண்டி குழந்தை எங்கேயென்று கேட்க, அப்போதுதான் அவனுக்கு மகன் நினைவு வருகிறது. கோயிலுக்கு ஓடி வருகிறான், பூதங்களிடம் கதவைத் திறக்கும்படி கேட்கிறான், பூதங்கள் ஒரு நாளையில் பூசையின்போது ஒருமுறை திறந்து அடைப்பதற்கு மட்டுமே எங்களுக்கு வரம், அதனால் இப்போது கதவைத் திறக்க முடியாது, உன் மகன் உறங்குகிறான், நீ நாளை காலை வந்து அவனை அழைத்துச் செல் என்று கூற, அவன் திரும்பி வீட்டுக்கு வருகிறான். இங்குதான் விதி சோமாண்டி வாயிலாக அவர்கள் வாழ்வில் தாண்டவமாடுகிறது. சோமாண்டி ஆசி இப்போது என் மகன் இங்கு வரவில்லையெனில் நான் இறந்துவிடுவதாகக் கணவன் நம்பியை மிரட்டுகிறாள். மனைவியின் மிரட்டலை எதிர்கொள்ள முடியாத சந்தனநம்பி, திரும்பவும் அந்த இரவில் கோயிலுக்கு ஓடுகிறான். பூதங்களிடம் முறையிடுகிறான், பூதங்கள் முன்னர் சொன்னதையே திரும்பவும் கூறுகின்றன. அப்போதாவது நம்பி கோயிலுக்கு வெளியில் படுத்திருந்து மகனைக் காலையில் அழைத்து சென்றிருக்கலாம். அதை அவன் செய்யாமல் பூதங்களை நச்சரிக்க, பூதங்கள் குழந்தையைத் துண்டுதுண்டாகப் பிய்த்து எறிந்து, உன் மகனை எடுத்துச் செல் என்று கூறுகின்றன.

ஒருவேளை சந்தனநம்பி கோயிலுக்கு வெளியில் படுத்திருந்து காலை மகனை அழைத்துச் சென்றிருந்தால் மகன் வாழ்ந்திருப்பான். அப்படியானால் கயிலாயத்தில் சித்திரபுத்திரன் கூறிய கூற்று அங்கு மதிப்பிந்து போயிருக்கும். மகன் இறந்து அவனை அடக்கம் செய்தபின்னர் ஒருமுறை நம்பி, ‘நான் சொன்னதைக் கேளாமல் சோமாண்டி கெடுத்தாள், பூதம் சொன்னதைக் கேட்டு நான் கோயிலுக்கு வெளியே படுக்காமல் போகும்படி என் புத்தி செயல்பட்டுவிட்டது’ என்று புலம்புகிறான். அவள் அன்று அழுது புரண்டு நம்பியை மிரட்டவில்லை என்றால் மகன் இறந்திருக்க வாய்ப்பில்லை, விதியையே தலைகீழாக மாற்றியிருக்கலாம். ஆனால் விதிதான் அங்கு வெல்கிறது, விதியை மாற்ற எந்தச் சக்தியாலும் இயலவில்லை. அதன் விளைவு பூதங்கள் மூலம் சந்தனநம்பியும் அவன் குடும்பமும்; பூதங்களை பிடித்து அடைப்பதற்குத் துணைபுரிந்த புலையனும் அவன் குடும்பமும்; பத்தாயப் பொறியிலிருந்து பூதத்தைத் திறந்து வெளிவிடாமல் பொன்னுக்கு ஆசைப்பட்ட வேளாளனும் அவன் குடும்பமும் அழிவதற்கு வழிவகுத்தது. புலையன் மந்திர தந்திரங்கள் கற்ற

XIV

ஆணவத்தால் மடிந்தான், வேளாளன் அடுத்தவன் நிலபுலன்களுக்கும் புதையலுக்கும் பேராசைப்பட்டதால் அழிந்தான். அதுவும் அவர்களுக்கு விதிக்கப்பட்ட விதி. தலையெழுத்து எழுதப்பட்டது எழுதப்பட்டதுதான், அதனை அழிக்கவோ திருத்தி எழுதவோ யாருக்கும் இயலாது, தலைவிதிப்படி அதனை அனுபவித்தே ஆகவேண்டும்.

சோமாண்டி ஆசியின் சொற்களால் ஏற்பட்ட விளைவுபோல அயோத்திராமாயணத்தில் சீதை இலக்குவனிடம் கூறிய சொற்கள் இங்கு நினைவுக்கு வருகின்றன. பன்னக சாலை முன்பாகத் துள்ளி விளையாடிய பொன்மானைக் கண்ட சீதை இராமனிடம், அந்த மானை நாம் அயோத்திக்குக் கொண்டு செல்வதற்குப் பிடித்துத் தரும் படி கேட்டாள். அப்போது இராமன் சீதையிடம் இது மான் அல்ல, வல்லரக்கனின் மாயை என்றான். அப்போது சீதை, 'இந்த மானை இப்போது பிடித்துத் தரா விட்டால் நான் என் உயிரை விட்டுவிடுவேன்' என்றாள். இங்குதான் உறங்கிக்கிடந்த விதி தலைதூக்கிப் பார்க்கிறது. சீதையின் சொற்களைக் கேட்டு மிரண்டுபோன இராமன் இலக்குவனைப் பார்த்து, தம்பி நான் மானைப் பிடித்து வரும் வரை சீதைக்குக் காவலாக இரு என்று கூறிவிட்டுக் கணைகளுடன் மானைத் தொடர்ந்து சென்றான். மானைத் தொடர்ந்த இராமன் தன் பாணத்தை எடுத்து மானின்மேல் தொடுக்க, சரம் சென்று மானைத் துளைத்தது. இராமர்க்கு அபயம் என்று மான் கீழே விழ, சீதையின் காதுகளில் அவ்வொலி கேட்டது. இராமருக்கு அபயம் என்பதை இராமர்க்கு அபடம் என்று உள் வாங்கிய சீதை, இலக்குவனைப் பார்த்து உங்கள் அண்ணனுக்கு ஏதோ ஆபத்து ஏற்பட்டு விட்டது, அவரைப் போய் பார்த்து வா என்று கூறினாள். அதற்கு இலக்குவன், தாயே அண்ணர்க்கு எந்த வித ஆபத்தும் ஏற்படாது, நீங்கள் பதற வேண்டாம் என்றான். யாருக்கு ஆபத்து ஏற்படாது? போனவர்க்கோ அல்லது உரிமை கொண்டு இங்கு இருப்பவர்க்கோ? என்று கூறினாள். சீதை கூறிய அந்த வார்த்தையைக் கேட்டு மனமுடைந்த இலக்குவன், தாயே, நீங்கள் பதற வேண்டாம், நான் இப்போதே அண்ணனைப் பார்த்து வருகிறேன் எனக் கூறியவன், பன்னக சாலையின் முன்பாக ஏழு கோடுகள் கீறி, இக் கோடுகளைத் தாண்டிச் செல்லாமல் உள்ளேயே இருக்கும் படி கேட்டுக்கொண்டு புறப்பட்டான். விதி கொக்கரிக்கத் தொடங்கியது. இலக்குவன் அங்கிருந்து புறப்பட, சன்னியாசி வேடத்தில் வந்து பிச்சை கேட்ட இராவணனுக்குக் கோடுகளைத்

தாண்டிச் சென்று சீதை பிச்சையிட, இதுதான் தருணம் என்று எண்ணிய இராவணன் அவளைக் கடத்திச் சென்றான். சீதை அந்தச் சொற்களை இலக்குவனிடம் உதிர்க்காமல் இருந்திருந்தால் இராமனுக்கு அதன்பின் ஏற்பட்ட பிரச்சினைகள் எழுந்திருக்காது, வாலி இறந்திருக்கமாட்டான், இராவணன் அவன் குடும்பத்தோடு அழிந்திருக்கமாட்டான். சீதை உதிர்த்த சொற்களால் அரங்கேறிய விதி பலரது வாழ்விலும் கோரத்தாண்டவம் ஆடியது. மானிடப் பெண்ணான சோமாண்டி ஆசி மகன்மீது கொண்ட பெரும்பாசத்தால் வார்த்தைகளை உதிர்த்தாள் என்றால் தெய்வீகச் சின்னமாக விளங்கும் சீதையைக்கூட விதி விட்டுவைக்கவில்லை என்றே நாம் எடுத்துக்கொள்ளவேண்டும். நாம் பெரிதாக மதிக்கும் பெண்களின் வாயிலிருந்து இத்தகைய வார்த்தைகள் வந்து விழுந்துவிட்டால் ஆண்கள் திக்குமுக்காடுவதோடு பலவற்றையும் இழக்கும் நிலைக்குத் தள்ளப்படுகிறார்கள் என்பதற்கு மேற்கண்டவை சான்றுகள்.

பூதங்களின் கதை என்னும் இந்த நூல நான்கு ஆண்டுகளுக்கு முன்பே வெளிவந்திருக்க வேண்டியது. இந்த இரு கதைப்பாடல்களையும் பதிப்பிக்கும்போது எழுதப்பட்ட முன்னுரையே 2015 ஆம் ஆண்டு 'ஆவிகள் பூதங்கள் பேய்கள்' என்னும் தனி நூலாக வெளிவந்தது. அதனைத் தொடர்ந்து வெளிவந்திருக்க வேண்டிய இந்நூல் நான்கு ஆண்டுகளுக்குப் பின்னர் இப்போது வெளிவருகிறது. பூதங்கள் குறித்த செய்திகளை அந்நூலில் விரிவாகப் பேசியதால், இந்நூலில் சுருக்கமாக அவை தரப்பட்டுள்ளன. மாகபுராண அம்மானை, நடப்புக்கதை என்னும் பெருமாள்சுவாமி கதைப்பாடல், பெண்ணரசு காவியம், முத்துப்பேச்சியம்மன் வரலாறு, சுடலைமாடன் கதை முதலிய கதைப்பாடல்களும்; ஜான்சியின் சங்கிலிபூதத்தான் கதை, பி.எஸ். இராஜேஷின் மன்னன் கருங்காளி கதை, சகுந்தலாவின் நம்பிராஜன் கதை. தி.சுதாவின் கன்னியாகுமரி மாவட்டத்தில் இயக்கி வரலாறும் வழிபாடும், ஜெ.ஜி. அன்பரசியின் அளப்பன்கோடு ஸ்ரீ ஈஸ்வரகால பூதத்தான் கோயில் ஓர் ஆய்வு முதலிய ஆய்வுகளும்; என்.டி. கிருஷ்ணனின் வடக்கு வீட்டு வம்ச வரலாறு, Nanditha Krishna's The Book of Demons, Stuart H. Blackburn's Singing of Birth and Death, Frederick M. Smith's Deity and Spirit Possession in South Asia, Ewan Fernie's The Demonic: Literature and Experience முதலிய நூற்களும் பூதங்கள் குறித்து விரிவாகப் பேசுகின்றன.

இவை குறித்து மேலும் விரிவாகத் தமிழில் தெரிந்து கொள்வதற்குக் காவ்யா வெளியீடாக வந்த மேலே குறிப்பிட்ட **ஆவிகள் பூதங்கள் பேய்கள்: வரலாறும் வழிபாடும்** என்னும் நூலைக் காண்க.

2013-ஆம் ஆண்டு குமரி நாட்டில் நாட்டுப்புறத் தெய்வங்கள் குறித்த கள ஆய்வுக்குச் சென்றபோது இக்கதைப்பாடல் சுவடிகள் கிடைத்தன. அதன் விளைவாகப் பூதங்கள் குறித்துத் தரவுகள் திரட்டப்பட்டன. கள ஆய்வுக்குத் துணையாக விளங்கிய நண்பர்கள் டாக்டர் வே. பொன்ராஜ், டாக்டர் ரெஜித்குமார் ஆகியோருக்கு என் நன்றி; புகைப்பட வல்லுநர் என் மைத்துனர் திருமிகு. அ.கனகராஜன், கொட்டாரம் அரசு மேல்நிலைப்பள்ளி பொறியியல் ஆசிரியர் என் தம்பி திரு. சிவ.இராஜலிங்கம், ஸ்காட் கிறிஸ்தவக் கல்லூரி ஆங்கிலத்துறைப் பேராசிரியர் என் மைத்துனி டாக்டர் ஷர்லி எழில் ஆகியோருக்கு என் அன்பு.

நூல் எழுதும்போது கருத்துகள் பரிமாறி ஊக்கமளித்த என்னுடன் பணியாற்றும் இனிய நண்பர்கள் டாக்டர் ச. சீனிவாசன், தெலுங்குப் பேராசிரியர் ஏழ்ச்சூரி முரளிதரராவ் ஆகியோருக்கு என் நன்றி.

நூலை எழுதி முடித்த கையோடு என்னைச் சுவடிப் பதிப்பில் ஈடுபடுத்தி இன்னும் நெறிப்படுத்திக் கொண்டிருக்கும் என் மதிப்புமிகு பேராசிரியர் டாக்டர் கி.நாச்சிமுத்து அவர்கள் எங்கிருக்கிறார்கள் என்று தேடினேன். கோவையிலும் இல்லை, பாண்டிச்சேரியிலும் இல்லை, அப்படியானால் எங்குதான் இருக்கிறீர்கள் என்று கேட்டு ஒரு குறுஞ்செய்தி அனுப்பினேன். அமெரிக்காவில் இருப்பதாகச் செய்தி கிடைத்தது. நூலை அவர்களுக்கு அனுப்பி அணிந்துரை எழுதித்தருமாறு கேட்டேன், அதற்கு அவர்கள் சிறப்பாக ஒரு வாழ்த்துரை வழங்கியிருக்கிறார்கள். அவர்களுக்கு என் அன்பும் வணக்கமும்.

நூல் எழுதுவதற்குத் தெளிந்த மனநிலையும் தக்கச் சூழ்நிலையும் வேண்டும். அப்படியானால்தான் சிறந்த ஆய்வு நூற்களை எழுத இயலும். அந்தச் சூழலை எமது கல்லூரியில் ஏற்படுத்தித் தருபவர் எங்கள் கல்லூரி முதல்வர். இயல்பாகவே உயிர்வேதியியலில் சிறந்த ஆய்வாளராக விளங்குபவர். ஆய்வுகளுக்கு முன்னுரிமை அளித்து ஆய்வாளர்களுக்கு மதிப்பளிக்கும் எங்கள் கல்லூரி முதல்வர் டாக்டர் ஹேமலதா ரெட்டி

அவர்களின் சீரிய முயற்சியால் கல்லூரியில் பல ஆய்வகங்கள் உருவானதுண்டு. பல பேராசிரியர்களும் பல்வேறு விதமான ஆய்வுகளை மேற்கொண்டதுண்டு. அவர்கள் கல்லூரி முதல்வராகப் பொறுப்பேற்றதிலிருந்து தற்போது வரையுள்ள பத்து ஆண்டுகளில் நான் பதினான்கு நூற்கள் எழுதுவதற்குரிய சூழலை ஏற்படுத்தித் தந்துள்ளார்கள். அத்தகைய சிறந்த ஆய்வாளரான எங்கள் கல்லூரி முதல்வர் டாக்டர் ஹேமலதா ரெட்டி அவர்களுக்கு என் நன்றியும் வணக்கமும்.

இது என் இருபத்தி நான்காவது நூல். முதல் மூன்று நூற்களைத் தவிரவுள்ள இருபது நூற்களைச் சிறந்த முறையில் பதிப்பித்து வெளியிட்டுச் சாதனை படைத்தவர் காவ்யா பதிப்பக உரிமையாளர் பேராசிரியர் சு. சண்முகசுந்தரம் அவர்கள். தற்போது இந்த நூலையும் சிறந்த முறையில் அச்சேற்றி வெளியிட்டுள்ளார்கள், மட்டுமன்றி சிறப்பாக ஒரு பதிப்புரையும் எழுதியுள்ளார்கள். அவர்களுக்கு என் நன்றி.

மிக்க அன்புடன்
சிவ.விவேகானந்தன்
24-06-2019
கௌரிவாக்கம், சென்னை-73

XVIII

FATE

In Hindu religion there is a deep rooted belief that the Fate of a child is written even before the child is born. They believe that the *Brahma Deva*, the God who creates all living beings, writes the fate with his own hands, and that is why it is called as *Brahmna Ezhuthu (Brahmma Lipi)*. It is a common thought that life is controlled by this destiny. Depending on one's fate, the *Navagrahas* also affect the life of a common man and bring either good or bad. Some say that we can win against destiny with our intelligence. But even to overcome fate, we should be destined to do so. People have confidence that God can rewrite our fate and that can be achieved by absolute devotion. Arunagiri Nathar, a sincere devotee of Lord Muruga, writes in his book *Kandaralankaram* that the *Brahma Lipi*, written on his forehead, is erased by Lord Muruga. Epics also indicate that fate does exist but can be altered by God. The story of Markandeyan effectively depicts that.

There is a saying that people who prosper will certainly face sufferings in a span of thirty years time. It coincides with the astrological myth that Saturn *graham* does dominate in everyone's life for a period of seven and a half years in every 30 years time period. Fate brings us good or bad tidings as per the Karma of our previous birth. When life is pleasant and peaceful nobody talks about fate but when life turns painful we all tend to remember and curse our destiny. It can even be assumed that Saturn is the messenger of fate. King Ravan, a faithful devotee of Lord Shiva, did severe penance and was granted many boons by lord Shiva. It was with these boons that he hurt Sages and *Devas*. He captured the *Navagrahas* and kept them as stepping stones to his throne. To save them, Sage Narada told him, "A true brave man will not step on the enemy's back. Instead, he will challenge the enemy to their face." Unaware of the tricky plan of Sage Narada, Ravan turned the *Navagrahas* face up and was caught in Saturn's gaze. Thus he kick-started his own destruction later by Lord Ram.

Lord Shiva himself was affected when Saturn wanted to test his powers. To escape from Saturn, Lord Shiva took the form of a human and hid underwater for three hours. When Lord Shiva came out of hiding, he boasted to Saturn about his power over him. Saturn sarcastically retorted that it is his powers that made Lord Shiva to remain underwater for three painful hours. This story establishes the reality that destiny cannot be changed and that it affects the lives of both the rich and the poor equally.

In both the folk ballads published in this book, we can clearly see the role of fate. In the ballad, 'Bhootha Perumal', Lord Shiva created demons for his assistance. But those demons started challenging their creator, saying that they will go to Kailasah and demolish the fort. Lord Shiva tolerates them and assigns various works to them. He also asks Bhootha Perumal to build a tomb. Bhootha Perumal builds the tomb with anger and frustration. During the work, he laments with self pity that we may live our life but we cannot win against fate or rewrite our destiny.

While building the tomb, Bhootha Perumal fits many traps and plots to lock Lord Shiva inside. Once the construction is over, he shows the tomb to Lord Shiva and tries to entrap him. But Lord Shiva evades and subsequently imprisons Bhootha Perumal in the tomb. He then tells the demon that though he had used so many traps and had plotted to capture Lord Shiva, ultimately it is the demon himself who is entrapped. As you sow, so you reap. The demon consoles himself saying that inspite of being created from yagam, and performing good works he is caged inside a tomb due to his ill fate.

In the ballad "Sangili Bootham", the anxiety and concern of the parents Somandi Asi and Sandana Nambi for their child, executes their destiny. Sandana Nambi migrates from the North to the South and starts working in Thirukurungudy in Azhaghiya Nambi Vishnu Temple. As he starts acquiring wealth, his wife Somandi Asi wants to have a son. Hence both of them fast in the temple and are blessed with a child. But before bestowing the blessing, the temple God sends Shethrabala Bootham to Kailash to enquire about the fate of the couple. In Kailash, Chitraputran informs the demon that the couple will have a son but the child will die in the temple when he is seven years old. Only after knowing this does the Thirukurungudi God Vishnu, Azhagiya Nambi, bless the couple. Somandi becomes pregnant with the child whose fate is pre-destined. One day the boy follows his father to the temple. After worship, Sandana Nambi forgets that his son is sleeping in the temple and goes home. He remembers him and runs back to the temple, after his wife questions him about their son. At the temple, he requests the demons to open the temple. But they turn down his request saying that the temple can be opened only once in a day during pooja. They reassure him that the boy is sleeping and ask him to come the next day to get his son. The father returns home empty handed. It is then that fate plays its role. Somandi threatens her husband that she will die if he does not bring their son back immediately. So, Sandana Nambi runs once again to the temple, and requests the demons to open the door and they repeat the same reply and refuse to open the temple. Sandana Nambi should have waited outside till morning to get back his son. Unfortunately, he is persistent in getting back his son. In fury, the demons tear the boy to pieces and throw him out of the temple.

If Sandana Nambi had chosen to wait till dawn, outside the temple, he could have saved his son. But fate played its role in the form of Somandi. She refuses to listen to her husband and Sandana Nambi too does not listen to the demons' words, to wait till dawn. Destiny wins and nothing can stop it.

XXI

Similarly, Pulaiyan and his family insist on controlling the demons, Vellalan and his family are greedy for gold, and they both are destroyed for their conceit and greed. That is their fate and it can neither be changed nor erased. It just happens.

The impact and effect of Somandi's words, is similar to that of Sita's words in *Ayothi Ramayana*. In *Ayothi Ramayana*, while Ram and Sita are in exile, on seeing the golden deer in front of the hut, she asks Ram to catch it for her. Even though Ram explains that it is a magic trick by a monster, she insists on getting it, saying that she will die if she does not get the deer. These words initiate the process of fate. Thus to appease Sita, Ram goes to catch the deer, and leaves Lakshman to guard Sita. When Ram's arrow strikes the deer, it falls down screaming that Ram is in danger. On hearing these words, Sita asks Lakshman to go into the forest to assist Ram and to save him. When he refuses, saying that Ram is safe, she condemns him and asks him who is safer- the one in the forest or the one in the hut. Hurt by her words, Lakshman sets out in search of Ram. He draws seven lines in front of the hut and requests Sita not to cross the lines, for her own safety. After Lakshman leaves, Ravana disguises himself as a sage and asks her for alms. When she crosses the lines to give him food, he captures her and takes her to Lanka. If Sita had not uttered those words to Lakshman, all the consequent actions would not have happened. Vaali would not have died and Ravana also would not have perished with his family. Likewise in "Sangili Bootham", the words of destruction are uttered by the simple woman, Somandi, due to the love she that she has for her son. This implies that wrong words uttered without thinking can lead to suffering and destruction.

The book 'Bhoothangalin Kathai' was planned to be published four years before, when the editing of the two folk ballads was being carried out. The preface written at the time of editing was published in a separate book, 'Aavigal, Bhoothangal, Peykal' (Spirits, Demons and Devils) in the year 2015. It has taken four more years to publish this book. Since demons are explained in detail in that book, it is only touched upon briefly in this book. Other ballads, researches, books which discuss demons in detail are given below: Maahapurana Ammanai, Nadappukathai alias Perumal Swamy Kathai, Pennarasu Kaaviyam, Muthupechiamman Varalaru, Sudalaimadan Kathai, etcare ballads; SankiliBoothathanKathai by Jansi, MannamKarunkaliKathai by B.S. Rajesh, NambirajanKathai by Sakunthala, History and Worship of Iyakki in Kanyakumari District by T. Suthaetc are dissertations; VadakkuVeettuVamsaVaralaru by N.T. Krishnan,Nanditha Krishna's The Book of Demons, Stuart H. Blackburn's Singing of Birth and Death, Frederick M. Smith's Deity and Spirit Possession in South Asia, Ewan Fernie's The Demonic: Literature and Experience etc are books. The book 'Aavigal, Bhoothangal, Peykal', published by Kaavya Publications, also throws much light on this.

I found these folk ballad manuscripts when I was on a field visit to Kanyakumari district in the year 2013. After that, I started collecting relevant materials. I am deeply indebted to my friends Dr V Ponraj and Dr Rejjith Kumar, my brother-in-law and photojournalist Shri A. Kanaharajan, my brother Er. S Rajalingam a teacher in Engineering at Kottaram Goverment Higher Secondary School and my sister-in-law Dr. Shirly Ezhil of Scott Christian College for their help and assistance in field work.

While writing the book, Dr. S. Seenivasan and Dr. Elchuri Muralidhara Rao discussed and shared their valuable thoughts with me, and motivated me profoundly. My sincere thanks to them.

After completing the book, I searched for my professor Dr. K. Nachimuthu who guides me and motivates me in manuscript publishing. At that time he was not present in Pondicherry nor in Coimbatore. When I sent him an SMS enquiring after his whereabouts, he replied that he was in USA. So, I sent the book to him and requested him to write the foreword (Aninthurai) for the book. He has written an excellent Greetings (Vaazhthurai) in response. My humble salutations and wishes for him.

To write a book we should have a clear state of mind and pleasant ambience. Only then is it possible to write a research book. In my college, our Principal helps in providing such an environment as is required for research. Our Principal, Dr. Hemalatha Reddy, is a successful researcher in Biochemistry and gives much importance to research works. Because of the sincere efforts of our Principal many advanced laboratories are now built and functioning in the college. Many professors are involved in various research activities. Since the day our Principal took charge, the existing research-favoring environment has helped me in writing fourteen research books in ten years. My warm wishes and wholehearted thanks to her.

This is my 24th book. Except the first three books, all other books were published in a best manner by Kaavya Publications, Chennai of Prof. S. Shanmuga Sundaram. Now, he has printed and published this book too, in a fine manner. Besides, he has also written a splendid editorial. He has my sincere thanks.

With profound love,
S. Vivekananthan
24.06.2019
Chennai

Office Tel: +91-11-24112196, Office Fax: +91-11-24118535,
Mobile: 09968707960
E-mail: dr_sviveka@yahoo.com, drsviveka@gmail.com

பதிப்புரை

சிவலோகத்தில் பூதகணங்கள் இருக்கின்றன. பூதம் பிடித்தால் புத்திகெடல், மிகுசையோக விருப்பம், லோபம், மோகம் முதலிய குணம் உண்டாம். தேவபூதம், அசுரபூதம், காந்தருவபூதம், யக்ஷபூதம், ராக்ஷசபூதம், கூக்ஷ்மாண்ட பூதம், காமபூதம், கிரணபூதம், வேதாளபூதம், பிரம்ம ராக்ஷஸ பூதம், அர்த்த பிதரபூதம், பைசாசபூதம் எனப் பலவகை உண்டு.

பூதத்தாழ்வார், பூதங்கண்ணனார், பூதசந்தானன், பூதச்சோதி, பூதச் சோதிசு, பூதஞ்சேந்தனார், பூதப்பாண்டியன், பூதநந்தன், பூதமக்பாலன், பூதம்புல்லன், பூதன்தேவனார், பூதனார் என்று மக்கட் பெயர்களும் பூதங்குடி, பூதப்பாண்டி, பூதகண்டகுளம், பூதசதுக்கம் என்ற இடப்பெயர்களும் உண்டு. கண்ணனைக் கொல்ல பூதனை வருகிறாள். பூதபுராணம் அகத்தியர் காலத்தில் இருந்ததாம். இப்போது சில ஊர்களில் சங்கிலி பூதத்தார் காவல் தெய்வமாக இருக்கிறார். ஏகாம்பரநாதனின் பூதக்கதை சுவாரஸ்யமானது. பூதங்கள் இல்லாத இடமே இல்லை, காற்றைப் போல.

டாக்டர் சிவ.விவேகானந்தனும் ஒரு பூதம்தான்; ஆனால் பட்டினத்து பூதம், டில்லிக்கும் சென்னைக்குமாக அலைகிற பூதம். பூதங்கள் செய்ய முடியாத செயல்களை அதுதான் நூல் எழுதுவதை ஆண்டுதோறும் செய்து வருகிறபூதம். செங்கிடாக்காரன், நீலன், இராமன், ஆவிகள், தம்பிமார், நாகர் எனப் பல்வேறு கதைகள். இது பூதப்பெருமாள் கதை. இவரது ஆய்வுகள் எப்பொழுதுமே அகலமாகவும் ஆழமாகவும் ஐயம்திரிபறவும் செல்லும். இதுவும் அப்படித்தான். நாட்டுப்புறப் பண்பாட்டில் பூதம், பூதங்களின் உருவம், வழிபாடு என விவரித்துச் செல்கிறார். புகைப்படங்களும் சொல்லடைவும் கனகச்சிதம். 'கிணற்றை வெட்டுகையில் பூதம் கிளம்பியது' பழமொழியாக இருக்கலாம். இவரோ கிணறு வெட்ட பூதமே கிளம்பிப்போனால் எப்படி இருக்குமோ அப்படி. இவர் இதுபோல் பல்வேறு கிணறுகளை வெட்ட வேண்டும்; ஆய்வுத் தாகம் தணிய வேண்டும்.

அன்புடன்

காவ்யா சண்முகசுந்தரம்

பொருளடக்கம்

வாழ்த்துரை	: பேராசிரியர் கி. நாச்சிமுத்து	
விதி	: நூலாசிரியர் சிவ.விவேகானந்தன்	
FATE	: Dr. S. Vivekananthan	
பதிப்புரை	: டாக்டர் சு.சண்முகசுந்தரம்	

ஆராய்ச்சி முன்னுரை:

நாட்டுப்புறப் பண்பாட்டில் பூதம்	01
பூதங்களின் உருவம்	06
பூதவழிபாடு	08
குமரிநாட்டில் பூதவழிபாடு	15
திருக்குறுங்குடி	17
காளைமாட்டு வகைகள்	24
காளிப்புலையன் - காளிப்புலைச்சி	27
கன்னியர்	34
1. பிராமணக்கன்னி	35
2. பூவழகி	37
3. உதிரக்கன்னி	39
4. தெய்வக்கன்னி	41
5. புகழமுத்து துகழமுத்து	43
கதைநிகழ்ச்சிகள்	45
மூலபாடங்கள்	131
துணைநூற்பட்டியல்	358
புகைப்படங்கள்	361
சொல்லகராதி	387

ஆராய்ச்சி முன்னுரை

நாட்டுப்புறப் பண்பாட்டில் பூதம்

தமக்கென குறிப்பிட்ட பழக்கவழக்கங்களையும் நம்பிக்கைகளையும் பண்பாட்டு மரபுகளையும் கைக்கொண்டு அவற்றைப் பின்பற்றி வரும் நாட்டுப்புற மக்களால் தலைமுறை தலைமுறையாக உணர்வுபூர்வமாகப் பின்பற்றப்பட்டுவரும் நம்பிக்கை சார்ந்த சடங்குகளின் தொகுப்பு நாட்டுப்புறச் சமயம் எனப்படுகிறது. சமயம் என்பது புனிதமான ஒன்றைப் பற்றிய நம்பிக்கைகளும் செயல்முறைகளும் அடங்கிய ஒழுங்கமைந்த முறையாகும். சமய நம்பிக்கைகளின் காரணமாகக் கொள்ளப்படும் கருத்தானது பகுத்தறிவுக்கு ஒத்து வராமல் இருப்பினும் சமுதாயத்தில் அவற்றின் தாக்கம் மிகுந்திருப்பதால் அது நடைமுறைச் செயல்பாடாகிறது. மனிதர்களின் மனநிலையிலும் உள்எண்ணங்களிலும் பரவி அது நிலைபெற்றுள்ளது. முன் வரலாற்றுக் கால மனிதனின் சமய நம்பிக்கை, பழங்கால மக்களிடையே ஆவி நம்பிக்கையாக மாறிப் பின்னர் பூதம், பேய், பிசாசு என வளர்ந்து இறுதியில் கடவுள் நம்பிக்கையாக வளர்ந்துள்ளது. இயற்கை அளித்த நற்பயன்களுக்கு நன்றி கூறும் சடங்கு எனத் தொடங்கி, அதுவே பின்னர் வழிபாடாக மாறிவிட்டது. இவ்வழிபாடு ஆவிவழிபாடு, இயற்கை வழிபாடு, பஞ்சபூத வழிபாடு, மழை வழிபாடு, மரவழிபாடு, பாம்புவழிபாடு, சூரியசந்திர வழிபாடு, குலக்குறி வழிபாடு, பூமாதேவி வழிபாடு, முன்னோர் வழிபாடு, புனிதப்பொருள் வழிபாடு எனப் பலவாறாகக் காணப்படுகின்றன. இவற்றுள் முன்னோர் வழிபாடு பூதவழிபாடு எனப் பொதுப்படையில் அடங்கும். முன்னோரின் ஆவி பூமியில் தெய்வங்களாக நிலைபெறும்போது அவை பலவிதப் பெயர்களில் அறியப்படுகின்றன. அத்தெய்வங்களின் பொதுப்பண்புப் பெயரே பூதம் என்பது. இத்தெய்வங்கள் காவல் தெய்வங்களாக விளங்குகின்றன. குடும்பத்தைக் காப்பது, ஊரைக்காப்பது என்னும் பல நிலைகளில் இக்காவல் தெய்வங்களின் பணி அமைகின்றது. இத்தெய்வங்களின் வரலாறுகள் கதைப்பாடல்களாக எழுந்து அவை தனி இலக்கிய வகையாக மிளிர்கின்றன.

முற்கால மனிதன் ஒரு தனிமனிதனின் சின்னம் அல்ல. அவன் ஒரு குழுவினரின் சிறிய அங்கம். அவன் சொல்லும் செயலும் எண்ணமும் அவனைச் சார்ந்தவர்களோடு இணைந்தே அமைந்தன.

அவன் தன் இனத்திற்காகவும் இனத்தாரின் எதிர்க்காலத்திற்காகவும் அவர்தம் உயர்வுக்குமாகவே வாழ்ந்தான். அதன் மேன்மைக்காகவும் அவன் அரும்பாடுபட்டான். இப்படிப்பட்ட ஒரு வீரத்தலைவனே நாகரிகத் தொடக்ககால இனமரபுக் குழுவினரின் வழிபடு கடவுளாகக் காலப்போக்கில் கருதப்பட்டான். அவ்வின மரபுக் குழுவினரின் வழிபாடுகளிலும் விழாக்களிலும் சமயச் சடங்குகளிலும் அவன் வழிபாட்டுக்குரியவன் ஆனான். அவன் மரபினர் அவனைத் தொழுது வேண்டினர். அவன் பிறப்பு, வளர்ப்பு, வீரதீரச் செயல்கள் முதலான வாழ்க்கை வரலாற்றுக் குறிப்புகள் விழாக்களிலும் வழிபாடுகளி லும் பாடுபொருளாயின. அவனது புகழ் ஓர் உன்னத நிலைக்கு உயர்த்தப்பட்டது. அவன் ஒரு குறிக்கோள் மனிதனாக உயர்த்தப்பட்டான். இவ்வாறாகத் தனிமனிதன் ஒருவன் தெய்வீக நிலை எய்தினான். அவன் கடவுள் மங்கலம் படிப்படியாக அவன் வாழ்க்கை வரலாறு பற்றிய கதையாக உருவாகித் தனித்துவச் சிறப்பும் உயர்வும் பெற்றது. அவனது வாழ்க்கை வரலாறு அவன் தன் இனத்தாருக்கு ஓர் எடுத்துக்காட்டாகவும் வழிகாட்டியாகவும் ஆக்கப்பட்டது (உலகக் காப்பியங்கள், ப.23). இவ்வகையாக வளர்ந்து வந்த ஒரு வகை இலக்கியமே முன்னோர் பற்றிய கதைப்பாடல். இக்கதைப்பாடல்களின் வளர்ச்சி நிலையே காப்பியம் ஆகும். பின்னர் அக்காப்பியங்களின் பல கூறுகள் தனித்தனிக் கதைப்பாடல்கள் ஆயின. இக்கதைப்பாடல்களில் பல மீவியல்புச் சாயம் பூசப்பட்டன. அத்தகைய மீவியல்பு பண்பு நிறைந்த கதைப்பாடல்களே இந்நூலில் அமைகின்ற இரு பூதக் கதைப்பாடல்களும் ஆகும்.

இலக்கியங்களில் பூதங்கள் பல பெயர்களில் அறியப்படுவதுபோல கதைப்பாடல்களிலும் பூதம் பல பெயர்களிலும் அறியப்படுகிறது. சான்றாக, பத்மநாபசுவாமிகதை மற்றும் முப்புராதியம்மன் கதை முதலியன பூதத்தை வேதாளம் என்ற பெயரில் குறிப்பிடுகிறது. பூதத்தைக் கூளி என பத்மநாபசுவாமிகதை, வெங்கலராஜன்கதை, முத்தாரம்மன்கதை, இராமர்கதை, பஞ்சபாண்டவர் வனவாசம் முதலிய கதைப்பாடல்கள் குறிப்பிடுகின்றன. பூதம் குறள் என்னும் பெயரால் அறியப்படுவதை பத்மநாபசுவாமிகதை மற்றும் வெங்கலராஜன் கதை ஆகியன பதிவு செய்துள்ளன. பத்மநாபசுவாமி கதையும் முப்புராதியம்மன் கதையும் பூதத்தை கணம் எனக் குறிப்பிடுகின்றன

காவல் தெய்வம் என்ற நிலையிலேயே பூதங்கள் இலக்கியங்களில் பயின்று வருகின்றன. இவை அங்காடி, களம்,

நாற்சந்தி முதலிய இடங்களில் நின்று மனிதர்களைப் பாதுகாக்கும் காவல் காக்கும் காவல் தெய்வங்களாக விளங்குகின்றன. சிலப்பதிகாரத்தில் பூதங்கள் குறித்த செய்திகள் பரவலாகக் காணப்படுகின்றன. இளங்கோவடிகள் நாளங்காடிப்பூதம் என்றும்; சதுக்கப்பூதம் என்றும்; வருணப்பூதம் என்றும் மூவகைப் பூதங்களைக் கண்முன் நிறுத்துகின்றார். கடைத்தெருவில் காவல் தெய்வமாக விளங்கிய அங்காடிப் பூதத்திற்கு வழிபாடு நடைபெற்றதை இளங்கோவடிகள் எடுத்துக்காட்டுகிறார். பூதத்தின் கோயில் வாசலில் புழுங்கல் அரிசிச் சோறும் எள்ளுருண்டையும் இரத்தம் தோய்க்கப்பெற்ற சோறும் பொங்கலும் படைத்து பூவுடன் நறும்புகை காட்டி மறக்குடி மகளிர் வழிபட்டனர் என்பதைச் சிலப்பதிகாரம்,

தேவர் கோமான் ஏவலிற் போந்த
காவற் பூதத்துக் கடைகெழு பீடிகைப்
புழுக்கலும் நோலையும் விழுக்குடை மடையும்
பூவும் புகையும் பொங்கலும் சொரிந்து
துணங்கையர் குரவையர் அணங்கெழுந் தாடிப
பெருநிலை மன்னன் இருநிலம் அடங்கலும்
பசியும் பிணியும் பகையும் நீங்கீஇ
வசியும் வளனும் சுரக்க என வாழ்த்தி *(5:66-73)*

என அறியதருகிறது. தவ வேடத்தில் மறைந்து கொண்டு தீய செயல்களில் ஈடுபடுகின்ற தன்மையற்ற கொடியோர், மறைவாகத் தீய ஒழுக்கத்தில் ஈடுபடுகின்ற ஒழுக்கங்கெட்ட பெண்கள், அரசனுக்கு உட்பகையாகக் கேடு செய்கின்ற அமைச்சர்கள், பிறர் மனைவியரை விரும்பித் திரிவோர், பொய்ச்சாட்சி சொல்வோர், புறங்கூறிப் பொய்த்து வாழும் இயல்பினர் ஆகியோர், என் கையில் கொண்டிருக்கும் பாசத்தில் அகப்படுவோர் ஆவர் என்று நான்கு திசையும் கேட்குமாறு தன் கடுமையான குரலை எழுப்பி, அவர்களை அவ்வாறே கைப்பற்றி, அறைந்து கொன்று உண்ணும் சதுக்கப்பூதம் நிற்கின்ற பூதசதுக்கத்தை,

தவம்மறைந்து ஒழுகும் தன்மை இலாளர்
அவம் மறைந்து ஒழுகும் அலவற் பெண்டிர்
அறைபோகு அமைச்சர் பிறர்மனை நயப்போர்
பொய்க்கரியாளர் புறங்கூற்றாளர் எனக்
காதம் நான்கும் கடுகுரல் எழுப்பிப்
பூதம் புடைத்துண்ணும் பூதசதுக்கமும் *(5:128-134)*

எனக்குறிப்பிடும் சிலப்பதிகாரம், நால்வகை வருணப்பூதங்கள் இருந்ததையும் அறிய தருகிறது. சாதி வருண வேறுபாட்டுக் கருத்தை மக்கள் உள்ளங்களில் பதிய வைப்பதற்காகப் பார்ப்பனர்கள் நான்கு வருணங்களையும் குறித்த பெரிய உருவங்கள் அல்லது பூதங்களின் வழிபாட்டைப் புகுத்தினார்கள். முதல் பூதம் வெண்ணிலாப் போன்ற வெண் பொன்னிறம் உடையது. முத்தீப் பேணும் பார்ப்பனரைப் போலவே உடையுடுத்து வேத வேள்விக்குரிய கருவிகளைக் கைக்கொண்டிருந்தது. இரண்டாவது பூதம் செங்கழுநீர் வண்ணம் உடையதாகவும் அரசனைப் போல் முரசு, கவரி, கொடி, குடை, புடைசூழச் சென்றது. மூன்றாவது பூதம் பொன்னிறம் கொண்டது. கைகளில் ஒரு கலப்பையையும் ஒரு நிறைகோலையும் கொண்டிருந்தது. இவை உழவுத்தொழிலையும் வாணிபத்தையும் உணர்த்தியது. நான்காவது பூதம் கருநிறம் உடையது. கரிய ஆடை உடுத்து பாணர்கள், கூத்தர்கள், முரசு அறைபவர்கள், இசைவாணர்கள் ஆகியோருக்கான இசைக்கருவிகளைத் தாங்கி நின்றது.

நித்திலப் பைம்பூண் நிலாத்திகழ் அவிர்ஒளி
தண்கதிர் மதியத் தன்ன மேனியன்

வேதமுதல்வன் வேள்விக் கருவியொடு
ஆதிப்பூதத்து அதிபதிக் கடவுளும் *(22:16-36)*

வென்றி வெங்கதிர் புரையும் மேனியன்

உரைசால் சிறப்பின் நெடியோன் அன்ன
அரைச பூதத்து அருந்திறல் கடவுளும் *(22:37-61)*

செந்நிறப் பசும்பொன் புரையும் மேனியன்

இளம்பிறை சூடிய இறையவன் வடிவின் ஓர்
விளங்கொளிப் பூத வியன்பெரும் கடவுளும் *(22:62-88)*

கருவிளை புரையும் மேனியன் அரியொடு

கலிகெழு கூடற் பலிபெறும் பூதத்
தலைவன் என்போன் தானும் தோன்றி *(22:89-102)*

என்னும் சிலப்பதிகாரப் பாடலடிகளால் மேற்குறித்த நான்கு வகைப் பூதங்களையும் அறியலாம். இந் நால்வகைப் பூதங்களையும், 'நாற்பால் பூதமும் நாற்பாற் பெயர' (22:108) என்று சிலப்பதிகாரம் பேசும்.

கதைப்பாடல்களும் காவல் பூதங்கள் குறித்துப் பேசுகின்றன. பொன்னிறத்தாள் கதைப்பாடல் காவல் பூதங்களையும் அவற்றின் செயல்பாடுகள் மற்றும் பூசைகள் குறித்துப் பேசுகின்றது. புதையலைக் காவல் காப்பதற்காக அப்பூதங்கள் அங்கு இருப்பதைப் பேசுகிறது அக்கதைப்பாடல். அங்குக் காவலுக்காக இருக்கும் பூதங்கள் குமரி நாட்டில் வழக்கில் உள்ளவை. அவை, ஈனகுல இசக்கி, சண்டாளப்பூதம், சடையிசக்கி, மாடன், பாதாளபூதம், பச்சைத்தின்னி இசக்கி, முக்கால்வட்ட இசக்கி, முன்னோடும் பூதம், பெரியஇசக்கி, முக்கூட்ட இசக்கி, செங்கிடாப்பூதம், பாலாட்டு இசக்கி, பச்சைத்தின்னி மாடன், சூலாட்டு இசக்கி, துள்ளுமறிக்காறி, திருகுக்கொம்புக்காறன், மந்திரமூர்த்தி, அந்தரகுலஇசக்கி, எதிரடிவாழ் வாதை, ஏத்தவிடுமூர்த்தி, குருமூர்த்தி, விடுமூர்த்தி, கடுவாய்மூர்த்தி, பழையமூர்த்தி, கொக்கோட்டு இசக்கி, குறுமாஙகுழி இசககி, கைவெட்டிவாதை, கலங்கொட்டி வாதை, சங்கிலிப்பூதம், அனந்தகுளத்து இசக்கி, இளநேரத்து வாதை, முதலான பூதங்கள் வந்து காவலுக்கு நின்றன என்பதையும் அக்கதைப்பாடல் கீழ்வருமாறு அறியதருகிறது:

> கருவூலங்கள் இருப்பதுண்டும் காவல் பூதம் மெத்தவுண்டும்
> உண்டுமடா சொல்லுகிறேன் உற்றபுகழ் பேயின் பெயரை
> இந்தநல்ல தலந்தனிலே ஈனகுல இசக்கியுண்டும்
> சண்டாள மூப்பூதமுண்டும் சடையிசக்கி மாடனுண்டும்
> பாதாள பூதமுண்டும் பச்சைத்தின்னி இசக்கியுண்டும்
> முக்கால் வட்டத்தில் இசக்கியுண்டும் முன்னோடு பூதமுண்டும்
> புதுவரங்கள் பெற்றுவந்த புகழ்பெரிய இசக்கியுண்டும்
> இத்தலத்தில் மூன்று கூட்டத்தில் இசக்கி நிற்குகிறாள்
> தேசமெய்க்க வரங்கள் பெற்ற செங்கிடாப் பூதமுண்டும்
> பாலாட்டு இசக்கியுண்டும் பச்சைத்தின்னி மாடனுண்டும்
> சூலாட்டு இசக்கியுண்டும் துள்ளுமறிக் காறியுண்டும்
> செங்கிடாக் காறனுண்டும் திருகுகொம்பு காறனுண்டும்
> மந்திரநல்ல மூர்த்தியுண்டும் அந்தரகுல இசக்கியுண்டும்
> எதிரடிவாள் வாதையுண்டும் ஏத்தவிடு மூர்த்தியுண்டும்
> காட்டாளம்மன் கோவிலிலே கடுகமுன்னாள் உணவுகொண்ட

குருமூர்த்தி விடுமூர்த்தி கூண்ட கடுவாய் மூர்த்தியுடன்
பஞ்சவரைக் கொல்லயிட்ட பழையமூர்த்தி ஐந்துமுண்டும்
கொக்கோட்டு இசக்கியுண்டும் குறுமாங்குழி காரியுண்டும்
வாவறை வாள் இசக்கியுண்டும் வழித்தலவாள் இசக்கியுண்டும்
சின்னயிசக்கி பெரியயிசக்கி சிறந்தபழையூர் இசக்கியுண்டும்
கணியன் கைவெட்டியுண்ட கலங்கொட்டி வாதையுண்டும்
எதிர்த்தாரைச் சங்கரிக்கும் ஏத்தசங்கிலிப் பூதமுண்டும்
அனந்தகுளத்து இசக்கியுண்டும் எல்லோருக்கும் துணையாக
இத்தனையும் திரளாக இணர்வந்து கூடுதென்றான்
....
செங்கிடா பூதத்திற்கு செங்கிடா ஒன்றுவேணும்
சூலாடு இசக்கிக்கொரு சூலாடு தானும் வேணும்
பாலாட்டு இசக்கிக்கொரு பாலாடு தானும் வேணும்
கருவூலத்துப் பூதத்திற்கு கரும்பன்றி ஒன்றுவேணும்
சின்னயிசக்கி தான்தனக்கு சிறுகாரி பூனை வேணும்
வாதைகளுக்குக் கோழியது வகைவகையாய் நூறுவேணும்
இளநேரத்து வாதைகளுக்கு ஏத்தசுட்டிக் கிடாய் வேணும்

(பக், 31-33)

இவ்வாறு குமரிநாட்டில் வழக்கிலுள்ள காவல் பூதங்களைப் பொன்னிறத்தாள் கதை அறியதருகிறது

பூதங்களின் உருவம்

பூதத்தின் உருவம் காண்போரை ஆச்சரியமூட்ட வைக்கும் விதமாகக் காணப்படும். பெரிய வயிற்றுடன் கூடிய தடித்த உடல் வாகுடன், உடலுக்கேற்ற விதத்தில் அமைந்துள்ள முகம், அதில் துருத்திய கண்கள், விரிந்த புருவம், குமிழ் மூக்கு, பெரிய மீசை, கட்டையான கால்களுடன், இடக்கையில் கதையை ஊன்றியும் வலக்கையில் ஓர் ஆயுதத்தைத் தோளுக்கு மேல் தூக்கியும் காட்சியளிக்கும். தலையில் ஜடா மகுடம் தரித்து அப்பூதங்கள் காணப்படும். சில பூதங்களின் வாயில் கோரைப் பற்கள் இரண்டு காணப்படும். சில பூதங்களுக்கு அவ்வாறு கோரைப்பற்கள் இல்லை (குமரிநாட்டுப் பெருங்குளம்). சில பூதங்களைப் பார்த்தால் பயம் தோன்றும். பொதுவாக இத்தகைய தேவதைகளுக்கு நான்கு கைகள் காணப்படும். "தாயின் வயிற்றில் தோன்றாத தேவதைகளுக்குப் பொதுவாக இரண்டுக்கு மேற்பட்ட கரங்கள் இருக்கும் என்பது சிற்ப

சாத்திரத்தின் விதி"(கடுக்கரை வடக்கு வீட்டு வம்ச வரலாறு, 65). இரண்டு கைகளைக் கொண்ட பூதங்கள்தான் குமரிநாட்டில் பரவலாகக் காணப்படுகின்றன.

நால்வருணப் பூதங்களையும் பேசும் சிலப்பதிகாரம் பூதங்களின் வடிவம், அணிகலன் மற்றும் செயல்பாடுகள் குறித்துப் பேசுகிறது (22:16-102). நெஞ்சிருள் கூர நிகர்த்து மேல் விட்ட வஞ்சம் பெயர்த்த மாபெரும் பூதம் (6:10-11) என்றும்; என்னுயிர் கொண்டு ஈங்கு இவனுயிர் தாவென நன்னெடும் பூதம் நல்காதாகி (15:82-83) எனச் சிலப்பதிகாரம் பூதத்தை மாபெரும் பூதம் என்றும் நன்னெடும் பூதம் என்றும் கூறுகிறது. இப்பூதம் கையில் பாசக்கயிற்றைக் கொண்டு விளங்குவதை,

அறியாக் கரிபொய்த் தறைந்துண்ணும் பூதத்துக்
கறைகெழு பாசத்துக் கையகப்படலும் ((15:78-79)

எனச் சிலப்பதிகாரமும்;

பெட்டாங் கொழுகும் பெண்டிரைப் போல
கட்டாதுன்னை யென் கடுந்தொழிற் பாசம் (22:70-71)

என மணிமேகலையும் பேசுகின்றன. மேலும், பூதத்தின் உருவத்தைச் சித்திரிக்கும் மணிமேகலை,

மடித்த செவ்வாய்க் கடுத்த நோக்கிற்
தொடுத்த பாசத்துப் பிடித்த சூலத்து
நெடுநிலை மண்ணீடு நின்ற வாயிலும் ((6:45-47)

எனக் குறிப்பிடும். தவறு செய்வோரைத் தண்டிக்கும் ஆயுதமாகப் பூதத்தின் கையில் பாசக்கயிறு விளங்குகிறது.

பூதவழிபாட்டின்போது பூதக்கோயில்களில் பூதங்களுக்காக வாகனங்கள் எடுப்பது திருவிழாவில் முக்கிய இடத்தை வகிக்கும். இப்பூத வாகனம் சிவன்கோயில் வாகனங்களில் முக்கியமானதாகும். பருமனிலும் அளவிலும் தோற்றத்திலும் பெரிய வாகனம் பூதவாகனம். சுருண்ட படர்ந்த தலைமுடி, அகன்ற வட்ட வடிவ முகம், உருண்டு திரண்டு வெளிப்பிதுங்கிக் காணப்படும் கண்கள் ஆகியன அமைந்திருக்கும். குறுகிய நெற்றியில் திருநீற்றுப் பட்டையும் குங்குமத் திலகமும் காணப்படும். விரிந்த நாசி, தாழ்ந்த காதுகளில் பெருங்குண்டலங்கள், அடர்ந்த பெருமீசை, சற்றே திறந்த வாயிலிருந்து வெளிப்படும் இரண்டு கோரைப்பற்கள், குறுகிய

தாழ்வாய், குறுகிய கழுத்து, அகன்ற மார்பு, பருத்த வயிறு, திருண்டு உருண்ட குறுங்கால்கள், திரண்டு உருண்ட நான்கு குறுங்கைகள் கொண்டு அமைந்திருக்கும். கழுத்தில் ஆரம், அதிலிருந்து வயிற்றின் இருபுறமும் தொங்கி அரைஞாணோடு சேரும் உதரபந்தம், வயிற்றில் சுற்றிய கண்டமாலை, கைகளில் கடகம், கால்களில் தண்டை, அரைக்கச்சு அணிந்த தோற்றம். இத்தகைய வடிவமைப்பே பூதவாகனத்தின் ஒப்பனை ஆகும். பச்சை நிறமே பெரும்பான்மையாகப் பூசப்படும். முகத்தில் வாய்க்கும் கண்களுக்கும் வேறுபாடு தெரிய வேறுவேறு நிறப் பூச்சுகள் இடம்பெற்றிருக்கும். கைகள் கால்கள் கருமை நிறத்திலோ அல்லது பழுப்பு நிறத்திலோ அமைந்திருக்கும். அரையில் கட்டப்பட்டும் கச்சு சிவப்பு நிறத்தில் காணப்படும். நான்கு கைகளிலும் வலப்புறப் பின்கை விரல்களுடன் ஆட்காட்டி விரல் பெருவிரலுடன் சேர, ஏனைய விரல்கள் மடங்கிக் காணப்பட, சின் முத்திரை காட்டும் அமைப்புடன் விளங்கும். முன்கை விரல்கள் மார்புக்கெதிரே எழுந்து விரிந்து இறைப்புகழ் பரவும் தோற்றத்திலும் அமையும். இடப்புறப் பின்கை விரல்கள் கீழ்நோக்கிய அகங்கையுடன் விரிந்திருக்கும். முன்கை இறைப்புகழ் பரவும் தோற்றத்தில் அமைந்து காணப்படும். மிகவும் பளுவாக அமைகின்ற காரணத்தால் பக்கத் தாங்கல்களும் முன்தாங்கலும் கச்சுவின் குஞ்சங்கள் எனும் வடிவில் ஒப்பனை பெறும். இவ்வாறு பூத வாகனம் அமையும் *(கோ.தெய்வநாயகம், கோயில் வாகனங்கள், பக். 99, 100).*

பூதவழிபாடு

இறந்தபின்னர் செல்லக்கூடிய உலகம் என்ற ஒன்று தனியாக இருக்கிறது. நன்மை புரிந்தவர்கள் தேவலோகத்தை அடைந்து இன்பம் துய்ப்பார்கள். தீமை செய்தவர்கள் நரகத்தை அடைந்து துன்புறுவார்கள். இந்த நம்பிக்கைப் பண்டைத் தமிழரிடம் இருந்தது. இறந்த உயிர்கள் மீண்டும் பிறப்பதுண்டு. ஓர் உயிர் இவ்வாறு பல பிறவிகள் எடுக்கும் என்ற நம்பிக்கை தமிழரிடம் இருந்தது. அந்த நம்பிக்கையின் விளைவாகத் தமிழர்கள் அவர்களுக்கு ஏற்றவாறு தங்கள் வழிபாடுகளை அமைத்துக் கொண்டனர்.

பழங்கால மக்கள் இறந்தவர்களைப் பெரிய தாழியில் வைத்துப் பூமியில் புதைத்து விடுவார்கள். சமாதிகளின் கீழ் இறந்தோரின் ஆவி நிலைபெற்றிருக்கும் என்று நம்பிய மக்கள் அந்த ஆவிக்குப் படையலிட்டு வழிபட்டனர். இறந்தவருக்குக் கல் நட்டு வழிபடுவது பண்டைத் தமிழர் முறை. முன்னோர் வழிபாடு இன்னும் பல இனத்து

மக்களிடையே இருந்து வருகிறது. இறந்தவர்களிடம் தோன்றும் அன்பும் அவர்களின் ஆற்றலினால் ஏற்படும் நம்பிக்கையுமே அவர்களை வழிபடுவதற்குக் காரணம் என்பர். இவர்களில் அகால மரணம் அடைந்தவர்களின் ஆவியே பூதம் என்று கூறுகின்றது ஓர் அகராதி (Standard Dictionary of Folklore Mythology and Legend, P.!39). இந்த முன்னோர் வழிபாடே பூதவழிபாடு ஆயிற்று என்பார் வில்டூரண்ட் (Our orient Heritage, P.63). இப்பூதங்கள் உறைந்திருக்கும் கோயில்கள் சமாதிக்கோயில்கள் என்றும் பள்ளிப்படை கோயில்கள் என்றும் அழைக்கப்படுகின்றன.

இறந்துபோன அரசர் (மன்னன்) அல்லது அரசியார் (மாதேவி) சிவதீட்சை வாங்கியவர்களாக இருந்தால் அவர்கள் இறந்த பின்னர் அவரது பூத உடல்களைப் புதைத்து அவற்றின் மீது சிவன் கோயில்களைக் கட்டி வழிபடுவார்கள். இவற்றுக்குப் பள்ளிப்படைக் கோயில்கள் என்றுபெயர். இவற்றைப் பாசுபதர்களாகிய மகா விரதிகளின் மடங்கள் நிர்வகித்தன என்பதைப் பள்ளிப்படைக் கல்வெட்டுகள் உறுதி செய்கின்றன (சேதுராமன் ஆய்வுக் கட்டுரைகள், ப.78). பள்ளிப்படை என்பது மன்னர் உள்ளிட்ட பெரியவர்கள் உடலைப் புடைத்த இடத்தில் எழுப்பப்படும் நினைவிடம் என்று கூறுகிறது 'கல்வெட்டுகள் காட்டும் கலைச்சொற்கள்' என்னும் நூல் (ப.339). இறந்தவரின் நினைவாகக் கட்டப்பட்ட கோயில் என்று கூறி, 'வாகீஸ்வர பண்டித படாரர்' எனச் ((S.I.I, Viii, 529) சான்றுடன் அறியதருகிறது தமிழ்க் கல்வெட்டுச் சொல்லகராதி (ப.411). பள்ளிப்படை கோயில்கள் குறித்துக் குடந்தை என். சேதுராமன் கீழ்வருமாறு பேசுகிறார்.

பள்ளி இடமான இடுகாடும் சுடுகாடும் சிவபெருமானின் கோயில் என்று காரைக்கால் அம்மையார் கூறுவதையும்; பள்ளி என்பது சுடுகாடு என்று திருஞானசம்பந்தர் கூறுவதையும் இங்கு நினைவில் கொள்ளவேண்டும். அங்குள்ள பூதங்கள், பேய்களோடு தன்னையும் ஒரு பேயாகக் கூறுகிறார் காரைக்கால் அம்மையார். மயானத்தைப் 'பள்ளி இடம், அதுவே ஆக பரமன் ஆடுமே' என்கிறார். இவற்றால் பள்ளி என்றால் சுடுகாடு என்பது விளங்கும். திருக்காட்டுப்பள்ளி, மகேந்திரப்பள்ளி, திருநனிப்பள்ளி, அகஸ்தியான் பள்ளி, எனப் பல சிவத்தலங்கள் உள்ளன.

கும்பகோணம் அருகிலுள்ள நாலூர் மயானம், திருக்கடையூர் அருகிலுள்ள திருக்கடவூர் மயானம் ஆகியன பாடல் பெற்ற

சிவத்தலங்கள் ஆகும். திருவீழி மிழலைப் பதிகத்தில் அப்பர் திருக்கச்சி மயானத்தைக் குறிப்பிடுகிறார். 'சவம் தாங்கும் மயானத்துச் சாம்பலென்பு தலையோடு மயிர்க்கயிறு தரித்தான் தன்னை, பவந்தாங்கும் பாசுபத வேடத்தானை கச்சி யேகம்பன் தன்னை' என்று அப்பர் போற்றுகின்றார். மயானத்துச் சிவபெருமானைப் பாசுபத வேடத்தான் என்று வெளிப்படையாகவே கூறுகிறார். சவம் தாங்கும் பாசுபதன், கச்சி ஏகம்பதில் உள்ளான் என்கிறார். காஞ்சிபுரம் ஏகாம்பர ஈஸ்வரர் கோயில் கிழக்குப் பார்த்த சன்னதியை உடைய மிகப் பெரிய கோயில். கருவறைக்கு எதிரே வெளிப்புறத்தில் மேற்கு நோக்கிய சன்னதியுடன் கூடிய சிவன் கோயில் ஒன்று உள்ளது. இக்கோயிலின் முன் வாயிலில் 'திருக்கச்சி மயானம்' என்று எழுதியுள்ளார்கள். இக்கோயிலில் உள்ள முதற் குலோத்துங்கச் சோழன் கல்வெட்டில் (கி. பி. 1076), அங்கு உறைந்துள்ள இறைவன் பெயர், 'நகரம் காஞ்சிபுரத்து திருமயானத்து பிரம்மபுரத்து மகாதேவர்' என்று பொறிக்கப்பட்டுள்ளது. கோயில் அர்ச்சகர்களான பாசுபதர்கள் திருமயானப் பண்டிதன், திருமயானப் பட்டன் என்ற பெயர்களில் இருந்தனர். எனவே அப்பர் குறிப்பிடும் கோயில் காஞ்சிபுரம் ஏகாம்பரேஸ்ரர் கோயிலிலுள்ள திருக்கச்சி மயானம் என்பதை அறியலாம். சுடுகாட்டையும் சிவபெருமானையும் சேர்த்துக் கூறும் மயானங்கள், பள்ளிகள் ஆகிய தலங்கள் பாசுபதச் சித்தாந்தத்தின் அஸ்திவாரங்கள் ஆகும்.

பூத உடல்கள் மீது கோயில் கட்டி வழிபடும் இவ்வழக்கம் இருக்கு வேத காலத்திலேயே காணப்படுவதாகத் திருமதி தனபாக்கியம் குணபால சிங்கம் கூறுகிறார். இருக்குவேத கால உருத்திர (சிவன்) வழிபாடு தொடக்கத்தில் சுடலையுடன் தொடர்புடையதாக உருவானதால் ஈமக்கிரியையில் ஒன்றாக ஈமக்குழிகளின் மீது இலிங்கக் கற்கள் பதிக்கப்பட்டனவாகத் தோன்றுகிறது. காலப்போக்கில் ஈமக்குழிகளின்மீது வட்ட அல்லது சதுர வடிவான கட்டடங்கள் எழுப்பப்பட்டன என்பதனைச் சதபத பிரமாணம் குறிப்பிடுகின்ற சுடலைக்கோயிலான 'ஸ்மசான' மற்றும் விஷ்ணு தருமோத்திரம் குறிப்பிடுகின்ற 'ஐதுகஸ்' ஆகியவற்றிலிருந்து புலனாகின்றது. ஆசுவலாயன கிருகிய சூத்திரமும் இறந்தவனுக்கு ஸ்மசானம் கட்டவேண்டும் என்று குறிப்பிடுகிறது. எனவே தொடக்க காலத்தில் இறந்தோர் ஈமக்குழிகள் மீது பதிக்கப்பெற்ற இலிங்கக் கற்களையண்டி மரநிழல் இல்லாதவிடத்து, அவற்றின்மீது கட்டடங்கள் எழுப்பப்பட்டன எனக் கருதமுடிகிறது. இவ்வாறு சுடுகாட்டுடன்

தொடர்பான உருத்திரவழிபாடு, பின்னர் சிவவழிபாடாகச் சாந்தமான தன்மைகளைப் பெறுகின்ற சந்தர்ப்பத்தில், இறந்தோர் ஈமக்குழிகள் மீது பதிக்கப்பெற்ற இலிங்கக் கற்கள் சிவனே என்றும்; படைப்பவன் என்றும்; அதனால் சிவனையே இலிங்க வடிவில் வணங்குகின்றோம் என்றும் கருதப்பட்டன. இத்தகைய நிலைகளில் சிவலிங்க வழிபாடு மரக்கோவில் வழிபாடாக அல்லது திறந்தவெளி கோயிலாகத் தொடங்கியது எனலாம் என்று குறிப்பிடும் திருமதி தனபாக்கியம் மேலும் கீழ்வருமாறு பேசுகிறார்.

மணிமேகலை குறிப்பிடும், 'அருந்திறல் கடவுள் திருந்து பலிக்கந்தமும் நிறைக்கல் தெற்றியும்' (6: 60,61) என்னும் அடிகளில் குறிப்பிடப்படும் சுடுகாட்டுக் கடவுளுக்குப் பலியிடும் தூணும் திண்ணையும், பீடமுடைய இலிங்கங்களை நிகர்த்தவை எனலாம். மேலும், தமிழகத்திலுள்ள திருவானைக்கா, திருவண்ணாமலை, காஞ்சி ஏகாம்பரநாதர், சிதம்பரம், ஆந்திரத்திலுள்ள காளஹஸ்தி முதலான இடங்களில் சிவலிங்க வழிபாடு, கிறிஸ்து சகாப்தத்திற்கு முன் பின்னாகத் திறந்தவெளிக் கோயில்களாகவே இருந்தன. இறைவனின் படைப்புத் தத்துவத்தினை மேலும் ஒருபடி தத்துவார்த்த ரீதியாக விளங்கிக் கொண்ட நிலையில், இக்கோயில்களின் இலிங்கங்களைப் பஞ்சபூத வடிவின என இக்கோயில்களுடன் தொடர்புடைய பழைய வரலாறுகள் தெரிவிக்கின்றன. இவ்வகையில் திருவானைக்கா நீராலான இலிங்க வடிவக் கோயில் எனக் கருதப்படுகிறது. பஞ்சபூத வடிவிலான இலிங்கங்களுள் காஞ்சி ஏகாம்பரநாதர் கோயில் இலிங்கம் ஆதியில் மாமரத்தின் கீழ் மண்ணால் செய்து, பார்வதி அம்மையினால் வழிபடப்பட்டதாகத் தலபுராண வரலாறுகள் தெரிவிக்கின்றன. திருவண்ணாமலையில் சிவன் பிரம்மாவிற்கும் விஷ்ணுவுக்கும் சோதிலிங்க வடிவில் காட்சி கொடுத்தார். அதனால் திருவண்ணாமலை இலிங்கம் அக்கினிலிங்கம் என்று அழைக்கப்படுகிறது. மற்றும் காற்று வடிவிலான லிங்கம் ஆந்திரப்பிரதேசத்திலுள்ள காளஹஸ்தியிலும், ஆகாய வடிவிலான லிங்கம் சிதம்பரத்திலும் அமைந்துள்ளன என இக்கோயில்களின் தலபுராண வரலாறுகள் தெரிவிக்கின்றன (இலங்கையில் தொல்லியல் ஆய்வுகளும் திராவிடக் கலாசாரமும், பக். 164-166).

மேலே குறிப்பிட்டபடி தீட்சை பெற்று இறந்தவர்களின் ஆன்மா உறைவதற்காக அவர்களின் பூத உடல்கள் மீது எழுப்பப்பட்ட கோயில்கள் அனைத்தும் பூதக்கோயில்கள் ஆகும். அம்மன்னர்கள்

மற்றும் அவர்தம் மனைவியரின் ஆவிகள் அக்கோயிலில் இருந்து சிவன் வடிவில் ஆட்சி செய்வதாக மக்கள் நம்புகின்றனர். அதனாலேயே அவர்களை வேள்வி முதலியன செய்து மக்கள் வழிபடுகின்றனர்.

சாத்தன் வழிபாட்டைப் பூதவழிபாடு என்று குறிப்பிடுவார் பி.எல்.சாமி. சாத்தனைக் காரி என்று நிகண்டுகள் அழைக்கின்றன. வடுகி என்பது காடுகாளுக்குப் பெயராகக் காட்டப்பட்டுள்ளன. காடுகாள் என்ற தாய்த்தெய்வம் ஆஸ்டிரிக் இனக்குழு மக்களின் தெய்வம் ஆகும். தமிழ் நாட்டுக்கு வடக்கே இருந்து அந்தத் தெய்வம் வந்தது. பைரவன் என்ற தெய்வத்தைக் காரி என்றும்; வடுகக் கடவுள் என்றும் திவாகர நிகண்டு குறிப்பிடுகிறது. காரியின் தாய் காடுகாள் என்று திவாக நிகண்டு கூறுவதால் சாத்தனின் தாய் காடுகாள் ஆகும். காடுகாளை வடுகி என்று கூறியிருப்பதால் காரியும் வடுகக் கடவுள் ஆகிறாள். ஆதலின் காடுகாளும் சாத்தனும் பழங்குடி மக்களின் தெய்வமாகவே இருக்கலாம். வடக்கிலிருந்து அல்லது ஆந்திர நாட்டிலிருந்து வந்த தெய்வம் ஆகலாம். அண்டிரன் என்ற பெயர் சங்க கால ஆய்க்குல மன்னரில் ஒருவனுக்கு வழங்கியுள்ளது. இது ஆந்திரன் என்ற பெயரின் மாற்றமே என்று மு. இராகவையங்கார் கூறுகிறார். சங்க காலத்தில் ஆந்திர சாதவாகனர்கள் தமிழ் நாட்டில் சிற்றரசர்களாகவும் தலைவர்களாகவும் குடியேறியிருக்கலாம். சிலப்பதிகாரத்தில் வஞ்சிக்காண்டத்தில் சதுக்கப்பூதரை ஒரு சேரன் வஞ்சிநகரில் கொண்டு வந்து படைத்து மதுகொள் வேள்வி நடத்தினான். சிலப்பதிகாரத்தில் கூறிய செய்தியைச் சங்க நூல்களிருந்தும் அறியலாம். பதிற்றுப்பத்தில் ஒன்பதாம் பத்தின் பதிகத்திலும் கொடிய, திறலையுடைய பூதங்களைக் கருவூர் சதுக்கத்தில் கொண்டு வந்து நிறுத்தியது கூறப்பட்டுள்ளது. சங்கநூல்களில் கருவூர்ப் பெருஞ்சதுக்கத்துப் பூதநாதனார் என்ற புலவர் பெயர் வருகின்றது. இந்தப் புலவர் கருவூரில் சேரன் கொண்டுவந்து வைத்த சதுக்கப்பூதத்தின் பெயரைத் தாங்கியிருப்பது கவனிக்கத் தக்கது. கருவூர்ப் பூதஞ்சாத்தனார் என்றொரு பெயரும் சங்க நூல்களில் காணப்படுகின்றது. பூதமாகிய சாத்தனார் என்று பெயர் வருவதால் சதுக்கப்பூதமும் பூதநாதனும் சாத்தனே என்று தெளிவாகிறது. ஆதலின் இந்தச் சாத்தன் சாதவாகனர் ஆண்ட அமராவதியிலிருந்து சேர அரசன் கொண்டு வந்த தெய்வம் என்பது விளங்கும். சங்க காலத்திலேயே ஆந்திர நாட்டிலிருந்த அமராவதியிலிருந்து சாத்தனாகிய பூதநாதனைத் தமிழ் நாட்டிற்குக் கொண்டுவந்து தொழுததை அறியலாம்.

புகார் நகரிலும் இந்திரன் ஒரு பூதத்தைக் கொண்டுவந்து வைத்ததைக் கூறுவர். இந்தத் தெய்வமும் சாத்தனாகவே இருக்கலாம். சேர அரசர்கள் இந்தத் தெய்வத்தைப் போற்றியதால், ஒரு சேரன் கருவூர்ச் சேரமான் சாத்தன் என்று பெயர் பெற்றான். புகாரில் இடுமூத்துப்பூதன் என்ற பெயரில் ஒரு சாத்தன் தெய்வம் இருந்ததாக ஒரு பழம்பாடல் கூறுகின்றது. இந்தத் தெய்வத்தைப் புகார் புறம்பணையான் என்று கூறியிருப்பதால் இந்தத் தெய்வம் சாத்தனே என்பது தெளிவாகிறது. சங்க நூல்களிலே மருங்கூர்ப்பாகைச் சாத்தன் பூதனார் என்ற ஒரு புலவர் பெயரும் வருகின்றது. சாத்தனைப் பூதன் என்று அழைக்கும் வழக்கு சங்க காலத்திலேயே பரவியதாகத் தெரிகிறது. இன்று வடமலையாளத்தில் ஆடும் களியாட்டங்களில் வரும் சாத்தன் ஆட்டத்தில் சாத்தனைப் பூதமாகவே பாவித்துப் பேய் போன்ற வேடம் தரித்து ஆடுவதைக் காணலாம். இந்தச் சாத்தனுடன் பகவதி வேடமும் போட்டு ஆடுவர். ஆரியக்கலப்பு ஏற்பட்ட போது சாத்தனைப் பிராமணக் கலப்பு குழந்தையாக்கினர் என்று கொள்ள வேண்டும்; அல்லது ஆரியரின் அசுவமேத யாகத்தோடு தொடர்புபடுத்தி ஆரியக் கலப்புத் தெய்வமாக ஆக்கியிருக்கலாம். ஐயனார் கோயில்களில் சப்தமாதர்களும் தொழப்படுவதும் பழைய தாய்த்தெய்வத்தின் தொடர்பைக் காட்டுகின்றது. ஐயனார் கோயிலில் ஏழு செங்கற்களைச் சப்தமாதர்களாகக் கருதித் தொழுகின்றனர். மோடியின் பரிவார தேவதையாகச் சாத்தனைச் சில ஆகமங்கள் கூறுவதும் இதன் காரணமாகவே ஆகும். காளியின் பூதகணங்களில் ஒன்றாகச்சாத்தனைச் சேர்த்தனர். மோடி எனப்படும் காடுகாள் ஊர்க்குப் புறம்பாக இருந்ததாகத் தேவாரம் கூறுகின்றது. மோடி புறங்காக்கும் ஊர் என்று வருணிக்கின்றது. காடுகாளின் மகனாக சாத்தனும் புறம்பணையான் எனப்பட்டதும் கருதத்தக்கது. சிலப்பதிகாரத்தில் ஊர்க்குப் புறம்பான சுடுகாட்டில் சாத்தன் தெய்வம் இருந்ததாகக் கூறப்பட்டுள்ளது. சாத்தன், காடுகாளின் மகனாகக் கருதப்பட்டு, பின்னர் அவளுடைய கோயிலில் காப்புத் தெய்வமாகவும் பூதநாதனாகவும் மாறினான் (தமிழ் இலக்கியத்தில் தாய்த்தெய்வ வழிபாடு, பக். 28-31).

பூத வழிபாட்டில் ஒன்று வேள்வி செய்தல். வேள்வி ஐந்து வகைப்படும். பிரம்ம வேள்வி என்பது வேதம் ஓதுதல், பிதுர் வேள்வி என்பது தென்புலத்தாரை வழிபடுதல், தேவ வேள்வி என்பது தீயில் அவி சொரிந்து தெய்வத்தை வணங்குதல், பூதவேள்வி என்பது உயிர்ப்பலி தருதல், மானுட வேள்வி என்பது விருந்தோம்பல். இவற்றை முறையே அகுதம், பிராசிதம், குதம், பிரகுதம், பிராமியகுதம்

என்று அழைப்பர். முனிவர், கடவுளர், பிதுர்க்கள், பூதங்கள், விருந்தினர் அனைவரும் இல்லறத்தாரிடம் இருந்து தமக்கு வேண்டியதைப் பெற விரும்புகின்றனர். வேதம் ஓதுதலால் முனிவரும், அவி சொரிதலால் கடவுளரும், சிரார்த்தத்தினால் பிதுர்க்களும், உயிர்ப்பலியினால் பூதங்களும், உணவினால் விருந்தினரும் மகிழ்கின்றனர் (*மநுதர்மம், ப.38*).

பூதவேள்வி செய்யும்போது கிழக்கில் இந்திரன், தெற்கில் எமன், மேற்கில் வருணன், வடக்கில் சூரியன் ஆகியோர்க்கும், அவரவர் பரிவாரங்களுக்கும் வரிசைப்படி பலிவைத்துப் பூதவேள்வி செய்யவேண்டும். தேவர்களுக்கு வீட்டு வாயிற்படி, நீர்த்தேவதைகளுக்கு நீர்நிலை, வனதேவதைகளுக்கு உரல் அல்லது உலக்கை, இவ்விடங்களில் பலிபொருட்கள் வைத்துப் படைக்க வேண்டும். நடுவீட்டில் பிரம்மனுக்கும், வடகிழக்கு மூலையில் லட்சுமிக்கும், தென்மேற்கு மூலையில் பத்திரகாளிக்கும், படையல் இடலாம். படுக்கையின் தலைமாட்டில் லட்சுமிக்கும் கால்மாட்டில் பத்திரகாளிக்கும் படையல் இடலாம். மேல்மாடத்தின் திறந்த வெளியில் அல்லது வீட்டின் பின்புறத்தில் தென்திசையாக மண்டியிட்டுப் பரம்பொருளுக்குப் பெருஞ்சோற்றினைப் படையலிட்டுப் பலி வைக்க வேண்டும். திசைக்கடவுளர் பகலில் இரவில் திரியும் உயிர்களுக்கு வீட்டு முற்றத்தில் படையல் போடவேண்டும். சண்டாளம், தீராத நோயாளி, பாவி, கருமி, காக்கை, நாய்களுக்கு வீட்டில் சமைத்த உணவில் சிறிதெடுத்து சுத்தமான தரையில் மெல்ல வைக்கவும். இத்தகைய பூத வேள்வியால் வீடுபேறு கிடைக்கும் (*மநுதர்மம், ப.50*) என்பது மக்களின் வழிபாட்டு நம்பிக்கை.

பூதபலி குறித்து மாகபுராண அம்மானைக் கீழ்வருமாறு எடுத்தியம்புகிறது. ஒருமனிதன் காலை எழுந்து காலைக்கடன்களாகச் செய்ய வேண்டியவற்றைக் கூறும் அம்மானை, பூதபலி குறித்துப் பேசுகிறது. அவற்றில் பூசை செய்யும் முறையைக் கூறும்போது,

பூராயமாகப் புகலுகின் மாவேதம்
பாராயணம் படித்துப் பகற்சாமம் ஒண்ணரையில்
தருப்பை முலான சமுத்துவெல்லாங் கொண்டுவந்து
விருப்பமுடன் கடிகை மேவுபதி னஞ்சினிலே
மெச்சுகின்ற மாபுனலில் விந்தையுடன் நீராடி
உச்சிக்கடன் கழித்து உகந்த பிரமெக்கியந்தான்
செய்து நல்ல தேவருக்குஞ் சிறந்த ரிசிகளுக்கும்

துய்ய பிதிர்களுக்கும் தூய தர்ப்பணங்கள் பண்ணி
அப்பால் அவனுடைய அச்சிரமந் தன்னில் வந்து
தப்பாத சூரியனைச் சத்திதனை விட்ணுதனை
குஞ்சரனை ருத்திரனைக் கோலமுடன் பூசைபண்ணி
மிஞ்சும் சுவான பெலி மிக்கான காக்கை பெலி
பூதப்பெலி யுடனே புகலும் பெலிகொடுத்து
நீதி தவறாமல் நித்தியமும் அப்படியே (ப.176)

எனப் பூதப்பலி நிகழ்த்த வேண்டியதன் முறையை விளக்குகிறது.

இந்துமத வழிபாட்டில் பூதத்திற்கு முக்கிய இடம் உண்டு. இந்து மதக்கடவுள்களைப் பெருந்தெய்வங்கள் என்றும் சிறுதெய்வங்கள் என்றும் நாட்டுப்புற ஆய்வாளர்கள் பாகுபடுத்துகின்றனர். அவ்வழிபாடு ஆகமத்தெய்வங்கள், ஊர்த்தெய்வங்கள் என இரு வகைப்படும் என்பதே பொருத்தம். ஆகமத்தெய்வ வழிபாட்டில் பூதங்களுக்கு எனத் தனிக்கோயில்கள் இடம்பெற்றதாகத் தெரியவில்லை. ஆனால் அக்கோயில்கள் பலவற்றில் பூதத்திற்கெனத் தனி இடமுண்டு. சான்றாகக் குமரிநாட்டு நாகராஜா கோயிலைக் குறிப்பிடலாம். ஆகம முறைப்படி வழிபாடு நடைபெறும் அக்கோயிலில் நாகமணி பூதத்தானுக்குத் தனி இருப்பிடம் உண்டு. சுசீந்திரம் தாணுமாலயன் கோயில் கட்டுவதற்காக மலையிலிருந்து மரம் கொண்டு வரும்போது அதனோடு வந்த ஒரு பூதத்திற்குக் கோயிலுக்கு வெளியே ஆற்றின் கரையில் தனியாகச் சன்னதி அமைத்து அதனை ஆத்தியடி மாடன் எனப் பெயரிட்டு வழிபட்டு வருகின்றனர். (ஆத்திமரத்தோடு வந்ததால் அப்பூதம் ஆத்தியடிமாடன் என வழங்கப்படுவதாகக் கருதப்படுகிறது). இவை தவிர, ஆகமத் தெய்வக் கோயில்களில் அமைந்திருக்கும் இராஜ கோபுரங்களில் பூதங்களைக் காணலாம். மட்டுமன்றி அக்கோயில்களில் உறைந்துள்ள இறைவன் மற்றும் இறைவியைச் சுற்றி அமைக்கப்பட்டிருக்கும் திருவாசியின் உச்சியில் பூதம் இருப்பதைக் காணலாம். ஆனால் நாட்டுப்புறங்களில் பல கோயில்களில் பூதம் துணைத் தெய்வமாகவும் முதன்மைத் தெய்வமாகவும் காணப்படுகிறது. குமரிநாட்டில் பூதத்திற்கெனத் தனியாகக் கோயில்கள் காணப்படுகின்றன.

குமரிநாட்டில் பூதவழிபாடு

குமரிநாட்டில் சைவக் கோயில்களிலும் வைணவக்கோயில்களிலும் பூதங்கள் காணப்படுகின்றன. நாகர்கோவில் நாகராஜாகோயில்

(நாகமணி பூதத்தான்), நாகர்கோவில் கிருஷ்ணசாமி கோயில் (பூதத்தான்), பறக்கை மதுசூதனப்பெருமாள் கோயில் (பூதத்தான்), மருங்கூர் சுப்பிரமணியசுவாமி கோயில் (பூதத்தான்), பூதப்பாண்டி பூதலிங்கசுவாமி கோயில் (ஸ்ரீபூதநாதர்), தெரிசனங்கோப்பு இராகேஸ்வரர் கோயில் (பூதத்தான்), பத்மநாபபுரம் நீலகண்டசாமி கோயில் (பூதத்தான்), மேலாங்கோடு காலகாலர் கோயில் (பூதத்தான்) முதலிய கோயில்களில் பூதத்திற்கெனத் தனிச் சன்னிதி காணப்படுகிறது. மேலும் மணிகட்டிப்பொட்டல் அருகிலுள்ள பெருங்குளம், கடுக்கரை கடம்படி வளாகம், இறச்சக்குளம், வடசேரி, தேரூர் முதலிய இடங்களிலும் பூதக்கோயில்கள் காணப்படுகின்றன.

சரல் என்னும் ஊரிலுள்ள உலகுடைய பெருமாள் கோவிலில் உதிரக்கன்னி, பிராமணக்கன்னி, தெய்வக்கன்னி, பூவழகி ஆகிய நான்கு பெண்பூதக் கன்னியர்களும் சப்பாணிப்பூதம், ஈஸ்வரகாலபூதம், சங்கிலிபூதம் ஆகிய மூன்று ஆண்பூதங்களும் உறைந்துள்ளனர். இவர்களுக்கென தனியாகப் பீடம் அமைத்து வழிபாடு நடைபெற்று வருகிறது. கல்லடிவிளை ஆற்றுமாடத் தம்புரான் கோவிலில் பூதத்திற்கென தனிப்பீடம் காணப்படுகிறது. வெள்ளமடி பெரியதம்புரான் கோவிலில் சங்கிலிபூதத்திற்கும் பூவழகி பூதக்கன்னிக்கும் தனித்தனி இருக்கைகள் உள்ளன. அம்மாண்டிவிளை பூதப்பெருமாள் கோயிலில் பூதப்பெருமாளுக்குத் தனி இருக்கை அமைந்துள்ளது. மாடுகட்டிவிளை பூலங்கொண்டாளம்மன் கோவிலில் பிராமணக்கன்னிக்குத் தனி இருக்கை அமைந்துள்ளது. இங்குப் பூதங்களான செங்கிடாக்காரன், கருங்கிடாக்காரன், காலசுவாமி ஆகியோருக்கும் தனித்தனியே இருக்கைகள் அமைந்துள்ளன. குமரிநாட்டில் காணப்படும் சாஸ்தா கோவில்கள் பெரும்பாலானவற்றிலும் பூதத்திற்கென தனிப் பீடங்களோ சிலைகளோ காணப்படுகின்றன. குமரிநாட்டிலுள்ள பூதங்களுக்கு அசைவப் படையல் இல்லை. பெரும்பாலும் எல்லாக் கோவில்களிலும் பாயாசத்துடன் கூடிய சைவப்படையலே படைக்கப்படுகின்றன. (பூதங்கள் குறித்த விரிவான செய்திகளுக்கு 'ஆவிகள் பூதங்கள் பேய்கள்' என்னும் நூலைக் காண்க. (ஆசிரியர்- சிவ. விவேகானந்தன், வெளியீடு- 2015, காவ்யா, சென்னை)

பூதக்கதைப்பாடல்கள் தொடர்பான சில செய்திகள்

இங்குப் பதிப்பிக்கப்பட்டுள்ள இரு கதைப்பாடல்களில் இரண்டாவதாக அமைந்துள்ள சங்கிலிபூதத்தான் கதைப்பாடல்

திருநெல்வேலி மாவட்டம் திருக்குறுங்குடியை மையமாகக் கொண்டது. அங்குள்ள திருமால் கோயிலான அழகிய நம்பி கோயில் குறித்து சில செய்திகள் இங்குத் தரப்படுகின்றன. மேலும் திருக்குறுங்குடி வேளாளர்களிடம் ஏராளமான காளைகள் இருந்த செய்தியைக் கதைப்பாடல் தருகிறது. அதனால் காளைகள் குறித்த செய்தியும் இங்குத் தரப்பட்டுள்ளன. மேலும், காளிப்புலையன் - காளிப்புலைச்சி, கன்னியர்கள் குறித்த செய்திகளும் இடம் பெறுகின்றன.

திருக்குறுங்குடி

தமிழகத்தின் தென்பாண்டிய நாட்டின் திருநெல்வேலி மாவட்டத்தின் ஒரு பகுதி குறுங்குடி. தென்னாட்டில் இருப்பதால் இது தென்குறுங்குடி என்றும் தெற்குவீடு, தென்பத்ரியாஸ்ரமம் என்றும் என்றும் அழைக்கப்படும். மங்கலத்தைக் கருதி 'திரு' என்னும் அடைமொழியோடு இவ்வூர் திருக்குறுங்குடி என வழங்குகிறது. இவ்வூரைச் சங்கிலிபூதத்தான் கதைப்பாடல் திருக்கணங்குடி *(1667, 1673)* என்று குறிப்பிடும். இதற்கு வாமனசேத்திரம் என்ற பெயரும் உண்டு. திருமால் குறுகிய உருவமான குறள் உருவம் தாங்கியதால் இவ்வூர் குறுங்குடி என்று அழைக்கப்படுவதாகவும் கூறுவர். திருக்குறுங்குடி எவ்வாறு திருக்கணங்குடி என்று பெயர்மாற்றம் பெற்றது என்ற வரலாறு தெரியவில்லை. சங்கிலிபூதம் பூதகணகங்களோடு திருக்குறுங்குடியில் நிலைபெற்றிருப்பதால் அவ்வூர் திருக்கணங்குடி என்று பெயர்பெற்றிருக்கலாம் எனக் கருதமுடிகிறது. திருமால் சீரங்கத்திலிருந்து திருவனந்தம் செல்லும்போது இவ்வூரில் சங்கிலிபூதத்தானிடம் இங்கேயுள்ள சிவன் கோயிலில் நின்று பூசை பெற்றுக்கொள் என்று கூறி, பூதத்தை அங்கேயே விட்டுச்செல்வார். இச்செய்தியைப் பத்மநாபசுவாமி கதைப்பாடல் கீழ்வருமாறு அறியதரும்.

வல்லமலை யானதிலே வளர்ந்தமலை பலதிருக்க
குன்றுகள் நெருங்கும்மலை குடமாடி தன்னடியில்
மன்றுதனில் முன்னாளில் மாதுமையாள் இருந்ததலம்
வெற்றியுடன் நால்மறையால் வேள்விகள் நடந்ததலம்
வைதேவன் திருவருளால் வளர்ந்த திருமாலும்
மெய்யாகக் கன்றுதன்னை மேய்த்த தரியதலம்
மலையநம்பி தானிருக்க திருப்பாற்கடல் நம்பியென்று
சிலைநம்பி தானிருக்க மற்றுமொரு நம்பி
புகழித மாமாயன் பூங்காவனத்தில் வந்தார்
அச்சுதனார் நம்பியென்று அந்நேர மிருந்ததலம்

மண்ணளக்க வெண்ணையுண்டோன் மற்றுமொரு மாவலியால்
தன்னடியா லளந்த தலம் சரிந்து நின்றதலம்
நின்றதல மிட்டகன்று நெடுமாலும் வாறபோது
காடுவனச் செடிகடந்து கரும்பூதப் படைகளோடு
குன்றுமலை தனைக்கடந்து கூட்டியே வருவாராம்
கூட்டியங்கு வருகையிலே குறுங்குடி தனைக்கண்டார்
குறுங்குடி கண்டிடவே கோபாலர் என்பெருமாள்
அப்புவியில் கீற்றியுள்ள ஆதியீசனைக் காணவென்று
குறுங்குடி யாறுமிட்டுக் கோபாலர் வாறபோது
உலகளந்த மாலவரும் உற்றகேத்திர பாலனோடு
பாதம்பணிந்த மறையவனும் பச்சமாலும் வாறபோது
அங்கிருந்த மறையவர்கள் அடிவணங்கி அழைத்துச்சென்று
மங்கையுமை பாகனுட மாளிகையில் கொண்டுசென்றார்
மாயவனும் அங்குவர மகாதேவன் வருந்தளிக்க
செம்பொன்முடி மண்டபமும் திருக்கொடி மாமரமும்
அருணமணிக் கோபுரமும் அந்நேரம் கண்டருளி
திருமதிலும் சுற்றுகளும் செங்கைநெடு வீதிகளும்
கண்டுமன மகிழ்ந்துமாயன் காசினியை அளந்தகோமான்
தண்டமிழ்சேர் மாயவனார் தானங்கு அவதரித்து
அங்கேவந்த கேத்திரனை அவரழைத்து ஏதுசொல்வார்
வாராய்நீ கேத்திரபாலா வார்த்தையொன்று சொல்லக்கேளாய்
குறுங்குடி யானதிலே கூறுசிவபூதத் தலைவனாக
குருசிவன் படையோடு கூட்டியங்கு நில்லுமையா
சீரான சிவன்தனையும் சேவித்து நில்லுமென்றார்(பக். 124-127)

திருக்குறுங்குடியைச் சுற்றி களக்காடு, வள்ளியூர், சேரன்மகாதேவி முதலிய ஊர்கள் அமைந்துள்ளன. ஊரின் தென்பகுதியில் நம்பியாறு என்ற நதி பாய்ந்தோடுகிறது; மேற்கே மகேந்திரகிரி அரணாக அமைந்துள்ளது. திருநெல்வேலியிலிருந்து இருபத்தெட்டு மைல் தூரத்திலும் வள்ளியூரிலிருந்து ஐந்து மைல் தூரத்திலும் இவ்வூர் அமைந்துள்ளது. திருக்குறுங்குடி நூற்றியெட்டு வைணவத் திருத்தலங்களில் சிறப்பு வாய்ந்தது. இங்கு நிலைபெற்றுள்ள திருமால், அழகிய நம்பி என்ற பெயரில் விளங்குகிறார். நம்பி கோயில் ஏறத்தாழ பதினெட்டு ஏக்கர் நிலப்பரப்பில் அமைந்துள்ளது. ஐந்து திருமதில்களுடனும் இரண்டு கோபுரங்களுடனும் பல்வேறு சன்னதிகளுடனும் இக்கோயில்

அமைந்துள்ளது. பச்சைப் பசேலென பசுஞ்சோலைகள் நிரம்பிய பகுதி இது.

திருக்குறுங்குடியில் மகேந்திரநாதர் என்ற பெயரில் சிவன்கோயில் உள்ளது. இங்கிருக்கும் சிவன் சன்னதியைத் திருமங்கையாழ்வார் தம் பெரியதிருமொழியில் *(ஒன்பதாம் பத்து, ஆறாம் திருமொழி, பாடல்-1),*

> அக்கும் புலியினதளும் உடையார் அவரொருவர்
> பக்கம் நிற்கநின்ற பண்பரூர்போலும்
> தக்கமரத்தின் தாழ்சினை ஏறி தாய்வாயில்
> கொக்கின் பிள்ளை வெள்ளிறவுண்ணும் குறுங்குடியே

என்று பாடியுள்ளார். திருவரங்கம் ஆலயத்திற்குப் பல நற்பணிகளைச் செய்த திருமங்கையாழ்வார் வயதின் காரணமாக உடலில் நலிவு ஏற்படவே, திருவரங்கனிடம் தமக்கு வீடுபேறு தந்தருளுமாறு வேண்ட, ஆழ்வார்பால் இரக்கம் கொண்டார் அரங்கன். தன்னுடைய தெற்கு வீடாகப் போற்றப்படும் திருக்குறுங்குடி தலத்திற்குச் செல்லுமாறு ஆழ்வாரை அரங்கன் கட்டளையிட, திருமங்கையாழ்வார் திருக்குறுங்குடிக்கு வருகை புரிந்தார். அங்குப் பல நற்பணிகளைச் செய்தார். பின்னர் தனக்குப் பரமபத வாழ்வினைத் தந்தருளும்படி வேண்டினார். அதன்படி திருக்குறுங்குடி நம்பி திருமங்கையாழ்வாருக்குப் பரமபத வாழ்வினைக் கொடுத்தார் என்பது ஐதீகம். திருக்குறுங்குடிக்குக் கிழக்கே ஆற்றின் அருகிலுள்ள வயல்வெளியில் அமைந்துள்ள திருவரசு என்னுமிடத்தில் திருமங்கையாழ்வார் மோட்சமடைந்தார் என்பர். அதனால் அவ்விடம் 'திருமங்கையாழ்வார் திருவரசு' என்று அழைக்கப்படுகிறது. அங்குச் சிறிய கோயில் ஒன்று காணப்படுகிறது *(நெல்லை வைணவத் தலங்கள், பக்.136-137).*

திருக்குறுங்குடிக்கு மேற்கே மகேந்திரகிரி என்னும் மலை காணப்படுகிறது. இங்கு நம்பாடுவான் என்னும் பாணர் ஒருவர் வாழ்ந்து வந்தார். திருமால் பக்தரான அவர் திருக்குறுங்குடிக்கு வந்து திருமாலை கைசிகம் என்ற பண் அமைத்துப் பாடல்கள் பாடி வந்தார். மட்டுமன்றி ஏகாதசி விரதம் இருப்பதை நெடுங்காலம் கடைப்பிடித்து வந்தார். ஏகாதசியன்று இரவு முழுவதும் உறங்காமல் திருமாலின் நாமத்தைச் சொல்லிக்கொண்டே இருப்பார். துவாதசியான மறுநாள் திருக்குறுங்குடி பெருமாள் ஆலயத்திற்குச் சற்றுத் தொலைவிலிருந்து இறைவனை வழிபடுவார். அவர் பாணர் குலத்தைச் சார்ந்தவர்

என்பதால் அவரைக் கோயிலுக்குள் அனுமதிப்பதில்லை. நம்பாடுவானின் பக்தியைக் கண்ட இறைவன் அவருக்கு நேரில் காட்சி தந்து ஆட்கொள்ள விரும்பினார். அதன்படி ஒரு கார்த்திகை மாதம் சுக்கில பட்சம் ஏகாதசி திதி அன்று விரதம் மேற்கொண்ட நம்பாடுவான் கைசிகம் என்ற பண்ணிசைத்தபடி திருக்குறுங்குடிக்கு வருகை தந்தார். அப்போது காட்டுக்குள் அரக்கன் ஒருவன் நம்பாடுவானை உண்ணுவதற்காக மறித்தான். அவனிடம் அமைதியாகப் பேசிய நம்பாடுவான், 'அரக்கனே நான் ஏகாதசி விரதம் இருக்கிறேன், நாளை துவாதசி பாராயணம் முடிந்த பின்னர் நானே வந்துனக்கு உணவாகிறேன்' என்று கூறினார். நம்பாடுவானின் பேச்சை நம்பிய அரக்கன், சரி போய் வா என்று அனுப்பி வைத்தான். ஏகாதசி விரதம் முடித்த நம்பாடுவான் மறுநாள் கைசிக துவாதசியன்று குறுங்குடி பெருமாளை கோயிலுக்குச் சற்று தூரத்திலிருந்து தம் மனத்தில் நினைந்து வழிபட்டார். நம்பாடுவானுக்குச் சேவை சாதிக்க திருவுள்ளம் கொண்ட இறைவன் திருமால், நம்பாடுவான் தன்னைப் பார்ப்பதற்கு வசதியாகக் கொடிமரத்தைச் சற்று விலகியிருக்கும்படி கட்டளையிட்டார். அதன்படி கொடிமரம் சற்று விலகி நின்றது. அதன்பின் நம்பாடுவான் திருக்குறுங்குடி நம்பியாண்டவனைத் தரிசித்து வணங்கி, தமக்கு முதன்முதல் தரிசனம் கொடுத்த பகவானை உருகிப் பாடி, பிறவிப்பலன் கிடைத்து விட்டது என்று எண்ணி மகிழ்ந்தார். அதன்பின்னர் அரக்கனிடம் தான் கொடுத்த வாக்கைக் காப்பாற்ற காட்டை நோக்கிச் சென்றார். அப்போது கிழவர் வேடத்தில் திருக்குறுங்குடி நம்பி அந்தணராக அங்குத் தோன்றி, 'அக்காட்டுப் பகுதியில் பொல்லாத அரக்கன் இருக்கிறான், நீ அங்குப் போகாதே' என்று சொன்னார். அதற்கு நம்பாடுவான் நடந்தவற்றைச் சொல்லி அரக்கனை நேரில் பார்த்து அவனுக்கு உணவாகப் போகிறேன் என்று கூறினார். திருமாலான நம்பி அவரைத் தடுத்து இன்னுமா உன்னை அரக்கன் நினைவில் வைத்திருக்கப் போகிறான், நீ பேசாமல் போய்விடு என்று அதட்டினார். ஆனால் நம்பாடுவான், 'நான் நம்பியின் பக்தன், ஒருக்காலும் வாக்குத் தவறமாட்டேன், இப்போதே அரக்கனைக் கண்டு, என்னை உணவாக்கிக்கொள் என்று கூறப்போகிறேன் என்று கூறிச்சென்ற நம்பாடுவான், அரக்கனிடம் என்னை உணவாக்கிக்கொள் என்று கூறினார். அப்போது அரக்கன் இப்போது நான் பசியாக இல்லை என்றான். அதுமட்டுமன்றி, நீ ஏகாதசி விரதம் இருந்த பலனை எனக்குத் தந்தால் உன்னை உயிருடன் விடுவேன் என்று கூறினான். அதற்கு நம்பாடுவான் மறுத்து, நமது பேச்சுப் படி, என் உயிரை எடுத்துக்கொள்

என்றார். அப்போது பகவான் இருவருக்கும் காட்சி கொடுத்து, அரக்கன் உருவத்தில் இருப்பவன் கடந்த பிறவியில் யோகசர்மா என்ற பெயர் கொண்ட அந்தணர். அப்போது அவர் யாகங்கள் பற்றியும் வேதங்கள் பற்றியும் தவறுதலாகப் பேசியதால் பிரம்மராட்சசன் உருவம் அவனுக்குக் கிடைத்துவிட்டது. அவனுக்கு நீ விரதத்தின் பலனைக் கொடுத்தால் அவன் பாவவிமோசனம் பெறுவான் என்று கூறினார். பகவானின் அருளாசியைக் கேட்ட நம்பாடுவான் ஏகாதசியில் பாடிய ஒரு பாடலுக்கான பலனைக் கொடுத்தார். உடனே அரக்கன் சாப விமோசனம் பெற்றான் என்பது புராணம். (நெல்லை வைணவத் தலங்கள், பக்.127-130).

திருக்குறுங்குடியைப் போலவே சோழநாட்டுத் திவ்விய தேசமான திருச்சித்திரக்கூடமான சிதம்பரம் கோவிந்தராசப்பெருமாள் சிவபெருமானுடன் ஒரே ஆலயத்தில் வீற்றிருக்கிறார். சிதம்பர நடராசப்பெருமாள் தமது பரம்பாகவதரான நந்தனாருக்காக நந்தியை விலகியிருக்கும்படிச் செய்து அவருக்குக் காட்சியருளினார். அதைப்போலவே நம்பாடுவானுக்காகக் கோயில் கொடிமரத்தை விலகியிருக்குமாறு செய்து குறுங்குடிப் பெருமாள் அவருக்குக் காட்சியருளினார். நந்தனாரும் நம்பாடுவானும் தாழ்ந்த குலத்தில் பிறந்தவர்கள் என்ற காரணத்தால் அவர்கள் கோயிலுக்குள் அனுமதிக்கப்பட்டதில்லை, ஆனால் அவர்கள் கொண்டிருந்த பக்தியின் காரணமாகச் சிவனையும் திருமாலையும் நேருக்கு நேர் தரிசிக்கும் பேறு பெற்றார்கள்.

இராமானுசர் தமிழகத்திலுள்ள ஆழ்வார்களால் மங்களசாசனம் செய்யப்பட்டுள்ள திவ்விய தேசங்கள் அனைத்தையும் ஒருநிலைப்படுத்தினார். திருவரங்கம் முதலிய ஆலயத்தைப் போலவே வழிபாட்டு முறைகளை அனைத்து ஆலயத்திலும் புகுத்தி ஒழுங்குபடுத்தினார். பின்னர் அவரது பார்வை மலைநாட்டுத் திவ்விய தேசங்களின்மீது திரும்பியது. பொதுவாக இராமானுசர் காலத்திற்கு முன்பிருந்தே மலைநாட்டு வைணவத் திருப்பதிகளில் போற்றிகள் என்னும் கேரளப் பிராமணர்களே பூசைகள் செய்வது வழக்கமாக இருந்தது. அவர்கள் மலைநாட்டு வழக்கப்படியே திருமாலுக்கு வழிபாடுகளைச் செய்து வந்தனர். அந்த வழிபாட்டு முறையை மாற்றி, திருவரங்கம் கோயிலைப் போலவே மலைநாட்டிலும் வழிபாட்டை ஒழுங்குபடுத்த எண்ணினார். அதற்காக இராமானுசர் திருவனந்தபுரத்தை நோக்கிப் புறப்பட்டார். அதனையறிந்த

போற்றிகள் பகவானிடம், 'தங்களது வழிபாட்டு முறையையே மலைநாடு முழுவதும் ஏற்றுக்கொள்ளும்படி' வேண்டி நின்றனர். போற்றிகளின் வேண்டுதலை இறைவன் ஏற்றுக்கொண்டார். அச்சமயம் மலைநாட்டு எல்லைக்கருகிலுள்ள ஓர் ஊரில் அயர்ந்து தூங்கிக் கொண்டிருந்தார் இராமானுசர். அவரை அப்படியே எடுத்து வந்து திருக்குறுங்குடி தலத்திற்கு அருகிலுள்ள 'திருப்பரி வட்டப்பாறை' என்னுமிடத்தில் படுக்கவைத்தார் இறைவன். கண் விழித்துப் பார்த்த இராமானுசர், தான் பரமனின் தெற்குக் காடான திருக்குறுங்குடியில் இருப்பதை அறிந்தார். இது பகவானின் விளையாட்டு என்பதை உணர்ந்தார். அதன்பின்னர் மலைநாட்டில் வழிபாட்டு முறையை மாற்றியமைப்பது என்ற எண்ணத்தைக் கைவிட்டார் இராமானுசர்.

இராமானுசரோடு திருவனந்தபுரம் சென்ற வடுகநம்பி அங்கேயே தங்கிவிட, இராமானுசர் மட்டும் திருக்குறுங்குடிக்கு வந்துசேர்ந்தார். மறுநாள் காலை வடுகநம்பி கண்விழித்துப் பார்த்தபோது, அருகிலிருந்த இராமானுசரைக் காணாமல் தவித்தார். பின் அவரைத் தேடி பலவிடங்களிலும் அலைந்தார். அப்போது வடுக நம்பியின் கனவில் பகவான் தோன்றி, 'நீ தேடுகின்ற உனது எசமான் இராமானுசர் திருக்குறுங்குடியில் இருக்கிறார்' என்ற செய்தியைக் கூறினார். அதன்பின்னர் வடுகநம்பி திருக்குறுங்குடிக்கு வந்து அவரது குருவோடு சேர்ந்து கொண்டார். அந்த அளவு இறைபத்தியும் குருபத்தியும் கொண்டவர் வடுகநம்பி.

இராமானுசரின் சீடரான வடுகநம்பி மிகவும் சிறப்புப் பெற்றவர். அவரது வேலைக்காரனாக மட்டுமன்றி சிறந்த பக்தனாகவே இருந்தார். மொத்தத்தில் சொல்லப்போனால் பகவானை அவர் பகவானாகவே நினைக்கவில்லை, மாறாக இராமானுசரை மட்டுமே பகவானாக எண்ணியிருந்தார். ஒரு சமயம் இராமானுசர் திருவரங்கத்தில் உள்ள பெருமாள் மடத்தின் அருகில் சென்று அழகிய மணவாளனைத் தரிசனம் செய்தார். அப்போது வடுகநம்பி மடத்தின் உள்ளே இருந்து பாலைக் காய்ச்சிக் கொண்டிருந்தார். சுவாமி, 'பெருமாளைத் தரிசிக்க வா' என்று சீடரை அழைத்தார். அதற்கு வடுக நம்பி, உங்கள் பெருமாளை நான் சேவிக்க வந்தால் என் பெருமாளின் பால் பொங்கி வடிந்து விடுமே என்று பதிலளித்தார். மற்றொரு சமயம் வடுகநம்பி இராமானுசரின் திருவாராதான மூர்த்தியையும் திருவடி நிலைகளையும் ஒன்றாக வைத்து ஒரு துணியில் கட்டினார். அதைக்கண்டு திகைத்த இராமானுசர்,

வடுகநம்பியைக் கண்டித்தார். அதற்கு வடுகநம்பி இராமானுசரைப் பார்த்து, 'உங்கள் பெருமாளை விட என் பெருமாளின் திருவடி நிலைகள் மதிப்பு குறைந்ததா என்ன? என்று பதில் கூறினார். அந்த அளவுக்கு இராமானுசர் மீது தீவிர பக்தி கொண்டவர் வடுகநம்பி.

ஒருமுறை கன்னட நாட்டில் உள்ள மேல்கோட்டைக்குச் சுவாமி இராமானுசர் சென்றார். அங்கு வடுகநம்பியைக் கண்டார். அவருடைய செயல்பாடுகள் மிகவும் பிடித்துப்போகவே அவரைத் தமது சீடராக ஏற்றுக்கொண்டார் இராமானுசர். அன்றுமுதல் சுவாமிக்கு வேண்டிய பணியையெல்லாம் செய்துவந்த வடுகநம்பி, இராமானுசரைக் கடவுளுக்கு மேலாகவே போற்றி வந்தார்.

இராமானுசரைத் திருக்குறுங்குடிக்குக் கொண்டு வந்து சேர்த்த பகவான், விசிஷ்டாத்வைதத்தை உலகமெங்கும் பரப்புவதற்குப் பெருமுயற்சி எடுத்துவரும் அவருக்குச் சில தொண்டு செய்வதற்குத் திருவுள்ளம் கொண்டார். ஒருசமயம் திருக்குறுங்குடியில் இருந்த இராமானுசர் தமது காலைக்கடன்களை முடித்து வழக்கம்போல திருமண் தரித்துக் கொள்வதற்காகத் தமது வேலைக்காரனான வடுகனை, 'வடுகா' என்று அழைத்தார். இராமானுசருக்குத் தொண்டு புரிய வேண்டும் என்ற ஆசை வெகுநாட்களாகப் பரமனின் உள்ளத்தில் இருந்த காரணத்தால் பரமனே வடுகநம்பியின் கோலத்தில் திருமண் பெட்டியை எடுத்துச் சென்று இராமானுசரைப் பணிந்து நின்றார். பின்னர் இராமானுசருக்கு வேண்டிய அனைத்து உதவிகளையும் பகவான் செய்தார். பகவான் இராமானுசரின் முன்பு வாய்புதைத்து நின்று, 'வேறு ஏதாவது உதவிகள் வேண்டுமா?' என்று கேட்டார். அதற்கு இராமானுசர், 'நான் திருக்குறுங்குடி பெருமாளைச் சேவிக்க வேண்டும், ஆகவே என்னோடு வா' என்று உத்தரவிட்டார். உடனே அவர் பின்னால் பகவான் நம்பியின் கோலத்தில் சென்றார். கொடிமரம் அருகே வந்தபோது, இராமானுசர் முன்பு திருமண் பெட்டியை வைத்துவிட்டு அவர் கண்முன்னாலேயே மறைந்துவிட்டார். இதையறிந்த இராமானுசர் வந்தது பகவான்தான் என்று அறிந்து பெருமகிழ்ச்சியடைந்தார். *(நெல்லை வைணவத் தலங்கள், பக். 130-133).*

திருக்குறுங்குடியின் அருகிலிருந்த எமலோகம் குறித்த செவிவழிக் கதையொன்று கீழ்வருமாறு அமைகிறது. திருக்குறுங்குடி ஆலயத்தின் மிக அருகில் அதாவது கூப்பிடுதூரத்தில் வானுலகத்தில் இருந்தது எமப்பட்டணம். அங்குப் பேசப்படும் உரையாடல்கள் யாவும்

ஒருகாலத்தில் திருக்குறுங்குடியில் வாழ்ந்து வந்த மக்களால் கேட்கப்பட்டன. ஒரு சமயம் எமதர்மன் திருக்குறுங்குடியில் வாழ்ந்துவந்த கன்னிப்பெண்ணின் உயிரைப் பறிக்கத் திட்டமிட்டார். ஆகவே பாம்பின் வடிவில் சென்று அந்தப் பெண்ணின் உயிரைக் கவர்ந்து வரும்படி சிங்கரனுக்குக் கட்டளையிட்டார். சிங்கரனும் எமதர்மனும் பேசிக்கொண்டிருந்தது திருக்குறுங்குடியில் விழித்துக் கொண்டிருந்த பக்தன் காதில் விழுந்தது. உடனே அவன் பொழுது விடிந்ததும் அந்தக் குறிப்பிட்ட பெண் இருக்கும் இடத்தைத் தேடிப்பிடித்தான். அப்பெண்ணுக்குப் பாம்பின் மூலமாக வரவிருக்கும் முடிவைப் பற்றித் தெரிவித்தான். அதைக்கேட்ட பெண்ணின் பெற்றோர்கள் மிக எச்சரிக்கையுடன் பெண்ணை வீட்டிலேயே வைத்திருந்து காவல் இருந்தார்கள். அப்போது கொடிய விடநாகம் ஒன்று அந்தப் பெண்ணைத் தீண்டுவதற்காக வந்தது. உடனே அனைவரும் சேர்ந்து அந்த விட நாகத்தைக் கொன்று வீதியில் தூக்கி எறிந்தனர். பாம்பு இறந்தவுடன் அப்பெண் தனது தோழிகளை அழைத்து வந்து பாம்பை அடையாளம் காட்டினாள். அப்போது ஒரு கல்லை எடுத்து பாம்பின்மீது போட்டாள். அதன் தலையில் கல் விழுந்தபோது அதிலிருந்து ஒருதுளி விடம் அப்பெண்ணின்மீது தெறித்தது. அந்த விடத்தின் கொடுமையால் அப்பெண் இறந்தாள். எந்தப் பெண் இறக்க வேண்டும் என்று எமதர்மன் முடிவு செய்தாரோ அப்பெண் பாம்பு வடிவில் வந்த சிங்கரன் மூலமாக இறக்க நேரிட்டது. இதன்பின்னர் எமதர்மன் விழிப்படைந்தார். எமலோகத்தில் பேசப்படும் உரையாடல்கள் திருக்குறுங்குடியில் வசிக்கும் மக்களால் கேட்க முடிந்த காரணத்தாலேயே சிங்கரன் இறக்க நேரிட்டது என்பதை உணர்ந்து, திருக்குறுங்குடிக்கு வந்து பகவானை வேண்டி நின்றார். எமபுரியில் பேசப்படும் உரையாடல்கள் மானிடரின் காதுகளில் விழக்கூடாது என்று எமதர்மன் வேண்ட, பகவான் அதை ஏற்று அவ்வரத்தைக் கொடுத்தார். அன்று முதல் திருக்குறுங்குடியில் வாழும் மக்களால் எமபுரியில் பேசும் உரையாடல்களைக் கேட்க முடியவில்லை.(நெல்லை வைணவத்தலங்கள், பக். 138-139).

காளைமாட்டு வகைகள்

தமிழகத்தில் பலவகையான மாடுகள் இருந்தன என்பதை இலக்கியங்கள் வாயிலாக அறியமுடிகிறது. தமிழ்நாட்டில் ஆயிரம் வகை மாடுகள் இருந்தன என்ற குறிப்பைத் தரும் முக்கூடற்பள்ளு, அவற்றில் ஒருசிலவற்றைச் சான்றாகவும் கீழ்வருமாறு அறியதருகிறது.

> குட்டைக்கொம்பன் செம்மறையன்
> குத்துக்குளம்பன் மோழை
> குடைச்செவியன் குற்றாலன்
> கூடுகொம்பன்
> மடப்புல்லைக் கரும்போரான்
> மயிலை சுழற்சிக் கண்ணன்
> மட்டைக் கொம்பன் கருப்பன்
> மஞ்சள் வாலன்
> படைப்புப் பிடுங்கி கொட்டைப்
> பாக்கன் கருமறையன்
> பசுக்காத்தான் அணிற்காலன்
> படலைக் கொம்பன்
> விடத்தலைப் பூநிறத்தான்
> வெள்ளைக் காளையும் இந்த
> விதத்திலுண் டாயிரந்தான்
> மெய்காண் ஆண்டே (பாடல்: 110)

சிற்றிலக்கியங்களை அடுத்து கதைப்பாடல்களிலும் மாடுகளின் வகை பற்றிய குறிப்புகள் காணப்படுகின்றன. சங்கிலிபூதத்தான் கதைப்பாடல் தென்னகத்தில் பலவகையான காளைமாடுகள் இருந்த செய்தியைத் தருகிறது. திருக்குறுங்குடி அருகிலுள்ள காராளர் ஒருவரது வயல் உழும்போது பல்வேறு வகையான காளைகளை ஏரில் பூட்டியதை அக்கதைப்பாடல் பின்வருமாறு அறியதருகிறது.

கூடுகொம்பன் காளையையும் குடலைக் குத்திக்கீறும் குடல்பூறி காளையையும் வேற்றாளைக் கண்டால் விரட்டிக் குத்தும் காளையிரண்டையும் விருப்பத்திற்கேற்ப ஏரில் பூட்டுமாறு வேளாளர் சொன்னார். இரண்டு மேளகாளைகளையும் இரண்டு வெள்ளைக் காளைகளையும் வேறுவேறு ஏர்களில் பூட்டுங்கள், கூளக்காளை இரண்டையும் கூட்டு ஏரில் பூட்டுங்கள், கூழக்கொம்பன் இரண்டையும் ஒரே ஏரில் பூட்டுங்கள், அடிபடாமல் நடக்கும் இரு காளைகளையும் ஒரணையில் பூட்டுங்கள், வாழைப்பூக் கொம்பன், மடக்கன்செவிவாலன், ஆகியவற்றையும் ஒரணையில் பூட்டுங்கள் என்றார். நெட்டக்கொம்பன் சுட்டிக்காளைகளை ஒரணையில் பூட்டினான் வேலைக்காரன், காரிக்காளை இரண்டையும் கனத்த ஏரில் பூட்டினர், படலைக்கொம்பனை எண்ணம்போல் பூட்டினர். நாணிக்கால் காளைகளை நடு ஏரில் பூட்டினர். விடத்தலப்பூநிறக்

காளைகளையும் வேகமுள்ள காளைகளையும் வேறு வேறு ஏரில் பூட்டினர். வாழைப்பூ நிறக்காளையை அதற்கேற்ற ஏரில் பூட்டினர். உச்சிக்கொம்பன் காளையிரண்டையும் அதற்கேற்ற இணையோடு பூட்டினர். முகவண்டலைக் காளைகளை முதல் ஏரில் பூட்டினர். ஏறுவாலன் காளைகளை இணையாய் பூட்டினர். புல்லைக்காளை இரண்டையும் நிறைவாகப் பூட்டினர். மாக்காளை இரண்டையும் அடுத்த ஏரில் பூட்டினர். காரிக்காளை இரண்டையும் கலந்து கலந்து பூட்டினர். கழுத்தில் நுகம் வைத்தால் கள்ளத்தனம் செய்யும் கள்ளக்காளையை பின்னேரில் பூட்டினர். கிராக்காளை இரண்டையும் கர்வமாகப் பூட்டினர். வரிக்காளைகளை வரிசையாகப் பூட்டினர். கடுவாய்ப்போர் காளை இரண்டையும் கடுத்த ஏரில் பூட்டினர். மாதுளம்பூ நிறக்காளைகளை மனம் மகிழ்வாகப் பூட்டினர். புள்ளிக்காளை இரண்டையும் திருப்தியாகப் பூட்டினர். நாட்டியமாடும் நாகமுள்ள காளைகளை வணங்கிப் பூட்டினர். மீதமுள்ள காளைகளைச் சிறப்பாகக் கலந்து கலந்து பூட்டினர். அப்படியாக ஏரைப்பூட்டினர் *(சங்கிலிபூதத்தான் கதைப்பாடல் அடிகள்: 1492-1526).*

தமிழர்களின் வீர அடையாளமாகத் திகழ்வது ஏறுதழுவுதல் எனப்படும் ஜல்லிக்கட்டு ஆகும். இது தமிழர் திருநாளாம் தைப்பொங்கலை முன்னிட்டு நடைபெறும். இந்த நாளில் நடைபெறும் ஏறுதழுவுதலை மத்திய அரசு தடைசெய்தது. அதற்காகத் தமிழகத்தில் அதுவரை கண்டிராத அளவு 2018 ஆம் ஆண்டு சென்னை மெரினா கடற்கரையில் மக்கள் ஒன்றுகூடி அரசாங்கத்திற்கு எதிராகப் போராடினர். அதன் பின்னர் தமிழகத்தில் பண்டைக்காலத்தில் இருந்த காளைமாடுகளின் வகைகள் குறித்த செய்தியை அறிந்துகொள்ள மக்கள் ஆர்வம் காட்டினர். அதன் விளைவாக இணையத்திலும் சமூக வலைத்தளங்களிலும் மாடுகளின் வகைகள் குறித்த செய்திகள் பரவின. அவ்வாறு இணையத்திலிருந்து பெறப்பட்ட மாடுகளின் வகைகள் குறித்த பதிவு கீழ்வருமாறு:

அத்தக்கருப்பன், அழுக்குமறையன், ஆணறிகாலன், ஆளைவெறிச்சான், ஆனைச்சொறியன், கட்டைக்காளை, கருமறையான், கட்டைக்காரி, கட்டுக்கொம்பன், கட்டைவால்கூழை, கருமறைக்காளை, கண்ணன்மயிலை, கத்திக்கொம்பன், கள்ளக்காடன், கள்ளக்காளை, கட்டைக்கொம்பன், கருங்கூழை, கழற்வாய்வெறியன், கழற்சிக்கண்ணன், கருப்பன், காரிக்காளை, காற்சிலம்பன், காராம்பசு, குட்டைச்செவியன், குண்டுக்கண்ணன், குட்டைநரம்பன்,

குத்துக்குளம்பன், குள்ளச்சிவப்பன், கூழைவாலன், கூடுகொம்பன், கூழைசிவலை, கொட்டைப்பாக்கன், கொண்டைத்தலையன், ஏரிச்சுழியன், ஏறுவாலன், நாரைக்கழுத்தன், நெட்டைக்கொம்பன், நெட்டைக்காலன், படலைக்கொம்பன், பட்டிக்காளை, பனங்காய்மயிலை, பசுங்கழுத்தான், பால்வெள்ளை, புலிகுளம், பொட்டைக்கண்ணன், பொங்குவாயன், போருக்காளை, மட்டைக்கொலம்பன், மஞ்சள்வாலன், மறைச்சிவலை, மஞ்சலிவாலன், மஞ்சமயிலை, மயிலை, மேகவண்ணன், முறிக்கொம்பன், முட்டிக்காலன், முரிகாளை, சங்குவண்ணன், செம்மறைக்காளை, செவலைஎருது, செம்மறையன், செந்தாழைவயிரன், சொறியன், தளப்பன், தல்லயன்காளை, தறிகொம்பன், துடைசேர்கூழை, தூங்கச்செழியன், வட்டப்புல்லை, வட்டச்செவியன், வளைக்கொம்பன், வள்ளிக்கொம்பன், வர்ணக்காளை, வட்டக்கரியன், வெள்ளைக்காளை, வெள்ளைக்குடும்பன், வெள்ளைக்கண்ணன், வெள்ளைப்போரான், மயிலைக்காளை, வெள்ளை, கழுத்திகாபிள்ளை, கருக்காமயிலை, பணங்காரி, சந்தனப்பிள்ளை, சர்ச்சி, சிந்துமாடு, செம்பூத்துக்காரி முதலிய 87 வகையாகும். ஒருகாலத்தில் இத்தகைய மாடுகளை தமிழர்கள் வளர்த்து வந்துள்ளனர். முக்கூடற்பள்ளு குறிப்பிடும் ஆயிரம் வகை மாடுகளின் பட்டியல் குறித்து அறியவில்லை.

காளிப்புலையன் காளிப்புலைச்சி

சங்கிலிபூதத்தான் கதைப்பாடல் காளிப்புலையன் மற்றும் அவன் மனைவி காளிப்புலைச்சியான வனப்புலைச்சி குறித்து பேசுகிறது. காளிப்புலையனின் இயற்பெயர் ‘கருங்காளி’ என இருத்தல் வேண்டும். குலைவாழை இசக்கி கதை இவனை கருங்காளி என்று குறிப்பிடுகிறது. மட்டுமன்றி இவன் பெயரால் மன்னன் கருங்காளி கதை என்றொரு கதைப்பாடலும் நிலவுகிறது. வாதைபிறவி கதை காளிப்புலையன் மகனைக் குறித்துப் பேசும்போது, ‘காளி குலத்தில் பிறந்ததினால் காளிமுத்து உன் மகன் பேர்தான்’ என இசக்கியம்மன் காளிப்புலைச்சிக்கு வரம் கொடுப்பதாக அறியதருகிறது. காளிப்புலையன் மற்றும் அவன் மனைவி ஆகியோர் குடியிருக்கும் இடம் காக்காச்சி மலை என்று பல கதைப்பாடல்கள் குறிப்பிட, கருங்கண்மலை என்று சங்கிலிபூதத்தான் கதைப்பாடல் அறியதருகிறது. மந்திர தந்திரங்களில் மிகவும் வல்லவனாக விளங்கியவன் காளிப்புலையன். அவன் உதவியோடு, தன் மகனைக் கொன்ற பூதத்தைப் பிடித்து அடக்கவேண்டும் என்பதில் உறுதியாக

இருக்கிறாள் சந்தனநம்பியின் மனைவி சோமாண்டி ஆசி. அதனைக் கதைப்பாடல்,

> கருங்கண் மலைதனிலே காளிப்புலையனிடம்
> ஆக்கமுடன் தானேபோய் அவனையிங்கே கூட்டிவந்து
> பிள்ளைகொன்ற பூதமதைப் பிடித்து அடையாமல்
> உள்ளே மகிழ்ந்திருப்பதில்லை உம்மாணை நம்பியானே..
> (1077-1080)

என அறியதருகிறது. பூதத்தைப் பிடித்து அடக்குவதற்காக நம்பியும் அவன் மனைவி சோமாண்டி ஆசியுமாகக் கோசிமாபுரத்திலிருந்து குமரிநாட்டுக் கடுக்கரைமலை, அனந்தாபுரம் கோட்டை, பொன்மலை வழியாகக் கருங்கண் மலைக்குச் செல்கின்றனர். இதனைக் கதைப்பாடல் கீழ்வருமாறு பேசுகிறது.

> கோசிமாபுரமுமிட்டு குட்டுவன் குளங்கடந்து
> திருக்கணங் குடிகடந்து செல்லுவாளாம் கோட்டையிலே
> அனந்தாபுரக் கோட்டைவிட்டு அப்புறத்திலே கடந்து
> கடுக்கரை மலைகடந்து கடுநடையாய்த் தானடந்து
> தவித்த இடம் தனிலிருந்து தண்ணீரும் குடித்துக்கொண்டு
> வெற்றிலையும் தின்றுகொண்டு வீரநல்லூர் மலைதனிலே
> அந்தநல்ல மலைதனிலே அதிகமுள்ள குறக்குடியில்
> கண்டவர்கள் போகையிலே காரியங்கள் தான்கேட்டார்
> இன்றுகருங்கண் மலைக்கு எப்படித்தான் போகவேணும்
> என்றுகுறவனிடம் இவன்கேட்டான் நம்பியானும்
> இன்றங்கே போவதற்கு இனிநேரம் காணாது
> இன்றுமே பொன்மலையில் இருபேரும் தங்கிப்போங்கோ
> தங்கிப்போம் என்றுசொல்லி தானவனும் அப்படியே
> பொன்மலையில் தாமதித்துப் போகவேணும் என்றுசொல்லி
> பித்தாநாள் விடிந்தபோது புறப்பட்டார் இருபேரும்
> சந்தணங்கள் வாடைவீசும் தனிமரக் காவுமிட்டு
> போக்காக வழிநடந்து பொன்மலை போய்ச்சேர்ந்தானே..
> (1118-1134)

பொன்மலையில் தங்கியிருந்த நம்பியும் ஆசியும் அங்குள்ள பிராமணன் ஒருவனிடம் வழி தெரிந்துகொண்டு காடு வழியாக நடந்து வருகின்றனர். அப்போது அங்குக் குரங்குகள் தம் குட்டிகளோடு விளையாடுவதைக் கண்ட ஆசி, தன் மகன்

இருந்திருந்தால் இப்படித்தான் இருப்பான் என்று கூறி கண்கலங்கினாள். தொடர்ந்து நடந்து அவர்கள் கருங்கண் மலையை வந்தடைந்தனர். இதனைக் கதைப்பாடல்,

என்மகன் தான் இருந்ததுண்டால் இப்படி நடப்பானே
ஏற்றநல்ல பூதம் கொன்றுவிட்டு
என்றுசொல்லி சோமாண்டி ஏற்றநல்ல நம்பியானும்
இருபேரும் தானும் நடந்தாரே
போனாளே பூதமது பின்னாலே செய்வதையும்
பெண்கொடியாள் தானுமறி யாமல்
சூளிப்பிலா மூடுமிட்டு சுறுக்காகத் தானடந்து
சிறந்தநல்ல கொம்பன் மலைவிட்டு
சுறுக்காக வழிநடந்து சோமாண்டி தன்னுடனே
சென்றார்கள் இருபேரும் கருங்கண் மலைதனிலே.

(1153-1162)

எனப் பேசுகிறது. இதன் வாயிலாகக் கருங்கண்மலை குமரிமாவட்டம் அசம்புமலைக் காட்டில் இருப்பதாகத் தெரிகிறது. சங்கிலிபூதத்தான் கதை குறிப்பிடும் கருங்கண்மலையும் செங்கிடாக்காறன் கதை, வாதை பிறவிக்கதை எனப்படும் மன்னன் கருங்காளி கதை, குலைவாழை இசக்கியம்மன் கதை முதலியன குறிப்பிடும் காக்காச்சி மலையும் ஒன்று என்றும் கருத இடமிருக்கிறது. திருவாங்கோடு நாட்டுக்குட்பட்ட அடவிமலைச் சாரலில் (கதைப்பாடல்கள் குறிப்பிடும் அடவிமலை என்பது அசம்புமலையாக இருக்கலாம் என்று கருதமுடிகிறது). மாடம்பிமார்கள் தோட்டம் அமைத்து அதனைக் காவல் காப்பதற்கு ஆட்களைத் தேடும்போது காக்காச்சி மலை காளிப்புலையனைத் தேர்வுசெய்கிறார்கள். அதனை மன்னன் கருங்காளிக் கதை,

'ஆராரைக் காவல் வைப்போம் அழகுநல்ல தோட்டத்திலே
மறவன்மாரைக் காவல்வைத்தால் மாறாட்டம் செய்திடுவார்
துலுக்கர்களைக் காவல்வைத்தால் சொன்னபடி கேட்கமாட்டார்
இவர்களெல்லாம் சரியல்ல என்னுடைய அண்ணன்மாரே
காக்காச்சி வாழ்மலையதிலே காளிநல்ல புலையருண்டு
காளிப்புலையர் என்றும் காளிப்புலைச்சி யென்றும்
அப்படியே இருபேர்கள் அங்கவர்கள் இருக்கின்றார்கள்
இருபேரையும் கூட்டிவந்து இன்பமுடன் காவல்வைப்போம்'

என பதிப்பிக்கப்படாத சுவடி ஒன்று அறியதருகிறது.

சங்கிலிபூதத்தான் கதைப்பாடல் காளிப்புலையனை அறுமுகம் செய்யும்போது, வெண்மைநிற உடை உடுத்துபவனாகவும், வெள்ளிப்பூண் உடைய எழுத்தாணியைக் கொண்டிருப்பவனாகவும், வந்தவர்களுக்கு பழவகைகளை உண்பதற்காகக் கொடுப்பவனாகவும் கண்முன் நிறுத்துகிறது.

இஷ்டமுடன் வீட்டுக்குள்ளே இறைபெட்டி தனையெடுத்து
கதர்நல்ல வேட்டிகளும் கருத்துடைய முண்டுகளும்
சட்டமுடன் தானெடுத்து தானவனும் உடுத்துக்கொண்டு
வெள்ளிக்கட்டு நாராயமும் மேலேயவன் சொருகிக்கொண்டு
வந்தவர்க்குக் கோப்புகளும் வகைவகையாய் உண்டாக்கி
வருக்கைப் பிலாப்பழமும் வாழப்பழக் குலையும்
மலைதனிலே காய்க்குமந்த மாங்கனியும் தானெடுத்து
பழுக்காய் நல்ல பாக்குடனே பழுத்திலையும் கொண்டுவந்தான்
இத்தனையும் கொண்டுவந்து இலையதிலே வைத்துக்கொண்டான்
(1183-1191)

காளிப்புலையன் தன்மீது தளர்வில்லாத நம்பிக்கை கொண்டிருப்பதையும் சங்கிலிபூதத்தான் கதைப்பாடல் தெரிவிக்கிறது. பூதத்தைப் பிடித்து அடக்கி வருவதாகத் தன் மனைவியிடம் கூறும்போது, காளிப்புலையனைப் போகவேண்டாம் என அவன் மனைவி எச்சரிக்கிறாள்.

இன்றுகோசிமா புரத்தில் இனிநானும் போய்வாறேன்
சென்றுஅந்த பூதமதை சிறப்புடனே பிடித்தடைக்க
இரண்டுமூன்று நாளைக்குள்ளே நான்வாறேன் என்றுசொன்னான்
அன்றுவனப் புலைச்சியவள் அவனோடு ஏதுசொல்வாள்
பிடித்துநீர் அடைத்ததுண்டால் பின்னாலே அதுமுடிக்கும்
கண்டேன்நான் சாத்திரங்கள் கணவரய்யா போகவேண்டாம்
(1206-1211)

கணவனுக்கு வரும் ஆபத்தை உணர்ந்த காளிப்புலைச்சியின் வேண்டுகோளை மறுத்துப் பேசும் காளிப்புலையன், தான் கற்ற மந்திரங்களையும் தன்னுடன் இருக்கும் மந்திரச்சுவடிகளையும் பெரிதாக நம்புகிறான்.

என்றுதான் புலைச்சி சொல்ல ஏதுசொல்வான் புலையனவன்
என்னையும் முடிப்பதற்கு இருக்குதோ பூதமது

மனம்தேறி புலையனவன் வழியனுப்பிக் கொண்டனராம்
இத்தனைநாள் குடியிருந்தும் என்தொழிலை அறியாயோ
மந்திரத்தின் மூடுகளும் வலுவான ஏடுகளும்
சந்தோசமாய் மகிழ்ந்துதானே அந்துஏடுகளும்
கொண்டவனும் நம்பியிடம் கூசாமல் வந்துசென்றான்

(1212-1218)

இறுதியில் மனைவி சொல்லையும் கேட்காமல் நம்பியோடும் ஆசியோடும் கோசிமாபுரத்திற்கு வருகிறான் காளிப்புலையன். பூதத்தைப் பிடித்தடக்கியபின்னர் தான், தன்மனைவி மற்றும் குடும்பத்தார் அனைவரின் முடிவுக்கும் அவனே காரணமாகிறான்.

மன்னன் கருங்காளி கதைப்பாடலில், தோட்டத்தைக் காவல் காப்பதற்குக் காளிப்புலையனை அழைக்க மாடம்பிமார்கள் வருகின்றனர். குன்றுமலை, குமடுமலை, சாய்ந்தமலை ஆகிய பகுதிகளையெல்லாம் கடந்து காக்காச்சி மலையில் வந்து காளிப்புலையனைச் சந்திக்கின்றனர்.

வாடா காளிப்புலையா வார்த்தையொன்று சொல்லக்கேளு
அடவிமலையில் தோட்டமிட்டு ஆதரவாய் பயிர்கள் செய்தோம்
காவலது காப்பதற்கு கட்டுடனே வரவேனும்
நன்செய் புனசெய் பயிர்களெல்லாம் நல்பயிராய் இருக்குதடா
கன்னிக்குலை எங்களுக்கு சேசம்கண்டதிலே நேர்பாதி
நன்செய்புன்செய் தனில்நேர்பாதி நாங்கள்தாறோம் வாடாயென்றார்
வாடா என்று சொன்னவுடன் மறுத்துமொழி ஏதுசொல்வான்

காளிப்புலையன் தன் மனைவி இரண்டு மாதம் கருவுற்றிருப்பதாகவும் அதனால் நான் வருவதற்கு என் மனைவி சஞ்சலப்படுவாள் என்றும் மாடம்பிமாரிடம் கூறுகின்றான். அவர்கள், நீங்கள் இருவரும் சென்று தோட்டத்தைக் காவல் காத்து வாருங்கள் என்று கூற, அதற்குச் சம்மதித்து புலையனும் புலைச்சியும் குன்றுமலை, குமடுமலை, கொடிபடர்ந்தான்மலை வழியாக அடவிமலைத் தோட்டத்திற்கு வந்தடைந்தனர். தோட்டத்தில் மாடம் கட்டி காவல் காத்தனர்; மாடம்பிமார் வீட்டிற்கு வந்தடைந்தனர். காளிப்புலையன் காலை மாலையென எப்போதும் தோட்டத்தைச் சுற்றிக் காவல் புரிந்தான். இவ்வாறு ஏழுமாதங்கள் காவல் புரியும் நேரத்தில் புலைச்சி ஒன்பது மாதக் கர்ப்பிணியானாள். அப்போது இத்தனை நாட்கள் காவல் காத்தும்

இனிய தின்பண்டங்கள் எதுவும் உண்ணவில்லை என்று வருந்திக்கூற,

வாழைக்குலை ஆனதெல்லாம் வரிசையுடன் தான்விளைந்து
பழுக்கும் பருவத்திலே பைங்கொடி இருக்குதடி
குடம்குடம்போல் காய்கிடக்கு கொண்டுவாறேன் பெண்மயிலே
என்றுசொல்லி புலையனவன் ஏற்றதோட்டம் தனிலே வந்தான்
கன்னிக்குலை தான்பழுக்க கண்டானே காளிப்புலையன்
சிங்கன்குலை தன்னைவெட்டி சீக்கிரமாய்க் கொண்டுவந்து
மனையாளும் புலையனுமாய் மகிழ்ந்தவர் தான்புசித்தார்
அந்தருசி கண்டவுடன் அடுத்தகுலை வெட்டித்தின்றார்
உள்ளதெல்லாம் தின்றறுத்து உண்டிருக்கும் நாளையிலே
பயிர்கள்செய்த மாடம்பிமார் பலபேரும் தான்கூடி
தோட்டம்பார்க்க வேணுமென்று தொடுப்பாக ஒருமுகமாய்
மாடம்பிமார் எல்லோரும் வழிநடந்தார் சடுதியிலே

தோட்டத்திற்கு வந்த மாடம்பிமார், அவற்றைப் பார்த்துவிட்டு, உடலிருக்க தலையுமில்லை உள்ளதெல்லாம் காணவில்லை, இது என்ன மாயமோ அண்ணன்மாரே என்று ஒருவருக்கொருவர் கேட்டனர். எல்லோருக்கும் வயிற்றெரிச்சல் உண்டாகி காவல் காத்த புலையனிடம் வந்து கேட்டனர். அவர்கள் இருவரும் வாழைக்குலைகளை வெட்டித்தின்றதை அறிந்து கோபத்துடன் ஏறுமாடத்தைப் பிடுங்கி எறிந்து அவர்களை இழுத்துப்போட்டு அடித்தனர். நிறைமாத கர்ப்பிணியான புலைச்சியும் புலையனும் மாடம்பிமார்களிடமிருந்து தப்பிக்க ஓடினர். பேயோடு சென்ற பிசாசுபோல அவர்களைப் பின்தொடர்ந்தனர் மாடம்பிமார். தம்மைத் தாக்க வருவதைக் கண்ட புலையன், காக்காச்சி மலை நோக்கி ஓடினான்; பரிதவித்த காளிப்புலைச்சி கல்லாற்றின் கரையோடு ஓடினாள். நீலகிரி மலையில் வரும்போது அங்கொரு இசக்கி கோயிலைக் கண்டாள். அக்கோயிலில் அவள் ஒளித்துக்கொள்ள, அதனைக்கண்ட இளையமாடம்பி குடுமியைப் பிடித்து இழுத்து குரல்வளையை எட்டிப்பிடித்தான். அவன் பிடித்திருக்கையில் பெரியமாடம்பி அவளது நெஞ்சைக் குத்திப்பிளந்தான். பின் வயிற்றைக் கீறி குழந்தையை வெளியில் எடுத்து தலைவாழை இலையில் வைத்தான். குழந்தை துடிதுடித்து இறந்தது. இறந்துபோன காளிப்புலைச்சி நீலகிரி இசக்கியிடம் வரம் கேட்க, குலைவாழை தின்று உன்னை அறுத்ததினால் குலைவாழை இசக்கி எனப் பெயர் சூட்டி வரம்கொடுத்தாள். பிறந்து இறந்த

ஆண்குழந்தைக்கு காளி குலத்தில் பிறந்ததால் காளிமுத்து எனப் பெயர் சூட்டினாள். நீலகிரியில் காளிப்புலைச்சி மரணமடைந்த நேரம் காக்காச்சி மலையில் ஒரு மரக்கட்டை காலில் குத்தி காளிப்புலையன் மரணமடைந்தான்.

சங்கிலிபூதத்தான் கதைப்பாடலில் காளிப்புலையனும் புலைச்சியும் பூதங்களால் அடித்துக் கொல்லப்படுகின்றனர். மன்னன் கருங்காளிகதைப்பாடலில் மாடம்பிமார்களால் கொல்லப்படுகின்றனர்.

பொதுவாக மலைவாழ் மக்களில் சிலர் மந்திர தந்திரங்களால் தெய்வங்களைக் கட்டுக்குள் வைத்து அவர்களை வேலை வாங்குவது வழக்கம். அவ்வாறான பல செய்திகள் செவிவிழிச் செய்திகளாக விளங்குகின்றன. மந்திர தந்திரங்கள் தமக்கு கைவந்த கலை என்பதால் அவ்வினத்தார்கள் எதற்கும் அஞ்சுவதில்லை. காளிப்புலையன், புலைச்சி போல மந்திரவேலன், செண்பகக்குட்டி வேலத்தி, காக்காச்சி குறுப்பு மற்றும் அவன் வேலைக்காரன், சீரங்கன், பாப்பி என்றிவர்களையும் கதைப்பாடல்கள் பேசுகின்றன. சிவனிடம் வரம் கேட்கும்போது இத்தகையோரைக் கொல்வதற்கென்றே சிறப்பாக வரம்கேட்டுப் பெறுகின்றனர். பெண்ணரசு காவியம் இத்தகையோரைக் குறிப்பிடும்போது,

மந்திரவேலைன் அழிக்க வரம் மாறியவன் பிழைக்க வரம்
செண்பகக்குட்டி வேலத்தியை சிறப்பாய் உதிரம் குடிக்கவரம்
மந்திரவேலனை தான்பிளந்து வாதைகளைக் கொண்டுசென்று
தாணிமரத்தின் மூடதிலே தானே அவனைப் புதைக்கவரம்
காக்காச்சி மலைதனிலே கடுகதாணி மரத்தின் மூடதிலே
இருக்கும் அந்த வேளையிலே ஈசன் திருவருளால்
காக்காச்சி குறுப்புக்கு கடுகவெள்ள வேலைக்காரன்
கண்டுஅந்த வேலைக்காரன் கைமேலே தான்எடுத்து
கத்திதீட்டி பாறையிலே கடுகஅவன் உறைந்திடவே
வேலைக்காரன் தன்னையல்லோ மிக்கவெலி கொள்ளவரம்
....
காக்காச்சி மலைதனிலே கடுகநல்ல சீரங்கனும்
சீரங்கன் குறிச்சி பாப்பி சேனையவர் இருவரையும்
ஒன்பதுமாத சூலோடு உயிரங்கே வாங்கவரம்
காக்காச்சி குறுப்பின் மகள் காரிகையை கொல்லவரம்

(ப.215, 216)

எனப் பேசுகிறது. 'கத்தியெடுத்தவன் கத்தியால் சாவான்' என்னும் பழமொழிக்கேற்ப மந்திரவாதிகள் பலரும் தங்கள் மந்திரத்தாலேயே சாவை எதிர்கொண்டுள்ளனர் என்பதைப் பல கதைப்பாடல்கள் தெளிவுபடுத்துகின்றன. காளிப்புலையனும் காளிப்புலைச்சியும் அத்தகையோரில் ஒருவராக விளங்குகின்றனர்.

கன்னியர்

பூதங்களின் பிறவியைக் குறித்துப் பேசும் பூதப்பெருமாள் கதைப்பாடல் சில கன்னியர்களைக் குறிப்பிடுகிறது. பூதப்பெருமாளான ஈஸ்வரகாலபூதம் பிறக்கும்போது அப்பூதத்தோடு ஆயிரத்தெட்டு பூதங்கள் பிறந்தன. அவற்றுள் ஆண்பூதங்களும் பெண்பூதங்களும் அடக்கம். பெண்பூதங்களில் உதிரக்கன்னி, பிராமணக்கன்னி, பூவழகி, தெய்வகுலக்கன்னி, துகழமுத்து, புகழமுத்து, தோட்டுக்காரி (தோட்டுக்காரிக்குத் தனிக் கதைப்பாடல் காணப்படுகிறது) ஆகிய கன்னியரைக் குறிப்பிடுகிறது அக்கதைப்பாடல்.

பொதுவாகக் கன்னியர் என்போர் ஒரு குடும்பத்தில் திருமணம் ஆகாமல் கன்னியாக இறந்த பெண்கள் ஆவர். அவர்களுக்கான வழிபாடுதான் கன்னி வழிபாடு. இது ஆண்களுக்கும் பொருந்தும். ஆண்களிலும் கன்னி உண்டு. திருமணம் ஆகாமல் இறந்த இளம் வயது ஆண்களும் கன்னி என்று அழைக்கப்படுவர். மேலே குறித்த பெண்கன்னியருள் பூவழகியும் பிராமணக்கன்னியும் உடன்பிறந்தோராக விளங்கியுள்ளனர். அதனை,

> பூவழகி தன்தனக்கும் பிராமணக் கன்னியர்க்கும்
> அக்காளும் தங்கையரும் ஆயிழைமார் இருபேரும் (1967-1968)
> பூவழகி பூவழகி பூவெடுக்க வாருமென்றார்
> பூவென்று சொல்லுமுன்னே பிராமணக் கன்னியம்மை
> பூவுகொய்து விளையாடப் போறேனான் என்றுசொல்லி
> பூந்தோட்ட மானதெல்லாம் புகுந்தழிக்க வேணுமென்று
> செந்தாழை தன்னைவிட்டு சேர்ந்தார்கள் கன்னிமார்க ளெல்லாம்
> சந்தணப் பூந்தாழை விட்டு நானிறங்கி நின்றுகொண்டு
> அக்காளும் தங்கையரும் ஆயிழைமார் இருபேரும் (2054-2060)

எனப் பூதப்பெருமாள் கதை அறியதருகிறது. அவர்களைப்போல, புகழமுத்தும் துகழமுத்தும் முறையே தமக்கையும் தங்கையும் என அறியப்படுகின்றனர். அதனை,

அக்காளும் தங்கையுமாய் அவர்களோடு கூடிப்போவோம்
இவர்களோடு போனதுண்டால் இவர்கள்நம்மை அறிவாரோ
அறிவாரோ என்றுசொன்னதுவும் புகழமுத்து ஏதுசொல்வார்
தனியேநாம் போனதுண்டால் தடமும் தெரியாது
தடமும் தெரியாது தங்கையரே என்றுசொன்னாள்
அப்படியே சம்மதித்து அக்காளும் தங்கையுமாய்(778-1783)

என சங்கிலிபூதத்தான் கதைப்பாடல் அறியதருகிறது. கள ஆய்வின்போது கன்னியர் குறித்து வில்லுப்பாட்டுப் புலவர் ஆரல்வாய்மொழி திரு சுரேஷ் அவர்களிடமிருந்து கிடைத்த சில தகவல்கள் கீழ்வருமாறு அமைகிறது.

பிராமணக்கன்னி

பிராமணக்கன்னி தேவலோகத்தில் பிறந்தவள் அல்ல; அவள் மானிடப் பிறவி ஆவாள். குமரிநாட்டில் குளச்சல் - கருங்கல் சாலையில் பத்தறை என்னும் ஊரில் ஒரு காலத்தில் பிராமணர்கள் வசித்து வந்தனர். அங்கிருந்து ஒரு பிராமணப்பெண் அவ்வூர் சாம்பவர் இனப் பையனோடு பேசிப் பழகினாள். அதனையறிந்த பிராமணர்கள் அவளை ஊரிலிருந்து விலக்கி வைத்தனர். அதனால் மனமுடைந்த அப்பெண் குளத்தில் விழுந்து தன் உயிரை மாய்த்துக் கொண்டாள். திருமணம் ஆகாமல் கன்னியாக அப்பெண் இறந்துபோனதால் அவள் பிராமணக்கன்னியானாள். இவள் பிராமண இசக்கி என்றும் அறியப்படுகிறாள்.

இறந்துபோன அப்பிராமணப் பெண்ணின் சாவுக்குக் காரணமான பிராமணக்குடும்பங்கள் பல பெண் வாரிசு இன்றி அழிந்துபோயின. மீதமுள்ளோர் பத்தறையை விட்டு இடம்பெயர்ந்து சென்றுவிட்டனர். அப்போது முதல் இறந்துபோன பிராமணக்கன்னி சாம்பவர்களின் தெய்வமாக வழிபடப்பட்டு வருகிறாள். குமரிநாட்டில் பெரும்பாலான சாம்பவர்களின் குலதெய்வக் கோயில்களில் பிராமணக்கன்னிக்கு எனத் தனியாக ஒரு பீடம் இருப்பதைக் காணமுடிகிறது. கடுக்கரையிலுள்ள சாம்பவர் கோயிலில் இருக்கும் பிராமணக்கன்னி குறித்த வரலாறு அவ்வூர் மக்களுக்குத் தெரியவில்லை; ‘ஆதிகாலத்து கன்னி’ என்று மட்டுமே தெரிந்து வைத்துள்ளனர். குமரிநாட்டு உரப்பனைவிளை என்ற ஊரில் அமைந்துள்ள ஒரு கோயிலில் பிராமணக்கன்னிக்கு தனியாக ஒரு இருக்கை அமைந்துள்ளது. அங்குள்ள பிராமணக்கன்னி குறித்து

அவ்வூர் மக்கள் ஒரு கதை கூறுகிறார்கள். அதாவது, பிராமணக்குடும்பத்தில் உள்ள ஒரு இளம்பெண் தவறாமல் கோயிலுக்குச் சென்று வந்தபோது, அவள்மீது ஆசைகொண்ட பூதப்பெருமாள் என்ற பூதத் தெய்வம் அவளைக் கொன்று தன்னோடு சேர்த்துக்கொண்டது. அவள் கன்னியாக இறந்துவிட்டதால் பிராமணக்கன்னி என்று அழைக்கப்படுகிறாள் என்று நம்புகிறார்கள்.

> உதிரக்கன்னி தாயாரும் **பிராமணக் கன்னியரும்**
> திக்கெனவே தானெழுந்து திடுதடென தானடந்தார்
> எங்கேசென்று பார்ப்போமென்று ஏந்திழையாள் இருபேரும்
> கைலாசபுரமதிலே கரிக்கண்டனார் முன்பதிலே *(857-860)*

என பூதப்பெருமாளைத் தேடிக் கண்டுபிடிக்கும் முயற்சியில் இறங்கியபோது உதிரக்கன்னியோடு பிராமணக்கன்னியை பூதப்பெருமாள் கதைப்பாடல் அறிமுகம் செய்கிறது. பிராமணக்கன்னியைக் கதைப்பாடல் பச்சை நிறத்தோடு தொடர்புபடுத்தியும்; நிறத்திற்குத் தக்க பல உருவங்கள் மாறுவதாகவும் அறிய தருகிறது. பிராமணக் கன்னியென்றால் பலசொரூப நிறமுடையாள் *(1677)* பிராமணக் கன்னியம்மை பச்சைத்தேர் மீதிலேறி *(1862)*, பிராமணக் கன்னியம்மை பச்சைவண்டு வடிவெடுத்தாள் *(2089)* என்பது கதைப்பாடல். மேலும், பிராமணக்கன்னியின் ஆடை அலங்காரங்களைக் குறித்துப் பேசும் பூதப்பெருமாள் கதைப்பாடல்,

> நெத்திப்பிறை உச்சிப்பிறை நேர்விழிக்கு மையெழுதி
> மையோடும் கண்ணோடும் மதிக்கவொண்ணாப் பணிகாதில்
> காதில் பொற்றோடுமிட்டு கையில்பச்சை வளையல்களும்
> பச்சைவளை கலகலென பிராமணக் கன்னியம்மை
> இச்சையுடன் உடுத்தபட்டு எண்ணவொண்ணா விலைபிடிக்கும்
> பட்டுப் பதினைந்து வர்ணம் பகளபச்சை நீலவர்ணம்
> வர்ணம் இடைக்கிடையாய் எங்கெங்கும் பொற்கவசம்
> ஒட்டும் விலை தெரியாது உடுத்திடும் பட்டானதெல்லாம்
> உடுத்து முட்டாங்குமிட்டு ஒருபுறத்தைத் தோளிலிட்டு
> பச்சைத்தேர் மீதிலேறி பிராமணக் கன்னியம்மை *(2061-2070)*

என வருணிக்கிறது. இவ்வாறு குமரிநாட்டு மக்களின் வழிபாட்டில் உயிரோடு வாழ்ந்து இறந்துபோன கன்னி ஒருத்திதான் பிராமணக்கன்னி என்றும்; பூதப்பெருமாள்கதைப்பாடலில் பூதங்களின் பிறவியின்போது பிறந்த பெண்பூதம் என்றும் அறியப்படுகிறது. மேலும் பூதப்பெருமாளின் துணைவியருள் ஒருத்தியாகப் பிராமணக்கன்னியைக்

கதைப்பாடல் அறியதருகிறது. குமரிநாட்டு மாடுகட்டிவிளை பூலங்கொண்டாளம்மன் கோவிலில் பிராமணக்கன்னிக்குத் தனி இருக்கை அமைந்துள்ளது.

பூவழகி

பூதப்பெருமாள் கதைப்பாடலில் பூவழகி என்னும் கன்னி அறிமுகம் செய்யப்படுகிறாள். "பொன்காத்த பூதமதை தன்னையுமோ காணாமல், வருத்தமதால் பூவழகி வருந்தி நல்லாள் தேடுவாளாம்" *(1651-1652)* என பூதப்பெருமாளைத் தேடிச் செல்லும் விதமாக பூவழகி அறிமுகம் செய்யப்பட்டிருக்கிறாள். இங்குப் பூவழகி பூதப்பெருமாளின் துணைவியருள் ஒருவராக வருகிறாள். பூவழகியும் பூதங்களின் பிறவியின்போது வேள்வியில் பிறந்து வந்த பெண்பூதங்களில் ஒருத்தியாகவே இக்கதைப்பாடலில் விளங்குகிறாள். வாதைக் கதையும் பூவழகியைக் குறித்துப் பேசுகிறது. 'என்னுடைய பிள்ளைகளைப் பார்த்தீர்களா, ஆடவரைப் பார்த்தீர்களா' என்று கேட்கும் இப்பகுதியில் பூவழகி, தன் கணவனையும் குழந்தைகளையும் தவறவிட்டுவிட்டுத் தேடுவதாகத் தெரிகிறது.

பூவழகியைப் பூதப்பெருமாள் கதை கன்னியாகவே குறிப்பிடுகிறது, மட்டுமன்றி அவளைப் பிராமணக்கன்னியின் சகோதரியாகப் பேசுகிறது. பூவுலகில் பிறந்து வாழ்ந்த பூவழகியும் ஒருவேளைப் பிராமணப் பெண்ணாகப் பிறந்து வாழ்ந்து, ஏதோ ஒரு காரணத்தால் திருமணத்திற்கு முன்னர் இறந்துபோனவளாக இருந்திருக்கலாம் என்று கருதமுடிகிறது.

சிவபெருமான் பூதப்பெருமாளை நெய்க்கிடாரம் தழுவி வந்தால் வரம் தருவதாகக் கூறியதால் பூதம் நெய்க்கிடாரத்தில் குளித்தது. அப்போது பூவழகி பூதப்பெருமாளைத் தேடினாள். பிற கன்னியர்களுடன் தேடியும் கிடைக்காததால் சிவனிடம் சென்றாள்.

> கைலாசபுரத்தில் சென்று கறைக்கண்டரைத் தொழுதுகொண்டு
> அபயமுறை யென்றுசொல்லி அங்கவர்கள் நின்றிடவே
> அந்தரமாய் பூவழகி அவள்நிறுத்த குட மெடுத்தாள்
> செப்புக்குடம் தனைநிறுத்தி தீர்க்கமுடன் பூவழகி
> எலுமிச்சம் பழத்தின் மேலே ஏற்றபொன்னூசி தானிறுத்தி
> பன்னிரு சாண் ஊசியின் மேல் பாரப்பெருவிர லூன்றி
> விரலூன்றி கொண்டல்லவோ மேலேநின்று தவம்புரிந்தாள்
>
> *(1869-1875)*

இவ்வாறு பூதப்பெருமாளைக் காண்பதற்காகப் பூவழகி தவம் புரிந்தாள். சூரிய சந்திரர்கள் இதனால் மறைக்கப்பட, அதனையறிந்த பார்வதிதேவி கைகாட்டிப் பூவழகியை அழைத்தாள். பூவழகி அதனைக் கண்டுகொள்ளாததால் பார்வதிதேவி சிவனிடம் கோபித்துக்கொண்டு, இவள் இவ்வாறு போராட்டம் செய்ய நியாயம் உண்டோ? என்று கேட்டாள். உடனே சிவன், பூவழகியைப் பார்த்து, உன் கணவனைப் பார்க்கவா இவ்வாறு தவம் புரிகிறாய்? என்று கேட்க, அதற்குப் பூவழகி, இனி என் மன்னவரை எந்தவிதமான வேலையையும் செய்யுமாறு பணிக்கக் கூடாது என்று கூறினாள். அதற்கு ஒப்புதல் கொடுத்தால் இதிலிருந்து இறங்குவேன் என்று கூறினாள். அப்போது சிவன், உன் கணவன் நெய்க்கிடாரத்தில் மூழ்கி இருக்கிறான் என்று சொல்ல,

அப்போது பூவழகி அருந்தவத்தை விட்டிறங்கி
சொல்கேட்டு பூவழகி தடதடென தானடந்தாள்
பச்சவர்ண மேகப்பட்டு பாவைநல்லாள் உடுத்ததுகில்
உடுத்த முட்டாங்கு மிட்டு ஒருமுந்தியைத் தோளிலிட்டு
நெற்றிப்பிறை உச்சிப்பிறை நீலவர்ண பூச்சூடி
காதில் பொற்தோடிலங்க கையில்பச்சை வளையிலங்க
கலகலென ஓசையிட கண்டாளே நெய்க்கிடாரம்
அதனகத்தே ஆடவரை ஆயிழையாள் கண்டுசொல்வாள்

(1897-1904)

சிவபெருமான் உம்மை இவ்வாறு ஆக்கியதற்கு இந்த நெய்க்கிடாரத்தைத் தவிடு பொடியாக்க வேண்டும் என்று கூறி, பூதத்திற்குப் பலத்த பலம் கிடைப்பதற்காகக் குரவையிட்டாள்.

குரவையிட்ட சத்தம்கேட்டு கூடிடுமே வலுபிலங்கள்
பூவழகி குரவையிட பூதமது தான் நிமிர்ந்து
நிமிர்ந்து நெளிந்திடுமாம் நெய்க்கிடாரம் நொறுங்கிடுமாம்
மடமடென விளியெறிந்து வலுப்பூதப் பெருமாளும்
தன்னாலே நொறுங்கிடுமாம் தவிடுபொடியாக்கிடுவார்
தவிடுபொடியாய் நொறுக்கி தானே வலுகிடாரமதை
வலுகிடாரமதை நொறுக்கி மலைபோலே குவித்திடுமாம்

(1910-1916)

நெய்க்கிடாரத்தில் அகப்பட்டுக்கொண்ட பூதத்தை வெளியேற்ற உதவியவள் பூவழகி. அவள் பொன்னிறத்தோடு தொடர்புடையவள் என்பதை அறியதரும் கதைப்பாடல் அவள் பொற்றேரில் வந்ததையும், பொன்வண்டாக உருவெடுத்ததையும்,

இச்சைபெறு பொன்தேரில் பூவழகி அம்மைவர (2071).

பூவழகி தாயாரும் பொன்னுவண்டு வடிவெடுத்து (2087)

எனக் கதைப்பாடல் சுட்டிக்காட்டுகிறது. இவ்வாறு பூவழகி என்னும் கன்னி அறியப்பட்டு வழிபடப்படுகிறாள். கள ஆய்வின்போது குமரிநாட்டு அம்மாண்டிவிளை பெரியதம்பிரான் கோவிலில் பூவழகி என்னும் பெண் பூதத்திற்குத் தனி இருக்கை அளித்து வழிபாடு நடைபெற்று வருவதைக் காணமுடிந்தது.

உதிரக்கன்னி

பூதப்பெருமாள் கதைப்பாடலில் பூதங்களின் பிறவியின்போது பிறந்த பெண்பூதங்களில் ஒன்று உதிரக்கன்னி. இவள் பூதப்பெருமாளின் துணைவியாகக் கதைப்பாடலில் விளங்குகிறாள். வேள்வியில் பூதங்கள் பிறந்து வந்தபோது பூதப்பெருமாளைச் சிவபெருமான் தம் திருச்சடையைத் தாங்கும் பணியைக் கொடுக்கிறார். ஏறத்தாள பன்னிரண்டு ஆண்டுகள் கழிந்துவிட்டன. அப்போதுதான் பூதப்பெருமாளும் உதிரக்கன்னியும் ஒருவரையொருவர் தேடுகின்றனர். பூதப்பெருமாளைத் தேடிச் செல்லும் உதிரக்கன்னி இறுதியில் கயிலையை வந்தடைகிறாள். இதனைக் கதைப்பாடல் இவ்வாறு பேசுகிறது.

மாயவரோடே வாதாடி வலுப்பூதப் பெருமாளும்
வருத்தமதாய் உதிரக்கன்னி வாழ்மயிலாள் தேடுவாள்
எப்போதும் உதிரக்கன்னி இடதுபுறம் நிற்பாளல்லோ
இப்போது கண்டுதில்லை என்றுசொல்லிப் பூதமது
ஆண்டுபன் னீரண்டாச்சே அறியல்லையோ உதிரக்கன்னி
பதிமூன்றாம் வருசத்திலே பாவைநல்லாள் தேடுவாளாம்
தேடிடுவாள் வாடிடுவாள் தேன்மொழியாள் உதிரக்கன்னி
வாழைகளே தாழைகளே மாமரமே பூமரமே
ஏறிவரும் கதலினமே இறங்கிவரும் புள்ளினமே
என்னுடைய ஆடவரை இங்கேவரக் கண்டதுண்டோ
உன்னுடைய ஆடவரை இங்கே ஒருவிடமும் கண்டதில்லை

> ஒருவிடமும் கண்டதில்லை ஒண்ணுதலே உதிரக்கன்னி
> உதிரக்கன்னி தாயாரும் பின்னுமவள் தேடுவாளாம்
> மலைகள் அந்தபர்வதமும் வந்துமங்கே தேடுவாளாம்
> மலையிலுள்ள கன்னிமாரே என்மன்னவரைக் கண்டீரோ
> காணவில்லை என்றுசொல்லிகன்னித்தெய்வப் பெண்கள்சொல்ல
> வனவாசப் பர்வதத்தில் வந்துமவள் காணாமல்
> குருநாடு தான்கடந்து கூண்ட பரதேசி நாடுமிட்டு
> மொண்டியொத்த காலனுட மூவரசர் சீமைவிட்டு
> கல்லாறு தான்கடந்து காரிகையாள் உதிரக்கன்னி
> கைலாச வாழ்புரத்தில் கரிக்கண்டனார் திருமுன்பிலே
> வந்துநின்று உதிரக்கன்னி வார்த்தையேதோ சொல்லுவாளாம்

(628-649)

உதிரக்கன்னி பலவிடங்களில் சிவனை மிரட்டிப் பூதப்பெருமாளைக் காப்பாற்றுகிறாள். இவ்வாறு வேள்வியில் பிறந்து பூதத்தின் துணைவியாகக் கதைப்பாடலில் அறியப்படுகிறாள். உதிரக்கன்னி, இரத்தத்தில் பிறந்ததால் அப்பெயர் பெற்றாள் என்ற கருத்தும் நிலவுகிறது. மட்டுமன்றி உதிரக்கன்னி என்பது ஒரு பொதுப்பெயராக விளங்குகிறது. பாரதத்தில் திருதராட்டிரனின் மனைவி காந்தாரி தம் வயிற்றிலுள்ள குழந்தைகளைப் பெறுவதற்கு வயிற்றில் இடித்து உதிரம் வெளிப்படப் பெற்றெடுப்பாள். கௌரவர்களில் நூறு ஆண்களோடு ஒரு பெண்ணும் காணப்படுகிறாள். அவள் உதிரத்தில் பிறந்து வந்ததால் நாட்டுப்புற மக்களிடையே உதிரக்கன்னி என்னும் பொதுப்பெயரால் அழைக்கப்படுகிறாள். ஆட்டுக்கார இசக்கி கதையிலும் உதிரக்கன்னி என்னும் ஒரு பாத்திரம் காணப்படுகிறது. பெண்ணரசு காவியத்தில் பெண்ணரசி, வானுமாலைதேவி, புருஷாதேவி ஆகியோர் போர்க்களத்தில் தமது வயிற்றைக்கீறி குடலை வெளியில் எடுத்து வீசி எறிவர். இரத்தத்தோடு குடல் விழுந்த இடத்தில் பல பூதங்களும் இசக்கிகளும் வாதைகளும் பிறக்கின்றன. அவ்வாறு உதிரத்தில் பிறந்து வரும் பெண்பூதங்கள் பொதுவாக உதிரக்கன்னியர் என்று அழைக்கப்படுகின்றன.

> மாவும் கொடியும் விழுந்த இடத்தில்
> வாய்த்த திருவுரு வளருது பாராய்
> திருவுரு வளர்ந்த இடத்தில்
> செங்கிடா வாதை பிறக்க

செங்கிடா வாதைபிறந்த பொழுதிலே
    சின்ன இசக்கி யம்மை பிறந்தாள்
சின்ன இசக்கி பெரிய இசக்கி
    சிறந்த வட்ட முக்கா திசக்கி
மூநகர வட்டத் திசக்கி பிறந்தாள்
    மொகுமொகுவென குரவை யொலிக்க
வாய்ப்புவாழ் இசக்கியோடே
    வழிதலவாழ் இசக்கி பிறந்தாள்
சடையிசக்கி அம்மையோடே
    இளநேரத்து வாதை பிறக்க
கொக்கோட்டு இசக்கியோடே
    குறுமாங்குழி கன்னி பிறந்தாள் (1756-1762)

இவ்வாறு இரத்தத்தில் பிறந்த கன்னித் தெய்வங்கள் குறித்து பெண்ணரசு காவியம் பேசுகிறது. குமரி நாட்டில் சரல் என்னும் ஊரிலுள்ள உலகுடைய பெருமாள் கோவிலில் உதிரக்கன்னி என்னும் பெண்பூதத்திற்குத் தனிப்பீடம் அமைத்து வழிபாடு நடத்தி வருகின்றனர்.

தெய்வக்கன்னி

பூதப்பெருமாள் கதைப்பாடலில் தெய்வக்கன்னி என்பவள் பிராமணக்கன்னி பூவழகி ஆகியோரின் தோழியாகக் காட்சிதருகிறாள். இதனை

பிராமணக் கன்னியவள் பாவையவள் தானறிந்து
தெய்வக்குலக் கன்னியவள் தேன்மொழியாள் தானறிந்தாள்
இருபேரும் தானறிந்து இணங்கியவர் ஓடிவந்து
பூவழகி தன்னோடே பொற்கொடிமா ரேதுசொல்வார்
ஆடவர்க்கு இப்போது அபத்தமது வந்ததுண்டு   1596-1660

என கதைப்பாடல் அறிமுகத்தோடு அறியதருகிறது. இதில் பூதப்பெருமாளுக்கு ஏற்பட்டுள்ள துன்பம் குறித்து தோழியர் பேசுகின்றனர். பூதங்களின் பிறப்பின்போது வேள்வியில் பிறந்து வந்த பெண்பூதமாகவே இக்கதைப்பாடல் குறிப்பிடுகிறது. மேலும் பூதப்பெருமாளைத் தேடி கன்னியர்கள் அலைகின்றனர். அப்போது தெய்வக்கன்னியோடு தோட்டுக்காரியும் சேர்ந்து கன்னியர் நால்வரும் கயிலை சென்றதைப் பூதப்பெருமாள் கதைப்பாடல்,

பிராமணக் கன்னியம்மை பச்சைத்தேர் மீதிலேறி
தெய்வக்கன்னியோடே திரண்டு வந்தாள் தோட்டுக்காரி
பூவழகி தன்னோடே பெண்கொடிமார் எல்லோரும்
எல்லோரும் தேரேறி ஏந்திழைமார் வரும்போது
தேரிறங்கி கொண்டல்லோ தேன்மொழிமார் கால்நடையாய்
கால்நடையாய் தானடந்து கடும்சடவினாலே அல்லோ
சீற்றமுடன் கன்னியர்கள் சென்றிடுவார் கயிலையிலே

(1862-1868)

எனப்பேசும். அகிலத்திரட்டு அம்மானை,

நாகக்கன்னி யென்றும் நல்லதெய்வக் கன்னி யென்றும்
பாகைக் கைகாட்டும் பைங்கிளிமார் நாங்க ளென்றும்

எனப் பேசுமிடத்தில் தெய்வக்கன்னியைக் குறிப்பிடுகிறது. முத்தாரம்மன் கதைப்பாடல் நாகக்கன்னியையும் தெய்வக்கன்னியையும் குறிப்பிடும்.

தெய்வக்கன்னி குறித்து வில்லுப்பாட்டுக் கலைஞர் ஆரல்வாய்மொழி திரு. சுரேஷ் இப்படிப் பேசுகிறார்; கருடனின் தாயார் தெய்வக்கன்னி ஆவாள். தட்சனுக்கு ஐம்பது பெண்குழந்தைகள் வேள்வியில் பிறந்தனர். அவர்களில் இருபத்தேழு பெண்களைச் சந்திரனுக்குத் திருமணம் செய்து கொடுத்தனர். அவர்கள்தாம் இருபத்தேழு நட்சத்திரங்களாக விளங்குகின்றனர். மீதமுள்ள பெண்களில் பத்து பேரை தர்மதேவனுக்கும் பதிமூன்று பெண்களை காசிபமுனிவருக்கும் திருமணம் செய்துகொடுத்தனர். அந்தப் பதிமூன்று பேரில் ஒருத்தியான கத்ரு என்பவள் நாகக்கன்னியாகவும் மற்றொருத்தியான வினோதா என்பவள் தெய்வக்கன்னியாகவும் விளங்குகின்றனர். இவ்விருவரில் தெய்வக்கன்னி நாகக்கன்னிக்கு அடிமையாகி பன்னிரண்டு வருடம் பணிவிடை செய்கிறாள். அவள் துயரம் போக்க சிவன் காட்சி தந்து ஏழு பரல்களைச் சக்தியாகத் தெய்வக்கன்னிக்குக் கொடுக்கிறார். அவை பாம்புக்கு எதிரிகளான ஒக்கில், கீரி, செம்போத்து, மயில் முதலாகக் கருடன் ஈறாகவுள்ள ஏழும் ஆகும். அந்த எழுவரில் கடைசியாகப் பிறப்பதுதான் கருடன். தெய்வக்கன்னியால் பிறந்ததால் கருடன் தெய்வக்கன்னியின் மகன் ஆனான்.

குமரி நாட்டுச் சரல் என்னும் ஊரிலுள்ள உலகுடைய பெருமாள் கோவிலில் தெய்வக்கன்னிக்கு எனத் தனிப்பீடம் அமைத்து வழிபாடு நடத்தி வருகின்றனர்.

புகழமுத்து துகழமுத்து

புகழமுத்து துகழமுத்து என்னும் தமக்கை தங்கையாக விளங்கும் இரு கன்னியரையும் பூதப்பெருமாள் கதைப்பாடல் அறியதருகிறது. ஐந்து கன்னியரோடு முளைப்பாலிகை வைப்பதற்காக புகழமுத்து துகழமுத்து ஆகிய இருவரும் செல்கின்றனர். ஐந்து கன்னியரின் விதைகளும் முளைத்துவிட, இவர்களது விதைகள் முளைக்கவில்லை. அதனால் வேறு முளை வைப்பதற்காக அங்கேயே தங்கிவிடுகின்றனர், பிற கன்னியர் போய்விடுகின்றனர். அதன்பின்னர் மழைபொழிந்து ஆற்றில் தண்ணீர் பெருக்கெடுக்க, இவர்கள் இருவரும் ஆற்றில் அடித்துச் செல்லப்படுகின்றனர். அதனைச் சங்கிலிபூதத்தான் கதைப்பாடல் கீழ்வருமாறு அறியதருகிறது.

> எங்கேதான் நீங்கள் போறீர் எனக் கேட்டார் இவர்களுமே
> நாங்களுமே ஐந்துபேரும் நல்ல முளை வைக்கப் போறாம்
> போறாரே முளைகள் வைத்து புகழ்பெரிய தோழியோடே
> நாங்களுமே உங்களோடே ந ல்லமுளை வைக்கவாறோம்
> வாறோமென்று சொன்னபோது மனம்தளர்ந்து ஐந்துபேரும்
> கல்லறையைத் தானடைத்து கன்னியரே வாருமென்றார்
> போவோமென்று கன்னியர்கள் புகழ்ந்து ஏழுபேருமாக
> தெய்வலோகம் ஆனதிலே சிறந்தபெண்கள் ஏழுபேரும்
> வாய்த்த தெய்வலோகமிட்டு வந்தார் பச்சையாறதிலே
> பச்சையாறு தனிலேவந்து பாவையர்கள் ஏழுபேரும்
> முளைவைக்க வேணுமென்று மெல்லியர் அந்தபெண்களுமே
> துகழமுத்தும் புகழமுத்தும் தோகையர்கள் தான்கூடி
> வந்துபச்சை யாறதிலே வாய்த்தமுளை தானும்வைத்தார்
> மலையருகே முளையும் வைத்தார் வாய்த்த நல்ல பாவையர்கள்
> சுனையருகே முளைகள் வைத்தார் துகழமுத்தும் புகழமுத்தும்
> எல்லோரும் வைத்தமுளை ஏழாம்நாள் முளைத்திடுமாம்
> முளைத்து வளர்ந்திடுமாம் வேண்டுவண்ணம் தானோடி
> நல்லமுளை என்றுசொல்லி நாயகிமார் தான்மகிழ்ந்தார்
> புகழமுத்தும் துகழமுத்தும் தோகையர்கள் வைத்தமுளை
> ஏழாம்நாள் முளைக்கவில்லை எழும்பிவரவு மில்லை
> முளைக்கவில்லை என்றுசொல்லி முகம்கோணி இருபேரும்
> இருக்கிற வேளையிலே ஏற்றகன்னி மார்களெல்லாம்
> முளைவைத்து பலனும்கண்டோம் மெல்லியரே போவோமென்று
> துகழமுத்தும் புகழமுத்தும் சொல்வாராம் பெண்களோடே

நாங்கள்வைத்த முளையதுதான் நல்லமுளை கண்டதில்லை
மறுமுளைதான் வைக்கவேணும் மங்கையரே போங்களென்றார்
போங்களென்று சொன்னபோது புகழ்ந்து அந்ததோழியரும்
கூடிவந்தோம் வருகையிலே கூண்டநல்ல தோழியரே
போங்கோநீங்கள் தோழியரே என்றுபுகழ்ந்து மொழிசொன்னார்கள்
என்றவர்கள் சொன்னபோது ஏந்திழைமார் தான்போனார்
மங்கையர்கள் போனபோது மறுமுளைதான் வைக்கவென்று
மறுமுளைதான் வைக்குமுன்னே மாரிமழை பொழிந்திடுமாம்
மாரிமழை பொழிந்ததிலே வாய்த்தசுனை பொங்கிடுமாமே..
சுனையதுதான் பொங்கினதை தோகையர்கள் அறியாமல்
வேறுமுளை வைக்குமுன்னே வெள்ளமது இழுத்திடுமாம்
துகழமுத்தும் புகழமுத்தும் தோகையர்கள் இருபேரும்
ஆற்றுவெள்ளத்தில் மிதந்து அவர்கள் வாறவேளையிலே
துகழமுத்து ஆனவள்தான் சொல்லுவாளாம் ஒருவார்த்தை
ஆளோடே போகாமல் அகப்பட்டோம் இருபேரும்
இப்படித்தான் பிரமாவும் எழுதிவிட்டார் தான்நமக்கு
கண்டடுக்க யாருமில்லை கையேற்பார் ஒருவரில்லை
என்றுசொல்லி இருபேரும் வெள்ளத்திலே வரும்போது

(1829-1862)

பாபநாசத்திலிருந்து பாவம் போக்கக் குளித்துவிட்டுச் செல்லும் ஈஸ்வரகாலர், சேத்திரபாலர், சங்கிலிபூதத்தார் ஆகிய பூதங்கள் மூவரும் கண்டனர். கன்னியர் வெள்ளத்தில் வரும்போது நாவல் மரத்தில் கனி பழுத்திருக்க, மரத்தைப் பிடித்து அதனைப் பறிக்க முயலும்போது இறங்க முடியாமல் தத்தளிக்க, இறுதியில் சேத்திரபாலர் அவர்களுக்கு உதவுகிறார். உதவுவதற்கு முன்னர் சேத்திரபாலர் அவர்களிடம் நீங்கள் தனக்கு மனைவியாக இருந்தால் உதவுவதாகக் கேட்க, அவர்களும் சம்மதிக்க, பின்னர் அவர்களைக் காப்பாற்றி தம்மோடு அழைத்துச் செல்கிறார். பின்னர் திருக்குறுங்குடி அழகிய நம்பி பகவானிடம் அனுமதி கேட்டு அவர்களைத் தம்மோடு வைத்துக்கொள்கிறார் சேத்திரபாலர். புகழமுத்து துகழமுத்து ஆகிய கன்னியருக்குக் குமரிநாட்டில் வழிபாடு இருப்பதாகக் கள ஆய்வில் அறியமுடியவில்லை.

●

கதை நிகழ்ச்சிகள்

"பூதங்களின் கதை" என்னும் இந்நூலில் பதிப்பிக்கப்பட்டுள்ள இரண்டு கதைப்பாடல்களின் கதை நிகழ்ச்சிகள் இங்குக் கோவையாகத் தரப்பட்டுள்ளன.

பூதப்பெருமாள் கதை நிகழ்ச்சிகள்

ஈஸ்வரகாலபூதம் மற்றும் உதிரக்கன்னி தாயார் ஆகியோரின் கதைகளைப் பாடுவதற்குத் துணையிருக்க வேண்டும் என்று சரசுவதி தேவியை வணங்கி பூதப்பெருமாள் கதை தொடக்கம் கொள்கிறது. தொடர்ந்து கயிலையின் வருணனை பேசப்படுகிறது. தொடர்ந்து கயிலாயம் அறிமுகம் கொள்கிறது. மூவர் உறைகின்ற, மூர்த்தி உறைகின்ற, நாதன் உறைகின்ற, நல்ல முனிவர், கணநாதர், தேவர் உறைகின்ற இடம்; சிவபெருமான் இருக்கின்ற இடம்; ஆதிகணநாதர், கலைக்கோட்டுமுனிவர், காளமுனி, வேதமுனி, குறுமுனியாகிய அகத்தியர், நாரதர் இன்னும் பல முனிவர்களும் வந்துசெல்லும் இடம் கயிலாயம்; அத்தகைய பிரகாசமுள்ள கயிலாயத்தில் சிவனும் உமையம்மையும் வீற்றிருந்தனர். அவர்களது திருமுடியைத் தாங்குவதற்கும் திருக்குடைகள் பிடிப்பதற்கும் திருப்பிரம்பு எடுப்பதற்கும் கிங்கிலியர்களால் இனி இயலாது என்பதால், இனி யாரைப் பிறவிசெய்யலாம்? என தேவர்களிடம் சிவன் கேட்டு, வலுபூதத்தையும் ஈஸ்வரகால பூதத்தையும் பிறவிசெய்யும்படிக் கூறினார்.

பூதத்தைப் பிறவி செய்ய வேள்விக்குழி:

பூதங்களைப் பிறவிசெய்வதற்கு வேள்விக்குழி வெட்டும்படி சிவன் தெய்வார்களைக் கேட்டுக்கொண்டார். உடனே தெய்வார்கள் கயிலாயத்தில் அதற்கான இடத்தைத் தேர்வுசெய்து அறுபத்துஇரண்டு அடி அகலமும் அறுபத்து மூன்றடி நீளமும் கொண்ட வேள்விக்குழியை வெட்டத் தொடங்கினார்கள். ஒட்டர், பட்டர், அவுணர், சவுணர் ஆகியோருடன் கோடாலிக்காரர்கள், குந்தாலிக்காரர்கள், வெள்ளிக்கூடைக்காரர்கள் ஈயக்கூடைக்காரர்கள், மேலும் பல கூடைக்காரர்கள் அவரவர்களுக்கு ஒதுக்கப்பட்ட இடத்தை அளந்து அளந்து வெட்டினார்கள். ஒவ்வொரு வருடமும் ஓர் ஆள் ஆழத்திற்குக் குழி வெட்டப்பட்டது. ஒன்பதாம் ஆண்டு வெட்டும் குழியில்

பாறைகள் தென்பட்டன. பத்தாம் ஆண்டு பாறைகளை வெட்டி அகற்றுவதற்கு வெள்ளைச் சேவல் பலியாகக் கொடுக்கப்பட்டது. அப்படியும் பாறைகள் இளகாமல் இருந்ததால் வடதவசி, குருதவசி, சித்திரத்தாதியர் ஆகியோர் பச்சிலைகளைக் கசக்கிப் பிழிந்து பாறைகள் மேல் தெளித்தனர். அதன்பின்னர் பாறைகள் இளக, வேள்விக்குழி வெட்டப்பட்டது. அப்போது வேள்விக்குழியின் கீழே ஏழு பூமிகளையும் மேலே ஏழு வானங்களையும் கண்டனர். வேள்விக்குழிக்குள் ஏறி இறங்குவதற்காக இருபத்தொரு படிகளும் நான்கு மூலைகளும் வைக்கப்பட்டன. அதன்பின்னர் சாந்துக் கலவையினால் தரை, சுவர்கள் மெழுகி, விதானம் வலித்தனர். பலவகையான மலர்களாலும் பொன் மாலைகளாலும் வேள்விக்குழி அலங்கரிக்கப்பட்டது. வேள்விக்குழியில் சிவபெருமான் உருவம் பொறிக்கப்பட்டது. மட்டுமன்றி அன்னம், கிளிகள், தாரா, மயில், அணில், கடுவாய், மதயானைகள், மீன்கள், குருவிகள், படைக்கருவிகள், சந்திரன், சண்முகன், இந்திரன், இறைவனான சிவன், திருமால், ஐந்துதலைநாகம் ஆகிய உருவங்களும் வேள்விக்குழி சுவர்களில் எழுதப்பட்டன. ஆள்காசு, வில்காசு, சான்றோர்காசு, தங்கக்காசு ஆகிய வடிவங்களும் பொறிக்கப்பட்டன. மேலும், ஈஸ்வரகாலபூதம், உதிரக்கன்னி, பொற்கன்னிமார் ஆகியோரது உருவங்களும் எழுதப்பட்டன. அவ்வுருவங்களைப் போற்றித் தெய்வக்கன்னிகள் குரவையிட, அவை எழுதி முடிக்கப்பட்டன.

சித்திரங்கள் எழுதி முடிக்கப்பட்ட வேள்விக்குழியில் தீமூட்டுவதற்காக விறகுகள் கொண்டுவருவதற்குப் புறப்பட்டனர். வேள்விக்கு மணமுள்ள விறகு அல்லாமல் மணமல்லாத விறகுகள் பயன்படுத்தப்படமாட்டாது. அதனால் அத்தி, இத்தி, ஆல், அரசு, புங்கு, புன்னை, புளி, இலுப்பை, மாமரம், மங்குநிறமுள்ள மரங்கள் முதலியவை தகுதியானவை அல்ல. சந்தனம், கார்குயில், ஆசனி, இருவாச்சி, பிச்சி, குந்தரிக்கம், குடகமல்லி, அரத்தை, செண்பகம், சிறுதுளசி, பச்சைமரம், வங்காளமரம் முதலிய மணமுள்ள மரங்களை வெட்டிக் கொண்டு வந்தனர். குந்திரிக்க மரத்தை ஏறத்தாழ மூன்றடி நீளமுள்ள குற்றியாகவும் ஓரடி, அரையடி நீளமுள்ள சிறுசிறு துண்டுகளாகவும் வெட்டிக் குவித்திருந்தனர். இந்த மரங்களையெல்லாம் மலைவனத்திலிருந்து கொண்டு வருவதற்கு வண்டிகளை ஏற்பாடு செய்தனர். பலதரப்பட்ட வண்டிகள் அதற்கான பணிகளைச் செய்தன. அன்னவண்டிகள், ஆசாரவண்டிகள், சின்னவண்டிகள், சித்திரவண்டிகள், கொத்தவண்டிகள்,

கோலாலவண்டிகள் முதலியன சென்று விறகுகளையெல்லாம் வாரிக் கொண்டு வந்தன. மலைவனத்திலிருந்து கொண்டு வரும்போது வடகயிலாயம், தென்கயிலாயம், கீழ்க்கயிலாயம், மேல்கயிலாயம் ஆகியன கிடுகிடெனன நடுங்கின. அங்குத் தங்கியிருந்த முனிவர்களின் தவம் குலைந்தது.

விறகுகள் வந்து சேர்ந்தவுடன் தெய்வார்கள், வானவர்கள், இந்திரர், மற்றுமுள்ளோர் அனைவரும் கணபதியை வணங்கி விறகினை வேள்விக்குழியில் அடுக்கத் தொடங்கினர். பெரிய பெரிய விறகுகளை அடியிலும் சிறுசிறு விறகுகளை மேலுமாக வைத்து விறகினை அடுக்கினர். வேள்விக்குழியில் தீநாக்கு சென்றிடவும் துருத்திப்போட்டு ஊதிடவும் வழிவகை செய்யப்பட்டிருந்தது. விறகுகள் அடுக்கி, மேல்குகையும் வைத்து முடித்தவுடன் பச்சைநாடன் வாழைக்குலைகளை வரிசையாகத் தரையில் விரித்து அடுக்கினர். குலையோடுள்ள வாழை மரங்களைக் கொண்டு வந்து நட்டனர். இலையோடுள்ள பூக்களைக் கொண்டு வந்து குவித்தனர். வாசனைப் பொருட்களோடு பூமணமும் சேர்ந்து கயிலாயம் முழுவதும் மணம் வீசியது. விளக்கு, நிறைநாழி, வெண்மலர், செண்பகம், பழக்குலை, பாலமிர்தம், பஞ்சாமிர்தம் முதிலியனவும் வேள்வியில் வைத்து, ('நமசிவய' என்னும்) ஐந்தெழுத்து மந்திரத்தை விதிமுறைப்படி ஓதினர். ஐந்தெழுத்தோடு ('ஓம் நமோ நாராயணாய' என்னும்) எட்டெழுத்தையும் ஓதி திருமஞ்சனம் செய்தனர். சிவயநம மந்திரத்தை ஓதி பக்தியாக நின்று அனல் கொண்டு வந்து வேள்வியில் இட்டு தெய்வார்களெல்லோரும் சேர்ந்து ஊதினர். வெள்ளானைத் துருத்தி, காரானைத் துருத்தியோடு வெள்ளியாலே விசிறி கொண்டு விரைவாக ஊதினர். வேள்விக்குழியை ஊதி ஊதி தெய்வார்கள் சடைத்துப் போயினர், அஞ்செழுத்தும் எட்டெழுத்தும் மாறி மாறி உச்சரிக்கப்பட்டு ஊதினர். வேள்விக்குழியில் அனல் எழவில்லை. தெய்வார்கள் சிவனிடம் முறையிட்டனர். சிவன் வேள்வியைச் சீறிப் பார்க்க, அவர் கண்ணிலிருந்து தீக்கரு தெறித்து விண்ணதிர விழுந்து தீப்பிடித்தது. வேள்விக்குழியில் தீ நன்றாக எரிய குந்திரிக்கம், சந்தனம் முதலியவற்றின் மணம் எங்கும் வீசியது. வேள்விக்குழியில் எழுந்த புகைமூட்டம் தெய்வலோகம் முழுவதும் முட்டியது. வேள்வியில் தீயாய் எரிந்து கொதிக்கும் அனலில் புகையோடு கூடிய கரு எழும்பியது.

வேள்வியில் பூதம் பிறத்தல்:

பூதம் பிறப்பதற்குரிய கரு எழும்பி உருக்கொண்டது. காலை மேகம் போன்று உயர்ந்து கருமலை போல் உரு வளர்ந்தது. பூதத்தின் உரு வளர்வது தெரிந்தவுடன் குரவைகள் இட்டனர். கருமேகம் போன்று வளர்ந்த உருவில் உடலும் கொண்டைத் தலையும் குழல்காதும் சடையும் நீறுடன் கூடிய நெற்றியும் அழகிய பல்லும் முடியோடு சடையும் இடக்கையில் தண்டும் சக்கரவாழ் கொடியும் பொன்னணிந்த காதும் பூவணிந்த கொண்டையும் அழகிய புசங்களும் புனுகு தேய்த்த மார்பும் இளம்பிறை நெற்றியும் மெய்விழியும் சிவந்த குமிழ் மூக்கும் வாழைத்தண்டு தொடையும் ஆலிலை வயிறும் மழுவதுபோன்ற பல்லும் வட்டில் போன்ற கண்களும் சுட்டெடுத்த பொன்னைப் போன்று சூரியன் ஒளியாக உரு நிமிர்ந்து வளர்ந்தது. பூதம் வானத்தை முட்டும் அளவுக்கு எழுந்தது. குடம் போன்ற வயிறுடன் மேகம் போன்ற நிறத்துடன் பூதப்பெருமாள் பூதம் பிறந்து வந்தது. பொன்னாலான ஒட்டியாணம், தாவடம், யோகவேட்டிகள், குண்டலம், கண்டகோடாலி, மழு, கலங்கொம்பு, மாத்திரைக்கோல், பூதத்தடி, பூச்சக்கரவாழ்குடை, பூணூல், தாவடம், சரப்பணி, மாலை ஆகியவற்றுடன் பூதம் பிறந்து வந்தது. மார்பில் அணிந்திருந்த சங்கிலியும் காலில் அணிந்திருந்த சங்கிலியும் கலகலவென ஒலித்தன. மதயானைகள் போல், குட்டியானைகள் போல், பருத்த மலை போல் பூதம் எழுந்து நின்றது. பூதம் நிற்கும் இடத்தில் யாரும் போகவில்லை, போவோரைப் போகவிடாமலும் வருவோரை வரவிடாமலும் வலுவான பூதப்பெருமாள் இடிபோல் விழியெறிந்தது. அவ்வொலியால் விண்ணும் மண்ணும் நடுங்கின. தெய்வார்கள் செய்வதறியாது தவிக்கும் நேரம் சிவனார் இந்த ஆதாளியை அறிந்தார்.

பூதத்தைக் கயிலைக்கு வரவழைத்தல்

கயிலாயத்தில் ஒலித்த ஆதாளிச் சத்தத்தைக் கேட்ட சிவனார் பூதம் பிறந்ததை எண்ணி, அதனைக் கூட்டிவர விடைகொடுத்தார். உடனே நந்திதேவர் வேள்விக்குழிக்கு விரைந்தார். கைகொடுத்துப் பூதத்தைக் கரையேறும்படிச் சொன்னார். என்னை இங்குப் பிறவிசெய்த ஈஸ்வரன் வந்தால் அவர்பின்னே நான் வருவேன். அவர் வரவில்லையென்றால் நான் வேள்வியை விட்டு வரமாட்டேன் என்று கூறிய பூதம், சிவன்மேல் ஆணையிட்டது. நந்தியிடம் உன் சொல்லைக் கேட்பதற்கு நான்யார்? உன் பிறகே நான் வருவேனோ? என்று கூறி

நந்தியின் கையைத் தட்டிவிட்டது. இந்த நிகழ்ச்சிகளைச் செய்தியாகச் சிவனிடம் கூறிய நந்தி, வேள்விக்குழியில் பூதம் நின்றதானால் யாரும் உயிரோடு இருக்க மாட்டார்கள். யாராவது அங்குச் சென்றால் அவர்களைத் தமது இரையாக்கிக் கொள்ளும், அனைவரையும் கொலை செய்துவிடும், நாம் அங்கே போகவில்லையென்றால் பூதம் இங்கே வருவதாக இல்லை, அதனால் பொல்லாத அந்தப் பூதத்தை இங்குக் கொண்டு வரவேண்டும் என்று கூறினார். நந்திதேவர் கூறியதைக் கேட்ட சிவன், வலுபூதத்தை நாம் எப்படியும் இங்கே கொண்டு வருவோம் என்று கூறி, வேள்விக்குழிக்குச் சென்று பூதம் நிற்பதைக் கண்டார். சிவனைக் கண்ட பூதம் தனக்குப் பெயரும் வரமும் தருமாறு வேண்டியது. எனக்கு வரம் தராவிட்டால் வெளியில் வருவதில்லை என்று கூறியது பூதம். சிவன் உடனே பூதத்தின் வலுவைக் குறைப்பதற்குச் சில உபாயங்களைக் கூறினார். என் திருச்சடையைத் தாங்கி வந்தால் உனக்குத் திருச்சடைப்பூதம் என்று பெயர் தருவேன். மேலும் ஈஸ்வரகால பூதமென்றும் பொன்காத்த பூதமென்றும் மண்காத்த பூதமென்றும் சப்பாணிப்பூதமென்றும் தவிழ்ந்துருளும் பூதமென்றும் இப்படி ஆயிரத்தெட்டுப் பெயர் தருவேன் என்றார் சிவன். மேலும், கருவூலங்களில் கணக்கெழுதும் பணியைத் தருவேன் என்றும் பஞ்சுணை, பெருமலை, வாலியாந்துறை, வருவுவிளைக்காவு முதலிய இடங்களிலுள்ள விலைமதிக்கத்தக்க மணி, முத்துக்களையும் இருபது தாக்கோலும் பதினெட்டு உருளியும் மஞ்சள் கிடாரங்களும் உனக்குத் தந்து பூமிகாவல் பூதம் என்று பெயரும் தருவேன் என்றார். மேலும் வேள்வியில் பிறந்ததற்காக, இரவுபகல் பணிவிடை செய்திடவும் நான் செல்லும் இடங்களுக்கு என்னுடன் வந்திடவும் திருக்குடை பிடித்திடவும் திருப்பிரம்பு எடுத்திடவும் திருமேனி தாங்கிடவும் சொல்லும் வேலைகளைச் செய்திடவும் உனக்கு வரம் தருவேன் என்று கூறினார். சிவன் கூறியதைக் கேட்ட பூதம் மகிழ்ந்து நெகிழ்ந்தது. சிவன் கைகொடுக்க, வேள்விக்குழியிலிருந்து பூதம் வெளிவந்தது. பூதம் தன் காலை ஒத்தி வைக்கும்போதும் தத்தி வைக்கும்போதும் உயர்ந்த மலைகள் தாழ்ந்தன; தாழ்ந்தமலைகள் உயர்ந்தன. பூதம் தன் பூதத்தடியை ஊன்றும்போது பூமி கிடுகிடெனு நடுங்கியது.

வேள்விக்குழியிலிருந்து வெளியேறி நின்ற பூதத்தைக் கண்ட தேவலோகத்தார் மகிழ்ந்தனர். பிச்சிப்பூவை மாலையாகக் கட்டிக்கொண்டு சிலர் வந்தனர். சிலர் நமக்கு நல்லகாலம் வந்ததே என்று கூறினர். தெய்வார்கள் திரண்டு வந்து கவரி வீசினர். தேவலோகப் பெண்கள் குரவையிட்டனர். பூதத்தைக் கண்டவர்கள்

கைகூப்பி வணங்கினர். ஆச்சரியத்துடன் சிலர், நாங்கள் பூதத்தைக் கண்டோம் என்று கூறி விழுந்து வணங்கினர். பூதப்பெருமாள் பிறந்தபின்னர் அந்த வேள்வியில் ஆண்பூதம் பெண்பூதம் என ஆயிரத்தெட்டுப் பூதங்கள் பிறந்து வந்தன. அப்பூதங்களையெல்லாம் பூதப்பெருமாள் அடக்கி வேலைகொள்ள எண்ணியது. அதன்படி முன்கொம்பையும் பின்கொம்பையும் தாங்குவதற்கு முதுபூதத்தையும் பெரும்பூதத்தையும் நிர்ணயித்தது. பூதப்பெருமாளாகிய ஈஸ்வரகாலபூதம் சிவனாரை வணங்குவதற்குப் பூச்சக்கரவாழ் குடையை எடுத்துப் பிடித்தது. திருப்பிரம்பையும் எடுத்து சேவித்து நின்றது. பூதத்தடியைத் தன் கக்கத்திலும் கையில் திருக்குடைக்காம்பையும் பிடித்து நின்றது. பள்ளிக்குடையைப் பிடித்து ஈஸ்வரகாலபூதம் பாவித்து வந்தது. அப்போது பூதங்கள் பல குடைபிடித்ததோடு பொற்கவரி வீசிவந்தன. சில பூதங்கள் இசை ஒலித்தன. சில பூதங்கள் கவரிகளைக் குஞ்சமிட்டன. சில பூதங்கள் பணிந்து நின்றன. பூதங்கள் புடைசூழ வந்த ஈஸ்வரகாலபூதம் சிவன் முன்பாக வந்து வாய்பொத்திக் கைகட்டி நின்றது. அதனைக் கண்ட சிவன் ஏவல்செய்யும் புதுமை இப்படிக் கிட்டாது என்று கூறிவிட, உடனே பூதப்பெருமாள் சிவனை வணங்கி அடிதொழுது நின்றது. இந்திரனையும் சந்திரனையும் வணங்கி மீண்டும் சிவபெருமானை வணங்கி நின்றது.

பூதம் சிவனை மிரட்டுதலும் திருமால் வரம்கொடுக்க மறுப்பு தெரிவித்தலும்

சிவனை வணங்கி நின்ற பூதப்பெருமாள் அவரிடம் மகாதேவரே, என்னை இங்குப் பிறவி செய்து எனக்கு வரம் தருவேன் என்று கூறிவிட்டு இங்கு இருந்து கொண்டீரே. எனக்கு வரம் தராவிட்டால் உம்மை இங்கு இருக்க விடுவேனோ? கயிலைமலையை கட்டி எடுத்து எறிந்துவிடுவேன், செம்மையுடன் நீர் சொன்ன வரத்தைத் தராவிட்டால் உம்மையும் இங்கு இருக்கவிடமாட்டேன். கோபுரத்தை இடிப்பேன், கொடிமரத்தை முறிப்பேன் என்றது. உடனே அங்கிருந்த திருமால் இங்கே வா என்று அழைக்க, அவர் அருகில் பூதம் வந்து நின்றது. அதைக்கண்டதும் என்னுடைய மைத்துனர் ஏழைப் பரமானந்தம் என்று சொல்லி, திருமால் சிவனை விலக்க எண்ணினார். தயிர் வெண்ணெய் எல்லாம் திருடித் தின்றவர், கன்றின் கால்வாரி கனியெறிந்தவர், குன்றுமலையைப் பிடுங்கிக் குடையாகப் பிடித்தவராகிய உலகம் புகழும் யசோதை மகன் மாயன் கிருட்டினர்,

சிவனாரைக் காணக் கயிலாயத்திற்கு வந்தார். சிவன் திருமாலை மைத்துனரே! பச்சைமாலே! வருகவென்று வரவேற்றார். அப்போது திருமால் சிவனிடம், நீர் பேயாண்டி என்பதால் யாருக்கும் வரம் கொடுப்பீரோ? ஊருக்குப் பொல்லாப்பு கட்டுவதற்கு இப்போது நானுமுண்டு. பேருக்கு பொல்லாப்பு கட்டப் போவேன் என்று நீர் இப்போது பூதத்துடன் மல்லுகட்டப் போகிறீர். பூதத்துடன் மல்லுகட்டப் போவதற்கு இப்போது யாருமில்லை, அது ஏழு யானைகளின் பலம் கொண்டது. பூதத்திற்கு வரம் கொடுத்துவிடாதீர். பூதத்திற்கு வரம் கொடுத்தால் பின்னர் நம் இருப்பிடம் இல்லையென்று ஆகிவிடும் என்று கூறி திருமால் சிவனை விலக்கினார்.

பூதம் திருமாலைக் குறித்துப் பேசுதல்

சிவபெருமானிடம் திருமால் கூறியதைக் கேட்டு நின்ற பூதப்பெருமாள் என்னும் ஈஸ்வரகாலபூதம் அவரைக் கோபித்துப் பார்த்தது. கிட்டினரே நீர் கொச்சைச் சாதியல்லவோ, இங்குக் கூடெடுத்து ஆடு வைக்கவா வந்தீர்? சிவனிடம் இல்லாததைச் சொல்லி எனக்கு வரம் தரவேண்டாம் என்று சொல்லவா இங்கு வந்தீர்? கொடுப்பாரை இடைமறித்து வரம்தர வேண்டாம் என்று கூற உமக்கு நியாமில்லை என்று கோபத்துடன் கூறிய பூதம் மேலும் கூறியது.

பேச்சியின் பாலை வயிறுமுட்டக் குடித்துவிட்டு அவளது உயிரை எடுத்தது நியாயமா? காய்ச்சிய பால் வெண்ணெய் எல்லாவற்றையும் திருடிக் குடித்ததைச் சொல்கிறேன் கேளும். இடையர் குடியில் வைத்த உறையையும் தயிரையும் திருடிக் குடித்தீர், கன்னிப் பெண்களை வரம்பு மீறி அழிப்பாட்டம் செய்தீர், ஆயர் பெண்கள் ஒளித்திருந்து உம்மைப் பிடித்து யசோதையிடம் கொண்டு விட்டுவிட்டு, நீர் செய்த களவுகளையும் கன்னிப்பெண்களிடம் விளையாடியதையும் கூறுவார்கள். அதனால் யசோதை உம்மைப் பிடித்து கையிரண்டையும் உடலோடு சேர்த்துக் கட்டிவைத்து அடித்தாள். அப்போது நீர் சிறுநீர் விட்டு அழுதீர். இவ்வாறு எவ்வித ஒளிவுமறைவும் இன்றி கிட்டினரைப் பார்த்துப் பலதும் பேசியது பூதம். மேலும் பெண்கள் எல்லோரும் சேர்ந்து உடையை அவிழ்த்து வைத்துவிட்டுக் குளிக்கும்போது அவர்கள் துணிகளையெல்லாம் வாரியெடுத்து குருந்தமரத்தில் ஏறி ஒளித்துக்கொள்வீர். பெண்கள் துணிகளைக் காணாமல் நாணி, உம்மிடம் வந்து துணியைத் தந்துவிடும் என்று அபயமிட்டனர். அப்போது பெண்களிடம் என்னுடைய காம இச்சை தீர்வதற்கு என்னுடன் சேர்வோம் என்று நீங்கள் வாக்குத் தந்தால்

துணியைத் தருவேன் என்று நீர் கேட்க, அவர்கள் அதற்குச் சம்மதம் தெரிவித்ததனால் துணிகளைக் கொடுத்தீர். பெண்களின் துணிகளை வாரிச் சுமந்த தொழில் இன்னும் உமக்குப் போகவில்லையோ? மண்ணையெல்லாம் அளந்து பெண்ணைக் களவு செய்தீர், இத்தகைய உமது மரியாதையெல்லாம் எனக்குத் தெரியும் என்று பூதம் திருமாலை நோக்கிச் சொன்னது. அப்போது திருமால் எதனையும் எண்ணிப்பார்க்காமல் சொல்கிறதே ஈஸ்வரகாலபூதம் என்று நினைத்தார்.

ஈஸ்வரகாலபூதம், இன்னும் கேளும் எனத் திருமாலிடம் கூறிவிட்டு, அவரைப் பற்றி மீண்டும் கூறத்தொடங்கியது. பாரதப்போர் முடிப்பதற்காகத் துரியோதனன் பக்கமிருந்த விதுரன் வீட்டில் விருந்துண்டுவிட்டு தந்திரமாக அவரது வில்லை முறித்துப்போட வைத்தீர். கைமோதிரத்தைக் கழற்றிச் சன்னலில் போட்டுவிட்டுத் திரும்ப அதனை எடுக்கச் சொன்னீர். அப்போது விதுரன் அதை எடுத்து உம்மிடம் தரும்போது துரியோதனன் முதலாக அனைவரும் கண்டு நன்று நன்று, இது நல்ல ஞாயம் என்றனர். அப்போது அவர் பொன்னையும் நெல்லையும் தொட்டு ஆணை இட்டபோது, நீ வேலைக்காரி மகன்தானே என்று துரியோதனன் மூலம் தந்திரமாகச் சொல்ல வைத்தீர். அப்போது விதுரன் தவறாகக் கூறிவிட்டாய் துரியோதனா என்று சொல்லி, தன் வில்லை முறித்து விட்டார். அவரது வில் முறிந்ததும், இது மீண்டும் பொருந்திவிடும் என்று கூறி அதில் ஒரு துண்டைத் தமக்குத் தடிக்கம்பாகப் பயன்படும் என்று கூறி நீர் எடுத்துக்கொண்டீர். அவர்கள் எதுவும் அறியாமல் தங்களுக்குள்ளே சிரித்துக்கொள்ளுமாறு நல்ல சூழ்ச்சி செய்தீர் எனப் பூதம் சொல்லிக்கொண்டே போனது.

உலகம் புகழும் தர்மரையும் பொய் சொல்லச் சொன்னீர். தர்மர் துரோணாச்சாரியாரிடம் தங்கள் மகன் இறந்தான் என்று சொல்ல, அதற்கு ஆசாரியரோ, என் மகன் இறந்தபின் நான் இருப்பது தகுமோ என்று கூறி, அவர் தமது கையிலிருந்த வில்லை எடுத்து எறிந்து விட்டார். பொய் சொல்லாத தர்மர் பொய் சொன்னபோது, ஆசாரியார் எறிந்த வில்லை இனி எடுத்துக் கொடுக்க மாட்டேன் என்று சொன்னார். அவர் கையில் வில் இருக்கக் கூடாது என்று எண்ணி நீர் செய்த சூழ்ச்சி அல்லவோ அது. நாராயணரே, உமது தொழிலை நான் அறிவேன் என்றது பூதம். ஈஸ்வரகாலபூதம் மீண்டும் சிரித்துக்கொண்டு, யாரையும் நீர் தன்வசப்படுத்தி அழித்துவிடுவீர். பாரதப்போர் முடிக்க அர்ச்சுனன்

மகன் அரவானை சூழ்ச்சியால் களப்பலிக்கு ஆளாக்கினீர். இப்படி சொல்லி வைத்து வெல்ல வைப்பீர், பொய்யை மெய்யாகச் சொல்வீர். உமக்குக் கூச்சம் இல்லாமல் போய்விட்டதே என்று ஏளனம் செய்த பூதம் நாராயணரை விட்டு விலகியது.

கயிலையில் பூதம் சிவனைச் சந்தித்தல்

திருமாலிடமிருந்து விலகிய பூதம் சிவனைச் சந்தித்து, உம்முடைய மைத்துனரான கோபாலரின் லீலாவினோதங்களை யெல்லாம் கண்டீர் அல்லவா? காய்த்து வைத்த பாலைத் திருடும் கள்வனாகிய உம்முடைய மைத்துனர் செய்த கொடுமையெல்லாம் அறியவில்லையா நீர்? என்று வரம் தரும் சிவனை எதிர்பார்த்தே அவர் அருகில் நின்றது. தேவையில்லாத பலவற்றையும் சொல்லி எனக்கு வரம் தரவேண்டாம் என்று கூறவா அவர் உம்மிடம் வந்தார். உம்முடைய மைத்துனனார் வார்த்தைகளைக் கேட்டு நடப்பதா உமக்கு மரியாதை? என்று கூறி அவருக்குப் பணிவிடைகள் செய்ய முன்வந்தது.

பொன்காத்த பூதமாகிய ஈஸ்வரகாலபூதம் தன்னுடன் வேள்விக்குழியில் பிறந்த ஆயிரத்திற்கும் மேற்பட்ட பூதங்களைச் சிவனுக்குப் பணிவிடை செய்வதற்காக வரவழைத்தது. தன் கையில் பிரம்பை வைத்துக்கொண்டு, முன்கொம்பைத் தாங்கிநிற்கும் ஆயிரம் முதுபூதங்களையும் பின்கொம்பைத் தாங்கி நிற்கும் ஆயிரம் பெரும்பூதங்களையும் முறைப்படி அங்கங்கே விட்டுப் பணி செய்யப் பணித்தது. தொண்டு செய்யும் ஏதானபூதம், வணக்கம் கூறும் பூதம், கணக்கெழுதும் பூதம், பஞ்சவர்களின் கருவூலங்களைக் காக்கும் பூதம், வாலியான்துறை வயல் நிலங்களைக் காக்கும் பூதம், வாவுவிளையை வளைந்து நின்று காக்கும்பூதம், இப்பூதங்களையெல்லாம் கண்காணிக்கும் சப்பாணிப்பூதம் எனப் பல பூதங்கள் தங்கள் பணிகளைச் செய்தன. அப்பூதங்களிடம் ஈஸ்வரகாலபூதம் கைக்கிடாரம், உருளிகள், கருவூலங்கள் இவற்றையெல்லாம் சிறப்பாகப் பாதுகாக்கும்படி மீண்டும் பணித்தது. மேலும் சில பூதங்கள் மண்ணை வெட்டிச்சுமந்தன, சில பூதங்கள் வயலைச் சீர்படுத்தின, சில பூதங்கள் குளத்தை வெட்டின, சில பூதங்கள் மடைகள் வைத்தன, சில பூதங்கள் ஆறுவெட்டி அதனை கடலில் இணைத்தன. இப்பூதங்களையெல்லாம் அடக்கி வேலை வாங்கியது பொன்காத்த பூதமாகிய ஈஸ்வரகாலபூதம்.

சிவனுக்குப் பூதம் பணிவிடை செய்தலும் பூதம் வரம்கேட்டலும்

பூதங்களை வேலைசெய்யப் பணித்த ஈஸ்வரகாலபூதம் சிவனுக்குப் பணிவிடைகள் செய்தது. சிவனது திருக்குடையையும் பள்ளிக்குடையையும் எடுத்துப் பிடித்தது. கக்கத்தில் பூதத்தடியைப் பாதுகாப்புக்காக வைத்துக்கொண்டு திருப்பிரம்பைக் கையில் பிடித்துக்கொண்டு விண்ணும் மண்ணுமாக நின்றுகொண்டு வெஞ்சாமரம் கொண்டு வலப்பக்கமாக வீசியது. முத்து பவளம் பதித்த வெஞ்சாமரம் கொண்டு சிவனுக்கு முழுவதுமாக வீசியது. சிவன் பாதம் போற்றி, அவரது அடிதொழுது பணிவிடைகள் செய்து நின்றது பூதம். இவற்றைக் கண்ட சிவன், தான் முன்னமே கூறிய வார்த்தைகள் வியக்கும்படியான வரங்களை உனக்குத் தருவேன் என்றார். நீவிர் சொன்ன வரங்களைத் தந்தால் உம்மைச் சேவித்து நிற்பேன், சொன்ன வேலைகளையெல்லாம் செய்து முடிப்பேன், தினந்தோறும் அந்தந்த வேலைகளைச் செய்திடுவேன், பகலும் இரவும் எல்லாத் திசைகளிலும் கைகுவித்து நிற்பேன் என்று கூறி, பூதம் வரம் கேட்டது.

சிவன் பூதத்திடம், உனக்கு வரம் தந்தால் இந்த ஊர், உலகம் என்னாவது? நாடு, நகர், என் அடியார்கள் என்னாவது? எந்தன் கயிலாயத்தில் இன்னும் வேலைகள் பலவுள்ளன. திருச்சடைகள் தாங்கி வந்தால் சிறந்த வரம் நான் உனக்குத் தருவேன் என்று சிவன் கூற, திருச்சடையும் நான் அறியேன், சீர்பாதம் தாங்குவதற்கும் பணிவிடைகள் செய்வதற்கும் அறியேன், பகலுக்கும் இரவுக்கும் எத்திசைக்கும் இனி நான் மாட்டேன், இத்தகைய வேலைகளைச் செய்வதற்கு என்னால் முடியாது என்று மாமதப்பன் பொன்காத்த பூதமாகிய ஈஸ்வரகால பூதம் கூறியது.

பூதம் கூறியதைக் கேட்ட சிவன், பூதத்தைப் புகழ்ந்து பேசினார். உன் ஆசாரத்தையும் உன் பலத்தையும் அறிவேன். நீ ஆனைபலம் உடையவன், வானத்தை அழித்திடுவாய், கடலைக் கலக்கிவிடுவாய், கருமலையை நகட்டிவிடுவாய், மலையைப் பிடுங்கிவிடுவாய், மனிதரைக் கொலைசெய்திடுவாய், எடைக்கு எடை ஏழு யானைகள் பலம் உனக்குண்டு, அப்படிப்பட்ட உனக்கு எந்தன் திருச்சடைதான் எம்மாத்திரம்? என்று கூறினார். சிவன் கூறியதைக் கேட்ட பூதம், ஆனை அரும்பாரம் அத்தனையும் சுமக்கும்; பூனையாகிய என்னால் சுமக்க இயலுமா? என்று கேட்டது. யானையால் சுமக்க இயலாத உமது

திருச்சடையை நான் எப்படி சுமப்பது சிவனாரே என்று கேட்டு, இது என்ன சோதனையோ என்று தொழுது நின்றது பூதம். ஆதிபரனே உமது திருச்சடைகள் அத்தனை வலிய பாரமுள்ளவை. அதனைச் சுமப்பதற்கு என்ன தந்திரம் உள்ளது என்று கேட்டது பூதம். அதன்பின்னர் உமது திருச்சடை பாரம் அத்தனையும் நான் சுமப்பேன் என்று கூறிக்கொண்டு சிவன் திருச்சடையைப் பூதம் தாங்கி நின்றது. திருச்சடை மிகவும் பாரமாக இருக்கிறது என்று கோபித்து பூதம் நிற்க, சிவன் அதற்கான வித்தகளைச் சொல்லி, யாருக்கும் இல்லாத பலம் உனக்கிருக்கிறது, நீ சடையைத் தாங்கு எனக்கூறினார். ஈஸ்வரகாலபூதம் தீமைகள் செய்யாத சிவனார் திருச்சடையைத் தாங்கி நின்றது.

சிவன் திருச்சடையைப் பூதம் தாங்கி நின்றபோது சடை வளரத் தொடங்கியது. பூதத்தின் சடையும் வளரத் தொடங்கியது. சிவனது சடையும் பூதத்தின் சடையும் இணக்கமாக வளர்ந்தன. சிவனார் திருச்சடை நான்கு திசைகளிலும் பரவி வளர்ந்தது. தெற்கே வளர்ந்த சடை தென்கடலில் வேரூன்றியது. மேற்கே வளர்ந்த சடை மேல்கடலிலும் வடக்கே வளர்ந்த சடை வடகடலிலும் கிழக்கே வளர்ந்த சடை கீழ்க்கடலிலும் வேரூன்றியது. உச்சியில் வளர்ந்த சடை உயர்ந்த வானத்தில் முட்டி நின்றது. தரையில் படர்ந்து வளர்ந்த சடை உலகம் முழுவதும் வேரூன்றியது. நீண்ட நாட்களாய் சடையைத் தாங்கி நின்ற பூதம், சிவனிடம் திருச்சடை மிகவும் பாரமாக இருக்கிறது என்று கூறி, யாராலும் தாங்க இயலாத சடையைத் தாங்கி நின்று அடிதொழுதது பூதம். சிவனார் வஞ்சித்துவிட்டார், ஏமாற்றிவிட்டோம் என்று சிவன் இருந்துவிட்டார் என்று வருந்திய பூதம், சிவனிடம் வாதாடி வருத்தமடைந்தது. அப்போது தன்னை உதிரக்கன்னி தேடுவாள் என்று அவளை நினைத்துப் பார்த்தது பூதம். எப்போதும் என் இடப்புறம் நிற்பாளே, இப்போது அவளைக் காணவில்லையே, ஆண்டுகள் பன்னிரண்டு ஆகிவிட்டனேவே, அவள் குறித்து அறியவில்லையே என்று எண்ணிக் கலங்கியது பூதம்.

உதிரக்கன்னியைப் பூதம் நினைத்தலும் அவள் பூதத்தைத் தேடுதலும்

பன்னிரண்டு ஆண்டுகள் முடிந்து பதின்மூன்றாம் ஆண்டில் உதிரக்கன்னி பூதப்பெருமாளாகிய ஈஸ்வரகாலபூதத்தைத் தேடத்தொடங்கினாள். அவரைக் காணாமல் மிகவும் வருந்திய உதிரக்கன்னி, வாழைகள், தாழைகள், மாமரங்கள், பறவைகள்

முதலியவற்றுடன் என்னுடைய கணவர் இங்கு வரக்கண்டீர்களோ? என்று கேட்டு தேடிச்சென்றாள். மலைகள், பர்வதங்கள் முதலியவற்றிலும் தேடினாள். மலைக்கன்னிமாரிடம் கேட்டபோது, அவர்கள் பூதம் அங்கு வந்ததாகச் சொல்லவில்லை. மலைகளை அடுத்துள்ள குருநாடு, யாதேசிநாடு, மொண்டிக்காலனுடைய மூவரசர்சீமை, கல்லாறு ஆகியவற்றைக் கடந்து கயிலாயம் சென்றாள்.

கயிலையில் உதிரக்கன்னி

கயிலாயம் சென்ற உதிரக்கன்னி தன் கணவனான ஈஸ்வரகாலபூதத்தைக் குறித்து சிவனிடம் முறையிட்டாள், பின்னர் அவரை மிரட்டத் தொடங்கினாள். என் ஆடவரை இப்போது காட்டித் தராவிட்டால் நீர் கயிலையில் இருப்பீரோ? கயிலைதனை நகட்டிவிடுவேன், துன்பம் விளைவிப்பேன், கோபுரத்தை இடித்துவிடுவேன், கொடிமரத்தை முறித்துவிடுவேன், பூசைகளை நிறுத்துவேன், பூஞ்சுனைகளில் குளிக்க விடுவதில்லை, பூசைகளோ, திருமஞ்சனமோ நடத்தவிடமாட்டேன், ஆறாட்டு நடக்கவும் அமுதுண்ணவும் விடுவதில்லை என சிவனிடம் பலவிதமாகப் பேசி மிரட்டினாள். அவளது அநியாய வார்த்தைகளைக் கேட்ட சிவன், அவளிடம் உன் கணவன் ஈஸ்வரகால பூதம்தான் என் திருச்சடையைத் தாங்கி நிற்கிறான் என்று கூற, அப்போது அவள் தன் கணவனைக் கண்டு, மகாதேவருக்குக் குடைபிடிக்கவும் திருச்சடை தாங்கவும் வருவதாகக் கூறி வந்தீரே, திரும்பி வரக்கூடாதோ? என்று வினவி, திருச்சடையை உதறிவிடுமாறு கூறிக் குரவையிட்டாள். மூன்று முறை சுற்றிவந்து உதிரக்கன்னி குரவையிட பூதம் மிகுந்த பலத்தைப் பெற்றது. பூதம் உடனே மிகுந்த ஒலியெழுப்பிச் சடையை உதறிவிட சிவன் திருச்சடையோடு பின்னியிருந்த பூதத்தின் சடை விடுபட்டது. பூதம் சிவன் முன்பாக வருவதற்குத் தயாரானது.

சிவன் முன்பாகப் பூதமும் உதிரக்கன்னியும் செல்லுதல்

எருமைக்கொடி, விருது முதலான ஆயிரக்கணக்கான கொடிகள், தீவெட்டி, காளாஞ்சிகளுடன் பூதம் புறப்பட்டது. பேய்ப்படைகள் பந்தம் பிடித்தன, பூதம் அதனுடைய பூதத்தடியைக் கையிலெடுத்தது. அதன் பூணூல் தளதளவென ஒளிவீசியது. சக்கரவாழ்க்கொடி முன்னே செல்ல, பூதம் விளியெறிந்தது. பூதம் ஒரு தீப்பந்தத்தை எடுத்து குன்னம்பாறையில் எறிந்தது. பின்னர் அதை மீண்டும் எடுத்துத் தழுவிக்கொண்டது. பூதம் பந்தத்தைத் தழுவத்தழுவ அதிலிருந்து தீ

மளமளவென எரிந்துகொண்டிருந்தது. ஒரு கண்ணில் அனல் சொரிய மறுகண்ணில் பூச்சொரிய, பெண்கள் புடைசூழ, உதிரக்கன்னி ஒருபுறம் வர, நாகங்கள் பூடைசூழ்ந்து வர, நாகக்கன்னி இன்னொருபுறம் வர, பணிவிடை செய்யும் மெய்க்கன்னிமார்கள் குரவையிட, நறுநறுவென பூதம் பல்லைக் கடித்துகொண்டு வந்துகொண்டிருந்தது. பூதம் நிதானமான நடையோடு விளியெறிந்துகொண்டு பந்தாடியே மண்ணும் விண்ணும் அதிரும்படி வந்துகொண்டிருந்தது. மலை நகண்டு வருவதுபோல வாயிலிருந்து ஒலி எழுப்பியது. பரிசை சத்தம், உடுக்கைச் சத்தம் கேட்க, உருளிகள், கிடாரங்கள் திறந்தன. மார்பிலும் அரையிலும் காலிலும் சங்கிலிகள் பூட்டின. மதயானைகள் வருவதுபோல வந்த அழகிய பூதப்பெருமாள், பரமசிவன் இருப்பிடத்திற்கு வந்தார். அங்கு இந்திரனையும் சிவனையும் முருகனையும் திருமாலையும் வணங்கியபின் ஏதோ சொல்லத் தொடங்கியது. பூதத்தைக் கண்ட அங்குள்ள பெண்கள் தங்கள் கைகளைக் கன்னத்திலும் மூக்கிலும் வைத்து மையல்கொண்டு பார்த்து நின்றனர்.

சிவன் முன்பாக வந்துநின்ற ஈஸ்வரகாலபூதம் தீர்க்கமாகத் தன் எண்ணத்தை வெளிப்படுத்தியது. யாராலும் சுமக்க இயலாத திருச்சடை பாரத்தையெல்லாம் நான் சுமந்தேன், எனக்கு வரத்தைக் கொடுத்துவிடும் என்று வாதாடியது. இதனைக் கண்ட சிவன், பூதத்தின் பலத்தை எப்படிக் குறைப்பது என்று எண்ணி, அக்கினித்தூண் தழுவச்சொல்லிக் குறைக்க வேண்டும் என்று முடிவுசெய்தார். அக்கினித்தூணைத் தவிர மற்றொன்றுக்குப் பூதம் அடங்காது என்று எண்ணி, தன்னுடைய கயிலையில் ஏராளமான வேலைகள் உண்டு, அவற்றைச் செய்துமுடித்தால் வரம் தருவேன் என்று சொன்னார். கயிலாயபுரத்தில் அக்கினித்தூண் என்ற ஒன்று உண்டு, அங்கு வருவோர் அதனை அசைத்து விளையாடுவர், வரம் வேண்டுவோர் கட்டித்தழுவுவர். அப்படி நீயும் தழுவி வந்தால் உனக்கு வரம் தருவேன் என்றார். உடனே பூதம் அக்கினித்தூண் அருகில் சென்றது. தூண் அசைந்துகொடுத்தது. பூதம் அதனைப் பிடுங்கிக் கையில் எடுத்தது. இந்தத் தூணையா எல்லோரும் தழுவுவர், எல்லோரும் ஏமாற்றப்பட்டிருக்கின்றனர், இனி விடப்போவதில்லை என்று பூதம் அங்கே எட்டிப்பார்க்க, தூண் தீப்பற்றி எரிந்தது. சிவனை அழைத்து அக்கினித்தூண் எரிவதைப் பார்க்கும்படிச் சொன்னது பூதம். சிவன் இனி அதனைத் தழுவுவதற்கு ஒருதரும் இல்லை என்றார். அங்கு வந்த தேவலோகத்தார் அதனைக் கண்டு ஓடிவிட்டனர்.

பூதம் அக்கினித்தூண் தழுவுதல்

தேவலோகத்தாரும் சிவனாரும் பார்த்து நிற்க, பூதம் அவரிடம் என்னை நீர் அக்கினித்தூண் தழுவச் சொன்னீரே, இப்போது பாரும் தழுவுகிறேன் என்று சொல்லி எரிந்துகொண்டிருந்த அக்கினித்தூணைச் சேர்த்துப் பிடித்துத் தழுவியது. அக்கினித்தூணில் கிளைகிளையாக எரிந்துகொண்டிருந்த அக்கினியெல்லாம் சேர்த்துப்பிடித்துத் தழுவியது பூதம். அப்போது விண்ணை முட்டுமளவுக்குப் புகை எழும்பியது. எல்லோரும் புகையோடு அக்கினியும் சேர்ந்து எரிவதால் பூதம் கரிந்து போனது என்று எண்ணினர். பூதம் பலமாக ஒலி எழுப்பியது. அப்போது எழுந்த புகை உலகத்தையே மூடி, நல்ல இருளாகத் தோன்றியது. இதைக் கருத்தில் கொண்டு சிவபெருமான், தேவலோகத்தார் யாருக்கும் தெரியாமல் பூதத்தை அக்கினிக்கூண்டில் அடைத்துவிட்டார். இதைக்கண்ட பார்வதிதேவி சிவனிடம் இது பாவச்செயல் அல்லவா? என்று கேட்டாள். இது உனக்குப் பாவமாகத் தெரிகிறதா? என்று கேட்ட சிவன், வல்லாத பூதம் இது, பொல்லாக் காரியங்கள் செய்ததாலேயே அதனை அக்கினியில் போட்டுவிட்டேன், அதன் பலம் குறையாமல் அதனைப் போகவிடமாட்டேன் என்றார்.

சிவன் இவ்வாறு கூறியதைக்கேட்ட பூதம், மிகவும் கோபமடைந்தது. ஆண்டுகள் பன்னிரண்டு ஆகிவிட்டன, தன்னை அக்கினியில் அடைத்துவிட்டதை இன்னும் உதிரக்கன்னி அறியவில்லையோ, எப்போதும் என் இடப்புறமாக நிற்பாளே, இன்னும் அவள் வரவில்லையே என்று கலங்கியது. பூதம் தனக்குள் எண்ணியதை உதிரக்கன்னி உணர்ந்தாள். உதிரக்கன்னியும் பிராமணக்கன்னியும் எழுந்து பூதம் இருக்கும் இடந்தேடி வந்தனர். கயிலாயம் வந்த அவர்கள் சிவனைச் சந்தித்து, எங்கள் பலம் தெரிந்த பின்னரும் அவரைப் பிடித்து மறைத்து வைத்திருப்பது ஏன் என்று கேட்டனர். உமக்கும் உம் மைத்துனர் மாயவருக்கும் இதுவா தொழில் என்றும் மழுவேந்தி சைவம் என்று கூறிக்கொள்கின்றீர் எனவும் சினந்து பேசினர். இப்போது என் ஆடவரைக் காட்டித்தராவிட்டால் நீர் கயிலையில் இருக்க இயலாது. உம்மைச் சுகமாக இருக்கவிடாமல் வருத்தம் செய்துகொண்டிருப்பேன் என்று உதிரக்கன்னி கூறினாள். அப்போது சிவன், உன்னுடைய ஆடவர் அக்கினித்தூண் தழுவி அங்கேயேதான் நிற்கிறார் என்றுசொல்ல, உடனே உதிரக்கன்னி பூதத்தைச் சென்று கண்டாள். சிவன் உம்மைத் துன்பப்படுத்தினாரோ என்று கேட்ட உதிரக்கன்னி இறங்கி வருமாறு கூறி, அவரை

மூன்றுமுறைச் சுற்றிவந்து குரவையிட்டாள். குரவைச் சத்தம் கேட்டவுடன் மிக்க பலத்துடன் அக்கினித்தூணை அசைத்தது. அசையாத அக்கினித்தூண் அசையும் காரணம் என்ன என்று எல்லோரும் செய்வதறியாது நின்றனர். இந்தத் தூணைப் பிடுங்கி எறியாவிட்டால் சிவன் மீண்டும் இதில் நம்மை அடைத்துவிடுவார் என்று கூறி, பூதம் அத்தூணைப் பிடுங்கிக் கடலில் எறிந்தது. பின்னர் அங்கிருந்து புறப்பட்டுச் சிவனிடம் வந்து நின்றது.

அக்கினித் தூணைத் தழுவியதால் உடல் முழுவதும் தீ எரிந்துகொண்டிருக்க, சிவனிடம் வந்து நின்ற பூதம், ஈஸ்வரா! என்னைப் பிறவிசெய்தீர், வரம் தருவேன் என்றீர், உம்மிடத்தில் வந்திருக்கிறேன், உமக்குத் தெரியவில்லையா என்று கேட்டது. எனக்குத் தருவதாகக் கூறிய வரத்தை நீர் தராவிட்டால் கோபுரத்தை இடித்திடுவேன், கொடிமரத்தை முறித்திடுவேன், கடலைக் கலக்கிடுவேன், கருமலையை நகட்டிடுவேன், மலைகளைப் பிடுங்கிடுவேன், மனிதர்களைக் கொன்றிடுவேன், எனக்கு வரம் தராமல் நீர் கயிலையில் இருந்துவிடுவீரோ? கயிலையை நகட்டிவிடுவேன், கறைக்கண்டனாரே உம்மை இருக்க விடமாட்டேன் என்று மிரட்டியது. இவற்றையெல்லாம் கேட்டுக்கொண்டிருந்த சிவன், பூதத்திடம் என்னிடம் அதிகமாகப் பேசாதே, உனக்கு வரம் தருவேன், என்னுடைய கயிலையில் இன்னும் சில வேலைகள் உள்ளன என்று கூறியவர், கல்லறைகள் கட்ட வேண்டும், அதனைக் கட்டிவந்தால் உனக்கு வரம் தருகிறேன் என்றார்.

பூதம் கல்லறை கட்டுதல்

சிவன் கல்லறைகள் என்று சொன்னவுடனே மிகவும் கோபம் கொண்ட பூதம், நீர் சொன்ன வேலைகள் எல்லாவற்றையும் நிறைவேற்றியிருக்கிறேன். இல்லாத வேலைகள் எல்லாவற்றையும் செய்யச் சொல்ல, அவற்றையெல்லாம் செய்தேன். நீர் கூறியதுபோல் தருவேன் என்று கூறிய வரத்தை வாங்காமல் விடுவேனோ? உம்மைப் பற்றி நான் மிகவும் நன்கு அறிவேன், நீர் ஆடிய தாண்டவங்கள், சமர்த்து எல்லாவறைறயும் அறிவேன். இறந்தோரின் எலும்பை மாலையாகப பூண்டுகொண்டீர், பெண்ணை உமது திருச்சடையில் வைத்துச் சுமந்தீர், பூலோகத்தில் இரந்து உண்டீர், அண்ணாமலையில் புலித்தோல் அணிந்துகொண்டீர், வண்ணார் பெண்மீது மையல் கொண்டீர், மாமுனிவருக்கு உமது தொழிலையும் விட்டுக்கொடுத்தீர், இனி என்னை ஏமாற்றி ஒளிந்துகொண்டால் விடமாட்டேன். இனி என்னை

ஏமாற்றினால் உம்மைப் பற்றி இழிவாகக் கூறுவேன் என்று பூதம் கூற, சிவன் உடனே பூதத்திடம், வம்பு வசைமொழிகள் பேசாதே, உனக்குத் தருவதாகக் கூறிய வரத்தைத் தருவேன் என்றார். மேலும், பூதத்திடம் தத்துவங்கள் பேசாதே, உன்னைப்போல் யாரையும் நான் கண்டதில்லை, இன்னொருவரானால் அக்கினியில் மாண்டுபோயிருப்பார். உன்னையல்லால் வேறொருவரால் இங்கு வரமுடியாது. அக்கினியை வெற்றிகொண்டு நீ இங்கு வந்திருக்கிறாய். எல்லாத் துன்பங்களையும் நீ பொறுத்துக்கொண்டாய், உனக்கு நான் வரம் தருவேன் என்றார்.

சிவன் பூதத்திடம், உனக்கு வரம் வேண்டுமானால் நீ போய் கல்லறைகள் வைத்துவிட்டு வா என்றார். உடனே பூதம் கல்லறைகளோ, கனகசபையோ நான் அறிந்ததில்லை, பொய் சொல்லத் தெரிவதில்லை என்று கூறியது. உடனே சிவன், உன் ஆசார வார்த்தைகளை நான் அறிவேன், நீ ஆனை பலம் உடையவன், கடலைக் கலக்கிடுவாய், கருமலையை நகட்டிடுவாய், மலையைப் பிடுங்கிடுவாய், வானத்தை அழித்திடுவாய் என்று கூறினார். அதற்குப் பூதம், நீர் சொன்னதுபோல் வரம் வாங்காமல் விடுவேனா உம்மை, நீர் தாண்டவங்கள் ஆடியதெல்லாம் எனக்குத் தெரியும் என்றது. அதற்குச் சிவன், உனக்கு ஏழானை பலம் உள்ளது, போய் கல்லறைகள் வைத்துவிட்டு வா என்று கட்டளையிட்டார். கல்லறைகள் வைத்து அதில் சிவனாரை அடைத்து வைத்துவிட்டு வரங்கள் கேட்க வேண்டும், இல்லையென்றால் அவர் வரம் தரமாட்டார் என்று எண்ணியது. உடனே சிவனார் முன்பாக வந்த பூதம், முன்னர் என்னை ஏமாற்றியதுபோல் இப்போது ஏமாற்ற மாட்டீர், அப்படி என்னை ஏமாற்றினால் நீர் கயிலையில் இருக்கமாட்டீர் என்று கூறிவிட்டுக் கல்லறை வைப்பதற்காகச் சென்றது.

கல்லறை கட்டுவதற்குத் தேவலோகக் கல்தச்சர்கள் வரவழைக்கப்பட்டனர். அவர்களுக்குப் பூதம் அறிவுரை சொன்னது. கல்லறை கட்டுவதற்குக் கல் கொண்டுவர வேண்டும், அதற்காக மலைகளைப் பிளக்க வேண்டும் என்று கூறியது பூதம். உடனே கல்தச்சர்கள் தொழுதுகொண்டு கல் பிளக்கும் வாச்சுளி, சிற்றுளி, பேருளி, தச்சு, முழக்கோல், கருவுளி, கூடங்கள், கல்லுளி, கூடைகள் அனைத்தையும் கொண்டு மலைநோக்கிச் சென்றனர். வடநாடு, மூதேசநாடு, பஞ்சவர்ணக்காடு, கோவிக்கல்மேடை, சித்திரமடம், கல்லாறு, வேம்பாறு ஆகிய இடங்களைக் கடந்து பொன்மலையில்

வந்தனர். அங்கிருந்து வன்னமலையின் வளம் கண்டு அக்கற்கள் உதவாது என்று கூறிவிட்டுத் திருவண்ணாமலையில் போய்ப் பார்த்தனர். அது கருவுருகிப் பாய்ந்த மலை என்பதால் கல்லறை கட்டுவதற்குரிய கற்கள் இருக்குமிடம் என்பதைத் தெரிந்துகொண்டனர். அங்குக் கல் பிளந்து உடைப்பதற்குத் தீர்மானித்தனர். இன்னும் கற்கள் உடைக்கவில்லை என்பதை அறிந்த பூதம் கோபமடைந்து தேவலோகத்துக் கல்தச்சர்களை அடிப்பதற்குப் பூதத்தடியை எடுத்தது. தச்சர்கள் உடனே அதன் காலடியில் விழுந்து அடிக்க வேண்டாம் என மன்றாடினர். இந்தப் பிழையை மட்டும் பொறுத்தக்கொள்ளும் என்று கூறி சரணடைந்தனர். இப்போது மலையைப் பிளந்து கற்களை உடைத்தெடுப்போம் என்று கூறியவர்கள், முழக்கோலை எடுத்து அளந்து கற்களை வகைவகையாக உடைப்பதற்குத் தயாராயினர்.

முதலில் பேழை வயிறும், துதிக்கையுமாகப் பிள்ளையார் சிலை ஒன்றை வடித்தனர். பிள்ளையாருக்கு முன்பாக வெற்றிலை, பாக்கு, நிறைநாழி நெல்வைத்து, தீப தூபம் காட்டி, எண்ணெய்க்காப்பும் சாற்றி வழிபட்டனர். எந்தவிதமான தீவினைகளும் வராமல் பாதுகாக்கும்படி வேண்டிக்கொண்டனர். பின்னர் கல் உடைத்தனர். வட்டமாக ஒரு துளையிட்டு அதில் இரும்பிலான ஆப்பு ஒன்றை வைத்து, ஐந்தெழுத்து மந்திரத்தை உச்சரித்து, கல்லுடைக்கும் கூடத்தை எடுத்து அதன்மேல் அடித்தனர். அக்கற்பகுதி மூன்று துண்டுகளாக உடைந்தது. மனம் நொந்துபோன தச்சர்கள் வேறொரு கல்லைத் தேர்ந்தெடுத்து அடித்தனர். அக்கல் நான்கு துண்டுகளாக உடைந்தது. இப்படி கற்கள் முறிந்து போனதைக் கண்ட தச்சர்கள் கல் சரியாக உடையாமல் போனதன் காரணம் தெரியாமல் குழம்பினர். கல் ஏன் இப்படி உடைந்து போகிறது என்பதைப் பூப்போட்டுப் பார்த்தனர். அதன் பலனைக் கண்டு பூதத்திடம் சென்று கூறினர். அதாவது இந்தக் கல்லறையும் வாழாது, கல்லறை வைத்தவர்க்கும் ஆகாது, இதனால் நமக்குத் துன்பங்கள் பலவுண்டு என்று கூறினர். இதைக்கேட்ட பூதம் மிகவும் கோபமடைந்து, தச்சர்களே வாழ்ந்த நாள் வாழ்ந்துவிடலாம், ஆனால் வரும் விதியை வெல்ல முடியுமோ? தாழ்ந்தநாள் தாழ்ந்திடலாம் ஆனால் தலையெழுத்தை வெற்றிகொள்ள முடியுமோ? எப்படியாயினும் கல்லறை வைத்தே ஆகவேண்டும், எனவே போய் கற்களை உடையுங்கள் என்று கூறியது பூதம். அதைக்கேட்ட தச்சர்கள் சென்று கற்களை உடைத்தனர்.

முதலில் கன்னிக்கால் அடித்து எடுத்தனர், அதன்பின்னர் முட்டுக்கால் நான்கு அடித்தனர். பின்னர் கூட்டுவளைகள், மல்லுமுகம், தாயப்பணிகள், வாமடைகழுக்கோல், பற்றிப்பிடிக்கும் உத்திரம், பக்கவாமடை, பகழவாமடை, நறுக்குவாமடை, முறுக்குவாமடை, பூட்டுவாமடை, பட்டியல்கள் முதலியவற்றை அடித்தெடுத்தனர். பின்னர் கட்டளைக் கதவுகள், கற்கம்புகள் முதலியன செய்யப்பட்டன. அடுத்ததாகக் கள்ளத்தாழ்ப்பாள், கனமான பூட்டுகள், நாழிப்பூட்டுகள், சீனிப்பூட்டுகள், சித்திரப்பூட்டுகள், உள்பூட்டுகள், வெளிப்பூட்டுகள், கழுத்துப்பூட்டுகள், தோள்பூட்டுகள், மார்புப்பூட்டுகள், அரைப்பூட்டுகள், துடைப்பூட்டுகள், முட்டுப்பூட்டுகள், கைப்பூட்டுகள், கால்பூட்டுகள், விரல்பூட்டுகள் முதலியவற்றை அழகாக அடித்து முடித்தனர். இறுதியாக இப்பூட்டுகளுக்காக கொத்தாக இருபது தாழ்க்கோல்கள் செய்யப்பட்டன.

வகைவகையாக அழகுபடுத்தப்பட்டு செய்யப்பட்ட கற்களை இனி கொண்டு போவதற்கு யார் வருவார் என்று யோசித்தனர். கிங்கிலியர்கள் ஆயிரம் பேர் வரவழைக்கப்பட்டனர். அவர்கள் அங்குக் கிடந்த வகைவகையான கற்களைக் கண்டு, அவற்றை எப்படி எடுத்துச் செல்வது என்று திணறி நின்றனர். முதன் முதலாக எந்தக் கல்லையும் எடுக்காமல் கிங்கிலியர்கள் நிற்பதை அறிந்த பூதம், அங்குச் சென்று தானே கற்களை எடுக்கத் தொடங்கியது.

பூதப்பெருமாள் முதலில் கன்னிக்கால் கல்லை எடுத்துத் தன் தலையில் வைத்தார். நான்கு ஆயக்கால்களையும் அதன்மேல் அடுக்கினார். ஒரு தூணை எடுத்துக் கக்கத்திலும் மற்றொரு தூணை எடுத்து நெஞ்சோடும் அணைத்துக்கொண்டார். ஒரு கல்லை எடுத்துத் தண்டாயுதமாக ஊன்றிக்கொண்டார். மீதமுள்ள கற்களையெல்லாம் வாரி தோளோடும் மார்போடும் சேர்த்து எடுத்துக்கொண்டு மடமடவென்று நடந்தார். பூதப்பெருமாள் நடக்கும் அதிர்வால் மலைகள் நடுங்கின. மலையிலிருந்து இறங்கி சிறிய அரண்மனை, குருக்கச்சித்திரமடம் வழியாக வந்தார். பூதம் வருவதைக் கண்டவர்கள் வழிவிட்டு ஓடினர். வானமும் மலையும் ஒன்றாக வருவதுபோல் வந்தார் பூதப்பெருமாள். மலை நகர்ந்து வருவதுபோல் கற்களை அள்ளி எடுத்துக்கொண்டு கல்லறை அமைக்கும் மாபுரத்திற்கு வந்தார். மாபுரத்தில் கற்களைப் பூதம் போட்டபோது எழுந்த ஓசையால் கயிலை குலுங்கியது. ஆயக்கால் விழுந்த ஓசையைச் சிவன் கேட்டு, தெய்வார்களிடம் இது என்ன ஓசை?, வானம் இடித்ததோ, அல்லது

மலை நகர்ந்ததோ? என்று கேட்டார். கல்லறைகள் வைப்பதற்குக் கற்களைப் பூதம் கொண்டு போட்ட சத்தம் அது என்று தெய்வார்கள் கூறினர். கற்களை எடுப்பதற்கு வேறொருவர் இல்லையோ? இத்தனை பெரிய வல்லவனோ அவன்? இத்தகைய பலமுடையவனை இவ்வுலகில் கண்டதில்லை என்று சிவன் கூறினார்.

மாபுரத்தில் கல்லறை கட்டத் தொடங்கினார் பூதப்பெருமாள். நல்ல வெள்ளிக்கிழமை உத்திர நட்சத்திரத்தில் கன்னிமூலையில் கணபதியை முன்னிறுத்தி வணங்கினார். அதன்பின்னர் கன்னிக்கால் நாட்ட, கன்னியரும் அரம்பையரும் குரவையிட்டு மங்கலகரமாகத் தொடங்கப்பட்டது. அதன்பின்னர் ஆயக்கால்கள் நாட்டப்பட்டன, பின்னர் கூட்டு வளைகள் அமைக்கப்பட்டன. கூட்டில் முகம் வைத்து நான்கு புறத்திலும் கழுக்கோல் வைத்து வாமடையில் ஆணிகள் அடித்தார். பின்னர் பட்டியல் அடித்து இறுக்கிக் கதவுகள் வைத்துக் கைப்பிடிகளும் வைக்கப்பட்டன. எல்லா வேலைகளும் முடிந்தபின்னர் கல்லறைக்குள் உள்ளறை, வெளியறை எனப் பல அறைகள் வைக்கப்பட்டன. அதற்குள் பலவிதமான பொறிகளும் பூட்டுகளும் வைக்கப்பட்டன. நாழிப்பூட்டுகள், சீனப்பூட்டுகள், சித்திரப்பூட்டுகள், தோள்பூட்டுகள், மார்புப்பூட்டுகள், அரைப்பூட்டுகள், காற்பூட்டுகள், கரண்டைப்பூட்டுகளோடு கல்பொறி, வில்பொறி என பதினெட்டு வகையான பொறிகளும் வைக்கப்பட்டன.

கட்டுமான வேலைகள் முடிந்தபின்னர் கல்லறை அழகுபடுத்தப்பட்டது. காரைகள், சாந்துகள் கொண்டு சுவர்கள் பூசப்பட்டு அழகுபடுத்தப்பட்டன. அதன்பின்னர் கல்தச்சர்கள் சித்திரம் வரைந்தனர். பகளம், சாதிலிங்கம், வெள்ளி, தங்கம், அரிதாரம், பச்சை, நீலம் முதலிவற்றைச் சேர்த்தரைத்து நல்ல கருப்பு, நீலம், சிகப்பு முதலிய வண்ண அரைப்பு கொண்டு மேலே ஒழுங்காக வரிவரியாய் பூசினர். வர்ணங்கள் பூசப்பட்டு அதன்மேல் குடம் பதித்தனர். அதன்பின்னர் சுவர்களுக்கு வெள்ளை வர்ணம் அடிக்கப்பட்டு, சுவர்களில் அன்னம், அணில், கிளி, பஞ்சவர்ணக்கிளி, பாஞ்சாங்குருவி, பட்சிப்பறவைகளோடு படைக்கருவிகளும் வரையப்பட்டன. மட்டுமன்றி, இன்னும் அழகு சேர்ப்பதற்காக மயில், கடுவாய், புலி, மீன், மதயானை, யாளி, சிங்கம், ஐந்துதலைநாகம், நாகம், குரங்கு முதலிய விலங்குகளும்; கரும்பு, குலைவாழைகளும் வரையப்பட்டன. அத்துடன் சன்னியாசி, தவசிகள், தவசிப்பிள்ளைகளின் உருவங்களும் வரையப்பட்டன. சான்றோர்காசு,

தங்கக்காசு, ஆள்உருவக்காசு, வில்லுருவக்காசு ஆகியவை வரையப்பட்டு, கலியுகராமன்பணம் கல்லறையில் ஒட்டப்பட்டது. பாற்கடலில் பள்ளிகொண்ட பச்சைமாலின் திருவுருவம் வரையப்பட்டது. அதைப்பார்த்தவுடன் அங்குள்ளோர் கைகூப்பி வணங்கி நின்றனர். அதைப் பூதம் பார்த்து நின்றது. உடனே பூதத்தின் உருவையும் உதிரக்கன்னி உருவையும் பூதத்தடியையும் அங்கே வரைந்தனர். கல்லறை வேலைகள் அனைத்தும் முடிந்தவுடன் பூதம் சிவபெருமானை அக்கல்லறையில் அடைக்கவேண்டும் என்று எண்ணியது.

பூதம் வாணியர்க்கு இடுக்கண் செய்த கதை

பூதம் சிவன் முன்பாகச் சென்று தொழுது நின்றது. அடியேன் கட்டியிருக்கும் கல்லறையில் ஏதேனும் குறைகள் உண்டென்றால் வந்து பார்த்துச் சொல்லவேண்டும் என்று கேட்டுக்கொண்டது. உடனே சிவனும் திருமாலும் அவரவர் வாகனங்களில் ஏறி கல்லறைக்குப் புறப்பட்டனர். பூதம் சிவனுக்கும் கருடன் திருமாலுக்கும் குடை பிடித்தனர். வரும் வழியில் வாணியர்கள் பலர் கரும்புகளை வெட்டி செக்கிலிட்டு ஆட்டுவதற்காகச் செக்கடியில் கூட்டமாக நின்றனர். சிவன் முன்னும் பூதம் பின்னுமாக வரும்போது செக்கடியில் இவர்களை வாணியர்கள் கூடிநின்று வளைத்துக்கொண்டனர். அதில் ஒரு வாணியன் செக்குப் பலகையிலிருந்து இறங்காமல் செக்கை ஓட்டிக்கொண்டிருந்தான். அதைக்கண்ட சிவபெருமான், இவன் நம்மைக் கவனிக்காமல் இருந்துகொண்டு செக்கோட்டிக் கொண்டிருக்கிறான் என்று பார்த்து நின்றார். இதைக்கண்ட வாணியன் கரும்புச்சக்கையைப் பார்த்தா நீ இப்படிப் பார்த்து நிற்கிறாய்? என்று கேட்டதோடு, கூர்ந்து பார்க்காதே, வீணாக உயிரைப் போக்காதே என்றும் கூறினான். அதைக்கேட்ட சிவன், பூதம் வைத்திருக்கும் கல்லறையைப் பார்த்துவிட்டு வரும்போது வாணியனைக் கேட்கலாம், அவன் மதத்தை அடக்கலாம் என்று கூறி அங்கிருந்து புறப்பட்டனர். சிவன் முன்னே போக, பூதம் பின்னே தொடர்ந்து போகுப்போது அங்கிருந்த செக்கின்மீது பூதத்தின் மனம் திரும்பியது. செக்கடியில் நின்றுகொண்டு பூதம் வாணியனிடம், எனக்கு மிகவும் தாகமாய் இருக்கிறது, கரும்புச்சாறு கொஞ்சம் தருவாயா, அப்படித் தந்தால் என் தாகம் தீர்ந்துவிடும் என்று கூறியது. அதைக்கேட்ட வாணியனுக்குக் கோபம் தலைக்கேறியது. கண்ணப்பன் என்றுசொல்லி ஒருவன் காளைமேல் ஏறி இருந்துகொண்டு இதைப்பார்த்து நின்றான்.

உன்னைப்போல் ஒருவன் கருடன் மேலேறி இருந்துகொண்டு செக்கைப் பார்த்துநின்றான். அவர்களையே இங்கிருந்து அனுப்பிவிட்டேன். அவர்கள் பட்ட பாடுகளை நீ அறியவில்லை போலும். அடிபடுவதற்கு முன்னே இங்கிருந்து போடா என்று கூறினான் வாணியன். உனக்குக் கரும்புச் சாறு கேட்கிறதா? என்று ஏளனமாகப் பேசிய வாணியன், உன் அழகு முதுகை அடிபட்டுக் கெடுத்துக்கொள்ளாதே, போய்விடு என்றான்.

வாணியன் கூறியதைக் கேட்ட பூதப்பெருமாள், என்னைக் குறைகூறினால் நான் பொறுத்துக்கொள்வேன், என் பொன்னரனைக் குறைகூறினால் பொறுப்பேனோ? என்று கூறி, அவனிடம் எதிர்க்கேள்வி கேட்டு பாரதச் செய்தி ஒன்றை அவனுக்குக் கூறினார். குற்றங்கள் இல்லாத குருகுலத்தில் குந்தி மக்கள் ஐந்துபேரும், காந்தாரி மக்கள் நூற்றுவரும் அங்கு இருக்கும் வேளையில் கல்நெஞ்சனும் கசடனுமான துரியோதனன் பொல்லாப்பு செய்ததால், வஞ்சமற்ற பஞ்சவர்கள் வனவாசம் போகத் துணிந்தனர். அப்போது அவர்களுக்குத் தாகமாக இருந்ததால் தண்ணீருடன் சாப்பிடுவதற்காகப் பிண்ணாக்கு கேட்டனர். அப்போது பிண்ணாக்குக் கொடுத்த வாணியன், தருமருடைய தலையில் கொட்டி அவர் கையிலுள்ள மோதிரத்தை அபகரித்துக் கொண்டான். இதையறிந்த வீமன் வாணியனின் செக்கைப் பிடிங்கி எறிந்துவிட்டான். அந்தச் செய்தி உனக்குத் தெரியுமோ என்று வாணியனிடம் பூதம் கேட்டது. மேலும், குருவான தருமரைத் தலையில் கொட்டியதுபோல, என்னிடம் எதிர்ப்பேச்சுப் பேசினாய். உன்னை இந்தச் செக்கடிக்க இந்த ஊரதில் இருத்துவேனா நான் என்று கூறிய பூதம், மிகவும் கோபம் கொண்டது. அதனைக் கண்ட வாணியன் கிடுகிடுவென நடுங்கிப்போனான். கோபம் கொண்ட பூதம், வாணியனைத் தாக்காமல், அவன் கரும்பு ஆட்டிக்கொண்டிருந்த செக்கைப் பிடுங்கி, செக்கையும் மாட்டையும் தூக்கிக்கொண்டு போனது. வாணியனும் அதில் மாட்டிக்கொண்டான். செக்கைத் தன் இடுப்பில் வைத்துக்கொண்டு போகும்போது செக்கிலிருந்த கரும்புச் சாற்றைச் செக்கை உயர்த்தித் தன் வாயில் ஊற்றிக் குடித்துவிட்டு ஏப்பம் விட்டது. செக்கையும் மாட்டையும் வாணியனையும் பூதம் தூக்கிக் கொண்டு சென்றபோது மாடு கதறியது, வாணியன் அபயமிட்டான். ஊர்ச்சனங்கள் ஒன்றாகக் கூடி பூதத்தின் காலில் விழுந்து மன்னிப்புக் கோரினர். இருப்பினும் யாரையும் கண்டுகொள்ளாத பூதம் செக்கோடு வாணியனையும் எடுத்துக்கொண்டு சென்றது.

இந்தக் கொடுமையை யாரிடம் போய்ச் சொல்வது என்று தெரியாமல் வாணியர்கள் இருந்தபோது திருமாலிடம் சொல்லலாமா என்று எண்ணி, பின்னர் சிவபெருமானைத் தேடிச்சென்று அவரிடம் முறையிட்டனர். நாங்கள் செய்த குற்றத்தைப் பொறுத்தருள வேண்டும் சிவனாரே என்று வேண்டினர். அங்கு வந்தது தாங்கள் என்று தெரியாமல் தவறாகப் பேசிவிட்டோம், மன்னித்தருள வேண்டும் என்று வேண்டினர். தங்களோடு வந்தவர் எங்களை அழித்து அநியாயமாகக் கொல்லுகிறார். நாட்டிலுள்ளவர்களையெல்லாம் அழிக்குமுன்னே நீங்கள் காக்கவேண்டும் என்பதற்காக உங்களிடம் சொல்ல வந்தோம் என்று கூறினர். ஐயனே எங்களைக் காப்பாற்ற வேண்டுமென்று வாணியர்கள் வணங்கி நிற்க, அப்போது சிவன் தமது பின்னே வந்த பூதத்தைத் திரும்பிப் பார்த்தார். அப்போது சிவன் கண்களுக்குப் பூதம் தென்படவில்லை. வரும் வழியில் பூதம் மக்களுக்குப் பல கொடுமைகளைச் செய்துகொண்டு வந்தது. பூதம் மிகவும் பொல்லாப்பு செய்யும் முன்பாக நாம் சென்று விலக்க வேண்டுமென்று எண்ணி சிவனும் திருமாலும் வழி திரும்பி வர எண்ணினர். அப்போது பூதம் தேர் அலங்கரித்து வருவதுபோல் செக்கை இடுப்பில் வைத்துக் கொண்டு வந்தது. மக்கள் கும்பிட்டு விழுந்தனர். பூதம் தம்பட்டம் அடித்துக்கொண்டு செக்கோடு மாட்டையும் வாணியனையும் சேர்த்தெடுத்துக்கொண்டு வந்தது. திரும்பிப் பார்த்த சிவனும் திருமாலும் அய்யய்யோ பூதத்தானே இது அநியாயம், இது பாவம், நாடு அழிந்து போய்விடும், உயிர்களை அழிக்க நியாயமில்லை என்று கூறினர். காயப்படும்படி வாணியன் சிரித்து எள்ளி நகையாடியதைப் பொறுக்காமல் பூதம், வாணியரை உயிரோடு விடுவேனோ? என்று மிகக் கோபம் கொண்டு வந்தது. சிவன் பூதத்திடம், உயர்ந்தோர், தாழ்ந்தோர், வலியோர், சிறியோர் என்று கூறுவதெல்லாம் என்மேல் அவர்கள் கொண்டுள்ள பிணைப்பு காரணமாக அல்லவா? பிணைப்பை எண்ணாமல் அவன் அப்படிக் கூறிவிட்டான், பாவம் என்று நான் அவனைப் பொறுத்துக்கொண்டேன். அவன் பொல்லாதவனாக இருந்தாலும், பொல்லாப்பு செய்தாலும் அவன் பிழையைப் பொறுக்கவேண்டும் அல்லவா? என்று கூறினார். உடனே பூதம் கையிலிருந்த செக்கைத் தூக்கி எறிய முற்பட்டது. அப்போது சிவனார் பூதத்தைத் தடுத்து வாணியனையும் மாட்டையும் எறிந்து விடாமல் சேதம் வரமால் செக்கையும் இறக்கி வை என்று கூறினார். வெறுப்புடன் நிற்காதே, நான் சொல்வதைக்கேள் என்று பூதத்திடம் சிவபெருமான் கூற, பூதம் வாணியனை இறக்கிவிட்டது. செக்கை எடுத்தெறிந்தது.

குறையுயிராய்க் கிடந்த வாணியன் பிழைத்தோம் பிழைத்தோம் என்று கூறிக்கொண்டு எழுந்தோடினான்.

பூதம் சிவனோடு கல்லறைக்கு வருதல்

வாணியன் சென்றபின்னர் சிவன் முன்னும் பூதப்பெருமாள் பின்னுமாக மாபுரத்தில் கட்டப்பட்டுள்ள கல்லறையைப் பார்ப்பதற்காகச் சென்றனர். கல்லறையை நான்கு பக்கங்களிலும் சென்று கண்டனர். புறவழகைக் கண்டீர், இனி அகவழகைக் காணவேணும் என்று பூதம் கூற, உடன் சென்றிருந்த திருமால் கருடனை விட்டிறங்கினார். கல்லறையின் புறவழகைக் கண்ட திருமால், சிவனைப் பார்த்து இதனுள் சென்று பார்ப்பதற்குத் தந்திரம் வேண்டும், உம்மாணை சொல்லுகிறேன் இதில் சூழ்ச்சி இருக்கிறது என்றார். அதனை உணர்ந்துகொண்ட சிவன், பூதத்தானே இதன் அகவழகைக் காணவேண்டும்தான். உன்னுடைய மகாபலத்தினால் இதனைக் கட்டியிருக்கிறாய், இதைப்போல் பொன்னம்பலத்தைக்கூடக் கண்டதில்லை, இதனுள் சென்று காண வேண்டுமானால் தக்க உதவி வேண்டும். அதனால் வழி அறிந்தவர்தான் போகவேண்டும். நீ முன்னே போனால் நான் பின்னே வருவேன் என்றார். அதற்குப் பூதம், ஈஸ்வரனே நான் முன்னே போகமாட்டேன், முறைகேடுகள் செய்ய மாட்டேன், நீர் என்னுடைய பின்னால் வந்தால் எனக்குப் பல கேடுகள் வரும் என்று தொழுதது. சிவனே, உமக்காகப் பால்பாயசம், அரிசிப்பாயசம், திரளிப்பாயசம், வடமாலை, சாற்றுமாலை, ஏற்றுமாலை முதலியவற்றை உமக்காக வைத்திருக்கிறேன். அவற்றை நீர் வந்து புசிக்க வேண்டும். நான் உம்முடைய முன்னே சென்றால் எனக்குப் பிழைகள் வரும் என்று கூறி ஒதுங்கி நின்றது பூதம்.

கல்லறையில் பூதம் அகப்படுதல்

ஒதுங்கி நின்ற பூதத்தைக் கண்ட சிவபெருமான், கல்லறையைக் கட்டியவர் வழி அறியவில்லை என்று சொல்கிறார், வழி தெரிந்தவர்தானே போய் வரமுடியும் என்று கூறினார். சிவன் கல்லறையினுள் போகாததை உணர்ந்த பூதம், சிவன் நம்மை வஞ்சித்துவிட்டார் என்று எண்ணியது. கல்லறையினுள் வைத்த கண்ணிகள், பொறிகள் ஆகியவற்றைத் தெளிவாக அறியாத பூதம் தடதடவெனக் கல்லறையினுள் சென்று அகப்பட்டது. தான் அகப்பட்டதை உணர்ந்த பூதம் கல்லறையை அசைத்துவிட, அங்கிருந்த பொறிகள் அனைத்தும் விலகிப் பூட்டிக்கொண்டன. பூதம்

கல்லறையில் அகப்பட்டுக்கொண்டது. சிக்கிக்கொண்ட பூதம், சிவன் என்னை வஞ்சித்துக் கல்லறையில் அடைத்துவிட்டார் என்று கூறியது. பூதம் கூறியதைக் கேட்ட சிவன், நீ செய்த சூழ்ச்சி உனக்குத்தான், பொன்னம்பலக் கல்லறையில் பொறிகளும் பூட்டுகளும் வைத்தாய் அல்லவா, நீ வைத்த பொறிகளும் பூட்டுகளும் உனக்கே வந்து விடிந்ததடா என்று கூறினார். மேலும் எத்தனை நாளானாலும் சரி, இவனை இங்கேயே போட்டு அடைத்து, அவனது மதத்தையெல்லாம் அடக்கி, பலத்தைக் குறைக்க வேண்டும் என்று கூறினார். பூதம் அடைபட்டவுடன், சிவன் கூறியதைக் கேட்ட திருமால், தன் வாகனமான கருடன் மீதேறி பாற்கடல் நோக்கிச் சென்றார். சிவன் அவரது வாகனமான காளையின் மீதேறி இருந்துகொண்டு கல்லறையை நன்கு பூட்டினார். பூதத்தின் கழுத்தில், தோளில், மார்பில், அரையில், தொடையில், முட்டியில், விரலில், காலில் பொறிகள் பூட்டிக்கொள்ள, பூதம் கல்லறையில் அடைபட்டுக்கொண்டது. கல்லறைப் பொறியில் அகப்பட்டுக்கொண்ட பூதத்திற்குச் சடைகள் வளர்ந்து பின்னிக்கொண்டன, நகங்களும் வளர்ந்து தொங்கின. இவ்வாறு பன்னிரண்டு ஆண்டுகள் பூதம் கல்லறையில் அகப்பட்டுக் கிடந்தது.

உதிரக்கன்னி பூதத்தைத் தேடுதல்

பதிமூன்றாம் ஆண்டில் உதிரக்கன்னி பூதத்தைத் தேடினாள். தன் கணவனான பூதப்பெருமாளைக் காணாமல் வாடினாள். வழியில் தென்பட்ட வாழைமரங்கள், தாழைச்செடிகள், மாமரங்கள், பூச்செடிகள், பறவைகள் எல்லாவற்றிடமும் தன் கணவன் இருக்குமிடத்தைக் கேட்டாள். மலைத்தொடர்களிலும் வந்து தேடியும் பூதத்தைக் காணமுடியாமல், சிவபெருமானிடம் சென்று முறையிட்டு மிரட்டினாள். என்னுடைய கணவனை இப்போது காட்டித்தராவிட்டால் உம்மைக் கயிலையில் இருக்க விடமாட்டேன் என்றும், கயிலையை நாசம் செய்துவிடுவேன், கோபுரத்தை இடித்துவிடுவேன், கொடிமரத்தை முறித்துவிடுவேன், சுனைகளில் நீராட விடமாட்டேன், பாட்டுப்பாடி பூசைகள் நடத்தவிடமாட்டேன், திருமஞ்சனம் பொலியவிடமாட்டேன், ஆற்றில் சென்று குளித்துக் களிக்கவிடமாட்டேன் என்று சிவனை மிரட்டி, முற்றவெளியில் மூன்றுநாள் மறியல் செய்துகொண்டிருந்தாள்.

பூதம் கல்லறையை உதைத்தல்

கயிலாயத்தில் சிவனோடு பேதங்கள் செய்துகொண்டிருந்த உதிரக்கன்னியிடம் சிவபெருமான், உன்னுடைய கணவன் மாபுரத்துக் கல்லறையில் அடைபட்டுக்கிடக்கிறான், சென்று பார் என்று கூறினார். அதனைக் கேட்ட உதிரக்கன்னி, கயிலாயத்திலிருந்து புறப்பட்டு பொன்மலை, வெள்ளிமலைகளைக் கடந்து மாபுரத்துக் கல்லறையில் வந்து தன் கணவனைக் கண்டாள். கணவனான பூதத்திடம், ஏழு ஆனைகள் பலம் கொண்ட நீர் இப்படி ஏன் கல்லறையில் அடைப்பட்டுக் கிடக்கிறீர்? உம்முடைய பலம் குறைந்து விட்டதோ? எது உமது பலத்தை மறுத்து அசைத்துக குறைத்து வைத்துள்ளது? இப்படி வாரும், நீர் கட்டிய கல்லறையைக் கடந்து வருதல் கூடாதா?, மகாதேவருக்குக் குடைபிடிக்க வேண்டுமா? என்றெல்லாம் கேட்டு , மாயவித்தைகள் பல கொண்டு, கல்லறையை மூன்றுமுறை சுற்றிவந்து குரவையிட்டாள் உதிரக்கன்னி. அவள் குரவையிட குரவையிட பூதத்தின் பலம் முறுக்கேறியது. பலம் கூடியவுடன் பூதம் மிகுந்த ஓசையுடன் குரலெழுப்பியது. நறுநறுவென்று பல்லைக் கடித்து கல்லறையை நகர்த்தியது. வலக்காலை வலச்சுவரில் ஊன்ற, கல்லறையின் வலப்பக்கச்சுவர் நொறுங்கியது. இடக்காலை இடச்சுவரில் ஊன்ற கல்லறையின் இடப்பக்கச் சுவர் இடிந்து விழுந்தது. உச்சி நிமிர்ந்து நெளிக்க, கல்லறை முழுவதும் நொறுங்கி விழுந்தது. உதிரக்கன்னி குரவையிட்டுக்கொண்டே இருந்தாள். கல்லறை முழுவதும் நொறுங்கியதோடு, பூதத்தைக் கட்டியிருந்த பொறிகளும் தெறித்தன. கழுத்தில் கட்டிய பொறி, அரையில் கட்டிய பொறி, முட்டியில் கட்டிய பொறி, தொடையில் கட்டிய பொறி, விரலில் கட்டிய பொறி என அனைத்துப் பொறிகளும் தெறித்தன. ஈஸ்வரகாலபூதம் கலகலவென விளியெறிந்து கல்லறையை விட்டு வெளியே வந்தது.

பூதம் தண்ணீர்த் தாகத்தால் அல்லாடுதல்

கல்லறையில் அடைபட்ட ஈஸ்வரகாலபூதம் தண்ணீர் தாகத்தால் திண்டாடியது. தாகம் தீர தண்ணீர் கிடைப்பது குறித்து உதிரக்கன்னியிடம் கேட்டது. நீர் தண்ணீர் அருந்துவதற்கேற்ற நீர்ச்சுனைகள் எதுவும் இங்கில்லை என்றும்; சிவபெருமானுக்குத் திருமுழுக்கு செய்வதற்கான பூஞ்சுனைதான் இங்குள்ளது என்றும் கூறினாள். அதைக்கேட்ட பூதம் அப்பூஞ்சுனையில் இறங்கி நீரைக்

குடித்து பின்னர் கட்டளை பிறப்பித்தது. கட்டளையிட்டால் அதனைச் செய்வதற்கு இங்கு யார் வருவார்? என்னோடு யார்வருவார்? என்று சொல்லிய பூதம், தன்னுடைய பலத்தின் உதவி கொண்டு பூஞ்சுனையாக இருந்த குளத்திற்குச் சென்றது. அங்கு வாயளவு தண்ணீரில் இறங்கி நின்ற பூதம், பெருமூச்சை உள்ளிழுத்து அங்கிருந்த தண்ணீரையெல்லாம் ஒரே உறிஞ்சில் உறிஞ்சிக் குடித்தது. சுனையில் சேறும் சகதியும் கிடக்க, மீதமுள்ள தண்ணீரையெல்லாம் உறிஞ்சியது. அதனால் அங்குக் கிடந்த மீன்கள் செத்து மடிந்தன. நீரற்ற சுனையாய்க் கிடக்குமாறு அங்குள்ள தண்ணீரை உறிஞ்சிக் குடித்த பூதம் பெரிய ஏப்பம் விட்டது. அந்தத் தண்ணீரைக் குடித்த பின்னரும் அப்பூதத்திற்குப் போதவில்லை. ஐயோ நான் குடித்த தண்ணீர் எனக்கு அரைவயிற்றுக்குப் போதவில்லை என்று விளியெறிந்து அட்டூழியம் செய்தது. சுனையிலுள்ள தண்ணீரையெல்லாம் குடித்து அனியாயம் செய்த பூதத்தைக் கண்ட தெய்வார்கள், கயிலாயத்தில் சென்று சிவபெருமானிடம் நடந்த செய்தியோடு, தங்களது திருமுழுக்குக்குத் தண்ணீர் இல்லை என்பதையும் கூறி, முறையிட்டனர். அதற்குச் சிவபெருமான் இப்போது பூதத்தை என்ன செய்வது? என்று கேட்டு, தெய்வார்களிடம் ஒரு பொன்னாலான பிரம்பு ஒன்றைக் கொடுத்தனுப்பினார். தெய்வார்கள் அப்பிரம்பைக் கொண்டு சுனையில் போய் நடுவே கோடு கிழித்தனர். உடனே சுனையில் கடகடவென ஊற்று எழும்பி சுனையானது ஆறுபோல் பெருகி ஓடியது. தெய்வார்கள் உடனே ஓடிச்சென்று குடங்களை எடுத்து வந்து தண்ணீரைக் கோரிக்கொண்டு போய் சிவனுக்குத் திருமுழுக்கு செய்தனர்.

பூதத்தைக் கிங்கிலியர்கள் பிடித்தலும் பூதம் வெல்லுதலும்

தெய்வார்கள் திருமுழுக்கு செய்தபோது பூதம் மீண்டும் வந்து சுனையிலுள்ள தண்ணீரைக் குடித்துவிடும் என்று சிவன் கூறி, பூதத்தைப் பிடித்தடக்க பலமுள்ளவரை வரவழைக்கும்படி கூறினார். அதன்படி கிங்கிலியர்கள் ஆயிரம்பேர் உடனே அங்கு வருகை தந்தனர். அவர்களை அழைத்து சிவன், பூதம் இங்கு ஏடாகூடமாகப் பலவித தீங்குகளைச் செய்துகொண்டிருக்கிறது, ஆனைக்கும் அடங்கவில்லை, என் கட்டளைக்கும் அடங்கவில்லை, யாராலும் செய்யவியலாத தீங்குகளை அது செய்துகொண்டிருக்கிறது, எனவே அதனைப் பிடித்து பூதங்கொல்லி பெரியவிலங்கில் போட்டுப் பூட்டும்படி சொன்னார். சிவன் கூறியதைக் கேட்ட கிங்கிலியர்கள் ஆயிரம் பேரும் ஒன்றாகக் கூடி, கச்சைக் கட்டிக்கொண்டு பூதத்தைச் சென்று பிடித்தனர்.

பிடிக்குமுன்பாகப் பூதம், தான் திரும்பிச் சீறி ஆர்ப்பாட்டமாக நின்று கனத்தக் குரல் எழுப்பியது. அப்போது பூதத்தைப் பிடித்திருந்த பலமுள்ள கிங்கிலியர்கள் ஆட்டுக்குட்டிபோல் தூக்கி வீசப்பட்டுத் தூரமாகப் போய் விழுந்தனர். விழுந்த கிங்கிலியர்கள் நம்மைப் பூதத்திடம் கொல்ல அனுப்பிவிட்டனர் என்றுகூறி, வீட்டிலுள்ளோர் அறியாமல் மெதுவாக எழுந்திருந்தனர், நாட்டிலுள்ளோர் அறிந்தால் நம்மை நகைப்பார்கள் என்றும் வருந்தினர். ஏழு ஆனைகளின் பலத்தைக் கொண்ட பூதத்தின் பலத்தை அறியாமல் சென்று பிடித்ததை எண்ணிக் கலங்கினர். நம்மைப்போல் இன்னும் ஆயிரம் பேர் இருந்தாலும் அதனைப் பிடிக்கவியலாது என்று கூறிய கிங்கிலியர்கள், நடக்கவியலாமல் சடைத்துப் போயினர். மேலும் அவர்களுக்குள்ளே ஒரு தந்திரத்தை பகிர்ந்துகொண்டு ஆயிரம்பேரும் ஒத்துப் போய் பூதத்தைப் பிடித்து விலங்கில் பூட்டிவிடலாம் என்று கூறி அதனைச் சென்று பிடித்தனர். கிங்கிலியர்கள் பூதத்தின் கால்களைப் பிடித்தவுடன் அது தன் காலை உயர்த்தி உதறியது. கிங்கிலியர்கள் வவ்வால்களைப் போல் தூக்கி எறியப்பட்டுக் கொத்துகொத்தாய்ப் போய் விழுந்தனர். தாங்கள் பலசாலிகள் என்று கச்சைக் கட்டிக்கொண்டு வந்த கிங்கிலியர்கள் புலிபோல் வந்து பூனைபோல் பதுங்கி எலிபோல் விறைத்துப் போயினர். இந்தப் பூதத்தைப் பிடிக்க எங்களால் இயலாது என்று தாங்கள் காயப்பட்டதையெல்லாம் காட்டிக் கூறினர் கிங்கிலியர்கள்.

பூதம் விலங்கில் மாட்டிக்கொள்ளுதல்

கிங்கிலியர்கள் கூறியதைக் கேட்ட சிவபெருமான், பூதப்பெருமாளிடம் வேண்டுகோள் விடுத்தார். உன்னோடு நான் மல்லுகட்டப் போவதில்லை, தேவையில்லாமல் எதுவும் கூறப்போவதும் இல்லை, உன்னைப்போல் வலுபூதத்தை இவ்வுலகில் நான் கண்டதில்லை, வேள்வியில் பிறந்து வரம் பெற்ற பூதம் அல்லவா நீ, வேள்விக்குழியில் பிறந்ததால் அதற்குரிய வரங்கள் அனைத்தும் உனக்கேதான், பூமியில் புதைத்து வைக்கப்பட்டிருக்கும் புதையல்களும் இருபது நாழிகளும் பதினெட்டு உருளிகளும் கிடாரங்களும் உனக்குத்தான், வானம் பூமி உட்பட எட்டுத் திசைகளும் அடக்கி ஆண்டிருக்கலாம், இங்கிருந்தால் நீ மீண்டும் தாக்குதல்கள் செய்வாய், குணம் கெட்டுப்போய் பூஞ்சுனைத் தண்ணீர் அனைத்தையும் குடித்துவிட்டாய், யாரும் ஏற்கமுடியாத அட்டூழியங்கள் பலவற்றையும் செய்துவிட்டாய், நீ செய்த தவறுகளையெல்லாம் நான் அமைதியாக

இருந்து பொறுத்துக்கொண்டேன், எனக்காக நீ சிறிதுகாலம் விலங்கில் பூட்டிக்கொள்ள உன் காலைக் கொடு என்று பூதத்திடம் இணக்கமாய்ப் பேசினார் சிவன்.

சிவன் தன்னை ஏமாற்றியதால் பூதம் வருந்துதல்

சிவன் வேண்டிக்கொண்டதைக் கேட்டுக்கொண்ட பூதம், என்னைப் பிறவிசெய்ததும் நீர்தான், என்னோடு சொல்வதும் நீர்தான் என்று கூறிக்கொண்டு, கோபத்தையெல்லாம் அடக்கிக்கொண்டு தானே வலிய வந்து விலங்கில் பூட்டிக்கொள்ள தன்னுடைய கால்களைக் கொடுத்தது. பூதம் விலங்கில் பூட்டிக்கொண்டவுடன் ஒளித்து நின்ற கிங்கிலியர் வெளியில் வந்து பார்த்தனர். சிவன் பூதத்தின் கையைப் பிடித்து அதனை விலங்கில் பூட்டிவிட்டார். பூதத்தின் கால், மார்பு, அரைப்பகுதி, தொடை, கால் முதலிய உறுப்புகளையும் பூட்டிவிட்டார். நீட்டிய காலை மடக்க முடியாதபடி சிவன் பூதத்தை விலங்கில் பூட்டிவிட்டார். இதை உணர்ந்த பூதம் மிகவும் வருந்தியது. பூதத்தை உடல் அசையாமல் விலங்கில் பூட்டிவிட்டு சிவன் கயிலைக்குப் போனபோது பல தந்திரங்களைச் செய்திருந்தார். சிறிது நேரம் என்று கூறிக் கேட்டதால்தான் நான் விலங்கில் என் காலைக் கொடுத்தேன், சிவனது கள்ளத்தனம் தெரிந்திருந்தால் நான் என் காலைக் கொடுப்பேனோ, விலங்கோடு எல்லாவற்றையும் மிதித்து முறித்திருப்பேன் என்று கூறியது பூதம். பூஞ்சுனையில் இறங்கி நீர் குடித்த தீட்டு நீங்கிப்போய்விடும் என்று கூறி என்னை ஏய்த்துவிட்டார். தந்திரமாகப் பேசி என்னை இணங்கவைத்து, விலங்கு அருகே என்னை என் கைப்பிடித்துக் கொண்டுவந்து முகத்தைத் தடவி உறவாடி, உண்மையாகச் சொல்கிறார் என்று எண்ணி, விலங்கருகே சென்றதற்கு என்னைப் பிடித்து விலங்கில் பூட்டிவிட்டார் என்று வருந்தியது பூதம். கட்டுப்பட்டுக்கொண்டேன் என்று என்னை சிவன் அடைத்துவிட்டார், இனி சத்தம் கொடுக்க விடுவேனோ, காவல் இட்டு வைத்தாலும் விலங்கை முறிக்காமல் விடுவேனோ, இனி இந்த இடம் விட்டுப் போய்விடுவாரோ, இனி அவரைத் தில்லையில் நடனம் ஆட விடுவேனோ? என்றெல்லாம் கூறிய பூதம், யாருக்கும் இந்த அபத்தம் வந்துவிடும் என்று தன்னைத் தேற்றிக்கொண்டது. இந்தச் சிவனைக் குண்டோதரன் என்னும் பூதம் பதறப்பதற விரட்டவில்லையா? அழிவு வந்துவிட்டது என்று பேசிய பேச்சைத் தட்டமுடியுமா? விதிவசம் அல்லாமல் வேறொன்றும் சொல்வதற்கில்லை என்று பூதம் பேசியது. சிறிதுநேரம் என்றுதானே சொன்னார், மறுப்பேதும் சொல்லாமல்

சம்மதம் தெரிவித்ததற்குச் சொன்ன சொல்லை மாற்றிச் சொல்வார்களோ? போக்குமுட்டி விலங்கை முறித்தால் அது ஆண்மைக்கு அழகல்ல என்று சொல்லி எதற்கும் அகப்படாத பெரிய பூதம், சொல் மாறாமல் விலங்கில் அகப்பட்டுக் கிடக்கிறது.

பூவழகி, பிராமணக்கன்னி, தெய்வக்கன்னி ஆகியோர் பூதத்தைத் தேடுதலும் சிவனிடம் முறையிட்டுக் காணுதலும்

பூதம் தன் பலத்தாலும் பலவீனத்தாலும் விலங்கில் அகப்பட்டுப் பலநாளாய்க் கிடக்கிறது. அதனால் அது கிடக்கும் தரைப்பகுதிகள் தாழ்ந்துபோயின, பூதத்தின் சடைகள் வளர்ந்து நீண்டன, நகம் வளர்ந்து தொங்கியது. இவ்வாறு பூதம் விலங்கில் பூட்டிக் கிடக்க, பூவழகி பூதத்தைத் தேடத் தொடங்கினாள். பன்னீரண்டு ஆண்டுகள் ஆகிவிட்டன, பூவழகி இதனை அறியவில்லை, பூதம் அடைப்பட்டுக் கிடப்பதைப் பிராமணக்கன்னி அறிந்து தெய்வக்குலக் கன்னியான தேன்மொழிக்கு அறிவித்தாள். இரு பெண்களும் அறிந்து பூவழகியிடம் வந்து கூறினர். பூதத்தை மீட்டுக் கொண்டுவர மூவரும் ஆலோசனை செய்தனர். சிவனிடம் சென்று முறையிட்டால் அவர் நம்மையும் இருக்கவிடமாட்டார் என்று ஆலோசித்து, பூதம் இருக்குமிடத்தைச் சேர்வதற்குப் புறப்பட்டனர். பதிமூன்றாம் ஆண்டில் மூவரும் தேடினர். காடு வனங்களில் அலைந்து திரிந்தனர், வாழைகள், தாழைகள், மாமரங்கள், பூமரங்கள் குயிலினம், புள்ளினம் முதலியவற்றிடம் கேட்டனர், பூவழகி ஒரு புறம் தேட, தெய்வக்கன்னி மற்றொரு புறம் தேடினாள். இறுதியில் மூவரும் கயிலையில் சிவன் முன்பாகச் சென்றனர்.

தெய்வக்கன்னியும் பலவித நிறமுடைய பிராமணக்கன்னியும் பூச்சூடும் நிறமுடைய பூவழகியுமாகச் சேர்ந்து சிவனிடம் முறையிட்டனர். நெற்றிப்பிறை, உச்சிப்பிறை அணிந்தும், கண்ணுக்கு மையெழுதியும் காதுக்குத் தோடும் கைகளுக்குக் காப்பும் அணிந்து, பொன்னை உரசிப் பொட்டுமிட்டு வருகை தந்த பூவழகித் தாயார் விதவிதமான பூக்களைச் சூடிக்கொண்டு சிவன் மூன்பாக வந்தாள். என்னுடைய மன்னவரை இப்போதே கூட்டித் தரவேண்டும், இல்லையானால் நீர் கயிலையில் இருக்க மாட்டீர், கயிலையை நகட்டிவிடுவேன், துன்பம் விளைவிப்பேன், முடிவுள்ள வனமாக்கிவிடுவேன், பலவிதமான கொடுமைகளைச் செய்வேன்

என்றாள். மேலும் மூன்று பெண்களும் சேர்ந்து சிவனை மிரட்டினர், தானம் மானம் அழித்திடுவோம், உலகத்தையே கெடுத்திடுவோம், குறைவில்லாத அழிவைச் செய்வோம். எங்கள் ஆடவரைக் கண்டு நெடுநாட்களாகிவிட்டன. நாடெல்லாம் தேடித்திரிந்து இறுதியில் இங்கு வந்துள்ளோம். இப்போதே சொல்லவில்லை என்றால் சுகமாக இருக்கவிடமாட்டோம், வருத்தம் விளைவிப்போம், நெட்டுரம் செய்வோம், உமக்கு எதிராகப் பலநாட்கள் மறியல் இருப்போம், உம்மை இவ்விடம் விட்டு எங்கும் செல்ல விடமாட்டோம், எங்கள் மன்னவரைக் காணவில்லையென்றால் உம்மையும் தடுத்து வைப்போம். பிராமணக்கன்னி உடனே சிவனைத் தடுத்து அமர்ந்தாள். முத்தாவெளியில் மூவரும் அமர்ந்து எதிர்ப்புத் தெரிவித்தனர். சிவனை எங்கும் செல்லவிடாதபடி தடுத்து வைத்திருந்தனர். இதனை அறிந்து சிவன் இவ்வளவு வல்லமை படைத்தவராய்ப் பூவுலகில் இருந்துள்ளீர்களே, உங்களுக்கு வரம் தந்தால் உலகத்தை வைப்பீர்களோ? என்றார்.

மேலும், என்னைத் துன்பப்படுத்தியதற்கு வேறொருவராக இருந்தால் உயிரோடு இருப்பாரோ? என்ற சிவன், வந்திருக்கும் பெண்களுக்கும் பூதப்பெருமாளுக்கும் இருக்கும் தொடர்பு தெரியாமல், இங்கு இதற்கு முன்னமே ஒரு பூதம் அடைப்பட்டுக் கிடக்கிறது வந்து பாருங்கள் என்று கூறி, அவர்களை அழைத்துக் கயிலாசபுரம் சென்றார். பொன்மலை வெள்ளிமலைகள் கடந்து சென்றனர். காட்டானை வனத்தில் தடிவிலங்கில் அடைபட்டுக் கிடந்த பூதத்தைக் கண்ட பூவழகி, இது உமக்கு விதிவசமா?, எனக் கைவிரலை எடுத்து மூக்கில் வைத்து ஆச்சரியப்பட்டாள். உமது பலம் குறைந்து விட்டதால் பிடித்து விலங்கில் போட்டனரோ என்று கேட்டு, விலங்கைச் சுற்றிவந்து குரவையிட்டாள். பூவழகி குரவையிட்ட சத்தம் கேட்டு பூதத்திற்கு பலம் கூடியது. பலம் கூடியவுடன் பூதம் சிவனைத் தொழுதுகொண்டு விலங்கைப் புரட்டி எடுக்க, அது நெளிந்து முறிந்துவிட்டது. அதைக்கண்ட பூவழகி கலகலவெனக் குரவையிட்டாள். கழுத்திலும் மார்பிலும் தோளிலும் தொடையிலும் முட்டியிலும் பூட்டியிருந்த விலங்குகள் தெறித்து விழுந்தன. விலங்கை முறித்துத் தள்ளிய பூதம் பூவழகி, பிராமணக்கன்னி, தெய்வக்கன்னி ஆகியோரோடு புறப்பட்டு வந்தது. மூன்று பெண்களோடு கயிலாசம் நோக்கி வந்த பூதம், முதலில் இந்திரனையும் பின்னர் பிரமனையும் அதன்பிறகு திருமாலையும் சந்திரனையும் சண்முகனையும் இறுதியில் சிவனையும் கண்டு அடிபணிந்தது. வலுபலங்கள் நிறைந்த

பூதப்பெருமாள் விலங்கிலிருந்து விடுபட்ட வேதனைகள் தீரும் முன்பாகச் சிவபெருமான் முன்பாக நின்று தமக்குரிய வரத்தைக் கேட்டார். அதற்குச் சிவன், உனக்கு வரம் தந்தால் ஊர், உலகம், நாடு, நகரம், மக்கள், அடியார் கதி என்னவாகும்? என்று கேட்டார். அதற்குப் பூதம் சிறியோர் செய்த குற்றம் பெரியோனான சிவனே நீர் பொறுக்க வேண்டும் என்றது.

சிவன் பூதத்தை நெய்க்கிடாரம் மெழுகப்பணித்தல்

பூதத்தின் நிலையைப் புரிந்துகொண்ட சிவபெருமான், எந்தன் கயிலையில் வேலைகள் நிரம்ப உள்ளன, அந்த வேலைகளை நீ அங்குச் சென்று செய்யவேண்டும், எளிதான வேலைகளும் உண்டு, அதனால் நீ அங்குச் சென்று நெய்க்கிடாரம் மெழுகி வரவேண்டும். அப்படி வந்தால் உனக்கு கேட்ட வரம் தருவேன் என்றார். அதற்குப் பூதம், நெய்க்கிடாரம் மெழுகுவதற்கு அறியேன், கீழ் நிலத்தில் பிறக்கவும் அறியேன், நீர் எத்தனை சொன்னாலும் நான் அதைச் செய்யமாட்டேன் என்றது. மாட்டேன் என்று சொல்லாதே பூதப்பெருமாளே, எந்தன் கயிலையில் எத்தனைபேர் வந்தாலும் இந்தக் கிடாரத்தை மெழுகமாட்டார், அப்படிப்பட்ட கிடாரத்தை நீ மெழுகி வந்தால் உனக்கு நிறைய வரங்களைத் தருவேன் என்றார். சொல் மாறாமல் வரம் தருவேன், உனக்கு மங்காத பெயர் தருவேன் என்றார். பூதப்பெருமாளும் சிவபெருமான் சொல்லைக் கேட்டு நெய்க்கிடாரம் மெழுகிவந்தால் நாம் நினைத்தவரம் தருவதாகச் சிவன் சொல்லியிருக்கிறார் என்ற மகிழ்ச்சியில் அதற்குச் சம்மதித்துச் சென்றார்.

பூதம் நெய்க்கிடாரத்தில் குளித்து மகிழ்தல்

நெய்க்கிடாரத்தை மெழுகி அழகாக்கவேண்டும் என்று செண்பகம், சிறுதுளசி, இருவாச்சி, பிச்சி, வங்காளக் கஸ்தூரி ஆகியவற்றைக் கொண்டு மணம் உண்டாக்கினார். செப்பு நிறைய மஞ்சணை, சிமிழ் நிறையப் புனுகு, பன்னீர், அறுபதுநாழி சாம்பிராணி, ஆறுகோட்டை குந்திரிக்கம், ஒரே மாதிரியான மஞ்சள் ஆகியவற்றைக் கொண்டு வந்தனர். ஆறுகோட்டை மஞ்சளைத் தெய்வார்கள் இடித்துக் கொண்டு வந்தனர். அப்போது ஆயிரம் கிங்கிலியர்கள் ஒன்றாகச் சேர்ந்து அசைக்க முடியாத கிடாரத்தைச் சூழ்ந்து நின்று உயர்த்திப் பிடித்தனர். இருப்பினும் கிடாரம் அசையவில்லை. எப்படி இதனை

எடுத்து உயர்த்துவது என்று தெரியாமல் பூதத்திடம் சென்று கிங்கிலியர்கள் கூறினர். எங்களால் இந்தக் கிடாரத்தை எடுத்து வைக்க முடியவில்லை என்று அவர்கள் இயலாமையைக் கூற, பூதம் அதை எடுத்து வைக்கச் சம்மதம் தெரிவித்தது. பொன்மலை, வெள்ளிமலை, ஈயமலை ஆகியவற்றைப் பிடுங்கி மூன்று மலைகளையும் ஒன்றாகச் சேர்த்துக் கொண்டுவந்து அண்டையாகக் கூட்டி வைத்து அடுப்பு உண்டாக்கியது. ஆயிரம் கிங்கிலியர்களால் அசைக்க முடியாத கிடாரத்தைத் தனியாக எடுத்து அடுப்பு மேல் வைத்தது. அடுப்பிலேற்றிய கிடாரத்தில் குடம் குடமாக ஆயிரம் குடம் நெய்யை அளந்து ஊற்றினர். அப்போது கிடாரம் நிறையவில்லை என்றுசொல்லி மேலும் நிறைய நெய்யை ஊற்றினர். சிவக்க வறுத்து வைத்திருந்த மஞ்சளை எடுத்துக் கொட்டினர். மணத்திற்காக வெட்டிவேர், ராமிச்சம் வேர் வங்காளப் பச்சை, மல்லிகைப்பூ, செண்பகப்பூ, செப்பு நிறைய வைத்திருந்த மஞ்சணை, சிமிழில் வைத்திருந்த புனுகு, பன்னீர், மற்றும் சவ்வாது எல்லாவற்றையும் சேர்த்துக் கிடாரத்தில் போட்டு, நெய்யைக் கொதிப்பிக்க சந்தன மரக்கட்டைகளை அடுக்கி அடுப்பேற்றினர். செந்தாமரைப் பூவைப்போல் தீ நாக்கு எழும்பியது. ஏழு இரவுகளும் ஏழு பகல்களும் இருந்து மஞ்சள் நெய் கொதித்தது. பாற்கடல் பொங்கியதுபோல் நெய்க்கிடாரம் பொங்கியது. நெய்க்கிடாரம் பொங்கும்போது பூதம் ஒதுங்கியே நின்றது. கிடாரம் பொங்கும் வெப்பத்தில் பூதம் விளியெறிந்துகொண்டு கிடாரத்தினுள் குதித்தது. பூதம் அகப்பட்டது என்று கிங்கிலியர்கள் எண்ணி, கிடாரத்தை மூடுவதற்கு மறுகிடாரம் கொண்டு வந்தனர். கிடாரத்துக்குள் அகப்பட்டுப் பூதம் ஒழிந்தால் நமக்கு இனிமேல் துன்பம் இல்லை என்று கிங்கிலியர்கள் எண்ணினர். அப்படி அவர்கள் சொல்லுமுன்னே கிடாரத்துக்குள் கிடந்து பூதம் விளியெறிந்துகொண்டு புகுந்து விளையாடியது. கொதிக்கும் நெய்க்கிடாரத்தில் பூதம் கொஞ்சிக் குதித்து விளையாடியது. நெய்க்கிடாரத்தில் மூழ்கி, முக்குளித்து மகிழ்ந்து நெய்யைக் கோரிக்கோரி எறிந்து விளையாடியது. நெய்யை அள்ளி அள்ளி வயிற்றோடும் மார்போடும் பூசி விளையாடியது. பூதத்தைக் கண்டவர்கள் வெந்தது பூதம் என்றனர், பூதம் நெளியுது என்றனர், நெய் பொங்குகிறது என்றனர், பூதம் புரளுகிறது என்றனர். பலரும் பலவிதமாகச் சொல்லிக் கொண்டிருக்க, பூதம் கிடாரத்துக்குள் கிடந்து காலடித்து நீந்தியது. கிடாரம் கிடுகிடுங்க, நெய்யைக் கூழாக்கி காடி வெள்ளமாக மாற்றியது.

பூவழகி தவம் புரிதலும் பூதத்தைக் காணுதலும்

பூதம் அடைபட்டு, முடிகள் பட்டு ஆண்டுகள் பன்னிரண்டு ஆயின. பதிமூன்றாம் வருடத்தில் பூவழகி பூதத்தை நினைத்து அறிந்தாள். அறிந்தவுடன் பூதத்தைத் தேடத்தொடங்கினாள். நறுமணம் வீசும் பூங்காவனங்கள், ஏராளமான மலர்கள் நிறைந்த பூஞ்சோலைகள் முதலிய இடங்களி லெல்லாம் தேடினாள். பலவிடங்களிலும் பூதப்பெருமாளைத் தேடி பல துன்பங்களை எதிர்கொண்டாள் பூவழகி. நெய்க்கிடாரப் பிறவி மிகவும் துன்பமுள்ள பிறவியாயிற்றே என பூவழகி எண்ணிச் செல்லும் நேரம் பச்சைத் தேரில் பிராமணக்கன்னி வந்தாள், தெய்வக்கன்னியோடு தோட்டுக்காரியும் வந்தாள். நால்வருமாகக் கால்நடையாய் நடந்து கயிலையை நோக்கிச் சென்றனர். கயிலையில் சிவனைக் கண்டு தொழுது பூவழகி எலுமிச்சைப் பழத்தின்மேல் பொன்னாலான பன்னிரண்டு சாண் நீளமுள்ள ஊசியை நட்டு அதன்மேல் பெருவிரலூன்றித் தவம்புரிந்தாள். பூவழகியின் தவத்தால் சூரிய சந்திரர்கள் வரமுடியாத படி இருள் சூழ்ந்தது. அதைக்கண்ட பார்வதி பூவழகியைக் கையசைத்து அழைத்தாள். அதைக் கண்டு அசையாமல் நின்றாள் பூவழகி. பார்வதி உடனே சிவனைச் சந்தித்து, இது என அனியாயம், வல்லாத பாதகத்தி இவ்வாறு நமக்கெதிராகப் போராடுவதில் நியாயம் என்ன இருக்கிறது? என்று கேட்டாள். பார்வதி சொல்கேட்ட சிவன் உடனே மங்கை பூவழகியே, உன் மன்னவரைப் பார்க்க வா என்றழைத்தார். சிவன் சொல்கேட்ட பூவழகி, இனி என் மாதவத்தை அழிக்க மாட்டேன், தவத்தைக் குலைத்து வரவேண்டுமானால் நான் சொல்வதை நீர் கேட்க வேண்டும் என்று கூறி, இனி என் மன்னவருக்கு மறு வேலை சொல்லாமல், அவரைப் பிடித்து இனி அடைக்காமல் இருக்க வேண்டும். அவ்வாறு செய்யமாட்டேன் என்று நீர் சொன்னால் தவத்தை விலக்கிடுவேன் என்றாள். உன்னுடைய ஆடவர் நெய்க்கிடாரத்தில் மூழ்கிக் குளித்து நெய்யோடும் பாலோடும்.. என்று சிவன் கூறத் தொடங்கியபோதே பூவழகி தவத்தை விட்டிறங்கினாள்.

பூதம் நெய்க்கிடாரத்தை உடைத்தல்

சிவன் கூறியதைக் கேட்ட பூவழகி உடனே தடதடவென நடக்கத் தொடங்கினாள். பச்சைவர்ணத்தில் மேகப்பட்டும் துகிலும் உடுத்திக் கொண்டு சேலையின் ஒரு முந்தியைத் தோளில் சுற்றிக்கொண்டும் நெற்றிப்பிறை, உச்சிப்பிறையோடு நீலவர்ணப் பூவும் சூடி, காதில்

பொற்றோடு இலங்க, கையில் பச்சை வளையல்கள் அணிந்து நடந்தாள். பூதப்பெருமாள் அடைபட்டுக்கிடந்த நெய்க்கிடாரத்தைக் கண்டாள். கிடாரத்தைச் சுற்றிவந்த பூவழகி குரவையிட, பூதம் நிமிர்ந்து பார்த்தது. பூவழகி குரவையிட குரவையிட பூதத்திற்கு பலங்கள் பெருக, நெய்க்கிடாரத்தை உடைத்தெறிந்தது. நெய்க்கிடாரம் தவிடுபொடியாகி மலைபோல் குவிந்தது. நெய்க்கிடாரத்தை விட்டு வெளியில் வந்த பூதப்பெருமாள் சிவனைத் தொழுதார். அப்போது சிவன், இங்கு இப்போது வந்த செய்தி என்ன ஈஸ்வரகாலப் பூதத்தானே? என்று கேட்டார். வரம் வாங்குவதற்காக உம்மிடத்தில் வந்தேன் மகாதேவா என்று கூறினார் பூதப்பெருமாள். அதற்குச் சிவன், என்னோடு வாதாடி எதிர்த்து நின்றது நீயல்லவோ! கயிலையை நகட்டி வடக்கே எறிந்திடுவேன் என்று கூறியதும் நீயல்லவோ! என்னை இப்படி மிரட்டிய நீ மக்களை விடுவாயோ? வல்லமையாக உன்னைக் கயிலைக்கு வரவழைத்தேன், உனக்கு வரம் தந்தால், ஊர் உலகத்தை வைப்பாயோ? நாடு நகரத்தை வைப்பாயோ? மக்கள் அடியார்கள் நிலை என்னவாகும்? உன்னைப் போலே வலிமையான பூதத்தை எங்கும் கண்டதில்லை, நீ செய்யும் கொடுமை மிகக் கொடியது என்றார். சிறியோர்கள் செய்த பிழை சிவனே நீர் பொறுக்க வேண்டும், திருக்கயிலாசத்தைத் தூற்றிப் பெருக்கிடுவேன், திருக்குடைகள் பிடித்திடுவேன், நீர் சொல்வனவற்றையெல்லாம் கேட்பேன், உமது பாதம் பணிந்திடுவேன், பணிவிடைகள் செய்திடுவேன் என்று பூதப்பெருமாள் கூறினார்.

செந்தாழையில் ஐந்துதலை நாகமும் பூதமும்:

பூதப்பெருமாளே, நீ பாதம் பணிந்தாலும், பணிவிடைகள் செய்தாலும், சேதம் செய்தாலும், எனக்கெதிராக நின்றாலும், என்ன செய்தாலும் உனக்கு வரம் தரப்போவதில்லை என்றார் சிவன். மேலும், செந்தாழையில் ஒரு பிறவி இருக்கிறது, செப்பமுடன் அப்பிறவியைப் பிறந்து வந்தால் உனக்கு அங்கே பெருக வரம் தருகிறேன் என்று கூறினார் சிவன். அதைக்கேட்ட பூதப்பெருமாள் மகிழ்ந்து மணம் நிறைந்த தாழையைக் காண்பதற்கு செம்பு, வெள்ளி ஆகியன விளையும் செண்பகவெள்ளி மலைக்குச் சென்றார். அங்குத் தாழையில் ஐந்து தலைகளைக் கொண்ட நாகம் முட்டையிட்டு அடைகிடந்தது. பொய்கைக் கரைதனில் நாகம் வாழ்ந்து வந்தது. அந்தப் பொய்கைக் கரைதனில் பொன்மலை வெள்ளிமலைச் சாரலில் அந்த அழகுச் செண்பகத் தாழை நின்றது. அந்தத்தாழையானது தாழை மணம் வீசாமல்

சந்தனமணம் வீசியது. அந்தத் தாழையானது ஒருநேரம் சந்தனம் புனுகு பன்னீர் சவ்வாது மணம் வீசும்; மற்றொருநேரம் சாம்பிராணி, சூடம் மணம் வீசும். மூன்று நாழிகைக்கு ஒரு முறை மூன்று நிறமும் மூன்று மணமும் கொண்டு விளங்கும். ஏழரை நாழிகைக்கு ஒருமுறை ஏழு நிறமும் ஏழு மணமும் கொண்டு விளங்கும். தாழையானது மாறி மாறி மணம் வீசிடும், மாறிமாறி நிறம் கொண்டு விளங்கும். இத்தகைய விதியுள்ள அந்தத் தாழையானது நடுஇரவு நேரம் பூத்திடும். முதல் சாமத்தில் மூன்றாகப் பிரிந்து (கவராய்) பூத்திடும். மூன்றாகப் பிரிந்து பூக்கும் பூவெல்லாம் முறைப்படி சிவனார்க்குச் சாற்றப்படும். அவ்வாறு தினந்தோறும் பூக்கும் பூவெல்லாம் சிவனாரின் அபிசேகத்திற்குக் கொண்டு போகப்படும். உச்சிச் சாமத்தில் அந்தத் தாழையானது அரைப்பூ ஒன்றைப் பூத்திடும். இவ்வாறு ஒரு பூ அரைப்பூ பூப்பதை யாரும் அறிவதில்லை. மேலும் ஆயிரத்தெட்டு கன்னிமார்களுக்கும் பூத்திடும். பூவழகி, பிராமணக்கன்னி ஆகிய தங்கை தமக்கையருக்கும் தெய்வக்கன்னிக்கும் இது குறித்துத் தெரிவதல்லால் தெய்வார்க்கும் தேவர்களுக்கும் தெரியவில்லை. மகாதேவரான சிவனுக்கும் தெரிவதில்லை, மற்றொருவரும் இதனை அறிவதில்லை. கன்னிமார்கள் அந்த மணத்தை நுகர்ந்ததுண்டு. அன்றுமுதல் இன்றுவரை கன்னியர்கள் அந்த மணத்தை நுகர்ந்து வருகின்றனர். சில நேரங்களில் ஐந்து பிரிவாய்ப் பூக்கும் அந்தத் தாழை. அதனை அறிந்த அந்த ஐந்து தலை நாகம் தாழையின் நறுமணத்தை நுகரவென்று அதில் வந்து கிடந்தது. சிவனார்க்குப் பூவெடுக்க வந்த கன்னியர்கள் தேர்ந்தெடுத்த பூக்களை விலக்கினர். அப்போது அதைக்கண்டு பயந்துபோன நாகம் படமெடுத்து ஆடியது. அந்தத் தாழையில் தெய்வார்கள் தினந்தோறும் சிவனார்க்குப் பூவெடுக்க வந்து போவர். பொன்னாலான பூக்கூடை கொண்டு வந்து தெய்வார்கள் பூவெடுத்துப் போகும் வரை நாகம் ஆடாமல் அடைகிடக்கும். வேறொருவர் அங்கு வந்தால் நாகம் அவர்களை விரட்டிவிடும். சிவனாருக்கான பூ என்பதால் அதனைப் பெரிய நாகமானது காவல் காக்கும். ஈ, எறும்பு ஏறாமலும் வண்டு வந்து நுகராமலும் வேறொருவர் வந்து அணுகாமலும் செந்தாழையின் மேல் அந்த ஐந்துதலை நாகம் காவல் புரிந்து கிடந்தது.

சிவனார் சொல்கேட்டு பூதப்பெருமாள் பெரிய தடியை எடுத்து ஊன்றிக்கொண்டு காதிலிட்ட குண்டலத்தையும் கண்டகோடாலியையும் எடுத்துக்கொண்டு மார்பிலிட்ட சங்கிலியையும் இழுத்துக்கொண்டு அரைதனில் ஆனைமணியையும் பூட்டிக்கொண்டு யானை மதம்

கொண்டதுபோல், மதம்கொண்ட குட்டி யானை போல், தாழையின் மணம் நுகர்வதற்கு அந்தத் தாழை இருக்குமிடத்திற்குச் சென்றார். தாழையைக் கண்ட பூதம் மிகவும் மனமகிழ்ந்து அந்தத் தாழையிலேயே உறங்கியது. அப்போது அங்குக் கிடந்த ஐந்து தலை நாகம் பூதத்தைக் கண்டது. இந்தப் பூதம் இனி நம்மை இங்கு வாழவிடாது என்று எண்ணிய நாகம், இங்கிருந்து தப்பிப் பிழைப்போம் என்று எண்ணி தாழையை விட்டுக் கீழிறங்கி பொய்கைக் கரையைத் தேடிப் போனது.

செந்தாழையை விட்டு நாகம் போனபோது பூதம் அந்தத் தாழையின் மேலேறிக் கிடந்தது. தாழையின் மேல் கிடந்துகொண்டு பூதம், இனி தெய்வார்கள் இங்கு வந்து பூவெடுத்துக்கொண்டு உயிரோடு போவாரோ? இனி இப்பூந்தோட்டத்தில் வந்து தெய்வார்கள் பூவெடுத்தால் தாழையில் ஒளித்திருந்துகொண்டு அவர்களை அழித்துவிடுவேன் என்றது. தாழையில் ஏறிய பூதம் அங்கிருந்து எங்கும் செல்லாமல் அங்கேயே இருந்தது. நானிருக்கும் இந்தத் தாழையில் யார் வருவார் பூவெடுக்க என்று சொல்லிய பூதம், ஒரு பூவைத் தானெடுத்து நறுமணத்தை நுகர்ந்துகொண்டது. பூவழகியும் பிராமணக்கன்னியும் பூவை நுகர்ந்து கொண்டனர். ஒரு பூவை மட்டும் நுகர்ந்தால் உனக்கு மணம் போதாதா? என்று பூதத்திடம் பூவழகி கேட்க, அதற்குப் பூதம் பதில்கூறியது.

பூவழகியிடம் பூதம் தனக்கு நேர்ந்ததைக் கூறுதல்:

கயிலாயத்தில் சிவனிடம் வரம் கேட்கப் போனபோது அவர் என்னைப் பல வேலைகளைச் செய்யச்சொல்லி கட்டாயப்படுத்தினார். இல்லாத வேலைகளையும் சொல்லாத வேலைகளையும் நான் செய்தேன். அவரது திருச்சடை முழுவதையும் என்னைச் சுமக்கும்படிச் சொன்னார். பெண்ணைச் சுமந்த கூடையைப் பின்னரும் நான் சுமந்தேன், அக்கினியாய் நின்ற ஒரு அனலைத் தழுவும்படிச் சொன்னார், கல்லறை வைக்கும்படிச் சொல்லி என்னை அதில் அடைத்துவிட்டார், விலங்கில் பூட்டி என்னைப் பலநாளாய்ப் போட்டுவிட்டார், வரந்தருகிறேன் என்றுசொல்லி என்னை அவர் ஏமாற்றிவிட்டார், நெய்க்கிடாரம் மெழுகச்சொல்லி நேரில் என்னை ஏமாற்றினார், அவருடைய பூந்தோட்டங்களை எல்லாம் அழிக்க வேண்டும் என்று கோபங்கொண்டது பூதம். அப்போது பூவழகி சிவனுக்குக் கொண்டுசெல்லும் பூவில் ஒன்றின் மணத்தை நுகர்ந்துகொண்டு, சிவனுக்குக் கொண்டு செல்லாமல் அத்தனை பூக்களையும் தன் மன்னவரான பூதப்பெருமாளுக்குக் கொண்டு சென்று

கொடுத்தாள். அப்போது பூதம் பூவழகியை அழைத்துப் பூவை எடுத்துச் செல்லுமாறு கூறியது.

கன்னியர்கள் பூந்தோட்டம் செல்லுதல்:

பூவழகியை அழைப்பதற்குப் பூதம் பூ என்று சொன்னவுடனேயே பிராமணக்கன்னி அவளிடம் நான் பூக்கொய்து விளையாடச் செல்கிறேன் என்றாள். பூந்தோட்டங்களையெல்லாம் அழிக்க வேணுமென்று கன்னிமார்கள் மூவரும் ஒன்றுசேர்ந்தனர். செந்தாழையை விட்டுப் பூதம் கீழிறங்கி நின்றது. பூவழகி, பிராமணக்கன்னி, தெய்வக்கன்னி ஆகிய மூவரும் நெற்றிப்பிறை, உச்சிப்பிறை சூடி, விழிக்கு மையெழுதி, விலைமதிப்பில்லா பொற்றோடும் காதிலிட்டு, கையில் பச்சைநிற வளையல்கள் அணிந்து வந்தனர். பிராமணக்கன்னி பச்சைநிற வளையல்கள் கலகலவென குலுங்க வந்தாள். அவள் உடுத்தியிருந்த பட்டு எண்ணவொண்ணா விலைகொண்டதாகும். பச்சை, பகளம் நீலம் முதலிய பத்துப் பதினைந்து நிறங்களில் பட்டு உடுத்தியும் பொற்கவசம் அணிந்தும் முட்டாங்கு இட்டும், சேலையில் ஒரு முந்தியைத் தோளில் விரித்தும் கன்னியர்கள் வந்தனர். பச்சைத் தேர்மீதில் பிராமணக்கன்னியும் பொற்றேரில் பூவழகியும் அவர்கள் இருவரோடு தெய்வக்குலக்கன்னியும் வந்தனர். இவர்களோடு தோட்டுக்காரி உட்பட ஆயிரத்தெட்டு பேர் கன்னியர்கள் வந்தனர். அப்போது பூதத்தைக் கண்ட அவர்கள் எங்களை அழைத்தது ஏன் என்று கேட்க, தெய்வார்கள் வந்து பூக்களை எடுத்துக்கொண்டு சிவனுக்குக் கொண்டு போகப்போகின்றனர் என்று பூதம் பதில் கூறியது.

வண்டு வடிவில் கன்னியர்கள்:

பூந்தோட்டத்திலுள்ள பூக்களை அழித்துச் சேதமாக்கிடவும் பூமணத்தையெல்லாம் உண்டு வண்டாக இருந்து அரித்திடவும் இயலுமா என்று கன்னியர்கள் கேட்டுக்கொண்டு களத்தில் இறங்கினர். தோட்டத்தில் ஒன்றாகச் சேர்ந்து சென்று தோட்டத்திற்கு வெள்ளியால் கதவும் கதவுக்கு வெண்கலத்தால் பூட்டும் இட்டனர். பூட்டைத் திறந்து முதலில் பூவழகி பொன்வண்டாக உருவெடுத்து வந்தாள். பிராமணக்கன்னி பச்சை வண்டாக வந்தாள். அக்காளும் தங்கையுமாகிய இவர்கள் இருவரும் வண்டாகப் பறந்து சென்று சிவனார் தோட்டத்தில் புகுந்து பூக்களையெல்லாம் அரித்துச் சேதமாக்கினர். தெய்வக்கன்னி தும்பியாகச் சென்று பூக்களைத்

துளைத்து அரித்தாள். தோட்டுக்காரியும் பிற கன்னியர்களும் சேர்ந்து தோட்டத்திலுள்ள பூக்களையெல்லாம் கூட்டம் கூட்டமாக அரித்தனர். இவ்வாறு ஆயிரத்தெட்டு கன்னியர்களும் அவரவர்களுக்குரிய வடிவெடுத்து தோட்டத்திலுள்ள பூக்களைச் சுத்தமாக அரித்தழித்தனர்.

தெய்வார்கள் தோட்டத்தைக்கண்டு சிவனிடம் முறையிடுதல்:

சிவனுக்குப் பூச்சாற்றி திருமுழுக்கு செய்வதற்காகத் தெய்வார்கள் ஒன்றுகூடி தோட்டத்திற்கு வந்தனர். அங்குப் பூக்களெல்லாம் வண்டரித்து சேதமாகியிருப்பதைக் கண்டு தங்கள் வயிற்றில் அடித்து நடுங்கினர். இதற்கு நாம் என்ன செய்வோம் என்று சொல்லி ஒவ்வொரு தோட்டமாகச் சென்று பார்த்தனர். எல்லாத் தோட்டங்களும் இவ்வாறு அழிந்து கிடக்க, இன்று சிவனுக்கு அபிசேகம் நேமிப்பதற்குப் பூக்கள் இல்லையே என்று வருந்தி, சிவனிடம் சென்று முறையிட்டனர். செந்தாழையில் பூதம் உறைந்து கொண்டது. கன்னிமார்கள் தோட்டத்தில் வந்திறங்கி பொன்வண்டாக வடிவெடுத்துப் பூக்களையெல்லாம் அரித்துவிட்டன என்று கூறிய தெய்வார்கள், இனி பூசைக்கு என்ன செய்வோம் என்று கேட்டு பொற்பூக்கூடையை வெறுங்கூடையாய் சிவன் முன்பாக விட்டெறிந்தனர். பொல்லாத வலுபூதம் பூவபிசேகத்தை முடக்கிவிட்டது. இவ்வாறு பன்னிரண்டு ஆண்டுகளாகப் பூவபிசேகத்தை முடக்கியது பூதம். அப்போது சிவன் ஏதோ சொல்ல வந்தார்.

திருமால் இடையராகி வருதலும் பூதம் அடையாளம் காணுதலும்:

பூந்தோட்டங்களைப் பூதத்தின் துணையோடு கன்னியர்கள் அழித்ததை அறிந்த சிவன் மனம் வருந்தி அவர் மைத்துனரான திருமாலை வரவழைத்தார். திருமால் வந்தபோது செந்தாழை மூட்டில் நின்று கொண்டு பக்கத்தில் கன்னிமார்களோடு சேர்ந்து செண்பகப் பூந்தோட்டமெல்லாம் பூதம் அழித்துவிட்டது என்று சொல்ல, அதற்குத் திருமால் அங்குச் சென்று வசீகரமாய் ஆசை வார்த்தைகளைப் பேசினால் பூதம் பிணங்காமல் வந்துவிடும் என்று கூறினார். அதற்குச் சிவன், அப்படியானால் பூதத்தை ஏமாற்றிப் பேசி இணக்கமாய்க் கூட்டிவர வேண்டும் என்று வேண்டுகோள் விடுத்தார்.

பூதத்தை அழைத்துவர நானே போகிறேன் என்று சொல்லி திருமால் இடையர் வடிவெடுத்தார். அந்தச் சாதியினர் போடுவதுபோல் நாமக்குறி இட்டார், நல்ல குண்டலம் அணிந்தார். கோன் இடையர் போல் திருமால் எழுந்து, தாழையின் அடியில் இருக்கும் சங்கிலிபூதத்தைக் கூட்டி வருகிறேன் என்று கூறி நடந்தார். கன்று மேய்க்கச் செல்கிறேன் என்று கூறிக்கொண்டு, கக்கத்தில் தடியை இடுக்கிக்கொண்டு, கையில் கடையால் என்னும் தூக்குப்பாத்திரத்தைத் தூக்கிக்கொண்டு தெருவோடு நடந்தார். அவரை இடையர் பெண்கள் கண்டு, எங்கள் மாமிமகன் என்று சொல்லி, முறை கூறி அழைத்தனர். தெருவில் இறங்கி வந்த பெண்கள், அவரது முந்தியைப் பிடித்திழுத்து அவரது மேனியைத் தொட்டு இழுத்தனர். அப்போது கோபம் கொண்ட திருமால், இது உங்களுக்கு தினம் வேலையாகப் போச்சுது என்று சொல்லி அவர்களைத் தொடாமல், நான் பூதத்தை அழைத்து வரப் போகிறேன் என்று கூறி, பெண்களை விரட்டினார். பெண்களிடமிருந்து விடுபட்டு வேகவேகமாய் நடந்தார். ஆட்டிடையன் என்பதை அடையாளப்படுத்துவதற்காக ஒரு ஆட்டுக்குட்டியைப் பிடித்துத் தோளில் போட்டுக்கொண்டார். திருமாலைக் கண்ட பூதம் செந்தாழை மூட்டில் நின்று முறைத்துப் பார்த்தது. அதைக்கண்ட திருமால் சற்று ஒதுங்கி நின்றார்.

யாரோ ஆள் வருகிற ஓசை கேட்கிறது என்று பூதம் அடிபிடி என்று சொல்வதற்கு முன்பாகத் திருமால் ஒரு சூழ்ச்சி செய்தார். கோனார் கூட்டம் எங்கள் குலம் என்று திருமால் மெதுவாகச் சென்றார். அடையாளம் தெரியாமல் இடையன் போகிறான் என்று எண்ணிய பூதம், இங்கு வந்த காரியம் என்ன என்று கேட்க வாயெடுத்தது. அப்போது பூதம் கேட்பதற்கு முன்பாகவே திருமால் கூறத்தொடங்கினார். எங்கள் வம்சத்தில் ஆதி இனத்துத் தெய்வம் எங்கள் தெய்வம். அத்தெய்வத்தை நாங்கள் பூவெடுத்துப் போய் போற்றித் தினமும் வணங்குவோம். பூவைத் தேடிப் பார்த்தபோது பூந்தோட்டங்களெல்லாம் அழிந்து போய்விட்டன. இவ்வாறு ஆண்டுகள் பன்னிரண்டாகிவிட்டன என்று எங்கள் இனத்தாரெல்லாம் சொல்லக்கேட்டேன், அதனால் அதைக் காண்பதற்கு அங்கிருந்து இங்கு வந்தேன் என்றார். ஒரு இடையனாக இருந்தால் நம்மை எதிர்த்து இங்கு வந்து இதைச் சொல்வானோ? என்று சந்தேகமடைந்த பூதம், செந்தாழையை விட்டிறங்கி மெதுவாக வந்தது. அங்கு வந்திருப்பது திருமால் என்பதை உறுதி செய்தது. திருமால் அருகில் சென்ற பூதம் அவரைக் கண்டு கைகுவித்து வணங்கி, ஆதிநாராயணரே, இங்கு வந்த

காரணம் என்ன? என்று வினவியது. சூழ்ச்சி செய்வதற்காகவா இப்படி மாறுவேடத்தில் வந்தீர்? சிவன் ஏதாவது சொல்லிவிட்டாரோ, வந்த காரியம் என்னவென்று சொல்லும் என்று பூதம் திருமாலிடம் கேட்க, ஒரு செய்தி சொல்லவே நான் இங்கு வந்தேன், இனி என் சொல்லை நீ கேட்பாயாக என்று கூறினார்.

திருமால் பூதத்தைத் தன்னோடு அழைத்துச் செல்லுதல்:

திருமால் பூதத்திடம் ஆண்டுகள் பன்னிரண்டாகச் சிவன் அபிசேகத்திற்குப் பூக்கள் செல்லாமல் முடங்கிப் போய்விட்டது. இங்கிருந்து பூக்களைக் கொண்டு செல்வார் யாருமில்லை, சிவனுக்குப் பூச்சாற்றுதல் முடங்கிப் போவதற்கு நீ காரணம் என்று சொன்னார். பொன்னரனாரின் அபிசேகத்திற்குப் பூக்கள் வராமல் முடக்கி விட்ட உன் பிழைகளை அவர் பொறுத்துக்கொள்வார், நீ என்னுடன் வா என்று அழைத்தார். மட்டுமல்ல, நீ என்னோடு வந்தால் சிவனுக்கு நேமிக்கும் பால், பழம், பஞ்சாமிர்தம் ஆகியவற்றில் ஒரு கூறும்; திரளி நிறைய பாயாசம், செந்தெங்கு இளநீர், கெவுளிப் பாத்திரம் ஆகியவற்றில் ஒரு கூறும் உனக்குத் தரும்படிக் கூறுவேன். அடியார்கள் செய்யும் அபிசேகத்திலும் உனக்கொரு கூறு தரலாம்; பூதவொலி பீடம் அமைத்துத் தனியாக என்பக்கத்தில் அமர்வதுபோல் இடம் தரலாம்; இவற்றை அனுசரித்து நீ என்னுடன் வருவாயாக என்று அழைத்தார் திருமால். அவற்றைக் கேட்ட பூதம், பொற்றாழை தன்னை விட்டு இறங்கி, பூந்தோட்டத்தைக் கடந்து பூதத்தடியைக் கையில் ஊன்றிக்கொண்டு, மார்பில் சங்கிலியைப் பூட்டி இழுத்துக்கொண்டு திருமால் மனம் மகிழும்படி அவருடன் புறப்பட்டது. திருமால் முன்னும் பூதம் பின்னுமாக இருவரும் வழிநடந்து வந்தனர்.

துரியோதனன் பூதவழிபாடு செய்தலும் பாண்டவர்கள் கலைத்தலும்:

துரியோதனன் சங்கிலிபூதத்தின் பூதத்தடியை வைத்து தினந்தோறும் கோயிலில் பூசை செய்துவந்தான். அவ்வாறு செய்துவரும் ஒருநாளில் பூதத்திற்குப் படைப்பதற்காக வைத்திருந்த கனிகளில் ஒரு கனி இல்லை என்று எண்ண, அந்த இடத்தில் நின்ற மாமரத்தில் மாங்கனிகள் கிடக்க, அதனை ஒருவர் பறித்தால் விழுவதில்லை, தினந்தோறும் அதில் ஒன்று கிடைத்தால் பூதத்திற்குச் சாற்றலாம் என்று எண்ணி கோயிலில் நிறுவியிருந்த பூதத்திடம் வேண்டினான். ஏகபராபரம் என்று இதயத்தில் தொழுது ஆகமங்கள்

எல்லாம் அவன் அன்று அறிந்துகொண்டான். முறை தவறாமல் குறைகள் வராமல் முங்கிக் குளித்துக் கரையேறி, தரைமெழுகி நின்றுகொண்டு துரியோதனன் வழிபட்டான். செய்த பிழைகள் பொறுக்க வேண்டும், பொல்லாப்புகள் வராமல் இருக்க வேண்டும் என்று கள்ளமில்லாமல் துரியோதனன் சொல்ல, உள்ளது சொன்னான் என்று மாங்கனி உடனே விழுந்துவிட்டது. அந்தக் கனியை எடுத்துக்கொண்டு துரியோதனன் அடிபணிந்து பூதத்திற்குப் படைத்தான். தினந்தோறும் பூதத்திற்குத் துரியோதனன் தீபதூபங்கள் செய்து மாங்கனி படைத்துத் தப்பாமல் பூசை செய்து வழிபட்டு வந்தான்.

துரியோதனன் பூதவழிபாடு செய்வதைத் தருமர் உட்பட பாண்டவர்கள் கண்டனர். வீமன் உடனே ஓடிச்சென்று கோயிலில் இருந்த பூதத்தடியை எடுத்து, என்னுடைய தண்டாயுதத்திற்கு இது வலுவானதா? என்று சொல்லி கையால் சுற்றி எறிந்தான். படையலுக்கான மாங்கனியைத் துரியோதனன் மரத்திலிருந்து பறிப்பதற்கு முன்பாக அருச்சுனன் அதன்மேல் சரம் எய்தான். மாங்கனியும் விழுந்தது. அருச்சுனன் எய்த கணையின் ஓசை கேட்டுத் தருமர் ஏறிட்டுப் பார்த்து, வீமனும் விசயனும் வினைவிளைத்துப் போட்டார்களே, தினந்தோறும் நேமித்தியம் செய்துவரும் கனியல்லவா அது, மிகுந்த வரம் பெற்ற பூதமல்லவோ அது, அந்த மாங்கனி திரும்பச் சென்று மரத்தில் பொருந்தாதா என்று வருந்தினார். தரைமீது கிடக்கும் கனி திரும்பச் சென்று மரத்தில் பொருந்திவிட்டால் யாருக்கும் எதுவும் ஆகிவிடாது, மனத்தில் வன்மம் வைத்து யாரும் எதுவும் பேசுதல் ஆகாது என்று தருமர் சொல்ல, அதற்குச் சகாதேவன் பின்வருமாறு சொன்னான்.

பாண்டவர்கள் கோதையம்மனை வழிபடுதல்:

கோதையம்மனைக் கோயிலில் வைத்துக் கும்பிடுவோம் என்று சொல்லி வேதம், சாத்திரம் எல்லாவற்றோடும் மந்திரத்தை ஒவ்வோர் உறுப்பாகப் படித்தான். அப்போது மரத்திலிருந்து விழுந்த மாங்கனி தரையிலிருந்து மேலெழும்பியது. மரக்கொப்பில் பொருந்துவதற்காகத் தரையிலிருந்து மேலெழும்பிப் போனது. அதன்பின்னர் தருமர் நகுலனை அழைத்து மந்திரம் படிக்கச் சொன்னார். நகுலனும் தாராளமாய் மந்திரத்தின் ஒவ்வோர் உறுப்பையும் அழகாகப் படித்தான். அப்போது உயரத்தில் நின்ற கனி மீண்டும் மேலே சென்றது. நகுலனைத் தொடர்ந்து அருச்சுனன் வந்து அவன் பங்கிற்கு மந்திரத்தின் உறுப்புகளைப் படித்தான். இவ்வளவுதான் என்னால் படிக்க இயலும்

கனி மேலே செல்லவேண்டும் என்று வேண்டினான். அப்போது மாங்கனி மீண்டும் மேலுயர்ந்தது. வீமன் வந்து அவன் பங்கிற்குப் பட்டாங்கமாய் மந்திரம் படித்தான். மாங்கனி அதனை விட்டு மேலுயரவில்லை. அதனைக் கண்ட தருமர் வந்தார், அவரும் மந்திரத்தைப் பட்டாங்கமாய்ப் படித்தார். நின்ற கனி மேலே உயர்ந்தது. உயர்ந்து சென்ற மாங்கனி ஒரு முடியளவிற்கு மேலே போகாமல் அங்கேயே நின்றது. மனம் வருந்திய தருமர் பின்வருமாறு கூறினார். வில்லொடித்து விசயன் திரெளபதியைக் கண்டதல்லால் சொல் மறுத்து வேறொரு வில் ஒடித்ததில்லை. கலியாணம் செய்தது அல்லாமல் கற்பை அழித்ததில்லை. இவ்வாறு சொன்ன தருமர், கற்புக் கன்னியான திரெளபதியை வரவழைத்து, மரக்கொப்பில் பொருந்தாத இம்மாங்கனியை நீ முயன்று பொருந்த வை என்று கூறினார்.

தருமர் அழைத்தவுடன் அங்கு வந்த திரெளபதி, ஐந்துபேர்க்கும் பத்தினி நான், அனைவருக்கும் தாயாரும் நான்தான் என்று கன்னி திரெளபதி சொல்ல உயர்ந்திருந்த மாங்கனி தாழ்ந்தது. அப்போது தருமர் மிகவும் கவலையுற்றார். நீ பொய் கூறிவிட்டாயோ, உன் வார்த்தையால் பிழை வந்துவிட்டதே என்று வருந்தினார். தருமர் சோர்ந்து போகவே திரெளபதி சொல்வார்; தர்மம் அழிந்ததென்ன கற்புநிலை குலைந்ததென்ன, இப்புவியில் என்னையும்தான் இருத்தி வைக்க நியாயம் உண்டோ, சொற்பிழைகள் வந்ததுண்டோ என்று கேட்டாள். எழுந்து வந்த திரெளபதி மீண்டும், ஐபேர்க்கும் பத்தினிதான், அனைபேர்க்கும் தாயார்தான், கண்டு ஆசைப்பட்டதுண்டு, கொண்டு ஆசைப்பட்டதில்லை என்று கூறி, அவள் மந்திரத்தை உச்சிரிக்கும் முன்னே, எந்த மாற்றமும் இல்லாமல் மாங்கனியும் சென்று பொருந்தியது. மாங்கனி மரத்தில் பொருந்தியவுடன் பாண்டவர்கள் அங்கிருந்து புறப்பட்டுச் சென்றனர்.

பாண்டவர்களைக் கொல்லத் திட்டம்:

துரியோதனன் தினந்தோறும் பூதத்திற்கு அவன் படித்த மந்திரங்களை படிப்படியாகச் சொல்லி வந்தான். தினமும் மரத்திலிருந்து விழுந்த மாங்கனி இப்போது விழுவதில்லை. அப்போது திருமால் வலுவான பூதத்தோடு திருவரங்கத்திலிருந்து திரும்பி வந்துகொண்டிருந்தார். திருமால் சிவபெருமானிடம் செல்லவேண்டும் என்று விரைவாகப் பூதத்துடன் வந்துகொண்டிருந்த அந்த வேளையில் பாவி துரியோதனன் அங்கு நின்றுகொண்டு சொன்னான்; குந்திதேவி மக்கள் ஐவரும் சேர்ந்து வந்தனர். வீமன் பூதத்தடியை எடுத்தெறிந்தான்,

விசயன் அக்கினியை வில்லால் எய்தான், எய்த கனியைத் திரும்ப எல்லோரும் சேர்ந்து பொருத்திவிட்டனர். தீண்டி விட்டனர், தீட்டு செய்துவிட்டனர், இப்போது கனி விழுவதில்லை. மாங்கொப்பில் மாங்கனி இருந்தும் பூசைக்கு அது பயன்படவில்லை, ஐந்துபேரையும் கொல்லவேண்டும். அப்படியே விட்டுவிட்டால் வீமனையும் விசயனையும் விழுங்கிவிட்டுத்தான் இங்கே வரவேண்டும், நீ அப்படியே காரியத்தை முடித்துவிட்டு இங்கே வந்தால் உனக்கு வலுவான படையல் தந்திடுவேன் என்று பூதத்திடம் கேட்டுக்கொண்டான். துரியோதனன் பூதத்திடம் சொன்னதைக் கேட்ட திருமால், திடுக்கிட்டார். ஐந்துபேருக்கும் உயிர் இல்லாவிட்டால் பூதம் அவர்களை ஒன்றும் செய்யாமல் திரும்பிவிடும் என்று எண்ணினார். அப்போது வெள்ளிமலைச் சாரலில் வேட்டையாடிவிட்டு ஐந்துபேரும் மிகத் தளர்வாய்த் திரும்பி வருவதைக் கண்டார். இவர்களைக் கண்டால் பூதம் ஐந்துபேரையும் கொன்றுவிடும் என்று வருந்தினார்.

பாண்டவர்கள் நிலை:

தருமரும் தம்பியர் நால்வரும் உடல் தளர்ந்து நாக்கு உலர்ந்து தாகத்திற்குத் தண்ணீர் கிடைக்காதா என்று உருகினர். அப்போது தருமர் தம்பி சகாதேவனை அழைத்துத் தண்ணீர் கொண்டுவரப் பணித்தார். சகாதேவனும் உடனே கமண்டலத்தை எடுத்துக்கொண்டு சுனை நோக்கிப் புறப்பட்டான். காடுகள் பல கடந்தும் நீர்ச்சுனையைக் காணாமல் குன்றின் மேலேறி நின்று பார்த்தான் அங்குக் கண்ட நீர்ச்சுனையில் முதலில் தன் சகோதரர்களுக்காகக் கொண்டு வந்த கமண்டலத்தில் நீரை நிரப்பிவிட்டுத் தாகத்துடன் இருந்த அவன் நீர் அருந்தினான். நச்சுநீர்ச்சுனை என்பதை அறியாத சகாதேவன் நீரை அருந்தியவுடன் மாண்டான். தர்மர் அவனைக் காணாததால் நகுலனையும் அதன்பின்னர் விசயனையும் அனுப்பினார். அவர்களும் நீர்ச்சுனையில் நீர் அருந்தி மாண்டனர். விசயனைத் தேடி வீமன் அங்குச் சென்றான். அந்தப் பொய்கையில் அவனும் நீரை அருந்தினான். நீர் அருந்தியவுடன் வீமன் தலைசுற்றி சுழன்று வரும்நேரம், அண்ணன் தருமர் இங்கு வந்தால் அவர் இதைக் கண்டுகொள்ளட்டும் என்று எண்ணித் தரையில் எழுதினான். ஒருவேளை அண்ணனும் இந்தத் தண்ணீரைக் குடிக்கக் கூடும் என்று நினைத்த வீமன் பருமணலை ஏடாகக் கொண்டு துணிவாக எழுதிவிட்டுத் தானும் மாய்ந்தான்.

தம்பியர் நால்வரையும் காணாத தருமர் அவர்களைத் தேடிப் புறப்பட்டார். தம்பியரை எங்கும் காணாமல் பரிதவித்துப் பாதைகள்

எல்லாம் தேடினார். இறுதியில் தம்பியரைக் கண்டார். ஒவ்வொருத்தராய்த் தூக்கிப் பார்த்தார். யாரும் உயிருடன் இல்லை. நால்பேரில் வீமன் நடுவில் இறந்து கிடந்தான். வீமன் முகம் பார்த்த தருமர் மனம் புண்ணாகினார். தண்ணீர் கேட்டு தம்பியர் நால்வரையும் இழந்தேனே என்று துன்பப்பட்டார். என்னுடைய சொல்கேட்டு தம்பியர் இறந்துபோக விதியாகிவிட்டதே என்று கலங்கினார். பாம்பு தீண்டி தம்பியர் இறந்துவிட்டனரோ என்று நான்கு திசைகளிலும் பார்த்தார். அப்போது அங்குள்ள வெளியில் மணலில் எழுதியிருக்கும் எழுத்தைக் கண்டார். என்ன எழுதியிருக்கிறது பார்ப்போம் என்று எண்ணிய தருமர், போய்ப் பார்த்தார். அங்குத் தண்ணீர் அருந்தாமல் எழுத்தை வாசித்தார் தருமர். அங்கு நச்சுப் புனலில் நீர் அருந்தி நால்வரும் இறந்த செய்தி எழுதப்பட்டிருந்தது.

தரையில் வீமன் எழுதியிருந்ததை வாசித்த பின்னர் தருமர் மயங்கிய நிலையில் இருந்தார். தண்ணீர் அருந்தாமல், யாரொருவருக்கும் சொல்லாமல் மயக்கமாய்ச் சரிந்திருக்கும் வேளையில் பூதம் யானைக்கு மதம் பிடித்ததுபோல் அங்கு வந்தது. என் கோயிலைத் தொட்டது யார்? என் கனியை எய்தது யார்? என்று மலைபோல் விளியெறிந்தது. தருமர் அங்கு மயங்கிய நிலையில் இருக்க, இறந்து கிடந்த தம்பியரில் வீமனைப் பூதம் எடுத்து எறிந்தது. ஆகாயத்தில் போய் கீழே வந்த வீமனைத் திருமால் தன் கையால் ஏந்திக் கீழே விட்டார். விசயனையும் பூதம் தூக்கி எறிந்தது. அவனையும் திருமால் பிடித்து கீழே வைத்தார். நீதியுள்ள தருமரிடம் பூதம் செல்லும் முன்பாகத் திருமால் தன் கையிலுள்ள பொற்பிரம்பை எடுத்துத் தரையில் பாதாளம் வரை கீறினார். திருமால் கீறியபோது பாதாளம் தெரிய பூதம் அதில் அகப்பட்டுக்கொண்டது. பூதம் அகப்பட்டபோது திருமால் தருமரிடம் சென்று உன் தம்பியர் இப்படிக் கிடக்கும் வரலாறு என்னவென்று கேட்டார். அதற்குத் தருமர் தண்ணீர் தாகம் பொறுக்கமாட்டாமல் தண்ணீர் கொண்டுவரப்போன தம்பியர்கள் இப்படி மாண்டுக் கிடக்கின்றனர் என்றவர், இனி நானிருந்து என்ன பயன்? தம்பியரைக் கண்டபின் நான் தனியே செல்வேனோ? ஐந்துபேரும் வந்தவிடத்தில் நான் மட்டும் தனியே இருப்பதென்ன? நாங்கள் கொண்டுவந்த விதியோ இது என்று கலங்கிக் கூறினார்.

தருமர் கூறியதைக் கேட்ட திருமால் அவரிடம், உம்முடைய தம்பியரில் உமக்குத் துணையாக இருப்பவன் ஒருவனை மட்டும் எழுப்பிக்கொள்ளும் என்று கூறினார். இறந்துகிடந்த தம்பியர்

நால்வரையும் பார்த்த தருமர் சகாதேவனைப் போய் எழுப்பினார். போர்வீமனும் வீரமுள்ள அர்ச்சுனனும் அங்கே கிடக்க, சகாதேவனை நீர் எழுப்பிய காரணம் என்னவென்று திருமால் கேட்டார். அதற்குத் தருமர், என்னுடைய தாயார்க்கு ஏற்ற கடன் தீர்க்க நான் உயிருடன் இருக்கிறேன், ஆனால் அவன் தாயார்க்குக் கடன்தீர்க்க அவன் வேண்டும் என்றுசொல்லி அவனை எழுப்பினேன் என்றார். தருமர் கூறியதைக் கேட்ட திருமால் மனம் அதிர்ந்து, இந்தப் புத்தி உமக்கு இருப்பதால் எல்லாத் தம்பியரையும் நீர் எழுப்பிக்கொள்ளும் என்று கூறினார். திருமால் இப்படிக் கூறியவுடன் தருமர் தம்பியர் மூவரையும் எழுப்ப, மூவரும் ஒன்றுபோலவே விழித்து எழும்பினர். சகோதரர்கள் ஐந்துபேரும் ஒருவரோடு ஒருவர் கட்டித் தழுவினர். தருமரோடு நால்வரும் கூடி இருந்தனர். அப்போது திருமால் அவர்களிடம் பாவி துரியோதனன் சொற்கேட்டு பூதம் உங்களை எதிர்க்க வந்தது. அதனைக் கைவசமாய் இணக்கி உங்களிடம் தருகிறேன் என்று கூறிப் பூதத்திடம் சென்றார் திருமால்.

திருமால் பூதத்திற்கு புத்திமதி கூறுதல்:

பாதாளத்தில் கிடந்துகொண்டு கனத்த ஓசை எழுப்பி ஆர்ப்பாட்டம் செய்துகொண்டிருந்தது பூதம். அப்போது திருமால் ஆரடா அது, என் பாதாளத்தை அழிப்பாட்டம் செய்யாதே என்று பூதத்தை அதட்டினார். மேலும் கையைக் காட்டி பூதத்திடம் வாரும் பிள்ளாய் பூதத்தானே என்று அழைத்தார். நான் உனக்கு ஒன்று சொல்கிறேன் கேள், துரியோதனன் ஒரு பாவி. ஐந்துபேரையும் கொல்லவென்று அவன் உன்னிடம் சொன்னான். அவன் சொல்கேட்டு நீ அவர்களைக் கொல்லத் துணிந்தாய், அதனால் இப்போது பாதாளத்தில் கிடக்கிறாய் என்றார். பாதாளத்திலிருந்து மேலுலகிற்கு வரவேண்டுமானால் நான் சொல்வதைக் கேள், நான் சொல்லும் காரணங்களைக் கேட்டால் நீ மேலே வரலாம் என்று கூறி, பூதத்திற்குப் புத்திமதிகள் கூறினார். நீ பாண்டவர்கள் ஐந்து பேரோடும் கூடி அவர்களோடு ஒத்து இணங்கி இருந்தால் உனக்கு நான் உறுதுணையாய் இருப்பேன். பாண்டவர்கள் தங்களது கருவூலத்தையும் பதினெட்டு உருளிகளையும் பூதத்திற்குத் தருவதாகக் கூறி, அவற்றின் தாழ்க்கோலைத் தருமர் பூதத்திடம் கொடுத்தார். தாழ்க்கோலைக் கண்ட பூதம் மகிழ்ந்துகொண்டு அதனை வாங்கியது. தாழ்க்கோலைத் தனது வேட்டியில் போட்டுக்கொண்டு ஐந்துபேரையும் அருகில் அழைத்து,

உங்களுக்கு எப்போதும் உதவியாக நான் இருப்பேன் என்று கூறியது. பின்னர் திருமாலும் பூதமுமாய் நடந்து சிவனிடம் சென்றனர்.

பூதத்தை ஸ்ரீரங்கம் கொண்டுபோகச் சிவன் திருமாலிடம் கூறுதல்:

திருமாலோடு கயிலைக்கு வந்த பூதம் சிவபெருமானைக் கண்டு கைதொழுது நின்றது. அவரிடம் தனக்கு வரம் தருமாறு கேட்டது. நீர் எனக்கு வரம் தரவில்லையென்றால் நீர் இங்கு இருக்கமாட்டீர், உமது கோபுரத்தை இடித்துவிடுவேன், கொடிமரத்தை முறித்துவிடுவேன், மலையைப் பிடுங்கிவிடுவேன், மறுகடல்வரை நீந்துவேன் என்று மிரட்டி வரம் கேட்டது. பூதம் கூறியதைக் கேட்ட திருமால் அங்கிருந்து மெதுவாகத் தப்பிச் சென்றுவிட்டார். இந்த வலுபூதத்திற்கு வரம் கொடுத்தால் அது நாட்டை ஒழுங்காக வைக்குமா? என்று எண்ணினார். இப்பூதம் நம்மிடமே இந்த அழிப்பாட்டம் செய்கிறது, இனியும் இங்கு இருந்தால் இன்னும் அநியாயம் பல செய்யும் என்று எண்ணிய சிவபெருமான், திருமாலை அழைத்து, அவரிடம் இப்பூதத்தை ஸ்ரீரங்கத்திற்குக் கொண்டு போகுமாறு கூறினார். பூதம் பொல்லாப்பு செய்யும் முன்பாகவே அதனை இங்கிருந்து அழைத்துக் கொண்டு செல்லுமாறு சிவன் கேட்டுக்கொண்டார். சிவன் கூறியதைக் கேட்ட திருமால், பூதத்தை அழைத்தார், சிவனிடம் உனக்கு மாறாத வரம் வாங்கித் தருகிறேன் என்றார். மேலும், என்னோடு வந்தால் உனக்கு பாயாசமும் பழக்குலையும் பத்துப் பங்கில் ஒரு பங்கு உனக்குத் தருவேன் என்று கூறியதோடு, திரளிப்பாயாசத்தில் ஒரு பங்கும், பூமாலையில் ஒரு பங்கும், அபிசேகம் நேமிப்பதில் ஐந்தில் ஒரு பங்கும் தருவதாகக் கூறி, நாம் ஸ்ரீரங்கத்திற்குப் போவோம் என்று கூறி அழைத்தார். நீ அங்கு வந்தால் உன் பங்கில் எவ்விதக் குறைபாடும் இன்றி தருவதாகக் கூறினார். பூசை என்று கூறியவுடன் மகிழ்ந்த பூதம் திருமாலோடு ஸ்ரீரங்கம் செல்லத் தயாரானது. பூதம் விளியெறிந்துகொண்டு கையில் பூதத்தடியும் காலில் பாதக்குறடும் காதில் குண்டலமும் அணிந்துகொண்டு கையில் கண்டகோடாலியை எடுத்துக்கொண்டு, யோகவேட்டியைத் தோளில் போட்டுக்கொண்டு மார்பில் சங்கிலியும் பூநூலும் பூச்சக்கரவாள் குடையும் கொண்டு புறப்பட்டது. அரையில் ஆனைமணி அணிந்திருந்தது, அதற்கு இசைவான தாழ்க்கோலும் இருபது நாழிகளின் தாழ்க்கோலும் பதினெட்டு உருளிகளும் மார்பில் அணிந்திருந்த சங்கிலியோடு பிணைக்கப்பட்டு இழுத்துக்கொண்டு சென்றது.

பூதம் செல்லும் நேரம் சிவபெருமான் திமாலின் முகம் நோக்கிக் கண்காட்டினார், இப்பூதத்தை இவ்விடம் விட்டுக் கொண்டு செல்லும் என்று வேண்டிக்கொண்டார். திருமால் முன்பாக, பூதம் பின்னாகத் திருவரங்கம் நோக்கிச் சென்றனர். இருவரும் ஒன்றாகச் செல்லும் நேரம் ஸ்ரீரங்கத்தைக் கண்டனர். அங்குச் செல்லும்போது திருமால் பூதம் அறியா வண்ணம் மாயமாயக் கோட்டைக்குள் சென்று மண்டபத்துள் புகுந்து திருக்கோயிலையும் அடைத்துக்கொண்டு அதனுள்ளே இருந்துகொண்டார். திருமாலைக் காணாமல் பூதம் தேடியது. என்னையும் அழைத்துக்கொண்டு வந்து இங்கு நிறுத்திவிட்டு எங்குச் சென்றீர்? பெருமாளே என்று கேட்டது. என்னிடம் நீர் சொன்னதென்ன? இங்கு நடப்பதென்ன? என்று கோபமதாய்ப் பூதம் கேட்டுவிட்டுத் தன் பூதத்தடியை எடுத்துக்கொண்டு வடக்குக் கோட்டை வாசலில் போய் மதிலை இடித்துத் தள்ளியது. கிழக்குக் கோட்டை மதிலடியில் சென்று கோபுரத்தையும் மதிலையும் ஒன்றாகக் குலுக்கியது. உள்ளிருந்த திருமால் அங்கிருந்து வெளியில் வந்து பூதத்தை விலக்கிவிட்டுச் சொன்னார்; மதிலை இடிக்காதே வலுப்பூதப் பெருமாளே, அவ்வாறு நீ செய்தால் மதிலிடித்த பூதமென்று உனக்குப் பெயர் தருவேன் என்றார். அப்போது திருமால் பூதத்திடம் ஸ்ரீரங்கத்தின் பெருமைகளையெல்லாம் கூறினார். பூதம் திருமாலிடம், பெருமாளே நீர் எனக்கு பெருத்த வரம் தருவதாக சிவன் முன்பாகச் சொல்லிவிட்டு வந்தீரே, இப்போது அந்த வரத்தைத் தாருமென்றது. உடனே திருமால் பூதத்தின் கையைப் பிடித்துக்கொண்டு வாரும் பிள்ளாய் பூதத்தானே, நான் சொல்வதைக் கேள் என்று கூறி, என் இடப்புறமாய் இனி நீ இருந்துகொண்டு பூசைகள் உண்டிடலாம் என்றார்.

பூசை செய்யும் பிராமணனை அழைத்து, எந்தன் பூசையில் எட்டில் ஒரு பங்கும், பாயாசத்தில் ஒரு பங்கும், பழக்குலையில் பத்தில் ஒரு பங்கும் திரளிப்பாயாசத்தில் ஒரு பங்கும், பால் பழம் பஞ்சாமிர்தத்தில் பத்தில் ஒரு பங்கும் சாத்துமாலை, நேமித்தியங்களில் ஒரு பங்கும், பலகாரம் பாக்கு இலையில் பத்தில் ஒரு பங்கும் சந்தனம் பன்னீரில் ஒரு பங்கும் பூதத்திற்குக் கொடுக்க வேண்டும் என்று கூறி, பூதத்தைத் தன்னோடு இருத்தி வைத்தார். அப்போது திருமால் பூதத்திடம், ஸ்ரீரங்கம் மேலக்கோட்டை வாசலைக் கவனமாகக் காத்திடவேண்டும், வடக்குக்கோட்டை வாசலை அருகில் நின்று காத்திடவேண்டும், தெற்குக்கோட்டை வாசலை அவ்வப்போது சென்று நின்று காத்திடவேண்டும் என்று கூறினார். மேலும் நீ எப்போதும் என் பக்கத்திலேயே நிற்கவேண்டும், இரவும் பகலும்

எந்தன் இடப்பக்கமாக நிற்கவேண்டும் என்று திருமால் கூற, பூதம் மறுத்து எதுவும் பேசாமல் நின்றது. நீ எப்போதும் அடுத்தவரைக் கெடுக்காதே, அநியாயம் செய்யாதே, பகைவரைக் கண்டால் அவர்மீது கவனம் வைத்துக்கொள் என்று திருமால் பூதத்திடம் கேட்டுக்கொண்டார். பூசை செய்யும் பிராமணனிடம், புரோகிதரே! பூசை நேமித்தியங்களை முறைப்படி செய்யும் என்று கூற, அவரும் முடங்காமல் பூசை செய்தார். பூதமும் மனம் மகிழ்ந்து பூசையை ஏற்றுக்கொண்டு திருமாலின் இடப்புறமாக இருந்தது. ஸ்ரீரங்கத்தில் பூசையுண்டு வருந்தி வந்து தேடுவோர்க்கு வளமான வாழ்வைக் கொடுத்து, அங்கிருந்து கொண்டே அரிய பல தவங்களையும் செய்து சிவபெருமான் திருப்பாதத்தை அடைந்தது பூதம்.

சங்கிலி பூதத்தான் கதை நிகழ்ச்சிகள்

திருமால் மலைநாடு போகும் வழியில் பூதங்களை மலைநம்பி கோயிலில் நிறுத்துதல்

திருவரங்கத்திலிருந்து திருமால் தன் பூதப்படைகளோடு திருவனந்தம் நோக்கிச் செல்லும்போது நாங்குனேரியை அடுத்து மேற்காக இருக்கும் திருக்குறுங்குடி மலைநம்பி கோயிலைக் கண்டு அதன் சிறப்புகளைக் கூறி, ஈஸ்வரகாலர், சேத்திரபாலர், சங்கிலிபூதத்தார் ஆகிய பூதங்களை அங்குநின்று நம்பியைச் சேவிக்கும்படிக் கூறிச் செல்வார். அவர் கூற்றுக்கிணங்க மூன்று பூதங்களும் மலைநம்பி கோயிலில் அடைக்கலம் கொள்கின்றன. அந்தக் கோயிலில் பூசை செய்துவந்த மறையவன் அங்கிருந்து சென்றுவிட்டபடியால் அங்குப் பூசையும் காவலும் இல்லாமல் இருந்தன. பூதங்கள் அங்கு வந்து கோயிலைக் காவல் காத்தன. இப்பூதங்கள் கயிலையில் சிவனால் பிறவி செய்யப்பட்டவை என்பதால் அவை சிவனிடம் இங்கு நடந்தவற்றைக் கூறி, உடனே இக்கோயிலுக்கு ஒரு நம்பியைப் பிறவி செய்து தரும்படி கேட்டன. இங்கு நம்பி வராவிட்டால் நாங்கள் இங்கிருந்து கயிலைக்கு வந்துவிடுவோம் என்றும் கூறின. இதைக்கேட்ட சிவன், இப்பூதங்கள் மீண்டும் இங்கு வந்தால் கயிலையில் அல்லலுக்குப் பஞ்சமிருக்காது என்று எண்ணி, வடநாட்டில் மழைபெய்யாமல் பஞ்சத்தை உருவாக்கினார்.

சந்தனநம்பி வடநாட்டிலிருந்து தென்னாடு வருதல்

வடநாட்டில் பஞ்சம் தலைவிரித்தாடியதால் அங்குள்ள கோயிலில் பூசை செய்துவந்த பிராமணனான சந்தனநம்பிக்குப் பூசை செய்வதற்குரிய வருமானம் குறைவாகக் கிடைத்தது; அரண்மனைக்காரனாகிய மணிக்காரன் தெய்வத்திற்குப் பூசை செய்வதற்குரிய பூசைப்பொருட்களோடு பூசைக்குப் பயன்படும் பாத்திரங்களின் எண்ணிக்கையையும் குறைத்துவிட்டான். மேலும் கூலியையும் குறைத்துவிட்டதால், அதனைக்கொண்டு வாழ்க்கை நடத்த முடியாத நிலை ஏற்பட்டது. அதனால் சந்தனநம்பி தன் மனைவி சோமாண்டிஆசியுடன் அங்கிருந்து தென்னாடு புறப்பட்டான். இரவு புறப்பட்டதால் உணவுக்காக சில பொருட்களையும் எடுத்துக்கொண்டு திருச்சிராப்பள்ளியைக் கடந்து திருநெல்வேலி வந்தான். அங்கிருந்து

பாளையங்கோட்டை, பச்சையாறு கடந்து நாங்குனேரியைத் தாண்டி கோசிமாபுரத்தில் வந்து தஞ்சமடைந்தான். அவனையும் அவன் மனைவியையும் வரவேற்ற ஊரார்கள் அவர்களுக்கென ஒரு வீட்டையும் அமைத்துக் கொடுத்தனர்.

சந்தனநம்பி மலைநம்பி கோயில் பூசைக்கு வருதல்

சந்தனநம்பி குடும்பத்துடன் கோசிமாபுரத்தில் வாழ்ந்துவருவதை அறிந்த மலைநம்பி பெருமாள் சங்கிலிபூதத்தை அழைத்து, ஒரு நம்பி கோசிமாபுரத்தில் வாழ்ந்து வருகிறான், அவன் கனவில் சென்று வா என்று கூறினார். பகவான் கூறியதைக் கேட்ட சங்கிலிபூதம் பட்டுடுத்தி, சந்திரவாளி எனப்படும் சேலையை அழகாகக் கட்டி, காலில் சிலம்பு அணிந்து, வீர தண்டையும் அணிந்து, பொந்துதடியையும் எடுத்து புறப்பட்டது. பூதத்தின் கோபுரம் போன்ற முடியழகும் கொடிமரம்போன்ற காலழகும் அதன் முகத்தின் அழகும் குட்டிமலைபோன்ற வயிற்றின் அழகும் சிறப்பாக அமைந்திருந்தன. காலில் சிலம்பு கலகலவென ஓசையிட, பூதம் மெதுவாக கோசிமாபுரம் நோக்கி நடந்தது. சிறிய மலையொன்று நடந்து வருவதுபோல் பூதம் வருவதைக் கண்டோர் பயந்து நடுங்கினர்.

சங்கிலிபூதம் கோசிமாபுரத்தில் சந்தனநம்பியின் இருப்பிடம் வந்து அவனது கனவில் வந்து, வடநாட்டில் பஞ்சம் பிடித்து இங்கு வந்திருக்கும் நம்பியானே, மலைநம்பி கோயிலில் வந்து நீ பூசை செய்யவேண்டும், அவ்வாறு நீ பூசை செய்தால் உனக்கு இறைகூலி தந்திடுவான் மணிகாரனாகிய அரண்மனைக்காரன்; இன்று இரவு விடிந்தவுடன் அவன் உன்னை ஆள்விட்டு அழைத்துப் பேசுவான்; மாட்டேனென்று சொல்லாமல் நீ போகவேண்டும்; மணிகாரன் தருவதை மகத்துவமாய் பெற்றுக்கொண்டு நீ வந்து பூசை செய்யவேண்டும்; மாட்டேனென்று நீ சொன்னால் உன்னை வதைத்துவிடுவேன் என்று கூறியது. நம்பியின் கனவில் வந்த பூதம் அங்கிருந்து மணிகாரன் கனவில் சென்றது. மணிகாரா! வடநாட்டிலிருந்து சந்தனநம்பி என்றொருவன் இங்கு வந்து கோசிமாபுரத்தில் குடியிருக்கிறான். அவனை அழைத்து இறைகூலி கொடுத்து, பூசைக்கு இணக்கமாய் அனுப்பிவிடு. அவ்வாறு நீ அவனை அங்கு அனுப்பவில்லையென்றால் உன்னை அலைக்கழித்துவிடுவேன், பொந்துதடியை எடுத்து உன் தலையில் அடித்துவிடுவேன் என்று மிரட்டியது. அதன்பின் பூதம் திரும்பி மலைநம்பி கோயிலில் சென்றது.

அடுத்தநாள் விடிந்தது. சந்தனநம்பி தன் மனைவி சோமாண்டிஆசியிடம் தான் கண்ட கனவைக் குறித்துப் பேசிக்கொண்டிருந்தான். அப்போது அரண்மனையான் மணிகாரன் அனுப்பிய ஆள் அவனை அழைக்க வந்தான். சந்தனநம்பி அவனுடன் போனான். அவனைக்கண்ட மணிகாரன் அவனைக் குறித்த விபரங்களைக் கேட்டான். சந்தனநம்பி அதற்குப் பதில் சொன்னான். சில காலத்திற்கு முன்னர் கும்பிகுளத்தில் குடியிருந்ததாகவும் அதன்பின் வடநாடு சென்றதாகவும் அங்குப் பஞ்சம் பிடித்ததனால் அங்குள்ள மணிகாரன் அவன் கூலியைப் பிடித்ததாகவும் அந்த வருமானத்தில் அங்குப் பிழைக்க வழியில்லாமல் போனதாகவும் அதனால் அங்கிருந்து புறப்பட்டு இங்கு வந்ததாகவும் கூறினான். மேலும் நாங்கள் இங்கு இருப்பதை மலைநம்பி பெருமாள் அறிந்து அவரது கோயிலில் இனி பூசை செய்ய வரவேண்டும், அதற்கான கூலியை மணிகாரன் கொடுத்துவிடுவான் என்றும் பூதம் கனவில் வந்து கூறியதையும் சொன்னான். அதற்கேற்ப இன்று விடிந்தவுடன் உங்கள் ஆள் வந்து என்னை அழைத்து இங்கு வந்தார் என்று கூறினான்.

சந்தனநம்பி கூறியதைக் கேட்ட அரண்மனைக்காரன், அவனிடம் நீ இன்றுமுதல் மலைநம்பி கோயிலில் பூசை செய்ய வேண்டும் என்று கேட்டுக்கொண்டான், அதற்கான இறைகூலியை நான் இப்போதே தருவேன், பூசை முடங்காமல் பார்த்துக்கொள்ள வேண்டும் என்று கூற, அன்றைக்குள்ள இறைகூலியையும் வாங்கிக்கொண்டு பூசைப்பொருட்கள் தயாரிக்கவுள்ள பாத்திரங்களாகிய படித்தரங்களையும் தரவேண்டும் என்று கேட்டான். உடனே மணிகாரன் நைவேத்தியங்கள் செய்வதற்குரிய பாத்திரப்பண்டங்களைக் கொடுத்தனுப்பினான். முதல் நாளான நாளைக்காலை என் செலவில் பூசைகள் நடக்கட்டும் என்று சொல்லி பச்சரிசி, பழக்குலை, சர்க்கரை, தேங்காய், சூடம், சாம்பிராணி, வெற்றிலை, பாங்கு, தூபம், இலை முதலிய பூசைக்குரிய பொருட்கள் அனைத்தையும் கொடுத்தனுப்பியதோடு மாலையும் கட்டிக்கொள் என்று கூறினான். பூசைக்குரிய பொருட்கள் அனைத்தையும் பெற்றுக்கொண்ட சந்தனநம்பி வீட்டுக்கு வந்து சேர்ந்தான்.

வீட்டிற்கு வந்த சந்தனநம்பி நடந்தவற்றைத் தன் மனைவியிடம் கூற, அவள் பூசைப்பொருட்கள் அனைத்தையும் வாங்கி வைத்தாள். நாளை காலைக்குரிய பூசைக்குப் பூமாலைகள் கட்ட வேண்டும் என்று எண்ணி, சந்தனநம்பி மாலைகட்டத் தொடங்கினான். பிச்சிப்பூமாலை,

மரிக்கொழுந்துமாலை, எல்லாவற்றையும் கட்டி அதனை வகையாகப் பூக்கூடையில் எடுத்துவைத்தான். அதிகாலையில் மனைவியிடம் நான் கோயிலுக்குச் சென்று பூசை செய்துவருகிறேன், நீ இங்கு அமர்ந்துகொள் என்று கூறிவிட்டுக் கோயிலுக்குப் புறப்பட்டான்.

சந்தனநம்பி வீட்டிலிருந்து புறப்பட்டு கோசிமாபுரம் கடந்து குட்டுவம்குளம், மந்தன்வடலி, மாவடியூர், நாட்டுக்கல்விளை, நாலுமூலைசுமைதாங்கி, பதினெட்டுநாட்டார்விளை, இளைப்பாறு, தாமரைகுளம், கண்டாங்கிப்பாறை, காட்டுப்புன்னைவிளை, நல்லபலாமூடு, நாட்டுமரக்கூடம் ஆகிய இடங்களைக் கடந்து நாவல் மரத்தடியில் வந்தான். நாவல் மரம் கடந்து, ஆசனிப்பலாமரம், அத்திமரங்கள், அரசமரங்கள், சந்தனப்பூஞ்சோலைகள், தேக்குமரக்கூட்டங்கள், தென்னைமரச் சோலைகள், செண்பகமரக்காடுகள் கடந்து குத்துக்கல்விளை சுமைதாங்கியையும் கடந்து நடுக்காட்டுக்குள் வந்தான். காட்டிலிருந்த கடுவாய் புலி முதலிய விலங்குகள் எல்லாம் அவனைக் கண்டு பயந்தோடின. வடநாட்டில் எவ்வளவோ நாட்கள் பூசை செய்தும் இப்படி அதிசயம் அமைந்ததில்லை என்று எண்ணிக்கொண்டு நடந்தான். கிடுகிடுத்தான்பாறை, உச்சிப்புளிமூடு, உயர்ந்தமரக்காவு, உப்பாறு, சிற்றெறும்புப்பாதை கடந்து ஆற்றுக்குள் இறங்கி அடுத்த பக்கம் கரையேறி மலைநம்பி கோயிலுக்கு வந்தான். அவன் கொண்டு வந்த பூசைப்பொருட்கள் மற்றும் பாத்திரங்களைக் கோயில் நடையில் வைத்தான். பின்னர் ஆற்றுக்குள் இறங்கிக் குளித்து, மாற்றுடை அணிந்து வந்து கோயில் முன்பாக நின்றான்.

கோயில் பூட்டியிருந்தது. தாழ்க்கோலும் தரவில்லை, நானும் கேட்கவில்லை, கதவில் பூட்டும் இல்லை, கதவு சாற்றியிருக்கிறது என்று எண்ணிக் கதவைத் தள்ளினான். கதவு அசையவில்லை. வேறு வழிகள் உள்ளனவா என்று பார்ப்பதற்காகக் கோயிலைச் சுற்றி வந்தான். அங்கு எங்கும் வாசல்கள் இல்லை. வடக்குப்புறச்சுவரில் தெரிந்த சிறிய வாசலில் வந்து அந்தக் கதவைத் தள்ளிப்பார்த்தான். அந்தக்கதவு இன்னும் வலுவாக இருந்தது. மீண்டும் கிழக்கு வாசலுக்கே வந்தான். இத்தனை நாள் வடநாட்டில் பூசை செய்தேன், மற்றும் பல நம்பிமார்களும் பூசை செய்தார்கள், இப்படிப்பட்ட அதிசயத்தை எங்கும் கண்டதில்லை, காதாலும் கேட்டதில்லை, மலைநம்பி கோயிலைப்போல் வையகத்தில் எங்குமில்லை, பூசை செய்வதற்குக் கோயிலுக்குள் போக வழியில்லை என்று சொல்லிக்கொண்டு

நம்பியவன் திரும்பிப் போகத் தீர்மானித்து, பூசைப்பொருட்களை எடுப்பதற்காகக் குனிந்தான். அப்போது வலப்பக்கமாக இருந்து பல்லி நிமித்தம் சொல்லியது. உடனே நம்பி சூட்சமமாக அதை சாஸ்திரத்தோடு ஒப்பிட்டுப் பார்த்தான். அப்போது கோயிலுக்குள் பூதம் இருந்துகொண்டு கதவைப் பூட்டியிருக்கும், பூதத்தை அழைத்தால் அது வந்து கதவைத் திறக்கும் என்று நல்ல நிமித்தம் அறிவுறுத்த, சந்தனநம்பி பூதங்களை அழைத்தான். சங்கிலிபூதம் வந்து கோயில் கதவைத் திறந்துவிட்டு மறைந்துகொண்டது. உன்னைப்போல் பூதத்தை இவ்வுலகில் கண்டதில்லை என்று சொல்லி பூதத்தை வணங்கினான் நம்பி. பின்னர் கோயிலை மெழுகி, கோலமிட்டு, தீப தூபம் செய்தான். பின்னர் ஆற்றுக்குச் சென்று தண்ணீர் எடுத்துவந்து பச்சரிசியில் சர்க்கரை கலந்து பொங்கல் செய்தான். பூசைப் பொருட்களோடு பொங்கலையும் படைத்துத் தீபதூபத்துடன் பூசை செய்தான். மலைநம்பி பெருமாளை வணங்கினான், உனக்குப் பூசை செய்வதற்குரிய பாக்கியத்தைத் தரவேண்டுமென்று கேட்டுக்கொண்டான். அதன்பின்னர் பூதத்திடம் கதவடைத்துக்கொள்ளுமாறு கேட்டுக்கொண்டு படையல் பொருட்களை எடுத்துக்கொண்டு வீட்டுக்குப் புறப்பட்டான். ஆற்றைக் கடந்து சிற்றெறும்பு பாதை விட்டு மாவடி, மந்தன்வடலி கடந்து கோசிமாபுரத்திற்கு வந்தான்.

நம்பி பூசைக்குச் சென்ற முதல்நாள் அனுபவத்தை மனைவியிடம் கூறுதல்

கோயிலிலிருந்து வீட்டுக்கு வந்த சந்தனநம்பி பூசைப் படையல்களை மனைவியின் கையில் கொடுக்க, அவள் அவற்றை வாங்கி வைத்துக் கொண்டு, குளித்தபின்னர் உண்ணலாம் என்று கூறினாள். அவள் கூறியபடியே உடனே குளித்து, உடலில் சந்தனம் பூசிவிட்டு சாப்பிடுவதற்காக வந்தமர்ந்தான் நம்பி. உணவு உண்டபின்னர் வாய்நிறைய வெற்றிலையும் தின்றுகொண்டு மனைவியோடு மகிழ்வாகப் பேசிக்கொண்டிருந்தான். அப்போது மனைவி சோமாண்டி ஆசி, இன்று மலைநம்பி கோயிலுக்குப் பூசைக்குச் சென்ற அதிசயங்களைக் கூறுங்கள் என்று கேட்டாள். அதற்கு அவன் எத்தனை நாள் வடநாட்டில் பூசை செய்தேன், எத்தனையோ நம்பிமார்களும் பூசை செய்தனர். இப்படியொரு கோயிலை இந்த உலகத்தில் கண்டதில்லை என்றான். பூசை செய்யச் சென்றபோது காட்டுவழியில் சென்றேன், அங்கு கடுவாய் புலிகள் என்னைக்கண்டு பதறி ஓடின. மலைக்காட்டில் இதனை நான் கண்டு அதிசயித்தேன்.

கோயிலுக்குச் சென்று குளித்துவிட்டுக் கோயில் கதவைத் திறக்கச் சென்றால் உள்பூட்டு, வெளிப்பூட்டு என எந்தவிடத்திலும் இல்லை, கதவு சாற்றியிருக்கிறது என்று எண்ணித் தள்ளிப்பார்த்தேன், கதவு அசையவில்லை, ஆள்போக இடமுமில்லை, அப்போது நிமித்தம் கூறியபடி சாத்திரங்களை மனத்தில் ஆராய்ந்து பார்த்தேன், உள்ளே பூதங்கள் இருப்பதை உணர்ந்து பூதங்களைக் கதவைத் திறக்கும்படிக் கேட்டுக்கொள்ள, பூதங்கள் கதவைத் திறந்தன. இந்த அதிசயத்தை எங்கும் நீ கேட்டதுண்டோ, கண்டதுண்டோ என்றான். அதற்கு அவன் மனைவி, இந்தக் கோயிலில் பூசை செய்துவந்தால் ஒன்றுக்கும் குறைவில்லை, ஒருநாளும் பயமும் இல்லை என்று கூறி, இருவரும் மகிழ்வாக வாழ்ந்து வந்தனர்.

சோமாண்டி குழந்தைக்காக ஏங்கித் தவமிருந்து குழந்தை பெறுதல்

நம்பியும் சோமாண்டியும் மகிழ்வாக வாழ்ந்துவரும் நாளில் இறைவன் அருளால் நமக்கு இப்போது குறைகள் எதுவும் இல்லை, வடக்கிருந்து தெற்கு வந்தோம், அதனால் வாழ்வு மிகவும் செழிப்பாக இருக்கிறது. குழந்தை இல்லாத குறை மட்டும் மனத்தில் இருக்கிறது, இறைவன் ஒரு குழந்தையை நமக்குத் தந்தால் மலைநம்பி கோயிலில் அதற்காக ஒரு பூசை செய்யலாம் என்றாள். நான்கு மரம் இருக்கும் தோப்பில் நடுமரமாக நான் இருக்கிறேன், பிற எல்லாம் காய்த்தும் பூத்தும் காணப்படுகின்றன.காய்காய்க்கும் பருவத்தில் நான் கன்னிமலடாகிப் போனேன், என்னிலும் இளையோர்கள் எத்தனையோ பேர் குழந்தைகளைப் பெற்றெடுத்துள்ளனர், பிரம்மா என்தலையில் இப்படி எழுதி வைத்துவிட்டார் என்றுசொல்லி வருந்தினாள் சோமாண்டி. அவ்வாறிருக்கும் ஒருநாள் மலையிலுள்ள குறத்தி ஒருத்தி ஊருலகமெல்லாம் குறிசொல்லிவிட்டு, கோசிமாபுரத்திற்கு வந்தாள். சிவபெருமான் அருள்படியே குறத்தி அவ்வூருக்குச் சென்றாள். மலங்குறத்தியைக் கண்டபோது சோமாண்டி மகிழ்ந்து எங்கிருந்து இங்கு வந்தாய்? என்று கேட்க, உலகமெல்லாம் குறிசொல்லிவிட்டு இங்கு வந்தேனம்மா, உன் இடக்கையைக் கொடு, உனக்கு நான் குறிசொல்கிறேன் என்று குறத்தி கூற, சிவன்தான் உன்னை இங்கு அனுப்பினாரோ், என்று கூறி, சோமாண்டி தன் இடக்கையை நீட்டினாள்.

குறத்தி சோமாண்டியின் இடக்கையைப் பிடித்துக் குறிசொல்லுமுன், நிறைநாழி நெல்லும் பழுத்த நல்ல தேங்காயும் வெற்றிலைப் பாக்குடன் இருபத்தொரு பணமும் தட்சணையாக வைக்க வேண்டும், அப்படியானால் என்குறி பொய்க்காது என்று கூற, சோமாண்டியும் உடனே அவற்றையெல்லாம் கொடுத்தாள். தட்சணையைப் பெற்றுக்கொண்ட குறத்தி, அவளது குலதெய்வங்களை அழைத்தாள். தனக்கு உதவும்படி பிள்ளையாரையும் முருகனை அழைத்தாள்; மேலும் வள்ளியையும் மலைக்கன்னிமாரையும் தனக்கு உதவும்படி அழைத்தாள். அவர்கள் மட்டுமன்றி, குறி சொல்லும் நேரம் ஆனைகட்டும் தம்புரான், அரசடி இயக்கி, ஆயிரங்கால் ஐயன், முன்னடிசுவாமி, தானியடி பூதத்தான், சாத்தன், பேச்சியம்மன், புலமாடன், பெரியதம்புரான் ஆகியோரையும் அழைத்தாள். சோமாண்டிக்குக் குறிசொல்லும்போது குறிமுகத்தில் இவர்கள் அனைவரும் வந்துநின்று உதவ வேண்டும் என்று வேண்டிக்கொண்டு குறத்தி குறிசொல்லத் தொடங்கினாள்.

முன்னாள் வாழ்ந்து வந்த வடநாட்டில் மழை இல்லாமல் பஞ்சம் பிடித்ததனால் வருமானம் குறைந்து கோயில்கள் தோறும் அலைந்தபின்னர், அங்கிருந்தால் போதாது என்று எண்ணி நீங்கள் இருவரும் கோசிமாபுரத்திற்கு வந்து குடியேறியுள்ளீர்கள். அப்போது அழகிய மலைநம்பி கோயிலிலுள்ள சங்கிலிபூதம் உன் வீட்டில் வந்து சந்தனநம்பியை எழுப்பி, எங்கள் கோயிலில் நீ பூசை செய்ய வருவாயானால் அரண்மனை மணிகாரன் உனக்கு ஏற்ற இறைகூலி தருவான், மாட்டேன் என்று சொல்லாமல் வந்துநீ பூசை செய்ய வேண்டும், மாட்டேன் என்று நீ சொன்னால் உன் வாணாலை வதைப்பேன் என்று சொன்னது. இப்படித்தான் பூதம் மணிகாரன் வீட்டிலும் சென்று சொல்லிவிட்டு அந்தக் கோயிலுக்கே திரும்பிச் சென்றுவிட்டது. பூதம் கோயிலுக்குச் சென்ற பின்னர்தான் பெரிய கனவு ஒன்றைக் கண்ட உன் கணவன் உன்னையும் எழுப்பி, அந்தச் செய்தியைச் சொன்னான். சோமாண்டி தாயே என் குறி பொய்யோ மெய்யோ என்றும் கேட்டுக்கொண்டாள் குறத்தி. இவ்வளவு நேரம் நீ சொன்னதுபோல் பொய் சொல்லாமல் சொல் மலங்குறத்தி என்று சோமாண்டி சொல்ல, குறத்தி மீண்டும் குறிசொல்லத் தொடங்கினாள். வீட்டில் விளக்கை வைத்துக்கொண்டு வெளியில் தீதேடி அலைந்ததுபோல் ஆகிவிட்டது, உன் கணவன் பூசை செய்யும் மலைநம்பி கோயிலில் இருபத்தொருநாள் தவமிருந்து வேண்டினால் உனக்குப் பிள்ளையுண்டு. இந்த நல்ல இடத்தை விட்டு நீ வேறெங்குச்

சென்றாலும் உனக்குப் பிள்ளையில்லை என்று குறத்தி குறிசொல்ல, அதை சோமாண்டி மனத்தில் எண்ணி மகிழ்ந்தாள். அப்போது அவளது மனநிலையை அறிந்துகொண்ட குறத்தி, இப்போது நீ நினைத்தாயே அது நடக்கும் என்று குறத்தி கூற, சோமாண்டி மனமகிழ்ந்து அவளுக்கு ஓர் அணிகலன் எடுத்துக் கையில் கொடுத்தாள். கொடுத்தவற்றையெல்லாம் குறத்தி வாங்கிக்கொண்டு அங்கிருந்து புறப்பட்டாள்.

குறத்தி குறிசொன்னதை சோமாண்டி பூசை முடித்துவந்த தன் கணவன் நம்பியிடம் கூற, அவன் குறத்தி சொன்னதெல்லாம் நடக்குமோ நடக்காதோவென்று பலன் பார்க்கவேண்டும் என்றான். அதற்கேற்ப என்னோடு நீயும் கோயிலுக்கு வரவேண்டும், மகன் நமக்கு உண்டா, அவன் நமக்குக் கிடைப்பானா என்பதெல்லாம் இறைவன் முடிவு செய்வான், நீ வெள்ளிக்கிழமையில் என்னோடு மலைநம்பி கோயிலுக்கு வா என்றான். உடனே அதற்குரிய ஏற்பாடுகள் பலவற்றையும் செய்தாள் சோமாண்டி. பூசைக்குரிய பொருட்கள், பாத்திர பண்டங்களையெல்லாம் எடுத்து வைத்தாள். வெள்ளிக்கிழமை காலையில் தன் கணவனோடு கோயிலுக்கு யாத்திரை புறப்பட்டாள்.

இருவரும் கோசிமாபுரம் கடந்து குட்டுவம்குளம், மந்தன்வடலி, மாவடி, இளைப்பாறு, நாட்டுமரக்கூட்டம் கடந்து நடுக்காட்டுக்குள் பயணமாயினர். அப்போது சந்தனநம்பி இங்குதான் கடுவாய்ப்புலிகள் வந்து என்னைக் கண்டு ஓடிப்போயின என்று கூறினான். நம்பி கூறியதையெல்லாம் சோமாண்டி கேட்டுக்கொண்டே வந்தாள். நடுக்காடு கடந்து உப்பாறு, சிற்றெறும்புபாதை வழியாக இருவரும் கோயிலை வந்தடைந்தனர். கோயிலில் வந்து இறைவனைத் தொழுதுவிட்டுக் குளிப்பதற்காகச் சென்றனர். ஆற்றுக்குள் இறங்கிக் குளித்துவிட்டு, மாற்றுத்துணி உடுத்திக்கொண்டு, பூதங்களைக் கதவைத் திறக்குமாறு வேண்டினர். பூதம் கதவைத் திறந்துவிட்டு மறைந்துவிட்டது. கதவைத் திறந்தபின்னர் இருவரும் கோயிலுக்குள் வந்தனர். சந்தனநம்பி இறைவனிடம், உன்னை நினைத்து விரதம் இருப்பதற்காக வந்துள்ளாள், வரம் தாருமையா என்று வேண்டி, ஒரு நிமித்தத்திற்காகப் பல்லியின் ஓசையை எதிர்பார்த்திருந்தான். அப்போது பல்லி நிமித்தம் சொல்ல, கோயிலில் சோமாண்டி விரதம் இருந்தாள். வெற்றிலை தின்னாமல், உடலில் வியர்க்கும் வியர்வையைத் துடையாமல் ஒழுக்கமாய் சோமாண்டி மாற்றுடை அணிந்துகொண்டு உறக்கமின்றி, உணவுமின்றி விரதமிருந்தாள்.

அப்போது அவள் இறைவனிடம், இத்தனை நாள் பூசை செய்தும் எனக்கு ஒரு குழந்தை கிடைக்கவில்லை, இப்போது உன் இருப்பிடத்தில் இருபத்தொரு நாள் விரதம் இருக்க வந்திருக்கிறேன், எனக்கு ஒரு குழந்தையைத் தருவாய் இறைவா என்று வேண்டிப் பூசை செய்தாள்.

சோமாண்டி விரதமிருந்து பூசை செய்யும் ஒரு நாளில் மலைநம்பி அருள்புரிந்து சேத்திரபால பூதத்திடம் சொல்வார், நீ கயிலையில் போய் கணக்கு பார்த்து வா, இவளுக்கு குழந்தை உண்டா இல்லையா என்பதைத் தெரிந்து வா என்று அனுப்பினார். சேத்திரபாலரும் கயிலைக்குச் சென்றார். சிவன் அவரைக் கண்டு, இங்கு வந்தது ஏன் என்று கேட்டார். மலைநம்பி கோயிலிலே பூசை செய்யும் சந்தனநம்பியின் மனைவி சோமாண்டி, பிள்ளை இல்லாமல் மலைநம்பி கோயிலில் விரதம் இருந்து வருகிறாள், அவளுக்கு ஒரு குழந்தை அவதரித்துத் தரவேண்டும், அதனாலேயே இங்கு வந்தேன் ஆதிபரனே என்று வேண்டினார் சேத்திரபாலர். அதைக்கேட்ட சிவபெருமான், சித்திரபுத்திரனாரைக் கேட்க, அவர் கணக்கை எடுத்துப்பார்த்து, சேத்திரபாலா! அவளுக்கு ஒரு குழந்தை உண்டு, ஆனால் அது ஏழு வயது மட்டும்தான் உயிரோடு இருக்கும், ஏழு வயதில் அக்குழந்தை கோயிலிலே இறந்துபோகும், அது அல்லாதே அவளுக்குக் குழந்தையில்லை என்றார். சித்திரபுத்திரநயினார் கூறியதைக் கேட்ட சேத்திரபாலர் அங்கிருந்து மலைநம்பியிடம் வந்து கூறினார். திருமாலும் அவளுக்கு ஒரு குழந்தையை அவதரித்தார். இருபத்தொரு நாள் விரதமிருந்து பூசை செய்து சோமாண்டி மலைநம்பியையும் தன்கணவன்நம்பியையும் தொழுதாள். எனக்கு ஒரு குழந்தை தந்தால் மிகவும் மகிழ்ச்சி, அதுவும் ஓர் ஆண் குழந்தை தருவாயானால் மிக்க மகிழ்ச்சி என்று இறைவனைத் தொழுதுகொண்டு நடையைச் சாற்றும்படி கூறிவிட்டு இருவரும் வீட்டுக்குப் புறப்பட்டனர். பூதம் வந்து கதவடைத்த சத்தம் கேட்கவே, சோமாண்டி, இத்தகைய அதிசயத்தை எங்கேயும் கண்டதுமில்லை, கேட்டதுமில்லை என்று சொன்னாள். இருவரும் கோயிலை விட்டுப் புறப்பட்டு கோசிமாபுரம் வீட்டில் வந்தனர்.

இருபத்தொரு நாட்கள் கழித்து சோமாண்டி வீட்டிற்கு வந்திருப்பதை அறிந்த அவள் தோழியர் வந்து நலம் விசாரித்தனர். அந்தக் கோயிலில் ஏதாவது அதிசயம் உண்டாவென்று தோழியர் கேட்க, இத்தகைய அதிசயங்கள் என் வயதில் இதுவரைகண்டதில்லை,

கேட்டதில்லை என்று சொன்னாள். அப்போது தோழியர் உன் முகத்தில் இப்போதுதான் நல்ல லட்சணங்கள் தெரிகின்றன என்று கூறிக்கொண்டு போயினர். உடனே சோமாண்டி சோறும் கறியும் சமைத்தாள். உணவுக்குப்பின் இருவரும் படுத்துறங்கினர். அன்றிரவு சோமாண்டியின் கனவில் சங்கிலிபூதம் வந்தது. பூதம் அவளுக்குப் பரிசு கொடுப்பதாக ஒரு கனா கண்டாள். சோமாண்டி கண் விழித்து இருக்கின்றபோது தோழியர் வந்தனர். அவர்களிடம் தான் கண்ட கனா குறித்துக் கூறினாள். மந்திரவாள் உறை கழற்றித் தருவதுபோலவும் பொன்னாலான எழுத்தாணி தருவதுபோலவும் பூலோகத்திலுள்ள மான் ஒன்றைப் பிடித்துத் தருவதுபோலவும் கனாகண்டதைக் கூறினாள் சோமாண்டி. தோழியர் அவளிடம் நீ கண்ட கனா அத்தனையும் பார்த்தால் உனக்கு ஆண்பிள்ளைதான், கலங்காதே என்று கூறினர். இவ்வாறு சோமாண்டி மகிழ்வாய் இருக்கின்ற நாள் ஒன்றில் அவள் கருவுற்றிருப்பது தெரிந்து மகிழ்ந்தாள்.

ஓவியம் போன்ற சோமாண்டி சிவன் அருளால் கருவுற்றாள். ஒன்றாம் மாதம் கழிந்து இரண்டாம் மாதத்தில் கணவனுடன் தான் கோயில் சென்று விரதம் இருந்ததைச் சொல்லி மகிழ்ந்தாள். நான்காம் மாதத்தில் அவள் மேனி நாவல்பழம் போல் மிளிர அழகாய் இருந்தாள். அப்போது வடநாட்டில் இருந்து இங்கு வந்து கோயிலில் பூசை செய்து வாழ்வு செழிக்க, குழந்தை இல்லாமல் வருந்தியபோது, மலங்குறத்தி வந்து குறிசொன்னபடி, கோயிலில் போய் விரதமிருந்து குழந்தை வந்து கர்ப்பம் தரித்திருக்கிறது, இத்தகைய தெய்வத்தை வேறெங்கு கண்டோம் என்று மகிழ்வுடன் கூறி மகிழ்ந்தாள். ஐந்தாம் மாதத்தில் அரைவயிறு சூல் கொண்டவள் ஆனாள். ஆறாவது மாதத்தில் ஈற்றுப்புரை கட்டவேண்டும் என்பதை நினைவுபடுத்தினாள். அப்போது சந்தனநம்பி அடுத்தமாதம் ஆகட்டும் என்று சொன்னான். ஏழாம் மாதத்தில் ஈற்றுப்புரைகட்டுவதற்கு மரங்கள் வெட்டவேண்டும் என்றான் நம்பி. நாள் நட்சத்திரம் எல்லாம் பார்த்து மலைதனில் போய் மரங்கள் வெட்டி வந்தான். வெட்டி வந்த மரங்களையெல்லாம் விதவிதமாய் வேலைகள் செய்து வைத்தான். எட்டாம் மாதத்தில் திட்டுமுட்டாய் வருகிறது என்றாள் சோமாண்டி. மார்பின் நுனிப்பகுதி கறுத்து வலிக்க, தன்வசமிழந்தாள். கருவுறுதல் என்பது எத்தகைய வலியை உடையது என்பதைத் தோழியரிடம் சொல்லிக் கலங்கினாள். ஒன்பதாம் மாதத்தில் இறைவனுக்குப் பொங்கலிட்டு தானம் கொடுத்தாள்.

மலையிலிருந்து கொண்டு வந்த மரங்களை அறுத்துப் பலகையாக்கி பலவிதமாக வைத்திருந்தனர். ஈற்றுப்புரை கட்டுவதற்கு கண்ணாளர் என்னும் மர ஆசாரிகளை வரவழைத்தனர். அவர்கள் வந்து தலம் பார்த்து, ஈற்றுப்புரைப் பணிகள் செய்தனர். கூடம் வைத்து அதில் ஓலைகள் கொண்ட கூரை கட்டி, பால்காய்த்தனர், பின்னர் சோமாண்டியும் நம்பியும் அதில் குடியேறினர். பத்தாவது மாதத்தில் சோமாண்டிக்கு உடல் நோக மருத்துவத்தாளை அழைத்துவர ஆளனுப்பும்படி சோமாண்டி கேட்டுக்கொள்ள, நம்பி உடனே தனக்கு உதவி செய்யும் பண்புடைய ஓர் ஆளை அனுப்பினான். எனக்கு அவள் ஊரும் வீடும் எதுவும் தெரியாது என அந்த ஆள் கூற, சந்தியடி தலைக்கிணறு தலைவாசல் குத்துக்கல்லு உள்ள தெருவில் போய், குத்துகல்லில் ஏறிநின்று செட்டிச்சி என்று மூன்று சத்தம் கூப்பிடு என்று கூறி அனுப்பினான் நம்பி. அதன்படி தூதுவனும் போய் அந்தத்தெரு குத்துக்கல்லில் ஏறிநின்று மருத்துவத்தாளை அழைத்தான். அப்போது மருத்துவத்தாளும் எந்த ஊர் தூதுவனே என்று கேட்டாள். உன்னைத் தேடி வந்தேன் மருத்துவமே என்று அவன் கூற, உனக்கு எந்த ஊர் தம்பி என்று மீண்டும் கேட்டாள் மருத்துவத்தாள். கோசிமாபுரம் ஊர்தனில் குடியிருக்கும் சந்தனநம்பியின் மனைவி சோமாண்டி பத்துமாதம் திகைத்திருக்கிறாள், மருத்துவமே நீ இப்போது வரவேண்டும் என்று வேண்டினான். அப்போது மருத்துவத்தாள் அவனிடம், இதற்கு முன்னர் ஒரு பிரசவத்திற்கு அங்குப் போயிருந்தேன், எனக்கு புளிக்கறியும் சோறும் உண்ணுவதற்குத் தந்தாளில்லை, கூலிக்கு நான் இருந்தாலும் கோசிமாபுரத்திற்கு வருவதில்லை என்று கூறினாள். அவ்வூர்க்காரர்களுக்கு நான் வருவதில்லை, வேறு மருத்துவத்தாளை அழைத்துப்போ என்று கூறினாள். மருத்துவமே நீ இப்போது வரவில்லையானால் சோமாண்டி இறந்துபோவாள் என்றான் தூதுவன். அதற்கு மருத்துவத்தாள் ஒரு களஞ்சு பொன் தந்தால் உன் பிறகே வருவேன் என்று கூற, அவன் தருவதாக வாக்குறுதி அளித்தான். அவன் தருவதாக வாக்குறுதி அளித்தவுடன் மருத்துவத்தாள் நிலைதடுமாறி, இரண்டு மூன்று நான்கு ஐந்துகளஞ்சு எனப் பேரம் பேசி பத்துகளஞ்சு பொன்னுக்கு வருவதாகப் பேசினாள். தூதுவனும் சரி என்று கூற, மருத்துவத்தாள் வீட்டை விட்டு வெளியில் வந்தாள். என்னால் நடக்கவியலாது என்று மருத்துவத்தாள் கூற, அதற்குத் தூதுவன், நீ கிழவி ஆனாலும் உன் நெஞ்சுதிடம் போய்விடுமோ? என்று கேட்டான். மருத்துவமே குப்பையிலே போட்டாலும் குன்றிமணி மங்கிவிடுமோ, சந்தனத்தை அரைத்தாலும் அதற்குரிய மணம்

போய்விடுமோ, ஆனை கொண்டு வரட்டுமா உன்னை அசையாமல் கொண்டுபோக, குதிரை கொண்டு வரட்டுமா உன்னைக் குலுங்காமல் கொண்டுபோக, பல்லக்கு கொண்டு வரட்டுமா உன்னைப் பதறாமல் கொண்டுபோக என்று தூதுவன் கேட்டான். அதற்கு மருத்துவத்தாள், குதிரையின் மேலிருந்தாலும் என்னுடம்பு குலுங்குமே, பல்லக்கில் இருந்தாலும் என்னுடம்பு பதறுமே என்று கூறியவள் நான் கம்பு ஊன்றிக்கொண்டு மெதுவாக வருகிறேன் என்றாள். உடனே கொப்பூழ் கொடியறுப்பதற்குக் கத்தியை எடுத்தாள், ஊன்றுதடி ஒன்றைக் கையில் எடுத்தாள், என்னுடன் ஓடிவந்து வழி நடடா தூதுவனே என்றாள். மருத்துவத்தாள் புறப்படும்போது நல்ல எதிர்ப்பு கண்டாள். நீண்டு வால் கொண்ட கருங்குருவி வலப்பக்கமிருந்து இடப்பக்கமாகப் பாய்ந்து சென்றதையும் கருடன் வட்டமிட்டு வலமிருந்து இடப்பக்கமாய்ப் பறந்து சென்றதையும் கண்டு, அவளுக்கு ஆண் குழந்தைதான் என்று கூறினாள். சோமாண்டி ஆண்குழந்தை பெற்றாளானால் உன் கைக்குப் பத்து மோதிரம் பரிசாகத் தருவேன் என்றான் தூதுவன். அப்படியே வழிநடந்து மருத்துவத்தாளும் ஓடிஓடி வழிநடந்து தூதுவனும் கோசிமாபுரத்தில் சோமாண்டியின் வீட்டில் வந்தனர்.

கோசிமாபுரத்தில் சோமாண்டியைக் கண்ட மருத்துவத்தாள், கவலைப்படாதே என்றாள். அடிவயிறு நொந்தவுடன் மருத்துவத்தாளிடம் அபயமிட்டாள். மருத்துவத்தாள் மூன்று வெற்றிலை, மூன்று பாக்கு, முனைமுறியாத மூன்று மஞ்சள், பிறக்கும் பிள்ளையின்மேல் போடுவதற்கு ஒரு பரிவட்டம், எண்ணெய் ஓதிப்போடுவதற்கு ஒரு கிண்ணிவட்டில் ஆகியன வேண்டுமென்று மருத்துவத்தாள் கேட்டுப் பெற்றுக்கொண்டாள். சோமாண்டியிடம், பதறாதே, நீ ஆண்மகனைப் பெறுவாய் என்றாள். வலி பொறுக்காத சோமாண்டி, பிள்ளையில்லை என்று எண்ணி பெருவயிறு கொண்டேன், இப்படி யிருக்குமென்று தெரிந்தால் நான் விரதமிருந்திருக்க மாட்டேன், கணவன் அறியாமல் மருந்துகுடித்து அழித்திருக்கலாம் என்றெல்லாம் வலியில் பேசினாள் சோமாண்டி. அவளது வலியையும் பிதற்றலையும் புரிந்துகொண்ட தோழியர், மலைநம்பி திருவருளால் நல்லபடியாக நீ மகனைப் பெறுவாய், கவலை வேண்டாம் என ஆறுதல்கூறினர்.

தோழியர் கூறி முடிக்கவும் அப்போது சோமாண்டிக்கு வயிறு அதிபயங்கரமாக வலித்தது. கன்னிக்குடம் உடைய, உருண்டு திரண்ட பிள்ளை பிறந்தது. மருத்துவத்தாள் பொன்னாலான ஒரு தட்டில்

பிள்ளையை ஏந்தினாள். பாலன் வந்து பிறந்தான், தோழியர் குரவையிட்டனர், மருத்துவத்தாள் கொப்பூழ் கொடியை அறுத்தாள், மகிழ்வுடன் இருந்த சந்தனநம்பி அங்கு வந்தவர்களை உபசரித்து வெற்றிலை வழங்கினான். வந்திருந்தோர் போனபோது மருத்துவத்தாள் என்னை அனுப்புமென்று கேட்டாள். அப்போது மருத்துவத்தாள் மனம் மகிழும்படியான பொன்னும் பணமும் கொடுத்தான். அவற்றைப் பெற்றுக்கொண்ட மருத்துவத்தாள் மனம் மகிழ்ந்து வாழ்த்திச் சென்றாள்.

மகனைப் பெற்றெடுத்த சோமாண்டி, குழந்தைக்குத் தாய்ப்பாலூட்டி வளர்த்தாள். இருபத்தெட்டு நாள் வந்தவுடன் குழந்தைக்குப் பெயர் வைப்பதற்காகக் கணவனும் மனைவியும் பேசினர். யாருடைய பெயர் சூட்டுவது? மாமன், தந்தை பெயர் சூட்டவா? மைத்துனர் பெயர் சூட்டவா? மலைநம்பி கோயிலிலுள்ள மாயவன் பெயர் சூட்டவா? என்று பேசிக்கொண்டனர். மலைநம்பி கோயிலில் தவமிருந்து பெற்றபிள்ளை என்பதால் லெட்சணகுமாரன் என்று பெயரிட்டனர். பெயரிட்ட பின்னர் காலில் சதங்கை, கிண்கிணிகள், தண்டை அணிந்து, விரலில் மோதிரம் கழுத்தில் சங்கிலி அணிந்து, நன்றாகப் பாலூட்டி சோமாண்டி தன் மகனை வளர்த்தாள்.

லெட்சணகுமாரன் வளர்ந்து வருதல்

சந்தனநம்பி சோமாண்டி தம்பதியின் மகன் முதலாம் ஆண்டில் ஊர்ந்து நடந்தான். பிரகாசமான உடலழகும் ஒய்யாரக் கண்ணழகும் கொண்ட குழந்தை ஊர்ந்து விளையாடும்போது பாலூட்டி, தொட்டிலில் இட்டு உறங்க வைத்து வளர்த்தாள். இரண்டாம் வயதில் குழந்தை நடக்கப் படித்தான். அப்போது சோமாண்டி தன் மகனுக்கு அரையில் அரைஞாணும் கிண்கிணியும் அணிந்து, ஆதிபரன் தந்த மகன் என்று மகிழ்ந்தாள். மூன்றாம் வயதில் அவள் தோழியர் கூடியிருந்து பல நாட்கள் குழந்தை இல்லாத சோமாண்டி, பின்னர் மாணிக்கம்போல் மகனைப் பெற்றாள் என்று கூறினர். நாலாம் வயதில் நாட்டிலுள்ளோர் நல்லபிள்ளை இவன் என்று போற்றினர். கோசிமாபுரத்தில் நம்பியின் மகனைப்போல் ஒருவனைக் காணோம் என்று கூறினர். ஐந்தாம் வயதில் வஞ்சகமின்றி படித்து, அவன் பிறப்பதற்காகத் தவமிருந்த கோயில் என்பதை அறிந்து அழகிய நம்பி கோயில் எங்கே இருக்கிறது என்று கேட்டான். ஆறாம் வயதில் மாறாத அறிவைக் கொண்டு விளங்கினான். தாய்தந்தை சொல்படி நடந்தான். ஏழாம் வயதில் எழுத்து படிக்க வைக்கவேண்டும் என்று எண்ணினர். அப்போது ஆசிரியரை

அழைத்துவர வேண்டினாள் சோமாண்டி. அப்போது நம்பி, இன்று பூசை முடிந்தபின்னர் இறைவனிடம் அருள் கேட்டு வந்து பள்ளியில் சேர்ப்போம் என்று கூறினான்.

லெட்சணகுமாரன் மலைநம்பி கோயிலுக்குச் செல்லுதல்

சோமாண்டியிடம் கூறிவிட்டுக் கோயிலுக்குப் புறப்பட்ட சந்தனநம்பி சருவத்தை எடுத்துத் தலையில் வைக்கும் நேரம், லெட்சணகுமாரன் தன் தந்தையோடு கோயிலுக்குச் செல்லவேண்டுமென்று எண்ணி ஓரிடத்தில் ஒளித்திருந்தான். மகன் நிற்பதை அறியாத நம்பி கோயிலுக்குச் செல்ல, அவன் பின்னால் லெட்சணகுமாரன் போய்க்கொண்டிருந்தான். நம்பி கோசிமாபுரம் விட்டு, மந்தன்வடலி, மாவடியூர் கடந்து வழிநடந்தான். மகன் வருவதை அவன் அறியவில்லை. தந்தையின் பின்னால் மகன் சென்றுகொண்டிருந்தான். நம்பி கண்டாங்கிப் பாறையைக் கடந்து போய்க்கொண்டிருந்தான், நடந்துகொண்டிருக்கும்போது பின்னால் திரும்பிப் பார்க்க, மகன் தன்னைப் பின்தொடர்ந்து வருவதைக் கண்டான். கெடுத்தாயே மகனே, கேடு வரும் காலமாச்சுதே, என்று கூறிக்கொண்டு மகன் தன்னிடம் வருவதுவரை அங்கு நின்றான். லெட்சணகுமாரன் தன்னிடம் வந்தவுடன் மகனை முன்னே விட்டுத் தான் பின்னே நடந்து சென்றான் நம்பி. தந்தையும் மகனுமாய் உச்சிப்புளி, உயர்ந்தமரக்காடு, உப்பாறு ஓடை ஆகியவற்றைக் கடந்து சென்றனர். ஆற்றுக்குள் இறங்கி அக்கரையில் ஏறி சந்தனநம்பி மாற்றுத் துணியுடுத்து கோயில் வாசலில் சென்று பூதங்களிடம் வாசலைத் திறக்கும்படி வேண்டினான். சங்கிலிபூதம் கதவைத் திறக்க, லெட்சணகுமாரனைப் பூதங்கள் கண்டன. பூதங்கள் மகிழ்ந்து தமக்குள் பேசிக்கொண்டன. வயது இழந்த நல்ல பாலகனும் இங்கே வந்தான் என்று பேசிக்கொண்டு கோயிலுக்குள் இருந்தன பூதங்கள்.

கோயிலில் உறங்கிய மகனை அறியாமல் பூசையை முடித்த நம்பி வீட்டுக்குச் செல்லுதலும்

சோமாண்டியின் அழுகையால் நம்பி மீண்டும் கோயிலுக்கு வருதலும்

பூசை செய்வதற்குச் சந்தனநம்பியும் மகன் லெட்சணகுமாரனுமாய் ஆற்றுக்குள் இறங்கி தண்ணீர் கொண்டு வந்து சருவத்தில் ஊற்றி, அடுப்பேற்றிப் பொங்கல் வைத்தனர். சுவாமிக்கு மாலை சாற்றி,

பொங்கல் வைத்து, தீபதூபம் காட்டி பூசை செய்தான் சந்தனநம்பி. அவன் பூசை செய்துகொண்டிருக்கும்போது லெட்சணகுமாரன் கண்களில் உறக்கம் வர, கோயிலில் படுத்து உறங்கிவிட்டான். பூசை முடிந்த நம்பி மகன் நினைவு இல்லாமல், உடனே கோயிலுக்கு வெளியே வந்து பூதங்களிடம் கதவை அடைக்கும்படி கூறினான். பூதங்களும் கதவை அடைக்க, நம்பி சருவத்தைத் தலையில் வைத்து வீட்டுக்கு நடந்தான். அப்போது பல்லி வலமிருந்து நிமித்தம் கூறியது. வீட்டுக்குச் செல்லும் நீ மீண்டும் இங்கு வருவாய் என்பதை உணர்த்துமாறு பல்லி கூறிய நிமித்தத்தையும் பொருட்படுத்தும் எண்ணமின்றி நம்பி வீட்டுக்கு நடந்தான். மாவடியூர், குட்டுவம் குளம் கடந்து கோசிமாபுரத்திற்கு வந்தான் சந்தனநம்பி.

வீட்டிற்கு வந்த சந்தனநம்பியிடம் அவன் மனைவி சோமாண்டி, மகன் லெட்சணகுமாரன் எங்கே என்று வினவினாள். அவள் கேட்டவுடன் மகனை நினைவுக்கு வந்த நம்பி, கெடுத்தேனே என்று சொல்லி, பூசை செய்யப் போகும்போது என் பின்னால் வந்துகொண்டிருந்தான். நான் முதலில் அவனைக் காணவில்லை, கோயில் அருகில் செல்லும்போது திரும்பிப் பார்த்தேன், என்னுடனே வந்துகொண்டிருந்தான். அவனை அழைத்துக்கொண்டு கோயிலினுள் அமர்த்திவிட்டுப் பூசை செய்தேன். பூசை முடியும் முன்னர் அவன் உறங்கிவிட்டான். பூசை முடிந்தபின் நினைவின்றி கதவை அடைக்கச் சொல்லிவிட்டேன். பூதம் கதவை அடைத்தபின்னர் நான் அவன் நினைவின்றி வந்துவிட்டேன் என்று கூறினான். நம்பி சொன்னதைக் கேட்ட சோமாண்டி விழுந்து அழுதாள். கல்லில் முட்டுவாள், காலில் விழுந்தழுவாள். மகன் லெட்சணகுமாரனை இப்போது இங்கே கொண்டு வராவிட்டால் நான் உயிரோடு இருக்கமாட்டேன் என்றாள். அதனைக் கேட்ட நம்பி கோயிலுக்குத் திரும்பி ஓடினான். கோயிலை அடைந்து பூதங்களிடம் கோயில் கதவைத் திறக்கும்படி கேட்டான். அதைக்கேட்ட பூதம், நம்பியானே, எதற்கடா இப்போது இங்கே வந்தாய்? என்று கேட்டது. அதற்கு நம்பி என் மகன் லெட்சணகுமாரனை இங்கே விட்டுவிட்டுப் போய்விட்டேன், என் மகனை அழைத்துக்கொண்டு போகவேண்டும், அவனை இங்கே தந்துவிடுங்கள் என்று இரங்கினான். உன் மகன் உறங்குகிறான் என்று பூதம் கூறியது. நம்பி என் பிள்ளையைத் தரவேணும் சுவாமி என்று பூதங்களைக் கெஞ்சினான்.

லெட்சணகுமாரனின் அவலமுடிவு

நம்பி கேட்டபோது பூதம், கோயில் கதவைத் திறந்து அடைக்கும் விதிமுறைகளை அவனுக்குக் கூறியது. ஒரு நாளையில் ஒரு நேரப் பூசையின்போது ஒருதடவை திறக்கவும் ஒருதடவை அடைக்கவும்தான் வரம் உண்டு, இரண்டுதடவை அடைப்பதற்கும் இரண்டுதடவை திறப்பதற்கும் எங்களுக்கு வரமில்லை, எனவே விடிந்தபோது வந்து உன்மகனைப் பெற்றுக்கொள், இப்போது போ என்று கூறியது சங்கிலிபூதம். பிள்ளையை நீங்கள் தராவிட்டால் என்னை அங்குப் போகவிடமாட்டாள் என் மனைவி என்று பூதத்திடம் நம்பி கூற, அப்படியானால் நீ வீட்டிற்குப் போகாதே நம்பியானே, கோயிலின் புறநடையில் படுத்து உறங்கு, உன்னாணை நம்பியானே, நேரம் விடிந்தவுடன் உன் மகன் லெட்சணகுமாரனை வாங்கிப்போ. இப்போது அவன் உறங்குகிறான், அவனை எழுப்பவேண்டாம் என்றுசொல்லி பூதம் அவனை வழியனுப்ப, நம்பி மீண்டும் அங்கிருந்து வீட்டுக்கு வந்தான்.

சோமாண்டி தன் கணவனிடம் மகனைப் பற்றிக் கேட்டாள். பிள்ளையைக் கொண்டு வருகிறேன் என்று போனதுவும் இப்போது பேசாமல் இருப்பதுவும் ஏன் என்று கேட்டாள். அவன் கோயிலுக்குச் சென்று பூதங்களிடம் கேட்டதையும், பூதங்கள் ஒரு தடவை கோயில் கதவை அடைப்பதற்கும் ஒரு தடவை திறப்பதற்கும் மட்டுமே இறைவன் வரம் தந்திருக்கிறார், இருமுறை அடைப்பதற்கும் இருமுறை திறப்பதற்கும் சிவபெருமான் வரம் தரவில்லை, நீ சந்தோசமாய் வீட்டுக்குப் போ நம்பியானே, விடியற்காலையில் பாலகனைத் தருகிறோம் என்று ஆணையிட்டுச் சொன்னது என்றான். நம்பி கூறியதைக் கேட்டவுடன் சோமாண்டி வயிற்றில் அடித்து அழுதாள். வீட்டின் சுவரில் மோதுவாள், அங்கங்கே ஓடுவாள், அலறுவாள். என்னுடைய மகனை இப்போது காணாவிட்டால் நாக்கைப் பிடுங்கியோ நஞ்சு தின்றோ செத்துவிடுவேன், உம்மாணை என்று நம்பிமேல் ஆணையிட்டாள். நீ உன் வாணாலைப் போக்காதே, என்றுசொல்லி நம்பி மீண்டும் மலைநம்பி கோயிலுக்கு நடந்தான்.

சந்தனநம்பி கோசிமாபுரம் கடந்து குட்டுவம்குளம், உப்பாறு வழியாக சிற்றெறும்பு பாதை விட்டு கோயிலுக்குச் சென்றான். கோயில் வாசலில் நின்று கும்பிட்டு அடிதொழுது பூதத்தைக் கூப்பிட்டான். மாயவரை அடிதொழுது பூதங்களைக் கதவைத் திறக்க ஆணையிடும்படி கூறினான். எதற்கடா நம்பியானே, இப்போது இங்கு

வந்த காரணம் என்ன? என்று பூதம் கேட்டது. என் மகனை அழைத்துப் போக வந்தேன் என்று நம்பி கூற, மீண்டும் சேத்திரபாலபூதம், நான் முன்னரே சொல்லிவிட்டேன், மீண்டு வந்ததன் காரணம் என்னவென்று கேட்டது. வீட்டுக்குச் சென்றேன், அங்கு என் மனைவியான பிராமணத்தி படும்துயரம் சொல்லிமாளாது. நஞ்சைத் தின்றிடுவேன், நாக்கைப் பிடுங்கிடுவேன் என்றுகூறி, கல்லில் முட்டுகிறாள், காலில் விழுந்து அழுகிறாள். என் மகனை அழைத்துவருதாகப் போனீரே, பிள்ளைதான் எங்கே என்று கேட்டு ஏங்கி அழுகிறாள் என்று கூறினான். என் மகன் லெட்சணகுமாரனை இப்போது தராவிட்டால் நான் உயிரோடு இருப்பதில்லை, என் பழியை நீதான் சும்பாய், என் மனைவி சோமாண்டி படும்பாடு கண்டு சிவன்மேல் ஆணையிட்டுவிட்டு, உடனே இங்கு வந்தேன். உங்கள் வாக்குத் தவறாதபடி நீங்கள் என் மகனைத் தந்துவிட்டால் சோமாண்டி உயிரோடு இருப்பாள். இல்லையென்றால் மனத்துயரால் இறந்துவிடுவாள். பிள்ளையைத் தராவிட்டால் நான் இங்கிருந்து போவதில்லை என்றான். உடனே பூதம் போகாதே நம்பியானே, புறக்கடையில் படுத்துறங்கு, நேரம் விடிந்தால் உன் மகன் லெட்சணகுமாரனைத் தந்திடுவோம், நீ உன் மனைவியிடம் கொண்டுபோய் கொடு என்று கூறியது.

பூதங்கள் லெட்சணகுமாரனைப் பிய்த்து எறிதல்

நல்லவிதமாகப் பூதம் கூறியதை ஏற்றுக்கொள்ளாத சந்தனநம்பி, இப்போது என் மகனைத் தராவிட்டால் மூன்று பழிகளை ஏற்பீர் என்று கூறியவுடன் பூதங்கள் கோபித்துக்கொண்டன. சேத்திரபாலர் உடனே, நம்பியானே உனக்குப் போராத காலம் போல் இருக்கிறது, உனக்குப் பிழை வரும் நம்பியானே, எங்களைக் குறை சொல்லாதே என்று மீண்டும் கூறினார். அதை ஏற்றுக்கொள்ளாத சந்தனநம்பியிடம் உனக்கு உன் மகன் வேண்டுமானால் வடக்கு வாசலுக்கு வாடா என்று கூறியது சேத்திரபாலபூதம். நம்பி வடக்கு வாசலுக்குப் போய் முந்தியை விரித்துக்கொண்டு நின்றான். லெட்சணகுமாரனின் கால்களைச் சந்துசந்தாகப் பிய்த்து நம்பியின் முந்தியில் எறிந்தது பூதம். அதைப்பார்த்த நம்பி பூமியில் விழுந்து புரண்டு அழுதான். இப்படிப் பார்ப்பதற்கோ மகனைப் பெறுவதற்குப் பேறுபெற்றேன் எனக் கதறினான். உடனே சங்கிலிபூதம் தெற்கு வாசலுக்கு வாடா உன் மகனைத் தருகிறேன் என்று கூறியது. மகனுக்காக நம்பி தெற்கு வாசலுக்கு வந்தான். ஒரு முந்தியை விரித்து ஒதுங்கி நின்று வாங்கடா என்றது பூதம். அப்போது இரண்டு கைகளையும் பிய்த்து அவன்

முந்தியில் எறிந்தது. லெட்சணகுமாரனின் அழகிய கைகளைக் கண்டபோது சந்தனநம்பி முகத்தோடு அணைத்துக்கொண்டு தலையைச் சுவரில் முட்டி முட்டி அழுதான்.

இன்றுவரை இதற்காகவா என் மகனை வளர்த்தேன், சண்டாள பூதம் சற்றும் இரங்கவில்லையே, கொன்று கொலை செய்வதற்காகவா சோமாண்டி சுமந்து பெற்றாள், நான் பழி ஏதும் முன்னர் செய்தேனோ, அது என் மகனுக்குப் பலித்துவிட்டதோ என்று அழுதான். உலகில் உன்னைப்போல் மாபாவி இல்லை பூதமே, என் மகனின் கால்வேறு, கைவேறு எனப் பிய்த்து எறிவதற்கு நீதி உண்டா? என்று கேட்டான். அழகிய என்மகனைக் கொல்லாமல் விட்டிருக்கலாமே, பால்கொடுத்து வளர்த்த அவன் தாய் கண்டால் மனம் ஆறுவாளோ, நீலவர்ண பூதமே உனக்கு நெடுநாளாய்ப் பூசை செய்து வந்தேனே, யானை உண்ட விளாம்பழம்போல் விழுந்தழுதான் சந்தனநம்பி. பூதங்கள் அவனை அழைத்து கீழக்கோட்டை வாசலில் வந்து உன்மகனைக் கேட்டு வாங்கு என்று கூறின. மகனை இழந்து ஏழையாகிப்போன சந்தனநம்பி கிழக்கு வாசலுக்கு வந்தான். அதனை அறிந்த சங்கிலிபூதம் நம்பியை அழைத்து, எதுவும் பேசாதே, உன் மகனைப் பிடி முந்தியிலே என்றது. நம்பியும் உடனே ஆசாரமாக நின்று தன் வேட்டியைப் பிடித்தான். தலை, உடல் என இரண்டு துண்டுகளாக்கி நம்பியின் முந்தியில் போட்டுத் தலையில் தூக்கிவிட்டார். நம்பி தன் அன்புமகன் உறுப்பையெல்லாம் கண்டு அழுதான். தன் மனைவியான சோமாண்டி செய்தபிழை இப்படி ஆகிவிட்டதே என்றான். அதைக்கேட்ட சங்கிலிபூதம் துண்டுகளை எண்ணிப் பொதிந்து கட்டி உன் மனைவி சோமாண்டியிடம் கொண்டு கொடு என்று கூறியது. அதைக்கேட்ட நம்பி மயங்கிப் போனான்.

உடலை வீட்டுக்குக் கொண்டு வந்து இறுதிச் சடங்கு செய்தல்

சந்தனநம்பி பூதத்திடம் உன்னை நம்பி வந்ததற்கு இதைப்போல் உதவி வேறெதுவும் உண்டோ? என் அன்பு மகன் உயிரை இறக்கும்படி கொடுத்துவிட்டேனே என்று சொல்லி, புத்திகெட்ட நம்பியும் மகன் உடல்பாகங்களை ஒன்றாய்ப் பொதிந்து கட்டி, விதிவசமோ இது என வெறுத்துப்போய் வழிநடந்தான். பெருகி ஓடுகின்ற நாட்டாறுதன்னைக் கடந்து காட்டு வழியாய் வந்தான். கம்புகளும் முள்ளுகளும் மரக்கட்டைகளும் குத்தி அவன் கால்களைப்

பதம்பார்த்தன. அத்தனை வேதனைகளையும் பொறுத்துக்கொண்டு நடந்து வீட்டிற்கு வந்து அவன் மனைவி சோமாண்டி கையில் கொடுத்தான். மகன் உடலைக் கண்டபோது சோமாண்டி கல்படியில் முட்டினாள். அவள் தலையுடைந்து இரத்தம் பெருக்கெடுத்தது. மனைவி இறந்துபோனாள் என்று எண்ணிய சந்தனநம்பி, சண்டாள பூதத்திற்குப் பூசை செய்ததினால்தானே இருவரையும் சாகும்படிக் கொடுத்தேன், இனி நான் இருந்து என்ன பயன்? என்று கூறிக்கொண்டே வைத்தியரை அழைத்து வந்தான். வீட்டுக்கு வந்த வைத்தியர் சோமாண்டியின் கையைப் பார்த்து, அவளுக்கு உயிர் இருக்கிறது, பயப்படவேண்டாம் என்று கூறினார். உடனே வெந்நீரில் சுக்குப்பொடி கலந்து சூடாகக் கொடுத்தனர். காற்றுவரும்படி விசிறி கொண்டு வீசினர். சோமாண்டி உடல் தேறினாள். கண் விழித்த சோமாண்டி மீண்டும் நெஞ்சில் அடித்து அழுதுபுரண்டாள். என்மகனின் தலையைத் திருவிப் போடுவதைப் போல் இந்த உலகத்தில் வேறெங்கும் கண்டதுண்டோ? சண்டாளப் பூதத்திற்கு எந்தப் பிழையும் செய்யவில்லை என்று சொல்லிச்சொல்லி அழுதாள். அங்கிருந்தோர் சோமாண்டியின் கண்ணீர் துடைத்து ஆறுதல்மொழிகள் கூறினர். எவ்வளவு சொன்னாலும் இவள் மனம் தேறாது, இவள் மனம் தேறவேண்டுமானால், இவள் இன்னொரு குழந்தை பெறவேண்டும் என்று சிலர் ஆறுதல் படுத்தினர். இவ்வாறாகப் பேசிக்கொண்டிருந்த ஊரார்கள், இனி இறந்துபோன உடலை இவ்வாறு வைத்திருந்தால் இனி உயிர் பிழைத்து வரவாப் போகிறான், எனவே உடனே உடலை அடக்கம் செய்தல் வேண்டும் என்றனர். அதற்குச் சந்தனநம்பி சம்மதம் தெரிவித்தான். உடலை இடுகாட்டில் கொண்டுபோய் மரக்கட்டைகளை அடுக்கி உடலை அதன்மேல் வைத்து அனல் மூட்டினர். பிணம் எரிந்து தணலானபின் ஊரார்கள் அனைவரும் சந்தனநம்பியின் வீட்டிற்கு வந்தனர். வீட்டில் வந்து மீண்டும் செய்யவேண்டிய சடங்குகளைச் செய்தனர். மேலும் என்னவெல்லாம் செய்யவேண்டும் என்று சிலர் கூறினர். சிவபெருமான் செய்த விதிமுறைகளுக்கு ஏற்பவும் மீண்டும் சோமாண்டி ஒரு மகனைப் பெறுவதற்கு வேண்டியும் பூதங்களுக்கு மீண்டும் சிறந்த பூசை செய்யவேண்டும் என்று புத்திமதிகள் கூறியபின், அனைவரும் அவரவர் வீடுகளுக்குச் சென்றனர்.

பூதங்களைக் கட்டுவதற்குச் சபதம் ஏற்றல்

ஊரார்கள் எல்லோரும் சென்றபின்னர் சந்தனநம்பி அழுது புலம்பியபடியே இருந்தான். உடலெல்லாம் இரத்தத்தோடு

வியர்வையும் சேர்ந்து ஒழுக, சொன்னதைக் கேளாமல் சோமாண்டி கெடுத்தாள் என்றான். பூதம் சொன்னதைக் கேட்டு நான் கோயிலுக்கு வெளியே படுக்காமல் போகும்படி என் புத்தி செயல்பட்டுவிட்டது என்று புலம்பியபடி நம்பி இருந்தான். அப்போது சோமாண்டி, நம்பியைப் பார்த்து குடிகெடுத்த பாதகனே, மகனைக் கூட்டிக்கொண்டு போய் நீதான் கெடுத்தாய், அவனைக் கண்டவுடன் காதவழி ஆனாலும் நீ வீட்டில் கொண்டு விட்டுவிட்டுப் போயிருக்க வேண்டியதுதானே, அப்படியானால் இந்தச் சதிகேடு வந்திருக்காதே என்று கண்ணீர் விட்டு வயிற்றில் அடித்து அழுதாள். சோமாண்டி எதுவும் உண்ணாமலும் அருந்தாமலும் இருந்தாள், யார் சொல்லியும் அவள் மனம் தேறவில்லை.

பூதங்களைப் பிடித்து அவற்றின் உக்கிரங்களைத் தணிக்க வேண்டும், அப்படிச்செய்தால் மட்டுமே என் மனம் தெளியும் என்றாள். இதற்குச் சம்மதமா? என்று தன் கணவனிடம் கேட்டாள். நம்மிடம் இருக்கும் பணம் தேவைக்கு அதிகமாகவே உள்ளது, மகனே இல்லை, இனி பணம் இருந்து என்ன பயன் என்று கேட்ட சோமாண்டி, கருங்கண் மலையில் சென்று அங்கிருக்கும் காளிப்புலையனை இங்கே அழைத்து வந்து, நம் பிள்ளையைக் கொன்ற பூதத்தைப் பிடித்து அடைக்காமல் இனி மகிழ்வாக இருப்பதில்லை, உம்மாணை நம்பியானே என்று சத்தியம் செய்தாள்.

கருங்கண் மலைக்குச் சென்று காளிப்புலையனைச் சந்தித்தல்

சோமாண்டி சொன்னதைக் கேட்டு சம்மதம் தெரிவித்த சந்தனநம்பி கருங்கண்மலைக்குப் போவதற்குத் தயாரானான். தமக்கு உண்பதற்கான பொருட்களைத் தயார் செய்தான். காளிப்புலையனுக்குக் கொடுக்க வேண்டி சிலவற்றைச் சேகரித்தான். பொருட்களை யெல்லாம் தயார் செய்தபின் பூதத்தைப் பிடித்தடக்குவதற்குத் தனியாகப் பணம் கேட்பானே என்று நம்பி சொல்ல, மூவாயிரம் பணமெடுத்துத் தனியாக முந்தியில் கட்டினாள் சோமாண்டி. பின்னர் தம்முடைய செலவுக்குப் பணம் எடுத்துக் கொடுத்தாள். இருவரும் புறப்பட்டனர். மனைவியை வா என்று அழைத்துக்கொண்டு வீட்டிலிருந்து வலக்காலை எடுத்து வைத்தான். அப்போது வலப்புறமிருந்து பல்லி நிமித்தம் சொன்னது. உடனே நம்பியான் சாத்திரத்தைப் பார்த்துவிட்டு, சொன்னவர் குடும்பம், செய்தவர்

குடும்பம், திருக்குறுங்குடியிலிருக்கும் வேளாளச் சீமான் குடும்பம் ஆகியோரின் வாழ்வு முடியும் என்று மனைவி சோமாண்டியிடம் சொன்னான். மேலும் நம்பிகோயிலில் பூசை செய்து நல்ல வருமானத்தை ஈட்டி வைத்திருக்கும் நமக்கும் அழிவு இருக்கிறது என்றான். அதனைக் கேட்ட சோமாண்டி, உடனே அவனது காலில் விழுந்து தலையை முட்டி அழுதாள். அவளைச் சமாதானப்படுத்திய நம்பி, அவளை அழைத்துக்கொண்டு கருங்கண் மலைக்குப் புறப்பட்டான்.

பொருட்களோடும் பணத்தோடும் நம்பியும் சோமாண்டியும் பூதத்தை அடக்கும் காளிப்புலையனைக் கூட்டிவருவதற்காகப் புறப்பட்டுச் சென்றனர். கோசிமாபுரத்தை விட்டுக் குட்டுவம்குளம், திருக்குறுங்குடி, அனந்தாபுரக் கோட்டை வழியாகக் கடுக்கரைமலை கடந்து சென்றனர். தவிக்கும்போது தண்ணீரும் குடித்துக்கொண்டு வெற்றிலையும் தின்றுகொண்டு வீரவநல்லூர் மலையில் குறக்குடியைக் கண்டனர். அங்கிருந்த ஒரு குறவனிடம் கருங்கண் மலைக்குச் செல்வது எப்படி என்று கேட்டான். அப்போது குறவன் இன்று இனி அங்கே செல்வது உத்தமம் இல்லை, நேரம் போதாது அதனால் இன்று நீங்கள் அருகிலிருக்கும் பொன்மலையில் தங்கிச் செல்லுங்கள் என்று கூறினான். குறவனிடம் விடைபெற்ற அவர்கள் இருவரும் பொன்மலை போய்ச்சேர்ந்தனர். அங்கு ஒரு வீட்டில் இருவரும் தங்கியிருந்தனர். அங்குப் பசியாற்றிக்கொண்டு அவ்வீட்டிலுள்ள பிராமணனிடம் கருங்கண்மலை குறித்துக் கேட்டனர். அப்போது அவன் என்னைப்போல் நடப்பவர்க்குத் தூரம் அதிகமில்லை என்று கூற, அங்கிருந்து இருவரும் புறப்பட்டுச் சென்றனர். குரங்குகள் தம் குட்டியோடு திரியும் காட்சியைக் கண்டு, தன் மகனைப் பற்றி எண்ணினாள் சோமாண்டி. பூதம் அவனைக் கொன்றுவிட்டதே என்று கவலையோடு நடந்தனர் இருவரும். சூளிப்பலாமூடு கடந்து கொம்பன்மலை தாண்டி இருவரும் கருங்கண் மலையை வந்தடைந்தனர். அங்குச் சென்ற அவர்கள் காளிப்புலையனை எப்படிக் கண்டு பேசப்போகிறோம் என்று எண்ணியபடி அங்கு அமர்ந்திருந்தனர்.

கருங்கண்மலைச் சோலையில் அமர்ந்திருந்த இருவரும் யாரையும் காணவில்லையே, யாரோடு போய் கேட்பது என்று எண்ணியபடி இருக்கையில் அங்கு ஒரு புலையன் வந்தான். அவனிடம் காளிப்புலையனின் வீடு இருக்கும் தோட்டம் எது? என்று கேட்டனர்.

எங்களுக்கு வழிகாட்டித் தந்தால் உனக்குரிய பணத்தைத் தருவோம் என்று கூற, அவர்களை அங்கேயே அமரச் சொல்லிவிட்டு, இப்போது அவரை அழைத்து வருகிறேன் என்று கூறிக்கொண்டு சென்றான் அப்புலையன். காளிப்புலையனைக் கண்டு உம்மைக் காண இருவர் வந்துள்ளனர், அவர்களைக் கண்டால் கணவன் மனைவியாகவே தோன்றுகிறது என்று கூறினான். உடனே காளிப்புலையன் நல்ல வேட்டியும் துண்டும் அணிந்துகொண்டு வெள்ளிப்பூண் கட்டிய எழுத்தாணியையும் எடுத்து இடுப்பில் சொருகிக்கொண்டான். தன்னைக் காண வந்திருப்பவர்களுக்கு வருக்கைப்பலாவும் வாழைக்குலையும் மாங்கனியோடு வெற்றிலை பாக்கும் எடுத்துக்கொண்டு வந்து கண்டான். காளிப்புலையனைக் கண்டவுடன் நம்பியும் மிகவும் மனமகிழ்ந்து அவர்கள் கொண்டு வந்த பொருட்களை அவனுக்குக் கொடுத்தனர். காளிப்புலையனுக்கு அவர்கள் கொண்டு வந்திருந்த பணத்தையும் கொடுத்துப் பூதத்தைப் பிடித்து அடைக்க வேண்டும் என்று கேட்டுக்கொண்டனர். பின்வரும் அபத்தங்களை அறியாமல் சோமாண்டி மகிழ்ந்திருந்தாள். அப்போது காளிப்புலையன் வீட்டில் என் மனைவியோடு கூறிவிட்டு வருகிறேன், இருங்கள் என்று கூறிவிட்டு வீட்டுக்குச் சென்றான்.

காளிப்புலையன் தன் மனைவியை அழைத்துப் பணத்தைக் கொடுத்தான். இன்று கோசிமாபுரம் போய் வருகிறேன், அங்கு அந்தப் பூதத்தைப் பிடித்து அடைத்துவிட்டு மூன்று நாட்களில் வருகிறேன் என்று சொல்லிச் சென்றான். அப்போது புலையன் மனைவியான வனப்புலைச்சி, நீர் பூதத்தைப் பிடித்து அடைத்தால் அது பின்னால் நம்மை முடிக்கும், நான் நிமித்தங்களும் சாத்திரங்களும் கண்டேன், அதனால் நீர் போகவேண்டாம் என்று சொன்னாள். மனைவி சொல்லைக் கேளாத புலையன், என்னையும் முடிப்பதற்குரிய பூதம் உள்ளதோ?, இத்தனைநாள் என்னோடு வாழ்ந்தும் என் தொழிலை நீ அறியவில்லையே என்று சொல்லி, மந்திரத்தின் மூடுகள், வலுவான ஏடுகள், அந்து ஏடுகள் அனைத்தையும் எடுத்துக்கொண்டு நம்பியோடு புறப்பட்டான். கருங்கண் மலையிலிருந்து புறப்பட்ட மூவரும் கோசிமாபுரம் வந்து சேர்ந்தனர்.

காளிப்புலையன் பூதங்களை அடைக்கப் பொறிவைத்தல்

கோசிமாபுரம் வந்தவுடன் வீட்டில் சோமாண்டி சோறுகறி தயாரித்தாள். புலையனுக்கும் இலைபோட்டுச் சோறு பரிமாறினர். அப்போது புலையனிடம் சோமாண்டி, தாம் வடநாட்டிலிருந்து வந்து

கோசிமாபுரத்தில் தங்கியிருப்பதையும், சங்கிலிபூதம் கனவில் வந்ததையும், மலைநம்பி கோயிலுக்குப் பூசை செய்யப் போனதையும், பிள்ளையில்லாமல் இருந்து பின்னர் தவமிருந்து பூசைசெய்து மகனைப் பெற்றதையும், தகப்பன் செல்லும்போது அவர்பின்னால் மகன் கோயிலுக்குச் சென்றதையும், கோயிலுக்குப் போகும்வழியில் நம்பி மகனைக் கண்டதையும், பூசை செய்யும்போது மகன் உறங்கிவிட்டதால் பூசைமுடிந்தபின் மகனை மறந்து கோயிலை அடைக்கும்படி கூறிவிட்டு வந்துவிட்டதையும், அதன்பின் வந்ததையும் போனதையும் கூறினாள். இதனைக் கேட்ட காளிப்புலையன், எப்படியும் பூதத்தைப் பிடித்து அடைப்பேன் என்று உறுதி கூறினான்.

காளிப்புலையன் சந்தனநம்பியை அழைத்து நான் கூறிய பூசைப்பொருட்களை இப்போதே உண்டாக்கித் தருதல் வேண்டும் என்றான். பத்தாயப் பொறியையும் இரண்டு பெண்பொம்மைகளையும் உருவாக்கித் தருதல் வேண்டும் என்றான். சித்திரப்பாவை பொம்மை செய்யும் கண்ணாளரை இப்போதே அழைத்து வாரும் என்றான். உடனே நம்பி அதற்குரிய ஆளை அனுப்பி அனுபவமுள்ள கண்ணாளரை அழைத்து வந்தான். அழகிய இரண்டு பாவைப் பொம்மைகளை உருவாக்கி சீக்கிரத்தில் தரவேண்டும் என்று கூறினான். மேலும் மத்தளம், கைத்தாளம் இவற்றையும் அவற்றோடு தருதல் வேண்டும் என்றான் புலையன். கண்ணாளர் இரண்டு பாவைப் பொம்மைகளைச் செய்தனர். உயிரோடு இருக்கும் பெண்களைப் போன்ற பொம்மைகள் அவை. கண்டோர் நின்று கண்டு செல்லும் வண்ணம் இருந்தன அவை. பெண் பாவைப் பொம்மைகளுக்குச் சாதிலிங்கம் பூசினர். சந்தன மரத்தால் ஒரு பத்தாயம் செய்து தரும்படி கூற, உடனே அதனையும் செய்து கொடுத்தனர் கண்ணாளர். பத்தாயத்தில் சில சூத்திரங்களைச் செய்து பொறியுண்டாக்கி அதில் இரண்டு பாவைகளையும் நிறுத்தினான் புலையன்.

நம்பியை அழைத்துப் புலையன் பாவைகளுக்குச் சக்தியைக் கொடுப்பதற்குரிய பூசைப்பொருட்கள் வேண்டும் என்றான். கரும்பு, ஐந்து கோழிகள், பழக்குலை, வெற்றிலை, பாக்கு, தேங்காய், சந்தனம், மாலைகள், சாம்பிராணி, சூடம், கறிசோறு என தேவையானவை அனைத்தையும் தயாரித்தனர். வெள்ளிக்கிழமையன்று, அத்தனைப் பூசைப் பொருட்களையும் பத்தாயப் பொறியையும் எடுத்துச் செல்ல ஆட்கள் தேவை எனப் புலையன் சொல்ல, உடனே ஊரிலுள்ள சில

ஆட்களை அழைத்து வந்தான் நம்பி. எல்லாப் பொருட்களையும் பூதங்கள் குளிக்க வருமிடத்தில் கொண்டுசென்றனர். சங்கிலிபூதமும் சேத்திரபாலனும் வந்து குளிக்கும் சிறந்த இடம் இதுதான் என்று கூற, அந்த இடத்தில் பாவைப் பொம்மைகளை நிறுத்தினர். அதன்பின் புலையன் பொம்மைகளுக்குச் சக்திகொடுக்கும் பூசையைச் செய்தான். வெற்றிலை பாக்குடன் பழம் தேங்காய் படைத்தான். மணமுள்ள மாலைகளைச் சாற்றினான். பூசைக்காகக் கொண்டுவந்த கறிசோறு ஆகியவற்றைப் படைத்தான். பின்னர் மந்திரத்தை ஓதி பூசை செய்து சேவித்தான். பின்னர் கோழிகளையும் ஆட்டையும் பலிகொடுத்தான். பலியை ஏற்றபோது பாவையிரண்டின் உடல்களும் பொன்னிறங்களாக மாறின. அப்போது பாவைகள் இரண்டும் மத்தளம் கொட்டி வாய்திறந்து பாடின. புலையனைக் கண்டு அப்பாவைகள் மச்சாவி வாரும் என்று அழைத்தன. அப்போது புலையன் பாவைகளிடம் இங்கு நீங்கள் நிலையாக நிற்கவேண்டும், இந்தப் பாதையில் பூதங்கள் வந்தால் அவற்றை நீங்கள் உங்களிடம் அழைத்துப் பேசவேண்டும், நான் காலையில் இங்கு வருகிறேன் என்று கூறிவிட்டு, பாவைகளைச் சேவித்துவிட்டு, அங்கிருந்தவர்களையும் அழைத்துக்கொண்டு கோசிமாபுரத்திற்குச் சென்றான். சந்தனநம்பி தன் மனைவியிடம் காளிப்புலையன் தொழிலைக் கண்டு அதிசயித்து, அவனைப் போல் நான் நாட்டில் எங்கும் கண்டதில்லை என்று சொன்னான். மேலும் அவனுக்குச் சோறு கொடு என்று மனைவியிடம் கூறினான்.

பூதம் பொறியில் அகப்படுதல்

பூதத்தைப் பிடித்து அடைப்பதற்காகக் காளிப்புலையன் சூத்திரங்கள்செய்து பாவைகளை நிறுத்தியிருப்பதை அறியாத பூதங்கள் ஒன்றுசேர்ந்து குளிப்பதற்காகப் புறப்பட்டன. வரும் வழியில் பாட்டுப்பாடும் ஓசையைப் பூதங்கள் கேட்டன. பூதங்களைக் கண்ட பாவைகள் மத்தளம் கொட்டி வாருங்கள் வாருங்கள் என்று வாய்விட்டுப் பாடின. மத்தள ஓசையையும் பாட்டின் இனிமையையும் கேட்ட பூதங்கள் இந்தக் காட்டினுள் இப்படி ஏது என்று எண்ணின. இத்தனைநாள் குளிக்க வந்தோம், இப்படி கண்டதில்லை, கேட்டதில்லை, இன்று இப்படி என்ன அதிசயம் என்று ஆற்றங்கரை வழியாக மூன்று பூதங்களும்(சங்கிலிபூதம், சேத்திரகாலபூதம், ஈஸ்வரகாலபூதம்) அருகில் வந்தன. அப்போது ஓசை வேறொரு விதமாயக் கேட்டது. மச்சாவி வாருமென்று பாவைகள் வாய்பிளந்து பாடின. குளிக்கும் இடத்தில் ஒரு பத்தாயம் இருக்கிறது, அதனுள்

இப்படி இருப்பதென்னவோ என்று பூதங்கள் சென்று பார்த்தன. அருகில் பூதங்கள் சென்றபோது அவர்கள் உறவினர்களைப்போல் மச்சாவி வாரும் என்று உதவி செய்ய அழைத்தன. புலையன் செய்து வைத்திருக்கும் பொறி என்று அறியாமல், சூத்திரங்கள் எதுவும் அறியாமல் சேத்திரபாலபூதம் அங்கிருப்பது பெண்ணென்று அறிந்து மகிழ்ந்து உள்ளே சென்று அகப்பட்டுக்கொண்டது. பத்தாயத்தில் பூதம் அகப்பட்டுக் கொண்டவுடன் பொறிகள் விழுந்து, பூட்டுகள் பூட்டிக்கொண்டன. இதைக் கண்ட சங்கிலிபூதம் அதனை இழுத்துப் பார்த்தது. பத்தாயம் திறக்காதபோது உடனே மாயவரிடம் கூறவேண்டும் என்று சங்கிலிபூதமும் ஈஸ்வரகாலபூதமுமாய் மலைநம்பி கோயிலுக்கு ஓடி வந்து அவரிடம் கூறின. பூதங்கள் சொன்னதைக் கேட்ட மாயவர் இதற்கு என்ன செய்யவேண்டும் என்று எண்ணிப்பார்த்து, உடனே மழை பெய்வதற்கு அருள்புரிந்தார்.

பூதம் சிக்கிய பத்தாயத்தை எடுத்துப் புதைத்தல்

மறுநாள் காலை காளிப்புலையனும் சந்தனநம்பியும் பலரையும் அழைத்துக்கொண்டு வந்தனர். பத்தாயம் பூட்டியிருப்பதைக் கண்டு பூதம் அகப்பட்டுக்கொண்டது என மகிழ்ந்தனர். பத்தாயத்தை வந்தவர்களால் அசைக்க முடியவில்லை. உடனே காளிப்புலையன் இப்போது என்தொழில்தனைப் பாரும் என்று கூறி, மந்திரம் ஓதி நான்கு கிங்கிலியர்களை உருவேற்றிப் பூசைகொடுத்து வரவழைத்தான். நீங்கள் நான்குபேரும் இந்தப் பத்தாயத்தை எடுத்துக் கொண்டு வரவேண்டும் என்று புலையன் கிங்கிலியர்களைக் கேட்டுக்கொள்ள, அவர்கள் அதனை எடுத்துப் பதினெட்டு நாட்டாரின் நிலம் உள்ள பகுதி ஒன்றில் புதைத்தனர். ஆழமாகக் குழி வெட்டிப் பூதம் அகப்பட்டப் பத்தாயத்தைப் புதைத்தபின்னர் எல்லோரும் சென்றனர். கோசிமாபுரம் வந்த காளிப்புலையனுக்கு நம்பி, மேலும் ஆயிரம் பணமும் கொண்டுபோவதற்குப் பொருட்களும் கொடுத்து அனுப்பினான். அவற்றையெல்லாம் பெற்றுக்கொண்ட காளிப்புலையன் தன் இருப்பிடம் நோக்கிப் புறப்பட்டான்.

பத்தாயத்தை மீட்க சங்கிலிபூதத்தின் செயல்பாடுகள்

காளிப்புலையன் கோசிமாபுரம் விட்டுச் சென்றதை அறிந்த சங்கிலிபூதம் பத்தாயத்தைப் புதைத்திருந்த இடத்திற்கு வந்தது. ஆழமாகக் குழிவெட்டி அண்ணனைப் புதைத்துவிட்டானே புலையன், இதற்கு என்ன செய்யலாம் என்று எண்ணியது. பத்தாயத்தை

எப்படியாவது மேலெடுத்து வைக்கவேண்டும், அதற்கு ஒரு மண்வெட்டி வேண்டும், இன்று மழை பெய்தால் பத்தாயத்தை மேலெழுப்பி விடலாம் என்று பெருமாளை வேண்டியது. பெருமாள் அருளால் உடனே பெருமழை பெய்தது. அன்று இரவு சங்கிலிபூதம் இரண்டு காளைகளைக் கொண்டுவந்து கட்டி இழுத்து மேலே கொண்டு வந்துவிட எண்ணி, திருக்குறுங்குடி வேளாளர் ஒருவரின் வீட்டுக்குச் சென்றது. அவ்வீட்டில் கதவைத் திறக்காமலும் மதிற்சுவரை இடிக்காமலும் உள்ளே சென்றது. அங்கு அந்த வேளாளருக்கு எழுபத்தொரு ஏர்மாடுகள் உண்டு என்பதைப் பூதம் அறிந்திருந்தது. அவற்றில் முகவெண்டலைக் காளைகள் இரண்டு முன்னேர் காளைகளாக இருந்தன. அவை வீரமான காளைகள், உச்சிக்கொம்புடையவை, உயர்ந்து வளர்ந்த காளைகள் அவை. அவற்றின் தலையுச்சியில் சுட்டி அழகாக அமைந்திருக்கும். அவை இரண்டும் பூவால்களைக் கொண்டவை. புள்ளிபுள்ளியாய் இருக்கும் அவற்றின் புட்டம் வெள்ளை நிறத்திலும் மீதமுள்ள இடங்கள் மாநிறத்திலும் காணப்படும். இக்காளைகளைக் கொண்டுபோக வேண்டும் என்று எண்ணிய சங்கிலிபூதம், கதவைத் திறக்காமலும் மதிலை இடிக்காமலும் அவற்றைப் பதினெட்டு நாட்டார் நிலத்திற்குக் கொண்டு சென்றது. யார் பார்த்தாலும் அவர்களுக்குத் தடம் தெரியக்கூடாது, ஆனால் காளை சென்ற தடமும் தெரியவேண்டும் என்று எண்ணிய பூதம் சம்பிரதாயமாக கொண்டு வந்தது. வேறு எங்கும் செல்லாமல் விடியும் வரை அந்த நிலத்திலேயே காளையை நிறுத்தியிருந்தது பூதம்.

வேளாளர் காளைகளைக் கண்டுபிடித்தல்

காலையில் நேரம் விடிந்தவுடன் வேளாளர் அவரது வேலைக்காரனிடம் இரவு நல்ல மழை பெய்திருக்கிறது, ஏர் பூட்டி எல்லா நிலத்தையும் உழும்படி கூறினார். அவரது கூற்றுக்கிணங்க வேலைக்காரன் கதவைத் திறந்து காளைகளைப் பார்த்தான். முன்னேரில் பூட்டும் முகவெண்டலைக் காளைகள் இரண்டும் காணாமல் இருப்பதைக் கண்டு வேளாளரிடம் சொன்னான். கதவு திறக்கவில்லை, மதில் இடியவில்லை, கள்ளர் வரவில்லை ஆனால் காளையிரண்டையும் காணவில்லை என்றான். உடனே வேளாளர் போய் தொழுவைப் பார்த்தார். எந்தப் பாதையில் காளைகள் போயின என்பதை அறியாமல், சில ஆட்களையும் தடம் பார்க்கும் ஆளையும் அழைத்துக்கொண்டு வந்து பார்த்தான். தடம் பார்ப்பவன் பார்த்தபோது காளைகள் இரண்டும் பச்சைப்பசேலென இருக்கும் புல்லில் நிற்பதைக்

கண்டான். உடனே தடம் பார்ப்பவன் வேளாளனோடு ஐந்தாறு ஆட்களையும் கூட்டிக்கொண்டு பதினெட்டு நாட்டார் நிலத்தில் வந்து பார்க்க, காளையிரண்டும் அங்கு நிற்பதைக் கண்டான்.

நிலத்தைச் சீர்திருத்துதல்

காளைகளைக் கண்ட வேளாளர் தரிசாகக் கிடக்கும் நிலத்தையும் கண்டார். அந்த நிலத்தை யாரும் கண்டுகொள்ளாமல் கிடக்கிறதே, அதுவும் காட்டுக்குள் கிடக்கிறதே, இங்கு முன்னர் குடியிருந்தவர்கள் பயிரிட்ட நிலமாக இருக்கும் என்று மனத்தில் நினைத்தார். அந்த நிலத்தைச் சுற்றிப்பார்த்த வகையில் ஆயிரம் கோட்டைவிதைப்பாடும் அதற்கேற்ற நீர்நிலையும் கொண்ட நிலம் அது என முடிவு செய்தார். அந்த நிலத்தின் மேற்கே குளமும் தண்ணீர் பாய்வதற்குரிய மடையும் காணப்படுகின்றன. வடக்கே ஊற்று காணப்படுகிறது. மலையிலிருந்து பாயும் வெள்ளமும் இக்குளத்தில்தான் வந்து சேரும் என்பதை முடிவு செய்து, அந்த நிலத்தை வெட்டித் திருத்தி செப்பனிட வேண்டும் என்று முடிவு செய்து, வேலைக்காரனை அனுப்பி ஊரில்போய் கூலிக்கு வேலை செய்யும் ஆட்களையும் பறையர்களையும் மண்வெட்டி, மண்சுமக்கும் கூடை ஆகியவற்றைக் கொண்டுவரும்படி அனுப்பினார். அவர்கள் வந்ததைக் கண்டு மனம் மகிழந்து இந்த நிலத்தை இப்போதே வெட்டித் திருத்துங்கள் என்று கூறினார். அவர் கூறியதைக் கேட்டுக் கூலியாட்கள் நிலத்தைச் சீர்திருத்தினர். ஆயிரம் கோட்டை விதைப்பாடு நிலத்தைச் சீர்செய்து அதற்கேற்ப வரப்பும் அமைத்து, தண்ணீர் பாய்வதற்காகக் குளம் வரை வாய்க்காலும் வெட்டினர். மேலும் குளக்கரையையும் சீர்செய்து, மடைகளையும் நன்றாக்கினர். வேளாளர் மகிழ்ந்து அவர்களுக்குக் கூலியைக் கொடுத்து, நாளை வந்து இந்த நிலத்தை ஏர்பூட்டி உழவேண்டும் என்றார். வீட்டுக்குச் சென்ற வேளாளர் தன் மனைவியை அழைத்து, இன்று வெட்டித் திருத்தி வந்த நிலம் விளைந்தால் காலம் முழுவதும் மகிழ்ந்து சாப்பிடலாம் என்றார். அடுத்த நாள் விடிந்தவுடன் வேலைக்காரன் பறையர்களை அழைத்து வந்தான். கலப்பைகளோடு எழுபத்தொரு ஏர்மாடுகளையும் கூட்டிக்கொண்டு, உழவு செய்யும் பறையர்களோடு நிலத்திற்கு வந்தார் வேளாளர். ஏர்களைச் சிறப்பாகப் பூட்டி இந்த நிலத்தை இன்று உழவு செய்யுங்கள் என்று வேளாளர் கூறினார்.

உழவர்கள் ஏர் பூட்டுதல்(காளைமாடுகளின் வகை)

கூடுகொம்பன் காளையையும் குடலைக் குத்திக்கீறும் குடல்பூறி காளையையும் வேற்றாளைக் கண்டால் விரட்டிக் குத்தும்

காளையிரண்டையும் விருப்பத்திற்கேற்ப ஏரில் பூட்டுமாறு வேளாளர் சொன்னார். இரண்டு மேளகாளைகளையும் இரண்டு வெள்ளைக் காளைகளையும் வேறுவேறு ஏர்களில் பூட்டுங்கள், கூளக்காளை இரண்டையும் கூட்டு ஏரில் பூட்டுங்கள், கூழக்கொம்பன் இரண்டையும் ஒரே ஏரில் பூட்டுங்கள், அடிபடாமல் நடக்கும் இரு காளைகளையும் ஓரணையில் பூட்டுங்கள், வாழைப்பூக் கொம்பன், மடக்கன்செவிவாலன், ஆகியவற்றையும் ஓரணையில் பூட்டுங்கள் என்றார். நெட்டக்கொம்பன் சுட்டிக்காளைகளை ஓரணையில் பூட்டினான் வேலைக்காரன், காரிக்காளை இரண்டையும் கனத்த ஏரில் பூட்டினர், படலைக்கொம்பனை எண்ணம்போல் பூட்டினர். நாணிக்கால் காளைகளை நடு ஏரில் பூட்டினர். விடத்தலப்பூநிறக் காளைகளையும் வேகமுள்ள காளைகளையும் வேறு வேறு ஏரில் பூட்டினர். வாழைப்பூ நிறக்காளையை அதற்கேற்ற ஏரில் பூட்டினர். உச்சிக்கொம்பன் காளையிரண்டையும் அதற்கேற்ற இணையோடு பூட்டினர். முகவண்டலைக் காளைகளை முதல் ஏரில் பூட்டினர். ஏறுவாலன் காளைகளை இணையாய் பூட்டினர். புல்லைக்காளை இரண்டையும் நிறைவாகப் பூட்டினர். மாக்காளை இரண்டையும் அடுத்த ஏரில் பூட்டினர். காரிக்காளை இரண்டையும் கலந்து கலந்து பூட்டினர். கழுத்தில் நுகம் வைத்தால் கள்ளத்தனம் செய்யும் கள்ளக்காளையை பின்னேரில் பூட்டினர். கிராக்காளை இரண்டையும் கர்வமாகப் பூட்டினர். வரிக்காளைகளை வரிசையாகப் பூட்டினர். கடுவாய்ப்போர் காளை இரண்டையும் கடுத்த ஏரில் பூட்டினர். மாதுளம்பூ நிறக்காளைகளை மனம் மகிழ்வாகப் பூட்டினர். புள்ளிக்காளை இரண்டையும் திருப்தியாகப் பூட்டினர். நாட்டியமாடும் நாகமுள்ள காளைகளை வணங்கிப் பூட்டினர். மீதமுள்ள காளைகளைச் சிறப்பாகக் கலந்து கலந்து பூட்டினர். அப்படியாக ஏரைப்பூட்டினர். வேளாளர் கணபதியை வணங்கி முதல் ஏரைப் பிடித்து உழுதார்.

பத்தாயம் அகப்படுதலும் பூதம் வெளியேறுதலும்

முதல் ஏரில் பூட்டியிருக்கும் முகவண்டலைக் காளை முதல் சாலில் வளைந்து வந்து மற்றொரு மடக்கு வரும்போது நிலத்தில் புதைத்திருந்த பத்தாயம் முதல்ஏர் கொழுவில் தட்டியது. கலப்பையில் தட்டியவுடன் வேளாளர் இன்று வந்து இந்த நிலத்தை உழுதோம், புதையல் கிடைத்துவிட்டது என்று மகிழந்து, முதன்முதல் நல்ல பலன்தான் என்று தமக்குள்ளே சொல்லிக்கொண்டு ஏர்மாடுகளை நிறுத்தினார். மண்வெட்டியை எடுத்து மண்ணைத் தோண்டினர். மண்வெட்டியில் பத்தாயம் தட்டியது. இதில் இருப்பது புதையல்தான்

என்று எல்லோரும் மகிழ்ந்தனர். அந்தப் பத்தாயத்தில் பூதம் இருப்பதையும், இதற்குப் பின்னே என்ன வரப்போகிறது என்பதையும் அறியாத வேளாளர், அதனை வெளியில் எடுக்கும்படி கூறினார். பெரிய பத்தாயம், இதில் ஏராளமான பொன் இருக்கும், அதை அளந்தெடுக்க மரக்கால் எடுத்து வருவதற்கு ஆளனுப்பினார். பத்தாயத்தில் சேத்திரபாலர் அசையாமல் இருந்துகொண்டார். பத்தாயத்தை அவர்களால் வெளியில் எடுக்க முடியாமல் திணறவே, சங்கிலிபூதம் யாருடைய கண்களிலும் படாமல் பத்தாயத்தை வெளியில் எடுப்பதற்கு உதவியது. எல்லோருமாகச் சேர்ந்து பத்தாயத்தை எடுத்து வெளியில் வைத்தனர். எல்லோரும் கூடியிருந்து இன்று நல்லது கிடைத்தது என்றனர். சிவன் அருளால் இது இந்திராணி மலையாகும், பதினெட்டு நாட்டார்களும் கூடியிருந்து வயல் அறுத்து அடித்த பகுதியும் அதிலுண்டு, காவலர்கள் வயல் அறுத்து அடித்த 'கமல தட்டாம் பாறை' என்பது இதுவாகும் என்று கூறிக்கொண்டு, பத்தாயத்தை எடுத்து அப்பாறையில் வைத்தனர். பாறையில் வைத்த பத்தாயத்தைக் கோடாலி கொண்டு வந்து உடைத்தனர். அப்போது பத்தாயத்தில் இருக்கும் சேத்திரபாலருக்குக் கோபம் வந்துவிட்டது. பூட்டைத் திறந்து நம்மை வெளியில் விடாமல், வெட்டிப் பிளக்கிறான் பத்தாயத்தை என வேதனைப்பட்டுக்கொண்டது. ஒரு வழியாகப் பத்தாயம் உடைக்கப்பட்டு பூதம் வெளியேறியது. வெளியில் வந்த சேத்திரபாலர், வேளாளர் குடும்பத்தையும் காளிப்புலையன் குடும்பத்தையும் கொன்றுமுடிப்பேன் என்றார். பொன் அளப்பதற்கு மரக்கால் எடுத்துவர ஆளனுப்பினோமே என்று வேளாளர் வெட்கப்பட்டு வீட்டுக்குப் போனார்.

பூதங்கள் காளிப்புலையன், சந்தனநம்பி, வேளாளர் ஆகியோரைக் கொல்லுதல்

வேளாளர் வீட்டுக்குச் சென்றபின்னர் சேத்திரபாலர் உடனே சந்தனநம்பியைக் கொல்லவேண்டும் என்றார். அதைக்கேட்ட சங்கிலிபூதத்தார், அவனை எப்போது வேணுமானாலும் கொல்லலாம், முதலில் காளிப்புலையனைக் கொல்வோம் என்று கூற, அதை ஏற்றுக்கொண்டு ஈஸ்வரகாலருடன் மூவருமாய் புலையனின் திறத்தைக் காணலாம் என்று கருங்கண் மலைக்குச் சென்றனர். அங்குச் சென்று புலையனின் வீட்டின் அருகில் மூவரும் மறைந்து நின்றனர். மாலை இருள்சூழும் நேரம் வருவான் புலையன், ஓரே அடியாக அடித்து அவன் உயிரை வாங்கிவிடவேண்டும், நாம் வந்திருக்கும் செய்தியை அறிந்துவிட்டால் அவன் நமக்கு எதிராக மந்திரம்

செபிப்பான், காளிப்புலையன் இந்தத் தொழிலில் பெரிய ஆள் என்று அவர்களுக்குள்ளே கூறிக்கொண்டு ஒளித்திருந்தனர். எப்போதும் வருவதுபோல் காளிப்புலையன் தமக்கு ஆபத்து இருக்கிறது என்பதை அறியாமல், பூதங்கள் மறைந்து நின்று பேசுவதையும் அறியாமல், இருள் சூழும் கருக்கல் நேரம் மலைவிளையைச் சுற்றிப்பார்த்துவிட்டு வந்தான். அவன் வரும் வழியில் அவனை இடையில் மறித்தன பூதங்கள். சேத்திரபாலர் தன் பொந்து தடியை எடுத்து அவன் இடுப்பில் ஒரே அடியாக அடித்தார். இடுப்பில் அடிபட்டவுடன் காளிப்புலையன், தம்மை யார் அடித்தார் என்று அறியாமலும், நடக்கவியலாமலும் விழுந்து கிடந்தான். அங்கு வந்தோரிடம் வீட்டிலிருந்து ஆட்களை வருமாறு கூறும்படி கூறினான். செய்தி அறிந்த அவன் மனைவி அடுத்த வீட்டிலுள்ள ஆட்களையும் அழைத்துக்கொண்டு அங்கு வந்தாள். மனைவியை அழைத்து புலையன் ஏதோ கூறினான். அவள் வீட்டிற்குப் போய் வந்தால் புலையன் மந்திரம் படிப்பான் என்று எண்ணிய பூதங்கள், அவள் வீட்டிலிருந்து விளக்கைக் கொண்டு வரும் முன்னர் அவன் வாயைப் பிளக்கவிடாமல் மண்டையில் அடித்து வாணாலைப் போக்கிவிட்டார். விளக்கைக் கொண்டு வந்த மனைவி அவனைப் பார்த்தபோது அவன் இறந்துகிடந்தான். இது என்ன கொடுமை என மனைவி புலைச்சி அழுதாள். இதை அறிந்த புலையனின் உறவினர்கள் அனைவரும் வந்து பார்த்தனர். அப்போது அவன் மனைவி மக்கள் அனைவரையும் பூதம் அடித்துக் கொன்றது. மாய அடி பட்டது யாருக்கும் தெரியாது. அவன் கிளைவழி அனைவரையும் சேத்திரபாலர் அடித்துக் கொன்றார். அதன் பின்னர் கருங்கண்மலையை விட்டுப் பூதங்கள் போயின.

காளிப்புலையனையும் அவன் குடும்பத்தாரையும் கொன்றுவிட்டு அங்கிருந்து பூதங்கள் கோசிமாபுரத்திற்கு புறப்பட்டன. சங்கிலிபூதத்தார் தலைமையில் சேத்திரபாலரும் ஈஸ்வரகாலருமாக நம்பியின் வீட்டுக்கு நடந்தனர். குட்டுவம்குளம் கடந்து கோசிமாபுரத்திற்கு வந்து சேர்ந்தனர். சந்தனநம்பியும் சோமாண்டி ஆசியும் தமக்கு ஆபத்து வருகிறது என்பதை அறியாமல், சோறு கறி வைத்து உண்டு உறங்கினர். நடுச்சாமத்தில் பொந்து தடியை எடுத்து நம்பி மனைவி சோமாண்டி தலையில் அடித்துஅவளைக் கொன்றுவிட்டது பூதம். சற்றுநேரம் கழித்து நம்பி சோமாண்டியை எழுப்பினான். அவளிடமிருந்து சத்தம் எதுவும் இல்லாததால் சந்தனநம்பி பதறி எழும்பினான். உடனே அவன் விளக்கை ஏற்றிப் பார்த்தான். உயிரில்லாமல் சோமாண்டி இறந்து கிடந்தாள். உடனே

அவன் சாத்திரத்தை எடுத்துப் பார்த்தான். அப்போது பழிகாரப் பூதங்கள் புலையனையும் அவன் குடும்பத்தையும் கொன்றுவிட்டு, இங்கு வந்து சோமாண்டியையும் கொன்றபின் மலைபோல் நிற்பதை அறிந்தான். மனத்தில் இவற்றை அறிந்துகொண்ட நம்பி, இதற்கு முன்னே நான் சோமாண்டியிடம் சொன்னேன், எப்படியும் நம்மை அது கொல்லும் என்று, என சொல்லிக்கொண்டே, இன்று இரவு உறங்குதல் கூடாது என்று இருந்தான். அப்போது அவனைக் கண்ணை உருட்டிக்கொண்டு தன் கைத்தடியால் அடித்தார் சேத்திரபாலர். அடியது பட்டபோது அலறி விழுந்தான் நம்பி. உடனே பேச்சு மூச்சு இல்லாமல் அவன் உயிர் போனது. அப்போது சங்கிலிபூதம், செத்த இவர்களை எடுக்க வருபவர்களையும் கொல்லவேண்டும் என்று கூற, அதன்படி பூதங்கள் மூன்றும் அங்கேயே நின்றுகொண்டன. நேரம் விடிந்தபின் ஊரிலுள்ளோர் நம்பியின் வீட்டில் வந்து பார்த்தனர். இதுவரை விழிக்கவில்லையே, நாம் எழுப்புவோம் என்று எண்ணி அவர்களைக் கதவைத் தட்டி எழுப்பினர். உள்ளிருந்து ஓசை எதுவும் இல்லாமல் வீட்டினுள் எட்டிப்பார்த்தனர். அப்போது அவர்கள் இருவரும் செத்துக்கிடப்பதைக் கண்டனர். ஊரார்கள் ஒன்று கூடி, அவர்கள் உடல்களை எடுத்து புதைத்துவிட்டு வீடு திரும்பினர். அப்போது பூதங்கள் அங்கு வந்த அனைவரையும் அடித்துக் கொன்றன.

சந்தனநம்பி குடியிருந்த ஊரிலுள்ளோர் அனைவரையும் கொன்றபின்னர் பூதங்கள் திருக்குறுங்குடி வேளாளரைத் தீர்த்துக்கெட்ட அங்குச் சென்றன. சேத்திரபாலருக்கு வேளாளர் மேல் கோபம் இருந்துவந்தது. பத்தாயத்தின் பூட்டைத் திறந்து சேத்திரபாலரை வெளியேற்றாமல் வேளாளர் அதனை வெட்டிப் பிளந்துகொண்டிருந்ததால் அவர் மீது பூதத்திற்குக் கோபம். பூட்டைத் திறந்து பூதத்தை வெளியேற்றியிருந்தால் வேளாளர் தப்பியிருப்பார். பூதங்கள் மூவருமாகத் திருக்குறுங்குடிக்குச் சென்றன. அங்கு வேளாளர், மனைவிமக்கள், அவர் குடும்பத்தார், அவரது வேலையாட்கள், அடிமைகள் என அனைவரையும் யாரும் அறியாத வகையில் நின்றுகொண்டு அடித்துக் கொன்றன பூதங்கள். எல்லோரையும் கொன்றபின்னர் மூன்று பூதங்களும் மலைநம்பி கோயிலில் மாயவர் இடத்தில் வந்தன.

மாயவர் கேள்வியும் பூதத்தின் பதிலும்

திருக்குறுங்குடி மலைநம்பி கோயிலில் வந்த பூதங்கள் மூவரும் மாயவரிடம் நடந்ததைக் கூறின. அப்போது மாயவர் சேத்திரபாலரிடம்,

அந்தப் பத்தாயத்தில் அபத்தம் வரும் என்பதைத் தெரிந்தும் நீ அங்கு எப்படிச் சென்றாய்? என்று கேட்டார். அப்போது பூதம் எப்போதும் செல்வதுபோல் அன்றைக்கும் நாங்கள் மூவரும் ஆற்றுக்குச் சென்றோம், அன்றைக்கு அதிசயமாய் அங்கேயொரு பத்தாயம் இருந்தது. அதனைப் பார்க்க வேண்டுமென்று மூவரும் அங்குச் சென்றோம். அங்கு இரண்டு நல்ல பாவைகள் இருந்தன. பெண்களைப் போல் அவை பேசின, புலையன் அவற்றை உண்டாக்கி, சூத்திரங்கள் பலவும் செய்து வைத்திருந்திருக்கிறான். அவை மச்சாவி வாரும் என்று மத்தளம், கைத்தாளம் கொட்டி வாய்பிளந்து பாடின. அங்குள்ள அபத்தம் தெரியாமல் சென்று மூவரும் எட்டிப் பார்த்தோம். அப்போது மயங்கிப்போய் நான் அதற்குள் அகப்பட்டுக்கொண்டேன். புலையன் செய்த சூழ்ச்சியால் பொறியிலுள்ள பூட்டு பூட்டிக்கொள்ள, என்னால் வெளியில் வரவியலவில்லை. அங்கிருந்த பாவைகளோடு நானும் அங்கிருந்தேன். அப்போது அங்குப் புலையன் பத்தாயத்தைப் புதைத்துவிட்டுப் போய்விட்டான். அன்று உமது அருளால் மழை பெய்தது; சங்கிலிபூதத்தானும் வேளாளரின் காளையிரண்டையும் கொண்டு அந்த நிலத்தில் நிறுத்தினான். காளைகளைத் தேடிவந்த வேளாளன், கலப்பைகளைக் கொண்டு வந்து உழுதான். அப்போது கலப்பையில் பத்தாயம் தட்டியது, புதையல் இருப்பதாக எண்ணிப் பத்தாயத்தை வெளியில் எடுத்து அதனை அடித்து உடைத்துவிட்டான். நான் வெளியில் வந்தேன். பின்னர் மூவருமாகச் சென்று புலையனையும் சந்தனநம்பியையும் அவன் மனைவி சோமாண்டியையும் கொன்றோம். பின்னர் வேளாளரையும் கொன்றோம். அதன்பின்னர் உமது பாதம் சேவிக்க வந்தோம் என்று கூறினார் சேத்திரபாலர்.

பூதங்கள் பாவநாசத்தில் நீராடுதல்

பூதங்கள் மாயவரைத் தொழுது நிற்கும்போது, வேளாளரைக் கொன்றதற்கு உங்களுக்கு பாவங்கள் நிறைய உண்டு என்ற மாயவர், பாவம் தீரவேண்டுமானால் பாவநாசத்தில் சென்று தீர்த்தம் ஆடி சீக்கிரம் வருமாறு பணித்தார். மாயவர் சொன்ன வார்த்தையைக் கேட்ட சேத்திரபாலர், தலைவர் சங்கிலிபூதம் மற்றும் ஈஸ்வரகாலரோடு தீர்த்தமாட பாவநாசம் வந்தார். நம்பியாறு, களக்காடு, பச்சையாறு, பெரியாறு முதலியவிடங்களைக் கடந்து பாவநாசக் கரையில் வந்தனர். பாவம் தீர்வதற்காக மனிதர்களெல்லோரும் குளித்து வரும் இடத்தில் குளிக்க வேண்டுமென்று பூதங்கள் மூவரும் பாவம் தீரவேணுமென்று சொல்லி மாயவரை நினைத்துக் கொண்டு தீர்த்தமாடின.

தீர்த்தமாடும்போது மாயவரை நினைத்துப் பாவங்களைத் தீருமென்று வேண்டிக்கொண்டன. பாவம் தீரவேண்டும் பாவநாசப் பெருமாளே என்று பூதங்கள் மூவரும் வேண்டிக்கொண்டு தீர்த்தம் ஆடின. பின்னர் பாவநாசத்திலிருந்து தெற்குநோக்கிச் சென்று பச்சையாற்றைக் கடந்து நடந்தன.

கன்னியரும் கல்லறையும்

பூதங்கள் பாவநாசத்திலிருந்து வந்துகொண்டிருந்தன. வடக்கு சீமையில் சிவபெருமான் அருளாலும் மாயவர் செயலாலும் தெய்வலோகத்தில் சிவனருள் பெற்ற கன்னியர்கள் இருந்தனர். அங்கு எமலோகத்தில் சிறப்பான ஒரு கல்லறையிருந்தது. அதனைச் சுற்றிலும் கமுகு மரங்கள் பூச்சொரிந்து நின்றன. கல்லால் கதவைக் கொண்டிருந்தது அக்கல்லறை. அக்கல்லறையின் அருகில் கன்னியர்கள் இருந்து கொஞ்சிப் பேசிக்கொண்டிருந்தனர். கல்லறையின் உள் இருப்பவர் வெளியிலிருக்கும் கன்னியர் கண்களுக்குத் தெரியவில்லை. கல்லறைக்குள் இருப்பவரைக் கயிலாசம் சென்றவரைத் தவிர வேறொருவர் அறியமுடியவில்லை. அப்போது கல்லறையின் வெளியிலிருக்கும் ஐந்து கன்னியர்கள் முளை வைப்பதற்குப் புறப்பட்டனர். வெளியிலுள்ள கன்னியர்கள் முளைவைக்கச் செல்வதைக் கல்லறைக்குள் இருக்கும் இருகன்னியரும் அறிந்தனர். அவர்களோடு நாமும் போவோம் என்று அக்காள் தங்கையான இருவரும் எண்ணினர். அவர்களோடு போகும்போது நம்மை யாரும் அறிவார்களோ என்று தங்கை துகழமுத்து கேட்க, அதற்குத் தமக்கையான புகழமுத்து, 'தனியே நாம் போனால் தடம் தெரியாது தங்கையே' என்றாள். இருவரும் ஒருவருக்கொருவர் பேசிச் சம்மதித்து ஒருநாளும் திறக்காத கல்லறையை இப்போது நாம் திறப்போம், கல்லறையைத் திறந்தால் கன்னியரைக் கண்டுகொள்ளலாம் என்று இருவரும் முடிவுசெய்து கல்லறையைத் திறந்தனர். அப்போது கதவின் ஓசை இடிமுழக்கம்போல் கேட்டது. கல்லறையின் அருகிலிருந்தவர்கள் இது என்ன அதிசயம் என்று கேட்டனர். அவர்கள் எழுந்திருந்து அதனைப் பார்த்துவருவோம் என்று கூறி, வெளியிலிருந்த ஐந்து கன்னியரும் சென்று கண்டனர். கல்லறையைக் கண்டபோது அவர்கள் கால்கள் அயர்ந்து சோர்ந்து போயின. தூரமாக நின்ற கன்னியர்கள் இந்த எமலோகத்தில் இத்தனை நாட்கள் நாமிருந்தோம், இந்த அறையைக் கண்டதில்லையே, அதனை அருகில் சென்று பார்ப்போம் என்று கூறி அருகில் செல்ல, மீண்டும் அவர்கள் கால்கள் அயர்ந்து சோர்ந்தன.

கன்னியர்கள் கல்லறை வாசலைக் கண்டனர். வாசல் திறந்திருக்கிறது, கல்லறைக்குள் இரண்டு பேர் பூவினம்போல் அமர்ந்துள்ளனர். நம்மைப்போல் இரண்டு பெண்கள் இருக்கிறார்கள், இனி நமக்குப் பயமில்லை என்று எண்ணிக்கொண்டு கல்லறைக்குள் இருக்கும் பெண்களைக் கன்னியர்கள் கண்டனர். வெளியில் நிற்கும் ஐந்து கன்னியரையும் உள்ளிருக்கும் இருவரும் கண்டனர். உள்ளே இருக்கும் இருவரையும் வாசலுக்கு வெளியே சற்றுத் தூரத்தில் நின்றுகொண்டு கன்னியர்கள் ஐந்து பேரும் நின்று பார்த்திட, அவர்களை உள்ளிருந்தவர்கள் அருகில் வருமாறு அழைத்தனர். ஐந்துபேரும் அருகில் சென்று அதிசயத்தைக் கண்டனர்.

கன்னியர்கள் எழுவரும் முளை வைத்தல்

கல்லறைக்குள் இருந்த அக்காள் தங்கையான புகழமுத்தும் துகழமுத்தும் அங்கிருந்த ஐந்து கன்னியரையும் புகழ்ந்து பேசினர். கன்னியர்கள் கலந்து பேசிக்கொண்டிருந்தபோது புகழும் துகழும், தோழியரே நீங்கள் சிறிது நேரம் கழித்துச் செல்லுங்கள் என்று கூறினர். நேரம் கழித்துச் சென்றால் முடக்கம் வரும் பதில் கூறினர். அது எதனால் என்று இருவரும் கேட்க, நாங்கள் ஐந்துபேரும் சேர்ந்து முளைவைப்பதற்குச் செல்கிறோம் என்று சொல்ல, அப்படியானால் நாங்களும் உங்களோடு முளை வைப்பதற்கு வருகிறோம் என்றனர். அப்படியான கல்லறையை அடைத்துவிட்டு வாருங்கள் என்று இருவரையும் ஐவரும் அழைத்தனர். ஏழு கன்னியர்களும் ஒன்று சேர்ந்து தெய்வலோகம் விட்டு பச்சையாறுதனில் வந்து முளை வைப்பதற்காகக் கூடினர். புகழும் துகழும் சேர்ந்து பச்சையாற்றில் முளை வைத்தார்கள். மலையருகிலும் சுனையருகிலும் புகழும் துகழும் முளை வைத்தனர். கன்னியர்கள் ஐவரும் வைத்த முளை ஏழாம் நாளில் முளைத்தன. முளைகள் நல்லபடியாக வளர்ந்தன. அவற்றைக் கண்ட தோழியர்கள் மனம் மகிழ்ந்தனர். புகழும் துகழும் வைத்த முளைகள் முளைத்து எழும்பவில்லை. அதை நினைத்து அக்காள் தங்கையான புகழ் மற்றும் துகழ் இருவரும் முகம் கோணி வருந்தி இருந்தனர். பின்னர் அவர்கள் கன்னியர் ஐவரிடமும் நாங்கள் வைத்த முளை முளைக்கவில்லை, மறுமுளை வைக்கவேண்டும், நீங்கள் செல்லுங்கள் என்று கூறினர். அவர்கள் கூறியதைக் கேட்ட கன்னியர்கள் ஐவரும் அவர்களைப் புகழ்ந்து பேசிக்கொண்டு சென்றனர். கன்னியர்கள் ஐவரும் சென்ற பின்னர் புகழும் துகழும் மறுமுளை வைப்பதற்கு முன்னரே மழை பொழிந்தது. மழை பெய்ததால் சுனை பொங்கியது.

ஆற்றில் சென்ற கன்னியர்கள் பூதத்தின் மனைவியாக ஒப்புதல்

சுனை பொங்கியதைப் புகழும் துகழும் அறியவில்லை. வேறு முளை வைக்கும் முன்னர் வெள்ளம் இழுத்துச் சென்றது. துகழமுத்தும் புகழமுத்தும் ஆற்று வெள்ளத்தில் அடித்துச் செல்லப்பட்டனர். ஆற்று வெள்ளத்தில் மிதந்து வரும்போது துகள்முத்து இப்படிச் சொல்வாள், ‘ஆளோடு போகாமல் நாம் இருவரும் அகப்பட்டுக்கொண்டோம். இப்படித்தான் பிரம்மா நமக்கு எழுதிவிட்டார், நம்மைக் கண்டு அடுத்துவர யாருமில்லை, நம்மைக் கைப்பிடித்துக் கரைசேர்ப்பார் யாருமில்லை’ என்று சொன்னாள். கன்னியர் இருவரும் பச்சையாற்று வெள்ளத்தில் வருவதைச் சேத்திரபாலர், சங்கிலிபூதத்தார், ஈஸ்வரகாலர் ஆகிய மூவரும் கண்டனர். இரு கன்னியரும் ஆற்றில் வரும்போது அங்கு நாவல் பழங்கள் பழுத்து சொரிவதைக் கண்டுகொண்டிருந்தனர். வெள்ளம் கன்னியரை வேகமாகக் கொண்டு செல்வதைக் கண்ட பூதங்கள் ஆற்றில் இறங்கி கன்னியரின் கையைப் பிடித்து அவர்களைக் கரைசேர்த்தன. வெள்ளத்தில் வந்த திவக்கம் தீர்வது வரை கரையில் ஓய்வெடுத்தனர். பின்னர் கன்னியரை அழைத்துக் கொண்டு வந்தன பூதங்கள். அப்போது அவர்கள் பூதங்களிடம் நாவல் பழத்தின் மேல் எங்களுக்கு ஆசையாக இருக்கிறது, அதனைப் பறித்துக் கொடுங்கள் என்று கேட்டனர். கன்னியர் இருவரும் அவ்வாறு கேட்டபோது சேத்திரபாலர், ஆறு உங்களைக் கொண்டு போகும்போது கரையேற்றி விட்டேன், ஆனால் காரணம் கேட்கவில்லை, வழியிலே வந்து வாய்த்தது என்றிருந்தேன் என்றார். கன்னியர்கள் சங்கிலிபூதத்திடம் பழம் பறித்துத் தரும்படி கேட்க, சங்கிலியார் மரத்தைத் தன் காலால் மிதித்து தாழ்த்தினார். நீங்கள் பழங்களைப் பறித்துக்கொள்ளுங்கள் என்று கூற, அவர்கள் மரக்கொப்புகளைப் பிடித்துப் பழம் பறிக்கும்போது சங்கிலிபூதம் தன் காலை எடுத்துவிட்டது. கன்னியர்கள் இருவரும் மருதமரத்தில் ஒளவால் தொங்குவதுபோல் நாவல் மரத்தில் தொங்கிக்கொண்டிருந்தனர். அப்போது துகழமுத்து, ஆற்றிலிருந்து எங்களைக் காப்பாற்றி, இங்கு அழைத்து வந்து இந்த மரத்தில் ஏற்றிவிட்டு எங்கள் பழியை ஏன் ஏற்கிறீர்கள்? இப்போது நான் இறப்பேன் சங்கிலிபூதத்தானே என்றாள். துகழ முத்து கூறியதைக் கேட்ட சேத்திரபாலர், நீ என் மனைவியாய் இருப்பாய் என்பதைச் சொல் என்றார். உடனே அவள் இன்றுமுதல் உமக்கு மனைவியாக இருப்போம் என்று மாயவர் மேல் ஆணையிட்டுக் கூறினாள். துகழும் புகழும் ஆணையிட்டுக் கூறியபோது நாவல்

மரத்தைத் தாழ்த்திப் பிடித்தார் சங்கிலியார். மரம் தாழ்ந்தபோது கன்னியர்கள் இறங்கி வந்தனர். நாவல் பழம் வேண்டுமென்றால் இனி கையால் பறியுங்கள் என்று பூதம் சொல்ல, கன்னியர்கள் பழம் பறித்துத் தின்றனர். அதன்பின்னர் பூதங்கள் மூவரும் கன்னியர்கள் இருவருமாய் மலைநம்பி கோயில் நோக்கி வந்தனர்.

ஐவரும் மலைநம்பியை வணங்குதல்

மூன்று பூதங்களும் இரண்டு கன்னியரும் சேர்ந்து மலைநம்பி கோயிலில் வந்து மாயவரைத் தொழுதனர். அப்போது மாயவர் அந்தப் பெண்கள் எங்கிருந்து வந்தனர் என்று கேட்டார். அதைக் கேட்ட சேத்திரபாலர், பாவநாசத்தில் தீர்த்தமாடி நாங்கள் திரும்பி வரும்போது பச்சையாற்றில் இப்பெண்களை வெள்ளம் கொண்டு சென்றதைக் கண்டோம். அவர்களை நான் இறங்கிக் கரையேற்றினேன். அவர்கள் என் மனைவியாக இருக்கச் சம்மதம் கூறியதால் இங்குக் கூட்டி வந்தோம். மாயவரே நீங்கள் மனம் வைத்தால் மங்கையரை இங்கு இருத்திக்கொள்வோம். அல்லது அவர்கள் போகவேண்டும். மாயவர் நினைத்தால் அவர்கள் போகட்டும் என்றது பூதம். மாயவர் சேத்திரபாலருக்கு மனைவியாக அவர்கள் இருக்கட்டும் என்று அருள்பாலித்தார். மாயவர் சொன்னதைக் கேட்ட சங்கிலிபூதமும் ஈஸ்வரகாலபூதமும் மகிழ்ந்தன. அன்றுமுதல் சேத்திரபாலர் அவர்களை மனைவியாக வைத்துக்கொண்டு மாயவரைச் சேவித்து நின்றார். எப்போதும்போல் சேத்திரபாலர் மாயவர் முன்பாகத் திருநடனம் புரிந்து வந்தார்.

கதைவேறுபாடு

சங்கிலிபூதத்தான் கதை பற்றிய வேறுபட்ட கதையொன்று ‘நெல்லை வைணவத் தலங்கள்’ என்ற நூலை வாசிக்கும்போது கிடைத்தது. அது கீழ்வருமாறு அமைகிறது.

திருக்குறுங்குடி நம்பிகோயிலுக்குக் கொடிமரம் வைப்பதற்குத் தேவையான மரத்தினை வெட்டி வந்தார்கள். அப்போது அந்த மரத்தோடு ஐந்து தேவதைகளும் வந்தனர். அவர்கள் காலபைரவர், வடக்குவாசல் மாடன், சங்கிலிபூதம், குறுங்குடியம்மன், குத்துப்பிறை இசக்கியம்மன் ஆகியோர் ஆவர். இதில் காலபைரவர் மிகத்துடியான காவல் தெய்வம் ஆவார். பழங்காலத்தில் நம்பி கோயிலிலுள்ள சந்நிதியின் கதவு மூடப்பட்டபின் சாவிக்கொத்தைக் காலபைரவர் காலடியில் வைத்து விடுவார்கள். அதன்பின் அதிகாலைவரை காலபைரவர் பாதுகாப்பில் அந்தச் சாவிக்கொத்து இருக்கும். இதுதான்

ஐதீகம். முன்னொரு காலத்தில் பூசாரி ஒருவர் கோவிலின் கதவுகளை மூடிவிட்டு சாவியை முறைப்படி காலபைரவர் காலடியில் வைத்துவிட்டு வீடுதிரும்பினார். பூசாரியின் மனைவி, கணவன் மட்டும் வருவதைக் கண்டு திடுக்கிட்டாள். நீங்கள் உடன் கூட்டிச்சென்ற மகன் எங்கே? என்று நெஞ்சு பதைபதைக்கக் கேட்டாள். அப்போதுதான் பூசாரிக்குத் தன் சிறுவயது மகன் கோயிலுக்குள் படுத்து உறங்கிவிட்டது ஞாபகம் வந்தது. என்னசெய்வது என்று தெரியவில்லை. மகனை உடனே பார்க்க வேண்டும் என்று பூசாரியின் மனைவி அடம்பிடித்தாள். பூசாரி அவளிடம் 'எம்பெருமான் நம்பிராயரின் அருளினாலும் காலபைரவர் பாதுகாப்பிலும் அவன் பத்திரமாக இருப்பான், காலையில் சென்று கதவைத் திறக்கலாம்' என்று கூறினார். பூசாரி தன் மனைவியை எவ்வளவோ சமாதானப்படுத்தியும் அவள் கேட்கவிலை. வேறுவழியில்லாமல் நடுநிசி வேளையில் கோயிலுக்குச் சென்றார். மரபை மீறி சாற்றிய நடையை மீண்டும் திறக்க முற்பட்டார். அப்போது காலபைரவர் குரல் உள்ளிருந்து அவரை எச்சரித்தது.'காலையில் உன்மகன் பத்திரமாக உன்னிடம் வந்து சேர்வான், கவலை வேண்டாம்' என்று கூறியது. ஆனால் அதையும் கேட்காமல் பூசாரி பிடிவாதமாகச் சாவிக்கொத்தை எடுத்துக் கதவைத் திறந்தார். இதனால் கோபமடைந்த காலபைரவர் பூசாரியின் குழந்தையைப் பல பாகங்களாகப் பிய்த்து எறிந்துவிட்டார். கடவுளின் திருவாக்கையும் சக்தியையும் நம்பாத பூசாரி தனக்குக் கிடைத்த தண்டனையை எண்ணி வருந்தி, பகவானின் பாதம் பணிந்து மன்றாடினார். பகவான் பூசாரியை மன்னித்து அவரது மகன் மீண்டும் உயிர் பிழைத்து வர அருளினார். அதன்பின் தலைமைப் பூசாரியின் கனவில் தோன்றிய பகவான். காலபைரவரின் 'ஆக்ரோச சக்தியை விரைவில் கட்டுப்படுத்துவேன்' என்று திருவாய் மலர்ந்தருளினார். அதன்படி மலையாள நம்பூதிரிகள் காலபைரவரின் சக்தியை ஆவஹனம் செய்து குடத்தில் அடைத்தனர். பின் ஊருக்கு மேற்கே மலையடிவாரத்தில் கொண்டு குடத்தைப் புதைத்துவிட்டார்கள். ஆனாலும் அந்தக் குடம் ஆடிக்கொண்டே இருந்ததாம். அதனால் அவ்விடத்திற்குக் 'குடமாடி'(கொடமாடி) என்று பெயர் ஏற்பட்டதாகக் கூறுகின்றனர் (பக். 156-157).

சுவடியும் பதிப்பும்

2014 ஆம் ஆண்டு நண்பர்களான டாக்டர் பொன்ராஜ் மற்றும் டாக்டர் ரெஜித்குமார் ஆகியோரோடு குமரிநாட்டில் கள ஆய்வு செய்தபோது வெள்ளமடி என்னும் ஊரிலிருந்து கிடைத்த கதைப்பாடல் சுவடிகள் இவை. இக்கதைப்பாடல்கள் குமரிநாட்டில்

பூதக்கோவில்களில் வில்லுப்பாட்டாகப் பாடப்படுபவை. இவ்விரு கதைப்பாடல்களிலும் முதல் கதைப்பாடல் ஈஸ்வரகாலபூதக்கதை, பூதப்பெருமாள்கதை, பூதப்பிறவிகதை என்னும் பெயர்களில் விளங்குகின்றது. இக்கதைப்பாடல் கையெழுத்துப் படிவமாகவும் ஓலைச்சுவடியாகவும் கிதைத்தது. ஆனால் ஓலைச்சுவடியானது படியெடுக்க இயலாதவாறு நைந்து பிய்ந்துபோய் இருந்தது. ஒருசில ஓலைகளை மட்டும் மிகவும் கடினப்பட்டு கையெழுத்துப் படிவத்தோடு ஒப்பிட்டதில் இரண்டும் ஒரே படிவங்கள்தாம் என உறுதி செய்தபின்னர் கையெழுத்துப் படிவச் சுவடி மூலபாடமாகத் தேர்வு செய்யப்பட்டது.

இரண்டாம் சுவடியான சங்கிலிபூதத்தான் கதைப்பாடல் கையெழுத்துப் படிவமாகவே கிடைத்தது. இக்கதைப்பாடலில் தொடக்கம் சரியாக இடம்பெறவில்லை. பத்மநாபசுவாமி கதைப்பாடலிலிருந்து கிளைத்த கிளைக்கதைபோல் தோன்றியதால் அக்கதைப்பாடலின் ஒரு சிறு பகுதி இக்கதைப்பாடலின் தொடக்கமாகச் (தனியாக) சேர்க்கப்பட்டுள்ளது. அதற்கான காரணமும் அக்கதைப்பாடலின் முகப்பில் தரப்பட்டுள்ளது.

இரண்டு கதைப்பாடல்களும் படியெடுக்கப்பட்டு, துணைத்தலைப்புகள் இடப்பட்டு பதிப்பிக்கப்பட்டுள்ளன. றகர ரகர வேறுபாடு, ளகர ழகர வேறுபாடு, னகர ணகர நகர வேறுபாடு முதலியன களையப்பட்டள்ளன. கதைப்பாடலின் அருஞ்சொற் பொருட்கள் அந்தந்தப் பக்கங்களின் அடிப்பகுதியில் தரப்பட்டுள்ளன. மட்டுன்றி விளக்கம் கொள்ள வேண்டிய சொற்களுக்கு விளக்கமும் அடிக்குறிப்பில் தரப்பட்டுள்ளது. வழக்கில் இல்லாத சில சொற்களுக்கு கதைப்பாடலின் போக்குக்கு ஏற்பவும் குமரிநாட்டு வழக்கிற்கு ஏற்பவும் பொருள் தரப்பட்டுள்ளன. இவ்வாறாக முயன்று பதிப்பிக்கப்பட்ட கதைப்பாடல்களின் மூலபாடம் இதனைத் தொடர்ந்து வருகின்றன.

●

பூதப்பெருமாள் கதை

(ஈஸ்வரகாலப் பூதக்கதை)

காப்பு

சிவனருள் பாதம் போற்றி திருமுடி தாங்கவென்று
உவனமது கைலையான உற்றதோர் ஓமம் தன்னில்
புவனமாய்ப் பிறவிசெய்த பூதத்தின் கதையைப் பாட
விவரீதம் வருத்த வேண்டாம் வில்லில் கூறுவோமே

சரஸ்வதி வணக்கம்

மகாதேவர் பொன்னும் கைலையிலே மாறாத வரங்கள் பெற்ற   5
மாறாத வரங்கள் பெற்ற மன்னன் ஈஸ்வரகால பூதமென்னும்
பூதமென்றும் கன்னியென்றும் உதிரக்கன்னி தாயாரும்
தேசமெங்கும் பூசையுண்ட தீரன் ஈஸ்வரகால பூதத்தோடே
வன்னத்திரு நாமக் கதைகள்பாட வாலசரசோதி வந்துதகாய்
என்னாவில் உறையுமம்மா என்னாணை சரசோதி   10
இவள்பணியவே கதையை எனக்கருள்வாய் சரசோதி

---

1. திருமுடி - சிவன் திருச்சடை
2. உவனம் - முன்னிற்கும்
2. ஓமம் - வேள்வி. இது ஐந்து வகைப்படும். அவை, கடவுள்வேள்வி, பிரமவேள்வி, பூதவேள்வி, மானிடவேள்வி, தென்புலத்தார்வேள்வி. கதைப்பாடல் குறிப்பிடும் வேள்வி பூதவேள்வி ஆகும்.
3. புவனமாய் - பெருக்கமாய்
3. பூதம் - பூதகணம் (ஈஸ்வரகாலபூதம்)
4. விவரீதம் - வியப்பு
5. மகாதேவர் - சிவபெருமான்
5. பொன்னும் கைலை - பொன்மலையான கயிலைமலை
5. வரம் - தெய்வத்தால் பெறும் பேறு
6. மன்னன் - தலைவன்
6. ஈஸ்வரகாலபூதம் - சிவனால் பிறவிசெய்யப்பட்ட பூதங்களில் ஒன்று
7. கன்னி - பெண்பூதம் (உதிரக்கன்னி)
7. உதிரக்கன்னி - ஈஸ்வரகாலபூதத்தின் துணைவி
8. தீரன் - வீரன்
9. வாலசரசோதி - இளமையான கலைமகள்
10. என்னாணை - என்மீது சத்தியம்

கயிலையில் சிவன் பார்வதி

அருள்தருவாய் சரசோதி அதிக கைலாசமல்லோ
மூவருறைகின்ற கைலாசம் மூர்த்தி யுறைகின்ற கைலாசம்
நாதன் உறைகின்ற கைலாசம் நல்லமுனிவர் கணநாதர்
தேவருறைகின்ற கைலாசம் சிவனார் இருக்கின்ற கைலாசம்

ஆதிகணநாதர் மாவஷஸ்டரான கலைக்கோட்டு மாமுனிவர்

---

13. மூவர் - சிவன், பிரம்மா, திருமால்
13. மூர்த்தி - தலைவன்(சிவன்)

13. கைலாசம் - சிவன் இருப்பிடம்.
கிங்கிலியர் ஆயிரம்பேர் குறுமுனிவர் ஓராயிரம்
கெங்கைதனை சடையணிந்த கடவுளார் கயிலையிலே
சந்திரரும் சூரியரும் தானவர் வானவர் கோடி
கந்தனுடன் கணபதியும் காட்சிபெற உமையும்
கொந்து திசைநாலுதிக்கும் கூண்டுநிற்பார் ஒரு கோடி
நயினார் கணக்குடனே நாலுகணக்கும் இருக்க
அயிராணி பார்வதியும் ஆதிபரத்திடமிருக்க
தப்பாமல் ஆயிரத்தொன்று தான்படைக்கும் பிரமாவும்
குப்பமாய்க் கயிலையிலே கூடிநிற்பார் ஒருகோடி *(நீலன் சரிதம், பக்.172-173)*

14. நாதன் - எப்பொருளுக்கும் இறைவன் (சிவன்)
14. முனிவர் - தவத்தோர், ரிஷிகள்
14. கணநாதர் - ஆனைமுகக் கடவுள்
15. தேவர் - திருமால் முதலிய தேவர்கள்

16. கலைக்கோட்டு மாமுனிவர் - இம்முனிவருடைய தலையில் கலைமான் கொம்பைப் போன்று கொம்பு இருந்தது என்றும் அதனால் இவர் அவ்வாறு பெயர்பெற்றார் என்றும் கூறுவர். மழையில்லாத காலத்தில் உரோமபதன் இம்முனிவரைத் தன்னாட்டிற்கு அழைத்து வந்தான், உடனே மழை பெய்தது என்பர்.

காளாமுனி வேதமுனி கலங்காத குறுமுனியும்
நாள்தோறும் அருகில் நிற்கும் நாரத வாழ்முனியும்

17. குறுமுனி - அகத்தியர். இவர் ஒரு முனவர். ஏழு முனிவர்களில் ஒருவராக எண்ணப்பெறுகிறார். இவருடைய பிறப்பைப்பற்றி பலவாறு கதைகள் வழங்குகின்றன. ஒருகாலத்தில் கடற்கரையில் மித்திரர் என்பவரும் வருணர் என்பவரும் தங்கியிருந்தார்கள். அப்போது ஊர்வசி என்னும் தேவமாது அங்கே வந்தாள். அவளைக் கண்டவுடன் முற்கூறிய இருவரும் காமம் தலைக்கேறப்பெற்றனர். ஒருவர் தம்முடைய வீரியத்தைக் குடத்தில் விட்டார். ஒருவர் தண்ணீரில் விட்டார். குடத்திலிருந்து அகத்தியர் பிறந்தார். தண்ணீரிலிருந்து வசிட்டர் பிறந்தார் என்பது அக்கதைகளில் ஒன்று. இதனால் அகத்தியர் கும்பமுனி, குடமுனி என்னும் பெயர்களையும் பெற்றார். இவர் நகுடன் என்பவன் பாம்பாகுமாறு வசவுரை வழங்கினார். உமாதேவியைச் சிவபெருமான் திருமணம் செய்த காலத்தில் சிவன் கட்டளைப்படி பொதியமலையை அடைந்து அங்குத் தங்கி, அதனால் வடதிசை தாழ்ந்து தென்திசை உயர்ந்து அதைச் சமப்படுத்தினார். பொதியமலை நோக்கிச் செல்லும்போது விந்தமலையின் ஆணவத்தை அடக்கினார். வாதாவி வில்லவன் என்போர் முனிவர்களுக்குச் செய்துகொண்டிருந்த அல்லல்களை அகற்றினார். உலோபாமுத்திரையைத் திருமணம் புரிந்து தென்புலத்தார் கடனைத் தீர்த்தார். முருகக்கடவுள்பால் தமிழ்மொழியை ஓதியுணர்ந்து திரணதூமாக்கினி என்னும் இயற்பெயரையுடைய தொல்காப்பியர் முதலிய மாணவர்களுக்குத் தமிழைக் கற்பித்தார். திருக்குற்றாலத்தில் திருமாலைச் சிவபிரானாகச் செய்தார். தேவேந்திரன் வேண்டுகோளின்படி கடலை உளுந்து அளவாக்கி உண்டார். இராமபிரானுக்குச் சிவகீதையைப் போதித்தார். சுவேதன் என்பவன் பிணந்தின்னுமாறு பெற்றிருந்த வசவுரையை- சாபத்தைப் போக்கினார். தமக்கு வந்தனை வழிபாடு செய்யாமல் யோகத்தில் அமர்ந்திருந்த இந்திரத்துய்மன் என்பவன் யானையாகுமாறு சபித்தார். தாடகையை அரக்கியாக்கினார். இராவணனோடு இசைப்போர் செய்து அவனைத் தமிழ்நாட்டை விட்டுத் துரத்தினார். தமிழ் மொழிக்கு முதன்முதலாக இலக்கண நூல் செய்யத்தொடங்கித் தம்பெயரால் அகத்தியம் என்னும் இலக்கணநூலைச் செய்தார். மேலும் காலக்கணிதம், மருத்துவநூல் முதலியவற்றையும் படைத்தார்.

18. நாரதவாழ்முனி - நாரதமுனிவர்.
வேதநிறமாய் மாமிகுத்த சித்தாதியோகன் நாரதனென்னும்
சுகியோகன் நாரதவான் வந்து தோன்றினான்
புலித்தோல் எடுத்துடுத்து போதவெண் ணீறுஞ்சாத்தி
வலுத்த மந்திரஞ்சொல்லி வந்து நாரதர் தோன்றினார்
கண்டகுண்டணி மெல்ல கண்டபேருடன் சொல்ல
தண்டமிழ் கீதம்பாடித் தமிழ்நாரதர் தோன்றினார்.
சிவன்சேர் உத்திராச்சம் எடுத்துச் சிவனைத்தினம் பூசித்து
தவஞ்சேர் வனத்திலுத்து தமிழ்நாரதர் தோன்றினார் *(வள்ளிநாடகம், ப.169)*

இன்னுமுனி மார்களுண்டு ஏற்றபொன்னுங் கைலையிலே
இனிமுறைமை மெத்தவுண்டு மிகுந்த பொன்னுங் கைலையிலே
தவமுறைமை மெத்தவுண்டு சக்தி ஆயிரத்தெட்டு மாத்து
ஆயிரத்தெட்டு மாத்து அழகு பிரகாச முள்ள
அந்தக் கைலாச பர்வதத்தில் அரனும் உமையும் இனிதிருந்தார்

நாரதர் நான்முகன் பிரமதேவரின் மகன் ஆவார். இவர் தம்முடைய கையில் மகதியாழை வைத்து எப்போதும் இசைபாடிக் கொண்டிருப்பார். ஓர் இடத்தில் நிலையில்லாது எங்கும் சுற்றிக் கொண்டிருக்குமாறு இவருக்குத் தட்சன் சாபமிட்டான். இவர் எங்குச் சென்றாலும் ஏதேனும் கோள்மூட்டிக் கலகம் விளைவிப்பார். இவர் செய்த கலகங்கள் பல. கம்சனுக்குக் கிருட்டினன் முதலியோரின் வரலாற்றைக் கூறியவர். துரியோதனனுக்கு அருச்சுனன் தவநிலையைக் குறித்துக் கூறியவர். தமயந்தியின் சுயம்வரத்தைத் தேவேந்திரனுக்குத் தெரிவித்தவர். மும்மூர்த்திகளும் எழுந்தருளியிருக்கையில் பொதுவாக வணக்கம் செய்து கலகமூட்டியவர். பெண்ணுருவடைந்து கண்ணனைச் சேர்ந்து பிரபவ முதலிய அறுபது ஆண்டுகளைப் பெற்றவர். தருமரிடம் சிசுபாலனுடைய முன்நிலைமையைக் கூறியவர். கண்ணனிடத்தில் பாரிசாத மலரைக் கொடுத்து அதைக் கண்ணன் ருக்குமணிக்குக் கொடுத்ததைக் கண்டு, சத்தியபாமாவுக்குக் கூறி, அவளுக்கும் கண்ணனுக்கும் கலகமூட்டியவர். கண்ணன் முதலியோருக்கு அநிருத்தன் நிலையைக் கூறியவர். திரிபுர அசுரர்களை அழிப்பதற்குப் புத்தர் உருக்கொண்ட திருமாலுக்குச் சீடராகச் சென்றவர். தக்கன் வேள்வி செய்தலை உமாதேவிக்குக் கூறியவர். அகத்திய முனிவரின் கமண்டலத்தில் இருந்த காவிரியை இந்திரனிடத்தில் கூறி, ஆனைமுகக் கடவுளைக் கொண்டு கவிழ்க்கச் செய்துவர். சம்புவன் தவம் செய்தலை இராமனிடம் கூறியவர். சுகருக்கு மெய்யறிவு உண்டாகச் செய்து தந்தையிடமிருந்து நீங்கச் செய்தவர். இவர் பிறந்தவுடன் மழைபெய்த காரணத்தால் நாரதர் என்ற பெயரைப் பெற்றார். நாரம் என்றால் நீர் என்பது பொருள்.

17. காளாமுனி - துரியோதனன் எண்ணப்படி சாவு வேள்வியொன்றைச் செய்து அதிலிருந்து தோன்றிய பூதத்தைப் பாண்டவர்களைக் கொல்லுமாறு ஏவியவர். கண்ணன் அருளால் பாண்டவர்கள் மூர்ச்சையுற்றவர்களாய் மாண்டாற்போல் கிடக்கப் பூதம் அவர்கள் மாண்டு போனவர்களென்று சினங்கொண்டு திரும்பிச் சென்று, மாண்டவர் பின்னும் பின்னும் மாள்வரோ மதியிலாதாய் என்று கூறித் தாக்க அதனால் உயிரிழந்தவர்.

19. முனிமார் - தவத்தோர்

20. முறைமை - ஒழுக்கம்

21. தவமுறைமை - தவ ஒழுக்கம்

21. மாத்து - மாற்று - தரம்

சிவன் தன் பணிகளைச் செய்ய பூதம் ஒன்றைப் பிறவி செய்யக் கட்டளையிடுதல்

பார்வதியாள் இடமிருக்க பரமசிவன் வலமிருக்க
சக்தியவள் இடமிருக்க சங்கரனார் வலமிருக்க 25
புத்தியுள்ள பேர்களெல்லாம் புடைசூழ்ந்து நின்றிடவே
வெற்றியுடன் தெய்வார்கள் விரையவந்து கவரிவீச
ஈஸ்வரனார் மனமகிழ்ந்து யாதுமொழி சொல்லுவாராம்
சொன்னசொன்ன விடைகள் செய்ய சொல்லும்வேலை கேட்பதற்கும்
இனியாரைப் பிறவிசெய்வோம் என்றரனார் செப்பிடவே 30
ஆயிரம்பேர் கிங்கிலியர் அவராலும் கூடாது
ஆராலும் கூடாது அழகுதிருமுடி தாங்க
திருமுடிகள் தாங்கிடவும் சீர்பாதம் ஏந்திடவும்
திருக்குடைகள் பிடிப்பதற்கும் சொல்லும் வேலைசெய்வதற்கும்
திருமேனி தாங்குதற்கும் திருப்பிரம்பு எடுப்பதற்கும் 35
ஏவல்பணி விடைகள் செய்ய இனியாரைப் பிறவிசெய்வோம்
ஆரையினி பிறவிசெய்வோம் அழகுவலு பூதத்தையும்
ஈஸ்வரகால பூதத்தையும் தானரனார் பிறவிசெய்தார்

வேள்விக்குழி வெட்டுதல்

பிறவிசெய்ய வேணுமென்று பொன்னரனார் செப்பிடவே
செப்பிடவே ஆதிபரன் தெய்வார்கள் தன்னோடே 40

---

23. அரனும் உமையும் - சிவபெருமானும் அவர் மனைவி உமாதேவியும்
25. சக்தி - உமாதேவி
25. சங்கரனார் - சிவபெருமான்
27. தெய்வார்கள் - தேவலோகத்தார்
27. கவரி - சாமரம்
28. ஈஸ்வரனார் - சிவபெருமான்
29. விடைகள் - பணிவிடைகள்
31. கிங்கிலியர் - ஏவல்பணி செய்யும் கிங்கரர்கள்
32. திருமுடி - திருச்சடை
33. சீர்பாதம் - திருப்பாதம்
34. திருக்குடைகள் - சிவச்சின்னங்கள்
35. திருமேனி - இறைவன் திவ்விய உடல், விக்கிரகம்
35. திருப்பிரம்பு - திருத்தேர்
36. ஏவல்பணிவிடைகள் - கட்டளையிடும் வேலைகள்
37. வலுபூதம் - வலிமையான பூதகணம்
38. அரனார் - சிவபெருமான்
39. பொன்னரனார் - பொன்மலையில் வீற்றிருக்கும் சிவன்
40. ஆதிபரன் - சிவபெருமான்

ஒப்பமுடன் ஓமக்குழி உடனேவெட்ட வேணுமென்று
குப்பமுடன் கைலையிலே குறித்துத் தலம்பார்த்துச் சொல்வார்
கைலாசம் வடபுறமாம் கண்டுருவம் தென்வடமாம்
ஆகுதிமலை ஒருபுறமாய் ஓமக்குழி தானங்கண்டு
அறுபத்தி ரெண்டடி அகலத்திலே அறுபத்திமூன்றடி நீளத்திலே
தானங்கண்டு தறியறிந்து தளரவடம் பூட்டுவாராம்
ஏனங்கண்டு ஓமக்குழி ஏற்றதெய்வார் வெட்டுவாராம்
ஒட்டர்களும் பட்டர்களும் உடன் அவுணர் சவுணர்களும்
கோடாலி குந்தாலிக் காரர்களும் குட்டைமண் வெட்டிக்காரர்களும்
பொன்னுங்குட்டைக் காரர்களும் வெள்ளிக்குட்டைக் காரர்களும்
ஈயக்குட்டைக் காரர்களும் இதரக்குட்டைக் காரர்களும்
அளந்தளந்து ஓமக்குழி அவரவரே வெட்டுவாராம்
ஒன்றாம்நல் வருஷந்தனிலே ஓராள்பரிசம் தாழுதுபாராய்
இரண்டாம்நல் வருஷந்தனிலே இரண்டாள் பரிசம் தாழுதுபாராய்
முன்றாம்நல் வருஷம்தனிலே மூன்றாள் பரிசம் தாழுதுபாராய்

---

41. ஒப்பமுடன் - மெருகுடன்
41. ஓமக்குழி - வேள்விக்குண்டம்
41. வேள்விக்குழி வெட்டும் நிகழ்ச்சி பிரமசக்தியம்மன்கதையிலும் சித்திரிக்கப்படுகிறது.
42. குப்பமுடன் - கூட்டமாக
42. தலம்பார்த்து - பொருத்தமான இடத்தைத் தேர்ந்தெடுத்து
43. தென்வடம் - தெற்கு வடக்காக
44. ஆகுதிமலை - வேள்விநடக்கும் மலை
44. தானம் - வேள்விக்குழிக்குரிய பொருத்தமான இடம்

44-45. காளாத்திமலை வடசார்பதிலே
கண்டு வேள்விக்குத் தலங்கள் குறித்தார்
அறுபத்திமூன்றடி நீளமளந்தார்
அதுபோலே வீதிஅகலம் கூட்டி (செங்கிடாக்காறன்கதை, ப.45)
45. அன்பத்தோரடி நீளமதாகவே அந்தர வேள்வியது
அன்பத்தி மூன்றடி வீதியிலேதான் அளந்தார் சதிரமுடன்
(பிரமசக்தியம்மன் கதை, அடிஎண். 606, 607)

48. ஒட்டர் - மண்வேலைசெய்யும் ஒரு வகையினர்
48. பட்டர் - பார்ப்பனரில் ஒரு பிரிவினர்
48. அவுணர் சவுணர்- அசுரர்கள்
49-51. மண்வேலை செய்யும் பிரிவினர்
52. ஓமக்குழி - வேள்விக்குழி
53. ஓராள் பரிசம் - ஓர் ஆள் உயர ஆழம்

நாலாம்நல் வருஷம்தனிலே நாலாள்பரிசம் தாழுது பாராய்
அஞ்சாம்நல் வருஷம்தனிலே அஞ்சாள் பரிசம் தாழுதுபாராய்
பொங்கியுண்டு வெட்டுவாராம் தங்கிநின்று வெட்டுவாராம்
கால்கை கடுக்குதென்று கரையேற வேணுமென்பார்
ஆறாம்நல் வருஷந்தனிலே ஆறாள் பரிசம் தாழுதுபாராய்
ஏழாம்நல் வருஷந்தனிலே ஏழாள் பரிசம் தாழுதுபாராய்
எட்டாம்நல் வருஷந்தனிலே எட்டாள் பரிசம் தாழுதுபாராய்
ஒன்பதாம்நல் வருஷந்தனிலே ஓமக்குழியிலே பாறைகள் தோண
பத்தாம்நல் வருஷந்தனிலே பாறைகள் வெட்டி முறிப்பாராம்
பாறைகள் வெட்டிமுறிப்பதற்குப் பருத்தவெள்ளை சேவல்வேணும்
வெள்ளைசேவல் தலையறுத்து வெலிகளது கொடுப்பாராம்
ஆனாலும் பாறையது அடித்திளக்க மாட்டாமல்
வடதவசி குருதவசி வன்னச் சித்திரத் தாதியர்கள்
பச்சிலையைத் தான்பறித்து பாறையிலே பிசைந்துவிட்டார்
பாறையது இளகிடவே பரபரென வெட்டுவாராம்
கீழே ஏழுபூமி கண்டார் மேலேஏழு வானங்கண்டார்
ஏறஇறங்கப் படி இருபத்தொரு படியும் வைத்தார்
நாலுகோணும் அருந்திருத்தி நடுவே ஓமக்குழி வைத்தார்

---

58. பொங்கியுண்டு - உணவு சமைத்து சாப்பிட்டு
58. தங்கிநின்று - உறைவிடத்தில் இருந்துகொண்டு
59. கைகால் கடுக்குது - கைகால் உழைகிறது
63. தோண - கண்ணுக்குத் தென்பட
64. வெட்டிமுறிப்பார் - உடைத்து எடுப்பார்
65. வெள்ளைசேவல் - வெண்மைநிற சேவல்கோழி
66. வெலி - பலி
67. அடித்திளக்குதல்- உடைந்து இளகுதல்
68. வடதவசி, குருதவசி - தவத்தோர்
68. தாதியர்கள் - பெண்அடியவர்கள்
69. பச்சிலை - மருந்துப் பச்சிலை
69. பிசைந்துவிட்டார் - கசக்கிப்பிழிந்துவிட்டார்
71. ஏழுபூமி ஏழுவானம் - ஏழுலகம்
72-75. உடனே இருபத்தொரு படிவைத்து உடனவர் தானங்கண்டார்
ஏறப்படியாம் இறங்கப்படியாம் ஏழுமூலைகளாம்
ஏத்த சந்தணம் சாந்துசவ்வாது உரைத்தவர் பூசுவாராம்
(பிரமசக்தியம்மன் கதை, அடிஎண். 613- 615)
73. நாலுகோணும் - நான்கு மூலைகளும்
73. அருந்திருத்தி - திருத்தமுடன் அழகுபடுத்தி
74. சாந்து - பூச்சுக்கலவை

வேள்விக்குழியை அலங்கரித்தல்

தாழ்ந்துஇடம் தனிலிருந்து சாந்துவாரி மெழுகுவாராம்
சாந்தாலே பலதரைகள் மெழுகி சந்தனத்தாலே கோலமிட்டார்
மின்னதினாலே சுவருகள் தீத்தி மேலேவிதானக் கயிறுவலித்தார்
பூவாலேசில மாலைகளானதும் பூமாலை பொன்மாலைக ளெல்லாம்
பிச்சிகளும் இருவாச்சிகளும் தூக்கி பொருந்திடும் செந்தாமரைப்பூவாம்
செந்தாமரைப்பூ ஒருவகை தூக்க நீலவர்ணப்பூ ஒருவகை தூக்க
மல்லிகைப்பூ ஒருவகை தூக்க மகிழம்பூ ஒருவகை தூக்க
பூவகையெல்லாம் தூக்கினபோது பொன்னரனாருட உருவது எழுத
அன்னங் கிள்ளைகள் எழுதிடுவாராம்
அளகொடு தாரா மயிலொடு கடுவாய்
அணிப்பிள்ளை கிளிப்பிள்ளை எழுதிடுவாராம்
அன்னமொடுதாரா அளகொடுமயிலும்
மயிலொடு கடுவாய் மதயானைகளும்
மகரங் கிள்ளைகள் எழுதிடுவாராம்
பஞ்சாங் குருவிகள் ஒருவகை எழுத
படைக்குருவிகள் ஒருவகை எழுத

---

76. மின்னதினால் - ஒளியினால்
76. தீத்தி - தீற்றி - தூய்மையாக்கி
76. விதானக்கயிறு - மேற்கட்டிக் கயிறு
76. வலித்தார் - கட்டியிழுத்தார்
78. தூக்கி - தொங்கவிட்டு
79. தூக்க - தொங்கவிட
81. பொன்னரனார் - சிவபெருமான்
81. உரு - உருவம்
82. அன்னம் - அன்னப்பறவை
82. கிள்ளைகள் - கிளி வகைகள்
83. அளகு - சேவல்
83. தாரா - வாத்து
83. மயில் - மயிற்பறவை, மயூரம்
83. கடுவாய் - கழுதைப்புலி
84. அணிப்பிள்ளை - அணில்
84. கிளிப்பிள்ளை - பச்சைக்கிளி
86. மதயானைகள் - ஆண்யானைகள், களிறு
87. மகரம் - மீன்
88. பாஞ்சாங்குருவி - அம்புபோல் பாய்ந்து செல்லும் குருவி வகை
89. படைக்குருவி - கூட்டம்கூட்டமாகச் செல்லும் குருவிவகை

சந்திரனாருட வடிவது எழுத
சண்முகனாருட வடிவது எழுத
இந்திரனாருட வடிவது எழுத
இறையவனாருட உருவது எழுத
பாற்கடலில் பள்ளிகொண்ட
பச்சமாலுட உருவது எழுத

---

90. சந்திரன் - திங்கள், சோமன், எட்டு மூர்த்தங்களில் ஒன்று.

இவன் திருமாலின் திருமார்பில் பிறந்தவன் என்றும் திருப்பாற்கடல் கடையும்போது பிறந்தவன் என்றும் அத்திரிக்கு அநுசூயையிடம் பிறந்தவன் என்றும் கூறுவர். அத்திரி தவம் புரிய அவன் வீரியம் மேலெழுந்து கண் வழி ஒழுகிற்று. அதைப் பிரமன் திரட்டி விமானத்திலிட அது உயிர்பெற்றது. அதனைச் சோமன் என்றனர். இதில் சிந்திய துளிகள் பயிர்கள் ஆயின. இச்சோமன் சிவமூர்த்தியை எண்ணித் தவம்புரிந்து கிரகபதமும் அந்தணர், பயிர் முதலியவற்றுக்குத் தலைமையும் சிவமூர்த்திக்குக் கண்ணாகவும் அணியாகவும் வரம் பெற்றனன். பன்னிரண்டாயிரம் யோசனை பரப்புள்ள மண்டலத்தை உடையவன், இவன் கலையை முதல் பதினைந்து நாள் தேவர் அருந்துவர். மற்றவற்றைத் தென்புலத்தார் அருந்துவர். இவனது தேருக்கு மூன்று சக்கரங்கள், இவனது பத்து குதிரைகளும் குருந்தமலர் நிறமுள்ளவை. சூரியனது சுசுமுனை என்னும் கதிரால் ஒளிபெறுபவன்.

91. சண்முகன் - ஆறுமுகன், முருகன்

92. இந்திரன் - தேவர்களுக்குத் தலைவன். இவன் காசியபமுனிவருக்கு அதிதி தேவியிடம் பிறந்தவன். இவனுடைய தலைநகர் அமராவதி. இவனுடைய படைக்கலம் வச்சிரம். இவனுடைய மனைவி இந்திராணி. இவனுடைய ஊர்தி ஐராவதம் என்னும் வெள்ளையானை. குதிரை உச்சைச் சிரவம் என்னும் வெள்ளைக்குதிரை. இவனுடைய அவையின் பெயர் சுதர்மை. ஐந்து தருக்கள் இவனுக்குரியன. இவன் மகன் சயந்தன். இவன் நூறு குதிரைவேள்விகளைச் செய்து இந்திரபதவியை அடைந்தான். கிழக்குத் திக்கிற்கு இவன் திக்குப்பாலகன்.

93. இறையவனார் - சிவபெருமான்

94. பாற்கடல் - திருப்பாற்கடல். இது ஏழு பெருங்கடல்களில் ஒன்று. இதில் திருமால் ஆலிலை மீதும் திருவனந்தாழ்வான் மீதும் எழுந்தருளி அடியவர்க்கு அருள்புரிந்துள்ளார். தேவர் பலமுறைகணைந்து சிந்தாமணி முதலிய அரும்பொருள்களைப் பெற்றனர். தேவர்களுக்காகக் கார்த்தவீரியன், வாலி முதலியோராலும் கடையப்பட்டது. உபமன்னியுவுக்காகச் சிவபெருமானால் பானஞ்செய்ய அளிக்கப்பட்டது. உப்புக்கடல் முதலிய எல்லாக் கடல்களுக்கும் அப்பாற்பட்டது.

94. பள்ளிகொண்ட - நித்திரை கொண்ட

95. பச்சமால் - பச்சைமால் - திருமால்

அஞ்சுதலையுள்ள ஐந்தலைநாகம்
அருவுருவாகவே சுவரிலெழுத
ஆளிட்டகாசு வில்லிட்டகாசு
சான்றோர்காசு தங்கக்காசு
ஈஸ்வரகால பூதத்துட உருவது எழுத   100
உதிரக்கன்னி உருவது எழுத
பொற்கன்னி மாருட உருவது எழுத
போற்றிதெய்வார் குரவைகளிடவே
தெய்வார் குரவைகளிட்டன போது
சுவரிலே சித்திரம் எழுதிமுடித்தார்   105

வேள்விக்குழிக்கு விறகு வெட்டுதல்

சித்திரம் எழுதி முடித்தனபோது சென்றவர்
விறகுவெட்ட வேணுமென்றாரே
இனிஷமக் குழிதனக்கு இனிவிறகு வெட்டவேணும்

---

96. ஐந்தலை நாகம் - ஐந்து தலைகளையுடைய நாகப்பாம்பு
97. அருவுரு - அரிய உருவம்
98. ஆளிட்டகாசு - ஓர் ஆளின் உருவம் பொறித்த நாணயம்
98. வில்லிட்டகாசு - வில்லின் உருவம் பொறித்த நாணயம்
99. சான்றோர்காசு - வீரர்களின் உருவம் பொறித்த நாணயம்
99. தங்கக்காசு - தங்கத்தாலான நாணயம்
100. ஈஸ்வரகாலபூதம் - சிவனால் பிறவிசெய்யப்பட்ட பூதகணங்களில் ஒன்று
101. உதிரக்கன்னி - பெண்பூதம், பூதப்பெருமாளின் மனைவியரில் ஒருத்தி
102. பொற்கன்னிமார் - பூவழகி, பிராமணக்கன்னி, தெய்வக்கன்னி
103. தெய்வார் - தேவலோகத்தார்
103. குரவை - நாவைச் சுழற்றி ஒலியெழுப்பும் ஒரு மங்கல ஓசை
105. சித்திரம் - ஓவியம்
108. வெட்டின வேள்விக்குழிக்குள் அடுக்க
விறகுதனை வெட்ட வேணுமென்றாரே
என்ன என்ன குலத்து விறகு
இமைத்து முழிக்குமுனே வெட்டிடுவாராம்
சந்தணக் கார்குயில் மஞ்சணத்தி வில்லை
தக்க பிலாமரம் அத்தி அரசு
இப்படியே ஏழுகுலத்து விறகு
இமைத்து முழிக்குமுன் வெட்டிடுவாராம் (செங்கிடாக்காறன் கதை, பக்.16-16)

மணம்வீசும் விறகல்லாதே மற்றவிற கொன்று மாகாது
அத்திஇத்தி ஆகாது ஆலரசு ஆகாது 110
புங்குபுன்னை ஆகாது புளியிலுப்பை ஆகாது
மங்குநிறம் உள்ளமரம் மாமரமும் ஆகாது
சந்தனமும் கார்குயிலும் சங்கையுள்ள ஆசனியும்
இந்தவண்ண மரத்துடனே இருவாச்சி பிச்சி
குந்திரிக்கம் குடகமல்லி கூண்ட அரத்தை செண்பகம் 115
செண்பகமும் சிறுதுளசி சிறந்தபச்சை மரத்துடனே
வங்காள மரத்தைவெட்டி மலைபோலே குவித்திடுவார்
குந்திரிக்க மரத்தைவெட்டி குத்திகூழையாய் தறித்து
சாணும் முழமுமாகத் தறித்து மலைபோல் குவித்தார்
வேணுமென்ற விறகையெல்லாம் வெட்டியவர் முடித்தார் 120

110-113. காட்டு மரங்கள் வகை
110. அத்தி- அத்திமரம்
110. இத்தி - இச்சிமரம்
110. ஆல் - ஆலமரம்
110. அரசு - அரசமரம்
111. புங்கு - புங்கம் மரம்
111. புன்னை - புன்னைமரம்
111. புளி - புளியமரம்
111. இலுப்பை - இலுப்பைமரம்
112. மங்குநிறம் - ஒளியில்லாத, நிறம் குன்றிய
112. மாமரம் - மாங்காய் மரம்
113. சந்தனம் - சந்தணமரம்
113. கார்குயில் - ஒருவகை நறுமணமரம்
113. சங்கை - மதிப்பு
113. ஆசனி - ஆசனிப்பலாமரம் (ஆயினிப்பலா)
114. இருவாச்சி - ஒருவகை மலர்
114. பிச்சி - வெண்ணிற மலர்
115. குந்திரிக்கம் - குந்தரிக்கம் (பா.வே*)
115. குந்தரிக்கம் - குந்தருக்கம் (ஒருவகை மரம்)
115. குடகமல்லி - ஒருவகை மல்லிமலர்
115. அரத்தை - முடக்கொற்றான் செடி
115. செண்கம் - செண்பகமலர்
116. சிறுதுளசி - கருந்துளசிச்செடி
116. பச்சைமரம் -பச்சைநிறத்து மரம்
117. வங்காளமரம் - வாழைமரம்
118. குத்தி - ஏறத்தாழ ஒன்று இரண்டு அடி நீளமுள்ள துண்டுகள்
118. கூழை - நீளம் குறைந்த துண்டுகள்
118. தறித்து - வெட்டி
119. சாண் - ஒன்பது அங்குலம் கொண்ட நீள அளவு
119. முழம் - இரு சாண் கொண்ட முழங்கை நீள அளவு

காணும்படி கொடுவரவே கடுகவண்டிகள் பணிவிடை செய்தாரே
அன்னவண்டிகள் பணிவிடைசெய்தார்
ஆசாரவண்டிகள் பணிவிடை செய்தார்
சின்னவண்டிகள் பணிவிடை செய்தார்
சித்திரவண்டிகள் பணிவிடைசெய்தார்
கொத்தவண்டிகள் பணிவிடை செய்தார்
கோலால வண்டிகள் பணிவிடை செய்தார்
பணிவிடை செய்து முகிந்தனபோது
பரபர பரனே விறகதை யெல்லாம்
வண்டியில் மணமுள்ள விறகதையெல்லாம்
மலைபோல் வாரி எடுத்திடுவாராம்

விறகை வண்டிகளில் ஏற்றிக்கொண்டு வருதல்

ஏற்றினவிறகும் வண்டியுமாக இதமொடு வண்டி வருகுது பாராய்
வடகைலையிலே வண்டிகள் வரவே வடகைலாசம் கிடுகிடுகிடென
வடகைலாசம் தங்கிலிருந்து புகழொடு முனிமார் தவமது குலைய
கீழ்க்கைலையிலே வண்டிகள் வரவே கீழ்க்கைலாசம் கிடுகிடுகிடென
கீழ்க்கைலாசம் தங்கிலிருந்து புகழொடு முனிமார் தவமது குலைய
தென்கைலையிலே வண்டிகள்வரவே தென்கைலாசம் கிடுகிடுகிடென
தென்கைலாசம் தங்கிலிருந்து திகழொடு முனிமார் தவமது குலைய
மேல்கைலாசம் வண்டிகள் வரவே மேல்கைலாசம் கிடுகிடுகிடென
மேல்கைலாசம் தங்கிலிருந்து புகழொடு முனிமார் தவமது குலைய
வடகைலாசத் தங்கிலிருந்து வந்துவிறகு குவிந்தது பாராய்

---

121. கடுக - விரைவாக
121. வண்டிகள் - பாரம் ஏற்றிச்செல்லும் வண்டி, சகடம் (காளை வண்டிகள்)
121. பணிவிடை - வேலை செய்தல்
122-127. வண்டிகளின் வகைகள்
129. முகிந்தனபோது - முடிந்தபோது
132. இதமொடு - ஏற்ற தன்மையோடு
133. வடகயிலை - கயிலைமலையின் வடப்புறம்
134. தவம் - தவசு, பற்றுநீங்கிய வழிபாடு
135. கீழ்க்கைலை - கயிலைமலையின் கீழ்ப்புறம்
137. தென்கைலை - கயிலைமலையின் தென்புறம்
139. மேல்கைலாசம் - கயிலைமலையின் மேல்புறம்

வேள்விக்குழியில் விறகடுக்குதல்

விறகுவந்து குவிந்தபோது விரையத் தெய்வார் வானவரும்
வானவரும் இந்திரரும் மற்றுமுள்ள பேர்களெல்லாம்
கைலாசத்தை தொழுதுகொண்டு கணபதியைத் தொழுதிடுவார்
ஓமக்குழிதன்னைத் தொழுது ஓமத்திலே விறகடுக்க
அறுபதுகோட்டை குந்திரிக்கம் அடியில்வெட்டி தரைவிரிப்பாராம்
தரைவிரித் தோமக் குழிதனிலே தானே விறகடுக்குவாராம்
வலுவிறகான தெல்லாம் கீழ்விதான மடுக்குவாராம்
இளம் விறகான தெல்லாம் மேல்விதான மடுக்குவாராம்
சூழவே தீ வாய்ப்போட்டு சுற்றிவர வாசலிட்டார்
தீநாக்கு சென்றிடவும் துருத்திவைத்து ஊதிடவும்
வாசல்களும் முகப்புகளும் வைத்திடுவார் ஓமத்திலே
விறகையெல்லாம் தானடுக்கி மேல்குகையும் தான்வைத்து

வேள்வியில் பூசைப்பொருட்கள் வைத்தல்

குகைபிடித்து ஓமம் செய்து குறைகளொன்றும் வாராமல்
பச்சநாடங் குலையைவெட்டி பார ஓமத்திலேதரைவிரிப்பாராம்

---

142. விரைய - விரைவாக
142. வானவர் - பிரமன்
144. கணபதி - விநாயகன்
145. ஓமக்குழி - வேள்விக்குண்டம்
146. கோட்டை - இருபத்தொரு மரக்கால் கொண்ட முகத்தலளவை
146. குந்திரிக்கம் - குந்தரிக்கம்(பா.வே)
146. அடியில் - வேள்விக்குண்டத்தின் அடியில்
148. கீழ்விதானம் - விரிவான கீழ்ப்பகுதி
149. மேல்விதானம் - வேள்வியின் மேற்பகுதி
150. தீவாய் - தீமூட்டுவதற்குரிய சிறிய துவாரம்
151. தீநாக்கு - தீச்சுவாலை
151. துருத்தி - தீ ஊதும் துருத்தி
152. முகப்புகள் - கூரையின் முன்பகுதி
153. மேல்குகை - மேல் அறை
155. பச்சநாடங்குலை - பச்சைநாடங்குலை- நாட்டுவாழை- பேயன்குலை
155. பார ஓமம் - பெரிய வேள்வி

குலையோடே வாழைமரம் கொண்டுவந்து நாட்டுவாராம்
இலையோடே பூக்களெல்லாம் எடுத்து மலைபோல் குவித்தார்
மலைபோலே குவித்திடவே வாடைமணம் வீசிடுமாம்
வாடையிலுள்ள பூமணமும் மாலையுட தன்மணமும்
கூடையுள்ள பூமணமும் கொழுந்து பிச்சி கமகமென 160
ஓமக்குழியும் கைலாசமும் ஒக்கமணம் வீசிடுமாம்
மணங்களது வீசிடவே வச்சடுக்க வேணுமென்றாரே
விளக்கு நிறைநாழியும் வெண்மலரும் செண்பகமும்
பழக்குலையும் பாலமிர்தமும் பஞ்சாமிர்த மானதுவும்

வேள்வியில் தீயெழுப்புதல்

பாரவேள்வி யானதிலே பஞ்சாட்சர விதிமுறையும் 165
விதிமுறையான வேதம் மேலான அஞ்செழுத்தும்
அஞ்செழுத்தோடு எட்டெழுத்தும் அபிசேக தீட்சைகளும்

---

158. வாடைமணம் - நறுமணம்
159. மாலை - பூமாலை
160. கூடை - பூக்கூடை
160. கொழுந்து - மருக்கொழுந்து
160. பிச்சி - வெண்மையான பிச்சிப்பூ
160. கமகமென - நறுமணம் வீசுதல் (குறிப்புச்சொல்)
161. ஒக்க - ஒருசேர
162. வச்சடுக்க - வைத்து அடுக்க
163. விளக்கு - அகல்விளக்கு
163. நிறைநாழி - நாழி நிறைய நெல்
163. நாழி - முகத்தலளவைக்குரிய ஒரு அளவைப்பொருள், ஒரு படி
163. வெண்மலர் - பிச்சி, முல்லைப் பூக்கள்
163. செண்பகம் - செண்பகமலர்
164. பழக்குலை - வாழைப்பழக் குலைகள்
164. பாலமிர்தம் - பசுவின்பால்
164. பஞ்சாமிர்தம் - சர்க்கரை, தயிர், தேன், நெய், பால்
165. பாரவேள்வி - பெரிய வேள்வி
165. பஞ்சாட்சர விதிமுறை - ஐந்தெழுத்து மறையை ஓதும் ஒழுக்கம்
166. விதிமுறையான வேதம் - சைவ வேதம்
166. அஞ்செழுத்து - நமசிவய
167. எட்டெழுத்து - ஓம்நமோநாராயணா
167. அபிசேகம் - திருமுழுக்கு
167. தீட்சைகள் - விரத நியமங்கள்

தீட்சைபெற்ற பேர்களெல்லாம் சேவிப்பார் தியானத்தை
சேவிக்கும் தியானத்திலே சிவாயநம என்ற மந்திரத்தை
பாவிக்கும் படியினாலே பத்திமுத்தியாக நின்று
கோபித்து அனலெடுத்து கொண்டுவந்து ஓமத்திலே
சேவித்து தெய்வாரெல்லாம் அனலூத வேணுமென்று
வெள்ளானை தனைப்பிடித்து விரைவாகத் தொலியுரித்து
ஆனைத்தொலியுரித்து அப்போது துருத்துபூட்டி
காரானைத் துருத்திபூட்டி விரையத் தெய்வார் ஊதுவாராம்

---

168. தீட்சைபெற்ற பேர்கள் - விரதம் கடைப்பிடித்தோர்
168. சேவிப்பார் - வணங்குவார்
168. தியானம் - ஐம்புலன் அடக்கிச் சிவயோகம் செய்தல்
169. சிவாயநம - ஐந்தெழுத்து மறை
169. மந்திரம் - வேதமந்திரம் (நமசிவய)
170. பாவிக்கும்படியினால் - தியானிப்பதால்
170. பத்திமுத்தி - நம்பிக்கையோடு கூடிய வழிபாடு
171. கோபித்து - சினந்து
171. அனல் - தீக்கங்கு
172. அனலூத - தீப்பற்றிக்கொள்வதற்காக ஊதுதல்
173. வெள்ளானை - வெண்ணிற யானை
173. தொலியுரித்து - தோல் உரித்து
174. ஆனைத்தொலியுரித்து - யானையின் தோலை உரித்து
174. துருத்துபூட்டி - துருத்தி செய்து
174, 176. துருத்து - துருத்தி (பா.வே)
175. காரானை - கருப்புநிற யானை
175. விரைய - விரைவாக

175-185. தாழ்வில்லாததோர் ஓமக்குழிக்குள்ளே
தங்கத்தாலே துருத்திப் போட்டூதினார்
காரானைத் தொலியை உரித்தவர்
கடல்முழக்கமென ஓசையாய் ஊதினார்
வெள்ளானைத் தொலியை உரித்தவர்
வேள்விதனில் விரைந்தவர் ஊதினார்
- - - - - - - - - - - -
கண்டபோதிலே வேள்விக்குழிதன்னை
கண்ணுருட்டியே கோபித்துப் பார்த்தாராம்
ஏத்தமுள்ள சிவன்நெத்திக் கண்ணிலே
எரியுதாந் தீயும் கட்டி அனலாக
(பிரமசக்தியம்மன் கதை, அடிஎண். 632- 650)

வெள்ளானைத் துருத்திப் பூட்டி விரையத்தெய்வார் ஊதுவாராம்
வெள்ளியாலே விசிறிகொண்டு விரையத்தெய்வார் ஊதுவாராம்
ஓயாமல் தெய்வாரெல்லாம் ஊதிடவே தான்சடைத்து
தெய்வார்கள் அப்போது தீமூட்டிப் பார்த்திடுவார்
அஞ்செழுத்தை கட்டியவர் அனலை எழுப்புவாராம்
எட்டெழுத்தைக் கட்டியவர் எரிதணலை மூட்டுவாராம்
மூட்டமூட்டப் பத்துதில்லை முதுதணலும் வெண்புகையும்
தீக்கள் பத்துதில்லை என்று சிவனோடே முறையிட்டார்
சீறிப்பார்த்தார் மாயவனார் திருக்கண் ணதிலேயிருந்து
கண்ணதிலேயிருந்து கருக்கெனவே தீதெறிக்க
விண்ணதிரவே தெறித்து விழுந்திடுமாம் ஓமத்திலே
மண்ணதிரவே யனுப்பி வலுஓமந்தன்னில் பிடிக்கவே

விருத்தம்

பிடித்திட முப்புரத்தில் கோட்டை சிரித்திட தீக்கொடுத்
தாற்போலே பேணியரனார் திருக்கண்ணில்
துடித்திட திருக்கண்ணில் தீதெறித்திட
ஓமத்திலே துய்ய மாமணங்கள் வீசவே
தணித்திடும் குந்திரிக்கம் சந்தனமும்
வாசனையும் தனித்தனி வாசம் வீசவே

---

177. வெள்ளி விசிறி - வெண்பொன்னால் செய்யப்பட்ட ஆலவட்டம்
178. ஓயாமல் - ஓய்வு இல்லாமல்
178. சடைத்து - தளர்ச்சியுற்று
179. தீமூட்டி - தீப்பற்றவைத்து
181. எரிதணல் - எரியும் தீக்கங்கு
181. மூட்டுவார் - அதிகப்படுத்துவார்
182. பத்துதில்லை - பற்றுதில்லை - பிடிக்கவில்லை
182. முதுதணல் - கனன்று இருக்கும் தீக்கட்டி
182. வெண்புகை - கட்டித்தீயிலிருந்து வெளிவரும் புகை
184. சீறிப்பார்த்தார் - கோபித்துப் பார்த்தார்
185. கருக்கெனவே - கருவாகவே
186. ஓமம் - வேள்விக்குண்டம்
187. பிடிக்கவே - கருப்பிடிக்கவே
188. முப்புரம் - இரும்புமதில், பொன்மதில், வெள்ளிமதில்
188. கோட்டை - முப்புரம்
188. பேணி - மதித்து
189. துய்யமாமணங்கள் - தூய்மையான நறுமணம்
190. குந்திரிக்கம் - சாம்பிராணியைப் போன்ற ஒரு வாசனைப்பொருள்

வெடித்திட பிறவிசெய்ய மிக்கதோர் ஓமம்
தன்னில் மீறி தீக்கள் சீறிப்புகை ஏற்றவே
வெந்தணலெங்கும் குமுகுமு குமென
விதவிதமாகத் தீக்களெழும்ப
தீயெழும்பி நாக்குமிட்டு
தெய்வலோகம் முட்டிடுமாமே
தெய்வலோகமும் ஓமக்குழியும்
தீயாய் நின்று கொதித்திடுமாமே
தீயாய்நின்று கொதிக்கும் அனலிலே
சீறிப்புகையொடு கருவது எழும்ப 195

வேள்வியில் பூதக்கரு வளர்தல்

கருவது எழும்பி உருவது வளர
காலை முகிலது போலஉயர
கருமலைபோலே உருவது வளர்ந்து
கனலிலே மெள்ள உருவது வளர
உருவது வளர குரவைக ளிடவே
உடனே பூதப்பிறவிகள் செய்ய
உருவும் கருமாமுகிலது போலே
ஓடினமேனியும் சூடினகொண்டையும்
கொண்டை முடியாம் குழல் காதழகாம்
கூறினசடையும் நீறிடும் நெற்றியும் 200

---

191. தீக்கள் - தீச்சுவாலைகள்
192. வெந்தணல் - எரிந்த தீக்கங்குகள்
193. நாக்கு - தீநாக்கு, தீச்சுவாலை
194. தெய்வலோகம் - கயிலாயம்
195. கருவது எழும்ப - கரு உருப்பெற்று வளருதல்

196-199. உருவளர உடல்வளர உத்தமுகம் தான்வளர
கைகால் முக்கரங்கள் கடுகவங்கே உருவளர
காலுவிரல் உருவளர கழுத்துமுகம் உருவளர
மழுப்போலே நாக்கும் பல்லும் வசமாக உருவளர
மானொருகை மழுவொரு கை மஞ்சள்சூலம் ஒருகைவேல்
தங்கம்போலே நிறமழுகி தார்குழல் பிரமசக்தி
(பிரமசக்தியம்மன் பிறவிகள், அடிஎண். 296- 301)
200. கொண்டை முடி - கொண்டை முடியப்பட்ட தலைமுடி
200. குழல்காது - முடிபொதிந்த காதுமடல்
200. கூறின சடை - சொல்லத்தகுந்த சடைமுடி

எழிலொடு பல்லும் முடியொடு சடையும்
    இடதுகைதனிலே ஏந்தின தண்டாம்
தண்டாயுதமாம் குமிழ்காதழகாம்
    சக்கரவாழ்கொடி முன்னேயிருக்க
பொன்னணிந்த காதாம் பூவணிந்த கொண்டையாம்
    புசங்கள் அழகாம் புனுகொடு மார்பாம்
கழரும் இளம்பிறைபோலே நுதலாம் ....
    மைய்விழியும் குமிழ்மூக்குச் சிவப்பாம்
வாழைத்தண்டும் மின்னிடையழகும்
    வடிவுள்ள ஆலிலைபோலே வயிறும்   205
வாயில் பல்லது மழுவது போலே
    வட்டில் போலே கண்களுமாக
சுட்டெடுத்த பொன்னது போலே
    சூரியனாருட ஒளியது போலே
நட்டணயாக வளர்ந்து நிமிர்ந்து
    நாட்டிய உடலது தடவரை போலே
எட்டிவிழுந்தவர் வானத்தை முட்டி
    எரியுங் கண்ணிலே அனலது சொரிய

---

201. ஏந்தின தண்டம்- கையில் ஏந்தியிருக்கும் ஊன்றுகோல்
201. குமிழ்காது- விரிந்து திரண்ட காது
202. சக்கரவாழ்கொடி - வட்டவடிவுள்ள பூக்கொடி. சுவாமியின் வாகனம் செல்லும்போது சக்கரவாழ்க்கொடியை எடுத்துச் செல்லும் மரபு தற்போதும் உள்ளது.
203. பொன்னணிந்தகாது - பொன்னாபரணம் அணிந்த காது
203. பூவணிந்தகொண்டை - பூச்சூடிய தலைக்கொண்டை
203. புசங்கள்- புயங்கள், தோள்பட்டை
203. புனுகொடுமார்பு -நறுமணப்பொருளான புனுகு தேய்த்த நெஞ்சு
204. கழரும்இளம்பிறை-நெகிழும் மூன்றாம் பிறை
204. நுதல் - நெற்றி
204. மைய்விழி- கருமையான கண்
204. குமிழ்மூக்கு- எடுப்பான கூரிய மூக்கு
205. வாழைத்தண்டு - வாழைத்தண்டை ஒத்த தொடை
205. மின்னிடை - மெல்லிய இடை
206. மழு- சிவனது ஆயுதம், கோடரி
206. வட்டில்- மதியம் உணவு உண்ணும் வட்டமான பாத்திரம்
207. சூரியனார் - சூரியன்
208. நட்டணையாக- கொடூரமாக
208. நாட்டிய உடல் - நாட்டப்பட்ட உடல்
208. தடவரை- பெரிய மலை

பூதப்பெருமாள் பிறத்தல்

முட்டிய வயிறது குடமது போலே
முகிலது போலே பூதப்பெருமாள்
மட்டென வானமும் பூமியும் மட்டும்
வலுவுள்ள பூதப்பிறவிகள் செய்ய
ஒட்டியானம் பொன்னது போலே
உத்திராட்சத் தாவடம் பொன்னதுபோலே
யோகவேட்டிகள் பொன்னதுபோலே
காவிவேட்டிகள் பொன்னதினாலே
குஞ்சிச் சடையும் பொன்னதினாலே
குண்டலமானது பொன்னதினாலே
காதில் குண்டலம் பொன்னதினாலே
கண்டகோடாலியும் பொன்னதினாலே
மழுவும் கலங்கொம்பும் பொன்னதினாலே
மாத்திரை கோலும் பொன்னதினாலே
பூதத்தடியும் பொன்னதினாலே
பூச்சக்கரவாழ் குடை பொன்னதினாலே
பூணூலும் பொன்னதினாலே
....

---

209. அனல் - தீ
210. முகில்- திரண்ட மேகம்
210. பூதப்பெருமாள்- பிறவி செய்யப்பட்ட பூதம்
211. மட்டென - அளவாக
211. பூதப்பிறவிகள்- வேள்வியில் பிறந்து வந்த பூதங்கள்
212. ஒட்டியாணம்- அரையில் அணியும் ஆபரணம்
212. உத்திராட்சத்தாவடம்- உத்திராக்க மாலை
213. யோகவேட்டிகள் - சன்னியாசி அணியும் காவி வேட்டிகள்
213. காவிவேட்டிகள் - செம்மைநிற வேட்டி
214. குஞ்சிச்சடை - குடுமி கட்டப்பட்ட சடைமுடி
215. குண்டலம்- காதணி
215. கண்டகோடாலி- துறவிகளின் ஒருவகை ஆயுதம்
216. மழு - கோடரி
216. கலங்கொம்பு - ஓர் ஆயுதம்
216. மாத்திரைகோல் - மந்திரக்கோல்

தாவடச் சரப்பணி பொன்னதினாலே
சாற்றிய மாலையும் பொன்னதினாலே
மார்பில் சங்கிலி மடமடமடென
வட்டச் சங்கிலி எங்கும் முழங்க
காலில் சங்கிலி கலகலகலென
....
கடுகக் குலமத யானைகள் போலே
யானைமதம் கொண்டதுபோலே
குட்டிமத யானைகள் போலே
குஞ்சரத்தின் கன்றது போலே
பாரமத யானைகள் போலே
பருமலை போலே பூதம் நின்று
பூதம் நிற்கும் இடந்தனிலேதான்
போகப்படாது ஒருவருக்கும்
ஆரொருக்கும் முடுகொண்ணாது
அப்போதுந் தூரமட்டும்
வாறபேரை வரவொட்டாது
போறபேரை போகொட்டாது
வரட்டும் வரட்டெனவே
வலுவுள்ள பூதப்பெருமாளும் தான்
வீரங்கள் செய்துகொண்டு
விழியெறிந்தார் இடியது போலே
விழியெறிந்த சத்தமது
விண்ணும் மண்ணும் நடுநடுங்க

---

217. பூதத்தடி - பூதம் கையில் வைத்திருக்கும் ஊன்றுகோல்
217. பூச்சக்கரவாழ்குடை- வட்டவடிவமுடைய பூக்கொடி
218. பூணூல் - தோள்பட்டையிலிருந்து இடுப்புவரை அணியும் நூல்
219. தாவடம்- கழுத்தணிமாலை
219. சரப்பணி- வயிரக்கழுத்தணி
220. வட்டச்சங்கிலி- காலில் கட்டப்பட்டிருக்கும் வட்டச்சங்கிலி
222. குலமதயானைகள் - கூட்டமாக உள்ள மதயானைகள்
223. குஞ்சரம்- யானை
224. பாரமதயானைகள்- பெரிய யானைகள்
224. பருமலை -பெரிய மலை
226. முடுகொண்ணாது- எதிர்க்கமுடியாது
229. விழியெறிந்தார்- சப்தமிட்டார்
229. இடியதுபோலே- இடிமுழக்கம் போலே

நடுநடுங்க தெய்வார்கள்
 நாமென்ன செய்வோமென்ன
ஆதாளி சத்தமெல்லாம்
 அறிந்தாரே மாயவனார்

பூதம் பிறந்ததைக் கயிலையில் உள்ளோர் அறிதல்

யாதேது ஆதாளி இந்தக் கைலாசத்திலே
நம்முடைய கைலையிலே நாடிப்பூதம் பிறந்திடுமாம்
பூதத்தோட கொடுமையது பொறுத்திருக்கக் கூடுதில்லை 235
சடுதியிலே கூட்டிவர த்தா னரனார் விடைகொடுத்தார்
விடைவாங்கி நந்திதேவர் விரைந்து ஓமம்தனிலே வந்தார்
கைகொடுத்து பூதத்தையும் கரையேறச் சொல்லுவாராம்
என்னையிங்கே பிறவிசெய்த ஈஸ்வரனார் வந்ததுண்டால்
மாயவனார் வந்ததுண்டால் வருவேன் நான் அவர்பிறகே 240
மாயவனார் வராவிட்டால் வருவதில்லை ஓமமிட்டு

நந்திதேவர் சிவனிடம் பூதம் குறித்து முறையிடுதல்

ஓமமிட்டு வருவதில்லை உடையவனார் தம்மாணை
உன்சொல்லு கேட்பேனோ உன்பிறகே வருவேனோ
என்னசொன்னாய் நந்திதேவா என்றுகையைத் தட்டிவிட்டார்

231. தெய்வார்கள்- தெய்வலோகத்தார்
232. ஆதாளிசத்தம்- பெரிய ஓசை
232. மாயவனார்- சிவபெருமான்
233. ஆதாளி - பேரொலி
234. நா டி- விரும்பி
236. சடுதி- விரைவாக
236. அரனார்- சிவனார்
236. விடை- அனுமதி
237. நந்திதேவர்- சிவன் வாகனம்
237. ஓமம்- வேள்வி
238. கைகொடுத்து- பள்ளத்திலிருந்து ஏறுவதற்கு வசதியாகக் கையை நீட்டிக்கொடுத்தல்
238. கரையேற- வேள்விக்குழியிலிருந்து வெளியே ஏறிவர
239. ஈஸ்வரனார்- சிவபெருமான்
240. மாயவனார்- திருமால்
242. உடையவனார்- சிவபெருமான்
242. ஆணை - ஆணையிடுதல், சத்தியம் செய்தல்

நந்திதேவர் கைகொடுக்க நகட்டிப்பூதம் தட்டிடுமாம்
அப்போது நந்திதேவர் அரன்திருமுன் சென்றுசொல்வார்
கரையேறச் சொன்னதும் கைதட்டி விட்டதுவும்
கையெடுக்கப் போறதில்லை கறைக்கண்டரே என்றுசொன்னார்
முன்பாக நின்றுகொண்டு முறைவிளித்து நந்திதேவர்
ஓமத்திலே பூதம்நின்றால் ஒருதருமோ இருக்கமாட்டார்
தெய்வாரும் வானவரும் தேவர்களும் இருக்கமாட்டார்
இனியொருதர் போனதுண்டால் இரையாக்கிக் கொன்றிடுமாம்
கொன்றிடுமாம் வலுப்பூதம் கொலைகளது செய்திடுமாம்
நாமளங்கே போகாவிட்டால் பூதமிங்கே வாறதில்லை
வல்லாத பூதத்தையும் வருத்தியிப்போ கொடுவரணும்
கொடுவரணும் என்றுசொல்லி கூறிநந்திதேவர் செல்ல

பூதத்தைக் கொண்டுவரத் திட்டம் தீட்டுதல்

சொன்னமொழி தான்கேட்டு சொல்லுவாராம் மாயவரும்
இந்தவலு பூதத்தையும் எப்படிநாம் கொடுவரலாம்
பூதத்தையும் கொடுவரவே போகவென்று மாயவனார்
மாயவனார் கெருடனேற மகாதேவர் தேரேற
சென்றுகண்டார் ஓமத்தையும் பெரும்பூதம் நிற்பதையும்

பூதம் சிவன் திருமாலிடம் வரம் கேட்டல்

மாயவரைக் கண்டபோது வலுப்பூதப் பெருமாளும்
பேரதுவும் தரவேணும் பெருத்தவரம் தரவேணும்

---

245. நகட்டி- நகருதல்
248. கறைக்கண்டர்- கறையுடைய கழுத்தினைக் கொண்ட சிவன்
249. முறைவிளித்து-பலமுறை அழைத்து
252. வானவர்- தேவலோகத்தார்
252. தேவர்கள்- அட்டவசுக்கள்
253. கொலை- சாகடித்தல்
255. வல்லாத பூதம்- ஆற்றலுள்ள பூதம்
255. கொடுவரணும் - கொண்டுவரவேண்டும்
259, 260. மாயவனார் - திருமால்
260. கெருடன்- கருடன் , கழுகு
260. மகாதேவர்- சிவபெருமான்

வரமெனக்குத் தராவிட்டால் வாறதில்லை கரையேறி
வாறதில்லை என்றுசொல்லி மாறிக்கொண்டு நின்றிடுமாம்   265
மாறிக்கொண்டு நின்றிடவே உபாயம் வைத்தார் மாயவனார்
உபாயமது வைத்ததல்லோ வலுபிலத்தைக் குறைப்பதற்கு
பிலமதுதான் குறைப்பதற்கு பின்னரனார் ஏதுசொல்வார்
திருச்சடையைத் தாங்கிவந்தால் திருநாமப் பேர்தருவேன்
பொன்னும் திருச்சடைப் பூதமென்று பேருனக்கு நான்தருவேன்   270
மாமதப்பன் ஈஸ்வரகால வலுப்பூதப் பெருமாளும்
ஈஸ்வரகால பூதமென்று நானுக்குப் பேர்தருவேன்
பொங்காத்த பூதமென்றும் மங்காத்தப் பூதமென்றும்
சப்பாணி பூதமென்றும் தவழ்ந்துருளும் பூதமென்றும்
இப்படி ஆயிரத்தெட்டுப்பூதம் எல்லோர்க்கும் பேர்தருவேன்   275
கருவலங்கள் கண்டெழுதும் கைக்கணக்கும் தாறேன்நான்
நாட்டிலுள்ள கருவலமும் நல்லமுதலான தெல்லாம்
பஞ்சுணையில் கருவலமும் பெருமலையில் கருவலமும்
வாலியாந்துறை தனிலும் வருவுவிளை காவதிலும்
விலைமதிக்கக் கூடாத வீரமணி முத்துக்களும்   280

---

266. உபாயம்- தந்திரம்
267. வலுபிலம்- மிகுந்த வலிமை
269. திருச்சடை- சிவன் திருமுடி
269. திருநாமப்பேர்- அழகிய பெயர்
270. திருச்சடைப்பூதம்- பூதத்திற்குக் கொடுக்கப்பட்ட பெயர்
271. மாமதப்பன்- பெரிய மதமுடையவன்
271. ஈஸ்வரகாலப்பூதம் - பூதப்பெருமாள்
271. பூதப்பெருமாள்- வேள்வியில் பிறந்துவந்த பூதம்
273. பொங்காத்தபூதம் - பொன்காத்த பூதம்
273. மங்காத்தபூதம் - மண்காத்த பூதம்
274. சப்பாணிபூதம்- குறுகிய காலைகளை உடைய பூதம்
274. தவழ்ந்துருளும்பூதம்- தவழ்ந்து உருண்டு வரும் பூதம்
275. ஆயிரத்தெட்டுப்பூதம்- வேள்வியில் பிறந்த 1008 ஆண்பூதங்கள் மற்றும் கன்னிகள்
276. கருவலங்கள் - கருவூலம், புதையல்
276. கைக்கணக்கு- கையால் செய்யப்படும் கணக்கு வழக்குகள்
277. நல்லமுதல்- நல்ல செல்வம்
278. பஞ்சுணை- ஓர் ஊர்ப்பெயர்
278. பெருமலை- குமரிநாட்டு மலையின் ஓரிடம்
279. வாலியாந்துறை- குமரிநாட்டுக் கடியப்பட்டணம் அருகிலுள்ள ஓர் நீர்நிலை
279. வருவுவிளைகாவு- குமரிநாட்டிலுள்ள ஒரு சோலை
280. வீரமணிமுத்துகள்- அரிய மணிகளும் முத்துகளும்

பந்திரிநாழி தாக்கோலும் பதினெட்டு உருளியும்
மஞ்சள் கிடாரங்களும் உனக்கல்லவோ நான்தருவேன்
.... தட்டா தாமரையும் வானமட்டும் பூமிமட்டும்
பூமிகாவல் பூதமென்றும் பேருனக்கு நான்தருவேன்
ஏமத்திற்கும் சாமத்திற்கும் ஏவல்பணி விடைகள்செய்ய
ஏவல்பணி விடைகள் செய்து என்கூடத் திரிந்திடவும்
கூடவுந்தான் திரிந்திடவும் குடைபிடித்து நின்றிடவும்
திருக்குடைகள் பிடித்திடவும் திருப்பிரம்பு எடுத்திடவும்
திருமேனி தாங்கிடவும் சொல்லும் வேலை செய்திடவும்
ஓமத்திலே பிறந்ததற்கு உனக்குவரம் நான்தருவேன்
வரமுனக்கு தாறேனென்று மாயவனார் ஏத்துவிட்டார்
மாயவனார் ஏத்திடவே மகிழ்ந்திடுமாம் வலுபூதம்
மகிழ்ந்து மனம் நெகிழ்ந்திடவே மாயவனார் கைகொடுக்க
கைகொடுக்க மாயவனார் கரையேறி வலுப்பூதம்
மாயவரைத் தொழுதுகொண்டு வருகுதல்லோ வலுப்பூதம்
ஓமம்விட்டுக் கரையேறி ஒத்திக்கால் வைத்திடுமாம்
ஒத்திவைத்தார் ஒருகாலை உயர்ந்தமலை தாழ்ந்திடுமாம்
தத்திவைத்தார் ஒருகாலை தாழ்ந்தமலை உயர்ந்திடுமாம்
பூதத்தடி ஊன்றிடவே பூமியெல்லாம் கிடுகிடங்கிடுமாம்

---

281. பந்திரிநாழி- இருபது நாழி எனும் அளவை
281. தாக்கோல் - திறவுகோல்
281. உருளி- உணவுப்பொருள் தயாரிக்கப் பயன்படும் சிறிய வார்ப்பு
282. மஞ்சள்கிடாரம்- மஞ்சள் பானை
284. பூமிகாவல்பூதம்- மண்காத்த பூதம்
286. ஏமம் - இரவு
286. சாமம்- நள்ளிரவு
286. ஏவல் - பணிவிடை-
286. என்கூட - என்னோடு
286. திரிந்திடவும்- போகவும் வரவும்
288. திருக்குடை- இறைவனுக்குப் பிடிக்கும் குடை
288. திருப்பிரம்பு- இறைவன் கையிலுள்ள பிரம்பு
289. திருமேனி- திருவுடல்
291. மாயவனார் - சிவபெருமான்
292. ஏத்திடவே - ஏற்றுக்கொள்ளவே
292. வலுபூதம்- பெரியபூதம்
296. ஒத்தி- பொருந்தி
298. தத்தி- குதித்து
299. பூதத்தடி- பூதத்தின் ஊன்றுகோல்

பூதத்தைத் தேவலோகத்தார் வரவேற்றல்

விருத்தம்

பூதமது தான்பிறக்க தகமுண்டோ எங்களுக்கு
    பெருத்த சந்தோசங் களாச்சே   300
பூதத்துடன் பூவைபிச்சி மாலையாகக்கட்டிக் கொண்டு
    வந்துநின் றிடுவார் சிலபேர்
பூதத்துட முன்பில் சென்றால் கீதம்நமக் குண்டுமென்று
    நல்லகாலம் வந்துதே என்பார்
போதமுடன் ஓமத்திலே பொன்னும் ஈஸ்வர காலபூதம்
    பிறந்து கரையேறி நிற்கவே

ஈஸ்வர காலபூதமது தான்பிறந்து கரையேறி
    கரைதனிலே ஏறிடவே கவரிகள் வீசிடவே   305
தெய்வார்கள் கவரிவீச சென்றவர்கள் திரண்டுகொண்டு
மைவாய்த்த கன்னியர்கள் மடவார்கள் குரவையிட
மண்டலம் குலுங்கிடவே வலுபூதம் வாறபோது
கண்டவர் கொண்டாடிடுவார் கைதொழுது கும்பிடுவார்
பெலத்துக் கதிகமுள்ள பூதமென்று சொல்லுவாரும்   310
ஆனைப்பிலம் உள்ளபூதம் அங்கேசென்றுபார்ப்போமென்று
சேனைதிரள் கூடி சென்றுநின்று பார்த்திடுவார்
ஐயோநாம் எங்கே கண்டோம் அழகுவலு பூதத்தையும்
மெய்யாகப் போச்சுதென்று விழுந்து தொழுதிடுவார்
பொய்யாமல் மாயவர்க்கு பூதமிது வேலைசெய்ய   315

---

300. தகம்- உறக்கம்
302. கீதம்- உக்கிரம்
303. போதம்- ஞானத்துடன்
305. கவரிகள்- சாமரங்கள்
307. மைவாய்த்த- இளமையான
307. கன்னியர்கள்- கன்னிப்பெண்கள்
307. மடவார்கள்- பெண்கள்
308. மண்டலம்- பூமி
308. வாறபோது - வருகின்றபொழுது
310. பெலம்- சக்தி
311. ஆனைப்பிலம்- ஆனையின் சக்தி
312. சேனைத்திரள்- படைக்கூட்டம்

அந்தரமாய் கைலையிலே ஆயிரத்தெட்டுப் பூதம்
பூதமென்றும் கன்னியென்றும் பெருகப் பிறந்திடவே

பூதம் தன் படையுடன் திருமாலை வணங்குதல்

பொன்காத்தப் பூதமிது பூதங்களை வரவழைத்து
ஆயிரத்தெட்டுப் பூதத்தையும் அடக்கி வேலைகொள்ள
முன்கொம்பு தாங்குதற்கு முதுபூதம் ஆயிரமாம்
பின்கொம்பு தாங்குதற்கு பெரும்பூதம் ஆயிரமாம்
வளமையொன்று மில்லாவிட்டால் மாயவரைச் சேவிக்கவே
பூச்சக்கர வாழ்க்குடையை பூதமது தானெடுத்து
தனக்குடைய மாயவர்க்கு தான்பிடிக்க பூதமது
தாக்குடைய திருப்பிரம்பு தானெடுத்து ஈஸ்வர காலபூதம்
திருப்பிரம்பு தானெடுத்து சேவித்து நின்றிடுமாம்
கக்கத்திலே பூதத்தடி கையில் திருக்குடைக் காம்பு
பக்கத்திலே நின்றுகொண்டு பள்ளிக்குடை பிடித்திடுமாம்
பள்ளிக்குடை தான்பிடித்து பாவித்து ஈஸ்வர காலபூதம்
ஈஸ்வர காலபூதத்தோடே தானும் பொன்காத்த பூதம்
பூதங்கள் குடையிடவே பொற்கவரி வீசிவர
நாதங்கள் ஒலித்திடவே நற்கவரி குஞ்சமிட

---

317. பூதம்- பூதகணம்
317. கன்னி- பெண்
319. ஆயிரத்தெட்டுபூதம் - பார்க்க அடிஎண்.275
320. முன்கொம்பு - முன்பல்
320. முதுபூதம்- வயதான பூதகணம்
321. பின்கொம்பு- பின்பல்
321. பெரும்பூதம்- பெரியபூதகணம்
323. பூச்சக்கரவாழ்குடை- வட்டவடிவப் பூக்குடை
325. தாக்குடைய- வலிமையுடைய
325. திருப்பிரம்பு- கையிலுள்ள சிறிய தடி
327. கக்கம்- அக்குள்
327. திருக்குடைக்காம்பு- குடையைப் பிடித்திருக்கும் கம்பு
328. பள்ளிக்குடை- பெரியோருக்குப் பிடிக்கப்படும் குடை
329. பாவித்து- பாவனைசெய்து
331. குடையிட- குடைபிடிக்க
331. பொற்கவரி- பொற்சாமரம்
332. நாதங்கள்- இசையொலிக்
332. நற்கவரி- நல்ல சாமரம்
332. குஞ்சம்- வீசும் குஞ்சம்

பாதங்கள் தொழுதிடவே பாதம்பணிந்து நின்றிடுமாம்
பேதங்கள் இல்லாத பொன்னரனார் முன்பதிலே
வாய்பொத்திக் கைகட்டி மாயவரைச் சேவிக்கவே
மாயவரும் பார்த்திருந்து வலுபூதப் பெருமாளை
ஏவல்செய்யும் புதுமையிது இப்படிக் கிட்டாது
என்றரனார் சொல்லிடவே ஏற்றவலு பூதமது
சென்றரனாரை வணங்கி (சேவித்தடி) தொழுது
இந்திரனாரை வணங்கி இரங்கியடி தொழுது
சந்திரனாரை வணங்கி ஈஸ்வரகால பூதமது
மாயவனாரை தான்வணங்கி வார்த்தையேது சொல்லுவாராம்

பூதம் சிவனை மிரட்டுதல்

ஈஸ்வரரே மகாதேவே என்னரனே பொன்னரனே
என்னையிங்கே பிறவிசெய்து எனக்குவரம் தாறேனென்று
எனக்குவரம் தாறேனென்று இங்கிருந்து கொண்டீரே
எனக்குவரம் தராவிட்டால் இங்கிருக்க வொட்டுவேனோ
கைலையெல்லாம் தான்கட்டி கடக்கவுமே எறிந்திடுவேன்
செம்மையுடன் எந்தனுக்கு சொன்னவரம் தராவிட்டால்
உம்மையும் இங்கிருக்க வொட்டேன் உமைதனையும் இருக்கவொட்டேன்
கோபுரத்தை இடித்திடவேன் கொடிமரத்தை முறித்திடுவேன்

திருமால் சிவனிடம் பூதத்திற்கு வரம்கொடுக்க மறுப்பு தெரிவித்தல்

வரவேணும் என்றுசொல்லி மாயவனார் இடந்தரவே
உரமாகப் பூதம்நிற்க உடையவனார் தானறிந்து

---

334. பேதங்கள்- வேற்றுமை
334. பொன்னரனார்- பொன்மலையில் இருக்கும் சிவன்
340. இந்திரனார்- தேவர் தலைவனான இந்திரன்
341. சந்திரனார்- சந்திரன்
346. ஒட்டுவேனோ- விடுவேனோ
347. கடக்கவும்- கடந்து செல்லவும்
348. செம்மையுடன் - இணக்கமுடன்
349. உமை - சிவன் மனைவி
350. கோபுரம்- கோயிலின் வாயில்
350. கொடிமரம்- கொடியேற்றப்படும் தூண்
351. மாயவனார்- திருமால்
352. உரமாக- திடமாக

ஏழைப்பர மானந்தமல்லோ என்னுடைய மைத்துனனார்
என்றுசொல்லி மாயவனார் ஈஸ்வரரை விலக்கவென்று
மன்றுபுகழ் யயோதை மகன் மாயன் சிறிகிட்டினரும்
அன்றுதயிர் வெண்ணெயெல்லாம் அங்கேயங்கே திருடியுண்டு
கன்றினுட கால்வாரி கனியெறிந்த கையாலே

---

353. ஏழைப்பரமானந்தம்- ஏழையான சிவன்

354. மாயவனார்- திருமால்

354. ஈஸ்வரர்- சிவன்

355. மன்றுபுகழ்- உலகப் புகழ்படைத்த

355. யயோதை மகன்- கம்சனின் சகோதரி தேவகிக்கு எட்டாவது கரு தோன்றியது. திருமாலே குழந்தையாய் அதில் வளர்ந்து வந்தார். ஆவணி மாதம் ரோகிணி நட்சத்திரமும் அட்டமி திதியும் கூடிய நல்ல நாளில் நடு இரவில் திருமால் தேவகிக்கு மைந்தனாய்ப் பிறந்தார். தேவகியின் ஏழு குழந்தைகளைக் கொன்ற கம்சன் இந்தக் குழந்தையையும் கொன்றுவிடுவான் என்ற அச்சத்தோடு இருக்கையில் தெய்வக்குழந்தை தம்மை கோகுலத்தில் கொண்டு யசோதையின் அருகில் விடுங்கள் என்று கூற, இறைவன் அருட்படியே சிறையிலிருந்து குழந்தையோடு மீண்ட நந்தகோபர், கோகுலத்தில் சென்று யசோதையின் அருகில் குழந்தையைக் கிடத்தி, அவள் அருகில் கிடந்த பெண்குழந்தையைக் கொண்டு வந்தார். அன்றுமுதல் கண்ணன் யசோதையின் மகனாக வளர்ந்தார்.

355. மாயன் சிறிகிட்டினர்- மாயம் செய்து சிறையிலிருந்து மீண்ட கிருஷ்ணர்

356-357. தயிர்வெண்ணை திருடி உண்ணல் , கன்றினுட கால்வாரியெறிதல்: கோகுலத்தில் வளர்ந்து வந்த கண்ணன் சிறு பாலகன் ஆனான். அவனுக்குத் துணைவனாகப் பலராமன் அமைந்தான். இருவரும் தம்மைப்போன்ற சிறுவர்களோடு கூடி, பிறர் வீடுகளில் புகுந்து உறியிலுள்ள பால் வெண்ணெய் முதலியவற்றைத் திருடிப் புசிப்பர். கோகுலத்தில் மாடுகளை மேய்க்கக் காடுகளுக்கு ஓட்டிச் செல்வர். அப்போது ஒருநாள் கம்சனால் ஏவப்பட்ட வச்சாசரன் என்பவன் கன்று வடிவில் காடுகளின் நடுவே நின்று கண்ணனைக் கொல்ல வந்தான். கபித்தன் என்னும் அசுரன் விளாமரத்தின் வடிவாய் அங்கு நின்றுகொண்டிருந்தான். கண்ணன் இரண்டையும் அறிந்து கன்றைப் பற்றி விளாமரத்தில் வீசி எறிந்து இருவரையும் வீழ்த்தி அழியச் செய்தான்.

குன்றுமலையைப் பிடுங்கி குடைபிடித்த கோபாலர்
சென்று கைலாசமதை சென்றுகண்ட நேரத்திலே
நன்றுநன்று நன்றெனவே நன்மையுடன் ஈஸ்வரனார்
மைத்துனரே பச்சைமாலே வாருமென்று தான்வினவி
மாயவரை முன்விடவே மகிழ்ந்து பச்சைமாலும்
பேயாண்டி நீரல்லவோ பெருகவரம் நீர்கொடுக்க
ஆருக்கும் வரம்கொடுப்பீர் அல்லவென்று (நீர்கொடுத்து)
ஊருக்குப் பொல்லாப்புக் கட்ட உண்டுமக்கு நானுமிப்போ
பேருக்குப் பொல்லாப்பு கட்ட போவேனென்றோ நீருமிப்போ
பூதத்துடன் மல்லுகட்ட போறதற்கு ஒருதரில்லை
இறைக்கு இறை ஏழானைப் பலம் எங்கே கண்டதுண்டுகாணும்
எனக்குவரம் தாறேனென்றீர் இனியவரம் கொடாதேயும் காண்
ஆசையுடன் பூதத்திற்கு பேசிவரத்தைக் கொடுப்பதென்ன
அல்லல் இல்லா கைலையெல்லாம் இல்லையென்று போய்விடுமே
பூவுலகில் எவ்வுயிர்க்கும் பொன்னரனே யானதெல்லாம்
பிடித்துக் கொண்டதனையுங் காண் பூதத்துட கைதனிலே
எல்லார்க்கும் போலேயல்ல பூதத்திற்கு வரம்கொடுத்தால்
இருப்பிடமும் இல்லையென்று ஒருதருக்கும் ஆக்கிடுவார்

---

358. குன்றைக் குடையாகப் பிடித்தல்- மார்கழி முடிந்து பொங்கல் பண்டிகை வந்தது. இந்திரனுக்குப் பூசை வழிபாடு செய்யக் கோகுலத்தவர்கள் எல்லா ஏற்பாடும் செய்யத் தொடங்கினர். இந்திரன் கர்வத்தை மட்டுப்படுத்தக் கண்ணன் எண்ணினான். ஆயர்களைப் பார்த்து, இந்தப் பசுக்கள்தாம் நம் தெய்வம் , அவற்றாலேயே நாம் வாழ்கிறோம், இந்தப் பசுக்களுக்கு வேண்டிய உணவை இந்தக் கோவர்த்தன மலையே கொடுக்கிறது, ஆகவே பசுக்களையும் இந்தக் கோவர்த்தன மலையையுமே பூசை செய்யலாம் என்றான். அதனைக் கேட்ட இடையர்கள் அங்ஙனமே செய்தனர். அதனால் இந்திரன் சினம் கொண்டான். அவன் மழைக்கடவுள் என்பதால் பெருமழையைப் பொழியச்செய்து கோகுலத்தையே அழிக்க முற்பட்டான். கோபாலர்கள் திகைத்தனர். பசுக்கள் நடுங்கின. அப்போது கண்ணன், இந்த மலையே இப்போதும் நம்மைக் காக்கும் என்று சொல்லி,அதனை எடுத்துக் குடையாகப் பிடித்தான். அதன் கீழே நிம்மதியாக மக்கள் தங்கினர். ஏழுநாள் விடாமழை பொழிந்தது. மழையின் கொடுமை அவர்களை ஒன்றும் செய்யவில்லை.

361. பச்சைமால்- பச்சைநிறம் கொண்ட திருமால்

361. வினவி - கேட்டு

363. பேயாண்டி- பேய் உருவினனான சிவன்

365. பொல்லாப்பு- மனத்துன்பம்

367. மல்லுகட்ட- எதிர்த்து நிற்க

368. இறைக்குஇறை- எடைக்கு எடை

368. ஏழானைபலம்- ஏழு யானைகளின் சக்தி

371. அல்லல்- துன்பம்

என்றுசொல்லி மாயவனார் சென்றரனாரை விலக்க

திருமால் சிவனிடம் கூறியதைக் கேட்ட பூதம் மறுமொழி கூறுதல்

ஏற்றவலு பூதமது பார்த்துநின்று சொல்லிடுமாமே
மாமதப்பன் ஈஸ்வர காலபூதமது தானும்
மாறிநின்று தான்பார்த்து சீறிக்கொண்டு சொல்வார்
கொச்சையுட சாதியல்லோ கிட்டினரே நீரும்
கூடெடுத்து ஆடுவைக்க வந்தீரோ இங்கே
என்றமொழி தான்பறைந்து ஈஸ்வரரை விலக்க
இல்லையென்று எனக்குவரம் சொல்லவும் வந்தீரோ
இல்லையென்று சொல்லிக்கொண்டு கொடுப்பாரை
(இடைமறிக்க) உமக்குமிது நியாயமில்லை காணும்

கிருஷ்ணன் பூதகி முலைப்பால் குடித்த செய்தி

காணுமன்றோ பேச்சிதனப் பாலையெல்லாம் குடித்தீர்
கடக்குறையோ உமக்குமிது காரணத்தைக் கேளும்
பேச்சிதனப் பாலையெல்லாம் வயிறுமுட்டக் குடித்து
பின்னுமவள் உயிரழிக்க நியாயமுண்டோ

வெண்ணெய் திருடியுண்ட செய்தி

காய்ச்சிய பால் வெண்ணெயெல்லாம் காணாமல் குடித்து
களவாண்ட சேதியெல்லாம் கட்டுரைக்கக் கேளும்

---

379. மாறிநின்று- ஒதுங்கிநின்று
380. கொச்சை சாதி- கீழ்ச்சாதி
380. கிட்டினர்- கண்ணபிரான்
381. கூடெடுத்து ஆ டுவைத்தல்- கண்ணபிரானின் லீலாவிநோதங்களில் ஒன்று
382. பறைந்து- பேசி
386. பேச்சிதனப்பால் குடித்தல்- கம்சன் ஏவல்படி பூதனை என்ற அரக்கி அன்புடையவளைப் போல் நடித்துக் கண்ணனைக் கொல்ல வந்தாள். கண்ணன் அவளது பாலை அருந்துவதுபோல் நடித்து அவளது உயிரையே குடித்துவிட்டான்.
391. களவாண்ட- களவுசெய்த
391. சேதியெல்லாம் - செய்தியெல்லாம்
391. கட்டுரைக்க - எடுத்துச்சொல்ல

*ஆய்ப்பாடி இடைத்தெருவில் ஆயருட மனையில்
அடையாள மாகவைத்த கடையாலும் தயிரும்
காணாமலே எடுத்துக் களவாண்டு குடித்தீர்
கன்னியரை வரம்பழித்து அழிப்பாட்டம் செய்தீர்
ஒளித்திருந்து இடைப்பெண்கள்தான் ஒத்துமொழி பேசி
உடன்பிடித்து கொண்டுவந்து யயோதையுடன் சொல்வார்
ஒன்றுபோலே தானழித்து திண்டுமுண்டு செய்தான்
திண்டுமுண்டு செய்தான் பால்குடித்ததுவும் போராமல்
சேரவந்து பெண்களையும் தினந்தோறும் அழித்தான்*

உரலில் கட்டுண்ட செய்தி

*எங்கள் வீட்டில் சற்றும் நெய்பால் இல்லாமல் குடித்து
ஈடுசெய்தான் பெண்களையும் இன்றுகண்டு வந்தோம்
கண்டுவந்து பிடித்துஉம்மை கொண்டுவந்து யயோதை
கன்றுகட்டும் கயிறெடுத்து கையிரண்டையும் பிடித்து
உரலோடே கட்டிவைத்து அடித்தாளே யயோதை*

---

392. ஆய்ப்பாடி- இடையர் சேரி
392. இடைத்தெரு- இடையர்கள் குடியிருக்கும் தெரு
392.ஆயர்மனை- இடையர் வீடு
393. அடையாளம்- அறிகுறி
393. கடையால்- ஒருவகைப் பால்பாத்திரம்
394. களவாண்டு- திருடி, களவுசெய்து
395. கன்னியர் - கோபியர்
395. வரம்பழித்தல்- ஒழுக்கம் கெடுத்து
395. அழிப்பாட்டம்- அழிவு
396. இடைப்பெண்கள்- இடையர்குலப் பெண்கள்
396. ஒத்துமொழிபேசி- ஒருவருக்கொருவர் சேர்ந்து பேசி
398. திண்டுமுண்டு- எதிரிடைப் பேச்சு

405. உரலோடு கட்டிவைத்து அடித்தல்- ஒருசமயம் யசோதை தயிரைக் கடைந்து வெண்ணெய் எடுக்கும் தருவாயில் கண்ணன் தயிர்ப்பானையை உடைத்துவிட்டான். அதனால் கோபம் கொண்ட யசோதை அவனைப் பிடித்து கயிற்றால் கட்டி ஓர் உரலில் கட்டிவிட்டாள். கண்ணன் உரலை இழுத்துக்கொண்டு தவழ்ந்து வீட்டின் பின்புறம் சென்றான். அங்கு இரண்டு மருதமரங்கள் நின்றன. அவற்றினிடையே கண்ணன் தவழ்ந்து சென்றான். உரல் அவற்றில் சிக்கிக்கொண்டது. வலிமையோடு உரலை இழுக்க இரண்டு மரங்களும் சாய்ந்தன. அவற்றிலிருந்து நளகூபரன் , மணிக்கிரீவன் என்ற இரு தேவர்கள் தோன்றி கண்ணனை வண்ணங்கிச் சென்றனர். அவர்கள் குபேரன் புதல்வர்கள். ஒரு சாபத்தால் மரங்களாகி இப்போது கண்ணனால் சாபம் நீங்கப்பெற்றனர்.

உடன்பிடித்து சிறுநீர் விட்டழுதது நீரல்லவோ
ஒளிப்பதொன்று இல்லாமல் கிட்டினரைப் பார்த்து
படிப்படியாய்ச் சொல்லுதல்லோ ஈஸ்வர காலபூதம்

கோபியரின் உடையைக் கவர்ந்த செய்தி

அழிப்பாட்டம் வாராமல் குளிக்கவென்ற பெண்கள்
அங்கவர்கள் ஒருதரத்துப் பெண்களெல்லாம் கூடி   410
எல்லோரும் உடையவிழ்த்து கரைதனிலே வைத்து
சுனையாடி குளித்துப் பெண்கள் கரையேறுமுன்னே
ஒருப்போலே துகிலையெல்லாம் காணாமல் வாரி
ஓடிக்குருந்தன் மரத்தில் ஏறிக்கொண்டீர் நீரும்
கன்னியர்கள் துகிலை காணாமல் நாணப்பட்டு   415
காமனே கலைதாரும் என்றபய மிட்டார்
நல்லபெண்கள் நீங்களெல்லாம் நானுமுங்கள் மேலே
காமக் குரோணிதம் தீர உங்களையும் சேர
சம்மதித்து ஆமெனவே வாக்குச் சொன்னபோது
தரந்தரமாய்த் துகிலையெல்லாம் தானெடுத்துக் கொடுத்தீர்   420
பெண்கள் துகில்வாரி சுமந்த தொழில் உமக்கு
போகலையோ என்றுசொல்லி பூதமது கேட்க

---

406. சிறுநீர்- மூத்திரம்
409. அழிப்பாட்டம்- அழிவு
410. ஒருதரத்துப் பெண்கள்- ஒரே வயதுடைய பெண்கள்
411. உடையவிழ்த்து - ஆடைகளைக் களைந்து
410-415. கோபியரின் உடைகவர்தல்- கோபியர்களுடன் நீரில் விளையாடும்போது அவர்களின் உடைகளை ஒளித்து வைத்த கதை
412. சுனையாடி- நீர்நிலையில் குளித்து
413. துகில்- ஆடைகள்
413. வாரி- அள்ளியெடுத்து
414. குருந்தன்மரம்- குருந்தமரம்
416. காமன்- மன்மதன்
416. கலை- ஆடை
416. அபயம் - அடைக்கலம்
418. காமக்குரோணிதம்- அன்பினால் ஏற்படும் மாற்றம்

மண்ணையெல்லாம் தானளந்து பெண்ணைக் களவாண்டீர்
மரியாதி தெரியுமென்று வலுபூதம் சொல்ல
எண்ணாமல் சொல்லுதல்லோ ஈஸ்வர காலபூதம் 425
இன்னும் சொல்ல கேளுமென்று பின்னும் ஈஸ்வர காலபூதம்

பாரதப்போர் செய்தி

பஞ்சவர்கள் இடத்தில் சென்று பாரதப் போர்முடிக்க
பாவிதுரியோதனன் தன் பங்கிலுள்ள பேரில்

---

423. மண்ணையளத்தல்- மகாபலி பெரிய யாகம் ஒன்று செய்ய முற்பட்டான். தக்க சமயம் வந்ததும் வாமனர், பலியின் யாகசாலைக்குள் வந்தார். வாமனரது தோற்றப்பொலிவு மகாபலியை அவரிடம் பெருமதிப்புக் கொள்ளும்படி செய்தது. உடனே அவரை வரவேற்று அவர் வேண்டும் பொருளைத் தருவதாக உறுதிகூறினான் மகாபலி. வாமனர், விலையுயர்ந்த பொருள் எதுவும்பெற நான் வரவில்லை, என் காலால் மூன்றடி அளவுகொண்ட நிலப்பரப்பு மட்டும் கொடுத்தால் போதும் என்றார். பலி உடன்பட்டான். அவன் குருவான சுக்கிரர், வாமனர் திருமால் என்பதை அறிந்து, அவர் கேட்டதைக் கொடுக்க வேண்டாம் என்று பலியை எச்சரித்தார். தருகிறேன் என்று உறுதி சொன்னபிறகு பின்வாங்குவது எனக்கு அழகன்று, திருமாலே என்னிடம் வந்து யாசித்து ஒரு பொருளைப் பெறுவதானால் அதைவிட சிறந்த பேறு வேறு என்ன இருக்கிறது? என் பதவி அரசு ஆகிய எல்லாவற்றையும் இழப்பதாயிருந்தாலும் சொன்ன சொல் தவறேன் என்று சொல்லி, வாமனரை நோக்கி மூன்றடிகள் அளந்து கொள்ளுங்கள் என்றான் மகாபலி. உடனே வாமனர் பேருருவம் கொண்டவர் ஆனார், மூன்றடிகள் அளக்க முற்பட்டார், அவரது காலில் ஓரடியில் மண்ணுலகமே அடங்கியது, மற்றொரு அடியாக விண்ணுலகத்தை அளந்தார், மூன்றாவது அடி அளக்க இடமில்லையே என்றார், உடனே மகாபலி, சொன்ன சொல் தவறேன், உம்மிடம் தோல்வியடைவது எனக்குப் பெருமையல்லவா? மூன்றாம் அடியை என் தலைமீது வைத்து அளந்து கொள்ளுங்கள் என்று கைகூப்பிப் பணிந்து மண்டியிட்டான் மகாபலி. அங்ஙனமே பலியின் தலையில் காலை வைத்து அருள்வதாகச் சொல்லி அவனைப் பாதாளத்தில் அமுக்கிப் புகுத்தினார். தேவர்களிடம் அவர்களது உலகத்தை ஒப்படைத்தார். முறையில்லாமல் தேவர்களின் உலகத்தைக் கவர்ந்து கொண்டதற்கே மகாபலிக்கு இந்தத் தண்டனை என்று அசுரர்களுக்கு அறிவுரை கூறி, அவர்களையும் முறையாக வாழச்செய்தார்.

427. பஞ்சவர்கள்- பஞ்சபாண்டவர்கள். யுதிஷ்டிரன் தர்மவழியில் சென்று சிறந்து விளங்கியதால் அவர் தர்மன் என்று பெயர்பெற்றார். வீமன் தருமனை விட ஓராண்டுக்குப் பிறகு பிறந்தவன். அர்ச்சுனன் வீமனுக்கு ஓராண்டுக்குப் பின் பிறந்தவன். நகுலன் சகாதேவன் ஆகிய இருவரும் அர்ச்சுனனுக்கு ஓராண்டுக்குப் பின் பிறந்தவர்கள்.

(விதுரன்) வீடுதன்னில் விருந்து வந்ததென்று
வில்முறித்துப் போட்டிடவும் வைத்தீரே வாயம்
திருவாழி தனைக்கழற்றி சன்னலிலே போட்டீர்
திரும்பவுந்தான் எடுக்கச் சொன்னீர்சேர விதுரன் உடனே
அல்லவென்று சொல்லாமல் சன்னலிலே குனிந்து
அவனெடுத்த திருவாழி உமக்குத் தரும்போது
கண்டுதுரி யோதனனும் நன்று நன்றென்று
கண்டாரே எல்லோரும் நல்லதென்று ஞாயம்
பொன்னும் நெல்லும் தொட்டாணை இட்டபோது நீயென்னை
வீட்டில் வேலைசெய்திடுவாள் மெல்லிநல்லாள் வயிற்றில்

---

427. பாரதப்போர்- பஞ்சபாண்டவர்கள் எல்லா மன்னர்களையும் வெற்றிபெற்று தர்மர் மன்னனாக முடிசூட்டிக்கொண்டார். இந்த வெற்றியைக் கொண்டாட ராஜசூய யாகம் நடத்தி அதற்குத தன் ஒன்றுவிட்ட சகோதரர்களான கௌரவர்களை அழைத்திருந்தார். துரியோதனனும் அவன் சகோதரர்களும் மாமன் சகுனியும் அதில் கலந்துகொண்டனர். துரியோதனன் பாண்டவர்களின் மேம்பட்ட வாழ்வைக் கண்டு பொறாமையால் மனம் நொந்தான். அதன் விளைவாகச் சகுனியின் தூண்டுதலால் பாண்டவர்களைச் சூதாட்டத்தில் வென்றான். பாண்டவர்கள் பன்னிரண்டாண்டுகள் வனவாசமும் ஓராண்டு அஞ்ஞாதவாசமும் மேற்கொண்டனர். பாண்டவர்கள் துரியோதனனிடம் சூதாடி திரௌபதியைப் பணயம் வைத்துத் தோற்றபிறகு துரியோதனன் அந்த ஐவருக்குப் பத்தினியை இழுத்துவந்து தன் தொடையில் உட்கார வை என்று தன் தம்பி துச்சாதனனிடம் சொல்ல, துசச்சாதனன் திரௌபதியைத் தலைமுடியைப் பிடித்திழுத்து வர, அவள் கதறிக்கொண்டு வந்தாள். இதைப்பார்த்த வீமன் எழுந்து, துச்சாதனனைக் கொன்று அவன் ரத்தத்தைக் குடிப்பேன் என்றும் தன் தொடையில் திரௌபதியை உட்காரச் சொன்ன துரியோதனனின் தொடையை உடைத்துப் பிளப்பேன் என்றும் சபதம் செய்தான். திரௌபதி தனது அவிழ்ந்த கூந்தலை விரித்து, என்னைப் பலவந்தமாகத் தலைமுடியைப் பிடித்து இழுத்துவந்த துச்சாதனனின் இரத்தத்தைத் தடவி என் தலைமுடியை முடிந்துகொள்வேன், அதுவரை என் தலைமுடியை முடியமாட்டேன் என்று சபதம் செய்தாள். இந்த நிகழ்ச்சியே பாரதப் போருக்கு வித்திட்டது.

428. துரியோதனன்- திருதராட்டிரன் காந்தாரி தம்பதியர்களுக்குப் பிறந்த நூற்றுவரில் முதலாவதாகப் பிறந்தவன். இவன் காசிநாட்டு மன்னன் மகளைத் திருமணம் செய்துகொண்டான்.

428. பங்கிலுள்ளபேர்- பக்கமுள்ளவர்கள்

429. விதுரன்- அம்பிகையின் பணிப்பெண்ணிற்கும் வியாச முனிவருக்கும் பிறந்தவர், நேர்மையாளர், அறிவாளி, நீதிநெறி தவறாதவர், தேவகன் என்ற அரசனின் மகளை மணந்தார். திருதராட்டிரனுக்கு ஆட்சி புரிவதில் உதவியாக இருந்தார். பகவான் கிருஷ்ணரிடம் ஆழ்ந்த பக்தி கொண்டவர். தர்மவழிக்கு நேர்மாறாக நடக்கும் பாரத யுத்தத்தில் எவர் பக்கமும் சேராமல் தீர்த்த யாத்திரை புறப்பட்டுச் சென்ற புண்ணியசீலர். இறந்து போனவர்களின் சாபத்தால் யமதர்மனே விதுரராகப் பிறந்ததாக வியாசர் சொல்வார்.

430. வில்முறித்துப்போடுதல்- வில்லை இரண்டாக உடைத்தல். பார்க்க அடி எண்:440-445

விதுரா நீபிறந்த சந்தம் விட்டா யில்லை யென்றார்
சொல்லாத மொழிகள் சொன்னாய் துரியோதனா வென்று 440
சினத்து வில்லை முறித்துவிட்டான் இரண்டுதுண்டாய் விதுரன்
இரண்டுதுண்டாய் முறித்தாலும் விதுரனுட வில்லு
கருக்கெனவே திரும்பவந்து பொருந்துமென்று சொல்லி
என்றுசொல்லி சுருக்காக ஒருமுறியை எடுத்து
எனக்குத் தடிக்கம்பெனவே எடுத்துக் கொண்டீர்நீரும் 445
ஒன்றுமவர் அறியாமல் தங்களிலே நகைக்க
உபாயமது செய்தீரே என்றுசொல்ல பூதம்
மன்றுபுகழ் தர்மரையும் பொய்கள் சொல்லச்சொல்லி
வருத்தி வைத்துக் கொண்டீர் மாறிச்சொல்லச் சொன்னீர்
என்றுசொல்லத் தான்கேட்டு தர்மருமோ 450

---

430. வாயம்- உத்தி, சூத்திரம்
431. திருவாழி- கைமோதிரம்
431. சன்னல்- சாளரம், வீட்டுச்சன்னல்
436. ஞாயம்- நீதி
437. ஆணை- கட்டளை
439. சந்தம்- குணம்
441. வில்- தனு, ஆயுதம்
443. கருக்கெனவே-
444. சுறுக்காக- விரைவாக
440-445. விதுரன் வில்முறித்தல்- துரியோதனன் மாளிகைக்குச் சென்று அவனோடு பேசியதில் பயனில்லை என்று உணர்ந்த கண்ணபிரான் அங்கிருந்து விதுரன் மாளிகையில் வந்தார். அங்கு விதுரன் கண்ணனுக்கு உணவு பரிமாறினார். இதையறிந்த துரியோதனன் ஓர் உவமை மூலம் விதுரனை வேசிமகன் என்றும் ஆதலால் அவன் கண்ணனிடம் உறவு கொண்டது அதியமில்லை என்றும் கூறினான். துரியோதனனின் வசைமொழிகளைக் கேட்ட விதுரன் எழுந்துநின்று அவனைப் பலவாறு பேசித்தீர்த்தார். இறுதியில் இன்று ஒரு சொல், நாளை ஒருசொல் என மாறிப் பேசமாட்டேன், இனி எவர் பக்கத்தில் நின்றும் கொடிய அம்பினைத் தொடுக்கமாட்டேன் என்று கூறி, சிவவில், திருமால் வில் (சிவதனுசு, விஷ்ணுதனுசு) என்ற இரண்டில் உயர்ந்ததாகிய திருமாலினுடைய அழகிய வில்லைத் தனித்தனி இரண்டு துண்டாகும்படி முறித்துவிட்டார்.
448. மன்றுபுகழ்- உலகப்புகழ்
448. தர்மர்- பஞ்சபாண்டவருள் மூத்தவர்

ஏழைத் துரோணாச் சாரியார் செவி தனிலே................
அசுவத்தாமன் பட்டானென்று அங்கே நின்று சொல்ல
அதிகத் துரோணாச்சாரி அவரேதோ சொல்வார்
நம்முடைய மகனிறக்க நானிருப்ப தென்ன
நானும் இனி எய்தவில்லு எடுப்பதில்லை யென்று
சொல்லுமுன்னே தான்சடைத்து ஆசாரியாரும்
துரோணருமோ கையில் வில்லெடுத்து எறிந்துவிட்டார்
ஐயையோ என்னரனே அடியேன் என்னவா ....
அசுவத்தாமன் ஆணையல்லோ பட்டதற்குச் சொன்னேன்
மெய்காணும் இந்தமொழி என்றுசொல்லிக் கொண்டு
வீணிலே ஆசாரி விட்டெறிந்தீர் வில்லை
விட்டெறிந்த வில்லுதன்னை தொட்டுக்கொடுக்க மாட்டேன்
பொய்கள் சொல்லாத தர்மருமோ பொய்கள் சொன்னபோது
போட்டவில்லைத் தானெடுக்க மாட்டோமென்று சொன்னார்
கைதனிலே இருந்தவில்லை கடக்கவுமோ எறிய
காரமாய் முடித்துவிட்ட நாரணர் நீரல்லோ
நாரணரே உம்மள் தொழில் நானறிவேன் காணும்
நாட்டிலில்லாப் பொய்கள் சொல்லி நடத்தவும் வந்தீரோ
வீரன் ஈஸ்வர காலபூதம் மெத்த நகைபுரிந்து
விண்ணதிர நின்றுகொண்டு மீறி வலுபூதம்

---

451. துரோணாச்சாரியார்- கங்கை நதியில் கவிர்த்தானம் என்ற இடத்தில் பரத்வாசமுனிவர் ஒருநாள் நீராடினார். அங்குக் கிருதாசி என்ற அழகியபெண்ணும் நீராடினாள். நீராடும் அவளது ஆடை காற்றில் நழுவி வீழ்ந்தது. அப்போது பரத்வாசர் அவளைப் பார்த்து, அவள் அழகிலும் வனப்பிலும் தன்னை இழந்தார். அவருடைய வீரியம் நழுவத் தொடங்கியது. ஞானமுள்ள தன் வீரியம் வீணாகக் கூடாது என்று அதைத் துரோணம் என்ற குடம்போன்ற பாத்திரத்தில் ஏந்திப்பிடித்தார். அந்தப் பரத்வாசரின் விந்து ஓர் ஆண்குழந்தையாகப் பிறந்தது. துரோணம் என்ற பாத்திரத்ததிலிருந்து பிறந்த குழந்தை துரோணர் என்று வழங்கி பின்னர் துரோணாச்சாரியார் என்று அறியப்பட்டது.

452. அசுவத்தாமன்- துரோணாச்சாரியார் மகன்

456. ஆசாரியார்- துரோணாச்சாரியார்

457. துரோணர்- துரோணாச்சாரியார்

461. ஆசாரி- துரோணாச்சாரியார்

465. கடக்கவும்- மீறவும்

466. காரமாய்- அழிவாய்

466. நாரணர்- திருமால்

ஆரையும் நீர் அகப்படுத்தி அழித்திடுவீர் வார்த்தை
தந்த தொழிலான தெல்லாம் வந்ததோ இப்போது
(அர்ச்சுனன்) மகன் அரவான் தன்னுயிரைக் கேட்க
தர்மருடன் கேட்பதற்கு நியாயமுண்டோ உமக்கு
உம்மள் சொல்லைத் தட்டாமல் தர்மருமோ சென்று   475
உயிர்கேட்டு அரவானையும் உபாயமது செய்து
இப்போது களப்பலிக்கு உன்கறியில் சற்றே எனக்கு
வேணுமென்று சொல்லியுன்னை விரும்பிவந்தேன் நானும்
எப்போதும் உமக்கல்லவோ என்னுயிர்தான் முழுதும்
என்றுசொல்ல உயிர் அரவான் அன்றுகொடுத்தாரே   480
ஒப்பாகவே அரவான் உயிர்கொடுத்த போது
உத்த களப்பலி யிடவே ஒத்துதென்று சொல்லி
தப்பாமல் அவனுயிரை அடங்கலுமே கேட்டு
தக்க பலி இட்டிடவே சட்டமுடன் அப்போது
அப்பாலே பாரதப்போர் தான்முடிக்க வேண்டி   485

---

473. அர்ச்சுனன்- பாண்டு மன்னனின் விருப்பப்படி குந்திதேவி துர்வாசர் உபதேசித்த மந்திரத்தைச் செபித்து தேவேந்திரனை வந்தித்து வணங்கி யாராலும் வில்போரில் வெல்லமுடியாத வில்லாளி மகனை வேண்ட, தேவேந்திரன் தோன்றி குந்தியை அணைத்து மகிழ்ந்து பங்குனிமாதத்தில் பூர நட்சத்திரமும் உத்திர நட்சத்திரமும் சேர்ந்த புனித பகல் வேளையில் ஆண் குழந்தையைப் பெற்றாள். அவனுக்குப் பற்குணன் என்று பெயர் சூட்டினர். இவன் யாராலும் வெற்றிகொள்ள முடியாத வில்லாளி. சிவனிடமிருந்து பாசுபதத்தைப் பெற்றவன். மேலே கூரையில் சுழலும் மீனைக் கீழேயுள்ள கண்ணாடியைப் பார்த்து எய்து திரௌபதியை அடைந்தவன். கிருட்டினரின் சகோதரி சுபத்திரையை மணந்து அபிமன்யுவைப் பெற்றவன். இவனது திறமையைச் சோதித்த துரோணரின் போட்டியில் ஒரே அம்பில் ஏழுமரங்களைத் துளைத்தவன். இந்த அர்ச்சுனன் தனஞ்செயன் எனவும் அழைக்கப்படுவான்.

473. அர்ச்சுனன்மகன் அரவான்- ஐராவத நாககுலத்தைச் சேர்ந்த சௌரவ்யன் என்பவனின் மகளான நாககன்னி உலூபியை அர்ச்சுனன் காதலித்து மணந்ததன் விளைவாகப் பிறந்தவன் அரவான்.

477. களப்பலி- போர்க்களத்தில் கொடுக்கப்படும் பலி

473-480. அரவானைக் களப்பலி கொடுத்தல்- அர்ச்சுனனுக்கும் நாக கன்னியான உலூபிக்கும் பிறந்தவன் அரவான். எட்டாம் நாள் பாரதப்போரில் அலம்புசனால் கொல்லப்பட்டான். பதினெட்டு நாள் பாரதப்போரில் பாண்டவர்கள் வெற்றி பெறுவதற்குக் காளி அருள் வழங்கவேண்டும் என்பதற்காக அரவான் தன்னையே பலியாகக் கொடுத்தான்.

483. அடங்கல்- முழுவதும்

484. பலி- உயிரைப் பலியிடுதல்

485. பாரதப்போர்- பார்க்க அடி எண். 427

அரவானைக் களப்பலியிட சொல்லி வைத்தீரே
சொல்லி வைத்து வெல்லவைப்பீர் நல்லதென்று நியாயம்
சொல்லிப் பொய்யை மெய்யாக சொல்லி முடிப்பீரே
கூச்சமில்லாமல் உமக்கு போனதென்ன காணும்

பூதம் கயிலையில் சிவனைச் சந்தித்தல்

காண்டகம் பேசியந்த நாரணரை விட்டு
கனப்பூதப் பெருமாளும் கைலாசம் சென்று
கொன்றை சூடும் பெருமானே சங்கரரே நீரும்
கோபாலர் செய்துவிட்ட கோலமதை யெல்லாம்
கண்டீரோ ஆதிபரா உம்முடைய மைத்துனரும்
காய்த்து வைத்த பால்திருடும் கள்வனுட சேதி
ஆதிபரா உம்முடைய அதிக மைத்துனரும்
அவர்செய்த கொடுமையெல்லாம் அறியல்லையோ நீரும்
வேதனைதான் ஒருக்காலே பொன்காத்த பூதம்
வேணியர னாருடனே பேணிநின்று சொல்ல
நீதிமுறை இப்படியோ உங்களுக்குத் தானும்
நெட்டூரமாகச் சொல்லி நிற்குதல்லோ பூதம்
சங்கரனார் இடத்தில் நின்று தடமாட்டம் சொல்லி
சோதினையாய்ச் செய்துவிட்ட செய்தியெல்லாம் சொன்னால்
சொன்னதெல்லாம் கொஞ்சமய்யா சொல்லத் துலையாது
இப்படியே எனக்குவரம் இல்லையென்று சொல்லி
ஈஸ்வரரே உம்மிடத்தில் வந்தார் காண்விலக்க

---

490. காண்டகம்- முடிவு
492. கொன்றைசூடும் பெருமான்- கொன்றைமலர் சூடிய சிவன்
492. சங்கரர்- சிவன்
493. கோபாலர்- திருமால்
493. கோலம்- ஒப்பனை
494. ஆதிபரன்- சிவபெருமான்
495. கள்வன்- திருடன்
499. வேணியரனார்- சிவபெருமான்
499. பேணி- மதித்து
500. நீதிமுறை- நியாயம், முறைமை
501. நெட்டூரம்- கொடுமை, இடையூறு
502. தடமாட்டம்- பெருமை
503. சோதினை- பிரமாண்டம்

மைத்துனனார் விலக்கிவிட்ட வார்த்தைதனைக் கேட்க
மரியாதையோ சிவனே மாயவரே உமக்கு
மாயவரைச் சேவிக்கவே வந்து அடிதொழுது

பணிவிடை செய்ய வந்து நிற்கும் பூதங்கள்

பாதம் பணிவிடைகள் செய்ய பொன்காத்த பூதம்   510
பக்கத்திலே பொன்காத்த பூதம்வந்து
பொன்காத்த பூதமது பிரம்பு கையிலிருக்க
தங்களை வரவழைத்து வேலைகள் செய்விக்க
அங்கவர்கள் கைலையிலே பிறந்துவந்த பூதம்
ஆயிரத்தெட்டு பூதம் அங்குவந்து நிற்க   515
முன்கொம்பு தாங்கிநிற்கும் முதுபூதம் ஆயிரமாம்
முறைப்படி விட்டு விடுமாம்பொன் காத்தபூதம்
பின்கொம்பு தாங்கிநிற்கும் பெரும்பூதம் ஆயிரமாம்
பிடித்துக் கொண்டு விட்டிடுமாம் பொன்காத்த பூதம்

தொண்டு செய்துவிட்டிடுமாம் கூடிநிற்கும் யாதான பூதம்   520
தொழுதுகொண்டு நமஸ்கரிக்கும் ஏதான பூதம்
கருவலங்கள் காத்துநிற்கும் ஏதானம் பூதம்
கண்டெழுத கணக்கெடுக்கும் ஏதானம் பூதம்
பஞ்சவர்கள் கருவலங்கள் ஏதானம் பூதம்
பார்த்தும் அங்கே காத்திடுமாம் ஏதானம் பூதம்   525
வாலியான் துறைதனிலே ஏதானம் பூதம்

---

510. பாதம்- திருப்பாதம்
512. பிரம்பு- கைச்சிறுத்தடி
520. யாதானபூதம்- பூதகணவகை
521. ஏதானபூதம்- ஒருவகைப் பூதம்
526. வாலியான்துறை- குமரிமாவட்டம் கடியப்பட்டணம் அருகிலுள்ள ஒரு நீர்நிலை. இங்குத் திருவாங்கோட்டு மன்னர்கள் தீர்த்தமாடச் செல்வது வழக்கம். இந்நீர்நிலையின் அருகில் ஒரு பாறையும் அதில் ஒரு கல்வெட்டும் காணப்படுகின்றன. இக்கல்வெட்டு பூதம் ஒன்றினால் எழுதப்பட்டது என்ற செவிவழிச் செய்தி காணப்படுகிறது. இப்பாறையை வாலியாம்பாறை என்று குறிப்பிடுவர்.
எழுத்திட்டான் பாறையிலே எழுதிவைத்த எழுத்துகண்டு
பண்டைபூதம் எழுதிவைத்த பழைய எழுத்து வாசகமும்
கண்டு வாசித்து மனதடக்கி கருதிமனம் களிகூர்ந்து
பேய்க்குடுக்காய் மூடுமிட்டு பெரியமடமும் கடந்து
கூட்டுத்தெங்கு எல்கைவிட்டு கூண்டபெரும் படையோடே
பம்மத்து மூலைவிட்டு பரபரென தான்வரவே
வள்ளியாறு சென்றடையும் வாலியாம்பாறை கண்டாரே (தம்பிமார் வரலாறு:574-580)

மருதங்கள் காத்திடுமாம் ஏதானம் பூதம்
வாவுவிளை காவதிலே ஏதானம் பூதம்
வளைந்துநின்று காத்திடுமாம் ஏதானம் பூதம்
எல்லாப் பூதம் காத்துநிற்கும் சப்பாணி பூதம்
ஒருவிடமும் பிரியாமல் அங்கே நின்று காத்திடுமாம்
கைக்கிடாரம் உருளிகளும் கருவலங்கள் எல்லாம்
காத்துநிற்கச் சொல்லுதல்லோ பொன்காத்த பூதம்
மண்ணுவெட்டிச் சுமந்திடுமாம் ஏதானம் பூதம்
வயலாகத் திரித்திடுமாம் ஏதானம் பூதம்
குளத்தை வெட்டி மடைகள் வைக்கும் ஏதானம் பூதம்
ஆறுவெட்டி கொண்டுவந்து ஏதானம் பூதம்
அருங்கடலில் விட்டிடுமாம் ஏதானம் பூதம்
அப்படியே வேலைசெய்ய பூதங்கள் தாமெல்லாம்
அடக்கி வேலை செய்திடுமாம் ஈஸ்வர காலபூதம்
இப்படியே வேலைசெய்து செய்து வரும்போது

பூதம் சிவனுக்குப் பணிவிடை செய்தல்

ஈஸ்வரனார் முன்பில் சென்று பொன்காத்த பூதம்
மன்று நிகரொவ்வாத திருக்குடையை எடுத்து
மகாதேவர்க்கு பள்ளிக்குடை பிடிக்குதல்லோ பூதம்
பொன்னுந்திரு பள்ளிக்குடை பொற்குடையை எடுத்து

527. மருதங்கள்- வயல்வெளிகள்
528. வாவுவிளை- குமரிநாட்டில் ஓரிடம்
530. சப்பாணிபூதம்- கால்நடக்கவியலாத பூதகணம்
532. கைக்கிடாரம்- சிறிய கொப்பரை
532. உருளிகள்- ஒருவகை வெண்கலப் பாத்திரம்
532. கருவலங்கள்- புதையல்கள், கருவூலம்
533. பொன்காத்தபூதம்- புதையலைக் காக்கும் பூதகணம்
535. வயலாக - வயல்வெளியாக
536. மடைகள்- நீர் பாயும் மடை
538. அருங்கடல்- பெரிய கடல்
543. நிகரொவ்வாத - நிகரில்லாத
543. திருக்குடை- இறைவனுக்குப் பிடிக்கும் குடை
544. மகாதேவர்- சிவபெருமான்
544. பள்ளிக்குடை- திருக்குடை
545. திருப்பள்ளிக்குடை- திருக்குடை
545. பொற்குடை- பொன்னாலான திருக்குடை

பிடிக்குதல்லோ அரனார்க்குப் பூதமது தானும்
கக்கத்திலே பூதத்தடி பக்கத்திலே நின்று
கடுகத் திருப்பிரம்பெடுத்து கைதனிலே பிடித்து
மண்ணும் விண்ணுமாக நின்று ஒன்றுபோலே பிடிக்க
வானமட்டும் பூமிமட்டும் வலுபூதம் நிற்க
வாய்த்த வெஞ்சாமரம் எடுத்து வலத்தே நின்றுவீச
முத்துப் பவளம் பதித்த வெஞ்சாமரை எடுத்து
முன்னும் பின்னும் மாயவர்க்கு முழுதும் வீசுவாராம்
தான்பாதம் போற்றி நின்று சேவித்தடி தொழுது
அடிதொழுது நமஸ்கரித்து ஆசாரஞ்செய்து
அடியிறையாய் மாயவர்க்குப் பணிவிடை செய்திடுமாம்
பணிவிடைகள் செய்துநின்று பொன்காத்த பூதம்
பாவித்துச் சேவித்து சொல்லுதல்லோ பூதம்
வன்னமாயவர்க்கு பூதம் பணிவிடைகள் செய்து
மகாதேவர் தனைநோக்கி மகிழ்ந்து வலுபூதம்
முன்னமே சொன்னவார்த்தை வியக்கவரம் தாறேனென்றார்
சொன்னவரங்கள் தந்தால் சேவித்து நிற்பேன் என்றாரே.

பூதம் சிவனிடம் மீண்டும் வரம் கேட்டல்

சேவித்து வலுபூதம் சொல்லுதல்லோ மகாதேவர் முன்
சொன்னசொன்ன வேலையெல்லாம் செய்து நிறைவேற்றி வைப்பேன்
நிறைவேற்றி வைத்திடுவேன் நித்தம் பணிவிடைகள் செய்திடுவேன்
செய்திடுவேன் தினந்தோறும் சிவனாரே வரங்கள் தந்தால்
இன்னும் பணிவிடைகள் செய்வேன் எனக்குவரம் தந்ததுண்டால்
ஏமத்திற்கும் சாமத்திற்கும் எத்திசைக்கும் கைகுவிப்பேன்

---

547. கக்கம்- அக்குள்
551. வெஞ்சாமரம்- அழகிய விசிறி
554. சேவித்து- தரிசனம் செய்து
555. ஆசாரம்- வழிபாடு
556. அடியிறை- அடியுறை- பாதகாணிக்கை
557.பணிவிடைகள்- கட்டளைகள், வேலைகள்
558. பாவித்து- பாவனைசெய்து
565. நித்தம்- தினந்தோறும்
568. ஏமம்- இரவு
568. சாமம்- நள்ளிரவு

பூதத்திற்குச் சிவன் மறுமொழி கூறுதல்

பூதமது கேட்டிடவே புரிசடையோன் யாதுசொல்வார்
உனக்குவரம் தந்ததுண்டால் ஊருமுண்டோ உலகமுண்டோ
நாடுமுண்டோ நகரமுண்டோ நருளடியார் தானுமுண்டோ
எந்தன் கைலாசமதில் இன்னும் வேலைகள் மெத்தவுண்டு
திருச்சடைகள் தாங்கிவந்தால் சிறந்தவரம் நான்தருவேன்

சிவன் கட்டளையைப் பூதம் மறுத்தல்

திருச்சடையும் சுமக்கறியேன் சீர்பாதம் தாங்கறியேன்
பாதமது தாங்கறியேன் பணிவிடைகள் செய்தறியேன்
ஏமத்திற்கும் சாமத்திற்கும் எத்திசைக்கும் நான்மாட்டேன்
இந்தயிந்த வேலையெல்லம் எந்தானாலே கூடாது
மாமதப்பன் பொன்காத்த பூதமது சொல்லிடவே

பூதத்தின் திறமையை சிவன் கூறுதல்

அறிவேன் அறிவேனுட உன்ஆசார வார்த்தை யெல்லாம்
ஆசாரம் நானறிவேன் ஆனை பிலமுடையவனே
வானமதை அழித்திடுவாய் மறுகடலை நீந்திடுவாய்
கடலைக் கலக்கிடுவாய் கருமலையை நகட்டிடுவாய்
மலையைப் பிடுங்கிடுவாய் மனிதர் கொலை செய்திடுவாய்
இறைக்குஇறை ஏழானைப் பலம் எல்லாம் தானுனக்கிருக்க
எந்தனுட திருச்சடைதான் உந்தனுக்கு எள்ளளவு

பூதம் சிவன் திருச்சடையைத் தாங்குதல்

பூதத்தானே என்றுசொல்லி பூதமது சென்றுநின்று
சென்றுநின்று வலுப்பூதம் சொல்லுதல்லோ சிவன்திருமுன்
ஆனை சுமக்குமந்த அரும்பாரம் அத்தனையும்

---

569. புரிசடையோன்- சிவபெருமான்
571. நருளடியார்- மக்களும் அடியவர்களும்
580. ஆனைபிலம்- ஆனையின் சக்தி
588. அரும்பாரம்- கடுஞ்சுமை
589. பூனை - பூனையைப் போன்ற சிறியவன்
583. சங்கரர்- சிவன்

பூனைநான் சுமப்பேனோ புரிசடையோன் எனத்தொழுதார்
ஆனை எடுக்கொண்ணாத அதிய திருச்சடையை எல்லாம்
நானெடுப்பது எப்படியோ நாயகரே எனத்தொழுதார்
பொன்னுந் திருச்சடையிலுள்ள பெரும்பாரம் அத்தனையும்
என்னமே நான் சுமப்பேனோ சங்கரரே எனத்தொழுதார்
ஆதிபரன் திருச்சடைகள் அத்தனையும் நான்சுமக்க
சோதனையோ எந்தனுக்கு தொழுதுகொண்டு சொல்லுவாராம்
ஆதிபரன் திருச்சடைதான் அத்தனைக்கு வல்லமையோ
மகாதேவர் திருச்சடைகள் வலுபாரம் அத்தனையும்
வாயம் என்ன சுமப்பதற்கு மகாதேவர் எனத்தொழுதார்
பொன்னுந் திருச்சடையிலுள்ள பெரும்பாரம் அத்தனையும்
தன்னமே நான் சுமப்பேனோ சங்கரரே எனத்தொழுதார்
ஆதிபரன் திருச்சடைகள் அத்தனையும் நான்சுமக்க
சோதனையோ எந்தனுக்கு என்றுதொழுது கொண்டுசொல்ல
வல்லமையோ நம்மளிடம் மாயவனார் திருச்சடைதான்
பூத்தானமோ என்றுசொல்லி பூதம் சென்று தாங்கிநிற்க
சென்றுநின்று வலுபூதம் திருச்சடையைத் தாங்கிநிற்க
பொன்னரனார் திருச்சடையைப் பூதம் தாங்கி நின்றிடுமாம்.

விருத்தம்

தாங்கிடவே பூதம் திருச்சடை கனக்குதென்றுசொல்லி
தான்பிணங்கி மாறி நின்றதுவும்
பாங்குடனே ஈஸ்வரனார் பறைந்திணங்கி வாயமதாய்
பத்திமிக்க வித்தை சொல்லியே

---

594. ஆதிபரன்- சிவபெருமான்
597. வலுபாரம்- கனத்த சுமை
598. வாயம்- உத்தி
600. தன்னமே- தன்னால்
603. வல்லமை- வலிமை
604. பூத்தானம்- இதுதானா என்று எளிமையாக
607. கனக்குது- கனத்த சுமையாக இருக்கிறது
607. பிணங்கி- கோபித்து
608. பாங்குடனே- முறையாக
608. பறைந்து- பேசி
608. இணங்கி- ஒத்து
608. வாயம்- உத்தி
608. வித்தை- மாசாலம், உத்தி
609. பிலம்- வலிமை
609. வர்ணத்திருச்சடை - அழகிய சடாமுடி

வாங்கவொண்ணாத பிலம் எல்லாந்தான் உனக்கிருக்க
வர்ணத் திருச்சடை தாங்கச் சொன்னதுவும்
தீங்குகள் வராத திருமாயவர் திருச்சடையை
ஈஸ்வர காலபூதமது தாங்கிநின் றிடுமாமே 610

திருச்சடை வளர்தல்

சடைதாங்கி பூதம்நிற்க சடையோடே சடைவளர
பொன்னரனாம் திருச்சடையும் பூதத்துட திருச்சடையும்
இருசடையும் இணக்கமுடனே வளர்ந்து
மகாதேவர் திருச்சடைதான் வளருதல்லோ நாலுதிக்கும்
தெற்கேதான் வளர்ந்த சடை தென்கடலில் வேரோட 615
மேற்கேதான் வளர்ந்த சடை மேல்கடலில் வேரோட
வடக்கேதான் வளர்ந்த சடை வடகடலில் வேரோட
கிழக்கேதான் வளர்ந்த சடை கீழ்க்கடலில் வேரோட
உச்சியிலே வளர்ந்த சடை உயர்வானம் முட்டிநிற்க
பூமியெல்லாம் வளர்ந்த சடை புவனம் மட்டும் வேரோட 620
அப்படியே சடைதாங்கி அநேக நெடுநாளாக
நெடுநாளாய் வலுப்பூதம் நின்றுகொண்டு சொல்லிடுமாம்
....

பூதம் உதிரக்கன்னியை நினைத்தல்

கனக்குதல்லோ திருச்சடைதான் கடும்பாரம் அத்தனையும்
ஆரொருவர் தாங்காத அழகு திருச்சடை தாங்கி அடிதொழுதார் 625
இதுக்கோ நீர்வருந்தினதும் யாய்த்துவிட்டார் மாயவரும்
யாய்த்துவிட்டோம் என்றேதான் இருந்துகொண்டார் மாயவரும்
மாயவரோடே வாதாடி வலுப்பூதப் பெருமாளும்
வருத்தமதாய் உதிரக்கன்னி வாழ்மயிலாள் தேடுவாள்
எப்போதும் உதிரக்கன்னி இடதுபுறம் நிற்பாள்லோ 630
இப்போது கண்டுதில்லை என்றுசொல்லிப் பூதமது

---
620. புவனம்- பூமி
624. கடும்பாரம்- கனத்த சுமை
626. யாய்த்து- ஏமாற்றி
629. உதிரக்கன்னி- பெண்பூதம்
631. கண்டுதில்லை- காணவில்லை

ஆண்டுபன் நீரண்டாச்சே அறியல்லையோ உதிரக்கன்னி

உதிரக்கன்னி பூதத்தைத் தேடுதல்

பதிமூன்றாம் வருசத்திலே பாவைநல்லாள் தேடுவாளாம்
தேடிடுவாள் வாடிடுவாள் தேன்மொழியாள் உதிரக்கன்னி
வாழைகளே தாழைகளே மாமரமே பூமரமே   635
ஏறிவரும் கதலினமே இறங்கிவரும் புள்ளினமே
என்னுடைய ஆடவரை இங்கேவரக் கண்டதுண்டோ
உன்னுடைய ஆடவரை இங்கே ஒருவிடமும் கண்டதில்லை
ஒருவிடமும் கண்டதில்லை ஒண்ணுதலே உதிரக்கன்னி
உதிரக்கன்னி தாயாரும் பின்னுமவள் தேடுவாளாம்   640
மலைகள் அந்தபர்வதமும் வந்துமங்கே தேடுவாளாம்
மலையிலுள்ள கன்னிமாரே என்மன்னவரைக் கண்டீரோ
காணவில்லை என்றுசொல்லி கன்னித்தெய்வப் பெண்கள்சொல்ல
வனவாசப் பர்வதத்தில் வந்துமவள் காணாமல்
குருநாடு தான்கடந்து கூண்ட பரதேசி நாடுமிட்டு   645

---

633. பாவைநல்லாள்- நற்பெண்ணானவள் (உதிரக்கன்னி)
634. வாடிடுவாள்- மனவாட்டம் கொள்வாள்
634. தேன்மொழியாள்- தேன்போன்று இனிமையாகப் பேசுபவள்
635. வாழைகள்- வாழைமரங்கள்
635. தாழைகள்- தாழைச்செடி
635. மாமரம்- பெரிய மரம்
635. பூமரம்- பூக்கும் மரம்
636. கதலினம்- வாழை முதலிய மரங்கள்
636. புள்ளினம்- பறவையினங்கள்
637. ஆடவர் - கணவர் (பூதப்பெருமாள்)
639. ஒண்ணுதல்- ஒளிரும் நெற்றி
641. பர்வதம்- மலை
642. மலைக்கன்னிமார்- குறவர் இனத்தவரால் தெய்வமாக வழிபடப்படுபவர்கள். இவர்களைக் கொண்டே குறவர்கள் குறிசொல்வர்.
643. கன்னித்தெய்வப்பெண்கள்- மலைக்கன்னியர்
644. வனவாசப்பர்வதம்- மலைக்காட்டு வாழ்வு
645. குருநாடு- குரு என்பவன் வியாழன் அனுகிரகத்தால் பிறந்ததால் அவன் குரு என்று அழைக்கப்பட்டான். சூரிய குலத்து அரசருக்குக் குருவாகிய வசிட்டர் சூரியனிடம் சென்று தபதியைச் சம்வருணனுக்குக் கொடுக்கச்செய்து பிறந்த குமாரனாகையால் இவனுக்கு இப்பெயர் சூட்டப்பட்டது. இவன் வழி இந்த வம்சம் பரவினதால் குருவம்சம் எனவும் இவன் ஆண்டதால் அந்நாடு குருநாடு எனவும் அழைக்கப்பட்டது.
645. பரதேசிநாடு- யாதேசி நாடு (பா.வே) . வெளிநாட்டவன் நாடு

மொண்டியொத்த காலனுட மூவரசர் சீமைவிட்டு
கல்லாறு தான்கடந்து காரிகையாள் உதிரக்கன்னி
கைலாச வாழ்புரத்தில் கரிக்கண்டனார் திருமுன்பிலே
வந்துநின்று உதிரக்கன்னி வார்த்தையேதோ சொல்லுவாளாம்

உதிரக்கன்னி சிவனிடம் முறையிடுதல்

ஈஸ்வரரே மகாதேவா ஏழைப்பங்கா உமைநாதா
என்னரனே பொன்னரனே எங்குமொன்றாய் நின்றோனே
என்னுடைய ஆடவரை இங்கேவரக் கண்டதுண்டோ
இங்கேவரக் கண்டதுண்டோ என்றுசொல்லி முறையமிட்டாள்
முறையம் அனியாயம் மொழிந்திடுவாள் திருமுன்பிலே

உதிரக்கன்னி சிவனை மிரட்டுதல்

என்னுடைய ஆடவரை இப்போதே காட்டித் தராவிட்டால்
இப்போ காட்டித் தராவிட்டால் இருப்பீரோ கைலையிலே
கைலைதனை நகட்டிடுவேன் காண்டமது விளைத்திடவேன்

---

646. மொண்டியொத்தகாலன்- நொண்டிக்கால் உடையவனைப் போன்றவன். ஒற்றைக்காலன் என ஒரு கொடுங்கோல் மன்னன் ஒருவன் இருந்தான். அவன் 1398 ஆம் ஆண்டு மங்கோலிய பரம்பரையிலிருந்து வந்தவன். இவன் பெயர் தைமூர். அவனது இளம் வயதில் போர்க்களத்தில் எதிரியின் அம்பு அவன் தொடையில் பாய்ந்ததால் அக்கால் செயலிழந்து விட்டது. ஒற்றைக்காலால் விந்தி விந்தி நடந்ததால் அவன் ஒற்றைக்காலன் என அழைக்கப்பட்டான். அவன் பஞ்சாப் மாநிலத்தில் ஒரு லட்சம் பேரை வெட்டி சாய்த்தான் என்பது வரலாறு.

646. மூவரசர்சீமை- தென்பாண்டிய நாடு (சேர சோழ பாண்டியர்கள் ஆண்டுள்ளதால் இது மூவரசர் நாடு எனப்படுகிறது)

647. கல்லாறு- பெண்ணரசி நாடதிலே புகழும் கல்லாறதிலே (55) என்பது பெண்ணரசு காவியம். பெண்ணரசியின் திருநாட்டில் பாய்ந்தோடிய ஆறு கல்லாறு. காஞ்சிபுரம் மாவட்டம் மதுராந்தகத்திற்கும் கருங்குழிக்கும் இடையே கல்லாறு ஓடுகிறது. மதுராந்தகம் ஏரியிலிருந்து பெருக்கெடுத்துப்பாயும் உபரிநீர் கல்லாற்றில் திறந்து விடப்படும்.

648. கரிக்கண்டனார்- கறைக்கண்டனார் (சிவபெருமான்)

650. ஏழைப்பங்கர்- ஏழையான சிவன்

650. உமைநாதர்- உமாதேவியின் கணவனான சிவன்

653. முறையம்- முறையீடு

654. அனியாயம்- அக்கிரமம், அட்டூழியம்

657. நகட்டிடுவேன்- நகர்த்திவிடுவேன்

657. காண்டம்- காடு

657. விளைத்திடுவேன்- ஆக்கிவிடுவேன், மாற்றிவிடுவேன்

கோபுரத்தை இடித்திடுவேன் கொடிமரத்தை முறித்திடுவேன்
பூசையது புகழவொட்டேன் பூஞ்சுனைகள் ஆடவொட்டேன்
தேவாரம் கூடவொட்டேன் திருமஞ்சனம் பொலியவொட்டேன்   660
ஆறாட்டும் களிக்கவொட்டேன் அமுதேத்தும் புசிக்கவொட்டேன்
காலைசாந்தி மாலைசாந்தி கடுகவென்றும் கூடவொட்டேன்
ஏகசாந்தி கூடவொட்டேன் இருக்க வொட்டேன் உமையுந்தான்
நேமத்தியும் களிக்கவொட்டேன் நெட்டூரம் செய்திடுவேன்
தோதகங்கள் ஆடிடுவேன் சுகத்திலேயும் இருக்கவொட்டேன்   665
இருக்கவொட்டேன் உம்மையும் நான் இனிமறைப்பு வைத்திடுவேன்
இத்தனைக்கும் வல்லவியாய் இருந்தாளே பாதகத்தி
பாதகத்தி உதிரக்கன்னி பரமசிவனோடு சொல்வாள்

உதிரக்கன்னியிடம் சிவன் உண்மையைக் கூறுதல்

பேதகங்கள் செய்திடுவாள் உதிரக்கன்னி யென்றுசொல்லி
உதிரக்கன்னி உதிரக்கன்னி பெண்கொடியே சொல்லக்கேளாய்   670
உன்னுடைய ஆடவர்தான் உற்றதிருச் சடைதாங்கி
சடைதாங்கி நிற்பதுண்டு ஈஸ்வரகால பூதமது
நிற்பதுநீ கண்டாயோ நேரிழையே உதிரக்கன்னி

---

658. கோபுரம்- கோயில் முன்வாயில்
658. கொடிமரம்- கொடியேற்றும் தடி
659. புகழவொட்டேன்- பூசையின்போது தெய்வப்புகழ் பாடல்களைப் பாடி பூசிக்க விடமாட்டேன்
659. பூஞ்சுனைகள்- பூக்கள் நிறைந்த நீர்நிலைகள்
660. தேவாரம்- இறைப்பாடல்களைப் பாடி நிகழ்த்தும் பூசை
660. ஒட்டேன்- அனுமதிக்கமாட்டேன்
660. திருமஞ்சனம்- திருமுழுக்கு
661. ஆறாட்டு- உற்சவமூர்த்தியை ஆற்றில் திருமுழுக்கு செய்தல்
661. அமுது- படையல்
662. காலைசாந்தி- காலைநேர வழிபாடு
662. மாலைசாந்தி- மாலைநேர வழிபாடு
663. ஏகசாந்தி- இரவுநேர வழிபாடு
664. நேமத்தி- இரவுநேர பூசை
664. நெட்டூரம்- நிட்டூரம்- இடையூறு
665. தோதகங்கள்- மரியாதையின்மை
666. மறைப்பு- போராட்டம்
667. வல்லவி- வலிமையானவள், ஆற்றல்படைத்தவள்
667. பாதகத்தி- தீவினைசெய்பவள்
669. பேதகங்கள்- வேறுபட்ட செயல்கள்

உதிரக்கன்னி பூதத்தைக் காணுதல்

அப்போது உதிரக்கன்னி அழகு திருச்சடையைக் கண்டு
அங்கேசென்று தான்பார்த்து ஆடவரைக் கண்டல்லவோ
ஆடவரைக் கண்டபோது அவளேது சொல்லுவாளாம்
மகாதேவர்க்குக் குடைபிடிக்க வாறேனென்று வந்தீரே
மகாதேவர்க்குக் குடைபிடித்தால் மறுத்துவரக் கூடாதோ
திருச்சடையைத் தாங்கவென்று சொல்லிக்கொண்டு வந்தீரே
திருமுடிகள் தாங்கிவந்தால் திரும்ப வரக்கூடாதோ
திரும்பவரக் கூடாதோ திருமுடியை உதறுமென்றார்
உதறுமென்று சொல்லிக்கொண்டு உடனே அவள் உதிரக்கன்னி
சுற்றிவந்து குரவையிட்டாள் திருச்சடையை உதறச்சொல்லி
மூன்றுநேரம் சுற்றிவந்து மொகுமொகென குரவையிட்டாள்
குரவைச்சத்தம் கேட்டபோது கூடுதல்லோ வலுபிலங்கள்
பிலங்களது கூடிடவே பூதம் விளியெறிந்து கொண்டு
மடமடென விளியெறிந்து வலுபூதம் உதறிடுமாம்
உதறிடவே திருச்சடையை உடனே விட்டு விலகிடுமாம்
விலகிடவே வலுபூதம் வெளியில் வந்து சொல்லிடுமாம்
பொன்னரனார் திருச்சடையும் என்னுடைய திருச்சடையும்
ஒருசடையாய் வளர்ந்ததெல்லாம் உதறிவிட்டேன் இருசடையாய்
இருசடையாய் உதறிவிட்டேன் என்றுசொல்லிக் கொண்டல்லவோ
வந்திடுமாம் வலுப்பூதம் மகாதேவர் முன் செல்லவென்று.

பூதமும் உதிரக்கன்னியும் சிவனிடம் செல்லுதல்

பூதம் வருகிற புதுமைகள் பாராய்
பொன்னெருமக் கொடி முன்னே பிடிக்க
கொடியும் விருதும் கொண்டு திரித்து

---

681. உதறு- சிதற வீசுதல்
683. குரவை- நாவால் எழுப்பப்படும் மங்கல ஒலி
685. வலுபிலங்கள்- மிக்கவலிமை
686. பிலங்கள்- வலிமை
686. விளியெறிந்து- ஓசையெழுப்பி
695. பொன்னெருமக்கொடி- பொன்னாலான எருமைச்சின்னக்கொடி
696. விருது- வெற்றி

கோடி நூறாயிரம் கொடிப்பிடிக்க
முன்னே ஆயிரம் தீவெட்டியாம்
பின்னே ஆயிரம் காளாஞ்சியாம்
பேய்ப்படை சூழப் பந்தம் பிடிக்க 700
பிடித்திடும் பூதத் தடியொரு கையில்
பூதத்தடியும் அதனுட ஒளியும்
பூணுநூலும் தளதள தளென
தளதள தளென அணிவிடுவது போல்
சக்கர வாழ்க்கொடி முன்னே நெருங்க 705
தடதட தடென தடவரை போலே
தானே பூதம் விளிபல தெறிக்க
விளிபல தெறிக்க மலரடி படவே
விண்ணிலே பந்தம் சாடுது பாராய்
சாடுது பாராய் குமுகுமு குமென 710
தானே பந்தம் தன்னை எடுத்து
கூட்டப் பந்தம் தன்னை எடுத்து
குன்னம் பாறையில் விட்டெறிந் திடுமாம்
எறிந்த பந்தம் தன்னை எடுத்து
இதமொடு பூதப் பெருமாள் தழுவ 715
தழுவத் தழுவ எரியுது திரியாய்
தழுவாத் தீயை தழுவுது பாராய்
ஒரு கண்ணதிலே அனலுகள் சொரிய
ஒருகண்ணதிலே பூவுகள் சொரிய
பூவுகள் சொரியவே மடவார்கள் 720
பெண்கொடிமார் புடை சூழவே வருவார்
ஈஸ்வர கால பூதம் வரவே

---

698. தீவெட்டி- தீப்பந்தம். இறை ஊர்வலம் செல்லும்போது முன்னே பிடித்துச்செல்லப்படும் தீப்பந்தம்
699. காளாஞ்சி- தீப்பந்தம்
700. பேய்ப்படை- பேய்க்கூட்டம்
700. பந்தம்- தீப்பந்தம்
703. பூணூல்- கழுத்துமுதல் இடுப்புவரை இடப்படும் நூல்
705. சக்கரவாழ்கொடி- இறை ஊர்வலம் செல்லும்போது பிடிக்கப்படும் வட்டவடிவப் பூக்குடை
706. தடவரை- பெரியமலை
713. குன்னம்பாறை- ஒரு பாறையின் பெயர்
718. அனலுகள்- தீ

உதிரக் கன்னியொரு பக்கம் வரவே
நாகங்கள் புடைசூழ வரவே
நாகக் கன்னி யொருபக்கம் வரவே
ஏவலாய் நின்று பணிவிடை செய்ய
மெய்க்கன்னி மார்கள் குரவைக ளிடவே
நறுநறு நறென பல்கடி படவே
நலமொடு பூதம் எழும்புது பாராய்
மடமட மடென குரவைகள் இடவே
வலுவுள்ள பூதம் வருகுது பாராய்
அம்பல விளியாம் அமைந்த நடையாம்
ஆலிலை போலே அமிர்த வயிறும்
கெண்டைச் சொல்லொடு கண்டச் சொல்லாம்
கிருபையுடன் பந்தாடியே வருவார்
வாரார் அடியார் தொழுதேற் றிடவே
மண்ணதிர விண்ணாகவே வருவார்
மலை நகண்டு வருவது போலே
வாய்த்தாரங்கள் இட்டிடுவாராம்
வாவா வென்றொரு வாய்த்தாரமும்
போபோ வென்றொரு வழிவிலக்கும்
பரிசை சத்தம் கேட்குது பாராய்
உடுக்கடிகள் கேட்குது பாராய்

---

725. நாகக்கன்னி- தேவகன்னி
727. மெய்க்கன்னிமார்கள்- கன்னிப்பெண்கள்
732. அம்பலவிளி- வெளியிடச் சத்தம்
733. ஆலிலை- ஆலமரத்து இலை
733. அமிர்தவயிறு- அழிவில்லாத வயிறு
734. கெண்டைச்சொல்- கண்டச்சொல்
734. கண்டச்சொல்- கழுத்திலிருந்துவரும் மணியான சொல்
735. கிருபை- அருள்
735. பந்தாடி- பந்தடித்து
738. நகண்டு- நகர்ந்து
739. வாய்த்தாரங்கள்- வாய்மொழிகள்
741. வழிவிலக்கு- வழியில் இருப்போரை விலகச்சொல்லுதல்
742. பரிசைசத்தம்-கேடய ஒலி
743. உடுக்கடிகள்- உடுக்கை அடிக்கும் ஓசை

உருளி கிடாரம் உடனே திறக்க
பந்திரி நாழி தாக்கோலும்
பதினெட்டு உருளிகளும்
மார்பில் சங்கிலி மடமட மடென
கடுகக்குல மதயானைகள் போலே
அரையிற் சங்கிலி கலகல கலென
வட்டச் சங்கிலி எங்கும் முழங்க
காலில் சங்கிலி கலகல கலென
கடுகக் குலமத யானைகள் போலே
குட்டி மதயானைகள் போலே
குஞ்சரத்தின் கன்றுகள் போலே
வடமும் அறுத்து துடமும் அறுத்து
மதம் பொழிந்திடும் யானைகள் போலே
அரைதனில் யானை மணிகளுமாக
ஆனை மதம் கொண்டது போலே
அழகொடு பொன்காத்த பூதத்தானும்
பாரமத யானைகள் போலே
பரமசிவனார் இடத்திலே சென்று
இந்திரனைச் சென்றடியிணைத் தொழுதார்
இறையவனைச் சென்றடியிணைத் தொழுதார்
சண்முகரைச் சென்றடியிணைத் தொழுதார்
மாயவரைச் சென்றடியிணைத் தொழுதார்
வலுவுள்ள பொன்காத்த பூதப்பெருமாள்
வார்த்தை யாதோ சொல்லிடுவாராம்

---

744. உருளி- சிறிய வெண்கல வார்ப்பு
744. கிடாரம்- கொப்பரை
745. பந்திரிநாழி- இருபது நாழி
745. தாக்கோல்- திறவுகோல்
750. வட்டச்சங்கிலி- வட்ட வடிவ கால்சங்கிலி
755. வடம்- பெரிய கயிறு
755. துடம்- தொடர்பு
762. இந்திரன்- தேவலோகத் தலைவன்
764. சண்முகர்- முருகன்

விருத்தம்

ஈஸ்வர காலபூதத்துட தன்னழகும் ஒப்பினையும்
இயலழகும் கண்ட மடவார்கள்
எங்கிருந்து வந்தாரோ வென்று கையை மூக்கில்வைத்து
எட்டியெட்டிப் பார்த்து நிற்பாரும்
வங்கிசந்தான் எப்படியோ வருவாரோ மாட்டாரோ
வாடி மையல் மீறுதே ஐயோ
தங்கவளை தானுமக்கு முன்கை வளையும் அணிந்து
பெண்கள் துடர்ந்தோடி வருவாரே

சிவன் முன்பாகப் பூதம் வாதாடுதல்

வந்துநின்று வலுபூதம் மகாதேவர் கைலையிலை
கைலாச புரமதிலே கறைக்கண்டனார் முன்பதிலே
தீர்க்கமுடன் பூதமது சென்றுநின்று சொல்லிடுமாம்
சுமக்க வொண்ணா பாரமெல்லாம் திருச்சடையும் சுமந்துவந்தேன்
திருச்சடையும் சுமந்து வந்தேன் திரும்பவரம் தாருமென்று
வரம் தாருமென்று சொல்லி வாதாடி நின்றிடுமாம்
வாதாடி நிற்பதெல்லாம் மகாதேவர் தானறிந்து
இப்படிக் கொத்த பூதத்தையும் எப்படி பிலம்குறைத்திட
அக்கினித் தூண் தழுகச்சொல்லி அடைத்துபிலம் குறைக்கவேணும்
அக்கினித் தூண் அல்லாதே அடங்காது வலுபூதம்
என்றுசொல்லி அரனாரும் யாதுமொழி சொல்லுவாராம்

சிவன் பூதத்தை அக்கினித்தூண் தழுவும்படி சொல்லுதல்

எந்தன் கைலாச புரமதிலே இன்னும் வேலைகள் மெத்தவுண்டு
சொன்ன வேலைகள் செய்ததுண்டால் தீர்க்கமுடன் வரம்தருவேன்
அக்கினித்தூண் என்றொரு தூண் அடுத்துமங்கே நிற்பதுண்டு

---

768. ஒப்பினை- திருத்தம், செவ்வை
768. இயலழகு-நடையழகு
770. வங்கிசம்- வம்சம்
770. மையல்- மோகம், காமமயக்கம்
773. கறைக்கண்டனார்- கறைபடிந்த கழுத்தைக் கொண்ட சிவன்
780. அக்கினித்தூண்- தீப்பற்றி எரியும்தூண்

ஆருவந்து கண்டாலும் அசைத்து விளையாடிடுவார்
வரம்வேண்டும் பேர்களெல்லாம் வந்துகட்டித் தழுவிடுவார்
தழுவிவிடும் பேர்களுக்குத் தானேவரம் கொடுத்திடுவேன்
அப்படி நீ தழுவிவந்தால் அதிகவரம் நான்தருவேன்
தருவேனென்று சொல்லுமுன்னே அக்கினித்தூண் அருகே சென்று
சென்றுநின்று கொண்டல்லோ சேர்த்துப் பிடுங்கிடுமாம்
அக்கினித்தூண் கண்டபோதே அசருதல்லோ பூதமது
அயர்ந்தாலும் பூதமது அகமகிழ்ந்து சொல்லிடுமாம்
ஆயிரம்பேர் கூடினாலும் அசையாத அக்கினித்தூண்
அசையாத அக்கினித்தூண் அசைத்திடவும் ஒருத்தருண்டோ
தப்புரவு சொல்லி நம்மை சதிவாகச் சொல்லிவிட்டார்
இந்தவலு தூணையுமே எல்லோரும் தழுவிடுவார்
எல்லோரும் தழுவிடுவார் என்றுசொல்லி ஏய்த்துவிட்டார்
ஏய்த்துவிட்டார் ஆனாலும் இனிவிலகிப் போறதில்லை
போறதில்லை என்றுசொல்லி பூதம் எட்டிப் பார்த்திடுமாம்
எட்டியங்கே பார்த்திடவே எரியுதல்லோ கவரோடி
கவராகக் காணுதல்லோ கண்ணுக்குத் தோத்தரவாய்
தோத்தரவாய்க் கண்டிடுமாம் சுத்திவரக் கொதித்திடுமாம்
அக்கினியாய்த் தான்கொதித்து அனலாக எரிந்திடுமாம்
எரியுதல்லோ கவருவிட்டு எற்றநல்ல அக்கினித்தூண்
அக்கினித்தூண் அருகே சென்று ஆரார்க்கும் முடுகொண்ணாது
ஒருதருக்கும் முடுகொண்ணாது உயருதல்லோ அனல்முடுகி
முடுகியனல் எரியுதல்லோ முக்கண்ணரே பாருமென்றார்
கடிதாக இருக்குதென்று கரிக்கண்டனார் யாதுசொல்வார்
வந்தவந்த தெய்வாரெல்லாம் மயங்கிவிழுந் தோடிவிட்டார்

---

792. அசருது- வருத்தம்
793. அயர்ந்தாலும்- சோர்ந்தாலும்
796. தப்புரவு- பிழை
796. சதிவாக- வஞ்சனையாக
797. வலுதூண்- வலிமையான தீத்தூண்
801. கவரோடி- பலபிரிவுகளாக
802. தோத்தரவு- வருத்தமாய்
805. கவரு- பிரிவு
806. முடுகொண்ணாது- கிடைத்தற்கரியது
808. முடுகி - விரைவுடன்
808. முக்கண்ணர்- சிவபெருமான்
809. கடிது- கடுமை
809. கரிக்கண்டனார்- கறைக்கண்டனார்(சிவன்)

இந்தநல்ல அக்கினித்தூண் இனித்தழுவ ஒருத்தரில்லை
இல்லையென்று சொல்லுமுன்னே எல்லோரு மோடிவிட்டார்
அக்கினிகள் ஆற்றாமல் அவர்கள்பயந் தோடிடுவார்
பார்த்த பார்த்த பேர்களெல்லாம் ஒளித்து வந்துபார்த்து நிற்க

பூதம் அக்கினித்தூண் தழுவுதல்

எல்லோரும் பார்த்து நிற்க ஏற்றவலு பூதமது
வல்லாத அக்கினித்தூண் வந்திடுவார் தழுகவென்று
தெய்வார்கள் தழுவாத தீத்தழுவச் சொன்னீரே
தீத்தழுவப் போறேன் நான் தெய்வார்கள் பார்த்து நிற்க
தீத்தழுவி வந்ததுண்டால் தெய்வாரை விடுவேனோ
சிவனாரை விடுவேனோ திரும்ப வரம் வேண்டாமல்
அத்தனைக்குப் பூத்தானமோ அக்கினித்தூ ணானதெல்லாம்
சிவனாரும் பார்த்து நிற்க தீத்தழுவ வேணுமென்று
ஆதிபரன் பார்த்துநிற்க அக்கினித்தூண் தழுவப்போறேன்
மகாதேவரைத் தொழுதுகொண்டு வலுபூதம் ஓடிச்சென்று
ஓடிச்சென்று அக்கினித்தூண் உடனே கட்டித் தழுவுதல்லோ
நாடிக் கட்டித் தழுவிக்கொண்டு நாலுதிக்கும் தழுவிடுமாம்
ஆயிரத்தெட்டு தீக்கவரும் அவர்தழுவி விளையாடுவார்
தழுவி விளையாடும்போது தணிந்திடுமாம் எரிந்தகவர்
எரிந்த கவருந்தனிலிருந்து எழும்பிடுமாம் புகையாக
புகையோடு அனல்எழும்ப பூதம் வெந்துப் போச்சுதென்பாரும்
வெந்துபோனான் என்பாரும் வேகமாட்டான் என்பாரும்
கரிந்து போனான் என்பாரும் கரியமாட்டான் என்பாரும்
கரிந்து போனா ரென்னுமுன்னே கடுகவிளி எறிந்திடுமாம்

பூதம் அக்கினியில் அடைபடுதல்

அக்கினித்தூண் தழுவிநிற்க அவனினல் லிருள்போல் மூடிடுமாம்
தெய்வாரும் வானவரும் தெரியாமல் அடைகள் பட்டார்

---

817. தீத்தழுவுதல்- தீப்பற்றியெரியும் தூணைக் கட்டிப்பிடித்தல்
821. பூத்தானமோ- எளிமையானதோ
827. தீக்கவர்- பல பிரிவுகளாக எரியும் தீ
832. கரிந்து- தீயில் கருகி
835. அடைகள்- மூடிக்கொள்ளுதல்

அடைகள் பட்டார் முடிகள் பட்டார் ஆணழகன் வலுபூதம்
அடைகள்பட்டுக் கிடந்தாலும் ஆதாளி ஒருக்காலே
அவருடைய வீரங்களும் ஆண்மைகளும் பார்த்திருந்தார்
சிவனிடம் பார்வதி முறையிடுதல்
பார்த்திருந்தார் ஆதிபரன் பாரக் கைலாசத்திலே
பார்வதியும் பார்த்திருந்து பரமசிவ னோடுரைப்பாள்
பாவமல்லோ சிவனாரே என்று பார்வதியாள் அம்மைசொல்ல
பார்வதியோடே சினத்துப் பறைந்திடுவார் ஆதிபரன்
பாவமென்றாய் பார்வதியே பரமார்த்தமோ உனக்கு
வல்லாத பூதம்இதை வளர்த்தோமே கைலையிலே
பொல்லாத பூதமென்று போட்டுவிட்டேன் அக்கினியில்
பெலத்தை யெல்லாம் குறையாமல் போகவிட மாட்டேன்நான்
மாட்டேனென்று ஆதிபரன் மறுமொழிகள் சொல்லுமுன்னே

பூதம் புலம்புதல்

சொல்லுமுன்னே வலுபூதம் சினத்தோடு சினமாக
அல்லல் செய்வேன் எப்படியும் அக்கினித் தூணானதையும்
தூணதையும் தான்பிடுங்கி தோகையரே உதிரக்கன்னி
ஆண்மை யெல்லாம் அறியாமல் அடைத்துவிட்டார் அக்கினியில்
அக்கினியில் அடைத்துவிட்டார் ஆண்டுபன் னீரெண்டளவும்
ஆண்டோடாண்டு பன்னீரெண்டு அறியல்லையோ உதிரக்கன்னி
எப்போதும் உதிரக்கன்னி இடதுபுறம் நிற்பாளல்லோ
இன்னும் வரக்கண்டுதில்லை என்றுசொல்லி வலுபூதம்
கண்டுதில்லை என்றுசொல்ல காரிகையாள் தானறிந்தாள்

உதிரக்கன்னியும் பிராமணக்கன்னியும் கயிலை வருதல்

உதிரக்கன்னி தாயாரும் பிராமணக் கன்னியரும்
திக்கெனவே தானெழுந்து திடுதடென தானடந்தார்

---

837. ஆதாளி- பேரொலி
842. பறைந்திடுவார்- சொல்லிடுவார்
843. பரமார்த்தம்- அறியாமை
844. வல்லாதபூதம்- ஆற்றலுள்ள பூதகணம்
845. பொல்லாதபூதம்- தீங்குசெய்யும் பூதகணம்
849. அல்லல்- துன்பம்
850. தோகையர்- மரியாதைக்குரிய பெண்
857. உதிரக்கன்னி- வேள்வியில் பிறந்த பெண்பூதம்
857. பிராமணக்கன்னி- வேள்வியில் பிறந்த பெண்பூதம்

எங்கேசென்று பார்ப்போமென்று ஏந்திழையாள் இருபேரும்
கைலாசபுரமதிலே கரிக்கண்டனார் முன்பதிலே 860
அங்கேசென்று நின்றுகொண்டு ஆயிழைமார் யாதுசொல்வார்
என்பிலமும் அவர்பிலமும் இனியறியா மெனவே
வம்பாய் என்அண்ணாவியை மறைத்துவிட்ட காரியமேன்
மறைத்திடவும் உமக்குத்தொழில் மாற்றிடவும் உமக்குத்தொழில்
கொடுத்திடவும் உமக்குத்தொழில் கொடாதபேரை பறிக்கச்சொல்வீர் 865
பறிப்பா ரும்மைத்துனனார் பலநாளும் தொழிலுமக்கு
இல்லையென்று மழுவேந்தி சைவமென்று சொன்னபோது
இதுபோலே விடுவேனோ என்னுடைய அண்ணாவியை
இப்போ காட்டித் தராவிட்டால் இருப்பீரோ கைலையிலே
தோதகங்கள் ஆட்டிடுவேன் சுகத்திலேயும் இருக்கவொட்டேன் 870

சிவன் உதிரக்கன்னியிடம் பூதம் இருக்குமிடம் கூறுதல்

பாதகத்தி உதிரக்கன்னி பெண்கொடியே சொல்லக்கேளாய்
உன்னுடைய ஆடவர்தான் உற்றதொரு அக்கினியில்
அக்கினித் தூணைத்தழுவி அங்கேதான் நிற்பதுண்டு
அங்கேசென்று பாரெனவே ஆதிபரன் சொல்லுவாராம்

உதிரக்கன்னி பூதத்தைக் காணுதல்

சொல்லுமுன்னே உதிரக்கன்னி சென்றுகண்டாள் பூதத்தையும் 875
கண்டவுடனே மூக்கில் கைதானெடுத்து வைத்து
வண்டுறுக்கி பல்கடித்து வந்துகிட்ட நின்றுகொண்டு
திண்டுக்கு முண்டான முறைசெய்தாரே ஆதிபரன்
ஆதிபர னருமும்மை அபத்தமது செய்தாரோ
என்றுசொல்லி உதிரக்கன்னி இங்கே ஏகி வாருமென்று 880

863. வம்பாய்- வீம்பாக
863. அண்ணாவி- மேலானவர்
867. மழுவேந்தி- மழு என்னும் ஆயுதம் ஏந்தி
867. சைவமென்று- சைவசமயமென்று
871. பாதகத்தி- பெருந்தீவினையாள்
877. வண்டுறுக்கி- கைவளையை மேலாக இறுக்கி
877. கிட்டநின்று- அருகில் நின்று
878. திண்டுமுண்டு- எதிரிடையான
879. அபத்தம்- துன்பம்
880. ஏகிவாரும்- கடந்துவாரும்

மூன்றுதரம் சுற்றிவந்து முகுமுகென குரவையிட்டாள்
கூடுதல்லோ வலுபிலங்கள் குரவை சத்தம் கேட்டபோது
பிலத்தோடு பிலமாகப் பூதம் அக்கினித்தூணை
நீங்காதே போனதுண்டால் பின்னும் நம்மை நகைப்பார்

மண்ணோடே ஒழியவைப்பேன் என்றுசொல்லி வலுபூதம்
மண்ணோடே கிடுகிடென மடமடென அசைத்திடுமாம்
அசையாத அக்கினித்தூண் அசைந்ததென்ன மாயமென்பார்
ஆராலும் கூடாத அக்கினித் தூணைப் பிடுங்கி
அடியோடே தான்பிடுங்கி அலைகடலில் எறிந்திடுமாம்
எறிந்த தூணைப் பார்த்து யாதுசொல்லும் வலுபூதம்
எறியாதே போனதுண்டால் இன்னும் நம்மை அடைத்திடுவார்
அடைத்திடுவார் என்றுசொல்லி அப்பாலே எறிந்திடவே
எறிந்து வலுபூதம் இன்னா பாருபா ரெனவே
பாரு பாரெனவே பாரப்பூதம் வருகுது பாராய்
....
....
மாயவரைச் சென்றடியிணைத் தொழுது
வார்த்தையேதோ சொல்லிடுவாராம்.

சிவனிடம் பூதம் தன்னைப் பிறவிசெய்த காரணம் கேட்டல்

ஈஸ்வரரே மகாதேவா ஏழைப்பங்கா உமைநாதா
என்னரனே பொன்னரனே என்னையுமோ பிறவிசெய்தாய்
என்னையுமோ பிறவிசெய்து எனக்குவரம் தாறேனென்றீர்
அக்கினித் தூணைத்தழுவி அவ்விடம் விட்டுக் கரையேறி
கரையேறிப் பூதத்துட கண்கள் இரண்டும் தீப்பறக்க
தீக்கொதிக்க தீக்கொதிக்க சென்றிடுமாம் கைலையிலே
கைலையிலே சென்றுநின்று கறைக்கண்டர்முன் நின்றுகொண்டு
தொழுதிடுவோம் அரனாரைச் சொல்லிடும் வலுபூதம்
மகாதேவா என்தனக்கு வரந்தருவே னென்றீரே
வரம்தருவேன் என்றதற்கு வந்தேன் உம்மிடத்திலே
உம்மளிடத்தில் வந்தேன் நான் உமக்கறியப் போகாதோ
சம்மதித்த வரமெனக்குத் தாராதே இருந்ததுண்டால்

---

881. முகுமுகு- விருப்பமாக, இரட்டைக்கிளவி
904. தீக்கொதிக்க- தீவெப்பம் எழும்ப

கோபுரத்தை இடித்திடுவேன் கொடிமரத்தை முறித்திடுவேன்
கடலைக் கலக்கிடுவேன் கருமலையை நகட்டிடுவேன்
மலையைப் பிடுங்கிடுவேன் மனிதர்கொலை செய்திடுவேன்
எனக்குவரம் தாராமல் இருப்பீரோ கைலையிலே
கைலையெல்லாம் நகட்டிடுவேன் கரிக்கண்டரை இருக்கவொட்டேன்
ஒருதரையும் இருக்கவொட்டேன் உமைதனையும் இருக்கவொட்டேன்
என்னைமெத்தப் பறையாதே நானுனக்கு வரம்தருவேன்
எந்தனுட கைலையிலே இன்னும் கொஞ்சம் வேலையுண்டு
கல்லறைகள் வைத்து வந்தால் கடுகவரம் நான்தருவேன்
கல்லறைகள் என்னுமுன்னே பூதம் கடுங்கோபம் கொண்டிடுமாம்
சொன்னசொன்ன வேலையெல்லாம் செய்துநிறை வேற்றிவந்தேன்
திருச்சடையும் தாங்கிவந்தால் சிறந்தவரம் தருவேன் என்றீர்
இல்லையென்று அக்கினித்தூண் இனித்தழுவி வந்ததுண்டு
வல்லட்டி யானாலும் வரம்தருவேன் என்றுசொன்னீர்
அல்லவென்று சொல்லாமல் அக்கினித்தூண் தழுவிவந்தேன்
தழுவாத் தீயையெல்லாம் தழுவிவந்தேன் ஈஸ்வரரே
இல்லாத வேலையுமோ என்னையுந்தான் வேலைகொண்டீர்
இல்லையென்று சொன்னாக்கால் உம்மைநான் விடுவேனோ
சொல்லாத வேலையெல்லாம் சொல்லியென்னை வேலைகொண்டீர்
சொன்னதுபோல் வேண்டாமல் சும்மாநான் விடுவேனோ
விடுவேனோ உம்மையுந்தான் வேண்டும் வரம் வேண்டாம்
தாண்டவங்கள் ஆடினதும் சமத்தையெல்லாம் அறிவேன்நான்
மாண்டார்தம் எலும்பை யெல்லாம் மாலையாகப் பூண்டீரே

---

912. கருமலை- மேன்மையான மலை
919. கல்லறை- கல்லாலான அறை
924. வல்லட்டி- பலவந்தம்
932. தாண்டவங்கள்- கூத்துகள்
932. சமத்து- ஆற்றல்
933. சிவன் எலும்புமாலை பூணுதல்- சிவன் பார்வதிக்கு அறவுரை கூறும்போது அவள் அவரிடம்,
'கொத்துமலர் பிச்சிவாச்சி பச்சை கொழுந்து மாலைகள் சூடாமல்
மத்தம் மலருடன் எருக்கலம்பூ மாலைசூடிய காரணமேன்
சூடாத தலையோடு எலும்புதன்னை சுவாமி சூடிய காரணம் ஏன்?'
என்று கேட்டாள். அதற்குச் சிவன்
பூவிலரிய மின்னார்களுட புருடரனை பேருமே சீறி
சீறி மழுசூலம் பிறையரவம் சிறந்த முயலகன் வெண்ணீறும்
மீறியவர் இட்ட ஆயுதங்கள் வெளியில் போடாமல் அவதரித்தோம்
தேறும்பதினாலு லோகங்களும் திருமாலயன் வீணே இறந்ததினால்
ஆறும்படி யவர்தலையோட்டை அணிந்தேன் அறம்வளர்த்தா ளென்றார் (வலைவீசுகாவியம், பக்.141-143)

வஞ்சியரைத் திருச்சடையில் வைத்துச் சுமந்த தொழிலோ
செஞ்சடை மீதே சுமந்த தொழிலோ உமக்கிதோகாண்
நெஞ்சறியாமல் நிலத்தில் இரந்துண்டீரே
அண்ணாமலையில் நின்று அணிந்தீரே புலித்தோலை
வண்ணாரப் பெண்மீது மையல் கொண்டு நின்றீரே
தூண்டு மாமுனி தனக்குத் தொழிலையும் விட்டுக் கொடுத்தீர்
தாண்டியே கொல்லவந்தான் தானோடி ஒளித்தாற்போல்
அப்படிப்போல் ஒளித்துவிட்டால் அதுபோலே விடமாட்டேன்
இப்படியே சொல்லிடுவேன் இனிப்பழித்துப் பறைந்திடுவேன்
பறையுமுன்னே ஈஸ்வரனார் பகர்ந்துமொழி கூறுவாராம்
பகர்ந்து நிற்கும் பூதத்திற்கு உற்றமொழி யாதோசொல்வார்
வம்புவகை சொல்லாதே வசைகள் மெத்த பறையாதே
மெத்த நம்மை பறையாதே வேண்டுவரம் நான்தருவேன்
தத்துவங்கள் பறையாதே தாறேன்நான் அதிகவரம்
அதிகவரம் நான்தருவேன் உன்னைவெல்ல ஒருத்தருண்டோ
உன்னைப்போலே வெகுபூதம் உலகத்தில் கண்டதில்லை
உலகத்தில் கண்டதில்லை ஒருவிடமும் கண்டதில்லை

934, 937. புலித்தோலை அணிதல்- தேவர்கள் திருப்பாற்கடலைக் கடைந்தபோது அதில் புலி தோன்றியது. அதனைச் சிவனிடம் கொண்டு வந்தனர். அப்போது அதன் தோலை உரித்து சிவன் அணிந்துகொண்டார்.
தோணுமே புலியானது கண்டுதான்
தோகைபங்கன் முன்கொண்டுபோய் விட்டனர்
விட்டபோது புலிவாகனமதை
வெட்டினார் கிட்டநின்ற பேர்கூடியே
புலித்தோலை உரித்துச் சிவன்முதல்
புனைந்து கொண்டார் அரையில் *(பிரமசக்தியம்மன் கதை, ப.62)*
937. அண்ணாமலை- திருவண்ணாமலை
938. வண்ணார- வடிவாக
938. பெண்மீது மையல் கொள்ளுதல்- முனிவர்களின் மனைவியரின் கற்பைச் சோதிக்க அவர்கள்மீது மையல் கொண்டு சிவன் சென்ற கதை
நேசமுடன் அவர்மனைவியர்கள் நெறியும் குறிகளும் காணவென்ன
பாசமுடன் மடவார்கள் பத்திகாணவே சென்றேன் மின்னே
சென்றேனவர் கற்பு காணவென்ன சீராயறிவைத் தாழ்பூட்டினதை
கண்டேன் கப்பரை கையிலேந்தி கடுகவே பிச்சை தாருமென்றேன்
அன்றே அவர்களென் அழகுகண்டு அடங்கா மையல்கொண்டு துடர்ந்துவந்தார்
(வலைவீசுகாவியம், ப.142)

939. தூண்டு - முடுக்காக
939. மாமுனி-தவமுனிவன்
947. தத்துவங்கள்- அதிகாரங்கள்

மற்றொருவர் வந்ததுண்டால் மாண்டிடுவார் அக்கினியில்
மாண்டிடுவா ரல்லாதே மறுத்து இங்கே வரவுமாட்டார்
மறுத்துக் கரையேறி வந்தாய் வலுபூதப் பெருமாளே
பொறுத்து விட்டாய் நீயதெல்லாம் பெருகவரம் நான்தருவேன்
வரமுனக்கு நான்தருவேன் மாட்டேனென்று சொல்லாதே
மாட்டேனென்று சொன்னாக்கால் வரமுனக்குத் தாறதில்லை

சிவன் பூதத்திடம் கல்லறை அமைக்கும்படி கூறுதல்

வரமுனக்குத் தரணுமானால் வைத்துவாடா கல்லறைதான்
கல்லறைகள் பொன்னம்பலம் கட்டுடனே வைத்து வந்தால்
வைத்து வந்தால் வரந்தருவேன் வலுபூதப் பெருமாளே
கல்லறைகள் பொன்னம்பலம் கண்டறியேன் ஆதிபரா
பொன்னம்பலம் நானறியேன் பொய்சொல்லவும் நானறியேன்
அறிவேன் அறிவேனுன் ஆசாரவார்த்தை யெல்லாம்
ஆசாரம் சொல்லறியேன் ஆனைப்பலம் உடையவனே
கடலைக் கலக்கிடுவாய் கருமலையை நகட்டிடுவாய்
மலையைப் பிடுங்கிடுவாய் வானமதை அழித்திடுவாய்
சொன்னதுபோல் தாராமல் சும்மாநான் விடுவேனோ
விடுவேனோ உம்மையும்நான் வேண்டும்வரம் வேண்டாமல்
தாண்டவங்கள் ஆடினதும் சமத்தையெல்லாம் அறிவேனான்
இறைக்கிறை ஏழானைப்பலம் இதுவுனக்கு
சும்மா சென்று வைத்துவாடா சோலியில்லை கல்லறையை
பரமார்த்த மாயவரும் பறைந்தாரே என்றுசொல்லி
சொல்லிக்கொண்டு சதித்திடுவாய் சொல்மறுத்துப் பேசிடுவாய்
மறுத்துஅவர் பேசினாலும் வாய்த்தாரம் விட்டாலும்
வைக்கவேணும் கல்லறைதான் உபாயமது செய்யவேணும்

---

951. மாண்டிடுவார்- இறந்திடுவார்
968. பொன்னம்பலம்- கனகசபை, சிவாலயம்
962. ஆசாரவார்த்தை- வழக்கமான சொற்கள்
968. தாண்டவங்கள்- கூத்துகள்
968. சமத்து- ஆற்றல்
969. இறைக்குஇறை- எடைக்கு எடை
969. ஏழானைப்பலம்- ஏழு ஆனை ஆற்றல்
970. சோலி- வேலி
971. பரமார்த்தம்- உண்மை
*973.*வாய்த்தாரம்- வாய்மொழி
974. உபாயம்- உத்தி

உபாயமது செய்தல்லவே மாயவரை அடைக்கவேணும் 975
அடைத்துவிட்டு மாயவரை வந்ததிகவரம் வேண்டிக்கொண்டு
வேண்டிக்கொண்டு வரங்களெல்லாம் விட்டிடலாம் வேளைதனில்
அல்லாதே போனதுண்டால் அவரும் வரம் தரமாட்டார்
கல்லாலே பணிகள்செய்து கல்லறைகள் வைக்கவேணும்
சொல்லாமல் பொறிகள் வைத்து சிவனாரை அடைக்கவேணும் 980
வல்லாத பூதமது மகாதேவர் முன் வந்துநின்று
மகாதேவரை தொழுதுகொண்டு வார்த்தையேதோ சொல்லுவாராம்
முன்னையென்னை ஏய்த்ததுபோல் இன்னுமென்னை ஏய்த்துண்டால்
ஏய்த்துண்டால் இப்போது இருப்பீரோ கைலையிலே
கைலையிலே இருப்பீரோ கல்லறைதான் வைக்கப்போறேன் 985

பூதம் கல்லறை கட்ட முற்படுதல்

கல்லறை வைத்துமுடிக்க காணல்லவோ போறேன்நான்
ஆணவங்கள் மிகக்கூறி அழைத்துவந்தார் மாந்தையரை
மாந்தையர்கள் அப்போது வந்துமலர் பாதம் தொழுதுநின்றார்

தேவலோகத் தச்சுப் பணியாளரிடம் பூதம் கட்டளையிடுதல்

மாந்தையரைக் கண்டபோது வலுபூதம் சொல்லிடுமாம்
மாந்தையரே மாந்தையரே வார்த்தையொன்று சொல்லக்கேளாய் 990
கல்லறைகள் வைப்பதற்கு கல்லடிக்க வரவேணும்
கல்லடிக்க வரவேணும் கடுகமலை பிளக்கவேணும்
மலைபிளக்க இப்போது வரவேணும் சடுதியிலே
சடுதியில் வரவேணுமென்று தான்சினத்து சொல்லிடவே
சொல்லுமுன்னே மாந்தையர்கள் திடுக்கெனவே தான்பதறி 995
வல்லாத பூதமது மாந்தையர்கள் எல்லோரும்
கல்லடித்து வாறோமென்று கட்டுடனே தொழுதுநின்றார்

---

979. பணிகள்- வேலைப்பாடுகள்
980. பொறிகள்- இயந்திரங்கள்
983. ஏய்த்தது- ஏமாற்றியது
987. ஆணவங்கள்- திமிர்
987. மாந்தையர்- தேவலோகத் தச்சர்கள்
991. கல்லடிக்க- கல்லுடைத்து கொண்டுவர
991. மலைபிளக்க- மலையை அடித்துப் பிளக்க
993. சடுதி- விரைவு

தேவலோகத் தச்சர்கள் கருவிகளுடன் கல்லுடைக்கப் புறப்படுதல்

தொழுதுகொண்டு மாந்தையர்கள் சென்றெடுத்தார் வாச்சியுளி
சித்துளியாம் பேருளியாம் சிறந்த தச்சிமுழக் கோலாம்
காய்ச்சல் பெற்ற கருவுளியாம் கதர்மையுள்ள பேருளியாம்
மலைபிளக்கும் கூடங்களும் மற்றுமுள்ள கல்லுளியும்
கூடமொடு கூடையாவும் கொண்டு மாந்தையர் தானடந்தார்
வடநாடு தான்கடந்து வாய்த்த மூதேச நாடுமிட்டு
பஞ்சவர்கள் வனமுறையும் பஞ்சவர்ணக் காடுமிட்டு
கொஞ்சிக் கோவிக்கல் மேடைவிட்டு உருகச் சித்திர மடமுமிட்டார்
கல்லாறு வேம்பாறு கடுகமலை சென்றேறி
பொன்னரிய மாமலையில் பெருத்த கல்களு முண்டுமென்று
வன்னமலை தன்னிலுள்ள வளமை பார்த்துச் சொல்லுவாராம்
ஆகாது என்றுசொல்லி அடுத்தமலை தான்கடந்து

---

998. வாச்சி- மரம் மற்றும் கல்வேலை செய்யும் கருவிகளில் ஒன்று
998. உளி- தச்சுவேலைக் கருவி
999. சித்துளி- மரம் மற்றும் கல்வேலைக்குரிய சிற்றுளி
999. பேருளி- பெரிய அளவினதான வெட்டுக்கருவி
999. தச்சி- தச்சுவேலை, மரவேலை
999. முழக்கோல்- அளவுகோல்
1000. காய்ச்சல்- இரும்பு
1000. கருவுளி- கரிய ஆயுதம்
1000. கதர்மை- கூர்மை
1001. கூடங்கள்- கல்லுடைக்கும் ஆயுதம்
1102. கூடை- மண் எடுத்துச்செல்லும் பெட்டி
1001. கல்லுளி- கல்வேலை செய்யும் ஆயுதம்
1003. வடதேசம்- வடநாடு, வடக்கு மலையடிவாரம்
1003. மூதேசநாடு- சேரசோழபாண்டியநாடு
1004. பஞ்சவர்கள்- பஞ்சபாண்டவர்கள்
1004. பஞ்சவர்ணக்காடு- குமரிநாட்டில் ஓர் இடம்
1005. கோவிக்கல்மேடை- அரண்மனை இருப்பிடம்
1005. சித்திரமடம்- பயணிகள் தங்கிச்செல்லும் அழகிய மடம்
1006. கல்லாறு- காஞ்சிபுரம் மதுராந்தகம் வழியாகப் பாயும் ஓர் ஆறு
1006. வேம்பாறு- தூத்துக்குடி மாவட்டத்திலுள்ள ஓர் ஊரின் பெயர். இது இராமநாதபுரம் மாவட்ட எல்லையில் உள்ளது.
1007. பொன்னரியமாமலை- பொன்போன்ற பெரியமலை
1008. வன்னமலை - அழகிய மலை
1008. வளமை- செழுமை

திருவண்ணா மலைதனிலே சென்றேறிப் பார்த்திடுவார்
கருவுருகிப் பாய்ந்தமலை கல்லறைக்கு ஏற்றமலை
அம்மலையில் கல்லதெல்லாம் ஆகுமென்றார் கல்லறைக்கு
ஆகுமென்றால் மாந்தையரே அடியுமென்றார் கல்லதெல்லாம்

தேவலோகத் தச்சர்களிடம் பூதம் கோபித்தல்

வேகமுடன் அடிக்கவேணும் வெகுநேர மாச்சுதல்லோ
அதிககோபம் கொண்டிளகி ஆணழகன் வலுபூதம்
மாந்தையரை அடிக்கவென்று வலுபூதம் தடியெடுத்து
எங்களையும் அடிக்கவேண்டாம் என்றுசொல்லி மாந்தையர்கள்
பூதத்துட கால்மாட்டில் போய்விழுந்தார் சரணமென்று
ஒருபிழையும் பொறுக்கவேணும் உம்முடைய ஆளல்லவோ
செய்தபிழை பொறுக்கவேணும் சீக்கிரத்தில் மலைபிளப்போம்
மலைபிளப்போம் கல்பிளப்போம் வலுவுள்ளகல் இளக்கிடுவோம்
அலைகடல் சூழ் மாந்தையர்கள் அளக்கமுழக் கோலெடுத்தார்
அளந்து வகைவகையாக அவர்கள் பணிக்கேற்றதுபோல்
கணக்கின் படியுண்டான கல்லடிக்க வேணுமென்றார்

கணபதிக்குக் கல்லுடைத்துத் தொழுதல்

கணபதிக்கோர் கல்லடிக்கவேணும் கனத்த வயிறும் துதிக்கையுமாய்
பேழைவயிறு துதிக்கையுமாய் பிள்ளையாருட முகம் நோக்கி
அடக்காயும் வெற்றிலையும் நிறைநாழி வைத்து
நிறைநாழி கும்பக்குடம் நெல்பொரி தெட்சணையும் வைத்து
தீபதூபம் பணிமாற சென்று நின்று கைகுவித்து
எண்ணைக் காப்பும் சாற்றிக்கொண்டு ஏற்றபுகழ் மாந்தையர்கள்

1010. திருவண்ணாமலை- தமிழகத்தில் புகழ்பெற்ற சிவாலயம் உள்ள ஊர் திருவண்ணாமலை. திருவண்ணாமலை மாவட்டத்தின் தலைநகரம்
1011. கருவுருகிப்பாய்ந்தமலை- கருமை உருகிப் பாய்ந்ததுபோன்ற கரியமலை
1018. கால்மாட்டில்- காலடியில்
1024. பேழை வயிறு- தொந்தி வயிறு
1027. அடக்காய்- அடைக்காய்- பாக்கு
1027. நிறைநாழி- பூசையின்போது வைக்கப்படும் நாழிநிறைய நெல்
1029. பணிமாற- இரட்டிப்பாக்க
1030. எண்ணெய்க்காப்பு- சுவாமியின் சிலைக்கு எண்ணைக்குளியல்

வேறுவினைக ளொன்றும் வாராமல் வேழமுகத்தோனே காத்தருள்வாய்
கணபதியை தொழுதுகொண்டு கல்லடித்தார் கல்லறைக்கு

கற்கள் பயன்படாமல் உடைந்து போதல்

கல்லறைக்கு கல்லடிக்க கடுகஉளி தானெடுத்தார்
உளியெடுத்து மாந்தையர்கள் உடனடித்தார் துளைதுளைத்தார்
பாண்டித் துளைதான் துளைத்து பரும்ஆப்பு நிறுத்துவாராம்
ஓம்நமசிவாய வென்று உடன் கூடம் தானெடுத்து
மலைபிளக்கும் கூடம் கொண்டு மாந்தையர்கள் தானடித்தார்
முன்னடித்த கல்லதுதான் மூன்றுதுண்டாய் முறிந்திடுமாம்
மூன்றுதுண்டாய் முறிந்திடவே முகம்சடைத்து மனம்பதறி
மனம்சடைத்து மாந்தையர்கள் மற்றுமொரு கல்லடித்தார்
இரண்டாமது அடித்தகல்லு நாலுதுண்டாய் முறிந்திடுமாம்
கண்டாரே மாந்தையர்கள் கல்முறிந்து போனதெல்லாம்
முன்னடித்த கல்லதுதான் முன்முறிந்து போனதுவும்
பின்னடித்த கல்லதுதான் பின்முறிந்து போனதுவும்
அடிக்கவும் கல்லடிக்கவுந்தான் ஆகாமல் ஆனதுவும்
ஆகாமல் போகவும்தான் ஆனதென்ன காரணமோ
எங்கிலும் கல்லடிக்கலையோ இப்படிக்கல் முறிந்ததுண்டோ
இங்குவந்து கல்லடித்தோம் எல்லாவுந்தான் முறிந்ததென்ன

கல்முறிவுக்குச் சோதிடம் பார்த்தல்

ஒருநாளும் முறியாக்கல் ஒருப்போலே முறிந்ததென்ன
நமக்குத்தான் எப்படியோ அவருக்குத்தான் எப்படியோ

1031. வேழமுகத்தோன்- விநாயகன்
1032. கல்லடித்தார்- கல்உடைத்தார்
1034. துளைதுளைத்தார்- மலையிலிருந்து கல்லை உடைப்பதற்குக் கடப்பாரை கொண்டு துவாரம் இட்டனர்
1039. முகம்சடைத்து- முகம் வாடி
1035. பாண்டித்துளை- பெருந்துளை
1036. பரும் ஆப்பு- ஒன்றைக் கட்டுப்படுத்துவதற்கு வைக்கப்படும் பெரிய முனை
1036. கூடம்- கல்லுடைக்கும் சம்மட்டி
1047. எங்கிலும்- எவ்விடத்திலும்
1047. முறிந்தது- எதிர்பார்த்தது போலன்றி பயன்படாவண்ணம் உடைந்தது

கல்லறைக்கு எப்படியோ கல்முறிந்து போனதென்ன
போனதென்ன மாயமென்று பூப்புரச்சம் பார்க்க வேணும்
லெக்கம் சொல்லி மாந்தையர்கள் எண்ணிப் பெருக்கிப் பார்த்து
பெருக்கிக் கண்டபலன் பார்த்து பூதத்துடன் சொல்லுவாராம்
இந்தக் கல்லறை வைத்ததுண்டால் இன்னும் மெத்தபாடுமுண்டு
கல்லடித்த பலன்பார்த்ததில் கல்லறையும் வாழாது
வாழாது கல்லறைதான் வைத்தபேர்க்கும் ஆகாது
ஆகாது நமக்குமிது அனத்தம் ஒருக்காலே யுண்டு
கல்லறைதான் வைத்ததுண்டால் கல்லறைக்குள் அடைபடுவீர்
அடைபடுவீர் நிச்சயம்தான் அடியேன்கள் பயந்துசொன்னோம்

சோதிடப் பலனைக் கேட்டுப் பூதம் சீறுதல்

சொல்லுமுன்னே வலுபூதம் சீறிச்சினங் கொண்டிளகி
மாந்தையரோடே சீறி வார்த்தை ஏதோ சொல்லுவாராம்
வாழ்ந்தநாள் வாழ்ந்திடலாம் வரும்விதியை வெல்லலாமோ
தாழ்ந்தநாள் தாழ்ந்திடலாம் தலையிலெழுத்தை வெல்லப்போமோ
வாழ்ந்தாலும் தாழ்ந்தாலும் வைக்கவேணும் கல்லறைதான்
ஆனாலும் மாந்தையரே அடியுமென்றார் கல்லதையும்
கல்லடித்தார் மாந்தையர்கள் கன்னிக்கால் தனக்கெனவே.

தேவலோகத் தச்சர்கள் கல்லுடைத்துப் பணிவகை செய்தல்

கன்னிக்கால் தனக்கெனவே தன்னையடித்தார்
கன்னியர் அரம்பையர் குரவைக ளிடவே

1052. பூப்புரச்சம்- பூவைத்து சோதிடம் பார்த்தல்
1053. லெக்கம்- எண்
1054. கண்டபலன்- சோதிடம் மூலம் அறிந்த நன்மைதீமை
1055. மெத்தபாடு- அதிகத்துன்பம்
1056. பலன்பார்த்தல்- சோதிடம்மூலம் நன்மைதீமை அறிந்துகொண்டது
1056. வாழாது- உருப்படாது
1058. அனத்தம்- பொல்லாங்கு
1063. விதி- ஊழ்; இறைவன் தீர்ப்பு
1064. தலையெழுத்து- பிறக்கும்முன்னரே நம் வாழ்வு இப்படித்தான் இருக்கும் என்று இறைவன் எழுதிவைத்திருப்பது. வாழ்வில் எது நடக்குமோ அது நடந்தே தீரும் என்பது இறைவன் எழுதி வைத்த தலையெழுத்து.
1067. கன்னிக்கால்- முதல்கால்; முதல் கல்லாகிய கால்
1069. ஆயக்கால்- குத்துக்கால்; முட்டுக்கட்டை

ஆயக்காலது நாலுமடித்தார்
    அதன்மேல் கூட்டுவளைகள் அடித்தார்
மல்லுமுகம் தாயம் பணிவகை செய்தார்
    (வா)மடை கழுக்கோல் பணிவகை செய்தார்   1070
(ப)ற்று உத்திரம் பணிவகை செய்தார்
....
பக்கவாமடை பணிவகை செய்தார்
    பகழவாமடை பணிவகை செய்தார்
நறுக்கு வாமடை பணிவகை செய்தார்
    முறுக்கு வாமடை பணிவகை செய்தார்
பூட்டுவாமடை பணிவகை செய்தார்
    பட்டிய லானது பணிவகை செய்தார்
கட்டளைக் கதவுகள் பணிவகை செய்தார்
    கம்புகளானது பணிவகை செய்தார்   1075
கள்ளத் தாப்பாள் பணிவகை செய்தார்
    கனத்த பூட்டுகள் பணிவகை செய்தார்
நாழிப்பூட்டுகள் பணிவகை செய்தார்
    சீனிப்பூட்டுகள் பணிவகை செய்தார்
சீனிப்பூட்டுகள் பணிவகை செய்தார்
    சித்திரப் பூட்டுகள் பணிவகை செய்தார்
உள்பூட்டானது பணிவகை செய்தார்
    புறப்பூட்டுகள் பணிவகை செய்தார்

1070. மல்லுமுகம்- வலிமையான முகப்பு
1070. தாயம்- உடைத்து
1070. பணிவகை- அலங்கார வேலைப்பாடுகள்
1070. வாமடை- முகப்பு
1070. கழுக்கோல்- கூர்மையான கூம்புடைய இரும்புத்தடி
1071. உத்திரம்- விட்டம்
1072. பக்கவாமடை- பக்கமுகப்பு
1072. பகழவாமடை- பவளம் கொண்டு அலங்கரித்த முகப்பு
1073. நறுக்குவாமடை - வெட்டுமுகப்பு
1073. முறுக்குவாமடை- சுருள்முகப்பு
1074. பூட்டுவாமடை- பூட்டுத்துவாரம்
1074. பட்டியல்- வரிச்சல், ஓடு பாவுவதற்காக பரவப்படும் சிறிய அளவான கம்புகள்
1075. கட்டளைக்கதவு- அளவான கதவுகள்
1076. கள்ளத்தாப்பாள்- யாருக்கும் தெரியாமல் திறக்கும் சாவி
1076. கள்ளப்பூட்டுகள்- யாருக்கும் தெரியாமல் இருக்கும் பூட்டுகள்
1077. நாழிப்பூட்டுகள்- கொத்துப்பூட்டுகள்
1077. சீனிப்பூட்டுகள்- பித்தளைப்பூட்டுகள்
1078. சித்திரப்பூட்டுகள்- சித்திரங்களைக் கொண்டு அடைக்கும் பூட்டுகள்

கழுத்துப் பூட்டுகள் பணிவகை செய்தார்
    தோளில் பூட்டுகள் பணிவகை செய்தார்   1080
மார்பில் பூட்டுகள் பணிவகை செய்தார்
    அரையில் பூட்டுகள் பணிவகை செய்தார்
துடையில் பூட்டுகள் பணிவகை செய்தார்
    முட்டுப் பூட்டுகள் பணிவகை செய்தார்
கையில் பூட்டுகள் பணிவகை செய்தார்
    காலில் பூட்டுகள் பணிவகை செய்தார்
விரலில் பூட்டுகள் பணிவகை செய்தார்
    விஸ்தாரமாய் மாந்தர் வேந்தர்
கல்லதி னாலே தாக்கோல் அடித்தார்
....   1085
பந்திரு நாழி தாக்கோல் அடித்தார்
    பணிவகை செய்தார் கல்லதினாலே..

பணிமுடிந்த கற்களை எடுத்துச் செல்லுதல்

அடித்த கல்லுகள் அத்தனையும் ஆர்வருவார் கொடுபோக
ஆயிரம்பேர் கிங்கிலியர் அவர்தனையும் வரவழைத்து
வந்து கண்டார் கிங்கிலியர் மலைபோலே குவித்தகல்லை
அத்தனையும் தான்கிடக்க அவர்க ளெல்லோரும் கூடி   1090

1079. உள்பூட்டுகள்- உட்பக்கப் பூட்டுகள்
1079. புறப்பூட்டுகள்- வெளிப்பூட்டுகள்
1080. கழுத்துப்பூட்டுகள்- கழுத்தைத் திருப்பாமல் இருக்கப் பூட்டும் பூட்டுகள்
1080. தோள்பூட்டுகள்- தோள்பட்டையைப் பூட்டும் பூட்டுகள்
1081. மார்புப்பூட்டுகள்- நெஞ்சகப்பகுதியைப் பூட்டும் பூட்டுகள்
1081. அரைப்பூட்டுகள்- இடுப்புப் பகுதியைப் பூட்டும் பூட்டுகள்
1082. துடைப்பூட்டுகள்- கால் தொடை ஆடாமல் பூட்டும் பூட்டுகள்
1082. முட்டுப்பூட்டுகள்- கால்மூட்டுப்பகுதி அசையாமல் பூட்டும் பூட்டுகள்
1083. கைப்பூட்டுகள்- கைகள் அசையாமல் பூட்டுவதற்குரிய பூட்டுகள்
1083. கால்பூட்டுகள்- கால் அசையாமல்பூட்டுவதற்குரிய பூட்டுகள்
1084. விரல்பூட்டுகள்- விரல் அசையாமல் பூட்டுவதற்குரிய பூட்டுகள்
1084. விஸ்தாரம்- சிற்பநூற் சாத்திரம்
1084. மாந்தர்வேந்தர்- தச்சர்தலைவன்
1085. தாக்கோல்- சாவி
1086. பந்திரிநாழி தாக்கோல்- பந்திருநாழி தாக்கோல்- இருபது சாவிகள் உள்ள கொத்து
1088. கிங்கிலியர்- கிங்கரர், வலிமைவாய்ந்தோர்

எல்லோரும் தான்எடுக்க இதமறிய மாட்டாமல்
கன்னிக்கால் எடுக்காமல் கடுகமனம் தான்சடைத்து
சடைத்து நின்றார் கிங்கிலியர் தானறிந்து வலுபூதம்
பூதமது சென்றிறங்கி புகுந்து கல்லை எடுத்திடுமாம்
கன்னிக்கால் தனையெடுத்து கடுக உச்சந்தலையில் வைத்தார் 1095
ஆயக்கால் நாலதையும் அதன்மேலே அடுக்கிவைத்தார்
ஒருதூணை தானெடுத்து கக்கத்திலே இடுக்குவாராம்
ஒருதூணை தானெடுத்து நெஞ்சோடே தானணைத்தார்
ஒருகல்லலைத் தானெடுத்து தண்டாயுதமாக ஊன்றுவாராம்
சோரமுள்ள கல்லையெல்லாம் தோளோடும் மார்போடும் 1100
சென்று திரட்டிக் கொண்டு சேர்த்து ஒன்றாய் தான்வாரி
வாரியவர் தானெடுத்து மடமடென தானடந்தார்
நடந்தாரே மலைகளெல்லாம் நடுக்கெனவே தானடந்து
குஞ்சிக் கோவிக்கல் மேடையோடே குருக்கச்சித்திர மடமுமிட்டு
வாறதுதான் கண்டவர்கள் வழிவிலகி ஓடுவாராம் 1105
வானமும் மலையும் ஒன்றாய் வருகுதென்று சொல்லுவாரும்
பூதம்வாற அகுதி கண்டால் பொடிபடுமாம் பூமியெல்லாம்
கல்லுவாற அகுதி கண்டால் கருங்கடல் போல் முழங்கிடுமாம்
கல்லென்றும் பூதமென்றும் காணாமல் வருகுதல்லோ
மலைநகண்டு வருவதுபோல் வருகுதல்லோ கல்லுகொண்டு 1110
கல்லுகொண்டு வருகுதல்லோ கல்லறை மாபுரம் நோக்கி
கல்லறை மாபுரத்தில் வந்து கல்லையெல்லாம் போட்டிடுமாம்
கல்போட்ட ஓசையது கைலையெல்லாம் குலுங்கிடுமாம்

1091. இதமறியமாட்டாமல்- தன்மையறியாமல்
1092. கன்னிக்கால்- முதல்கால்கல்
1092. சடைத்து- வருந்தி
1095. உச்சந்தலை- தலையின் உச்சி
1096. ஆயக்கால்- குத்துக்காலுக்கான கல்
1097. கக்கம்- அக்குள், கையிடுக்கு
1099. தண்டாயுதம்- கைத்தடி
1100. சோரமுள்ள- ஆறப்போட்டுள்ள
1101. வாரி- அள்ளியெடுத்து
1104. குஞ்சிக்கோவிக்கல்- சிறிய அரண்மனை
1104. குருக்க- குறுக்கே (பா.வே)
1104. சித்திரமடம்- அழகிய தங்குமிடம்
1107. அகுதி- அதிர்வு
1110. நகண்டு- நகர்ந்து
1111. கல்லறைமாபுரம்- கயிலாயத்தில் கல்லறை கட்டுமிடம்

ஆயக்கால் விழுந்த சத்தம் ஆதிபரன் கேட்டிடவே
ஏதுபிள்ளாய் தெய்வாரே ஏதுசப்தம் ஓசையிது *1115*
வானமது இடிந்ததுண்டோ மலைகளது நகண்டதுண்டோ
வரம்வேணு மென்றுசொன்ன வலுவான பூதமது
கல்லறைகள் வைப்பதற்கு கல்லுகொண்டு இட்டசப்தம்
மற்றொருவர் இல்லையென்று மறுத்துத் தெய்வார் சொல்லுவாராம்
இத்தனைக்கும் வல்லவனோ என்றுசொல்லி மாயவனார் *1120*
இப்பெரிய பிலமுடையோன் இவ்வுலகில் கண்டதில்லை

கல்லறை கட்டத் தொடங்குதல்

நாளான நாள்தனிலே நல்லவெள்ளிக் கிழமை தனில்
மேலானாள் உத்திரத்தில் வெள்ளியென்ற கிழமையிலே
கன்னிமேல் மூலையிலே கணபதியாரை முன்னிறுத்தி
கட்டிப் பொன்னதினாலே சற்றேவெட்டி
கணபதியாருட முன்பில் வைத்தாரே *1125*
கன்னிக் காலது நிறுத்திடுவாராம்
கன்னியர் அரம்பையர் குரவைக ளிடவே
ஆயக்காலது நாலும் நிறுத்தி
அதன்மேல் கூட்டுவளையது வைத்தார்
ஏறவைத்த கூட்டின் மேலே
இதமொடு கல்லு முகந்தாயம் வைத்தார்
நாலுபுறமும் கழுக்கோலும்
நன்றாகப் பரத்திடு வாராம்

1120 . வல்லவன்- ஆற்றலுள்ளவன்
1121. பிலமுடையோன்- சக்தியுடையவன்
1123. உத்திரம்- உத்திர நட்சத்திரம்
1124. கன்னிமேல்மூலை- தென்மேற்குமூலை
1124. கணபதியார்- விநாயகர்
1126. கன்னிக்கால்- ஒரு கட்டுமானத்திற்கு முதன்முதல் வைக்கப்படும் கல் அல்லது கால்நாட்டுதல்
1126. கன்னியர்- தெய்வப்பெண்கள்
1125. அரம்பையர்- தெய்வப்பெண்கள்
1126 ஆயக்கால்- குத்துக்கால் அல்லது குத்துக்கல் அல்லது முட்டுக்கட்டை
1126. கூட்டுவளை- விட்டம் அல்லது உத்திரம் ஒன்றாகச் சேருமிடம்
1128. கல்லுமுகந்தாயம்- கல்லால் செய்யப்பட்ட திறந்து அடைக்கும் விதத்திலான முகப்பு
1128. தாயம்- உடைத்து அல்லது உரித்து திறக்கும்படியான பகுதி

வாமடை யாணி அடித்திடுவாராம்
வரிச்சிப் பட்டியல் இறுக்கிடுவாராம்   1130
கட்டளைக் கதவுகள் செய்திடுவாராம்
கதவில் கம்பைகள் பணிவகை செய்தார்
அத்தனை பணியும் முகிந்தன போது
அறைக்குள் அறைகள் வைத்திடுவாராம்
உள்ளறை யானது வைத்திடு வாராம்
உடனே பொறிகள் வைத்திடு வாராம்
நாழிப் பூட்டுகள் பொறியது வைத்தார்
....
சீனப்பூட்டுகள் பொறியது வைத்தார்
சித்திரப் பூட்டுகள் பொறியது வைத்தார்   1135
தோளுப் பூட்டுகள் பொறியது வைத்தார்
மார்பில் பூட்டுகள் பொறியது வைத்தார்
அரையிற் பூட்டுகள் பொறியது வைத்தார்
முட்டிற் பூட்டுகள் பொறியது வைத்தார்
காலில் பூட்டுகள் பொறியது வைத்தார்
கரண்டைப் பூட்டுகள் பொறியது வைத்தார்

1129. கழுக்கோல்- நீளமான சிறிய மூங்கில் கம்பு
1129. பரத்திடுவார்- விரித்திடுவார்
1130. வாமடை- முன்பக்கம்
1130. ஆணி- இரும்பாணி
1131. வரிச்சி- கூரையில் பரவும் மரக்கீற்று
1131. பட்டியல்- வரிச்சி
1131. கட்டளைக்கதவுகள்- அறிவித்தவுடன் திறக்கும் கதவுகள்
1131. கம்பைகள்- கதவில் செய்யப்படும் வேலைப்பாடு
1131. பணிவகை- அலங்கார வேலைப்பாடுகள்
1132. முகிந்தனபோது- நிறைவுபெற்றபோது
1133. பொறிகள்- தந்திரத்தில் இயங்கும் இயந்திரம்
1134. நாழிப்பூட்டுகள்- கொத்துப்பூட்டுகள்
1135. சீனப்பூட்டுகள்- சீனநாட்டிலுள்ள பூட்டுகள்
1135. சித்திரப்பூட்டுகள்- சித்திரங்களைக் கொண்டு இயக்கும் பூட்டுகள்
1136. தோளுப்பூட்டுகள்- தோள்பட்டை திரும்பாமல் இருப்பதற்குரிய பூட்டுகள்
1136. மார்பில்பூட்டுகள்- நெஞ்சை இறுக்கிப் பூட்டும் பூட்டுகள்
1137. அரையில்பூட்டுகள்- இடுப்புப் பகுதி அசையாமலிருக்க பூட்டுகள்
1137. முட்டில்பூட்டுகள்- கால் மூட்டுப்பகுதி மடக்காமலிருக்க பூட்டுகள்

கல்பொறியும் விற்பொறியும்
கடுகபதி னெட்டுப் பொறிகளும் வைத்தார்
வைத்தார் பொறிகள் உபாயம தாக
மாறியே கல்லறைச் சுவருகள் தீத்தவே..

கல்லறையை அழகு படுத்துதல்

கல்லறைச் சுவருக் கென்று நல்லகுத்துச் சாந்துகளும்
காரை பூசிக் கட்டவேணு மென்று
கடுக வலுபூதம் சொல்லு முன்னே
சொல்லுமுன்னே மாந்தையர்கள் சித்திரம் எழுதுவாராம்
சேர்க்கிறார் அரைசாந்திற் கென்றும்

தெரிந்தாரே நல்ல நற்பகளம்
நற்பகளம் சாதிலிங்கம் நல்லவெள்ளித் தங்கமுடன்
நாட்டில் அரிதாரம் பச்சை நீலம்
நாலாறு தரம்தீர்த் தரைத்தார்
அரைத்துக் கறுப்பு நீலம் சிகப்பு வரிவரியாய்
அங்கவர்கள் ஓரொழுங்காய் கட்ட
அதன்மேலே குப்பாய் பூச்சும் பூசி
குப்பாய் பூச்சும் பூசி குடம்பதித்துக் கல்லறைமேல்

1138. காலில்பூட்டுகள்- நடக்காமலிருக்க காலில் பூட்டுகள்
1138. கரண்டைப்பூட்டுகள்- கால்கரண்டைப் பகுதியில் பூட்டுகள்
1139. கல்பொறி- கல் இயந்திரம்
1139. வில்பொறி- வில்மூலம் இயங்கும் இயந்திரம்
1140. உபாயம்- சூத்திரம்
1140. தீத்தவே- மெழுகவே
1141. குத்துச்சாந்துகள்- சுவர் பூசுவதற்குரிய கலவை
1142. காரை- சாந்துக் கலவை
1144. மாந்தையர்கள்- தேவலோகத் தச்சர்கள்
1145. அரைச்சாந்து- அரைத்து உருவாக்கும் கலவை
1146. நற்பகளம்- சிவப்புநிறப் பவளம்
1147. சாதிலிங்கம்- ஒருவகை பாசாணம்
1148. அரிதாரம்- ஒரு மருந்து
1148. பச்சை- மரகதம்
1148. நீலம்- நீலக்கட்டி அல்லது நவமணியில் ஒன்று
1149. நாலாறுதரம்- நான்குமுதல் ஆறு தடவை
1152. குப்பாய்பூச்சு- மேற்பூச்சு
1153. குடம்பதித்து- கும்பம் வைத்து

கூடவெள்ளை எங்கும் பூசி மினுக்கி
கோலஞ் செய்தார் கல்லறையில் அன்னம்   1155
அன்னம் பிள்ளை தென்னம் பிள்ளை அணிப்பிள்ளை கிளிப்பிள்ளை
அழகு நாசிப்பிள்ளை யுடனேதான்
ஆகப் புள்ளு அஞ்சி பஞ்சவர்ணம்
பாஞ்சாங் குருவி நல்ல படைக்குருவி வர்ணங்களும்
பச்சிப் பறவைகள் எழுதினாரே   1160
பார்க்கவென்று கூடவொரு மயிலும்
மயிலும் கடுவாய் புலி மகரமும் கிள்ளைகளும்
மதயானை யாளியோடு சிங்கம்
வாழுகின்ற ஐந்தலை நாகம்
ஐந்தலை நாகத்தோடே அரவும் அரமந்தியும்   1165
ஆனைமுன்னே கரும்பு குலைவாழை
அதன்முன்னே சன்னாசி மார்கள்
சன்னாசி மார்தவசி தவசி தவசிப் பிள்ளை

1155. கோலஞ்செய்தார்- அழகுசெய்தார்.
1156. அன்னம்பிள்ளை- அன்னப்பறவை
1156. தென்னம்பிள்ளை- தென்னங்கன்று
1156. அணிப்பிள்ளை- அணில்
1156. கிளிப்பிள்ளை- பச்சைக்கிளி
1157. நாசிப்பிள்ளை- கதவுநிலையின் மேல்சட்ட அலங்காரம்
1158. புள்ளு- பலவித பறவைகள்
1158. பஞ்சவர்ணம்- ஐந்து நிறங்கள்
1159. பாஞ்சாங்குருவி- ஒருவகை குருவி
1159. படைக்குருவி- திரளான குருவிகள்
1160. பச்சிப்பறவைகள்- பலவிதமான பறவைகள்
1161. மயில்- மயில்பறவை
1162. கடுவாய்- கடுவாய்ப்புலி
1162. புலி- காட்டுப்புலி
1162. மகரம்- மீன் அல்லது முதலை
1162. கிள்ளைகள்- கிளிவகைகள்
1163. மதயானை- ஆண்யானை
1163. யாளிகள்- யானையின் தந்தமும் துதிக்கையும் சிங்கத்தின் முகமும் உடையதாகக் கருதப்படும் ஒருவகை மிருகம்
1163. சிங்கம்- ஆண்சிங்கம்
1164. ஐந்தலைநாகம்- ஐந்துதலைகளைக் கொண்ட நாகப்பாம்பு
1165. அரவு- பாம்பு
1165. அரமந்தி- பாம்புடன் கூடிய குரங்கு
1167. சன்னாசிமார்கள்- துறவிகள்
1168. தவசிப்பிள்ளை- இளந்துறவிகள்

சான்றோர் காசு தங்கக் காசு
தானெழுதி நாரானை யடியும் 1170
ஆனையடி தங்கப் பாளம்
ஆளிட்ட காசு வில்லிட்ட காசு
அடக்கியக் கல்லறையில் எழுதி
எல்லோரும் கண்டார் கலியுகமாய்
கலியுக ராமன் பணத்தை மெழுகியே ஒட்டவைத்து 1175
கல்லறை முகப்பதிலே ஒட்டவைத்து
கண்மாயம் என்று பார்த்தார்
பாற்கடலில் பள்ளிகொண்ட பச்சமால் உருவது எழுதி
பார்த்தவ ரெல்லாரும் கும்பிட்டாரே
பார வலுபூதம் நின்றிடவே 1180
பூதத்துட உருவது எழுதி உதிரக்கன்னி வடிவதுஎழுதி
பூதத்தடி தானெழுதி னாரே
பெருங் கல்லறை முகித்த போது
கல்லறை முடித்த போது கடுக வலுபூதமது
கறைக் கண்டரை வரவழைத்து 1185
கல்லறைக் குள்ளடைக்க வேணுமென்றாரே..

1169. சான்றோர்காசு- வீரர்களின் உருவம் பொறித்த நாணயம்
1169. தங்கக்காசு- தங்கநாணயம்
1170. நாரானையடி- அம்பின் அடிப்பாகம்?
1171. அனையடி- யானையின் கால்?
1171. தங்கப்பாளம்- பொற்கட்டி
1171. ஆளிட்டகாசு- ஓர் ஆளின் உருவம் பொறித்த நாணயம்
1171. வில்லிட்டகாசு- வில் உருவம் பொறித்த நாணயம்
1174. கலியுகம்- நான்கு யுகங்களில் கடைசியானது. இது நான்கு லட்சத்து முப்பத்திரண்டாயிரம் ஆண்டுகளைக் கொண்டது
1175. கலியுகராமன் பணம்- பாண்டியநாட்டிலும் குமரிநாடு உட்பட்ட தென்பாண்டிய நாட்டிலும் பழக்கத்திலிருந்த ஒரு பொற்காசு. மதுரையில் கலியுகராமன் புதுமின்னல் என்ற பெயரில் இருந்ததாக அறியப்படுகிறது. திருவாங்கோட்டில் பழக்கத்திலிருந்ததாகச் சில கல்வெட்டுகள் கூறுகின்றன. இந்நிலம் அரைமாறவிற் கரத்துக்குங் காராண்மைக்குங்கூட விலைநிச்சயித்த நென்மேனி கலியுகராமன் பணம் அறுநூறும் (கன்னியாகுமரி கல்வெட்டுகள்-6, 465/2004). நயினார் சீபண்டாரத்தில் குடுத்த கலியுகராமன் பணம் நானூற்று ஒன்று (கன்னியாகுமரி கல்வெட்டுகள்-3, (1968/320)
1177. கண்மாயம்- கண்திருஷ்டி
1178. பாற்கடலில் பள்ளிகொண்ட பச்சைமால்- திருப்பாற்கடலில் படுத்திருக்கும் திருமால்
1183. முகித்தபோது- நிறைவுற்றபோது

பூதம் சிவனைக் கல்லறைக்குள் அடைக்க முயற்சித்தல்

கல்லறை வைத்து முகிந்தபோதே கடுக ஈஸ்வர காலபூதமது
கைலைவாழ் ஈஸ்வரரை கல்லறைக்குள் அடைக்கவென்று
அடைக்கவென்று அரனாரை அவர்திருமுன் சென்றிடுவார்
சென்றுநின்று வலுபூதம் சிவனாரைத் தொழுதுகொண்டு
அடியேன் வைத்த கல்லறைதான் அரனாரே குறைகளுண்டால்
குறைகளுண்டால் கூடிவந்து பார்க்கவேணும்
பார்க்கவேணும் என்றுசொல்லி பையவந்து யேய்த்திடுமாம்
ஆகுமென்றும் ஆகாதென்றும் அரனாரே பார்க்கவேணும்
மாயவனார் கெருடனேற மகாதேவர் தேரேற
மாயவரை வரவழைத்து மகாதேவர் ஏதுசொல்வார்
பூதம் வைத்த கல்லறையைப் போய்ப்பார்க்க வேணுமென்றார்
மாயவனார் கெருடனேற மகாதேவர் ரிஷபமேற
ஈஸ்ரனார்க்கு குடைபிடிக்க ஏற்ற பொன்காத்த பூதம்
மாயவர்க்கு கெருடாழ்வார் வலது சிறகு குடைபிடிக்க

வாணியர்க்குப் பூதம் இடுக்கண் செய்த க தை

வாற அந்தவேளையிலே வாணியர்கள் மிகக்கூடி
கரும்பு வெட்டிக் கொண்டுவந்து கனத்த செக்கிலிட்டு
மாடுகட்டி தானடித்து வாய்த்த நல்செக்காலை
செக்காலக் கூட்டமவர் செக்கடித்து நிற்கையிலே
மாயவனார் முன்னாக வலுபூதம் பின்னுமாக
முன்னாக வரும்போது முடுகிடுவார் செக்கடியில்
ஆடிச்செக்கு பலகையின்மேல் அவனேறி இருந்துகொண்டு
ஏறின செக்கிறங்காமல் இருந்துகொண்டான் வாணியனும்
வாணியனும் இருந்துகொண்டான் மகாதேவர் யாதுசொல்வார்

1193. பையவந்து- மெதுவாக வந்து
1193. ஏய்த்திடுமாம்- ஏமாற்றிவிடுமாம்
1198. ரிஷபம்- எருது, சிவன் வாகனம்
1200. கெருடாழ்வார்- கருடன், திருமால் வாகனம்
1200. சிறகுக்குடை- கருடன் தன் சிறகைக் குடையாக விரித்தல்
1201. வாணியர்கள்- செட்டியார்கள்
1202. செக்கு- எண்ணெய் ஆட்டும் செக்கு
1203. செக்காலை- செக்கு
1204. செக்காலக்கூட்டம்- செக்கில் எண்ணெய் ஆட்டுவர் கூடியிருத்தல்
1206. முடுகிடுவார்- கூடிடுவார்

சற்றும் நம்மை கணியாமல் தானேறி இருந்து கொண்டான்
இருந்துகொண்டான் என்றுசொல்லி ஏறிட்டுப் பார்த்துநின்றார்
பார்த்துநின்றார் என்றுசொல்லி பறைந்து நின்றான் வாணியனும்
கரும்புச் சக்கைக் கண்டோநீ கண்ணோட்டம் போடுகிறாய்
விரும்பி மிகப்பாராதே வீணாலுயிர் போக்காதே
என்றுசொல்லி வாணியனும் எதுசொல்வார் மாயவரும்
பூதம் வைத்த கல்லறையைப் போய்ப்பார்த்து வரும்போது
வரும்போது கேட்டிடலாம் வாணியன் தன்னது மதத்தை
மாயவனார் முன்போக வலுபூதம் பினவருமாம்
பின்னாக வரும்போது பூதம் செக்கைக் கண்டிடுமாம்
செக்கடியிற் சென்றுநின்று சொல்லிடுமாம் வலுபூதம்
மிக்கபுகழ் வாணியனே மிகத் தாகமாய் இருக்கு
தாகமெத்த ஒருக்காலே தாராயோ கரும்பிலுள்ள
சாறுமது தந்துவிட்டால் தாகமெல்லாம் தீர்ந்திடுமே
வலுபூதப் பெருமாளும் வாணியனோடே கேட்க
எண்ணாமல் வாணியனும் யாதுமொழி சொல்லுவானாம்
கண்ணப்பனென்று சொல்லி காளைமேலே இருந்து
உன்னைப்போலே ஒருவன் ஒருகருடன் மேலேறி
தன்னைப் புகழ்ந்து செக்கைதானும் வந்துபார்த்து நின்றான்
பார்த்து வந்து நின்றதற்கு பட்டபாடு மெத்தவுண்டு
மெத்த மெத்த பாடுபட்டு மிகப்பதறி ஓடிவிட்டான்
ஓடிவிட்ட சேதியெல்லாம் ஒன்றும் நீயறியாயோ
அறியாமல் கேட்டதற்கு அடிபடுமுன் போடா
போடாபோடா நீயும் என்று பெருங்கரும்பு தன்னிலுள்ள
தன்சாறும் குடிக்கவென்று தானோடி வந்ததும் நீ
அருமாந்த முதுகுனக்கு அழகழித்துப் போடாதே
திரும்பவும் நீபோவெனவே சொல்லிமெத்த தான்பறைந்தான்
தன்னமே எனைப் பறைந்தால் தான்பொறுப்பேன் எத்தனையும்
பொன்னரனாரைப் பறைந்திடவும் பொறுப்பேனோ என்னுடைய
என்னுடைய மாயவரை ஏன்பறைந்தாய் பாதகனே

1212. பறைந்து- பேசி
1213. கரும்புச்சக்கை- கரும்பைப் பிழிந்தெடுத்தபின் கிடைக்கும் கோது
1217. மதம்- திமிர்
1226. கண்ணப்பன்- சிவன் அருள் பெற்ற நாயன்மார்
1235. அருமாந்த- அருமையான
1239. பாதகன்- பாவி, தீவினையாளன்

பாதகங்கள் இல்லாத பாராளும் குருகுலத்தில்
குந்தி மாதேவி மக்கள் குருகுலத்தில் ஐபேரும்
காந்தாரி மக்களிவர் கனஜனங்கள் நூற்றுவரும்
ஐபேரும் நூற்றுவரும் அங்கிருக்கும் நாளையிலே
கல்லான நெஞ்சனவன் கசடன் துரியோதனனும்
பொல்லாப்பு செய்ததினால் போகவென்று தான்துணிய
வஞ்சமற்ற ஐபேரும் வனவாசம் போகையிலே
மிஞ்சிவெகு தாகமதால் வேணுமென்றார் பிண்ணாக்கு
தருமருடைய தலையில் குட்டி தான்பறித்தான் திருவாழி
திருவாழி மோதிரத்தை திருடிவிட்டான் வாணியனும்
பெரிதான வீமனும் பிடுங்கினசெக்கறியாயோ
குருவான தருமரையும் குட்டிவிட்டாப் போலேயல்லோ
எதிராடி என்னோடே இந்தமொழி சொன்னதற்கு
உன்னையுந்தான் செக்கடிக்க இந்தஊரதிலே இருத்துவேனோ
கொடுபோவென்று சொல்லி கெம்பிவெகு கோபமதாய்
கோபமது கொண்டிடவே கிடுகிடுங்கி வாணியனும்
மாட்டோடே செக்கோடே வாணியனைத் தீண்டாமல்

1240. பாதகங்கள்- தீவினைகள்

1240. குருகுலம்- சந்திரகுல மன்னர்களைக் குருகுல மன்னர்கள் என்று அழைப்பதுண்டு. சந்திரகுல மன்னனான புரூரவர்மன் வழித்தோன்றிய யயாதிராசனுக்கு குரு என்ற புதல்வன் இருந்தான். இவனுக்குக் கல்வி கேள்வியில் சிறந்த பயிற்சியும் ஆட்சி நடத்துவதில் தகுந்த பாண்டித்தியமும் எதிரிகளைத் தோல்வியுறச் செய்து வீரக்கொடி நாட்டி வெற்றி பெறுவதில் மிகத் திறமையும் உண்டு. இப்புகழ்படைத்த மன்னனின் வழிவந்த யாவருக்கும் குருகுலத்தார், குருகுல மன்னர்கள் என பெயர்கள் வழங்கப்பட்டன. இக்குருகுல பரம்பரையில் தோன்றியவர்களே பாண்டவர்களும் கௌரவர்களும் ஆவர்.

1241. குந்திமாதேவி- பாண்டுவின் மனைவி, பஞ்சபாண்டவரின் தாய்

1241. ஐபேர்- பஞ்சபாண்டவர்கள்

1242. காந்தாரி- திருதராட்டிரனின் மனைவி

1242. நூற்றுவர்- கௌரவர்கள்

1244. கசடன்- பொல்லாதவன்

1245. பொல்லாப்பு- துன்பம்

1246. வனவாசம்- காட்டு வாழ்வு

1247. பிண்ணாக்கு- எண்ணெய் விதைகளைப் பிழிந்தெடுத்தபின் கிடைக்கும் சக்கை

1248. தருமர்- பஞ்சபாண்டவரில் மூத்தவர்

1248. திருவாழி- மோதிரம்

1250 . வீமன்- பஞ்சபாண்டவரில் இரண்டாமவர்

1256. தீண்டாமல்- தொடாமல்

தீண்டாத வாணியனைத் தீண்டவுந்தான் நமக்கரிது
தீண்டாமலே பிடுங்கி செக்கோடே கொடுபோனார்
பூதமென்றால் சைவபூதம் புடுங்குதல்லோ செக்குதன்னை
செக்கோடே தான்பிடுங்கி தீண்டாமல் வாணியனை
(செக்கை) அவர்கொடுபோக உடனிடுப்பில் வைக்குதல்லோ
விடலாகாது என்றுசொல்லி மிக்கவலு பூதமது
அண்ணாந்து கொண்டல்லவே அதன்மீதே செக்குயர்த்த
வாய்தனைச் சற்றேதிறந்து மடமடென விட்டிடுமாம்
நாக்கு நனைந்ததில்லை நடுவயிற்றில் சென்றதில்லை
என்றுசொல்லி பூதம் சற்றே ஏப்பம் விட்டிடுமாம்
மாட்டோடே செக்கோடே வாணியனோடே இடுக்கி
இடுக்கிக் கொண்டு போகுதல்லோ ஏற்றவலு பூதமது
மாடு கதறக்கதற வாணியனும் அபயமிட
தன்னுட ஊர்சனமும் தன்சனமுமாக வந்து
எல்லோரும் பூதத்துட இணையடியில் விழுந்திடுவார்
ஏறிட்டும் பாராமல் ஏனெனவும் பாராமல்
கேட்டாலும் பூதமது கேளாமல் போகுதல்லோ
இந்த அனியாய மட்டுந்தான் இங்கொருவர் கேட்பதில்லை
வந்தாரே செக்கடியில் மகாகருடன் மேலேறி
மாயவராய்காணுமவர் வந்தாப்போல் போறதுவும்
அவரோடே சொல்லுவோமோ ஆரோடே சொல்லிடலாம்
ஆரோடே சொல்லிடலாம் அநியாயக் கொடுமையிது
கொடுமை கொடுமையென்று கூண்டரனாரைத் தேடி
தேடியோடி பார்த்துச் சென்று கண்டார் சிவனாரை
அடியேன்கள் செய்தகுற்றம் அரனாரே பொறுக்கவேணும்
அரனாரென்று அறியாமல் அடியேன்கள் செய்ததெல்லாம்
நம்மோடே வந்தவர்கள் நாடழித்து கொல்லுகிறார்
நாடழித்துக் கொல்லுமுன்னே நாங்களிங்கே சொல்லவந்தோம்
அனியாயம் என்றுசொல்லி ஆதிபரன் முன்பாக
காருமுந்தன் தஞ்சடையால் கறுத்தமிடத் தரனாரே

1269. சைவபூதம்- சிவனால் பிறவிசெய்யப்பட்ட பூதம்
1263. அண்ணாந்து- தலையை நிமிர்த்தி மேலே பார்த்து
1263. செக்குயர்த்த- செக்கை உயர்த்திப்பிடிக்க
1266. ஏப்பம்- வயிற்றிலிருந்து வாய்வழியே வெளியேறும் காற்று
1269. கதறக்கதற- மேலும் மேலும் சத்தமிட்டு அழ
1286. காரும்- காப்பாற்றும்
1286. கறுத்தமிடத்தரனார்- கறைக்கண்டரான சிவன்

கறுத்த மிடத்தோன் பார்த்து கனபாவ மென்றுசொல்ல
பிறகேவந்த பூதத்தையும் வழிதிரும்ப பார்த்திடுவார்
வாறஅந்த வலுபூதம் வழியில் வரக்கண்டதில்லை
கூறுமறிய மனுசனையும் கொடுமைபல செய்திடுமாம்
வேறொருவர் விலக்கிவிட்டால் விலக்கினசொல் கேளாயோ
வல்லாத வலுபூதம் வம்புபல செய்திடுமே
பொல்லாப்பு செய்வதின் முன் போய் விலக்கவேணுமென்று
மாயவரும் மகாதேவரும் வழிதிரும்பி வருவதின்முன்
மாட்டோடேசெக்கோடே வாணியனோடே சேர்த்து
தேரு அலங்கரித்தது போல் செக்கதையும் இடுப்பில்வைத்து
அத்தனையும் இடுப்பில் வைத்து ஆகாசமாய் கொடுவரவே
கும்பிட்டு விழுவாரும் கொடுமையிது என்பாரும்
தம்பட்டம் போட்டுக்கொண்டு ஈஸ்வரகால பூதம்வர
அம்பிட்ட மாயவனார் அரன்திரும்பி பார்த்திடவே
அய்யய்யோ பூதத்தானே அனியாய பாவமல்லோ
நாடழிந்து போய்விடுமே உயிரழிக்க ஞாயமில்லை
ஞாயமில்லை என்றீரே நம்மை மிக வடுவாக
வடுவாக வாணியனும் வார்த்தைசொல்லி நகைத்துவிட்டான்
கண்டகண்ட இடங்களெல்லாம் கறைக்கண்டரே திரும்பிவிட்டார்
விடுவேனோ உயிரோடே என்றுபூதம் கோபங்கொண்டு
கோபமுற்று வலுபூதம் கொண்டகோபம் தீருமுன்னே
தாகமுற்று ஈஸ்வரனார் தானேதோ சொல்லுவாராம்
தாகமுற்று எனைப்பறைவார் மேதினியில் உள்ளவர்கள்
உயர்ந்தபேரும் தாழ்ந்தபேரும் வலியோரும் சிறியோரும்

1287. கறுத்தமிடத்தோன்- கறுத்த கழுத்துடைய சிவன்
1293. பொல்லாப்பு- துன்பம்
1294. மாயவர்- திருமால்
1294. மகாதேவர்- சிவன்
1299. தம்பட்டம்- ஒருவகைப் பறை
1300. அம்பிட்ட மாயவர்- முகிலணிந்த திருமால், நீலநிற திருமால்
1300. அரன்- சிவன்
1303. வடுவாக- குற்றமாக
1309. மேதினி- உலகம்
1310. உயர்ந்தபேர்- மேலானவர்
1310. தாழ்ந்தபேர்- கீழானவர்
1310. வலியோர்- வலிமையுடயவர்
1310. சிறியோர்- வலிமையற்றவர்

இந்தப்படி பறைவதெல்லோம் என்பேரில் பச்சமல்லோ
பச்சமென்று அறியாமல் பறைந்துவிடும் பேர்களைப் போல்
பாராமல் பறைந்து விட்டான் பாவமென்று நான்பொறுத்தேன்
போகப் பொறுத்துதில்லை பொல்லாதான் செய்தபிழை
பொல்லாப்பு செய்தாலும் பிழைபொறுக்க வேணுமல்லோ
அல்லாதே போனதுண்டால் அவனுனக்கு தரைவழியே
சொல்லோடே வலுபூதம் செக்கோடே எடுத்தெறிய
விட்டெறியும் நேரத்திலே விலக்கிடுவார் அரனாரும்
வாணியனை மாட்டையுமோ வலுசேதம் வருத்தாதே
சேதமொன்றும் வாராமல் செக்கிறக்கி வைப்பாயோ
நட்டணையாய் நில்லாதே நான்விலக்க நீகேளு
.... விடங்களுக்கு இனிமேலும் செய்யாதே
தாடாள்வான் வலுபூதம் தன்னிடுப்பில் இருந்த செக்கை
செக்கோடே வாணியனை தீண்டாமல் இறக்கிவைத்தான்
இறக்கிவிட்டார் வாணியனை எடுத்தெறிந்தார் செக்கதையும்
குறைச்சீவனாய்க் கிடந்து கும்பிட்டுக் கொண்டல்லவோ
பிழைத்தோம் பிழைத்தோமென்று போய்ப்புகுந்தான் வாணியனும்

பூதம் சிவனுடன் கல்லறையை வந்து பார்த்தல்

வாணியனும் போனபோது வைத்த கல்லறை பார்ப்பதற்கு
மகாதேவர் முன்னுமாக வலுபூதம் பின்னுமாக
கல்லறை மாபுரத்தில் சென்று கல்லறை கண்டிடவே
கண்டபோது வலுபூதம் கைகட்டி நின்றுகொண்டு
மகாதேவரும் பூதமுமாய் வந்து கல்லறைதனைப் பார்த்து
நாலுதிக்கும் வந்துநின்று நன்றாகப் பார்த்தபோது
புறவிதானங் கண்டீரே இனி அகவிதானங் காணவேணும்

1311. பச்சம்- நட்பு
1314. பொல்லாதான்- தீயவன்
1317. செக்கு- எண்ணெய் ஆட்டும் செக்கு
1319. வாணியன்- செட்டியார்
1319. வலுசேதம்- மிகுந்த இழப்பு
1321. நட்டணை- வெறுப்பு
1323. தாடாள்வான்- முயற்சியுடையவன்
1326. குறைச்சீவன்- அரைகுறை உயிர்
1330. கல்லறைமாபுரம்- கயிலாயத்தில் கல்லறை கட்டப்படும் இடம்
1334. புறவிதானங்கள்- வெளிப்புற மேற்கட்டி
1334. அகவிதானங்கள்- உட்புற மேற்கட்டி

அகவிதானம் காண்பதற்கு அழகன் ஈஸ்வரகால பூதத்தானும்
கெருடனையும் விட்டிறங்கி கிருபையுடன் மாயவனார்
ஏழையல்லோ ஈஸ்வரனார் இந்தக் கல்லறைதனிலே
உபாயம் வேண்டும் ஈஸ்வரரே உம்மாணை சொல்லுகிறேன்
அகவிதானங் காண்பதற்கு அழகன் ஈஸ்வரகால பூதத்தானே
மகா பெலத்தினாலே யல்லோ வைத்துவந்தாய் கல்லறைதான்
கல்லறைகள் பொன்னம்பலம் கண்டதில்லை இவ்வுலகில்
தக்கஉதவி உண்டுமடா தானேநீ போனதுண்டால்
வைத்தார் எடுக்கவேணும் வழியறிந்தார் போகவேணும்
முன்னேநீ போனதுண்டால் பின்னாலே நான்வருவேன்
முன்னேநான் போறதில்லை முறைகேடு செய்வதில்லை
பின்னேநீர் வந்ததுண்டால் பிழைகள் வருமெந்தனுக்கு
என்றுசொல்லி பூதமது ஈஸ்வரரைத் தான்தொழுது
பிழைகள் வருமென்றீரே பொன்னரனே இப்போது
பாற்பாயசம் நெற்பாயசம் வன்னதிரளிப் பாயசம்
சாற்றுமாலை ஏற்றுமாலை சந்திரவட மாலையுடன்
அபிஷேகங்கள் ஆனதெல்லாம் அடியேன்நான் ஒதுக்கிவைத்தேன்
வைத்தேன்நான் உமக்காக மகாதேவர் புசிக்கவேணும்
சிவனா ரும்முன்னே போனதுண்டால் பிழைகள் வருமெந்தனுக்கு
பிழைகள் வருமென்று சொல்லி பிணங்கிமாறி நின்றிடுமாம்
மாறிப்பூதம் நின்றிடவே மகாதேவர் ஏதுசொல்வார்

1336. *கருடன்- கருடாழ்வார்*
1336. *கிருபை- அன்பு*
1338. *உபாயம்- சித்தியடையும் வழி*
1338. *உம்மாணை- உம்மீது சத்தியம்*
1340. *மகாபெலம்- மிகுந்த வல்லமை*
1341. *பொன்னம்பலம்- பொன்னாலான கோயில்*
1349. *பாற்பாயாசம்- பாலினால் செய்யப்பட்ட இனிப்பு*
1349. *நெற்பாயாசம்-அரிசியும் பாலும் கலந்து செய்யப்பட்ட இனிப்பு*
1349. *திரளிப்பாயாசம்- கட்டிப்பாயாசம், சர்க்கரைப்பொங்கல்*
1350. *சாற்றுமாலை- இறைவனுக்குச் சாற்றும் பூமாலை*
1350. *ஏற்றுமாலை- தொங்கவிடும் தூக்குமாலை*
1350. *சந்திரவடமாலை - பிறைவடிவக் கயிற்றுமாலை*
1351. *அபிஷேகம்- திருமுழுக்கு*
1352. *புசிக்கவேணும்- உண்ணவேண்டும்*
1354. *பிணங்கி- மாறுபட்டு*
1354. *மாறிநிற்றல்- ஒதுங்கி நிற்றல்*

பூதம் கல்லறையில் அடைபடுதல்

வைத்தார் வகையறிவார் வழியறிந்தார் போய்வருவார்
மகாதேவர் ஏய்த்திடவே வலுபூதப் பெருமாளும்
தான்வைத்த கண்ணியது தானறிய மாட்டாமல்
தடதடென கல்லறையில் தானகத்தே சென்றிடுமாம்
மடமடென தானசைத்து வைத்தபொறி அத்தனையும்   1360
கல்பொறியும் வில்பொறியும் கட்டுடனே பூண்டிடுமாம்
பூண்டபொறி யதில்கிடந்து பூதமது சொல்லிடுமாம்
ஏய்த்தாரே ஈஸ்வரனார் எனையடைத்துப் போட்டாரே
பூதமது சொல்லிடவே புரிசடையோன் ஏதுசொல்வார்
நீவைத்த உபாயமது நிச்சயம் தானுந்தனுக்கு   1365
பொன்னம்பலக் கல்லறையில் பொறிகள்வைத்தாய் பூட்டுவைத்தாய்
வைத்தவைத்த உபாயமெல்லாம் வந்துனக்கு விடிந்ததடா
எத்தனை நாளானாலும் இவனைஇங்கே தான்போட்டு
மதத்தையெல்லாம் தானடக்கி வலுபிலத்தைக் குறைக்கவேணும்
கெருடனுட முதுகேறி கிருபையுடன் மாயவனார்   1370
பாற்கடலை தானோக்கிப் பறந்தாரே கெருடாழ்வான்
ரிஷபமதிலேறி நின்று ஈஸ்வரனார் நின்றுகொண்டு
கல்லறையை பின்னுமவர் கடுகப் பூட்டுப் பூட்டுவாராம்...
கழுத்தில் பொறிகள் பூணுது பாராய்
தோளில் பூட்டுகள் பூணுது பாராய்   1375
மார்பில் பூட்டுகள் பூணுது பாராய்
அரையில் பொறிகள் பூணுது பாராய்
துடையில் பொறிகள் பூணுது பாராய்
முட்டிற் பொறிகள் பூணுது பாராய்
மோதிரப் பொறிகள் பூணுது பாராய்   1380
காலில் பொறிகள் பூணுது பாராய்

1358. கண்ணி- பொறி
1360. பொறி- இயந்திரம்
1361. கல்பொறி- கல்லாலான இயந்திரம்
1361. வில்பொறி- வில்லாலான இயந்திரம்
1361. பூண்டிடும்- பொருந்திக்கொள்ளும்
1362. பூண்டபொறி- பொருந்திய இயந்திரம்
1364. புரிசடையோன்- சிவபெருமான்
1380. மோதிரப்பொறிகள்- ஒவ்வொரு விரலும் அசையாதவாறு இயந்திரம் கொண்டு பூட்டுதல்

கடுகக் கல்லறையில் அடையது பட்டாரே..
அடையது பட்டார் வலுபூதம் அதிக கல்லறை யானதிலே
பொறிகள் அதுபூண்டிடவே பூதமது தான்கிடந்து
சடையோனே சடைவளர்ந்து சன்னபின்ன லாகிவிடுமாம்
நகத்தோடே நகம்வளர்ந்து நகங்களது சாடிடுமாம்
அழுந்திச் சிறையோடே அடைகள்பட்டு தான்கிடக்க
கல்லறை வைத்து காணப்போன கடுக ஈஸ்வர காலபூதமது
ஆண்டு பன்னீரண்டாச்சே ஆயிழையே உதிரக்கன்னி

உதிரக்கன்னி பூதத்தைத் தேடுதல்

பதிமூன்றாம் வருஷந்தன்னில் பாவைநல்லாள் தேடுவாளாம்
தேடுவாளாம் வாடுவாளாம் திகைத்துநின்று சொல்லுவாளாம்
வாழைகளே தாழைகளே மாமரமே பூமரமே
ஏறிவரும் கதலினமே இறங்கிவரும் புள்ளினமே
என்னுடைய ஆடவரை இங்கேவரக் கண்டீரோ
காணவில்லை உதிரக்கன்னி காரிகையே தாயாரே
பின்னுமவள் தேடுவாளாம் பெருத்தமரச் சோலையெல்லாம்
மலைக ளடந்த பர்வதமும் வந்துநின்று தேடுவாளாம்
தேடியவள் காணாமல் சிவனிடத்தில் வந்துநின்று
ஈஸ்வரரே மகாதேவா ஏழைப்பங்கா உமைநாதா
என்னுடைய ஆடவரை இப்போ காட்டித்தர வேணும்

1385. சன்னபின்னல்- ஒன்றோடொன்று நெருங்கிப் பின்னியிருத்தல்
1386. நகம்- கைநகம்
1387 அழுந்தி- இறுகி
1389. உதிரக்கன்னி- வேள்வியில் பிறந்த பெண்பூதம்
1390. பாவைநல்லாள்- சிறந்த பெண்ணான உதிரக்கன்னி
1391. தேடுவாள்- கவலையோடு விசாரிப்பாள்
1391. வாடுவாள்- மனம் உழைச்சல் கொள்வாள்
1391. திகைத்து- சோர்ந்து
1392. வாழைகள்- வாழைமரங்கள்
1392. தாழைகள்- தாழைச்செடிகள்
1392. மாமரம்- பெரிய மரங்கள்
1392. பூமரம்- பூக்களைச் சொரியும் மரங்கள்
1393. ஏறிவரும் கதலினம்- நீரில் ஏறிவரும் மீன்கள்
1393. இறங்கிவரும் புள்ளினம்- ஆகாயத்திலிருந்து பூமிக்கு இறங்கிவரும் பறவைகள்
1397. மலைகளடந்தபர்வதம்- மலைகள் அடர்ந்த பர்வதம் மலைத்தொடர்

இப்போ காட்டித் தராவிட்டால் இருப்பீரோ கைலையிலே
தப்பரவு செய்திடுவேன் தங்கக் கைலாசமெல்லாம்
ஒப்பரவாய் ஆக்கிடுவேன் உம்மையுமிங் கிருக்க வொட்டேன்
இருக்கவொட்டேன் என்றுசொல்லி ஏந்திழையாள் உதிரக்கன்னி
வருந்திக் கொண்டு உதிரக்கன்னி வாழ்மயிலாள் சொல்லுவாளாம் 1405
நடுக்கெனவே தானடைத்து நகட்டிடுவேன் கைலை என்றாள்
கைலைதன்னை நகட்டிடுவேன் காண்டமது விளைத்திடுவேன்
கோபுரத்தை இடித்திடுவேன் கொடிமரத்தைத் முறித்திடுவேன்
பூசவொட்டேன் புகழவொட்டேன் பூஞ்சுனை நீராட வொட்டேன்
தேவாரம் கூடவொட்டேன் திருமஞ்சனம் பொலியவொட்டேன் 1410
ஆறாட்டும் களிக்கவொட்டேன் அமுதேசற்றும் புசிக்கவொட்டேன்
ஏகசாந்தி கூடவொட்டேன் இடும்புகளைச் செய்திடுவேன்
நேமித்தியம் களிக்க வொட்டேன் நெட்டூரம் செய்திடுவேன்
இருக்கவொட்டேன் உம்மையும்நான் இனிமறிப்பு வைத்திடுவேன்
முத்தாவெளி ஆனதிலே மூன்றுநாளாய் மறுப்பிருந்தாள் 1415
இத்தனைக்கும் வல்லவியாய் இருந்தாளே பாதகத்தி

பூதம் இருக்குமிடத்தைச் சிவன் உதிரக்கன்னிக்கு அறிவித்தல்

பாதகத்தி உதிரக்கன்னி பரமசிவன் கைலையிலே
பேதங்கள் செய்திடுவாள் உதிரக்கன்னி என்றுசொல்லி
உதிரக்கன்னி உதிரக்கன்னி பெண்கொடியே சொல்லக்கேளாய்
உன்னுடைய ஆடவர்தான் உற்றகல்லறை மாபுரத்தில் 1420
அடைகள் பட்டுக் கிடப்பதுண்டு அங்கேசென்று பாருமென்றார்

1402. தங்கக்கைலாசம்- பொன்னம்பலம், சிவன் இருப்பிடம்
1402. தப்பரவு- கெடுதல்
1403. ஒப்பரவாய்- சமாதானமில்லாமல்
1411. ஆறாட்டு- ஆற்றில் நீராட்டுதல்
1411. அமுது- நைவேத்தியம்
1412. ஏகசாந்தி- இரவுப் பூசை
1412. இடும்புகள்- துன்பங்கள்
1413. நேமித்தியம்- படையல்கள்
1413. நெட்டூரம்- கொடுமை, துன்பம்
1414. மறிப்பு- மறியல்
1415. முத்தாவெளி- முற்றவெளி
1416. பாதகத்தி- பொல்லாதவள்
1418. பேதம்- ஒத்துவராதவை

என்றுசொல்லி ஈஸ்வரனார் ஏந்திழையாள் உதிரக்கன்னி
கைலாசம் தான்கடந்து கனகவெள்ளி மலைகடந்து
காரிகையாள் உதிரக்கன்னி கல்லறையில் சென்றுநின்று
அங்கேசென்று தான்பார்த்து ஆடவரைக் கண்டிடவே
ஆடவரைக் கண்டபோது அவளேதோ சொல்லுவாராம்

பூதத்தை உதிரக்கன்னி கல்லறையை விட்டு வெளிவரக் கூறுதல்

இறைக்கிறை ஏழானைப்பலம் என்றபெலம் தானிருக்க
ஆலைப்பலம் உமக்கிருக்க அடைகள் பட்டுக் கிடப்பதென்ன
மகாபலங்கள் குறைந்ததுண்டோ மறுத்தும்மை அசைத்ததுண்டோ
இப்படித்தான் வருவானேன் என்றுசொல்லி உதிரக்கன்னி
கல்லறையைத் தான்கட்டி கடந்துவரக் கூடாது
மகாதேவர்க்கு குடைபிடிக்க வந்துவிட லாகாதோ
ஆகாதோ என்றுசொல்லி அவள் மாஞ்ஞாலங்கள் கொண்டு
கல்லறையைச் சுற்றிவந்து காரிகையாள் உதிரக்கன்னி
மூன்றுநேரம் சுற்றிவந்து மொகுமொகென குரவையிட்டாள்
ஒற்றைக்குரவை சத்தத்திலே உற்றபெலங் கூடிடுமாம்
பெலங்களது கூடிடவே பூதம் விளிக ளெறிந்திடுமாம்

பூதம் கல்லறையை உடைத்தல்

நறுநறென பல்கடித்து நகட்டிடுமாம் கல்லறையை
வலதுகாலது தன்னையெடுத்து
வலது சிகரிலே ஊன்றிடுவாராம்
வலது சிகரது கல்லறை நொறுங்கி
மடமடமடென நகழுதுபார்
இடது காலது தன்னையெடுத்து
இடது சிகரிலே ஊன்றிடுவாராம்
இடது சுவரது கல்லறை நொறுங்கி
இடிந்துதாழ்ந்து விழுகுதுபாராய்
உச்சிநிமிர்ந்து உடலை நொறுக்க

1423. வெள்ளிமலை- கயிலாயம்
1433. மாஞ்ஞாலங்கள்- மாயவித்தைகள்
1440. சிகர்- சுவர்
1447. உச்சிநிமிர்ந்து- தலைநிமிர்ந்து

ஒக்கநொறுங்கி விழுகுதுபாராய்
மடமடமடென கல்லறை நகழ
மாது உதிரக்கன்னி குரவைகளிடவே
தடதடதடென கல்லறை தாழ்ந்து
தவிடுபொடியாய் நொறுங்குது பாராய்
பொடிபொடி பொடியாய் நொறுக்கியபூதம்
பூட்டியபொறிகள் தெறிக்குது பாராய்
கழுத்தில் பொறியும் தோளில்
பொறியும் கடக்கேதெறித்து விழுகுது பாராய்
அரையில் பொறியும் துடையில்பொறியும்
அங்கே தெறித்து விழுகுதுபாராய்
முட்டிற்பொறியும் துடையிற்பொறியும்
மோதிரப்பொறியும் தெறிக்குதுபாராய்
கல்லறை பொடிபட ஈஸ்வரகாலபூதம்
கலகலகலென விளிகளெறிந்து
கல்லறையுந் தான்கடந்து
கரையேறி வருகுது பாராய்

பூதத்திற்குத் தண்ணீர்த் தாகமெடுத்தல்

கல்லறை அடைகள்பட்ட கடுக ஈஸ்வரகால பூதமது
தண்ணீர் தாகமது தானாற்ற மாட்டாமல்
பூதமது கேட்டிடவே உதிரக்கன்னி ஏதுசொல்வாள்
உமக்கேற்ற சுனைகளொன்றும் ஒருவிடமும் இங்கேயில்லை
ஆதிபரநாதர் தமக்கு அடியுறையாய் தெய்வார்கள்
அபிஷேகங்கள் வைப்பதற்கு அதிகவட்டப் பூஞ்சுனைதான்
பூஞ்சுனைக ளல்லாதே பின்னேயொரு சுனைகளில்லை
ஆதிரஞ் சுனைகளல்லாதே அல்லாதே சுனைகளில்லை

1448. ஒக்க-அனைத்தும்
1448. நொறுங்கி- இடிந்து
1449. நகழ- நகர்ந்துவிட
1452. தவிடுபொடியாய்- நிலைகுலைவாய்
1468. சுனைகள்- நீர்நிலைகள்
1469. ஆதிபரநாதர்- சிவபெருமான்
1469. அடியுறை- பாதகாணிக்கை
1470. பூஞ்சுனை- பூக்கள் நிறைந்த நீர்நிலை
1472. ஆதிரஞ்சுனை- நெய்நிலை

அந்தநல்லசுனையதிலே அங்கே சென்று குடித்து
அழிப்பாட்டம் என்றுசொல்லி ஆக்கினைகள் செய்திடுவார்
ஆக்கினைகள் செய்வதற்கு ஆர்வருவார் என்னோடே
என்னோடே வருவாரோ என்றுசொல்லி வலுபூதம்
தன்னுடைய பெலமுடுக்கம் தானிருந்த படியாலே
உன்னுமுன்னே வலுபூதம் உடனேயங்கே சென்றிடுமாம்
நூலிட்டால் நிலையாது நூல்கொண்ட கயமதுதான்
நேரிட்டால் தெரியாது நிறைந்த வட்டபூஞ்சுனைதான்
இந்தநல்ல சுனைதானோ என்றுசொல்லி கொண்டல்லவோ
வாயளவு தண்ணீரில் வலுபூதம் இறங்கிநின்று
பெருமூச்சு கொண்டல்லவோ பெருகத் தண்ணீர் சுனையதிலே
உண்டான தண்ணீரெல்லாம் ஒருமூச்சாய் உறிந்திடுமாம்
சேறும் தொழியும் கிடக்க சேசமெல்லாம் குடித்திடுமாம்
மச்சமென்ற மச்சமெல்லாம் மயங்கியே வாய்பிளந்து
மிச்சமுள்ள தொழிமீதில் மிகக்கிடந்து மாண்டிடுமாம்
வெறுஞ்சுனையாய் தான்கிடக்க வெள்ளமெல்லாம் தான்குடித்து
வேணுமென்று வலுபூதம் வலியேப்பம் விட்டிடுமாம்
ஏப்பமிட்டு பூதமது இன்னுங் காணா தென்றிடுமாம்
பூஞ்சுனையில் தண்ணீரெல்லாம் பூதத்திற்குக் காணாமல்
ஐயோநான் குடித்த தண்ணீர் அரைவயிறும் நிறைந்ததில்லை
மிகத்தாகம் தீர்ந்ததில்லை விளிமலைபோல் எறிந்துகொண்டு
அனியாயப் பூதமது அழிப்பாட்டம் செய்யுதல்லோ

1474. அழிப்பாட்டம்- அழித்து வருத்துதல்
1474. ஆக்கினைகள்- தண்டனைகள்
1477. பெலமுடுக்கம்- மிகுந்த வலிமை
1479. கயம்- அகழி
1485. சேறு- சகதி
1485. தொழி- மண்சகதி
1485. சேசமெல்லாம்- மீதியெல்லாம்
1486. மச்சம்- மீன்
1487. மாண்டிடும்- இறந்துவிடும்
1488. வெள்ளம்- தண்ணீர்
1489. வலியேப்பம்- பெரிய ஏப்பம், மிகுந்த சத்தத்துடன் வாய்வழியே வெளியேறும் காற்று
1491. பூஞ்சுனை- பூக்கள் நிறைந்துள்ள நீர்நிலை
1493. தாகம்- நீர்த்தாகம்
1493. விளி- பெருஞ்சத்தம்
1494. அனியாயப்பூதம்- அட்டூழியம் செய்யும் பூதம்

தெய்வார்கள் சிவனிடம் பூதம் குறித்து முறையிடுதல்

தனியே தண்ணீர் அத்தனையும் தான்குடிக்க கண்டதுண்டோ 1495
சேறொழிய குடித்த தெல்லாம் சொல்லவென்று தெய்வார்கள்
தெய்வார்கள் ஓடிச்சென்று திருக்கைலாச புரத்தில்
அந்தஅனியாய மெல்லாம் அரன்திருமுன் சொல்லலுற்றார்
உம்முடைய பூஞ்சுனையில் உள்ளதண்ணீர் அத்தனையும்
ஈஸ்வர காலபூதமதுதான் குடித்து விட்டதென்றார் 1500
அபிஷேகம் வைப்பதற்கு அரனே தண்ணீர் இல்லையென்றார்
இல்லையென்றால் இப்போது என்செயலாம் பூதமதை
அல்லவென்றுசொன்னாக்கால் அதுகேட்கப் போறதில்லை
நல்லதென்று அரனாரும் நல்வாக்கு ஏதுசொல்வார்
பொற்பிரம்பு தாறேன்நான் பெருகுதற்குத் தண்ணீரை 1505
பெருகுமென்று ஆதிபரன் பிரம்பதுவுந்தான் கொடுத்து
ஆக்கினைத் திருப்பிரம்பை அழகுதெய்வார் கைகொடுக்க
வாங்கியந்த தெய்வார்கள் வந்துநின்று பூஞ்சுனையில்
பொற்பிரம்பு தனையெடுத்து பூஞ்சுனையிற் கீறிடவே
கடகடென ஊற்றெழும்பி சுனை யாறுபோல்பெருக 1510
இருபத்தொரு படியுமிட்டு ஈஸ்வரனார் சொற்படியே
சொற்படியே வெள்ளமது சுனைபெருகி நின்றிடுமாம்
வெள்ளமது பெருகிடவே விரவினுடன் தெய்வார்கள்
செப்புக்குடம் தனையெடுத்து சென்று தண்ணீர் கொண்டுவந்து
கொண்டுவந்து தெய்வார்கள் கூண்ட அபிஷேகம் வைத்தார் 1515

பூதத்தைப் பிடிக்க கிங்கிலியர்களை வரவழைத்தல்

அபிஷேகம் வைத்தபோது ஆதிபரன் ஏதுசொல்வார்
இன்னுமிந்தப் பூஞ்சுனையில் ஏற்றவலு பூதம் வந்து
உன்னுமுன்னே குடித்துவிடும் உள்ள தண்ணீர் அத்தனையும்

1496. சேறொழிய- சகதி நீங்கலாக
1496. தெய்வார்கள்- வானவர்கள்
1501. அபிஷேகம்- திருமுழுக்கு
1502. என்செயலாம்- என்ன செய்யலாம்
1504. நல்வாக்கு- நற்சொல்
1507. ஆக்கினை- கட்டளை
1510. சுனையாறுபோல்- நீர்ச்சுனையானது ஆறு போல்
1510. ஊற்று- நீரூற்று
1518. உன்னுமுன்னே- நினைக்கும்முன்னரே, எழும்பும் முன்னரே

பின்னும் வந்து குடியாமல் பிடித்துவிட வேணுமென்று
தன்னுடைய கைலையிலே தக்க பெலக்காரரென்று
வாசமுள்ள ஈஸ்வரனார் வரவழைக்க கிங்கிலியர்
ஆயிரம்பேர் தனையழைத்து ஆதிபரன் ஏதுசொல்வார்

கிங்கிலியர்கள் பூதத்தைப் பிடித்தலும் பூதம் கிங்கிலியர்களை வெல்லுதலும்

நானாவிதமாக நடந்தல்லோ பூதமது
ஏடாவிடமாக இடங்கேடு செய்யுதல்லோ
ஆனைக்கு மடங்குதில்லை ஆக்கினைக்குக் கேட்குதில்லை
ஆராலும் செய்யாத அழிப்பாட்டம் செய்யுதல்லோ
அழிப்பாட்டம் செய்யாமல் அடக்கிவிட வேணுமென்று
பூதங்கொல்லி தடிவிலங்கில் போடச்சொன்னார் பூதத்தையும்
மகாதேவர் சொல்லிடவே வலுவறியாக் கிங்கிலியர்
வலுவறியாக் கிங்கிலியர் ஆயிரம்பேர் கூடியல்லோ
அப்போது எங்களோடே எதித்திடுமோ ஒத்தையிலே
(கிங்கிலியர் நா)லாயிரம்பேர் தன்னிடுப்பில் கச்சைகட்டி
ஒப்பாகத் தான்கூடி உரத்த வலுபூதத்தையும்
மெய்ப்பாக கிங்கிலியர் மேனிதொட்டு தான்பிடித்தார்
பிடிக்கு முன்னே வலுபூதம் பின்திரும்பி தான்சீறி
ஆர்ப்பாட்டமாக நின்று தாண்டி விளியெறிந்திடுமாம்
கடிதாகப் பிடித்திருந்த கைப்பறிந்து கிங்கிலியர்
ஆட்டுக்குட்டி போல் விழுந்தார் அதிகபெலக் காரரெல்லாம்
கூட்டிநம்மை பூதத்திற்கு கொல்லவிட்டார் என்பாரும்
வீட்டிலுள்ளோர் அறியாமல் மெல்ல எழுந்திருப்போரும்

1520. பெலக்காரர்- வலிமையுடையவர்
1521. கிங்கிலியர்- கிங்கரன், மிக்க பலமுடையவர்
1523. நானாவிதம்- பலவிதம்
1524. ஏடாவிடம்- தாறுமாறாய்
1524. இடங்கேடு- துன்பம்
1528. தடிவிலங்கு- பெரிய மாட்டும் விலங்கு அல்லது தளை
1531. எதித்திடும்- எதிர்த்துநிற்கும்
1531. ஒத்தையிலே- தனிமையாகவே
1532. கச்சைகட்டி- அரையில் கட்டும் கவசம்
1533. ஒப்பாக- உடன்பாடாக
1536. ஆர்ப்பாட்டம்- ஆரவாரம்
1537. கைப்பறிந்து- கைப்பிடி விலகி

நாட்டிலுள்ளோர் அறிந்தாக்கால் நகைத்திடுவார் என்றும்
கிங்கிலியர் தானெழுந்து கிருபையுடன் நின்றிடவே
இறைக்கு இறை ஏழானை பெலத்தை யெல்லாம் அறியாமல்
எத்தனை இறைகளென்றும் எத்தனை பிலங்களென்றும்
இப்படி பெலமறியாமல் எப்படி சொல்வார் கிங்கிலியர்
ஆயிரம்பேர் நம்மாலும் ஆகாதே போனதுண்டால்
போனதினால் என்னபலன் பேசினதால் என்னபலன்
போகக் காலேறாமல் பெருகவனம் தான்சடைத்து
சடைத்து நின்று கிங்கிலியர் தானேதோ சொல்லுவாராம்
இன்னுமொரு உபாயமுண்டு என்றுசொல்லி கிங்கிலியர்
முன்பிடித்தார் போல் பிடித்தார் முடுகவொட்டாதே பூதமதை
வைத்தபோலே பூட்டி மறுப்பு வைத்து பூட்டிடலாம்
ஒத்தாயிரம் பேரும் கூடி ஓடிவந்து தான்பிடித்தார்
பிடித்தாரே ஆயிரம்பேர் பொல்லாத பூதத்தையும்
ஆயிரம் பேரும்கூடி அவர்காலை தானுயர்த்தி
உயர்த்திடவே வலுபூதம் உதறிடுமாம் காலுதன்னை
வெளவாலைப் போல்தூக்கி வலுவான கிங்கிலியர்
வெவ்வேறாய் கொந்து கொந்தாய் விழுந்திடுவார் எல்லோரும்
கச்சைகெட்டி வந்தபேரும் கைப்பிலங்க ளென்றபேரும்
மிச்சமென்று சொன்னபேரும் வெகுபெலங்கள் என்பாரும்
புலிபோலே வந்தவர் பூனைபோலே பதுங்கி
மெலிவாக ஈஸ்வரன்முன் மெலிவாகத் தான்நடந்து
எலிபோலே தான்விறைத்து ஏதுசொல்வார் கிங்கிலியர்
இந்தப்பூதம் தனைப்பிடிக்க எங்களாலே களியாது
உங்களாலே களியாவிட்டால் ஒருவராலும் களியாது
காயப்பட்டு முறிந்ததெல்லாம் காண்பித்துச் சொல்லுவாராம்

1544. இறை- எடை
1545. பிலம்- பலம்
1548. காலேறாமல்- கால் முன் செல்லாமல்
1552. மறுப்பு- எதிர்ப்பு
1553. ஒத்தாயிரம்பேர்- ஆயிரம்பேர் ஒன்றாகக் கூடி
1557. வெளவால்- தலைகீழாகத் தொங்கும் ஒரு விலங்கு
1558. கொந்துகொந்தாய்- கொத்துகொத்தாய், பலரும் சேர்ந்து
1563. விறைத்து- பயந்து நடுங்கி
1564. களியாது- இயலாது

சிவன் பூதத்திடம் வேண்டுதல்

சொல்லைக்கேட்டு ஈஸ்பரனார் தீர்க்கமுள்ள பூதமென்று
மல்லுகெட்ட போகாது வலுபறைந்தால் ஆகாது
ஆகாது என்றுசொல்லி ஆதிபரன் ஏதுசொல்வார்
உன்னைப்போலே வலுபூதம் உலகத்தில் கண்டதில்லை
வரமிருந்த பூதமல்லோ வலிமையெல்லாம் யாரறிவார்
ஓரமிருந்த படியல்லவோ ஓமத்திலே பிறந்ததுவும்
ஓமத்திலே பிறந்ததினால் உற்றவரம் உனக்கல்லவோ
பூமிதனில் புதைத்து வைத்த புகழும் அவைகளெல்லாம்
பந்திரு நாழிகளும் பதினெட்டு உருளிகளும்
உருளிகளும் கிடாரங்களும் உனக்கல்லவோ அத்தனையும்
பட்டமரம் தட்டாதாமரையும் வானமட்டும் பூமிமட்டும்
அட்டதிக்கு முனக்கல்லவே அடக்கி யரசாண்டிருக்க
இங்கிருந்தால் வலுபூதம் இன்னும் நெட்டூரங்கள் செய்யும்
இணக்கமுடனே பறைந்து வலுபூதம் தன்னோடே
குணங்கெட்டு பூச்சுனையில் குடித்துவிட்டாய் தண்ணீரை
ஆருக்கும் ஏக்காத அழிப்பாட்டம் செய்துவிட்டாய்
அழிப்பாட்டம் செய்ததெல்லாம் அமத்தியுன்னை நான்பொறுத்தேன்

பூதத்தை விலங்கில் பூட்டுதல்

உனக்காக நான்பொறுத்தேன் உற்றதடி விலங்குதன்னில்
எனக்காக நீவேண்டி எவ்வளவு நேரம் மட்டும்
பிணங்காமல் விலங்குதன்னில் பூட்டிவிட கால்கொடுத்தால்
தீண்டாத பூச்சுனையில் தீண்டலெல்லாம் தீர்ந்துவிடும்
என்னைப் பிறவி செய்ததுவும் நீர்என்னோடு சொல்வதும்
தனைப்பறைந்த பேர்களைப்போல் தானே வலுபூதம் வந்து
சினத்தையெல்லாம் தானடக்கி சொன்னதொன்றும் தட்டாமல்

1568. மல்லுகட்ட- எதிர்த்துப்போராட
1568. வலுபறைந்தால்- கடினமாகச் சொன்னால்
1577. தட்டாதாமரை- குறைவில்லாத கொடிவகைகள்
1578. அட்டதிக்கு- எட்டுத்திசை
1582. ஆருக்கும்- யார் ஒருவருக்கும்
1582. ஏக்காத- ஏற்றுக்கொள்ளாத
1583. அமத்தி- அடக்கி, சமாதானம் செய்து

மனத்தோடே தான்கூடி வலியவந்து கால்கொடுத்தார்
கனத்ததடி விலங்குதன்னில் கால்கொடுத்த நேரத்திலே
பயந்தெளிந்த கிங்கிலியர் பையயெட்டி பார்த்துநின்றார்
பூதத்துட கையதையும் பொன்னரனார் பிடித்து
ஏழைபங்கர் ஏய்த்திடவும் பூதம் ஏய்ப்பில் அகப்பட்டதுவும்
வேளையிது வாச்சுதென்று விலங்குதன்னில் பூட்டிடுவார்
ஆனைஅகப்பட்ட தென்று ஆதிபரன் மனமகிழ்ந்து
தானேகிடக்க கடகடென்று கடுகவிலங்கில் பூட்டிவிட்டாரே.
கழுத்தில் பூட்டிவிட்ட விலங்கு கடுகவிலகாமல்
கழுத்திலும் மார்பிலும் தான்விலங்கு கடிதாகப் பூட்டிவிட்டார்
அரையில் பூட்டிவிட்ட விலங்கு அங்குமிங்கும் விலகாமல்
அரையில் உடைகுலைய பூதத்தை அடைத்து வைத்துப்பூட்ட
துடையில் பூட்டிவிட்ட விலங்கு தூரவிலகாமல்
துடையிலும் காலிலும் தான்விலங்கு சொல்லியே பூட்டிவிட்டார்
ஆடிஅசையாமல் அவரை அந்தரமாகவல்லோ
ஓடியே கிட்டவந்து ஏய்த்து உடலெங்கும் பூட்டிவிட்டார்
நீட்டிய காலதுவும் புரட்டி நிமிர்ந்து சுருக்காமல்
நாட்டில் நகைக்க வென்றோ விலங்கு நமக்கிது செய்துவிட்டார்
சற்றும் தலையுயர்த்திப் பூதம் தானங்கே பாராமல்
ஒத்துப் பறைந்ததென்ன உபாயங்கள் செய்தால் விடுவேனோ மாயவனை
உடலை ஒருபுறமும் அசைத்து உருண்டு புரளாமல்
உடலிலும் காலிலும் பூதத்தை உடனங்கே தான்பூட்டி
பூட்டியே கயிலையிலே மாயவர் போனபோது பூதம்
மாட்டிலேறி ஓட்டி விரைந்தவர் உபாயங்கள் செய்தாரே

சிவன் ஏமாற்றியதை எ ண்ணிப் பூதம் வருந்துதல்

உபாயங்கள் செய்ததெல்லாம் சுற்றி மனதிலறிந்த துண்டால்
மாயவரானாலும் கிட்டவந்து எதிர்த்துப் பிடிப்பாரோ

1593. பயந்தெளிந்த- அச்சம் நீங்கிய
1593. பைய- மெதுவாக
1596. வாச்சுது- அமைந்தது
1602. உடைகுலைய- ஆடை குலைந்துபோக
1603. தூரவிலகாமல்- நீங்கிப்போகாமல்
1605. அந்தரமாக- வான்வெளியாக
1606. ஏய்த்து- ஏமாற்றி
1610. ஒத்துப் பறைந்தது- சேர்ந்து சொன்னது
1610. உபாயங்கள்- சூழ்ச்சி
1614. மாட்டிலேறி- காளைவாகனத்தில் ஏறி

எவ்வளவு நேரம் விலங்கில் இருக்கவேணும் என்றுசொல்லி
கள்ளமனம் வைத்துச் சொல்வதறியாமல் காலுங் கொடுத்தேன் நான்
கள்ளமெல்லாம் அறிந்தால் விலங்கிட காலும் கொடுப்பேனோ
தள்ளி விலங்கோடு தானங்கே போட்டு சவட்டி முறிப்பேன் நான்
சொல்லி என்னை ஏய்த்து வந்து சுறுக்காய்ப் பிடித்துக் கொண்டார்
சொல்லாமல் எனைப்பிடித்தால் விலங்கு துண்டுதுண்டாகாதோ
பூஞ்சுனைத் தீண்டலெல்லாம் நீங்கிப் போய்விடுவோமென்று
வீண்சொல் சொல்லி என்னை மாயவர் மெல்லவே வந்தேய்த்தார்
ஏய்த்து மொழிபேசி மருட்டி இணங்கிப் பழக்கமிட்டு
வாய்த்த விலங்குக்கருகே நின்று வருத்தி என்கை பிடித்து
கையைப் பிடித்து முகத்தைத் தடவி கடுக உறவாடி
மெய்யாய் பறைந்து விட்டாரென்று விலங்கிற் கருகே போனேன்
ஆப்பிட்டுக் கொண்டேனென்றோ அவர் அடைத்தென்னைப் பூட்டிவிட்டார்
கூப்பிட்டுச் சொன்னாலும் சத்தம் கொடுக்க விடுவேனோ
வெற்றிப் பிடித்து என்னை விலங்கிலே போட்டதுண்டால்
முத்திரை யிட்டு வைத்தாலும் விலங்கை முறியாமல் போடுவேனோ
போடுவேனோ விலங்கு இத்தலம் விட்டு போவாரோ மீண்டுமவர்
ஆடுவாரோ தில்லையில் நடனம் எல்லாம் ஆடவிடுவேனோ
ஆருக்கும் வந்துவிடும் இந்தஅபத்தப் பிழைகளது
பாரச் சிவனாரை குண்டோதரன் பதறப்பதற விரட்டல்லையோ
சதிவு வந்ததென்று சொன்ன மொழி தட்டிடலாகாது
விதிவசமிப்படித் தானல்லாது வேறொன்றும் சொல்வதில்லை
சற்றுநேரம் விலங்கில் காலிட்டுதானே இருக்கச் சொன்னார்
மறுப்பு இல்லாமல் ஆமென்று சொல்லி வாக்குக்கொடுத்தேன் நான்
வாக்குக் கொடுத்துப் போட்டு சொன்னமொழி மாறிப்பறைவார்களோ

1618. கள்ளமனம்- சூழ்ச்சிமனம்
1621. சுறுக்காய்- விரைவாய்
1625. மருட்டி- மயக்கி
1625. இணங்கி- சம்மதித்து
1629. ஆப்பு - முனை
1632. முத்திரையிட்டு- அடையாளமிட்டு
1634. தில்லை- சிதம்பரம்
1634. நடனம்- சிவன் திருநடனம்
1635. அபத்தம்- பிழை
1636. குண்டோதரன்- ஒரு பூதம்
1637. சதிவு- அழிவு
1640. மறுப்பு- எதிர்ப்பு
1641. மாறிப்பறைதல்- மறுத்துச் சொல்லுதல்

போக்குமுட்டி விலங்கை முறித்தால் போராது ஆண்மைக்கு
ஆணுக்கல்ல வென்றுசொல்லி அகப்படா மாபூதம்
வீணுக்கு வீணாகச் சொல்லி தட்டாமல் விலங்கில் கிடக்குதல்லோ..

விலங்கில் கிடக்கும் பூதத்திற்குச் சடை நகம் வளர்தல்

விலங்கதிலே தானும்பூட்டி வெகுநாளாய் தான்கிடக்க
பெலங்கள் அதினாலேயல்லோ பூதமங்கே கிடந்திடுமாம்
தரைகளெல்லாம் தாழ்ந்திடுமாம் சடைகளெல்லாம் வளர்ந்திடுமாம்
சடையோடு சடைகளெல்லாம் தான்வளர்ந்து சாடிடுமாம்
நகத்தோடே நகம் வளர்ந்து நகம்வளர்ந்து சாடிடுமாம்
அழுந்திச் சிறையோடே அவ்விலங்கில் தான்கிடக்க

பூதத்தைப் பூவழகி தேடுதல்

பொன்காத்த பூதமதை தன்னையுமோ காணாமல்
வருத்தமதால் பூவழகி வருந்தி நல்லாள் தேடுவாளாம்
எப்போதும் வந்ததுபோல் இப்பவர மாட்டாளோ
ஆண்டு பன்னீரெண்டாச்சே அறியல்லையே பூவழகி
பூதமது தேடிடவே பூவழகி அறியாமல்

பூவழகி பூதத்தைத் தேடுவதைப் பிராமணக்கன்னியும் தெய்வகுலக்கன்னியும் அறிந்து கொள்ளுதல்

பிராமணக் கன்னியவள் பாவையவள் தானறிந்து
தெய்வக்குலக் கன்னியவள் தேன்மொழியாள் தானறிந்தாள்
இருபேரும் தானறிந்து இணங்கியவர் ஓடிவந்து
பூவழகி தன்னோடே பொற்கொடிமா ரேதுசொல்வார்
ஆடவர்க்கு இப்போது அபத்தமது வந்ததுண்டு

1642. போக்குமுட்டி- வழியடைத்து
1652. பூவழகி- வேள்வியில் பிறந்த பெண்பூதம்
1656. பிராமணக்கன்னி- வேள்வியில் பிறந்த பெண்பூதம்
1657. தெய்வகுலக்கன்னி- வேள்வியில்பிறந்த பெண்பூதம்

அறியல்லையோ பூவழகி என்று ஆயிழையாள் கேட்பாளாம்
இதுபோலே எத்தனைநாள் இப்படிநாம் அறிந்திடலாம்
ஒருபாடு பட்டதுண்டால் ஒதுங்கி இருப்பாரில்லையோ
மகாதேவரோடே வாதாடி உபத்திரிக்க நியாயமுண்டோ
இப்படியே நம்மையுந்தான் இங்கொருநாள் இருக்க வொட்டார்

கன்னியர் மூவரும் பூதத்தைத் தேடுதல்

பூவழகி சொல்லிடவே பிராமணக் கன்னியோடே
தெய்வக்குலக் கன்னியென்று சேர்ந்த பெண்கள் மூபேரும்
பதிமூன்றாம் வருடத்திலே பாவைநல்லாள் தேடுவாளாம்
ஆடவரைத் தேடிடுவாள் அவ்வனத்தில் ஓடிடுவாள்
வாழைகளே தாழைகளே மாமரமே பூமரமே
ஏறிவரும் குயிலினமே இறங்கிவரும் புள்ளினமே
என்னுடைய ஆடவரை இவ்வனத்தில் கண்டதுண்டோ
பின்னுமவள் தேடுவாளாம் பெருத்தவனச் சோலையெல்லாம்
உன்னுமுன்னே தெய்வக்கன்னி ஒருபுறமாய் தேடுவாளாம்

கன்னியர்கள் சிவனிடம் முறையிடுதல்

காணாத இடங்களெல்லாம் கயிலையிலே சென்றுநின்று
சென்றுநின்று அரன்திருமுன் சொல்லுவாராம் மூபேரும்
பிராமணக் கன்னியென்றால் பலசொரூப நிறமுடையாள்
பூவழகி அம்மையென்றால் பூச்சூடும் நிறமுடையாள்
மூபேருமாக இவர்மொழிந்திடுவார் அரன்திருமுன்
நெத்திப்பிறை உச்சிப்பிறை நேர்விழிக்கு மையெழுதி
காதிலங்க தோடிலங்க் கையில்வளை காப்பிலங்க
பொன்னுரவி பொட்டுமிட்டு பூவழகி தாயாரும்

1663. ஒருபாடுபடுதல்- மிகத்துன்பப்படுதல்
1664. வாதாடி- வழக்காடி
1664. உபத்திரிக்க- துன்பம் செய்ய
1677. பலசொரூபநிறமுடையாள்- பலநிற வடிவம் உடையவள்
1678. பூச்சூடும் நிறமுடையாள்- பல பூக்களின் நிறமுடையவள்
1680. நெத்திப்பிறை- நெற்றியணி
1680. உச்சிப்பிறை- தலையுச்சியில் அணியும் நகை
1681. வளைகாப்பு- கை வளையல்
1682. பொன்னுரவி- தங்கத்தை உரசி

வன்னமுடன் பூவும்கொய்து வகைவகையாய் சூடிக்கொண்டு
என்னுடைய மன்னவரை இப்போ கூட்டி தரவேணும்
இப்போ கூட்டி தராவிட்டால் இருப்பீரோ கயிலையிலே
கயிலையதை நகட்டிடுவேன் காண்டமது விளைத்திடுவேன்
காண்டவன மாக்கிடுவேன் கனகொடுமை செய்திடுவேன்
வனமெல்லாம் நடுநடுங்க மங்கைநல்லாள் மூபேரும்
தானமானம் அழித்திடுவோம் தரணிதன்னைக் கெடுத்திடுவோம்
ஈனமது இல்லாமல் இடங்கேடு செய்திடுவோம்
ஆடவரைக் கண்டல்லவோ அனேக நெடுநாளாச்சே
வாடித்தேடித் திரிந்தேன் மனதறிய போகாதோ
நாடெல்லாம் தான்தேடி நாங்கள் வந்தோம் காணாமல்
தேடித் திரிந்தலைந்து சொல்லவந்தோம் இவ்விடத்தில்
சொல்லாதே இருந்ததுண்டால் சுகத்திலே இருக்கவொட்டேன்
தோதகங்கள் ஆடிடுவேன் செய்திடுவோம் நெட்டூரம்
நெட்டூரம் செய்திடுவோம் நெடுநாளாய் மறுப்பிருப்போம்
உம்மையும் தான் இவ்விடமிட்டு ஒருவிடம் போகவொட்டோம்
மன்னவரைக் காணாவிட்டால் மறுப்பி லும்மை வைத்திடுவோம்
பிராமணக் கன்னியம்மை பரபரென மறுப்பிருந்தாள்
ஓடிச்சென்று ஈஸ்பரனார்முன் உமக்கு மறுப்பென்று சொல்லி
முத்தாவெளி யானதிலே மூபேரும் ஒருதலத்தில்
மெத்த மறிப்பாகவுந்தன் வெகுகொடுமை யாகவல்லோ
சற்றும் விலகாத வண்ணம் தான்மறுப்பு வைத்திடவே
மறுப்பிருக்கும் கொடுமையெல்லாம் மகாதேவர் தானறிந்து

1683. கொய்து- பறித்து
1686- காண்டம்- காடு *(பார்க்க அடி எண்.657)*
1687. காண்டவனம்- காண்டவன் என்பவன் இந்திரன்; காண்டவவனம் அல்லது காண்டவனம் என்பது இந்திரன் காடு என்பதாகும். இது யமுனை நதிக்கரையில் குருஜங்காலநாட்டிலுள்ள அழகிய காடு. அங்குப் பலவிதமான அரிய மரங்களும் அரிய வகைப் பறவை மற்றும் மிருகங்களும் வசித்து வந்தன. கண்ணபெருமானும் அர்ச்சுனனும் அந்தக் காண்டவ வனத்தில் உலவி வந்தனர். அவர்களிடம் அக்கினி ஒரு அந்தணர் வடிவில் வந்து தனக்குப் பசி அதிகமாக இருப்பதாகவும் அந்த வனத்தை எரிக்க அனுமதிக்க வேண்டும் என்றும் கேட்க, அதற்கு அவர்கள் எரிக்கச் சொன்னார்கள். அந்த வனம் தீப்பிடித்து எரிந்தது. அதனால் அந்த அக்கினியானவர் அர்ச்சுனனுக்குச் சந்திரனால் வருணபகவானுக்கு வழங்கப்பட்ட காண்டீபம் என்ற வில்லையும் எடுக்க எடுக்கக் குறையாத அம்பறாத்தூணிகள் இரண்டையும்; கண்ணபெருமானுக்குச் சுதர்சனச் சக்கரத்தையும் கொடுத்தார். காண்டவ வனம் பதினைந்து நாட்கள் எரிந்தது. தட்சகனின் மகனான அசுவசேனனும் நான்கு சாதகப் பறவைகளும் மட்டுமே அவ்வனத்திலிருந்து தப்பிப் பிழைத்தன.
1689. தானமானம்- தேவலோகம்

இத்தனைக்கு வல்லவியாய் இருந்தாரே பூவுலகில்
உங்களுக்கு வரம்தந்தால் உலகதையும் வைப்பீரோ

சிவன் கன்னியரிடம் பூதத்தைக் காணுமாறு கூறுதல்

என்னை இதுசெய்ததற்கு இருப்பாரோ வேறொருவர்
முன்னே ஒருபூதம் வந்து விலங்கிலங்கே கிடப்பதுண்டு
அன்னநடை பெண்களெல்லாம் அங்குவந்து பாருமென்றார்
என்றுசொல்ல மாயவனார் ஏந்திழையாள் மூபேரும்
கைலாசபுரம் நோக்கி கனகவெள்ளி மலைகடந்து
காட்டானை பேர்வனத்தில் கனத்ததடி விலங்கிலிட்டு
கண்டவுடனே மூக்கில் கைவிரலை எடுத்துவைத்து
விதிவசமோ உமக்குமிது விலங்கதிலே கிடப்பதற்கு
பிலங்களது குறைந்தது கண்டு பிடித்து விலங்கிலிட்டாரே

விலங்கு தெறிப்பதற்குக் கன்னியர்கள் குரவையிட்டு உதவுதல்

உன்னுமுன்னே தடிவிலங்கு உடன்பூட்டு தெறியாதோ
பூட்டுதெறியாதோ வென்று பூவழகி தாயார் சொல்ல
காட்டானை பேர்வனத்தில் கனத்த தடிவிலங்கு தன்னில்
சுற்றிவந்து குரவையிட்டாள் தேன்மொழியாள் பூவழகி
குரவை சத்தம் கேட்டபோது கூடுதல்லோ வலுபிலங்கள்
வலுபிலங்கள் கூடிடவே மகாதேவரைத் தொழுதுகொண்டு
பூதமது விலங்குதன்னை புரட்டியொரு பிடிபிடிக்க
பிடிபிடிக்க விலங்குதன்னை மிகநெளித்து முறித்திடுமாம்
விலங்கை முறித்தல்லவோ விளியெறிந்து வலுபூதம்
தடிவிலங்கு பூட்டதுதான் தடதடென முறிந்திடுமாம்..
கண்டுநின்று பூவழகி கலகலென குரவையிட்டாள்

1706. வல்லவியாய்- வலிமையுடையவளாய்
1713. காட்டானை- காட்டு யானை
1714. விலங்கு- பூட்டும் விலங்கு, தளை
1717. தெறியாதோ- தெறித்துப்போகாதோ

பூதத்தைக் கட்டியுள்ள விலங்குகள் தெறித்தல்

கழுத்து விலங்கது தெறிக்குது பாராய்
மார்பு விலங்கது தெறிக்குது பாராய்
தோளில் விலங்கு தெறிக்குது பாராய் 1730
துடையில் விலங்கு தெறிக்குது பாராய்
பூதம் கொல்லி விலங்கு தெறிக்க
பூட்டு விலங்கு தெறிக்குது பாராய்

கன்னியர்கள் மூவரோடும் பூதம் கயிலைக்குச் செல்லுதல்

மூட்டு விலங்கு தெறித்தனபோது
மொய்குழல்மார் மூபேரோடே 1735
பூதம் வருகிற புதுமையைப் பாராய்
கயிலாசம் தன்னை நோக்கி
கடுக வருகிற வேளைதன்னில்
இந்திரரைச் சென்று அடியிணை தொழுதார்
இறைவனைச் சென்று அடியிணை தொழுதார் 1740
மாயவரைச் சென்று அடியிணை பணிந்தார்
சந்திரனைச் சென்று அடியிணை தொழுதார்
சண்முகரைச் சென்று அடியிணை பணிந்தார்
மகாதேவரைச் சென்று அடியிணை தொழுதார்

பூதம் சிவனிடம் வரம் கேட்டல்

வலுவுள்ள பூதப்பெருமாள் தானும் 1745
விலங்கதிலே இருந்துவிட்ட வேதனைகள் தீருமுன்னே
பிலங்களுள்ள வலுபூதம் பொன்னரனார் கயிலையிலே
கைலாசபுரத்தில் சென்று கண்டரனார் முன்பில் நின்று
வல்லவரே மகதேவா ஏழைப்பங்கா உமைநாதா
என்னரனே பொன்னரனே ஏற்றவரம் தாருமென்றார் 1750
உனக்குவரம் தந்துண்டால் ஊரும் உண்டோ உலகம்உண்டோ
நாடும் உண்டோ நகரம்உண்டோ நருளடியார் தானுமுண்டோ

1752. நருளடியார்- மக்களும் அடியவரும்

அறியாமல் செய்தபிழை அரனாரே பொறுக்க வேணும்
சிறியோர்கள் செய்த குற்றம் சிவனேநீர் பொறுக்க வேணும்

சிவன் பூதத்தை நெய்க்கிடாரம் மெழுகப் பணித்தலும் பூதம் மறுத்தலும்

எந்தன் கயிலாசமதில் இன்னும் வேலைகள் மெத்தவுண்டு
அந்தவேலைக ளானதெல்லாம் அங்கே சென்று செய்யவேண்டும்
எந்தன் கயிலாசத்திலே எளிதான வேலையுண்டு
நெய்க்கிடாரம் மெழுகிவந்தால் நினைத்தவரம் நான்தருவேன்
நெய்க்கிடாரம் மெழுகறியேன் கீழ்நிலத்தில் பிறக்கறியேன்
எத்தனைதான் ஆனாலும் நான்மாட்டேன் ஈஸ்பரரே
மாட்டேனென்று சொல்லாதே வலுப்பூதப் பெருமாளே
என்னுடைய கயிலையிலே எத்தனைபேர் வந்தாலும்
ஆயிரம்பேர் வந்தாலும் இந்தக்கிடாரம் மெழுகமாட்டார்
அந்தக்கிடாரம் மெழுகி வந்தால் அதிகவரம் நான்தருவேன்
மாறாத வரம்தருவேன் மங்காத பேர்தருவேன்
வலுப்பூதப் பெருமாளும் மகாதேவர் சொல்கேட்டு
நெய்க்கிடாரம் மெழுகிவந்தால் நினைத்தவரம் நான்தருவேன்
நெய்க்கிடாரம் மெழுகச்சொல்லி நிறுத்திவிட்டார் ஈஸ்பரரும்

நெய்க்கிடாரத்திற்கான பொருட்கள் வருதல்

அந்தநெய்க் கிடாரமதை அழகுமணம் செய்யவேணும்
செண்பகமும் சிறுதுளசி சிறந்த இருவாச்சி பிச்சி
வங்காள நாவியுடன் வாடைமணம் உண்டாக்கி
செப்போடே மஞ்சணையும் சிமிழோடே புனுகுபன்னீர்

1758. நெய்க்கிடாரம்- நெய்க்கொப்பரை
1759. கீழ்நிலம்- பாதாளம்
1770. செண்பகம்- ஒருவகைப்பூ
1770. சிறுதுளசி- நறுமணப் பச்சிலை
1770. இருவாச்சி- ஒருவகை மணப் பச்சிலை
1770. பிச்சி- பிச்சிப்பூ
1771. வங்காளநாவி- கஸ்தூரி
1771. வாடைமணம்- நறுமணம்
1772. மஞ்சணை- மஞ்சள் குங்கும எண்ணெய்க்குழம்பு
1772. சிமிழ்- செப்பு, குங்குமச்சிமிழ்
1772. புனுகு- நறுமணப்பொருள்
1772. பன்னீர்- நறுமணநீர்

அறுபது நாழி சாம்பிராணி ஆறுகோட்டை குந்திரிக்கம்
வேறுபடா மஞ்சளெல்லாம் விரைவினுடன் கொண்டுவந்தாரே..
அந்தரமாகவேதான் ஐந்தாறு கோட்டை மஞ்சள் 1775
தானே தெய்வாரிடித்து தவிடுபொடி தானாக்கி
சேரவங்கே இடித்துடனே தெய்வார் வந்தவர் பார்த்து
மனஉறைப்பாய் மனதுமகிழ்ந்து சந்தோசமதாக

கிங்கிலியர்கள் கிடாரத்தை உயர்த்துதல்

அப்போது அஞ்சாதபேர்கள் ஆயிரம் கிங்கிலியர்கள்
அங்கேயவர் கூடி அசைக்கப்படாத கிடாரம் 1780
சற்றே பிலக்காரர் ஆயிரம்பேர் கிங்கிலியர்
என்தரத்தில் உள்ளபேர்கள் எல்லோரும் வந்துகூடி
வந்துகிடாரத்தைச் சூழ்ந்து பிடித்துயர்த்தி
வலுவாய் பிடித்தோமே அசையுதில்லை கிடாரம்
இத்தனைபேரும் உயர்த்தி அசையாத கிடாரமதை 1785
எந்தவிதத் தாலெடுத்து உயர்த்துவோ மென்றுசொல்லி
அப்போது அவர்கூடி தெய்வாரும் கிங்கிலியர்
ஆனைபிலமுள்ள அந்தப் பூதத்தோடே சொல்லுவாராம்
எங்களால் கூடாது இந்தக்கிடாரம் உயர்த்த
என்றவர்கள் சொல்லியே ஏற்றவலு பூதத்தோடே 1790

பூதம் மலைகளை அடுப்பாக்கி
நெய்க்கிடாரத்தை அதன்மேல் வைத்தல்

நின்றுமன மகிழ்ந்து ஒன்றுதலையை அசைத்து
நல்லசந் தோசமாய் சென்றுவலு பூதத்தானும்
பொன்னு மலையோடே வெள்ளிமலையும் பிடுங்கி

1773. நாழி- ஓர் அளவை
1773. சாம்பிராணி- நறுமணத்தூபம்
1773. ஆறுகோட்டை- கோட்டை என்பது இருபத்தொரு மரக்கால் கொண்ட முகத்தல் அளவை.
1773. குந்திரிக்கம்- பறங்கிச்சாம்பிராணி, ஒருவாசனைப்பொருள்
1778. உறைப்பாய்- மனத்தாக்கம்
1793. பொன்னுமலை- பொன்னாலான மலை
1793. வெள்ளிமலை- வெள்ளியாலான மலை
1794. ஈயமலை- ஈயத்தாலான மலை

போதரவாகவே ஈயமலையைப் பிடுங்கி
மூன்றுமலையு மொன்றாகச் சேர்த்துக் கொண்டுவந்து
முத்தாவெளி தனிலே அண்டையாகக் கூட்டிவைக்க
ஆயிரம்பேர் கூடி அசைக்கவொண்ணாக் கிடாரம்
அண்டைக்கு மேலெடுத்து உயர்த்தியே வைத்தாராம்

நெய்க்கிடாரத்தில் வாசனைப் பொருட்கள் நெய் முதலியனவற்றை வார்த்தல்

ஏறவைத்த கிடாரத்திற்கு நெய்களெல்லாம்
எடுத்துக் குடத்தோடே எடுத்துக் கொண்டுவந்துசேர்த்து
ஆயிரம்கோட்டை நெய்யளந்து வார்த்தனரப்போது
அந்தக்கிடாரம் நிறைந்ததில்லை என்றுசொல்லி
மேவும்படியே நிறைந்ததில்லை என்றுசொல்லி
மீதிலே ஊற்றிவிட்டார் கொஞ்சமும் குறையாமல்
நிறையவே மஞ்சள் கலக்கி சிவக்கச் சுறுக்காய்
நெறுத்துப் பொடித்தெடுத்துக் கொடுத்து வறுத்த
ஐந்தாறு கோட்டைமஞ்சள் வகையாக வேணுமென்று
ஆதரவாகவே எடுத்துக் கொடுத்து இருந்தார்
வாடைமணத்திற்கு வெட்டிவேர் ராமிச்சம்வேரும்
வங்காளப் பச்சையும் மல்லிகைச் செண்பகப்பூவும்
செப்போடே மஞ்சணையும் சிமிழோடே புனுகும் பன்னீரும்
சேர்ந்த சவ்வாது பன்னீருடனே கொட்டமுந்தாலி
இந்தவகை களெல்லாம் ஒன்றாக இடித்துப் பொடித்து
இப்படி வாடைப்பொடிகளை மீதிலே தூற்றி

நெய்க்கிடாரம் கொதித்தல்

மஞ்சள் கலக்கியே நெய்க்கொதிப்பிக்க வென்று

1796. முத்தாவெளி- முற்றவெளி, அண்டவெளி
1796. அண்டை- அடுப்புக்கல்
1803. மேவும்படி- விரும்பும்படி
1805. சுறுக்காய்- விரைவாய்
1806. நெறுத்து- நிறுத்து, எடைதூக்கி
1806. வறுத்து- சட்டியிலிட்டுச் சூடாக்கி
1809. வெட்டிவேர்- ஒருவகை நறுமண வேர்
1809. ராமிச்சசம்வேர்- நீர்க்குளிர்ச்சிக்காக நீரில் போடப்படும் நறுமண வேர்
1812. கொட்டமுந்தாலி- ஒருவகை மருந்து
1815. கொதிப்பிக்க- கொதிக்கச்செய்ய

வேரோடே சந்தண மரக்கட்டை மரங்களைக் கீறியே..
சந்தண மரத்தையெல்லாம் தானெடுத்துப் பற்றவைத்து
கிடாரத்திலே நெய்கொதிக்க கடுகத்தெய்வார் தீகளிட்டார்
செந்தாமரைப் பூவதுபோல் தீநாக்கு சென்றிடுமாம்
ஏழுராவும் ஏழுபகலும் இருந்து மஞ்சள் நெய்கொதிக்க
பாற்கடல் பொங்கினாப்போல் பெருங்கிடாரம் பொங்கிடுமாம்

பூதம் நெய்க்கிடாரத்தில் அகப்படுதல்

பொங்குமுன்னே பூதமது பின்விலகி நின்றிடுமாம்
பொங்கிவிடும் வெக்கையிலே பூதம் விளியெறிந்து கொண்டு
மலைபோலே விளியெறிந்து வலுவோடே தானறிந்து
எழும்பியங்கே அகத்தோடே சாட ஏற்றவலு கிடாரத்திற்கு
அகப்பட்டதே பூதமிது அவ்விடமிருந்து தப்பிடுமே
என்றுசொல்லி கிங்கிலியர் எடுத்துவந்து மறுக்கிடாரம்
கிடாரங் கொண்டு மறுகிடாரம் கட்டுடனே மூடுவாராம்
மூடமூடக் கிங்கிலியர் மீண்டுமவர் யாதுசொல்வார்
இன்றோடே ஒழிந்ததானால் இனிநமக்கு அனத்தமில்லை
அனத்தமெல்லாம் தீருமிப்போ அநியாய மேலுமில்லை

பூதம் நெய்க்கிடாரத்தில் குளித்து மகிழ்தல்

இல்லையென்று சொல்லுமுன்னே
        ஏற்றவலு பூதமது
கிடாரத்துக்குள்ளே கிடந்து
        கடுகவிளி யெறிந்துகொண்டு
பொங்கிடும் கிடாரத்திலே
        புகுந்து விளையாடிடுமாம்

1818. தீகளிட்டார்- தீயிட்டார்
1819. தீநாக்கு- தீச்சுவாலை
1823. வெக்கை- வெப்பம்
1825. சாட- குதிக்க
1825. வலுகிடாரம்- பெரிய கொப்பரை
1827. மறுகிடாரம்- அடுத்த கொப்பரை
1830. அனத்தம்- துன்பம்
1833. கடுக விளியெறிந்து- மிகுந்த ஓசையெழுப்பி
1833. கிடந்து- படுத்து
1834. பொங்கிடும்- பொங்கிவழியும்

கொதித்திடும் கிடாரத்திலே குதித்துக்
    கொஞ்சி விளையாடிடுமாம்   1835
மறந்திடும் கிடாரத்திலே
    மகிழ்ந்து விளையாடிடுமாம்
முங்குவார் முக்குளிப்பார்
    முக்காலும் கிடாரத்திலே
நீங்காமல் அதில்கிடந்து
    நெய்யோடே விளையாடி
கோரிக்கோரி நெய்களெல்லாம்
    கொஞ்சி விளையாடிடுமாம்
வாரிவாரி நெய்களெல்லாம்
    மார்பதிலே பூசிடுமாம்   1840
மார்போடும் வயிறோடும் குணங்கள் கொண்டு
    வாடையெல்லாம் பூசுவாராம்
வெந்துபோனா னென்பாரும் பூதம்
    நெழியுதென்று சொல்லுவாரும்
பொங்குது நெய்யென்பாரும் பூதம்
    புரளுதென்று சொல்லுவாரும்
அப்படியே சொல்லிடவே
    ஆணழகன் பொன்காத்த பூதம்
கிடாரத்திற்குள்ளே கிடந்து
    காலடித்து நீந்துவாராம்   1845
கிடுகிடுங்கக் கிடாரமதில்
    கூழாக்கி நெய்களெல்லாம்
கலங்க கலங்க குளித்துக்
    காடி வெள்ளமாக்கி டுமாம்

1836. மறந்திடும்- மறந்துபோகும்
1837. முக்குவார்- மூழ்கடிப்பார்
1837. முக்குளிப்பார்- அமிழ்த்துவார்
1837. முக்காலும்- பெரும்பாலும்
1839. கோரிக்கோரி- அள்ளிஅள்ளி
1842. வெந்து- வெப்பத்தில் அவிந்து
1842. நெழியுது- நெளிதல், வளைதல்
1843. புரளுது- புரண்டு கொள்ளுதல்
1846. கூழாக்கி- கலக்கி
1847. வெள்ளமாக்கிடும்- தண்ணீராக்கிவிடும்

அடைகள் பட்டபூதத்திற்கு
அங்கேசற்று தளர்ச்சையில்லை
நெய்கொதித்த தல்லாதே பூதம்
நிலையொருநாள் குலைவதில்லை
தாக்குடனே நெய்கொதித்திடுமாம்
தன்னமே தான்ஆறிடுமாம்

பூதத்தைப் பூவழகி தேடுதல்

ஆறிடவே நெய்களது அடைபடுமாம் பூதமது
அடைகள் பட்டார் முடிகள் பட்டார் ஆண்டு பன்னீரண்டாக
பதிமூன்றாம் வருடத்திலே பாவைநல்லாள் தானறிந்தாள்
அறிந்தவுடன் பூவழகி ஆடவரைத் தேடுவாளாம்
வீசும் பூங்காவனமும் மிகுந்தபூஞ் சோலைகளும்
பூங்காவும் சோலைகளும் பூங்குழலாள் தேடுவாளாம்
அங்கங்கே அவன்தேடி அவ்விடமெல்லாம் காணாமல்
ஐயய்யோ வென்றுசொல்லி ஆயிழையாள் பூவழகி
வந்தவந்த இடுக்கமெல்லாம் வல்லமையாய்க் கடந்தார்
நெய்க்கிடாரம் பிறவியென்று நெடுகமுள்ள இடுக்கமல்லோ

பூவழகியோடு பிற கன்னியரும் சேர்ந்து வருதல்

இடுக்கமென்று ஏந்திழையாள் பூவழகி செல்லும்நேரம்
பிராமணக் கன்னியம்மை பச்சைத்தேர் மீதிலேறி

1848. தளர்ச்சை- சோர்வு
1849. நிலைகுலைவதில்லை- நிலைதடுமாற்றமில்லை
1850. தாக்குடனே- பெருக்குடன்
1850. தன்னமே ஆறிடும்- தன்னால் ஆறிவிடும்
1851. அடைபடும்- கூண்டுக்குள் அடைபடுதல்
1852. முடிகள்பட்டார்- கிரீடங்களை இழத்தல்
1859. இடுக்கம்- துன்பம்
1859. வல்லமையாய்- மிகுந்த வலிமையாய்
1860. நெடுகமுள்ள- தூரமுள்ள

தெய்வக்கன்னியோடே திரண்டு வந்தாள் தோட்டுக்காரி
பூவழகி தன்னோடே பெண்கொடிமார் எல்லோரும்
எல்லோரும் தேரேறி ஏந்திழைமார் வரும்போது
தேரிறங்கி கொண்டல்லோ தேன்மொழிமார் கால்நடையாய்
கால்நடையாய் தானடந்து கடும்சடவினாலே அல்லோ
சீற்றமுடன் கன்னியர்கள் சென்றிடுவார் கயிலையிலே

பூவழகி தவம் புரிதல்

கைலாசபுரத்தில் சென்று கறைக்கண்டரைத் தொழுதுகொண்டு
அபயமுறை யென்றுசொல்லி அங்கவர்கள் நின்றிடவே
அந்தரமாய் பூவழகி அவள்நிறுத்த குடமெடுத்தாள்
செப்புக்குடம் தனைநிறுத்தி தீர்க்கமுடன் பூவழகி
எலுமிச்சம் பழத்தின் மேலே ஏற்றபொன்னூசி தானிறுத்தி
பன்னிரு சாண் ஊசியின் மேல் பாரப்பெருவிர லூன்றி
விரலூன்றி கொண்டல்லவோ மேலேநின்று தவம்புரிந்தாள்

1863. தோட்டுக்காரி- குமரிநாட்டு முட்டப்பதி அருகில் கோனாண்டிராசன் என்னும் சான்றார் குலச் சிற்றரசன் மகளாகப் பிறந்தவள் தோட்டுக்காரி. அங்கு முட்டப்பதி அருகில் ஆட்சி செய்த சான்றார் இனமல்லாத கொந்தளப்பராசன் மகன் குமரப்பராசன் அவள் அழகில் மயங்கினான். அதனால் கோனாண்டிராசனுக்குக் குமரப்பராசன் தந்தை கொந்தளப்பராசன் மணத்தூது அனுப்பினான். கோனாண்டிராசன் சாதி முறைமையைச் சொல்லி மறுத்துவிட்டான். தோட்டுக்காரியைச் சிறைபிடிக்கத் தருணம் பார்த்திருந்த குமரப்பராசன் அவள் குளித்துக்கொண்டிருக்கும்போது அவளை நெருங்கினான். காமம் தலைக்கேறிய குமரப்பராசன் அவளைத் தூக்கித் தன் கோட்டையில் மாடப்புரையில் வைத்துப் பூட்டினான். குமரப்பராசன் தோட்டுக்காரியைச் சிறைப்பிடித்ததை அறிந்த கோனாண்டிராசன் படையெடுத்தான். போரில் பலர் மாண்டனர். தன் இனத்தார் பலரும் தனக்காக மாண்டதை அறிந்த தோட்டுக்காரி இனி உயிர்வாழ்வது சரியில்லை என எண்ணித் தீமூட்டி அதில் பாய்ந்து உயிர்நீத்தாள். அதனை அறிந்த குமரப்பராசனும் அந்தத் தீயில் பாய்ந்து உயிரை விட்டான்.

1866. கால்நடையாய்- காலாலே நடந்து
1867. சடவு- சோர்வு
1870. அபயமுறை- அடைக்கல முறைமை
1871. அந்தரமாய்- வெளியிடமாய்
1872. தீர்க்கமுடன்- தெளிவுடன்
1873. பொன்னூசி- பொன்னாலான ஊசி
1874. பன்னிருசாண்- ஒரு சாண் என்பது ஒன்பது அங்குலம் கொண்ட அளவு
1874. பாரப்பெருவிரல்- பெரியதாகிய கால்பெருவிரல்

கன்னியென்ற பேருடையாள் கற்புடைய மாதரல்லோ
முத்தாவெளி யில்வந்து முடுகவொட்டார் ஒருவரையும்
வாறவர்க்கு வரவொண்ணாது போறவர்க்குப் போகொண்ணாது
சந்திரனும் தோன்றாமல் சூரியனும் தோன்றாமல்
இருளாக மூடிடவே ஈஸ்வரியாள் தான்பார்த்து
கைகாட்டி அழைத்திடவே காரிகையாள் தன்னையும்தான்
அசையாமல் பூவழகி அவ்விடமிட்டு விலகாமல்
உமைபார்வதி யாளம்மை உமைபாகரைச் சினத்து
ஏதுகாணும் ஈஸ்பரரே இந்தஅனியாய மெல்லாம்
வல்லாத பாதகத்தி மறுப்பிருக்க நியாயம் உண்டோ
பார்வதியாள் சொல்லிடவே பரமசிவன் ஏதுசொல்வார்
மங்கையரே பூவழகி உன் மன்னரைப் பார்த்திடவா
ஈஸ்வரனார் சொல்கேட்டு ஏந்திழையாள் பூவழகி சொல்வாள்
என்னுடைய மகாதவத்தை இனியழிக்க மாட்டேன்நான்
தவமழித்து வரணுமானால் தானவரே சொல்லக்கேளும்
இனியென் மன்னவர்க்கு ஈஸ்பரரே சொல்லக்கேளும்
மறுவேலை சொல்லாமல் மறுத்தவரை அடையாமல்
இல்லையென்று சொன்னதுண்டால் இறங்கிடுவேன் தவத்தைவிட்டு
என்றுசொல்லி பூவழகி ஏதுசொல்வார் ஈஸ்பரனார்
உன்னுடைய ஆடவர்தான் உற்றநெய்க் கிடாரத்திலே
நெய்யோடே பாலோடே நெய்க்கிடாரம் தான்மெழுகி
அப்போது பூவழகி அருந்தவத்தை விட்டிறங்கி
சொல்கேட்டு பூவழகி தடதடென தானடந்தாள்

பூவழகி பூதத்தைக் காணுதல்

பச்சவர்ண மேகப்பட்டு பாவைநல்லாள் உடுத்ததுகில்
உடுத்த முட்டாங்கு மிட்டு ஒருமுந்தியைத் தோளிலிட்டு

1877. முடுகவொட்டார்- அருகே வரவிடமாட்டார்
1878. வாறவர்க்கு- வருவோர்க்கு
1880. ஈஸ்வரியாள்- பார்வதி தேவி
1883. உமைபார்வதி- சிவன் மனைவி
1883. உமைபாகர்- உமாதேவியை ஒரு பாகத்தில் கொண்ட சிவன்
1885. வல்லாத பாதகத்தி- வலிமையான தீவினையாட்டி
1885. மறுப்பிருக்க- மறியல் செய்து விரதமிருக்க.
1899. பஞ்சவர்ணமேகப்பட்டு- நீலநிறப்பட்டு
1900. முட்டாங்கு- துணியால் போர்த்துதல், முக்காடு
1900. முந்தி- முந்தானை

நெற்றிப்பிறை உச்சிப்பிறை நீலவர்ண பூச்சூடி
காதில் பொற்தோடிலங்க கையில்பச்சை வளையிலங்க
கலகலென ஓசையிட கண்டாளே நெய்க்கிடாரம்
அதனகத்தே ஆடவரை ஆயிழையாள் கண்டுசொல்வாள்
இதுக்கோநீர் இத்தனைநாள் இத்தலத்தில் கிடப்பதுண்டு
கலகலென தானடந்து கண்டாளே நெய்க்கிடாரம்
வல்லாத கிடாரமென்று மகாதேவரும் அடைத்தற்கு
அல்லாமல் ஆக்கவேணும் என்றுசொல்லி பூவழகி
கிடாரமதைச் சுற்றிவந்து கிளிமொழியாள் குரவையிட்டாள்
குரவையிட்ட சத்தம்கேட்டு கூடிடுமே வலுபிலங்கள்
பூவழகி குரவையிட பூதமது தான் நிமிர்ந்து

பூதம் நெய்க்கிடாரத்தை உடைத்துவிட்டு வெளிவருதல்

நிமிர்ந்து நெளிந்திடுமாம் நெய்க்கிடாரம் நொறுங்கிடுமாம்
மடமடென விளியெறிந்து வலுப்பூதப் பெருமாளும்
தன்னாலே நொறுங்கிடுமாம் தவிடுபொடியாக்கிடுவார்
தவிடுபொடியாய் நொறுக்கி தானே வலுகிடாரமதை
வலுகிடாரமதை நொறுக்கி மலைபோலே குவித்திடுமாம்
நெய்க்கிடாரம் தன்னைவிட்டு நீங்கியவர் வெளியில்வந்து

பூதம் சிவனிடம் வரம் கேட்டலும் சிவன் பதில் கூறுதலும்

சென்றுநின்று கொண்டல்லவோ சிவனாரைத் தான்தொழுது
தொழுது கொண்டு நின்றிடவே சிவனாரும் ஏதுசொல்வார்
இப்போவந்த சேதிஎன்ன ஏற்ற சங்கிலிமா பூதத்தானே
வரம்வாங்க உம்மிடத்தில் மகாதேவா என்றுரைத்தார்
என்னோடே வாதாடி எதிர்த்ததுவும் நீயல்லவோ
கயிலைதன்னை தான்நகட்டி வடக்கே எறிந்திடுவேன்
சொன்னதுவும் நீயல்லவோ தீரன் சங்கிலிமா பூதத்தானே
நம்மையிது செய்ததற்கு நருளுதனையும் விடுவாயோ

1909. கிளிமொழியாள்- கிளிபோன்று கொஞ்சிப் பேசுபவள்
1920. சேதி- செய்தி
1920. சங்கிலிமாபூதம்- வேள்வியில் பிறந்துவந்த பூதம்
1924. தீரன்- திண்ணியம், வீரன்
1925. நருளுகள்- மனிதர்கள்

வல்லமையாக உன்னை வரவழைத்தேன் கயிலையிலே
உனக்குவரம் தந்ததுண்டால் ஊருமுண்டோ உலகுமுண்டோ
நாடுஉண்டோ நருளுமுண்டோ நருளடியார் தானுமுண்டோ
உன்னைப்போலே வலுபூதம் ஒருவிடமும் கண்டதில்லை
உன்னுடைய கொடுமையது ஒருக்காலே யுண்டுமடா

பூதம் சிவனிடம் அடிபணிதல்

சிறியோர்கள் செய்தபிழை சிவனாரே பொறுக்கவேணும்
அறியாமல் செய்தபிழை அரனாரே பொறுக்கவேணும்
திருக்கயிலாச மெல்லாம் சென்று நின்று தூற்றிடுவேன்
திருக்குடைகள் பிடித்திடுவேன் சொன்னதெல்லாம் கேட்டிடுவேன்
பாதமது பணிந்திடுவேன் பணிவிடைகள் செய்திடுவேன்

சிவன் பூதத்திற்கு வரம் தர மறுத்தல்

பாதமது பணிந்தாலும் பணிவிடைகள் செய்தாலும்
சேதமது செய்தாலும் திரும்பி என்னோடே நின்றாலும்
என்ன செய்தாலும் உனக்கு ஏற்ற கயிலாசத்திலே
உந்தனக்கு வரங்களது ஒருபோதும் தாறதில்லை

சிவன் பூதத்தைச் செந்தாழையில் பிறக்கும்படி கூறுதல்

செந்தாழை ஆனதிலே செப்பமுடன் பிறவி
ஒருபிறவி தான்பிறந்தால் உனக்குவரம் அங்கேயுண்டு
உண்டுமென்று அரனாரும் உரைத்துமொழி தான்பறைந்தார்

1933. தூற்றிடுவேன்- பெருக்கி சுத்தம் செய்வேன்

1940. செந்தாழைப் பிறவி- செந்தாழையில் பிரம்மசக்தி பிறந்து வந்ததாகப் பிரமசக்தியம்மன் பிறவிகள் கூறும். (பக். 40-41)

மாறியாடிப் பிறக்கவென்ன வாய்த்த செந்தாழைப்பூவில்
செந்தாழைப் பூவதிலே தேவிவந்து பிறவியானாள்
பிறவியானாள் பிரமசத்தி பொன்னும் செந்தாழைப் பூவதுதன்னிலே
செந்தாழைப்பூவில் வந்திணையாகவே சேரவங்கே வந்துதோணுமாம்

செந்தாழை காக்கப்படுதல்

செந்தாழை என்றுசொன்ன சொல்கேட்ட நேரத்திலே
மனமகிழ்ந்து கொண்டல்லவோ வலுபூதப் பெருமாளும்
அதிகமணங் களானதெல்லாம் அங்கே சென்று பார்ப்பதற்கு
செம்பு வெள்ளி விளையுமந்த செண்பகவெள்ளி மலைதனிலே
ஐந்தலை நாகமது அடைகிடக்க முட்டையிடுமாம்
நாகமது வாழும் இடம் நல்ல பொய்கை கரைதனிலே
பொய்கைக் கரைதனிலே பொன்னுவெள்ளி மலைச்சார்பில்
அந்தமலைச் சார்பதிலே அழகுசெண்பகத் தாழைநிற்கும்
தாழைமணம் வீசாமல் சந்தனமணம் வீசிடுமாம்
சந்தணம் புனுகு பன்னீர் சவ்வாது மணமொரு நேரம்
சாம்பிராணி சூடகம் தன்மணமாம் ஒருநேரம்
மூன்றரை நாழிகைக் கொருக்கால் மூன்றுநிறம் மூன்றுமணம்
ஏழரை நாழிகைக் கொருக்கால் ஏழுநிறம் ஏழுமணம்
மணம்மாறி மணத்திடுமாம் நிறம்மாறி பகுந்திடுமாம்
கற்புடைய தாழையது கடுஞ்சாம வேளையிலே
சாமநேரம் பார்த்து தாழையது பூத்திடுமாம்
முதல்சாமத்தில் தாழை முக்கவராய் பூத்திடுமாம்
முக்கவராய் பூத்ததெல்லாம் முறைப்படியே சிவனார்க்கு
தினந்தோறும் பூப்பதெல்லாம் சிவனார்க்குக் கொடுபோக
என்றென்றும் ஒருப்போலே எடுத்திடுமாம் பூவதையும்
அன்றன்று சிவனார்க்கு அபிசேகமாய்க் கொடுபோக
உச்சிச் சாமத்தில் தாழை ஒருபூ அரைபூ பூத்திடுமாம்
ஒருபூ அரைபூ பூத்ததெல்லாம் ஒருவருக்கும் தெரியாது

1946. செண்பகவெள்ளிமலை- செம்பும் வெள்ளியும் கிடைக்கும் மலை
1947. அடைகிடக்க- முட்டையிட்டு அடைகாத்தல்
1948. பொய்கைக்கரை- இயற்கையான நீர்நிலையின் கரை
1950. மலைச்சார்பு- மலையடிவாரம்
1950. செண்பகத்தாழை- செம்பு நிறத்தில் காணப்படும் தாழைமலர்
1954. நாழிகை- ஒரு நாழிகை என்பது அறுபது விநாடி கொண்ட கால அளவு
1957. கடுஞ்சாம வேளை- நள்ளிரவுநேரம்
1959. முக்கவர்- மூன்றாகப்பிரிதல் (கவர் என்பது இரண்டாகப் பிரிதல்)
1964. உச்சிச்சாமம்- நள்ளிரவு
1964. ஒருபூ - முழுவதும் மலர்ந்த நிலை
1964. அரைபூ- பாதியளவு மலர்ந்த நிலை

ஆயிரத்தெண் கன்னிமார்கள் அவர்களுக்கென்று பூத்திடுமாம்
பூவழகி தன்தனக்கும் பிராமணக் கன்னியர்க்கும்
அக்காளும் தங்கையரும்   ஆயிழைமார் இருபேரும்
முக்காலும் தெய்வக்கன்னி மூபேரும் அறிவதெல்லாம்
தெய்வார்க்கும் தெரியாது தேவருக்கும் போகாது   1970
மகாதேவருக்கும் போகாது மற்றொருவர் காண்பதில்லை
ஏற்ற கன்னிமார்களவர் ஏந்திழைமார் உறைந்ததுண்டு
அன்றுமுதல் இன்றுவரை அவர்கள் மணம் ஏற்றதுண்டு
மணமதுவும் ஏற்றிடுவார் வானம் மட்டும் பறைந்திடுவார்
அதில் சாமத்தில் தாழை ஐங்கவராய்ப் பூத்திடுமாம்   1975
ஐங்கவராய்ப் பூப்பதெல்லாம் அறிந்தந்த நாகம்
ஐந்தலை நாகமறிந்து அதிகமணமேற்க வென்று
குணமாக மணமேற்க கூடுகின்ற வேளையிலே
மகாதேவர் தந்தனக்கு வந்தெடுக்கும் பூவதெல்லாம்
கன்னியர்கள் விலக்கிடவே கடுகநாகம் தான்பதறி   1980
பூமணமும் கொள்ளாமல் பின்விலகி நின்றுகொண்டு
பட்டுப் பயந்து நின்று பத்திஎடுத் தாடிடுமாம்
ஆடிடுமாம் நல்லரவம் அந்தநல்ல தாழையிலே
தேடித் தினந்தோறும் தெய்வார்கள்பூவெடுக்க
வாடியொன்றும் போகாமல் மாயவர்க்குக் கொடுபோக   1985
பொன்னாலே கூடைகொண்டு பூவெடுக்க தெய்வார்கள்
பொன்கூடை தன்னில் வைத்துப் போகுமட்டும் நாகமது
ஆடாமல் நாகமது அடைகிடக்கும் நாளையிலே
வேறொருதர் வந்ததுண்டால் விரட்டிவிடும் காவல்வைத்து
மாயவர்க்கு பூவெனவே மாநாகம் காத்திருக்க   1990
ஈ எறும்பு ஏறாமல் எறும்பு வண்டு மணத்தாமல்
போய் ஒருதர் அணுகாமல் பூவெடுக்க வொட்டாமல்
அப்படிச் செந்தாழையின்மேல் தப்பிடா ஐந்தலை நாகம் கிடக்க

1974. ஐங்கவர்- ஐந்தாகப் பிரிதல்
1982. பத்தியெடுத்தாடுதல்- படமெடுத்து ஆடுதல்
1983. நல்லரவம்- நாகப்பாம்பு
1986. கூடை-பூக்கூடை
1990. மாநாகம்- பெரிய நாகப்பாம்பு
1991. மணத்தாமல்- மணம் நுகராமல்

பூதம் தாழைக்குச் செல்லுதல்

சொல்படியே மாயவனார் சொல்கேட்டு வலுபூதம்
மாமதப்பன் சங்கிலிமா பூதப்பெருமாளும்
பேர்பெரிய பொன்காத்த பூதமது பக்கத்திலே
பூதத்தடி தானெடுத்து பூதமது ஊன்றிக்கொண்டு
காதிலிட்ட குண்டலமும் கண்டகோடாலியு மெடுத்து
மார்பிலிட்ட சங்கிலியும் மடமடென இழுத்துக் கொண்டு
அரைதனிலே ஆனைமணி ஆனைமதம் கொண்டதுபோல்
குட்டிமத யானைகள்போல் குஞ்சரத்தின் கன்றதுபோல்
தாழை மணமுண்பதற்கு தான்போக வேணுமென்று
போகுதல்லோ பூதமது பொற்றாழை யானதிலே
தாழைதனைக் கண்டபோது சந்தோசப் பட்டுக்கொண்டு
சங்கிலிமா பூதமது தாழையிலே உறங்கிடுமாம்

ஐந்தலை நாகம் தாழையைவிட்டு வெளியேறுதல்

அப்போது அதில்கிடந்த ஐந்தலை நாகம் பார்த்து
இப்போது வலுபூதம் இத்தலத்தில் வந்ததற்கு
மெய்ப்பாக நம்மையினி விடப்போறதில்லை என்று
தப்பிப் பிழைப்போமென்று தாழைவிட்டுக் கீழிறங்கி
பொய்கை கரைதேடி போகுதல்லோ நாகமது

பூதம் தாழையில் குடியிருத்தல்

நாகமது போனபோது நாற்பூதப் பெருமாளும்
தானமுடன் தாழையிலே தானேறிக் கிடந்திடுமாம்
ஏறியிருந்து கொண்டு ஏதுசொல்லும் வலுபூதம்
தனித்தனியாய் பூவெடுக்க தன்னூப்பாய் வருவாயோ
தெய்வார்கள் பூவெடுத்து சிவனார்க்கு கொடுபோக

1998. கண்டகோடாலி- தெய்வங்கள் கையில் வைத்திருக்கும் ஒரு ஆயுதம்
2000. ஆனைமணி- யானைக்குக் கட்டும் மணி
2001. குஞ்சரம்- யானை
2003. பொற்றாழை- பொன்னிறமான தாழை
2008. மெய்ப்பாக- உண்மையாக
2010. பொய்கைக்கரை- இயற்கை நீர்நிலைக்கரை
2012. கிடந்திடும்- படுத்துக்கொள்ளும்
2014. தன்னூப்பு- தன்விருப்பம்
2015. தெய்வார்கள்- தேவலோகத்தார்

பூந்தோட்டம் தனிலிறங்கி புகுந்து பூவெடுப்பாரோ
பூவெடுத்து தாழைவிட்டு போவாரோ உயிரோடே
போவாரே உயிரெடுக்க போய்பிழைக்க விடுவேனோ
தாழம்பூ எடுக்கவென்று தானேதெய்வார் வந்ததுண்டால்
தாழையிலே ஒளித்துநின்று சதிமானம் செய்வேனென்று   2020
செந்தாழை யானதிலே சேர்ந்துறைந்து நின்றுகொண்டு
உறைந்துகொண்டு பூதமது ஒருவிடமும் போறதில்லை
முன்னமே தெய்வார்கள் முறைமையுடன் மாயவர்க்கு
தன்னாலே அவர்க்கெனவே தானெடுத்துக் கொடுபோவார்
ஆதிபரன் தந்தனக்கு அடியிறையாய் வைத்துநிற்கும்   2025
அந்தநல்ல பூவதெல்லாம் அங்கெடுக்க வொட்டாமல்
நானுறைந்த தாழையிது ஆர்வருவார் பூவெடுக்க
என்றுசொல்லிக் கொண்டல்லவோ ஏற்றவலு பூதமது
ஒருபூவைத் தானெடுத்து உற்றமணம் ஏற்றுக்கொண்டு
பூவழகி தாயாரும் பிராமணக் கன்னியர்க்கும்   2030
நீயெடுத்து நுகர்ந்து கொண்டால் நீ யாவரிலும் வல்லவியோ
ஒருபூவை நுகர்ந்து கொண்டால் உனக்கு மணம் போதாதோ
வேண்டாமுனக் கெனவே மெல்லிநல்லாள் சொல்லிடவே

சிவன் நடத்திய சோதனைகளைப் பூவழகியிடம் பூதம் எடுத்துச் சொல்லுதல்

பூவழகி முகம்நோக்கி பூதமது சொல்லிடுமாம்
மகாதேவர் கயிலையிலே வரங்கேட்கப் போனதற்கு   2035
இல்லாத வேலையெல்லாம் என்னைசேவித்து விட்டார்
சொல்லாத வேலையெல்லாம் செய்தேன்நான் மெய்யெனவே
மெய்யெனவே திருச்சடையும் முழுதுமென்னைச் சுமக்கச் சொன்னார்
பெண்ணைச் சுமந்த கூடையைப் பின்னும் நான் சுமந்தேனே
அக்கினியாய் நின்றதொரு அனலையுமோ தழுவச் சொன்னார்   2040

2020. சதிமானம்- அழிவு
2021. சேர்ந்துறைந்து- சேர்ந்திருந்து
2023. முறைமையுடன்- ஒழுங்குடன், கட்டளையுடன்
2025. ஆதிபரன்- சிவபெருமான்
2025. அடியிறையாய்- அடியுறை, பாதகாணிக்கையாய்
2037. மெய்யெனவே- உண்மையென
2039. பெண்ணைச் சுமந்த கூடை-

கல்லறையை வைக்கச்சொல்லி கடுக என்னை அடைத்துவிட்டார்
விலங்கதிலே தான்பூட்டி வெகுநாளாய்ப் போட்டுவிட்டார்
வரந்தாறேன் என்றுசொல்லி மாயவனார் ஏய்த்துவிட்டார்
நெய்க்கிடாரம் மெழுகச்சொல்லி நேரில்என்னை ஏய்த்துவிட்டார்
அவருடைய பூந்தோட்டம் ஆனதெல்லாம் அழிக்கவென்று
அழிக்க வேணுமென்று சொல்லி ஆணழகன் வலுபூதம்
பூதமது சொல்லிடவே பொறக்கன்னிமா ரப்போது
பூதமது தானெடுத்து பூமணத்தை நுகர்ந்து கொண்டு
சிவனார்க்குக் கொடுபோற சிறந்தபூ மணத்தையுண்டு
அப்போது பூவழகி அவளேதோ சொல்லுவாளாம்
அரனார்க்குக் கொடுபோற அதிகப்பூ அத்தனையும்
ஒத்தபடி பூவெடுத்து உடையார்க்கு கொடுபோறார்

கன்னியர்கள் பூவெடுக்கச் செல்லுதல்

நமக்குப்பூ அல்லாதே நானவர்க்குக் கொடுப்பதில்லை
பூவழகி பூவழகி பூவெடுக்க வாருமென்றார்
பூவென்று சொல்லுமுன்னே பிராமணக் கன்னியம்மை
பூவுகொய்து விளையாடப் போறேனான் என்றுசொல்லி
பூந்தோட்ட மானதெல்லாம் புகுந்தழிக்க வேணுமென்று
செந்தாழை தன்னைவிட்டு சேர்ந்தார்கள் கன்னிமார்க ளெல்லாம்
சந்தணப் பூந்தாழை விட்டு நானிறங்கி நின்றுகொண்டு
அக்காளும் தங்கையரும் ஆயிழைமார் இருபேரும்
நெத்திப்பிறை உச்சிப்பிறை நேர்விழிக்கு மையெழுதி
மையோடும் கண்ணோடும் மதிக்கவொண்ணாப் பணிகாதில்
காதில் பொற்றோடுமிட்டு கையில்பச்சை வளையல்களும்
பச்சைவளை கலகலென பிராமணக் கன்னியம்மை
இச்சையுடன் உடுத்தபட்டு எண்ணவொண்ணா விலைபிடிக்கும்
பட்டுப் பதினைந்து வர்ணம் பகளபச்சை நீலவர்ணம்
வர்ணம் இடைக்கிடையாய் எங்கெங்கும் பொற்கவசம்

2052. ஒத்தபடி- சேர்ந்தபடி
2052. உடையார்-சிவபெருமான்
2026. பூவுகொய்து- பூக்கொய்து, பூப்பறித்து
2062. பணிகாதில்- காதில் அணிந்துள்ள அணிகள்
2065. இச்சையுடன்- விருப்பத்துடன்
2065. எண்ணவொண்ணா- விலைமதிப்பில்லாத
2067. பொற்கவசம்- பொன்னாலான மெய்யுறை

ஒட்டும் விலை தெரியாது உடுத்திடும் பட்டானதெல்லாம்
உடுத்து முட்டாங்குமிட்டு ஒருபுறத்தைத் தோளிலிட்டு
பச்சைத்தேர் மீதிலேறி பிராமணக் கன்னியம்மை   2070
இச்சைபெறு பொன்தேரில் பூவழகி அம்மைவர

அக்காளும் தங்கையரும் ஆயிழைமார் இருபேரும்
தெய்வக்குலக் கன்னியோடே தோழிமார் மூபேரும்
ஆயிரத்தெட்டு பேர்கள் எல்லோரும் ஒருப்போலே
தேர்மீதிலேறிக் கொண்டு தொடுபிடியாய் வந்திறங்க   2075
அண்ணாவி எங்களையும் அழைத்ததென்ன காரணமேன்
பூவழகி கேட்டிடவே பூதமது சொல்லிடுமாம்
மாயவர்க்கு பூவெடுத்து வந்து தெய்வார் கொடு போவார்

கன்னியர்கள் வண்டு வடிவெடுத்தல்

பூவையெல்லாம் அழித்திடவும் பூச்சேத மாக்கிடவும்
மணத்தையெல்லாம் உண்டுகொண்டு வண்டாக அரித்திடவும்   2080
யாலுமோ யாலாதோ என்றுசொல்லி பூதமது
எங்களா லாகாதோ என்றுசொல்லி கன்னியர்கள்
நன்றுநமக்கு நன்றெனவே நமக்குஇது தானெனவே
என்றுசொல்லி கன்னியர்கள் ஏந்திழைமார் எல்லோரும்
சென்றுகூடித் திரண்டுசென்று பூந்தோட்டமதில்   2085
வெள்ளியாலே கதவுமிட்டு வெங்கலத்தால் பூட்டுமிட்டு
பூட்டைமிகத் தான்திறந்து பூவழகி கன்னியர்கள்
பூவழகி தாயாரும் பொன்னுவண்டு வடிவெடுத்து
பிராமணக் கன்னியம்மை பச்சைவண்டு வடிவெடுத்தாள்
அக்காளும் தங்கையரும் அவர்களிரு பேர்களுந்தான்   2090

2068. ஒட்டும் - சிறிதும், கொஞ்சம்கூட
2069. முட்டாங்கு - முக்காடு
2070. பச்சைத்தேர் - பச்சைநிற இரதம்
2071. பொன்தேர் - பொன்னாலான இரதம்
2075. தொடுபிடியாய் - ஒவ்வொருவராய்
2076. அண்ணாவி - பெரியோன்
2080. வண்டாக அரித்திடவும் - வண்டு வடிவிலிருந்து பூக்களைக் கடித்துவிடவும்
2081. யாலுமோ - இயலுமோ
2081. யாலாதோ - இயலாதோ
2088. பொன்னுவண்டு - தங்கநிற வண்டு

வண்டாகப் பறந்துசென்று மகாதேவர் தோட்டமதில்
பொன்னுவண்டாய் தான்பறந்து பூவதிலே தான்விழுந்து
பூவென்ற பூவெல்லாம் புகுந்திறங்கி அரித்திடுமாம்
பூவையெல்லாம் தானரித்து பூச்சேத மாக்குவாராம்
தெய்வக்குலக் கன்னியம்மை சென்றுநின்று தும்பியதாய்
தும்பியதாய் வந்திறங்கித் துளைத்துமுறித் தழித்திடுமாம்
அப்படியே சேதமதாய் அழித்திடுமாம் பூந்தோட்டம்
தோட்டுக்காரி யம்மையவள் தோட்டத்திலே சென்றுநின்று
கூட்டமதாய்ப் பூவதெல்லாம் குமிந்துவிட அரித்திடுமாம்
அப்படியே ஆயிரத்தெட்டு பேரும் அவரவர் தான்வடிவெடுத்து
மல்பிடியாய் கன்னியர்கள் மகாதேவர் தோட்டமதில்
அங்கேசென்று பூவதெல்லாம் அரித்திடுவார் வண்டாக
சொல்லியவர் தானழித்து சுத்தமாய் அழித்துவிட்டார்

தெய்வார்கள் பூவெடுக்க வருதல்

அந்தஅநி யாயமெல்லாம் அறியாமல் தெய்வார்கள்
ஆள் இளகி முழிக்குமுன்னே ஆரொருதர் அறியாமல்
தெய்வார்கள் பூவெடுத்து சிவனார்க்குக் கொடுபோக
அங்கேகொடு போவதற்கு அவர்கள் வந்தார் பூவெடுக்க
பூவையெல்லாம் வண்டரித்து போட்டுதென்று கண்டுதெய்வார்
ஆவென்று தெய்வார் எல்லாம் அவர்வயிற்றோடே தானடித்து
நாமென்ன செய்வோமென்று நடுக்கமுற்று தெய்வார்கள்
இப்போ கொடுபோவதற்கு இனிபூ கொய்யாமல்
அப்போது அரனார்க்கு அபிசேகம் நேமிப்பதற்கு
பூமுடங்கிப் போகுதென்று பின்னுள்ள தோட்டமெல்லாம்
அங்கேசென்று பார்த்தாலும் அதுபோலே அழிந்திருக்க

2095. தும்பி- ஒருவகை வண்டு
2099. குமிந்து- குவிந்து
2101. மல்பிடியாய்- வலிமையாகப்பிடித்து
2103. சுத்தமாய்- ஒன்றுவிடாமல் முழுமையாக
2105. முழிக்குமுன்னே- கண் விழிக்குமுன்னே
2111. கொய்யாமல்- பறிக்காமல்
2112. நேமிப்பதற்கு- பூசிப்பதற்கு
2113. பூமுடங்கிப்போதல்- பூ இல்லாமல் போதல்

தெய்வார்கள் சிவனிடம் முறையிடுதல்

ஓடித்திரிந் தலுத்து சொல்லவென்று தெய்வார்கள் 2115
ஓடிச்சென்று தெய்வார்கள் உடையவனார் கயிலையிலே
அந்தஅநியாய மெல்லாம் அரனிடத்தில் சொல்லுவாராம்
செந்தாழை மூடதிலே சென்றுபூதம் உறைந்துகொண்டு
பூந்தோட்ட மானதெல்லாம் பொற்கன்னிமார் வந்திறங்கி
பொன்வண்டு வடிவெடுத்து பூமலரெல்லாம் அரித்து 2120
ஆகாமல் பூந்தோட்டமெல்லாம் அரித்துவிட்ட செய்திகளும்
பூமலர் தானில்லாமல் பூசைக்கென்ன செய்வோமென்றார்
என்றுசொல்லி தெய்வார்கள் ஏற்றபொன்னும் கூடைதன்னை
வெறுங்கூடையாய் எடுத்து விட்டெறிந்தார் ஈஸ்வரர் முன்
பொல்லாத வலுபூதம் பூமுடக்கம் ஆக்கிடுமாம் 2125
ஆண்டுபன்னி ரண்டாக ஆக்கிடுமாம் பூமுடக்கம்
பொன்னரனார் தந்தனக்கு பூமுடங்கி போனபோது
மனதுமுட்டாய் மாயவரும் வார்த்தை ஏதோ சொல்லுவாராம்

பூதத்தை வரவழைக்க முயற்சி செய்தல்

அபத்தமாகப் பூந்தோட்டம் அழிக்குதல்லோ வலுபூதம்
ஆருசென்று சொன்னாலும் அவ்விடமிட்டு வருவதில்லை 2130
மகாதேவர் மனம்சடைத்து மைத்துனரை வரவழைக்க
மைத்துனனார் வந்தபோது வார்த்தை ஏதோசொல்லுவாராம்
செந்தாழை மூடதிலே சென்றுபூதம் உறைந்துகொண்டு
பக்கத்திலே கன்னிமாரும் பாரவலு பூதமுமாய்
செண்பக பூந்தோட்ட மெல்லாம் சென்றுபூதம் அழிக்குதல்லோ 2135
ஆண்டுபன்னீ ரண்டாச்சே அல்லவென்று பூவழகி
அன்றுமுதல் இன்றுவரை அழிக்குதல்லோ பூந்தோட்டமது
என்றுசொல்ல அரனாரும் ஏற்றபச்சமாலுஞ் சொல்வார்
சென்றுபூதம்தனை வருத்த சென்றிடுவ தெப்படியோ

2115. அலுத்து- சலித்து
2121. ஆகாமல்- பயன்படாமல்
2125. பூமுடக்கம்- பூ தடையாதல்
2129. அபத்தம்- வீணாக
2130 ஆரு- யார்
2131. மைத்துனர்- சிவன் மைத்துனரான திருமால்

ஆசைமொழியாய் பறைந்து அதிகவலு பூதத்தையும் 2140
பேசினதே யுண்டானால் பிணங்காமல் வந்திடுமே
ஏய்த்து மொழிபேசி இணக்கமதாய்க் கூட்டிவர
வரவேணு மென்றுசொல்லி மகாதேவர் தானுரைத்தார்

திருமால் இடையர் வடிவெடுத்தல்

போறேனான் என்றுசொல்லி புகழ் மாயன் கோலங்கொண்டான்
கோன்இடையர் சாதியைப்போல் குறிநாமம் போடுவானாம்.. 2145
நாமமது போட்டுக்கொண்டு நாரண நாராயணரும்
நல்லகுண்டலம் காதிலிட்டுக்கொண்டு நடக்கவேதான் எழுந்திருந்தார்
சங்கிலிமா பூதமது தாழையில் இருக்குதென்று
தானேகூட்டி வாறேனானென்று தானெழுந்து நடந்தாரே
கன்றுமேய்க்கப் போறேனென்று கம்புகையில் எடுத்து 2150
கக்கத்திலே தானிடுக்கிக்கொண்டு கடையாலும் கைதனிலே தூக்கி
கூடித்தெருவோடே நடந்தாரே கோபாலர் இடைப்பெண்கள்கண்டார்
மாமிமகன் நீருமெங்களுக்கு மாறிமுறை கூறி விளிப்பாரோ
விளித்துக் கொண்டோடி வந்திழுத்து முந்திபிடித்து
முன்மறிப்பாய் பெண்கள் வந்துகூடி மேனியத் தொட்டுப் பிடித்திழுக்க 2155
சினத்துப் பறைந்துகொண்டு தனத்தைத் தொடாமல் நின்று
சொல்லிபூதம் தன்னைக்கூட்டி வாறேன்
தினமும் இதுதொழிலோ உங்களுக்கு
தொழில்மிஞ்சி போச்சுதென்று சீறிப்பெண்களை விரட்டி
திடுதிடெனவே நடந்துசென்று செல்லுகிற நேரமதுதன்னில் 2160

2141. பிணங்காமல்- மாறுபடாமல்
2144. கோலங்கொள்ளுதல்- மாறுவேடம் தரித்தல்
2145. கோன் இடையர்- கால்நடை மேய்க்கும் கோனார்
2145. குறிநாமம்- நெற்றியில் நாமக்குறி
2151. கக்கம்- அக்குள்
2151. கடையால்- இடையர்கள் கொண்டுசெல்லும பால்பாத்திரம்
2152. கோபாலர்- கோகுலத்தில் பிறந்த கிருட்டினர்
2153. மாமிமகன்-மச்சான்
2153. முறைகூறி- உறவுமுறை கூறி
2153. விளிப்பாரோ- அழைப்பாரோ
2155. முன்மறிப்பாய்- முன்னே வந்து மறித்துக்கொண்டு
2156. தனத்தை -மார்பகத்தை

ஆட்டிடைய னென்பதற்கோர் ஆட்டுக்குட்டியைப் பிடித்து
அவருடைய தோளில் போட்டுக் கொண்டு அச்சுதனார் செல்லுகிறநேரம்
செந்தாழை மூடதிலேசென்றுபூதம் முறைத்துநிற்க
செங்கண் நெடுமாலவருங் கண்டுதூர விலகியங்கே நின்றார்

பூதம் திருமாலை அடையாளம் காணுதல்

அப்போது வலுபூதம் ஆளரவம் கேட்குதென்று 2165
அடிபிடியென்று சொல்லுமுன்னே அச்சுதனார் ஏதுபாயஞ் செய்தார்
கோன்கூட்ட மெங்கள் குலமென்று கோலநெடு மாலவருஞ் சென்றார்
இலக்கறிய மாட்டாமல் இடையனென்று வலுபூதம்
இங்கேவந்த காரியங்களென்ன என்றுபூதம் கேட்குமுன்னே சொல்வார்
ஆண்டைக்கொரு நாளைக்கொரு வம்சத்தில் 2170
ஆதினத்து தெய்வம் எங்களுக்கு அந்ததெய்வம் தந்தனக்கு நாங்கள்
பூவெடுத்துக் கொண்டுவந்து போற்றிடுவோம் என்றென்றைக்கும்
பூத்தேடி பார்த்தவிடமெல்லாம் பூவில்லாதே அழிந்து போச்சுதென்று
அழிந்தபூந் தோட்டமெல்லாம் ஆண்டுபன் னீரெண்டாக
அப்படி யெல்லோரும் சொல்லக் கேட்டேன் 2175
அங்குநின்று இங்கேவந்தேன் என்றார்
எதிர்த்து நாமள் கிட்டவந்து இடையனென்றால் சொல்லுவானோ
என்றுசொல்லி செந்தாழைவிட்டு இறங்கிவந்து வலுபூதம் கண்டு
கண்டறிந்து நாரணனார் தானென்றுசொல்லி
கார்வண்ணனார் வந்தாரெனவென்று கைதொழுது ஆசாரம் செய்து 2180

2161. ஆட்டிடையன்- ஆடுமேய்க்கும் இடையன்
2164. செங்கண் நெடுமால்- சிவந்த கண்களையுடைய திருமால்
2165. ஆளரவம்- ஆள்வரும் ஓசை
2166. அடிபிடி- சண்டை
2166. அச்சுதனார்- திருமால்
2166. உபாயம்- உத்தி
2167. கோன்கூட்டம்- இடையர்கூட்டம்
2168. இலக்கறியாமல்- எல்லை தெரியாமல்
2170. ஆண்டைக்கொரு- வருடத்திற்கு ஒருமுறை
2170. நாளைக்கொரு- நாளுக்கு ஒருமுறை
2170. வம்சத்தில்- குலத்தில்
2171. ஆதினத்து தெய்வம்- முதன்முதல் தோன்றி இனத்துத் தெய்வம்
2180. கார்வண்ணனார்- கரியநிறமுள்ள திருமால்
2180. ஆசாரம்- வணக்கம்

ஆசாரமாக நின்று அடிதொழுது வலுபூதம்
ஆதிநாராயணரே நீரும் அங்கிருந்து இங்கே வந்ததென்ன
வாயமது செய்வதற்கோ மாறுவேடமாக வந்தீர்
மகாதேவர் சொல்லிவிட்ட துண்டோ வந்ததொரு காரியங்கள் சொல்லும்
சொல்லுமென்று பூதம்கேட்க செங்கண் மாலவரும்
செய்தியொன்று சொல்லவும்நான் வந்தேன்
என்சொல்லை இனிகேட்டிடுவாய் என்றார்

திருமால் பூதத்தைத் தன்னோடு அழைத்தல்

ஆண்டுபன் னீரெண்டாக அடியிறை பூ அரனார்க்கு
அங்கெடுத்துப் போவாரில்லை அனேகநாள் முடங்கிப்போச்சே
மகாதேவர்க்குப் பூமணங்கள் வாறதெல்லாம் தான்முடக்கி
வைத்தது நீயென்று சொன்னா ரென்ன
பொன்னரனார் தந்தனக்குப் பூமுடக்கி விட்டதும் நீ
பொறுத்திடுவார் செய்தபிழை யெல்லாம்
போறதற்கு எந்தன்கூட வந்தால்
பாலுபழம் பஞ்சாமிர்தம் ஆகவே நேமிப்பது எல்லாம்
பங்கில் ஒருகூறும் தனக்குப் பாரவலு பூதந்தானே வந்தால்
திரளிநல்ல பாயாசமும் செந்தெங் கிளநீரும்
சொல்லவொண்ணா கெவுளி பாத்திரமும்
சேரவொரு கூறுனக்கு வந்தால்
தரச்சொல்வேன் என்கூட வந்தால்

2181. ஆசாரம்- ஒழுக்கம்
2182. ஆதிநாராயணர்- பிரளயகாலத்து திருமால்
2183. வாயம் - சூழ்ச்சி
2189. அனேகநாள்- நீண்டநாள்
2195. பஞ்சாமிர்தம்- ஐந்து பொருட்கள் கொண்ட அமுது. இறைவனுக்குப் படைக்கும்போது அந்தந்தப் பகுதியில் உள்ளவர்கள் தமக்கு எளிதாகக் கிடைக்கும் ஐந்து பொருட்களைச் சேர்த்து அமுது செய்து இறைவனுக்குப் படைப்பதே பஞ்சாமிர்தம்.
2195. நேமிப்பது- படைத்துப் பூசிப்பது
2196. பங்கில் ஒரு கூறு- இருக்கும் பொருளை எத்தனை பங்கு வைக்கிறோமோ அதில் ஒரு பகுதி
2197. திரளிப்பாயாசம்- சர்க்கரைப்பொங்கல்
2200. என்கூட- என்னோடு

அடியிறையார் தானொதுக்கி அபிசேகம் வைப்பதிலும்
அதிலேயொரு கூறுனக்குத் தரலாம்அனுசரித்து என்கூடே வருவாய்
பூதவொலி பீடமிட்டு பிறத்தியமென் பக்கத்திலே
போட்டுத்தர உந்தனுக்குச் சொல்வேன் போறதற்கு என்கூட வருவாய்

பூதம் திருமாலோடு செல்லுதல்

பூதவொலி எங்குமுன்னே பூதம்சந்தோசம் கொண்டு 2205
பொற்றாழை தன்னைவிட்டு இறங்கிப்பூந்தோட்ட மானதுவுமிட்டு
மலைபோலே விளியெறிந்து வலுபூதப் பெருமாளும்
வலுபூதத்தடி கையில்ஊன்றி மார்பில் சங்கிலி எடுத்திடுமாம்
மார்பிலிட்ட சங்கிலியை மடமடென இழுத்துக் கொண்டு
வலுபூதம் வாறதையும்கண்டு மால்மனது சந்தோசங் கொண்டு 2210
மாயவனார் முன்னுமாக வலுபூதம் பின்னுமாக
மனமகிழ்ந்து இருவருங்கூடி வழிநடந்து வாறஅந்த வழியில்
சங்கிலிமா பூதமதுதானே பூதத்தடி யொதுக்கி
சாத்திவைத்து கோவிலதுதன்னில் தானேபூசைசெய்து வரும்நாளில்

துரியோதனனும் மாங்கனியும்

தினந்தோறும் பூசைசெய்து செப்பும்வகை யானதெல்லாம் 2215
துரியோதனன் ஒதுக்கிவைத்து தின்கனிகள் பார்க்கும் அந்தவேளை
அத்தலத்தில் மாங்கனிகள் ஓராள் பறித்தால் விழுவதில்லை
அந்தக்கனி பூதத்திற்குச் சாற்ற அவனறிந்து அந்தநேரம் செல்வான்
என்னுடைய பூதத்தானே உன்னுடைய அருள்பெறவே
இக்கனி உனக்கெனவேயென்று என்றுசொல்லி நின்றுதொழுதாரே.. 2220

2201. அடியிறையார்- பாதகாணிக்கை செலுத்துவோர்
2201. அபிசேகம்- திருமுழுக்கு
2203. பூதவொலிபீடம்- பூதத்திற்கு மட்டுமே உரிய இசைக்கருவிகளை ஒலித்துப் பூசிப்பதற்காக உருவாக்கப்படும் பீடம்
2203. பிறத்தியம் - தனியாக
2210. வாறதையும்- வருவதையும்
2210. மால்- திருமால்

துரியோதனன் பூதத்திற்கு வழிபாடு செய்தல்

ஏகபராபரமென்று இருதயத்திலே தொழுது
ஆகமங்கள் எல்லாம் அன்றறிந்தபோது
முறையொன்றும் தவறாமல் முறைகேடு வராமல்
குறைகளொன்றும் வராமல் குளித்து முங்கிக் கரையேறி
தரைமெழுகி நின்றுகொண்டு தானேதுரியோதனனும்   2225
பொல்லாப்பு செய்தது எல்லாம் பிழைகேடு வராமல்
கள்ளமொன்றும் இல்லாமல் கட்டுரைத்த வேளையிலே
உள்ளது சொன்னானெனவே உடனேகனி விழுந்திடுமாம்
அக்கனியைத் தானெடுத்து அடிபணிந்து நமஸ்கரித்து
சொல்படியே பூதத்திற்குத் துரியோதனன் அவனும்   2230
தீபதூபங்கள் செய்து தினந்தோறும் தப்பாமல்
தப்பாமல் பூசைசெய்து தானிருக்கும் வேளையிலே

வீமனும் அர்ச்சுனனும் பூதவழிபாட்டைக் கலைத்தல்

அப்போது பஞ்சவர்கள் அதிகதர்ம ராஜாவும்
கண்டாரே கோயிலையும் கடுகபூதத் தடியையும்தான்
ஓடிச்சென்று வீமனுந்தான் உடனேபூதத் தடியெடுத்து   2235
கையதினாலே எடுத்துக் கடுகச்சுற்றி எறிந்துவிட்டான்
என்னுடைய தண்டாயுதத்திற்கு இதுவலுவோ என்றுசொல்லி
தன்னுடைய தம்பியுந்தான் சாந்தமுடனே சரத்தால்
உன்னுமுன்னே கனியதனை உடனேவிசயன் எய்துவிட்டான்

வீமன் அர்ச்சுனன் செயல்பாட்டைத் தர்மர் அறிதல்

எய்தகணை ஓசைசத்தம் ஏற்றதர்மர் தான்கேட்டு   2240
ஏறிட்டுப் பார்த்துநின்று ஏதுசொல்வார் தர்மருந்தான்

2222. ஆகமங்கள்- வழிபாட்டு நியதிகள்
2224. முங்கி- மூழ்கி
2231. தீபதூபங்கள்- சூடம் சாம்பிராணி ஆராதனை
2233. தர்மராஜா- பஞ்சபாண்டவரில் முதலாவதானவர்
2237. தண்டாயுதம்- கைத்தடி
2238. சரத்தால்- அம்பினால்
2240. எய்தகணை- எய்த அம்பு

வீமனும் விசயனுமாய் வினைவிளைத்து போட்டார்களே
தினந்தோறும் நேமித்தியம் செய்துவரும் கனியல்லவோ
வரம்மிகுந்த பூதமல்லோ மறுத்துவிடப் போறதில்லை
செறுத்துநின்று தருமருமோ திரும்பகனி பொருந்திடவே 2245
தரைமீதிருந்த பழம்தான் திரும்பப் பொருந்தவென்றால்
ஆர்க்கும் படாதெனவே அப்போது தர்மர் சொல்லுவாராம்
தர்மர் துணையாகும் தான்பொறுதி உண்டாகும்
வர்மம் மனதில்வைத்து வலுபேசல் ஆகாது

பஞ்சபாண்டவர்கள் கோதையம்மனை வழிபடுதல்

மெய்யாக சொல்லெனவே மிகுந்த தர்மராஜாவும் 2250
தர்மரது சொல்லிடவே சகாதேவன் ஏதுசொல்வான்
கோதையம்மன் தாயாரை கோயிலென்று கும்பிடுவோம்
வேதமுதல் சாத்திரமும் முன்னடக்கம் உள்ளதெல்லாம்
பட்டங்கமாகச் சொல்லிப் படித்தானே மந்திரத்தை
ஏறாத கொப்பதிலே ஏறுதல்லோ தரையை விட்டு 2255
பொருந்தவென்று நல்லகனியும் போகுதல்லோ தானுயர்ந்து
ஓராள் பிராயமது உயர்ந்து உயர்ந்து போகுதல்லோ
வாராய்நீ பரிநகுலா வரவழைத்து தர்மருமோ
தாராளமாய் நகுலன் பட்டாங்கம் தான்படித்தான்
போகவில்லை நின்றகனி பின்னேயும் சற்றே உயர்ந்திடுமாம் 2260

2242. விசயன்- அர்ச்சுனன்
2242. வினைவிளைத்து- தீச்செயல் வருவித்து
2243. நேமித்தியம்- நைவேத்தியம், திருவமுது
2245. செறுத்து- தடுத்து
2248. பொறுதி- பொறுமை
2251. சகாதேவன்- பஞ்சபாண்டவரில் ஐந்தாமவன்
2252. கோதையம்மன் தாயார்- பாண்டவர்களின் வழிபடு தெய்வம்
2253. வேதம்- மறை
2253. சாத்திரம்- கலை
2254. பட்டங்கம்- கலை
2254. மந்திரம்- வேதமந்திரம்
2255. ஏறாத கொப்பு - ஏறிச்செல்ல முடியாத மரக்கிளை
2257. ஓராள் பிராயம்- ஓர் ஆளுக்குரிய பருவம்
2258. பரிநகுலன்- பஞ்சபாண்டவரில் நான்காமவன்

அர்ச்சுனனும் கிட்டவந்து அவர்படித்த பட்டாங்கம்
இத்தனையும் நானறிந்தேன் இனிஉயர வேணுமென்று
தந்திரமாய் கனிநகண்டு தானேசற்றே உயர்ந்திடுமாம்
வீமராஜன் அப்போது மெல்லவந்து நின்றுகொண்டு
ஆமெனவே பட்டாங்கம் அறிந்ததெல்லாம் சொல்லுவாராம்   2265
அக்கனியும் படுபாதி அதன்மேலே உயருதில்லை
ஏகமயமாய் இருந்த தர்மரவர் கிட்டவந்து
பொறுதியுண்டாம் நெஞ்சகத்தே பொருந்துகனி கொப்பதிலே
உறுதியுடன் தர்மருந்தான் உடன்மறந்து வராமல்
மறதியென்று வராமல் வஞ்சனைகள் செய்வதில்லை   2270
எல்லாந்தான் பட்டாங்கமாய் எடுத்துரைப்பார் தர்மருந்தான்
பொல்லாப்பு இல்லையென்று போகுதல்லோ கனிபொருந்த
ஓடிப்போய் உசர்ந்தகனி ஒருமுடிதற்கு உயருதில்லை
வாடிநின்று தர்மரும் மனதுநொந்து ஏதுசொல்வார்

தர்மர் திரௌபதியிடம் கூறுதல்

வில்முறித்து துரோபதையை விசயனுமோ கண்டதல்லால்   2275
சொல்மறுத்து வேறுவில்லை தோசமது செய்ததில்லை
கலியாணம் செய்ததல்லால் கற்பதுவும் அழியவில்லை
சலியாமல் துரோபதையை தருமருமோ வரவழைத்து
பொருந்தாத இக்கனியைப் பொருந்த வைநீ துரோபதையே

திரௌபதியால் மாங்கனி பொருந்துதல்

சொல்லுமுன்னே அடுத்துவந்து துரோபதையும் ஏதுசொல்வார்   2280
ஐபேர்க்கும் பத்தினிநான் அனைவர்க்கும் தாயார்நான்
மைவார்த்த கன்னிசொல்ல மாங்கனியும் தாழ்ந்திடுமாம்
கைசேர்ந்து தர்மருந்தான் கவலையுற்று ஏதுசொல்வார்

2261. கிட்டவந்து- அருகில் வந்து
2264. வீமராஜன் - பஞ்சபாண்டவரில் இரண்டாமவன்
2267. ஏகமயம்- ஒரே தன்மையதாய்
2268. பொறுதி- பொறுமை
2273. உசர்ந்தகனி- உயர்ந்த பழம்
2275. துரோபதை- பஞ்சபாண்டவர்களின் மனைவி திரௌபதி
2276. தோசம்- குற்றம்
2278. சலியாமல்- சோர்வுறாமல்

பொய்வார்த்தை சொன்னதுண்டோ பிழைகேடு வந்ததுன்
இவ்வாறு வந்ததென்ன என்றுதர்மர் சொல்லிடவே
சோர்ந்து விழுந்திடவே துரோபதையும் ஏதுசொல்வாள்
தர்மம் அழிந்ததென்ன கற்புநிலை குலைந்ததென்ன
இப்புவியில் என்னையுந்தான் இருத்திவைக்க நியாயமுண்டோ
சொற்பிழைகள் வந்ததுண்டோ திரும்ப எழுந்திருந்து
ஐபேர்க்கும் பத்தினிதான் அனைபேர்க்கும் தாயார்தான்
கண்டாசை யானதுண்டு கொண்டாசைப் பட்டதில்லை
கூறியவள் தான்பார்த்து பட்டாங்கம் சொல்லுமுன்னே
மாறிமனம் இல்லாமல் மாங்கனியும் பொருந்திடுமாம்
பழுத்தகனி பொருந்திடவே பஞ்சவர்களும் போனார்

பஞ்சபாண்டவர்களைக் கொல்ல திட்டம் தீட்டுதல்

பூதத்திற்கும் எப்போதும்போல துரியோதனன் தானும்
பட்டபட்ட பட்டாங்கை படிப்படியே சொல்லுவானாம்
ஏச்சுப்பட்ட தென்றுசொல்லி இறங்குதில்லை கொப்பைவிட்டு
எப்போதும் விழுமல்லவோ இப்போது விழுவதில்லை
அப்போது நாராயணரும் அதிகவலு பூதமுமாய்
சீரங்கம் தன்னைவிட்டுத் திரும்பி வரும்வேளையிலே
மகாதேவர்முன் போகவென்று வாறஅந்த நேரத்திலே
துரியோதனன் அவன்பாவி சொல்லுவானாம் அங்குநின்று
குந்தாதேவி மக்களவர் கூடிவந்து ஐபேரும்

2297. ஏச்சுப்பட்டது- பழிச்சொல்பட்டது
2297. கொப்பைவிட்டு- கிளையை விட்டு
2300. சீரங்கம்- ஸ்ரீரங்கம்- திருவரங்கம். இக்சுவாகு மன்னன் தவம் செய்ததை அறிந்த இந்திரன், அவன் தவத்தைக் கலைக்க ஊர்வசி மன்மதன் முதலியோரை அனுப்பினான். அவர்களைக் கண்டும் சலியாமல் இருப்பதைக் கண்டு தானே வந்து பிரமனிடன் கூறினான் இந்திரன். பிரமன் இக்சுவாகுவிடம் வந்தார். அக்காலத்தில் திருமால் விமானத்துடன் எழுந்தருளிக் காட்சி தந்து தன்னை அவ்விடம் பூசிக்கக் கட்டளையிட்டார். அங்கிருந்த மூர்த்தியை இராமர் விபீசணருக்குக் கொடுக்க, விபீசணர் தென்னாடு செல்லுகையில் ரிசிகளும் தருமவர்மாவும் வேண்டக் காவிரியின் நடுவில் கட்டியிருந்த கோவிலில் பிரதிட்டை செய்தனர். அதுவே சீரங்கம் என்னும் திருவரங்கம்.
2303. குந்தாதேவி- குந்திதேவி

வீமன்வந்து கோயிலுக்குள் மிகத்தடியை எடுத்தெறிந்தான்
விசயனுந்தான் அக்கனியை வில்திறத்தால் எய்தான் 2305
எய்தகனியைத் திரும்ப எல்லோரும் கூடிப்பொருத்தி
தீண்டலது செய்துவிட்டார் திரும்பகனி விழுகுதில்லை
கொப்பில்கனி இருந்ததினால் கூடவில்லை பூசைக்கென்றார்
ஐபேரையும் கொல்ல வேணும் அல்லாதே விட்டதுண்டால்
வீமனையும் விசயனையும் விழுங்கி இங்கே வரவேணும்.. 2310

விருத்தம்

நின்றிடா தினைப்பிற் குந்திமைந்தராய் நெடியகானிற்
துன்றிடா வைகும் வேந்தை துணைவரு மிருந்தசூழல்
சென்றிடா ஒன்றாய் ஐந்து செயற்கையாம் உடலைச்சேர
கொன்றிடா வருதியென்றுகூறிய உறுதிகேளா

வந்ததுவே யுண்டானால் வலுநேர்ச்சை தந்திடுவேன் 2315
என்றுதுரியோதனன் தான்ஏற்ற பூதத்தோடே சொல்ல
சொல்கேட்ட நாரணரும் திடுக்கமுடன் ஐபேரும்
சீவனது இல்லாவிட்டால் திரும்பிவிடும் பூதமென்று
என்றுசொல்லி நாரணரும் வெள்ளிமலை சார்வதிலே
வெள்ளிமலை சார்வதிலே வேட்டையது தானாடி 2320
வேட்டையது தானாடி மிகத்தளர்ந்து ஐபேரும்
வாறாரே என்றுசொல்லி மாயவர் நாராயணர்
ஐவரையும் பூதமது அகப்படுத்தி போடுமென்று

விருத்தம்

கான்ஈது இவர்க்குத்தலை தெரியாக் கானம் கருத்து மிகக்கலங்கி
பான்னீய்யத்துக்கு ஐவரும் மெய்ப்பாதையாய் நிற்பார் எனவறிந்து 2325

2308. கூடவில்லை- பயன்படவில்லை
2311. குந்திமைந்தர்- பஞ்சபாண்டவர்
2315. நேர்ச்சை- இன்னது தருவேன் என வாக்களித்தல்
2319. வெள்ளிமலை சார்வு- கயிலாசமலைச் சாரல்
2324. கான்ஈது- காடு இது
2325. பான்னீய்யம்- நீர் அருந்த
2325. மெய்ப்பாதை- உண்மையாய்
2326. தூன்- அசையும்
2326. நச்சுனை- நஞ்சுநீர்நிலை
2324. தொன்மரம்- பழமரம், பழமையான மரம்

தூன்ஈசர் நச்சுனையாம் அச்சுனை சூழவரவோர் தொன்மரமாய்
யான்நீயவ னென்றண்ணாமல் என்னாமானோன் இருந்தானே...

தர்மர் சகாதேவனைத் தண்ணீர் கொண்டுவரப் பணித்தல்

விருத்தம்

தருமரும் தம்பிமாரும் தாலுவும் புலர்ந்து தாகத்துக்கு
உருகிய மனத்தாராகி உடல்தளர்ந் தயரும் ஆங்கண்
எரியுறு கானம்போல் வான்இளவலை நோக்கி இன்னே
மருவரும் புனல்கொண்டு ஓடிவருதி நீவிரைவின் என்றார்

பாண்டவரில் நால்வர் நச்சுநீர் அருந்தி மாய்தல்

தகைபொறுக்க மாட்டாமல் தர்மருமோ யாதுசொல்வார்
தம்பிசகா தேவா தண்ணீர் கொடுவரு வாயோ
தர்மருமோ சொல்லிடவே சகாதேவ னப்பொழுது
கமண்டலமும் தானெடுத்து கடுகச் சுனைநோக்கி
அக்கணத்தில் சகாதேவன் அடவிகள் தோறும்தேடி
எக்கானும் காணானாகி என்றதோர் குன்றோன் றேறி
மிக்கவன் சீதவாச விரிசுனை யொன்று காணான்
புக்கவன் பருகலுற்றான் பொலிவுறப் புலர்ந்த நாவான்
திடுக்கமுடன் தான்நடந்து சென்றுகண்டார் பொய்கைதன்னை

2328. தாலுவும்- நாக்கும்
2328. புலர்ந்து- உலர்ந்து, வறண்டு
2329. தளர்ந்தயரும்- வாடிவதங்கும்
2330. இளவல்- தம்பி
2331. மருவரும்- குற்றமில்லாத
2331. புனல்- தண்ணீர்
2332. தகை - தாகம்
2335. கமண்டலம் - நீர்ப்பாத்திரம்
2335. கடுக - விரைவாக
2335. சுனை - நீர்ச்சுனை
2336. அக்கணத்தில்- அந்தநேரத்தில்
2336. அடவிகள்- காடுகள்
2338. சீதவாசவிரிசுனை- நறுமணமும் குளிர்ச்சியுமுள்ள பரந்த நீர்நிலை
2339. புக்கவன்- புகுந்தவன்
2340. பொய்கை- இயற்கை நீர்நிலை

நல்லபொய்கை என்றுசொல்லி நச்சுப்பொய்கை தண்ணீரை
தாகமது ஆத்தாமல் தகைபொறுக்க மாட்டாமல்
தர்மர் தகைதீர்க்க சகாதேவ னப்பொழுது
கொண்டுவந்த மொந்தையிலே கோரிவைத்தார் தண்ணீரை
தர்மருக்கு வைத்த பின்பு சாப்பிடுவார் தண்ணீரை
சாப்பிட்ட தலத்தைவிட்டுத் தான்விலகி நின்றுகொண்டு
கோரிவைத்த தண்ணீரை கொடுபோக யேலாமல்
செழும்புனல் உதிரம் தன்னில் சேருமுன் ஆவிபொன்றி
விழுந்தமை அறிவுறாது மீளவும் நகுலன் தன்னை
அழுங்கினன் ஏவசென்று ஆங்கவனும் அப்பரிசன் மாய்ந்தான்
எழும்படை விசயன்றன்னை ஏவினான் அவனும் போனான்
நெஞ்சடித்து சகாதேவன் நாவறண்டு கீழ்விழுந்து
என்னசெய்வேன் என்விதியை என்றுபுலம் பலுற்றான்
தண்ணீர் கோரப்போன சகாதேவனைக் காணோம்
போய்ப்பார்த்து நீவருவாய் பொறுக்கரிது தாகமென்
என்றுசொல்லத் தர்மருமோ எழுந்திருந்து பரிநகுலன்
சென்றுசகா தேவனையும் சென்றுகண்ட நேரத்திலே
குசையுடை புரவித் திண்தேர்க் குரக்கு வெம்பதாக யானை
அசைவு இப்பொற்சயிலம் அன்ன ஆனதகை மனத்தினாலே
திசையனைத்திலும் தன்னாமம் தீட்டிய சிலையில் வெம்போர்
விசையனைத் தன்கண்ணீரால் மெய்குளிப் பாட்டினாளே
ஆத்தாமல் தகையெழும்பி அந்தபொய்கைத் தண்ணீரை
பார்த்தாப் போலே இறங்கி பரிநகுலனும் குடித்தான்

2341. நச்சுப்பொய்கை- நஞ்சுநீர்நிலை
2342. தாகமது ஆத்தாமல்- தாகத்தைப் போக்காமல்
2342. தகைபொறுக்கமாட்டாமல்- தாகம் பொறுக்கமுடியாமல்
2344. மொந்தை- பாத்திரம்
2344. கோரிவைத்தார்- அள்ளிவைத்தார்
2348. செழும்புனல்- வளமையான நீர்
2348. உதிரம்- இரத்தம்
2348. ஆவிபொன்றி- உயிர் குறைந்து
2350. அழுங்கினன்- வாய்விட்டு அழுதான்
2350. பரிசன்- வருந்தியவன்
2350. மாய்ந்தான்- இறந்தான்
2358. குசையுடை புரவி- கடிவாளமுடைய குதிரை
2359. பொற்சயிலம் அன்ன- பொன்மலைபோல
2359. தகைமனத்தினால்- அன்புகொண்ட மனத்தினால்
2362. ஆத்தாமல்- ஆற்றாமல், பொறுக்கமாட்டாமல்

வேர்த்து விறுவிறுத்து எழுந்தானே பரிநகுலன்
வில்லில் விசயனுந்தான் மீண்டுவந்து தான்கூடி   2365
சொல்லிவைத்தார் பொய்கையிலே துய்யநஞ்சுத் தண்ணீரை
அள்ளிக்குடித்திடவே அருள்விசயன் கீழ்விழுந்தான்

வீமன் தரையில் எழுதுதல்

விசயனையும் தான்தேடி வீமனங்கே சென்றிடவே
கூண்டபொய்கை தனிலிறங்கி குடித்தானே தண்ணீரை
பாரவலு பொய்கையிலே படுபாவி ஆக்கிவிட்டான்   2370
தண்ணீரைச் சாப்பிடவே தறுவாயிலே சடைந்து
விண்ணாக இறங்கிவரும் வேளையிலே போர்வீமன்
கண்னான அண்ணர் வந்தால் கண்டுகொள்ள வேணுமென்று
அண்ணர் தண்ணீர் அவன்தரையில் மிகவெழுதினாரே..

விருத்தம்

மணிமுரசுயர்ந்தோன் ஈண்டுவருதலும் கூடும் வந்தால்   2375
அணிதரு நச்சுதோயம் அருந்தவும் கூடும்என்றான்
பணிவுடன் செய்வான் போலப் பருமணல் ஏட்டிற்கையால்
துணிவுற எழுதிஅந்தத் தோயமே தானும் துய்த்தான்

தர்மர் தம்பிமாரைத் தேடிச் செல்லுதல்

திண்ணமுள்ள வீமனுந்தான் சேர்ந்ததம்பி மாருடனே
பொய்கையில் தண்ணீர் குடித்து பொன்றிவிட்டோ மென்றுசொல்லி   2380
மெய்யான தருமருந்தான் வெகுநேர மாயிருந்து
நச்சுப்பொய்கை தண்ணீர்குடித்து நாலுபேரு மிறந்தோம்
தரைதனிலே தானெழுதி தானே வீமனுந்தான்

2364. வேர்த்து- வியர்த்து
2370. படுபாவி- மிகவும் தீயவன்
2371. தறுவாய்-தகுந்த சமயம்
2371. சடைந்து- சோர்ந்து
2375. மணிமுரசுயர்ந்தோன்- தர்மர்
2376. நச்சுதோயம்- நஞ்சுநீர்
2380. பொன்றிவிட்டோம்- அழிந்துவிட்டோம்

அச்சமில்லாத் தர்மருமோ அனேக நேரமாயிருந்து
தாகமுற்று மனஞ்சடைத்து தருமருமோ ஏதுசொல்வார்
தம்பிமார் தனைக்காணோம் தண்ணீரையும் காணவில்லை
என்றுசொல்லி தர்மரும் திரும்ப விட்டெழுந் திருந்து
பார்த்துப் பரதவித்துப் பாதைகளெல்லாந் தேடி
தேடிதிகைத்து தர்மர் சென்று தம்பிமாரைக் கண்டார்
வாடிமனம் சடைத்து வாய்த்த தம்பிமார் தனையும்
ஓரொருத்தராய் தூக்கி உசத்தியவர் தான்பார்த்தார்
ஆவியனக்க மில்லை அதுபோலே நாலுபேரும்
நாலுபேரும் தான்கிடக்க நடுவிலே வீமனுந்தான்
வெம்பிமனம் சடைத்து வீமன்முகம் பார்த்து
கெம்பி விசாரமுற்று கீழ்விழவே கண்ணீரும்
தம்பிமாரைப் பார்த்து தர்மரேது சொல்வார்
தண்ணீர் கொடுவா வெனவே சதித்தேனே தம்பிமாரை
என்னுடைய சொற்கேட்டு இறக்கவுந்தான் விதியாச்சே

தர்மர் வீமன் எழுதிய எழுத்தைக் காணுதல்

நல்லரவம் தீண்டிவிட்டோ என்று நாலுதிக்கும் பார்த்து
யாகாவெளி மணல்தனிலே எழுத்தையும் அப்போது கண்டார்
எழுத்தினுட வாசகந்தான் யாதெனவே பார்ப்போ மென்றார்
அண்ணர் தண்ணீர் குடியாமல் அவர் எழுத்தை வாசிக்கவே..

2388. பரதவித்து- வருந்தி
2389. திகைத்து- சோர்ந்து
2390. மனம்சடைத்து- மனம் வருந்தி
2391. உசத்தி- உயர்த்தி
2392. ஆவிஅனக்கமில்லை- உயிரசைவில்லை
2394. வெம்பி- வாடி
2394. மனம் சடைத்து- மனம் நொந்து
2395. கெம்பி- எழும்பி
2395. விசாரமுற்று- கவலையுற்று
2400. யாகாவெளி- வெட்டவெளி
2401. வாசகம்- செய்தி

வீமன் எழுதிய வாசகம்

*பச்சனும் புனலாம் மிக்க பங்கர் சுனையும் கொல்லும்
நச்சுவெஞ் சுனையே போலும் நால்வரும் சேரமாண்டார்
இச்சுனை அருந்திப்போலும் எனநினைந்து ஏதுசெய்தார்
நிச்சயம் கொடிது கேட்டேன் இந்த நெட்டூரமென்னே*

தம்பிமாரை எண்ணி தர்மர் கவலையால் மயங்கி இருக்கும்போது பூதம் கோபித்து வருதல்

*வாசித்து மனதடக்கி மயக்கமதால் தர்மருமோ
புசிக்க மாட்டாமல் பின்னவர்க்குச் சொல்லாமல்
தர்மருமோ மயக்கமதால் சரிந்திருக்கும் வேளையில்
அப்போது வலுபூதம் ஆனைமதம் கொண்டதுபோல்
என்கோயிலைத் தொட்டதார் என்கனியை எய்ததார்
மலைபோலே விளியெறிந்து வலுபூதம் வந்திடவே
தர்மருந்தான் மயக்கமதாய் சரிந்திருக்கும் வேளையிலே*

பூதம் இறந்துபோன பாண்வரைத் தூக்கியெறிதல்

*அவருடைய தம்பியர்கள் அத்தலத்தில் கிடந்து
மலைபோலே தான்கிடக்க வலுவீமனைப் பார்த்து
கண்டபோது வலுபூதம் கையதினாலே வாரி
ஆனைப்பிலமுள்ள வீமனையும் ஆகாசத்திலே எறிந்திடுமாம்
காணாமல் நாரணர் கையாலேந்தி கீழே விட்டார்
வில்லில் விசயனையும் விட்டெறிகுதே பூதம்*

நாராயணர் பூமியைக் கீறி பாதாளம் உருவாக்குதல்

*சொல்லரிய நாராயணர் சென்று கையாலிறக்கி விட்டார்
நீதியுள்ள தர்மரிடம் நேரேபூதம் செல்லுமுன்னே*

2403. பச்சனும் புனல்- பச்சை எனும் புனல், இளமையான ஆறு
2403. பங்கர்சுனை- உலோபியான நீரூற்று
2404. நச்சுவெஞ்சுனை- நஞ்சுள்ள நீரூற்று
2408. புசிக்கமாட்டாமல்- அருந்தாமல்

நாரணரும் தான்பார்த்து நல்லபொற் பிரம்பெடுத்து
பாதாளம் தாழவென்று பரபரென கீறுவாராம்
சொல்லியவர் தான்கீற தோணுதல்லோ பாதாளம்

பாதாளத்தில் பூதம் அகப்படுதல்

பாதாளம் தாழ்ந்திடவே பாரவலு பூதமுந்தான்   2425
அகப்பட்டுதே பாதாளம் ஆணழகன் வலுபூதம்

நாராயணர் கேள்வியும் தர்மர் பதிலும்

பூதம் அகப்பட்டபோதே புகழ்பெரிய நாராயணர்
தர்மருட முன்பில் சென்று தானேது சொல்லுவாராம்
உம்முடைய தம்பிமார்கள் ஒருதலத்தில் கிடப்பதென்ன
இத்தலத்திலே கிடக்க இருப்பதென்ன காரணங்கள்   2430
வந்த வரலாறேது வருவானேன் இப்படித்தான்
என்றுசொல்ல நாரணரும் எதுசொல்வார் தர்மருமோ
தண்ணீர் மிகத்தவித்து தகைபொறுக்க மாட்டாமல்
தண்ணீர் கொண்டு வரப்போன தம்பிமார் கிடப்பதுவும்
மாண்டுகிடப்பது தான்வந்தடியேன் பார்ப்பளவில்   2435
தான்பொறுக்க மாட்டாமல் தனியே நானிருப்ப தென்றான்
தம்பியரைத் தான்கண்டு தள்ளிவிட்டுப் போவேனோ
ஐபேரும் வந்தவிடத்தில் அடியேன் தனித்திருப்பதென்ன
கொண்டுவந்த விதிவசமோ என்றுகூறினாரே தர்மர்

நாராயணர் தர்மரிடம் ஒரு தம்பியை எழுப்பிக்கொள்ளும்படி அருளுதல்

என்றுசொல்லத் தர்மரவர் ஏதுசொல்வார் நாரணரும்   2440
உம்முடைய தம்பிகளில் உமக்குத் துணையுள்ள பேரில்
யாதொருவனாலும் எழுப்பிக் கொள்வீர் ஒருவனைத்தான்

2423. பாதாளம்- கீழ் உலகம், நரகம்
2431. வரலாறு- நடந்தசெய்தி

தர்மர் சகாதேவனை எழுப்புதல்

தர்மரும் நோக்கிப் பார்த்துச் சகாதேவனை எழுப்ப

சகாதேவனை எழுப்பிய காரணம் கேட்டல்

போர்வீமனும் இறந்து பெரிய மலைபோல் கிடக்க
வீரமுள்ள அர்ச்சுனனும் வீமனுமங்கே கிடக்க					2445
சகாதேவனை எழுப்ப சாற்றுநீ காரணந்தான்

சகாதேவனை எழுப்புதற்குக் காரணம் கூறுதல்

என்றுசொல்ல நாரணரும் ஏதுசொல்வார் தர்மருமோ
என்னுடைய தாயார்க்கு ஏற்றகடன் தீர்க்க
நான்போதும் அவள்தனக்கு நல்லகடன் தீர்ப்பதற்கு
அவனுடைய தாயார்க்கு அவன்வேணு மென்றுசொல்லி					2450
இல்லை என்றதினாலே எழுப்பினேன் நாரணரே

எல்லாத் தம்பியரையும் எழுப்பிக்கொள்ள நாராயணர் தர்மருக்கு அருள்புரிதல்

என்றுசொல்லத் தர்மரும் ஏதுசொல்வார் நாரணரும்
இந்தப்புத்தி இருந்ததினால் எழுப்பிக் கொள்வீர் எல்லோரையும்
என்றுசொல்லத் தான்கேட்டு எழுப்பிடுவார் தர்மருமோ
வீமன் விசையனுடனே மிக்கபுகழ் நகுலனுந்தான்					2455
மூபேரும் ஒருப்போலே முழித்தவர் போலெழுந்திருந்தார்
நாரணரைத் தானோக்கி நமஸ்காரம் செய்துகொண்டு
ஒருதருக் கொருதர் உறவாடி ஒருவரையொருவர் தழுவிக்கொண்டு
தருமருடன் நால்பேரும் தானேஒருமித்துக் கூடி
பஞ்சவர்கள் முகம்நோக்கி பறைந்திடுவார் ஆதிப்					2460

2446. சாற்று - கூறு
2448. கடன்தீர்க்க - இறப்புச்சடங்கைச் செய்ய
2456. முழித்தவர் - தூங்கி விழித்தவர்
2457. நமஸ்காரம் - வணக்கம்

துரியோதனன் பூதம் கலகம் செய்தல்

பாவிதுரியோதனனும் பாரவலு பூதத்தையும்
ஏவிவிட்ட சொற்கேட்டு எதுக்க வந்துதே பூதம்
எங்களுட கைவசமாய் ஒத்து இணங்கி நிற்பதுண்டு
சேர்த்துத்தாறே னுங்களிடம் சேரவலு பூதத்தையும்
என்றுசொல்லி பூதத்திடம் ஏதுசொல்வார் நாரணரும்
பாதாளத்தில் கிடந்துகொண்டு பாரவிளி எறிந்திடுமாம்
ஆரடா என் பாதாளத்தை அழிப்பாட்டம் செய்யாதே
மலைபோலே விளியெறிந்து பாரவலு பூதமது

பூதத்திற்கு நாராயணர் புத்திமதி கூறுதல்

பூதமது கேட்டிடவே புண்ணியனார் அப்பொழுது
அப்போது நாராயணரும் அங்கே நின்றுகைகாட்டி
வாரும்பிள்ளாய் பூதத்தானே வார்த்தையொன்று சொல்லக்கேளு
துரியோதனன் பாவிசொல்வதும் நீகேட்டு
ஐபேரையும் கொல்லவென்று அவனும் உன்னைச் சொல்லிவிட்டான்
பாவியுட சொல்கேட்டு பாதாளத்தில் அடைகள் பட்டால்

பாதாளம் தன்னைவிட்டு பாரவலு பூதத்தையும்
கரைதனிலே ஏற்றிடவும் காரணங்கள் சொல்லுவாராம்
துரியோதனனிடத்தில் செல்லாதே இனிமேலும்
ஐபேரோடே கூடி அவரோடே ஒத்திணங்கி
ஒத்திணங்கி இருந்ததுண்டால் உந்தனுக்கு நானுமிப்போ
பஞ்சவர்கள் கருவலமும் பதினெட்டு உருளிகளும்
உந்தனுக்குத் தாறோமென்று உற்றபுகழ் தர்மிதரும்
தர்மிதரும் அப்போது தாக்கோலைத் தான்கொடுத்தார்

2462. எதுக்க- எதிர்க்க
2463. கைவசம்- கைக்கு உட்பட்டிருத்தல்
2466. பாரவிளி- பெரிய சத்தம்
2467. அழிப்பாட்டம்- வருத்தம் விளைவித்தல்
2469. புண்ணியனார்- திருமால்
2478. ஒத்திணங்கி- சேர்ந்து சம்மதித்து
2480. கருவலம்- கருவூலம், புதையல்
2481. தர்மிதர்- தர்மர்
2482. தாக்கோல்- சாவி

பாண்டவரும் பூதமும் சிவனிடம் வருதல்

தாக்கோலைக் கண்டபோது சந்தோசப் பட்டுக்கொண்டு
பொன்காத்த பூதமது தாக்கோலைத் தான்வாங்கி

வாங்கியந்த தாக்கோலை வேட்டியனில் போட்டுக்கொண்டு 2485
ஐவரையும் அருகழைத்து ஆணழகன் வலுபூதம்
உங்களுக்கு நானுதவி உண்டுமென்று பூதம்சொல்லி
நாரணரும் பூதமுமாய் நடந்தவர்கள் இருபேரும்
மகாதேவர் முன்சொல்ல வென்று வழிநடந்து சென்றுகண்டார்

சிவனிடம் பூதம் வரம்கேட்டல்

கண்டவுடன் வலுபூதம் கைதொழுது நின்றுகொண்டு 2490
ஈஸ்வரரே மகதேவா என்னரனே பொன்னரனே
எனக்குவரம் தராமல் இருப்பீரோ கயிலையிலே
கோபுரத்தை இடித்திடுவேன் கொடிமரத்தை முறித்திடுவேன்
மலையைப் பிடுங்கிடுவேன் மறுகடலை நீந்திடுவேன்
எனக்குவரம் தாருமென்று ஏற்றவலு பூதம்சொல்ல 2495
அப்போது நாரணரும் அவர்விலகி தப்பிவிட்டார்
தப்பிவிட்டார் நாரணரும் சங்கரனார் ஏதுசொல்வார்

நாராயணரிடம் சிவன் அறிவுறுத்துதல்

வரமது தான்கொடுத்த துண்டால் வைத்திடுமோ நாடதையும்
நம்மிடத்தில் பூதம் நின்றால் நட்டணைகள் செய்திடுமே
இன்னும் நட்டணைகள் செய்யும் இந்தவலு பூதமது 2500
பூதமது அறியாமல் பெருமாளைக் கூட்டிவந்து
பாவியுட சொல்கேட்டு.......... ....
மாயப்பெரு மாளோடே மகாதேவரேது சொல்வார்
சொல்வாராம் பூதத்தையும் ஸ்ரீரங்கத்தில் கொடுபோக
வல்லாத பூதமிது மாயவரை வேறிடாமல் 2505

2485. வேட்டி- ஆண்கள் இடுப்புக்குக் கீழ் அணியும் ஆடை
2497. சங்கரனார்- சிவபெருமான்
2499. நட்டணைகள்- கொடுமைகள்
2503. மாயப்பெருமாள்- திருமால்

பொல்லாப்பு செய்யுமுன்னே பெருமாளே கொடுபோகும்
என்னிடத்தில் பூதம் நின்றால் இன்னும் நெட்டூரங்கள் செய்யும்
நெட்டூரம் செய்யும் முன்னே நெடுமாலே கொடுபோகும்
என்றுசொல்ல மகாதேவர் ஏற்றபுகழ் மாயவனார்

நாராயணர் பூதத்தை ஸ்ரீரங்கத்திற்கு அழைத்தல்

ஸ்ரீரங்கத்தில் கொடுபோக பொன்காத்த பூதத்தையும்
வாரும் பிள்ளாய் பூதத்தானே வரம்வாங்கி தாறேன்நான்
மகாதேவர் தன்னிடத்தில் மாறாத வரமுனக்கு
என்கூட வந்ததுண்டால் ஏற்றபொன் காத்தபூதத்தானே
பாயாசமும் பழக்குலையும் பத்திலொரு கூறுனக்கு
திரளிநல்ல பாயாசத்தில் தன்னிலொரு கூறுனக்கு
சற்றே வாரும் மாலையிலே சேரவொரு கூறுனக்கு
அபிசேகம் நேமிப்பதிலே ஐந்திலொரு கூறுனக்கு
பொன்காத்த பூதத்தானே போவோம் போவோம் ஸ்ரீரங்கத்தில்
அங்கேநீ வந்ததுண்டால் ஐந்திலொரு கூறுனக்கு
கூறதுவும் குறையாமல் கூடவந்தால் தாறேன்நான்

பூதம் நாராயணருடன் ஸ்ரீரங்கத்திற்குச் செல்லுதல்

பூதவொலி தானுமிட்டு பூசைசெய்ய சொல்வேன் நான்
பூசையென்று சொல்லுமுன்னே பூதம் விளியெறிந்துகொண்டு
பூதம் விளியெறிந்து கொண்டுபெருமாள் கூட நடக்க
கையில் பூதத்தடியுடனே காலில்பாதக் குறடுடனே
ஸ்ரீரங்கத்தில் போகவென்று சிவனாரைத் தொழுதுகொண்டு
காதில் குண்டலமிலங்க கண்டகோடாலி எடுத்து
யோகவேட்டி தோளிலிட்டு போக மார்பில் சங்கிலியும்

2507. நெட்டூரம்- இடையூறு
2510. ஸ்ரீரங்கம்- சீரங்கம்- திருவரங்கம்
2514. பாயாசம்- பால், வெல்லம் முதலிய பொருட்களுடன் தயாரிக்கும் இனிப்புக்கூழ்
2514. கூறு- பங்கு, பகுதி
2526. குண்டலம்- காதணி
2526. கண்டகோடாலி- இறைவர்கள் கையில் வைத்திருக்கும் ஓர் ஆயுதம்
2527. யோகவேட்டி- இறைவர்களின் உடுக்கை

பொன்னாலே பூநூலும் பூச்சக்கரவாள் குடையும்
அரைதனிலே ஆனைமணி அதுக்கிசைந்த தாக்கோலும்
பந்திருநாழி தாக்கோலும் பதினெட்டு உருளிகளும்   2530
மார்பிலிட்ட சங்கிலியும் மடமடென இழுத்துக்கொண்டு
போகுமிந்த வேளைதனிலே பெருமாள்தன் முகம்நோக்கி
கண்காட்டி மகாதேவர் கடத்தி இந்த பூதத்தையும்
இவ்விடம் விட்டு தான்கட்டி பெருமாளே கொடுபோகும்
வலுபூதம் அறியாமல் மகாதேவர் கண்காட்டி   2535
மாயவனார் முன்னுமாக வலுபூதம் பின்னுமாக
முன்னும் பின்னுமாய் நடந்து போகவென்று ஸ்ரீரங்கத்தில்
தந்திரமாய் தானடந்து தான்போற வேளையிலே
ஒத்திணங்கி இருபேரும் உடன்கண்டார் ஸ்ரீரங்கத்தை

பூதம் அறியாமல் நாராயணர் ஒளித்திருத்தல்

ஸ்ரீரங்கத்தில் செல்லும்நேரம் திருப்பெருமாள் அப்பொழுது   2540
பூதமதை அறியாமல் பெருமாளும் மாயமதாய்
மாயமதாய் கோட்டைக்குள்ளே மண்டபத்துக்குள் புகுந்து
கோட்டைத் திருக்கோயிலையும் கூண்டடைத்துப் பூட்டிக்கொண்டு
அதனகத்தே இருந்துகொண்டார் அரியநெடு மாலவரும்

பூதம் நாராயணரைத் தேடுதல்

பெருமாளைக் காணாமல் பூதமது தேடிடுமாம்   2545
என்னையுந்தான் கூட்டிவந்த இடத்திலே தானிறுத்தி
என்னையுந் தானிறுத்தி போனதென்ன பெருமாளே
சொன்னதென்ன பறைந்ததென்ன ஸ்ரீரங்கத் திலிருப்பதென்ன

2528. பூநூல்- திருநூல், தோள் முதல் இடுப்புவரை அணியும் நூல்
1528. பூச்சக்கரவாள்குடை- இறையூர்வலத்தின்போது பூக்களால் செய்யப்பட்ட வட்டவடிவக் குடை
2529. ஆனைமணி- ஆனைக்கு அணியும் மணி
1530. பந்திருநாழிதாக்கோல்- இருபது சாவிகள் அடங்கிய கொத்து
1530. பதினெட்டு உருளிகள்- பதினெட்டு வார்ப்புப் பாத்திரம்
2540. திருப்பெருமாள்- திருமால்
2548. பறைந்தது- சொன்னது

பூதம் ஸ்ரீரங்கத்தைச் சேதப்படுத்துதல்

என்றுசொல்லி வலுபூதம் ஏற்றபூதத்தடி எடுத்து
வடக்குக் கோட்டை வாசலிலே மதிலதிலே சென்றிடுமாம்
வடக்குக் கோட்டை மதிலையெல்லாம் மடமடென இடித்திடுமாம்
வடக்கு மதிலும் இடித்து வலுபூதப் பெருமாளும்
கீழ்க்கோட்டை மதிலடியில் கிட்டேசென்று பூதமது
திருமதிலும் கோபுரமும் சேரவொன்றாய் குலுங்கிடுமாம்

மறைந்திருந்த நாராயணர் வெளியில் வந்து பூதத்திடம் வேண்டுதல்

அகத்திருந்த பெருமாளும் அங்கிருந்து வெளியில் வந்து
பூதத்தையும் விலகிக் கொண்டு பெருமாளும் ஏதுசொல்வார்
மதிலதுவும் இடியாதே வலுபூதப் பெருமாளே
மதிலிடித்த பூதமென்று வலுபேரும் நான்தருவேன்
என்றுசொல்லி பெருமாளும் இணக்கமுடன் பூதத்தையும்
ஸ்ரீரங்கத்தில் செல்லும் நேரம் திருப்பெருமாள் அப்பொழுது
அப்போது நாரணரும் அதிகவலு பூதத்தோடே
ஸ்ரீரங்கத்தின் பெருமையெல்லாம் செப்பலுற்றார் மாயவனார்

நாராயணர் கூறியதைப் பூதம் கேட்டல்

மாயவனார் சொல்லிடவே வலுபூதப் பெருமாளும்
பெருமாளே நீர்எனக்குப் பெருத்தவரம் தருவேனென்று
ஈஸ்பரனார் தன்னிடத்தில் ஏற்றுக்கொண்டு வந்தீரே
வந்தீரே மாயவரே வரமெனக்குத் தாருமென்றார்

நாராயணர் பூதத்திடம் பூசையில் பங்கு தருவதாக அறிவித்தல்

தாருமென்று தான்கேட்ட பொன்காத்த பூதத்தையும்
தாறேனென்று பூதத்தையும் தான்பெருமாள் கைப்பிடித்து

2550. கோட்டைவாசல்- அரணாக அமைந்துள்ளமதிற்சுவரின் வாயில்
2553. கிட்டேசென்று- அருகில் சென்று
2562. செப்பலுற்றார்- கூறினார்

வாரும் பிள்ளாய் பூதத்தானே வார்த்தையொன்று சொல்லக்கேளு
இடப்புறமாய் இருவும் இனிப்பூசை உண்டிடலாம்
பூசைசெய்யும் பாப்பானை பிரியமுடனே அழைத்து
எந்தனுட பூசையிலே எட்டிலொரு கூறெடுத்து
பாயாசத்தில் ஒருகூறெடுத்து பழக்குலையில் பத்திலொன்று
திரளிநல்ல பாயாசத்தில் திருந்தவொரு கூறுனக்கு
பால்பழமும் பஞ்சாமிர்தம் பத்திலொரு கூறுனக்கு
சாத்துமாலை நேமித்தியம் சேரவொரு கூறுனக்கு
பலகாரப் பாக்கிலையில் பத்திலொரு கூறுனக்கு
சந்தணமும் பன்னீரும் தன்னிலொரு கூறுனக்கு
என்றுசொல்லி பூதத்தையும் இருத்திவைத்தார் மாயவனார்

நாராயணர் ஸ்ரீரங்கத்தைக் காக்கும்படி பூதத்தை வேண்டுதல்

சொல்லுவாராம் பூதத்திடம் ஸ்ரீரங்கத்தில் பெருமாளும்
மேலக்கோட்டை வாசலெல்லாம் முடுகிநின்று காத்திடென்றார்
வடக்குக் கோட்டை வாசலெல்லாம் கிட்டநின்று காத்திடென்றார்
தெக்குக்கோட்டை வாசலையும் சென்றுநின்று காத்திடுவாய்

பூதத்தை தன்பக்கம் நிற்கும்படி நாராயணர் கேட்டுக்கொள்ளுதல்

பக்கத்திலே நிற்கவேணும் பாரவலு பூதத்தானே
இரவும் பகலும் எந்தன் இடமாக நிற்க வேணும்
மாயவனார் சொல்லிடவே மறுத்துமொழி பேசாமல்
அடுத்தபேரை கெடுக்காதே அனியாயம் பண்ணாதே
அனியாயம் பண்ணாதே வழக்கழிவு செய்யாதே

2570. இருவும்- அமர்ந்துகொள்ளும்
2571. பாப்பான்- பார்ப்பனன், பிராமணப் புரோகிதர்
2576. சாத்துமாலை- இறைவர்க்குச் சாற்றும் மாலை
2576. பலகாரம்- தின்பண்டங்கள்
2576. பாக்கிலை- வெற்றிலை பாக்கு
2588. வழக்கழிவு- நியாயவிரோதம்

கடுத்தவரைக் கண்டாக்கால் கண்போட்டு நின்றிடுவாய்

நாராயணர்க்கு இடப்புறம் நின்று பூதம் காவல் புரிதல்

என்றுசொல்ல மாயவனார் எற்றவலு பூதத்திற்கு
பூசைநேமித்தியங்கள் புரோகிதரே செய்யுமென்று
புரோகிதரும் அம்முறையைப் பூசைசெய்து முடங்காமல்
பூசையது செய்து வரவே பூதமது தான்மகிழ்ந்து
பூசையைப் பற்றி பூதமது புகழ்மாயன் இடமிருந்தாரே

விருத்தம்

இருந்தனர் பூசையுண்டு இயலுடன் ஸ்ரீரங்கத்தில்
வருந்தியே தேடுவோர்க்கு வளம்பெற வாழ்வு ஈந்து
தீரவே ஸ்ரீரங்கத்தில் சிவனுட பாதம் போற்றி
அருந்தவம் செய்துகொண்டு அரனுட பாதம் பெற்றார்.

சுபம்

2589. கடுத்தவர்- உலோபிகள்
2589. கண்போட்டு- கண்திருட்டி
2591. புரோகிதர்- பூசைசெய்யும் பார்ப்பனர்
2594. புகழ்மாயன்- புகழ்படைத்த திருமால்
2595. இயலுடன்- உடன்பாட்டுடன்
2596. ஈந்து- தந்து

சங்கிலி பூதத்தான் கதை

சங்கிலி பூதத்தான் கதையின் தொடக்கம் ஏதோ ஒரு கதையின் இடையிலிருந்து தொடங்குவதுபோல் தெரிகின்றது. இந்தக் கதைப்பாடலில் காப்புப் பாடல்களோ இறைவணக்கப் பாடல்களோ காணப்படவில்லை. நடப்புக்கதை எனப்படும் பெருமாள்சுவாமி கதையின் இடையிலிருந்து கிளைத்த கதை இது என்று உணரப்படுகிறது. பகவான் திருமால் திருவரங்கத்தை விட்டுத் தம் பூதப்படைகளோடு திருவனந்தம் செல்வார். அப்போது ஒவ்வோர் ஊரையும் கடந்து வருகின்ற அவர், தென்பாண்டி நாட்டு நாங்குனேரி வானமாமலை கோயிலைத் தாண்டி வரும்போது மேற்கே நம்பிகோயில் தெரிவதைக் கண்டு, அதன் வளமைகளைக் கூறி அங்குச் சென்றபின், சங்கிலிபூதத்தானிடம் 'நீ இங்கே நம்பியைச் சேவித்து நில்' என்று கூறுவார். சங்கிலிபூதம் அதற்கான காரணத்தைத் திருமாலிடம் கேட்டுத் தெரிந்துகொண்ட பின்னர், தன் (சேத்திரபாலர், ஈஸ்வரபாலர் உட்பட்ட தன் படையோடு) படையோடு அங்கு நிற்க, திருமால் அங்கிருந்து புறப்பட்டு திருவனந்தம் செல்வார். அந்தப் பகுதியிலிருந்து சங்கிலிபூதத்தான் கதை தொடக்கம் கொள்கிறது. **நடப்புக்கதையில் வரும் பகுதி இங்குத் தரப்படுகிறது.** அதிலிருந்து சங்கிலிபூதத்தான் கதை தொடர்கிறது.

நாகணாசேரி யென்னும் நற்றமிழ்நூல் ஆராயும்
வாகான வாணுமலை மாமலையை வந்துகண்டார்
அந்நேரம் மாயவனும் அப்பதிகண்டு அவதரித்து
வன்னமுறும் மாயவனும் வாணுமாமலை கடந்தார்
துங்கமலர் மாயவனார் அன்னேரமே நடந்து
சிங்கார நம்பிதேசம் தெரியுது தென்மேற்கே யென்று
மன்றாத மண்ணளந்தோன் குறுங்குடி கண்டேகுறுகி
கன்றாலே கனியெறிந்த கரியமுல்லை வண்ணனாரும்
செய்குந்தமாக நின்ற தெட்சணாபூமிக்கு லெக்காய்
வைகுந்த பர்வதமும் வளர்ந்த திருமாமலையும்
உருவாகவே அனுமான் உருமித்தங் கிலங்கையிலே
மருமாது லெட்சுமியை வைத்தசிறை காணவென்ன
குருவே சரணமென்ன குதித்தனுமான் பாய்ந்தமலை
திருவண்ண மருப்புமலை தென்பாகத்தே யிருக்க
மன்றுதனில் வல்லமலை வளைந்தங்கே தானிருக்க

குன்றுகள் நெருங்குமலை குடமாடி தன்னடியில்
மன்றுதனில் முன்னாளில் மாவெலியார் இருந்ததலம்
வென்றியுடன் நால்மறையால் வேள்வி நடந்ததலம்
அன்றுதிருமால் அயனும் அரனைப் பூசித்ததலம்
குன்றுகள் அடர்ந்ததலம் குளங்கள் சிறந்ததலம்
வாசுதேவன் தன்னருளால் வளர்ந்த திருமாயன்
மெய்யாக மாயனிரை மேய்த்த அரியவனம்
மலைநம்பி தானிருக்க மற்றுமொரு நம்பியென்ன
சிலைநம்பியாக வந்த திருப்பாற்கடல் நம்பியையும்
புளகீதமான மாயன் பூங்கா வனந்தனிலே
அழகிய நம்பியென்று இருந்த அந்தஅரியதலம்
மண்ணளக்க வெண்ணையுண்டோன் மற்றுமொரு மாவெலியால்
தன்மையுடனே குறுகி சதுஞ்சலித்து நின்றதலம்
மறுக்குறுகும் திருமார்பன் வன்னமுள்ள மாவெலியால்
திருக்குறு உருவாக நின்றதொரு தெய்வத்தலம்
குறுக்குடி தன்னைக் கண்டு கொண்டார் நிறவண்ணனாரும்
உறுங்குடி ஈதெனவும் உற்றநம்பி பதியெனவும்
அம்புவியில் கீர்த்தியுள்ள அழகிய நம்பிபதி
உம்பர்தொழும் மாயவனார் உத்தசேத்திர பாலனோடே
நம்பிவந்த மறையோனும் நற்சங்கொலி மாபூதமும்
வம்பணிந்த பூந்துளசி மாலை மார்பன் வந்தபோதே
இங்கிருந்த நம்பியாரும் யெதிரே சென்று தான்வினவி
சங்கையுள்ள மாயவனார் சன்னதியில் வந்திருந்தார்
செம்பொன் மணிமாலைகளும் திருக்கொடி மாமரமும்
நம்புமலர்ச் சோலைகளும் நாட்டாறும் வாவிகளும்
அருணமணிக் கோபுரமும் ஐம்பொன் மணிமண்டபமும்
திருமதிலும் சுத்துகளும் செங்கமல வாவிகளும்
கண்டுமகிழ்ந்து மாயன் காசினியை அளந்த கோமான்
தண்டமிழ்சேர் மாயவனார் தானும் அவதரித்தார்
இருந்ததலம் கண்டபோது இயல்நெடுமால் ஏதுசொல்வார்
பருந்தோறும் பாயவனார் பாவித்தங்கே ஏதுரைப்பார்
வாராய்நீ சேத்திரபாலா வாய்த்த சங்கிலி பூதமுடன்
சீராக நம்பிதன்னை சேவித்து நில்லுமென்றார்.

(நடப்புக்கதை, பதிப்பிக்கப்படாத சுவடி)

திருமாலோடு பூதங்கள் மலைநாடு செல்லுதல்

நில்லுமிந்த பதிதனிலே நேசமுள்ள சேத்திரபாலா
அல்லனைய திருமேனியுள்ள அழகுசங்கிலி பூதத்தானே
என்றுசொல்லி மாயவனார் இன்பமுடன் தானடந்தார்
மாயவனார் தான்போக மலைநம்பி கோவிலிலே
பூசைசெய்த நம்பியவன் போய்மறைந்து போனதினால்   5
நம்பியவன் இல்லாமல் நடையடைத்துத் தானிருக்க
அப்போது சங்கிலிபூதம் அழகுசேத்திர பாலருமாய்
செப்பமுள்ள கயிலையிலே சிவனாரைத் தானோக்கி
வேள்வியிலே பிறவிசெய்து வேண்டுவண்ணம் பூசைதந்து
மாயவனார் பிறகாலே வரச்சொல்லி அனுப்பிவிட்டார்   10
வாக்குத் தவறாதபடி மாயவனார் இடத்தில் வந்தோம்
சீரங்கத்தில் வந்தபோது தெற்குநோக்கித் தானடந்தார்
மாயவனார் தானடந்து மலைநம்பி கோவிலிலே
வந்தபோதே மாயவனார் மனம்தேற்றி எங்களையும்
வாறோம் என்று வாக்குச்சொல்லி மலைநாடு தனில்போனார்   15

நம்பி என்னும் பூசாரி இல்லாமல் மலைநம்பி கோயில்நடை அடைத்திருத்தல்

மலைநம்பி கோவிலிலே வாய்த்த நம்பி இல்லாமல்
நம்பியவன் இல்லாமல் நடையடைத்துத் தானிருக்க

---

1. பதி- திருக்குறுங்குடி நம்பிகோயில்
1. சேத்திரபாலர் - சேத்திரபால பூதம்
2. அல்லனைய-இருளையொத்த
2. சங்கிலிபூதத்தான்- சங்கிலிபூதம்
3. மாயவனார்- திருமால்
4. மலைநம்பி கோயில்- திருநெல்வேலி மாவட்டம் திருக்குறுங்குடியில் அமைந்துள்ள நம்பி கோயில்
5. நம்பி- திருமாலான அழகிய நம்பி
6. நடையடைத்து- பூசைக்குப் பின்னர் கோயில் திருவாயில் சாத்தி
8. செப்பமுள்ள- நடுநிலையுள்ள
8. சிவனார்- சிவபெருமான்
9. வேள்வி- யாகம், ஓமக்குண்டம்
9. வேண்டுவண்ணம்- வேண்டிய அளவு
10. பிறகாலே- பின்தொடர்ந்து
12. சீரங்கம்- திருவரங்கம்
15. மலைநாடு- சேரநாடு, கேரளம்
16. மலைநம்பி கோவில்- திருக்குறுங்குடி நம்பி கோயில்
16. வாய்த்த- பொருந்திய

அதனாலே ஒருநம்பிதான் அனுப்பியங்கே விட்டதுண்டால்
நாங்கள் அங்கே நின்றிடுவோம் நல்பூசை உண்டிடுவோம்
நம்பியவன் வராவிட்டால் நாங்கள் இங்கே வந்திடுவோம்
வந்திடுவோம் என்றவார்த்தை மகதேவர் கேட்டபோது
பூதமது இங்கே வந்தால் போராது தெய்வார்க்கு
வேலைசெய்து முடியாது வேதனைகள் மெத்தவுண்டு
ஆனதினால் வடநாட்டில் அதிகமழை பெய்யாமல்
மழையது தான்பெய்யாமல் வந்துபஞ்சம் பிடித்திடவும்
பஞ்சமது பிடித்ததினால் படித்தரத்தைக் குறைத்துவிட்டார்
படித்தரத்தைக் குறைத்ததினால் பாப்பான் சந்தனநம்பியவன்
இங்கிருந்து பூசைசெய்தால் இனிவயிறு நிறையாது
தென்னாட்டில் போகவேணும் சிறந்த கோசிமாபுரத்தில்
இப்படியே அருள்புரிந்து இருந்தாரே கயிலையிலே

தமிழகத்து வடபகுதியில் பஞ்சம் ஏற்படுதல்

அப்படியே வடநாட்டில் அதிகமழை பெய்யாமல்
மழையது தான்பெய்யாமல் வந்துபஞ்சம் பிடித்திடவும்
திருச்சினாப் பள்ளியிலே சிறந்தநல்ல கோயிலிலே
பண்டுமுன்னாள் பூசைசெய்த பாப்பான் சந்தனநம்பியவன்
அப்படியே பூசைசெய்து அவனிருக்கும் நாளையிலே

---

21. மகதேவர்- சிவபெருமான்
22. பூதம்- பூதகணம்
22. போராது- வெறுப்பு, குறைவு
22. தெய்வார்- தேவலோகத்தார்
23. வேதனைகள்- துன்பங்கள்
23. மெத்தவுண்டு- ஏராளம் உண்டு
24. வடநாடு- தமிழகத்தின் வடபகுதி
25. பஞ்சம்- மழையில்லாமல் பிழைப்புக்கு வழியில்லாமல் வறுமை தாண்டவமாடுதல்
26.படித்தரம்- நிபந்தனை, கோயிலில் பூசை செய்வதற்குரிய கூலி
27. பாப்பான்- புரோகிதனான பிராமணன்
27. சந்தனநம்பி- திருக்குறுங்குடி கோயிலுக்குப் பூசை செய்வதற்காக வந்த பிராமணன்
29. தென்னாடு- தமிழகத்தின் தென்பகுதி
29. கோசிமாபுரம்- திருநெல்வேலி மாவட்டம் நாங்குநேரிக்கும் வள்ளியூருக்கும் இடையிலுள்ள ஓர் ஊர்.
30. கயிலை- கயிலாயம், சிவன் இருப்பிடம்
33. திருச்சினாப்பள்ளி- திருச்சிராப்பள்ளி
34. பண்டு முன்னாள்- முற்காலம்

மணிக்காரன் தானும்வந்து வைத்திருந்த படித்தரத்தை
பஞ்சமது பிடித்ததினால் படித்தரத்தைக் குறைத்துவிட்டார்

சந்தன நம்பி தன் மனைவியோடு தென்னாடு வருதல்

பண்டு முன்னாள் வைத்திருந்த படித்தரத்தைக் குறைத்ததினால்
படித்தரத்தைக் குறைத்ததினால் சந்தனநம்பியவன்
இங்கிருந்து பூசைசெய்தால் இனிவயிறு நிறையாது 40
என்றுசொல்லி சந்தனநம்பி ஏந்திழையாள் ஆசிதன்னை
சோமாண்டிஆசி தன்னைச் சொல்லிவைத்து இருபேரும்
இராக்காலம் ஆனதிலே நல்லகோப்பு தானெடுத்து
திருச்சினாப் பள்ளிவிட்டு தெற்குநோக்கி தானடந்தார்

சந்தன நம்பி கோமாசிபுரம் வந்தடைதல்

திருநெல்வேலி தான்கடந்து சிறந்த சந்தனநம்பியவன் 45
சந்தனவாழ் நம்பியானும் தானேசோமாண்டி யுமாய்
தவித்த இடம் தனிலிருந்து தண்ணீரும் குடித்துக்கொண்டு
மற்றுமுள்ள ஊருகளும் வழிநடந்து தானும் வந்தார்
பாளையங் கோட்டைவிட்டு பச்சையாறு தான்கடந்து
தாமதித்து வழிநடந்து தாங்கள் இருபேருமாக 50

---

36. மணிக்காரன்- கோயில் தலைவன், தர்மகர்த்தா
41. ஏந்திழையாள்- அழகிய பெண்
41. ஆசி- சோமாண்டி ஆசி
42. சோமாண்டி ஆசி- சந்தனநம்பியின் மனைவி
43. இராக்காலம்- இரவுநேரம்
43. கோப்பு- உணவுப் பொருட்கள்
45. திருநெல்வேலி- தமிழகத்தின் தென்பகுதியிலுள்ள ஓர் ஊர்.
திருநெல்வேலிசீமை
46. சோமாண்டி- சந்தனநம்பியின் மனைவி
49. பாளையங்கோட்டை- திருநெல்வேலி மாவட்டத்திலுள்ள ஓர் ஊர்
49. பச்சையாறு- மேற்குத்தொடர்ச்சி மலையின் கிழக்குச் சரிவில் தோன்றும் ஆறு.
இது தமிழகப் பகுதியில் உற்பத்தியாகி தாமிரபரணி ஆற்றில் கலக்கிறது.
தமிழகத்தில் இவ்வாற்றின் நீளம் 32 கி.மீ ஆகும்
50. தாமதித்து- மெதுவாக

நாங்கனா சேரிவிட்டு நல்லகோசிமா புரத்தில்
கோசிமா புரமதிலே குடியிருக்க வேணுமென்று
சந்தனவாள் நம்பியானும் தானே சோமாண்டியுமாய்
அந்தநல்ல ஊர்தனிலே அவர்களுமே தானும்வந்தார்
வந்தவுடன் அந்தநல்ல வாய்த்தபுகழ் நாட்டார்கள்
அகரமது தானும்கட்டி அதிலிருக்கச் சொல்லுவாராம்
அகரமதில் குடியேறி அவர்வாழ்ந்து இருக்கையிலே
இருக்குமந்த வேளையிலே ஏற்றமலை நம்பிகோவில்
மலைநம்பி கோவிலிலே மாயவனார் தானறிந்து
அறிந்து சங்கிலிபூதம் தன்னை அழைத்தேது சொல்லுவாராம்
ஒருநம்பியவன் வந்து கோசிமாபுரத்தில் வாழ்ந்திருக்கின்றானே

சங்கிலிபூதம் சந்தன நம்பியின் கனவில் வருதல்

அந்தநல்ல நம்பியிடம் அரியகினா கண்டுவாடா
என்றமொழி தன்னைக்கேட்டு ஏற்றசங்கிலி பூதத்தானும்
பட்டுடுத்தி சந்திரவாளி பாவினையாய் தானும்கட்டி
காலில் சிலம்பணிந்து கனத்தவீர தண்டையிட்டு
பொந்துதடி தானெடுத்து பொன்போலே இலங்கிடுமாம்
கோபுரம்போல் முடியழகும் கொடிமரம்போல் காலழகும்

51. நாங்கனாசேரி- நாங்குநேரி, திருநெல்வேலி மாவட்டத்திலுள்ள ஓர் ஊர்
52. கோசிமாபுரம்- நாங்குநேரி வள்ளியூர் ஆகிய ஊர்களுக்கு இடையிலுள்ள ஓர் ஊர்
55. நாட்டார்கள்- ஊர்ப்பெரியோர்
56. அகரம்- வீடு
58. மலைநம்பிகோவில்- திருக்குறுங்குடி அழகிய நம்பி கோவில்
59. மாயவனார்- திருமால்
60. சங்கிலிபூதம்- வேள்வியில் பிறந்து வந்த பூதத்தான்
61. நம்பி- பூசைசெய்யும் புரோகிதன்
62. அரியகினா- அரிதாகிய கனவு
64. சந்திரவாளி- ஒரு சேலை வகை
64. பாவினையாய்- அலங்காரமாய்
65. சிலம்பு- காலணி
65. வீரதண்டை- காலில் அணியும் ஒரு வளையம்
66. பொந்துதடி- பூதத்தின் கையிலுள்ள பூதத்தடி
66. இலங்கிடும்- பிரகாசிக்கும்
67. கோபுரம்- கோயில் நுழைவாயில் கோபுரம்
67. முடியழகு- தலையில் சூடியிருக்கும் கிரீடத்தின் அழகு
67. கொடிமரம்- கோயிலில் நடப்பட்டிருக்கும் கொடிமரம்

குறித்தநல்ல முகத்தழகும் குட்டிமலைபோல் வயிறும்
காலில் சிலம்பதுதான் கலகலென முழங்கிடுமாம்
பார்த்தவர்கள் பயந்துஓட பரும்மலைபோல் தானடந்தார்
இப்படியே தானடந்து ஏற்றசங்கிலி பூதத்தானும்
கோசிமாபுரம் தனிலே கூண்டசந்தன நம்பியவன்
அகரமதில் சென்றுநின்று அதியகினா காண்பிப்பாராம்
வடநாடு பஞ்சமதில் வந்தாயோ நம்பியானே
மலைநம்பி கோவிலிலே வந்துபூசை செய்யவேணும்
பூசையது செய்ததுண்டால் போத இறைகூலி உண்டு
இறைகூலி தந்திடுவான் ஏற்றநல்ல அரண்மனையார்
இன்றுவிடிவான போது ஏற்றநல்ல அரண்மனையார்
ஆள்விட்டுக் கூப்பிடுவான் அந்தநல்ல மணிகாரன்
மாட்டோமென்று சொல்லாமல் வாறேனென்று போகவேணும்
மணிகாரன் தந்ததெல்லாம் மகுத்துவமாய் வாங்கிக்கொண்டு
சந்தோசமாக வந்து தானேபூசை செய்யவேணும்
பெரியமலை நம்பிகோவில் பூசைசெய்ய வேணும்
மாட்டோமென்று சொன்னதுண்டால் வாணாலை வதைத்திடுவேன்

சங்கிலிபூதம் மணியக்காரன் கனவில் வருதல்

இப்படியே நம்பியிடம் ஏற்றகினா தானும்கண்டு
மணிகாரன் இடமதிலே வந்துநின்று ஏதுசொல்வான்
மணிகாரா மணிகாரா வடநாடு பஞ்சமதால்
சந்தனநம்பி என்று தானொருவன் இங்குவந்து

---

68. குட்டிமலை- சிறிய மலை
70. பரும்மலை- பெரிய மலை
73. அதிய கினா- அதிசயமான கனவு
74. வடநாடு- கதைப்பாடலில் திருநெல்வேலி மாவட்டம் வள்ளியூருக்கு வடக்கேயுள்ள பகுதி. அதாவது திருச்சிராப்பள்ளியைச் சுற்றியுள்ள இடம்
76. இறைகூலி- தெய்வத்திற்குப் பூசை செய்வதற்குரிய சம்பளம்
77. அரண்மனையார்- கோயிலை நிர்வகிப்போர்
78. விடிவானபோது- விடியற்காலையில்
79. மணிகாரன்- கோயில் தலைமை நிர்வாகி (தர்மகர்த்தா)
81. மகுத்துவம்- மகத்துவம்- மேன்மை, பெருமை
84. வாணால்- உயிர்
84. வதைத்தல்- துன்புறுத்துதல்
85. கினா- கனவு

கோசிமா புரமதிலே குடியிருக்கிறா ரெனவே
அந்தநல்ல நம்பியானை ஆள்விட்டுக் கூட்டிவந்து
இறைகூலி தான்கொடுத்து இணக்கமதாய் அனுப்பிவிடு
அனுப்பாதே போனாக்கால் அலைக்கழிப்பேன் உன்னையும்தான்
பொந்துதடி தானெடுத்துப் போட்டிடுவேன் மண்டையிலே
என்றுசொல்லி சங்கிலி பூதம் ஏற்றமலை நம்பிகோயில்
வந்தவர்கள் தன்னோடே வார்த்தை சொல்லி தானிருந்தாரே....

அழைப்பை ஏற்று சந்தன நம்பி மணியக்காரனிடம் விபரம் கேட்டறிதல்

பூதமது கோவிலிலே போயிருந்தபோது
பித்தாநாள் விடிந்து பொழுதுதித்தபோது
பெண்கொடியாள் சோமாண்டி தன்னையுமோ எழுப்பி
பெரியகினா கண்டதையும் பேசிக்கொண்டிருந்தான்
அப்போது மணிகாரன் ஆளதுவும் வந்து
அரண்மனையான் மணிகாரன் அழைத்துவரச் சொன்னார்
வாவெனவே என்றுசொல்லி வந்தவனும் சொல்ல
மாட்டேனென்று சொல்லாமல் வாறேனென்று போனான்
போனபோது மணிகாரன் பேசிக்கொண்டிருந்தான்
பின்னாலே ஆளனுப்பி வெத்திலையும் கொடுத்தான்
எந்தஊரு உந்தனுக்கு ஏற்றநல்ல நம்பியானே
இப்போது வந்ததுதான் ஏதுகாரணம் என்றுகேட்டான்
கும்பிகுளம் ஆனதிலே குடியிருந்தேன் முன்னாள்
கூண்டுபத்து மாதம்சென்று வெளியதிலே வந்தேன்
வந்துவளர்ந்து வடநாடதிலே இருந்தேன்
வாய்த்த நல்ல கோவிலிலே பூசையது செய்தேன்
அப்போது வடநாட்டில் அதிகபஞ்சம் பிடித்ததினால்
அரண்மனையான் தானும்வந்து படித்தரத்தைக் குறைத்தான்

---

91. இணக்கமதாய்- இசைவாய், உடன்பாடாய்
92. அலைக்கழிப்பேன்- அங்குமிங்கும் அலைத்து வருத்துதல்
97. பித்தாநாள்- மறுநாள்
98. பெண்கொடியாள்- கொடிபோன்ற பெண் (சோமாண்டி)
105. வெத்திலை- வெற்றிலை - தாம்பூலம்
108. கும்பிகுளம்- திருநெல்வேலி மாவட்டம் வள்ளியூர் அருகிலுள்ள ஓர் ஊர்
109. கூண்டு- சேர்ந்து

இங்கிருந்து பூசைசெய்தால் இனிபிழைக்க லாகாது
என்றுசொல்லி இருபேரும் இவ்விடத்தில் வந்தோம்   115
வந்து கோசிமாபுரத்தில் வாழ்ந்திருக்கும் நாளையிலே
மலைநம்பி கோவிலிலே மாயவனார் அறிந்து
எங்கள் மலைநம்பி கோவிலில் இனிபூசை செய்யவேணும்
இறைகூலி தான்தருவான் ஏற்றமணிகாரன்
நேற்றிரவு என்னோடே நிச்சயமாய்ச் சொல்லி   120
நேசமுடன் போச்சுதுகாண் பூதமது தானும்
இன்றுவிடி வானபோது உம்முடைய ஆள்தான்
இப்போவர வேணுமென்று எனையழைத்து வந்தார்
வந்தபோதே மணிகாரன் ஏதுமொழி சொல்வான்
ஏற்றமலை நம்பிகோவில் இனிபூசை செய்யவேணும்   125
இறைகூலி நான்தருவேன் இப்போது என்றுசொன்னான்
இன்றுமுதல் முடங்காமல் இனிபூசை செய்யவேணும்

மணியக்காரனிடம் பெற்ற பொருள்களோடு
சந்தனநம்பி தன் வீட்டுக்குச் செல்லுதல்

அப்படியே ஆகட்டென்று அந்தநம்பியானும்
அதிகமுள்ள வகைபார்த்து இறைகூலி தானும்வாங்கி
வாங்கின வகைகளுக்குப் பட்டயமும் வாங்கிக்கொண்டு   130
படித்தரமும் இன்றைக்குத்தான் தரவேணு மென்றான்
அப்படியே மணிகாரன் ஆகட்டென்று சொல்லி
அதிகமுள்ள சருவங்களும் அவன்கையிலே கொடுத்தான்
இன்றைக்குத்தான் என்கோப்பு என்றுசொன்னான் மணிகாரன்
ஏற்றநல்ல பச்சரிசி இன்பமுடன் தான்கொடுத்தான்   135
பச்சரிசி படைக்கநல்ல பழக்குலையும் கொடுத்தான்
பதிவினுடன் சர்க்கரையும் தேங்காயும் கொடுத்தான்
தேங்காயும் சிறுபாக்கும் வெற்றிலையும் கொடுத்தான்

---

127. முடங்காமல்- தடைபடாமல்
130. பட்டயம்-சாசனம், ஒப்புச்சீட்டு
133. சருவங்கள்- சமையல் பாத்திரங்கள்
135. பச்சரிசி- அவிக்காத அரிசி
136. பழக்குலை- வாழைப்பழக்குலை
137. பதிவுடன்- வழக்கத்துடன்
137. சர்க்கரை- இனிப்புக்கட்டி
138. சிறுபாக்கு- தாம்பூலப்பாக்கு
138. வெற்றிலை- தாம்பூலம்

சூடகமும் சாம்பிராணி கூடவே தான்கொடுத்தான்
சொல்லும் மணம் புகைப்பதற்கு தூபக்காலும் கொடுத்தான்
இத்தனையும் படைப்பதற்கு இலையதுவும் கொடுத்தான்
இணக்கமுடன் மாலைகளும் கட்டிக்கொள்ளும் என்றான்
அப்படியே தானும்சொல்லி அனுப்பிவிட்டான் நம்பிதன்னை
அரண்மனையிலே இருந்து மணிகாரன் தானும்
வாங்கிக்கொண்டு இத்தனையும் வாய்த்த நம்பியானும்
மணிகாரன் தனையனுப்பி வழிநடந்து போகலுற்றானே...

சந்தன நம்பி மாலைகட்டுதல்

வழிநடந்து அகரமதில் வாய்த்த நம்பியானும்
வந்தேனென்று சோமாண்டி ஆசியோடே சொன்னான்
சந்தோசமாக அந்தசோமாண்டி ஆசி
தயவுடனே கோப்புகளைத் தான்வாங்கி வைத்தாள்
வைத்தபோதே சந்தனவாள் நம்பியவன் தானும்
மாலைகட்ட வேணுமென்று பூவதையும் எடுத்து
பூவதையும் தானெடுத்து போதமாலை கட்டுவானாம்
பிச்சிப்பூ மாலைகளை ஒப்புரவாய் கட்டுவானாம்
மரிக்கொழுந்து மாலைகளை வகைவகையாய் கட்டுவானாம்
வாரியவன் கூடையிலே மாலைகளை வைத்தான்

சந்தன நம்பி பூசைப் பொருட்களுடன் நம்பி கோயிலுக்குச் செல்லுதல்

வைத்தவனும் கோயிலுக்குள் போகவேணு மென்றுசொல்லி
வாவெனவே சோமாண்டி ஆசிதன்னை அழைத்து

---

139. சூடகம்- தீபக்கட்டி
139. சாம்பிராணி- நறுமணத் தூபம்
140. தூபக்கால்- இறைவனுக்குப் பூசையின்போது சாம்பிராணி புகைக்கப் பயன்படும் கைப்பிடியோடு கூடிய கிண்ணம்
141. இலை- வாழையிலை
142. மாலைகள்- பூமாலைகள்
144. அரண்மனை- தர்மகர்த்தாவின் வீடு
154. ஒப்புரவாய்- ஒழுக்கமாய்
155. மரிக்கொழுந்து- பூசைக்குப் பயன்படும் நறுமணத் தளிர்
156. கூடை- பூக்கூடை

அதிகாலை கோவிலிலே பூசையது செய்துவாறேன்
அகரமதில் தவறாமல் ஆசிபோயிரு என்றான் 160
இப்படியே புத்திசொல்லி ஏற்றசந்தன நம்பி
எடுத்துவைத்தான் கோப்புதனை இணக்கமுடன் தலையில்
கோப்பதையும் தலைதனில் அவனும் தானெடுத்து
கோசிமாபுரம் கடந்து கோயிலுக்குப் போகலுற்றானே...
கோசிமா புரம்கடந்து குட்டுவம் குளமுமிட்டு 165
கூண்டமந்தன் வடலியு மிட்டானே (கூண்ட)
மந்தன்வடலி விட்டு மாவடியூர் தான்கடந்து
வாய்த்த பெரும்பாதை கடந்தானே (வாய்த்த)
நாட்டுக் கல்விளையு மிட்டு நாலுமூலைசுமைதாங்கி
நம்பி யவன்தானும் நடந்தானே (நம்பியவன்) 170
பதினெட்டு நாட்டார் விளையும் பரபரென்று தான்கடந்து
பாதை இளைப்பாறு கடந்தானே (பாதை)
தாமரை குளமுமிட்டு சந்தனவாள் நம்பியானும்
சந்தோசமாக நடந்தானே (சந்தோசமாக)
கண்டாங்கி பாறைவிட்டு காட்டுப்புன்னை விளைகடந்து 175
காவலவன் சந்தனவாள் நம்பி (காவலவன்)
நல்லபிலா மூடுமிட்டு நாட்டுமரக் கூட்டமிட்டு

---

165. குட்டுவம்குளம்- வள்ளியூர் அருகிலுள்ள ஓர் ஊர்
166. மந்தன்வடலி- வள்ளியூருக்கும் திருக்குறுங்குடிக்கும் இடைப்பட்ட ஊர்
167. மாவடியூர்- வள்ளியூருக்கும் திருக்குறுங்குடிக்கும் இடைப்பட்ட ஊர்
168. பெரும்பாதை- சாலை
169. நாட்டுக்கல்விளை- வள்ளியூருக்கும் திருக்குறுங்குடிக்கும் இடைப்பட்ட இடம்
169. நாலுமூலைசுமைதாங்கி- வள்ளியூருக்கும் திருக்குறுங்குடிக்கும் இடைப்பட்ட இடம்
171. பதினெட்டுநாட்டார்விளை- வள்ளியூருக்கும் திருக்குறுங்குடிக்கும் இடைப்பட்ட இடம்
171. பரபரவென்று- மிகவிரைவாக
172. இளைப்பாறு- வள்ளியூர் திருக்குறுங்குடிக்கு இடைப்பட்ட இடத்திலுள்ள பெரிய கால்வாய்
173. தாமரைகுளம்- தாமரைப்பூக்கள் நிறைந்த குளம்
175. கண்டாங்கிபாறை- வள்ளியூருக்கும் திருக்குறுங்குடிக்கும் இடைப்பட்ட இடம்
175. காட்டுப்புன்னைவிளை- வள்ளியூருக்கும் திருக்குறுங்குடிக்கும் இடைப்பட்ட இடம்
176. காவலவன்- காவல் பண்புள்ளவன்
177. நல்லபிலாமூடு- திருக்குறுங்குடி அருகிலுள்ள சிறப்புடன் கூடிய பலாமரம் ஒன்றை அடையாளப்படுத்திய இடம்
177. நாட்டுமரக்கூட்டம்- திருக்குறுங்குடி அருகிலுள்ள மரச்சோலை

நவ்வல்மரம் தானும் கடந்தானே (நவ்வல் மரம்)
ஆசனிபிலா மரமும் அத்திகளும் அரசுகளும்
அதிகமுள்ள சந்தனப் பூஞ்சோலைகளும் (அதிக)
தேக்குமரக் கூட்டங்களும் தென்னைமரச் சோலைகளும்
செண்பக மரமும் கடந்தானே (செண்பக மரமும்)
குத்துக்கல் விளைகடந்து கூண்டசுமை தாங்கிவிட்டு
கோலாகலமாக நடந்தானே (கோலாகலமாக)
பாங்கான ஊறுணிவிட்டு பாரசந்தன நம்பியானும்
பாவினையாய் தானும் நடந்தானே (பாவினையாய்)
நம்பியவன் தான்நடந்து நடுக்காட்டுக்குள் வர
காட்டிலுள்ள கடுவாய் புலியெல்லாம் (காட்டிலுள்ள)
கண்டவனைத் தான்பயந்து காடுபரந் தோடிடுமாம்
காவலவன் சந்தனவாள் நம்பி (காவலவன்)
சந்தோசமாக அவன்தானடந்து போகையிலே
தாரணியில் இப்படித்தான் காணோம் (தாரணியில்)
இத்தனைநாள் பூசைசெய்தேன் ஏற்றவட நாடதிலே
இப்படித்தான் அதிசயத்தைக் காணோம் (இப்படி)
என்றுசொல்லி கிடுகிடுத்தான் பாறைவழி தானடந்து

178. நவ்வல்மரம்- திருக்குறுங்குடிக்குச் செல்லும் பாதையிலுள்ள பெரிய நாவல் மரம் (நிற்கும் இடம்)
179. ஆசனிபிலாமரம்- திருக்குறுங்குடிக்குச் செல்லும் பாதையிலுள்ள பெரிய ஆயனிப்பலா (நிற்கும் இடம்)
179. அத்திகள்- அத்திமரங்கள்
179. அரசுகள்- அரசமரங்கள்
180. சந்தனப்பூஞ்சோலை- சந்தனமரங்கள் நிறைந்த காவு
181. தேக்குமரக்கூட்டங்கள்- தேக்குமரங்கள் நிறைந்த காடு
181. தென்னமரச்சோலைகள்- தென்னைமரங்கள் நிறைந்த தோப்பு
182. செண்பகமரம்- மலர் பூத்துக் குலுங்கும் செண்பகமரம் (நிற்கும் இடம்)
183. குத்துக்கல்விளை- திருக்குறுங்குடிக்குச் செல்லும் பாதையிலுள்ள ஓர் இடம்
183. சுமைதாங்கி- திருக்குறுங்குடிக்குச் செல்லும் பாதையில் நடப்பட்டுள்ள சுமைதாங்கிக் கல்
184. கோலாகலமாக- குரலெழுப்பியவாறு (இறைவன் திருநாமத்தை சத்தமாக உச்சரித்துக்கொண்டு)
185. பாங்கான-
185. ஊறுணி - நீரூற்று
186. பாவினையாய்- தெளிவாய்
187. நடுக்காடு- காட்டின் நடுவே
188. கடுவாய்புலி- காட்டு விலங்கு
189. பரந்தோடும்- சிதறி ஓடும்
192. தாரணி- பூமியில், உலகத்தில்
195. கிடுகிடுத்தான்பாறை- திருக்குறுங்குடி செல்லும் வழியிலுள்ள ஓர் இடம்

இணக்கமுடன் தானும் நடந்தானே (இணக்கமுடன்)
உச்சிப்புளி மூடும்விட்டு உசந்தமரக் காவுமிட்டு
உப்பாறு தானும் கடந்தானே (உப்பாறு)
சிற்றெறும்பு பாதைவிட்டு சிறந்த ஆற்றங்கரை கடந்து
சென்றானே ஆற்றுக்குள்ளே தானும் (சென்றானே)
ஆறதுவும் தான்கடந்து அப்பாலே கரையேறி
அதிகமலை நம்பிகோவில் வந்தான் (அதிக)

கோயிலுக்கு வந்த சந்தன நம்பி அதிசயித்தல்

கொண்டுவந்த கோப்புகளும் சருவங்களும் தானிறக்கி
கோயில்நடை தனில்வைத் தானே (கோயில்நடை)...
இறக்கிவைத்து நடைதனிலே ஏற்றசந்தன நம்பியானும்
ஆற்றுக்குள்ளே தானிறங்கி அவன்குளித்து மாற்றுடுத்து
மாற்றுடுத்து நடைதனிலே வந்துநின்று ஏதுசொல்வான்
தாக்கோலும் தரவில்லை தானேநான் கேட்கவில்லை
வாக்குடைய கதவுதன்னில் வாய்த்தநல்ல பூட்டுமில்லை
சாத்திக் கிடக்குதென்று தள்ளினான் கதவுதன்னை
ஆள்பூட்டி இருந்தாப்போல் அசையவில்லை கதவதுதான்
சுட்டிநல்ல கதவுமில்லை சிறுபூட்டு இங்கேயில்லை
மேலசிகரதிலே மேற்கேவந்தான் நம்பியானும்
அங்கே கதவுமில்லை அதிலே நிலைநாட்ட வில்லை

---

197. உச்சிப்புளிமூடு- திருக்குறுங்குடி செல்லும் வழியிலுள்ள ஒரு புளியமரம் (நிற்கும் இடம்)
197. மரக்காவு- பல்வேறு மரங்கள் நிறைந்த சோலை
198. உப்பாறு- திருக்குறுங்குடி செல்லும் வழியிலுள்ள ஆறு போன்ற கால்வாய்
199. சிற்றெறும்புபாதை- திருக்குறுங்குடி செல்லும் வழியிலுள்ள ஒரு வழி
199. ஆற்றங்கரை- நம்பியாற்றங்கரை
201. ஆறு- நம்பியாறு
204. கோயில்நடை- கோயில் வாயில்
206. மாற்றுடுத்து- குளித்தபின் உடுத்தும் மாற்று உடையை அணிந்து
207. நடைதனிலே- கோயில் வாயில்முன்பாக
208. தாக்கோல்- தாழ்க்கோல், சாவி
210. சாத்திக்கிடக்குது- அடைத்திருக்கிறது
212. சுட்டி- சுட்டு- குறிப்பிட்டு
212. சிறுபூட்டு- பூட்டும் கருவி
213. மேலசிகர்- மேற்குச்சுவர், மேற்புறச்சுவர்
214. நிலை- கதவுநிலை

வடக்கு சிகரானதிலே வடக்கே வந்தான் நம்பியானும்
அந்தச் சிகரானதிலே அதிகமுள்ள சாளரவாசல்
சந்தோசமாக வந்து தள்ளினான் கதவுதன்னை
இத்தனை கதவதிலும் இதுவலுவாய் தானிருந்து
என்றுசொல்லி நம்பியானும் ஏற்றகீழ வாசல்வந்தான்
வந்துநின்று நம்பியவன் மனமகிழ்ந்து ஏதுசொல்வான்
இத்தனைநாள் பூசைசெய்தேன் ஏற்றவட நாடதிலே
மற்றுமுள்ள நம்பியர்கள் வையகத்தில் பூசைசெய்தார்
இப்படித்தான் அதிசயத்தை எங்கும் நான் காணவில்லை
கண்ணாலே காணவில்லை காதாலும் கேட்கவில்லை
மலைநம்பி கோவிலைப்போல் வையகத்தில் காணவில்லை
பூசைசெய்ய கோவிலுக்குள் போறதுக்கு இடமுமில்லை
என்றுசொல்லி நம்பியவன் ஏற்றநல்ல கோப்புகளை
கொண்டுபோக வேணுமென்று குனிந்தெடுத்து தலையில் வைத்தான்

சந்தன நம்பி பூதங்களைக் கோயில் கதவு திறக்கச் சொல்லுதல்

தலையில்வைத்து நம்பியானும் தான்திரும்பும் வேளையிலே
வலத்தே நின்று நிமிர்த்தமது மடமடென்று சொல்லிடுமாம்
சொன்னபோதே நம்பியவன் சூட்சமிட்டு பார்க்கலுற்றான்
சாத்திரத்தைப் பார்த்தபோதே தானேஅந்த கோயிலுக்குள்
பூதமது கோயிலுக்குள்ளிருந்து பூட்டியங்கே தானிருக்கு
பூட்டியங்கே தானிருக்கும் போகாதே நம்பியானே
கூப்பிட்டால் பூதமது கோயில் நடைதிறக்கும்
நடைதிறப்போம் என்றுசொல்லி நல்நிமிர்த்தம் சொன்னதுவும்
சாத்திரத்தைக் கண்டுநம்பி தானேவந்து கதவுதன்னில்
கதவுதிற கதவுதிற காவலவா சேத்திரபாலா

---

215. வடக்குச்சிகர்- வடக்குச்சுவர், வடப்புறச்சுவர்
216. சாளரவாசல்- சன்னல் கதவு
218. வலுவாய்- பலமாய்
219. கீழவாசல்- கிழக்குவாயில்
222. நம்பியர்கள்- திருமால் கோயில் பூசாரிகளான நம்பிகள்
230. நிமிர்த்தம்- நிமித்தம் - சகுனம், அடையாளம்
230. மடமடென்று- உடனே விரைவுடன்
231. சூட்சமிட்டு- சூட்சுமத்துடன் - நுண்ணறிவுடன்
232. சாத்திரம்- கலை

வாசல்திற வாசல்திற வடிவழகா சங்கிலிபூதம்
ஈஸ்பரபால சுவாமியோடு இனிகதவு திறவுமென்றார்
என்றுசொல்லி நம்பி தானுரைக்க ஏற்றசங்கிலி பூதமது
வந்துஅந்த தாழ்திறந்து மறைந்திடுமாம் கோவிலுக்குள்

சந்தன நம்பி பூசை செய்தல்

பூதமது மறைந்திருக்க போனானே கோயிலுக்குள்
உன்னைப்போல் பூதமது உலகமதில்கண்டதில்லை
என்றுசொல்லி நம்பியவன் இணக்கமுடன் வணங்கிநின்றான்
சாந்தாலே தரைமெழுகி சந்தணத்தால் கோலமிட்டு
சந்தணத்தால் கோலம் செய்து சாம்பிராணி தூபம் செய்தான்
தூபமது தானும்செய்து சென்றானே ஆற்றுக்குள்ளே
ஆற்றுக்குள்ளே தானிறங்கி அழகுவெள்ளம் கோரிவந்து
பச்சரிசி தானுமிட்டு பாவினையாய்ப் பொங்குவானாம்
செப்பமுடன் பொங்கியவன் சிறப்புடனே தானிறக்கி
சர்க்கரையும் பச்சரிசி தான்படைத்தான் இலையதிலே
பொங்கினதோர் சருவமதை போதரவாய் கொண்டுவந்தான்
சாம்பிராணி சூடகமும் தானவனும் தீபம் செய்தான்
செய்துபல பூசைசெய்து சிறந்த நமஸ்காரம் செய்தான்
உந்தனுக்குப் பூசைசெய்ய உதவிடுவாய் என்றுசொல்லி
என்றுசொல்லி பூசைசெய்து இளக்கிவைத்தான் நம்பியானும்
கொண்டுவைத்து புறத்தேநின்று கும்பிட்டான் மாயவரை
மாயவரைக் கும்பிட்டவன் வாய்த்தநல்ல கதவடைத்து
சங்கிலி பூதத்தானே தாழ்பூட்டும் கதவுதன்னை

---

240. ஈஸ்வரபாலசுவாமி- ஈஸ்வரகாலபூதம், காலசுவாமி, பூதப்பெருமாள்
242. தாழ்திறந்து- கதவைத் திறந்து
242. மறைந்திடும்- ஒளிந்துகொள்ளும்
246. சாந்து- நறுமணத்தூள், கலவைச்சாந்து
246. தரைமெழுகி- தரையைச் சுத்தம் செய்து
247. தூபம்- சாம்பிராணிப்புகை
249. வெள்ளம் கோரிவந்து- தண்ணீர் எடுத்துவந்து
253. சருவம்- பெரிய பாத்திரம்
253. போதரவு- உபசரணை
254. தீபம்- சூடத்தால் ஏற்றப்படும் ஒளி
255. நமஸ்காரம்- வணக்கம்
257. இளக்கி- பூசைப்பொருட்களை நகர்த்தி
258. கும்பிட்டான்- இருகைகூப்பி வணங்கினான்

ஈஸ்பரபால சுவாமியோடே இனிதாழ் பூட்டும் கதவுதன்னை
என்றுசொல்லி மாயவரை இணக்கமுடன் தான்தொழுது
கொண்டுவந்த கோப்புடனே கோலாகலமாக நடந்தானே...

முதல்நாள் கோயில் அனுபவத்தை நம்பி தன் மனைவியோடு பகிர்ந்து கொள்ளுதல்

விருத்தம்

நடந்து அவ்விடமிட்டு நல்லதோர் ஆறுதனைக் கடந்து
சிற்றெறும்பு பாதைவிட்டு சென்றுஎல்லை எல்லாம் கடந்து
மாவடியும் மந்தன்வடலி விட்டு வந்தான் கோசிமாபுரத்தில்
கோப்பதையும் கொண்டுதான் ஆசிகையில் கும்பிட்டான்
வாங்கிவைத்து சோமாண்டி மெல்லிநல்லாள் ஏதுசொல்வாள்
கொண்டுவந்த அமுதுதன்னை குளித்து உண்ணவேணு மென்றாள்
நம்பிதன்னைத் தானழைத்து நாயகியாள் ஏதுசொல்வாள்
சென்றுதண்ணீர் தான்குளித்து சீக்கிரத்தில் வந்திடுங்கள்
அந்தமொழி தனைக்கேட்டு அதிகசந்தன நம்பியானும்
சென்றவனும் தான்குளித்து சீக்கிரத்தில் வந்திருந்தான்
சந்தனமும் தான்பூசி சாப்பிடவே வந்திருந்தான்
அப்போது இலைபோட்டு அமுதுகளும் தான்படைத்தாள்
சந்தனவாள் நம்பியவன் சாப்பிட்டு கைகழுவி
வந்திருந்து வெற்றிலையும் வாய்நிறைய தின்றுகொண்டு
மகிழ்த்துவமாய் இருக்கையிலே வாணுதலாள் சோமாண்டி
ஆசியவள் ஏதுரைப்பாள் அதிகநம்பி முகம் பார்த்து
பூசைசெய்ய போனஅந்த பெரியமலை நம்பிகோயில்
அதிசயங்கள் உண்டானால் அருமையுடன் சொல்லுமென்றாள்
அப்போது நம்பியவன் அவள்தனக்கு ஏதுசொல்வான்
ஒப்பமுள்ள பெண்ணரசே இந்தத் தேசத்தில் கண்டதில்லை

---

263. கோலாகலமாக- சந்தோசமாக
269. அமுது- இறைவனுக்குப் படைத்த உணவுப்பொருள்
270. நாயகியாள்- பெண்ணானவள் (சோமாண்டி ஆசி)
271. சீக்கிரத்தில்- விரைவினுடன்
278. மகிழ்த்துவமாய்- மகிழ்வுடன்
278. வாணுதலாள்- அழகிய நெற்றியை உடைய பெண்
279. நம்பி- சந்தனநம்பி
283. ஒப்பமுள்ள- பண்புள்ள
283. பெண்ணரசு- பெண்ணில் சிறந்தவள்

இத்தனைநாள் பூசைசெய்தேன் ஏற்றவட நாடதிலே
மற்றுமுள்ள நம்பியர்கள் வையகத்தில் பூசைசெய்தார் 285
இந்தமலை நம்பிகோயிலைப் போல் எங்கேயும்நான் கண்டதில்லை
பூசைசெய்யப் போகும்போது புதுமைகளைத் தான்கேளு
காட்டுவழி போகையிலே கடுவாய் புலிகள் தன்னைக்கண்டு
தன்னைக்கண்டு தான்பதறித் தட்டழிந்தேன் காடதிலே
என்னைக்கண்டு அதுபதறி எங்கேயே ஓடிவிட்டு 290
இந்தநல்ல அதிசயத்தை ஏற்றமலங் காட்டில் நானும்கண்டேன்
அழகிய நம்பிகோயிலிலே ஆயிழையே நான்போனேன்
ஆற்றுக்குள்ளே தானிறங்கி அதிகநல்ல மாற்றுடுத்து
கோயில்நடை தனிலே வந்தேன் கூண்டநல்ல கதவதிலே
உள்பூட்டு புறப்பூட்டும் ஒருவிடமும் கண்டதில்லை 295
சாத்திக் கிடக்குதென்றுதள்ளினேன் கதவுதன்னை
ஆள்பூட்டி இருந்தாற்போல் அசையவில்லை கதவுதான்
நாலுதிக்கும் பூட்டுமில்லை நல்கதவு திறவாது
ஆள்போக இடமுமில்லை அதிகமுள்ள கோயிலிலே
அதனாலே திரும்பிவர ஆயிழையே நானிருந்தேன் 300
அப்போது நிமிர்த்தமது அந்தநல்ல கோயிலிலே
செப்பமுடன் சொன்னதினால் திரும்பிநின்று நான்பார்த்தேன்
அப்போது பூதமது அடைத்திருக்கும் கதவுதன்னை
இப்படியே சாத்திரங்கள் என்மனதில் ஆனபோது
செப்பமுடன் பூதமதை சிறப்புடனே தான்அழைத்தேன் 305
அப்போது கதவுதன்னை ஆயிழையே திறந்துவிட்டு
இப்படிதான் அதிசயத்தை எங்கேதான் கண்டதுண்டோ
அப்படிதான் நம்பிசொல்ல ஆசியவள் ஏதுசொல்வாள்
இந்தநல்ல கோயிலிலே இனிபூசை செய்ததுண்டால்
ஒன்றுக்கும் குறைகளில்லை ஒருநாளும் பயமுமில்லை 310

---

287. புதுமைகள்- ஆச்சரியம்
289. தட்டழிந்தேன் - நிலைகுலைந்தேன்
290. பதறி- அச்சப்பட்டு
291. மலங்காடு - காடு நிறைந்த மலைப்பகுதி
294. மாற்றுடுத்து- குளித்தபின் அணியும் மாற்றுடை
295. உள்பூட்டு - உள்பக்கம் பூட்டும் பூட்டு
295. புறப்பூட்டு- வெளியில் பூட்டும் பூட்டு
296. சாத்திக்கிடக்குது- அடைத்திருக்கிறது
302. செப்பமுடன்- இணக்கமுடன்

இப்படியே பூசைசெய்து இருந்தாரே சந்தோசமாய்
என்றுசொல்லி இருபேரும் இன்பமுடன் வாழ்ந்திருந்தார்.

சோமாண்டி ஆசி குழந்தைக்காக வருந்துதல்

வாழ்ந்திருக்கும் நாளையிலே வையகத்தில் உள்ளோர்கள்
மலைநம்பி கோவிலிலே வந்துபூசை செய்ததினால்
இனிமேலும் குறைகளில்லை ஏற்றசிவனார் அருள்படியே 315
இப்படியே பூசைசெய்து இனிதிருக்கும் நாளையிலே
செப்பமுடன் ஆசியவள் செய்தி ஏதோ சொல்லுவாளாம்
உடையவனார் அருள்படியே ஒன்றுக்கும் குறைகளில்லை
சந்ததிதான் இல்லாமல் தாரணியில் வாழ்வதென்ன
வடக்கிருந்து தெற்கே வந்தோம் வாழ்வு மிகவுண்டாச்சு 320
மதலையொன்று இல்லாமல் மனக்கவலை மெத்தவுண்டு
உடையவனார் அருள்படியே ஒருமதலை தந்ததுண்டால்
மலைநம்பி கோயிலிலே வாய்த்தபூசை செய்திடுவோம்
நாலுமரம் ஒருதோப்பு நடுவுமரம் நான்ஒருதி
நாலுமரம் காய்த்துதிர நடுவுமரம் பூத்துதிர 325
காய்காய்க்கும் பருவத்திலே நான் கன்னி மலடானேன்
பூபூக்கும் பருவத்திலே பூமாறி நின்றேனே
என்னிலும் இளையோர்கள் எத்தனை பேர் பெற்றெடுத்தார்
எந்தனுக்குப் பிரமாவும் இப்படியோ எழுதிவைத்தார்

சோமாண்டி கோமாசிபுரத்தில் குறத்தியைச் சந்தித்தல்

என்றுசொல்லி சோமாண்டி இருக்குமந்த நாளையிலே 330

---

318. உடையவனார்- சிவபெருமான்
319. சந்ததி- மகன் மகள் கொண்ட வாரிசு
319. தாரணி- மண்ணுலகு
321. மதலை- குழந்தை
321. மனக்கவலை- மனத்தில் ஏற்படும் கவலை
321. மெத்தவுண்டு- கூடுதல் உண்டு
326. காய்காய்க்கும்பருவம்- கருக்கொள்ளும் பருவம்
326. கன்னிமலடு- இளமலட்டுப் பெண்
327. பூபூக்கும்பருவம்- கருக்கொள்ளும் பருவம்
329. பிரமா- மும்மூர்த்திகளில் ஒருவர்

இருக்குமந்த நாளையிலே ஏற்றநல்ல மலங்குறத்தி
உலகமெல்லாம் குறிகள் சொல்லி உற்றகோசிமா புரத்தில்
சிவனுடைய அருள்படியே சென்றாளே மலங்குறத்தி
மலங்குறத்தி வந்தபோது மனமகிழ்ந்து சோமாண்டி
எங்கிருந்து இங்குவந்தாய் ஏற்றநல்ல மலங்குறத்தி
உலகமெல்லாம் குறிகள் சொல்லி உன்னிடத்தில் வந்தேனம்மா
இடக்கையைத் தாடியம்மா ஏற்றகுறி நான்சொல்வேன்
ஈஸ்பரனார் அருள்படியே ஏகிஉன்னை விட்டாரோ
என்றுசொல்லி சோமாண்டி இடக்கையைக் கொடுத்தாள்...

குறிசொல்ல குறத்தி தட்சணை கேட்டல்

ஏற்றநல்ல மலங்குறத்தி இடக்கையைப் பிடித்து
ஏந்திழையாள் சோமாண்டி தனக்குக் குறிசொல்ல
வாய்த்தநல்ல நிறைநாழி வரிபழுத்த தேங்காய்
வாக்குடனே வெற்றிலையும் பாக்குகளும் வைத்தாள்
ஏற்றநல்ல தெட்சணைதான் இருபத்தொரு பணமும்
இப்போது தந்ததுண்டால் என்குறி பொய்யாது
இப்படித்தான் குறத்திசொல்ல ஏந்திழை சோமாண்டி
குறத்தியவள் சொன்னதெல்லாம் கொடுக்கவேணு மென்று
கோதைநல்லாள் சோமாண்டி தானும் கொடுத்தாளே
கொடுத்ததெல்லாம் வாங்கியவள் குறிமுகத்தில்வைத்து
கோதைநல்லாள் சோமாண்டிக்குக் குறத்தி ஏதுமொழி சொல்வாள்
ஏற்றநல்ல பிள்ளையாரே எனக்குதவ வேணும்
எங்கள் குடிவளர்க்க வந்த ஏற்றவள்ளி யம்மா
இணக்கமுடன் உன்கணவர் வடிவேலர்தன்னை

---

331. மலங்குறத்தி- மலையில் வாழும் குறவர் இனப்பெண்
332. குறிகள்- கை பார்த்து சோதிடம் கூறுதல்
338. ஈஸ்பரனார்- சிவபெருமான்
338. ஏகி- கடத்தி
342. நிறைநாழி- பூசையின்போது நாழி நிறைய நெல்வைத்தல்
342. வரிபழுத்த தேங்காய்- முற்றிய தேங்காய்
343. வாக்குடன்- தன்மையுடன்
344. தெட்சணை- காணிக்கை
349. குறிமுகம்- குறிபார்ப்பதற்காகப் உருவாக்கப்பட்டுள்ள கடவுள் முன்பாக
351. பிள்ளையார்- கணபதி
352. வள்ளியம்மா- முருகன் மனைவி
353. வடிவேலர்- முருகபெருமான்

இன்னேரம் கூட்டிவந்து எனக்குதவி செய்வாய்
வாக்குடனே நானிருக்கும் மலைக் கன்னிமாரே   355
வந்துதவ எந்தனுக்கு வாய்த்த குறிமுகத்தில்
ஆனைகட்டும் தம்புரானே அரசடி இசக்கி
ஆயிரங்கால் ஐயனுட அழகுமுன்னடியும்
தானியடி பூதத்தானே தானே வரவேணும்
சாத்தாவும் முன்னடியும் தானே வரவேணும்   360
பேச்சியம்மா புலமாடி பெரியதம்புரானே
பெண்கொடியாள் சோமாண்டி தனக்கு குறிசொல்ல
என்னுடைய குறிமுகத்தில் இன்பமுடனே தான்
இப்பொழுது வந்துநின்று இணைந்து துணைசெய்வாய்
இப்படித்தான் குறத்தியவள் இன்பமுடன் போற்றி   365
ஏந்திழையாள் சோமாண்டி தனக்குக் குறிசொல்ல

சோமாண்டி கோமாசிபுரம் வந்த காரணத்தைக் குறத்தி கூறுதல்

பண்டுமுன்னாள் தானிருந்த பாரவட நாடு
மழையது தானில்லாமல் பஞ்சமது பிடித்து
படித்தரங்கள் தான்குறைந்து கோயில்கள் தோறும்
இங்கிருந்தால் போதாது என்று இருபேரும்   370
என்றுசொல்லி இருபேரும் இன்பமுடன் நடந்து
ஏற்றநல்ல கோசிமாபுரம் தனிலே வந்தாய்

குறத்தி நம்பிகோயில் குறித்த நிகழ்ச்சிகளைக் கூறுதல்

அகரமது தானும் வைத்து ஆண்டிருக்கும் நாளையிலே
அதிகமுள்ள மலைதனிலே அழகிய நம்பி கோயிலிலே

---

355. மலைக்கன்னிமார்- மலையில் வாழும் குறவர் இனக்கன்னிப்பெண்கள்
357. ஆனைகட்டும்தம்பிரான்- குமரிநாட்டிலுள்ள ஒரு பூதம்
357. அரசடி இசக்கி- அரசமரத்தின் அடியில் அமர்ந்திருக்கும் இயக்கி
358. ஆயிரங்கால் ஐயன் - ஒரு சாத்தன்
358. முன்னடி- முன்னடிசாமி
359. தானியடி பூதத்தான் - ஒரு மரத்தில் அடியில் அமர்ந்திருக்கும் பூதம்
360. சாத்தா- சாஸ்தா
361. பேச்சியம்மா- நாட்டுப்புறப் பெண் தெய்வம்
361. புலமாடி- புலமாடன் என்னும் பூதம்
361. பெரியதம்புரான்- ஒரு பூதம்

அந்தநல்ல கோயிலுள்ள அழகு சங்கிலி பூதம்
அன்னேரம் நம்பியுட அகரமதில் வந்து
வந்துஉங்கள் அகரமதில் வாசலில் வந்து நின்றுகொண்டு
சந்தனவாழ் நம்பிதன்னைத் தானெழுப்பி பூதமது
எங்களுட கோயிலிலே ஏற்றபூசை செய்ததுண்டால்
இறைகூலி தான்தருவான் ஏற்றநல்ல மணிகாரன்
மாட்டோமென்று சொல்லாமல் வாங்கிக்கொண்டு நீயும்
வரவேணும் பூசைசெய்ய மகத்துவமாய் நீயும்
மாட்டேனென்று சொன்னதுண்டால் வாணாலை வதைத்திடுவேன்
மங்கையரே இப்படித்தான் இவனோடே சொல்லி
மணிகாரன் இடம்தனிலே போச்சுதடி தாயே
மகிழ்த்துவமாய் அவனோடே பேசிக்கொண்டு தாயே
அங்கேயுமே இப்படித்தான் அவனோடே சொல்லி
அந்தநல்ல கோவிலிலே பூதம் போச்சுதடி தாயே
பூதமது கோயிலிலே போனபொழுதே தான்
பெரியகினா தானும்கண்டு பொழுதுதான் உதித்து
பெண்கொடியே உன்கணவன் உன்னையுமோ எழுப்பி
பெரியகினா கண்டதையும் பேசிக்கொண்டு இருந்தான்
கண்டகினா அத்தனையும் காரியமாய்ச் சொன்னான்
காரிகையே என்குறிதான் பொய்யோ மெய்யோ சொல்லு

சோமாண்டி விரதம் இருந்தால் குழந்தை பிறக்கும் எனக் குறத்தி கூறுதல்

இத்தனை நேரமாகச் சொன்ன குறி அதுபோல்
இனிமேலும் பொய்சொல்லாமல் சொல்லு மலங்குறத்தி
இப்படியே சோமாண்டி இவளோடே சொல்லி
ஏந்திழையாள் குறத்தியவள் ஏற்றகுறி சொன்னாள்
வீட்டுக்குள்ளே விளக்கிருக்க வெளியிலே தீதேடி
வேதனைகள் பட்டதுபோல் ஆச்சுதடி தாயே
உன்னுடைய தன்கணவன் உற்றதொரு நம்பியானும்
ஓவியமே பூசைசெய்யும் உற்றமலை நம்பிகோயில்
இருபத்தொரு நாள்வசனம் இருந்ததே உண்டானால்

---

400. வேதனைகள்- மனத்துயரங்கள்
402. ஓவியமே- ஓவியம் போன்றவளே
403. வசனம்- விரதம்

ஏந்திழையே பிள்ளையுண்டு என்குறி பொய்யாது
தப்பாது சோமாண்டி தவமிருக்கச் சென்று
சன்னதியில் இருந்ததுண்டால் தான்மதலை உண்டு
இந்தநல்ல தலத்தைவிட்டு எங்கேயும் போனாலும்
ஏந்திழையே உந்தனுக்குப் பிள்ளை கிடையாது
இப்படியே குறத்திசொல்ல ஏந்திழை சோமாண்டி
இப்படியே என்றுசொல்லி இவள்மனதில் நினைத்தாள்

சோமாண்டி குறத்திக்குப் பரிசு கொடுத்தல்

அப்போது குறத்தியவள் அறிந்துகொண்டு தானும்
ஆயிழையே இப்போ ஒருநினைவு நினைத்தாயே
அப்போது சோமாண்டி ஆசிமனம் மகிழ்ந்து
அதிகமலங் குறத்திவந்து சொன்னகுறி பொய்யாது
என்றுசொல்லி சோமாண்டி ஆசிமனம் மகிழ்ந்து
எடுத்தவளும் ஆபரணம் குறத்தி கையில்கொடுத்தாள்
கொடுத்ததெல்லாம் வாங்கிக்கொண்டு குறத்தியவள்தானும்
கோதைநல்லாள் சோமாண்டிஆசி தனையனுப்பி
வாறோம் என்று வார்த்தைசொல்லி மலங்குறத்திதானும்
வாழும்மலை நோக்கி நடந்து போனாளே

சோமாண்டி நம்பிகோயிலில் விரதமிருக்கத் தயாராதல் விருத்தம்

குறியது கேட்டபோது குறத்தியை அனுப்பி பின்னும்
மலைதனில் போனநம்பி வாய்த்ததோர் பூசைசெய்து
குறத்திதான் சொன்னதெல்லாம் கூடுமோ கூடாதோவென்று
பலனது பார்க்கவேணும் பாவையரே ஆசியென்றானே
ஆசியவள் இருந்ததுவும் அதியமலங் குறத்தி வந்ததுவும்
குறியதுதான் சொன்னதுவும் கூண்டிருந்து கேட்டதுவும்
மலைநம்பி கோவிலிலே வரவேணும் என்னோடே

---

404. பிள்ளையுண்டு- கருதரித்து குழந்தை பிறக்கும்
416. ஆபரணம்- அணிகலன்
421. குறத்தி- குறவர் இனப்பெண்
423. கூடுமோ- நடைபெறுமோ
424. பலன்- குறிபார்த்த பலன்

பாலனது உள்ளதுவும் பாவினையாய் கிடைப்பதுவும்
ஆசியவள் தன்னோடே அதிகநம்பி ஏதுசொல்வான்
வெள்ளிக் கிழமையிலே மேலான நாளையிலே
மலைநம்பி கோவிலிவே வரவேணும் என்னோடே
கொண்டுபோற வகைகளைக் கோப்பொதுக்கி வையுமென்றான்
என்றுமுள்ள பூசையது இன்றுசெய்து வாறேனென்று
கொண்டுபோகிற சருவங்களும் கோப்புகளும் தானெடுத்து
சென்றுபூசை செய்துவந்தான் சிறந்தநல்ல நம்பியானும்
அன்றுதான் கோயிலுக்கு அதிகமுள்ள கோப்பொதுக்கி
கொண்டுபோக வேணுமென்று கூண்டநல்ல ஆசியவள்
அன்றுகடந்தவுடன் அதிகவெள்ளிக் கிழமையிலே
இன்றுதான் போகவேணுமென்பறு ஏற்றநல்ல கோப்பொதுக்கி
யாத்திரையும் போகவேன்று தான்புறத்தே வைத்தனராம்
அகரமதில் ஆளிருத்தி ஆயிழைமார் தனை விடைகொடுத்து
கொண்டுபோகிற கோப்பெடுத்து கோசிமாபுரம் கடந்தாரே..

சோமாண்டியும் சந்தன நம்பியும் கோயிலுக்குச் செல்லுதல்

கோசிமாபுரம் கடந்து குட்டுவம்குளம் கடந்து
மந்தன்வடலி விட்டு மாவடி ஊருமிட்டு
மாவடியும் தான்கடந்து வாய்த்த இளைப்பாறுமிட்டு
நாட்டுமரக் கூட்டமிட்டு நடுக்காட்டுக் குள்ளேவர
காடதிலே தானும்வர காவலவன் சந்தனநம்பி
இந்தநல்ல காடதுதான் ஏற்றகடு வாய்ப்புலிகள்
வந்துஎன்னை தானும் கண்டு வாங்கியது போனதுவும்
இப்படிதான் நம்பிசொல்ல ஏந்திழையாள் சோமாண்டி
சந்தோசமாய் நடந்து தானேஅந்தக் காடும்விட்டு
செப்பமுடன் உப்பாறு சிற்றெறும்பு பாதைவழி
அப்புறத்திலே கடந்து ஆறதுவும் தானும்விட்டு
அந்தநல்ல கோயிலிலே வந்தவளும் கும்பிடுவாள்

---

428. பாலன் - மகன்
440. யாத்திரை- பயணம்

சோமாண்டி நம்பி கோயிலில் தவமிருத்தல்

கும்பிட்டு இருபேரும் குளிக்கவே தான்போனார் 455
ஆற்றுக்குள்ளே தான்குளித்து அழகுநல்ல மாற்றுடுத்து
வந்தவர்கள் கரையேறி வாசலிலே நின்றுகொண்டு
சந்தோசமாய் அவர்கள்தான் கதவுதிறவும் என்றார்
கதவுதிற கதவுதிற காவலவா சேத்திரபாலா
வாசல்திற வாசல்திற வடிவழகா சங்கிலிபூதம் 460
ஈஸ்பரபால சுவாமியோடே இனிக்கதவு திறவுமென்றார்
நம்பியவன் சொன்னபோது நல்லசங்கிலி பூதமது
வந்துஅந்த தாழ்திறந்து மறைந்திடுமாம் கோயிலுக்குள்
சந்தோசமாய் நம்பியானும் தள்ளினான் கதவுதன்னை
வந்துஅந்த கோயிலுக்குள் வாய்த்தநம்பி ஏதுசொல்வான் 465
உங்களுட தலமதிலே உடன்வசனம் இருக்க வந்தாள்
சந்தோசமாய் இருக்கதானே வரம்தாரு மய்யா
இந்தநேரம் ஒருநிமிர்த்தம் இத்தலத்தில் சொன்னதுண்டால்
தப்பாமல் சொன்னதுண்டால் தானிருப்பாள் வசனமது
இப்படியே நம்பிசொல்ல ஏற்றநிமிர்த்தம் சொல்லிடுமாம் 470
தப்பாமல் கோயிலுக்குள் தானே சோமாண்டியுமாய்
செப்பமுடன் வசனமது சிறப்பாகத் தானிருக்க
வெற்றிலையும் தின்னாமல் விசர்ப்புநீர் துடையாமல்
ஒப்பரவாய் ஆசியம்மை உடன்மாற்று தானுடுத்து
நித்திரையும் இல்லாமல் நிறைய சோறு உண்ணாமல் 475
இப்படியே தானிருந்து ஏதுசொல்வாள் சோமாண்டி
அப்படியே பூசைசெய்து அடியாள்க்கு மதலைஇல்லை
இத்தனைநாள் பூசைசெய்தும் இல்லாத படியதனால்
இப்போது உன்தலத்தில் இருபத்தொருநாள் வசனம்
தப்பாமல் இருக்க வந்தேன் தரவேணும் ஒருமதலை 480
இப்படியே தானும்சொல்லி இவன் கோப்புபூசை செய்தான்
பூசைசெய்து தானம்செய்து புருசனுடன் மனமகிழ்ந்து
இப்படியே சோமாண்டி இருந்தாளே வசனமது

---

473. விசர்ப்புநீர்- வியர்வை
474. ஒப்பரவு- ஒழுக்கம், முறைமை
474. ஆசியம்மை- சோமாண்டி ஆசி

மலைநம்பி சேத்திரபாலனைக் கயிலைக்கு அனுப்புதல்

அப்போது மலைநம்பியும் அருள்புரிந்து ஏதுசொல்வார்
தப்பாமல் சேத்திரபாலா தானேபோய் கயிலையிலே 485
செப்பமுடன் கணக்கதுவும் சென்று பார்த்து வருவாய்நீ
ஒப்பமுள்ள குழந்தையது உண்டென்றும் இல்லையென்றும்
என்றுசொல்லி மலைநம்பியும் ஏகிவிட்டார் கயிலையிலே
சேத்திரபால சுவாமியவர் சென்றாரே கயிலையிலே

சேத்திரபாலன் சிவனிடம் விபரம் கூறுதல்

கண்டந்த பரமசிவன் காவலவா சேத்திரபாலா 490
இன்றுவந்த காரியங்கள் ஏதெனவே எனக்கேட்டார்
மலைநம்பி கோவிலிலே வந்துபூசை செய்கிறதோர்
சந்தனவாழ் நம்பியவன் தன்னாசி சோமாண்டி
பிள்ளையது இல்லாமல் பேதலித்து வருந்துகிறாள்
மலைநம்பி கோயிலிலே வசனமது இருக்குகிறாள் 495
அவள்தனக்கு ஒருகுழந்தை அவதரித்துத் தரவேணும்
அதனாலே இங்குவந்தேன் ஆதிபரா எனத்தொழுதார்

சிவன் சித்திரபுத்திரருக்கு ஆணையிடுதல்

சொன்னமொழி தனைக்கேட்டு சித்திரபுத்திரர் தனையழைத்து
சோமாண்டி தன்தனக்கு தொடுபிடியாய் பிள்ளையுண்டால்
சொல்லிநீ அனுப்பிவிடு சேத்திரபாலன் தன்னோடே 500

---

485. கயிலை - சிவன் இருப்பிடம்
486. செப்பமுடன் - நடுநிலையுடன்
486. கணக்கு - பிறப்பு இறப்பு கணக்கு
487. ஒப்பமுள்ள குழந்தை - அழகுள்ள குழந்தை
488. ஏகிவிட்டார் - கடத்திவிட்டார்
490. பரமசிவன் - சிவபெருமான்
494. பேதலித்து - மனம்குழம்பி
496. அவதரித்து - உருவாகி
497. ஆதிபரன் - சிவபெருமான்
498. சித்திரபுத்திரர் - எமதர்மனின் கணக்காளர்
499. தொடுபிடியாய் - உடனடியாக

சித்திரபுத்திரர் பிறப்புக் கணக்கு பார்த்து பதில் கூறுதல்

சொன்னமொழி தனைக்கேட்டு சித்திர புத்திரனாரும்
கணக்கெடுத்துத் தான்பார்த்து காவலவா சேத்திரபாலா
ஒருமதலை தானும்உண்டு ஓவியத்தாள் தந்தனக்கு
ஏழுவயது மட்டும் இருக்குமந்த பிள்ளையது
ஏழுவயது சென்றால் இறந்துபோகும் கோயிலிலே
அல்லாத பிள்ளையது அவள்தனக்கு இல்லையென்றார்
இப்படியே சொல்லிவிட்டார் ஏற்றநல்ல நயினாரும்

சேத்திரபாலன் மலைநம்பியிடம் பதில் கூறுதலும் பகவான் சோமாண்டிக்கு வரமளித்தலும்

சொன்னமொழி தனைக்கேட்டு சேத்திரபால சுவாமியவர்
மலைநம்பி கோயிலிலே மாயனிடம் வந்துசொன்னார்
அதுகேட்டு மாயவனார் அவதரித்தார் ஒருமதலை

நம்பியும் சோமாண்டியும் மலைநம்பியிடம் அருள்பெற்று கோமாசிபுரம் வருதல்

இன்றுமுதல் வசனமது இருபத்தொரு நாளிருந்தோம்
என்றுசொல்லி சோமாண்டி ஏற்றமலை நம்பியும்
மலைநம்பி தன்னுடனே மற்றுமுள்ள நம்பியையும்
கைதொழுதாள் சோமாண்டி காவலவன் சந்தனநம்பியானும்
எந்தனுக்குப் பிற்காலம் இந்தநல்ல கோயிலிலே
உங்களுக்குப் பூசைசெய்ய ஒருகுழந்தை தான்தருவாய்
ஆண்குழந்தை தந்ததுண்டால் அடியாள்க்குச் சந்தோசம்
என்றுசொல்லி இருபேரும் இன்பமுடனே தொழுது
வாறோமென்று வாக்குசொல்லி வாசல்நடை தனிலேவந்து
கதவையும் தானடைத்துக் காவலவன் நம்பியானும்
கதவுதாழ் போடவேணும் காவலவா சேத்திரபாலா
வாசல்தாழ் போடவேணும் வடிவழகா சங்கிலிபூதம்
ஈஸ்பரபால சுவாமியோடே இனிக்கதவு தாழ்போட வேணும்

---

507. நயினார்- சித்திரபுத்திரநயினார்
509. மாயன்- மலைநம்பி திருமால்

என்றுசொல்லி நம்பியவன் ஏற்றசங்கிலி பூதமது
வந்துஅந்த தாழ்பூட்டி வாசலது தானடைத்து 525
தாழ்பூட்டதினைக் கேட்டுதானே அந்தச் சோமாண்டி
இப்படித்தான் அதிசயத்தை எங்கேயும் நான் கண்டதில்லை
என்றுசொல்லி இருபேரும் இன்பமுடனே தொழுது
கோவிலது தான்கடந்து கோசிமாபுரத்தில் வந்தார்
கோசிமா புரத்திலே குடியிருக்கும் அகரமதில் 530
ஆசியரும் கணவருமாய் அகரமதில் வந்திருந்தாரே..

சோமாண்டியைத் தோழியர் நலம் விசாரித்தல்

மனைதனிலே வந்திருக்கும் மங்கை சோமாண்டியிடம்
வந்துஅந்த ஊரிலுள்ள பெண்கள் (வந்து அந்த)
சந்தோசமாக வந்து தானேதோ சொல்லுவாராம்
தையல் நல்லாள் சோமாண்டியோடே (தையல்) 535
மலைநம்பி கோவிலிலே வசனமது தானிருந்து
வந்தாயோ இப்போது தானும் (வந்தாயோ)
அந்தநல்ல கோயிலிலே அதிசயங்கள் உண்டானால்
ஆசியவள் தன்னோடே கேட்டாள் (ஆசியவள்)
இந்தநல்ல நாடதிலே இப்படித்தான் அதிசயங்கள் 540
என்வயதில் கண்டதுதான் இல்லை (என்வயதில்)
என்றுசொல்லி சோமாண்டி இவர்களோடே சொன்னதுவும்
ஏந்திழைமார் ஏதுசொல்வார் (ஏந்திழைமார்)
இன்றைக்குத்தான் உன்முகத்தில் லெட்சணங்கள் வேறேயுண்டு
என்றுசொல்லி மடவார்கள் போனார் (என்றுசொல்லி) 545

சோமாண்டி கனா காணுதல்

மங்கைநல்லாள் அப்போது வடித்து கறிசமைத்து
மறையோனும் ஆசியும் புசித்து (மறையோனும்)
புசித்துஇலை இளக்கி பூரணமாய் உண்டவர்கள்

---
544. லெட்சணங்கள்- மெருகு, அழகு
546. வடித்து- சோறுவடித்து
546. கறிசமைத்து- காய்கனிகளைச் சமைத்து
547. மறையோன்- புரோகிதனான சந்தனவாழ்நம்பி
547. புசித்து- உணவு உண்டு
548. இலைஇளக்கி- இலையை எடுத்து
548. பூரணமாய்- முழுவதுமாய்

பூவணையின் மேலே சரிந்தாரே (பூவணையின்)
படுத்துறங்கும்போது அன்றிரவு பஞ்சணையில்
பண்புடனே சோமாண்டி கனா கண்டாள் (பண்புடனே)
மலைநம்பி கோயிலுள்ள வாய்த்த சங்கிலி பூதமது
வந்துஅவள் தன்னிடத்தில் நின்று (வந்து அவள்)
மந்திரவாள் உறையுருவி வாங்கெனவே தாந்தரவும்
வாய்த்தநல்ல பொன்னாலே தானும் (வாய்த்த)
பொன்னாலே நாராயம் போதரவாய்த் தரவும் கண்டேன்
பூவுலகில் மான்பிடித்து தானும் (பூவுலகில்)
பூவுலகில் மான்பிடித்து பிள்ளையாகத் தான்கொடுக்க
பெண்கொடியாள் சோமாண்டி கண்டாள் (பெண்கொடி)
இப்படியே கனாகண்டு ஏந்திழையாள் தான்முழித்தாள்

சோமாண்டி கண்ட கனாவைத் தோழியரிடம் கூறுதல்

இருக்கின்ற வேளையிலே தானும் (இருக்கின்ற)
பெண்களெல்லாம் தானும்வந்து பேசிக்கொண்டு இருக்கையிலே
பெண்கொடியாள் கண்டகனா சொல்வாள் (பெண்கொடி)
மந்திரவாள் உறைகழற்றி வாங்கெனவும் தரவும் கண்டேன்
வாய்த்த நல்ல பொன்னாலே தானும் (வாய்த்த)
பொன்னாலே நாராயம் போதரவாய்த் தரவும் கண்டேன்
பூவுலகில் மான்பிடித்துத் தானும் (பூவுலகில்)
பூவுலகில் மான்பிடித்துத் தரவும் கண்டேன்
பெண்கொடிமார் தன்னோடே சொன்னாள் (பெண்கொடி)
கண்டகனா அத்தனையும் காரிகையே ஆண்பிள்ளைதான்
கலங்காதே என்றுசொல்லி போனார் (கலங்காதே)

---

549. பூவணை- பூப்போன்ற பஞ்சுமெத்தை
549. சரிந்தார்- படுத்தார்
550. பஞ்சணை- பஞ்சுமெத்தை
554. மந்திரவாள்- உறைவாள்
554. உறையுருவி- வாளை உறையிலிருந்து எடுத்து
554. வாங்கெனவே- வாங்கிக்கொள் என்று
556. நாராயம்- எழுத்தாணி
556. போதரவாய்- ஆறுதலாய்
557. மான்பிடித்து- காட்டுவிலங்கான மானைப் பிடித்து
558. பிள்ளையாக- குழந்தையாக
559. கண்டாள்- கனவுகண்டாள்
560. முழித்தாள்- விழித்தாள்

சோமாண்டி கருவுறுதல்

மங்கைநல்லாள் போனபோது மறையோனும் ஆசியுமாய்
வாழ்ந்திருக்கும் அகரமது தன்னில் (வாழ்ந்திருக்கும்)
வாழ்ந்திருக்கும் நாளையிலே மங்கைநல்லாள் திருவயிற்றில்
வந்துகெர்ப்பம் வளர மகிழ்ந்திருந்தாளே (வந்து)...   575
ஒன்றான மாதத்திலே ஓவியத்தாள் சோமாண்டி
உடையவனார் அருளாலே உற்றகெர்ப்பம் தரித்திடுமாம்
சோமாண்டி அறியாமல் சொல்லாமலே இருந்தாள்
இரண்டான மாதத்திலே நாயகியாள் தானறிந்து
அறிந்தவளும் சோமாண்டி அருகழைத்து நாயகனை   580
ஆதிசிவன் அருள்படியே அரிய கெர்ப்பம் தரித்ததுகாண்
மன்னவனார் தம்மோடே வார்த்தை ஏதோசொல்லுவாளாம்
தவமிருக்கப் போனதுவும் சந்ததிதான் தந்ததுவும்
நாலானமாதத்திலே நாகப்பழ மேனியானாள்
நாகப்பழ மேனியானாள் நாயகியாள் சோமாண்டி   585
வடநாடு தனிலிருந்து வந்தானே சந்தனநம்பி
மலைநம்பி கோயிலிலே வாய்த்தபூசை செய்ததனால்
வாழ்வுவந்து தான்மிகுந்து மதலையொன்று இல்லாமல்
இருக்குமந்த வேளையிலே ஏற்றமலங் குறத்தி வந்து
குறியது சொன்னதுதான் கூண்டமலை நம்பிகோவில்   590
வசனமது இருந்ததுவும் வந்துகெர்ப்பம் தரித்ததுவும்
இப்படித்தான் தெய்வமது எங்கேதான் கண்டோமென்பார்
ஐந்தான மாதத்திலே அரைவயிறு சூலியானாள்
அரைவயிறு சூலானாள் ஆயிழையாள் சோமாண்டி
சந்தோசமா யவர்கள் தானேதோ சொல்லுவாராம்   595

---

571. கலங்காதே- கலக்கம் கொள்ளாதே
575. கெர்ப்பம்- கரு
576. ஓவியத்தாள்- ஓவியம் போன்ற சோமாண்டி
577. உடையவனார் - சிவபெருமான்
579. நாயகியாள்- பெருமைக்குரிய சோமாண்டி
882. மன்னவனார்- சோமாண்டியின் கணவன் நம்பி
584. நாகப்பழமேனி- தளதளவென்ற பளபளப்பான உடல்
589. மலங்குறத்தி- மலையில் வாழும் குறவர் இனப்பெண்
590. குறி- கைபார்த்து சோதிடம் கூறுதல்
591. வசனம்- விரதம்
592. தெய்வம்- இறைவனான மலைநம்பி
593. அரைவயிறு சூலி- ஐந்துமாத கருவுடையவள்

சோமாண்டி தன் கணவனிடம் ஈற்றுப்புரை கட்டுமாறு கூறுதல்

ஆறான மாதத்திலே ஆயிழையாள் சோமாண்டி
ஈத்துப்புரை கட்டவேணும் என்கணவா என்றுரைத்தாள்
அப்போது சந்தனநம்பி அடுத்தமாதம் ஆகட்டென்றான்
ஏழானமாதத்திலே ஏதுசொல்வான் சந்தனநம்பி
ஈத்துப்புரை கட்டுதற்கு இனிமரங்கள் வெட்டவேணும்
நாளதுவும் தான்கேட்டு நடந்தானே மலைதனிலே
ஆளதுவும் கூட்டிவந்து அதிகமரம் வெட்டிவந்தான்
வெட்டிவந்த மரங்களெல்லாம் விதவிதமாய் வேலைசெய்து
எட்டான மாதத்திலே திட்டுமுட்டாய் வருகுதென்றாள்
வட்டதனம் கண்கறுத்து வசமிழந்து தள்ளாடி
இட்டவிதி படிதானோ இனிபிழைக்க மாட்டேனடி
அருந்தசேர் விழியாரே அருமையுள்ள தோழியரே
பெற்றெடுப்பார் தங்கள் முன்னே வெற்றுடம்பாய் நின்றேனில்லை
ஈன்றெடுப்பார் தங்கள் முன்னே இளமலடாய் நின்றேனில்லை
ஒன்பதான மாதத்திலே உடையவர்க்குப் பொங்கல் இட்டாள்
பொங்கலது தானுமிட்டு பிரியமுடன் தானம் செய்தார்

ஈற்றுப்புரை கட்டுதல்

பலகையது தானறுத்துப் பணிபடுத்தி வைக்கலுற்றார்
வகைவகையாய்த் தானறுத்து வைத்தாரே மரங்களெல்லாம்
ஈத்துப்புரை கட்டுதற்கு ஏற்ற கண்ணாளர் தனக்கு

---

597. ஈத்துப்புரை- குழந்தை பெறும் அறை
604. திட்டுமுட்டாய்- மூச்சடைப்பாய்
605. வட்டதனம் கண்கறுத்து- முலைக்காம்பு கறுத்து
605. வசமிழந்து- நிலைதடுமாறி
605. தள்ளாடி- தடுமாற்றம்
607. அருந்தசேர் விழியாரே-
608. வெற்றுடம்பாய்- கருவற்ற உடலாய்
609. இளமலடு- இளவயதில் குழந்தையின்மை
610. பொங்கல்- சர்க்கரைப் பொங்கல்
611. பிரியமுடன்- அன்புடன்
611. தா னம்- தருமம்
612. பணிபடுத்தி- ஒழுங்குபடுத்தி
614. கண்ணாளர்- மர ஆசாரி

ஆளனுப்பி கூட்டிவந்து அதியதலம் தான்பார்த்து 615
மரங்களெல்லாம் தானெடுத்து வகைவகையாய் பணிகள்செய்து
கூடதுவும் ஏறவைத்தார் கூண்டநல்ல கண்ணாளர்
வேலையது தானும்செய்து மேல்பரத்தி ஓலைகட்டி
பாலதுவும் காய்த்தவர்கள் பாவினையாய்த் தானிருந்தார்
மருத்துவத்தாளை அழைத்து வர ஆள் அனுப்புதல்

பத்தான மாதத்திலே பாவையர்க்கு மெய்நோக 620
மருத்துவத்துக்கு ஆளனுப்பும் வாய்த்தநல்ல என்கணவா
என்றவார்த்தை தான்கேட்டு ஏற்றசந்தன நம்பியானும்
உபகாரம் உள்ளதிலே ஒருவனையும் சொல்லிவிட்டான்
தூதுவனோடேது சொல்வான் சந்தனவாழ் நம்பியானும்
ஓடறியேன் கூடறியேன் மருத்துவத்தாள் வீடறியேன் 625
சந்தியடி தலைக்கிணறு தலைவாசல் குத்துக்கல்லு
எட்டிதெருவதிலே செட்டிச்சி என்ற மருத்துவத்தை
குத்துக்கல் மீதில்நின்று கூப்பிடடா மூன்றுசத்தம்
அந்தவார்த்தை தான்கேட்டு அழகுடைய தூதுவனும்
வந்துநின்று தூதுவனும் வளமையுடன் கூப்பிடுவான் 630

---

615. அதியதலம்- மேம்பட்ட இடம்
616. பணிகள் செய்து- வேலைகளைச் செய்து
617. கூடு- கூரை
618. பரத்தி- பரப்பி
618. ஓலைகட்டி- ஓலைக்கூரைகட்டி
619. பால்காய்த்து- புதுவீட்டில் குடியேறுமுன் முதன்முதலாகப் பால்காய்த்தல்
621. மருத்துவம்- மருத்துவச்சி
623. உபகாரம்- உதவி
624. தூதுவன்- செய்தி கொண்டு செல்பவன்
625. ஓடறியேன்- கூரையின் மேலுள்ள ஓடு
625. கூடறியேன்- கூரை
626. சந்தியடி- பலவழிகள் கூடுமிடம்
626. தலைக்கிணறு- பழைய கிணறு
626. தலைவாசல்- முதல் வாயில்
626. குத்துக்கல்லு- சாலையோரம் நடப்பட்டிருக்கும் குறுகிய அளவுள்ள கல்
627. எட்டிதெரு - வைசியர்கள் வாழும் தெரு
627. செட்டிச்சி- செட்டிப்பெண்
630. வளமையுடன்- மாட்சிமையுடன்

தூதுவன் மருத்துவத்தாளை அழைத்து வருதல்

எந்தஊர் உந்தனுக்கு ஏற்றபுகழ் தூதுவனே
வந்தேனம்மா மருத்துவமே வாணுதலே உனைத்தேடி
எந்தஊர் உந்தனுக்கு ஏற்றநல்ல தம்பியரே
கோசிமா புரம்தனிலே குடியிருக்கும் சந்தனநம்பி
அவன்தேவி சோமாண்டி அவளுடைய திருவயிற்றில்
மலடிருந்து சோமாண்டி பத்துமாதம் திகைத்திருக்காள்
மருத்துவமே வரவேணும் மங்கையரே என்றுரைத்தான்
முன்னேஒரு மருத்துவத்துக்குப் போனேனப்பா நானுமங்கே
புளிக்கறியும் சோறுகளும் போதவுண்ணத் தந்தாளில்லை
கூலிக்கு மருத்துவம் இருந்தாலும் கோசிமாபுரம் வருவதில்லை
அப்படியே நாட்டாருக்கு அதிகமருத்துவம் வாறதில்லை
வேறேயொரு மருத்துவம் கூட்டிப்போடா நீயுமிப்போ
செட்டிச்சி என்ற மருத்துவம்தான் சீக்கிரத்தில் வராவிட்டால்
சடுதியிலே இறந்திடுவாள் சோமாண்டி ஆசியவள்
பொன்களஞ்சு ஒத்தல்லாதே உன்பிறகே வருவதில்லை
தருவேன் ஒருகளஞ்சியது தையலாரே வாருமென்றான்
ஒருகளஞ்சு பொன்னதுக்கு நான்வீடு விட்டுவருவேனோ
இருகளஞ்சு பொன்தருவேன் எழுந்திரடி மருத்துவமே
இருகளஞ்சு பொன்னதெல்லாம் இருந்தவிடத்தில் தூத்தெடுப்பேன்
மூன்றுகளஞ்சு பொன்தருவேன் மொய்குழலே மருத்துவமே
மூன்றுகளஞ்சு பொன்னதெல்லாம் முற்றத்திலே தூத்தெடுப்பேன்
நான்கு களஞ்சு பொன்தருவேன் நண்ணுதலே மருத்துவமே

---

636. திகைத்திருக்காள்- நிரம்பியிருக்கிறாள்
638. மருத்துவத்துக்கு- பிரசவம் பார்ப்பதற்கு
639. புளிக்கறியும் சோறும்- புளிக்குழம்பும் அரிசிச்சோறும்
639. போதவுண்ண- குறைவில்லாமல் உண்ணுவதற்கு
641. நாட்டார்- ஊரார்
641. அதிகமருத்துவம்- பலவற்றுக்கான மருத்துவம்
643. சீக்கிரத்தில்- உடனடியாக
644. சடுதியில்- விரைவில்
645. பொன்களஞ்சு- ஒருகளஞ்சு தங்கம்
645. ஒத்தல்லாதே- தருவதாக ஒப்புக்கொள்ளாவிட்டால்
646. தையலார்- பெண்ணான மருத்துவச்சி
649. தூத்தெடுப்பேன்- முற்றத்தைத் தூற்று எடுப்பேன்
652. நண்ணுதல்- அழகிய நெற்றியையுடையவள்

வஞ்சிநல்ல பெண்கொடியே மருத்துவத்தாளே உனக்கு
ஐந்துகளஞ்சு பொன்தருவேன் அஞ்சாதே மருத்துவமே
வீறுடனே வார்த்தை சொல்லு வித்தார மருத்துவமே 655
ஆறுகளஞ்சு பொன்னுனக்கு அன்புடனே தாறேனென்றார்
ஆறுகளஞ்சு பொன்னுகளும் ஆக்கியிட பத்தாது
ஏழுகளஞ்சு பொன்தருவேன் எழுந்திரு நீ மருத்துவமே
ஏழுகளஞ்சு பொன்னுக்கெல்லாம் எழும்பி வர முடியாது
எட்டுகளஞ்சு பொன்தருவேன் கிட்டவா மருத்துவமே 660
கூடஇரண்டு களஞ்சு வைத்தால் குடிகேடு வந்திடுமோ
ஒன்பது களஞ்சு பொன் ஒத்தபோது உபசரித்துச் சிரித்துக்கொண்டாள்
பத்துகளஞ்சு என்றபோது படிகடந்து வெளியில் வந்தாள்
வந்துநின்று மருத்துவத்தாள் வார்த்தையேது சொல்லுவாளாம்
நான்கிழவி நீமகனே நடக்கமதி யறியேனே 665
நீகிழவி ஆனாலும் உன்நெஞ்சுதிடம் போய்விடுமோ
செப்பரிய மருத்துவமே செய்தியொன்று நீகேளு
குப்பையிலே போட்டாலும் குன்றுமணி மங்கிடுமோ
அரைத்தாலும் சந்தணம்தான் அதிகமணம் போய்விடுமோ
ஆனைகொண்டு வரட்டுமா அசையாமல் கொடுபோக 670
குதிரை கொண்டுவரட்டுமா உன்னைக் குலுங்காமல் கொடுபோக
குதிரையின்மேல் இருந்தாலும் குலுங்குமப்பா என்னுடம்பு
பல்லக்குக் கொடுவரட்டா உன்னைப் பதறாமல் கொடுபோக
பல்லக்கின்மேல் இருந்தாலும் பதறுமப்பா என் உடலு
வந்துநின்று மருத்துவத்தாள் ஒருவார்த்தை தான்கேட்டாள் 675
பஞ்சுவெட்டும் கம்புஊன்றி பய்யப்பய்ய வாறேனடா

---

653. வஞ்சி- மருத்துவப் பெண்ணே
653. பெண்கொடியே- கொடிபோன்ற மருத்துவத்தாளே
655. வீறுடன்- வெற்றியுடன், வேகத்துடன்
655. வித்தாரம்- திறமை
661. குடிகேடு- வாழ்வுக்குக் கேடு
662. ஒத்தபோது- சம்மதித்தபோது
666. நெஞ்சுதிடம்- நெஞ்சுறுதி
667. செப்பரிய- சொல்வதற்கு அரிதாகிய, மிகவுயர்ந்த
668. குப்பை- பயன்படுத்தி மிஞ்சிய கழிவுப்பொருள்
668. குன்றுமணி- கருப்பு சிவப்பு நிறமுள்ள ஒரு சிறு விதை
673. பல்லக்கு- சிவிகை, பெரியோரைச் சுமந்து செல்வதற்குரியது
676. பஞ்சுவெட்டும் கம்பு- பருத்தியை அடித்துப் பஞ்சாக மாற்றப் பயன்படுத்தப்படும் தடிக்கம்பு

கொப்பிளது அறுப்பதற்கு கொப்புக்கத்தி தானெடுத்தாள்
ஊன்றிஊன்றி வழிநடக்க ஊன்றுதடி கையிலெடுத்தாள்
ஓடிவழி தானடடா உற்றநல்ல தூதுவனே
வரும்போது நல்ல எதிர்ப்பதங்கள் கண்டாளே மருத்துவமும்
வால்நெடிய கருங்குருவி வலமிருந்து இடம்பாய
வட்டமிட்டுக் கருடாழ்வான் வலமிருந்து இடம்பாய
இந்தக்குறி கண்டதுதான் ஆண்பிள்ளை தான்பெறுவாள்
ஆண்பிள்ளை தான்பெற்றாளானால் உன்கைக்குப் பத்துமோதிரமும்
திருவாழி மோதிரமும் நான்தருவேன் என்றுசொன்னான்
அப்படியே வழிநடந்து அழகுநல்ல மருத்துவமும்
ஓடிஓடி வழிநடந்து உற்றநல்ல தூதுவனும்
அப்படியே வழிநடந்து அவர்களிரு பேரும்வர
ஓடிஓடி வழிநடந்து உற்றகோசிமா புரத்தில்
ஆசியவள் தானிருக்கும் அகரமதில் சென்றாளே

மருத்துவத்தாள் சோமாண்டிக்குப் பிரசவம் பார்த்தல்

வந்திருந்து மருத்துவத்தாள் மலங்காதே என்றுசொன்னாள்
அடிபிடியாய் நொந்தவுடன் அபயமிட்டாள் சோமாண்டி
மூன்றுவெற்றிலை மூன்றுபாக்கு முறைப்படிக்கு வேணுமென்றாள்
முறியாத மஞ்சள் துண்டு மூன்றுதுண்டு வேணுமென்றாள்
பாலன்மேலே போடுதற்கு ஒருபரிவட்டமும் வேணுமென்றாள்
எண்ணைஓதி போடுதற்கு ஒருகிண்ணிவட்டில் வேணுமென்றாள்
இத்தனையும் வாங்கிவைத்து ஏதுசொல்வாள் மருத்துவமும்

---

677. கொப்பிள்- தொப்பூழ்
677. கொப்புகத்தி- தொப்பூழ் அறுக்கும் கத்தி
680. எதிர்ப்பதங்கள்- எதிரில் வரும் சகுனங்கள்
681. வால்நெடிய கருங்குருவி- நீண்ட வால் கரிய குருவி
681. வலமிருந்து இடம்பாய- வலப்புறமிருந்து இடப்புறம் பறக்க
682. கருடாழ்வான்- கருடப் பருந்து
683. குறி- அடையாளம்
685. திருவாழிமோதிரம்- கைமோதிரம்
692. அ டிபிடியாய்- வயிற்றின் அடிப்பகுதியிலிருந்து
692. நொந்தவுடன்- வலி ஏற்பட்டவுடன்
692. அபயமிட்டாள்- உதவிகேட்டு கூக்குரலிடுதல்
695. பரிவட்டம்- துண்டுத்துணி
696. எண்ணெய்ஓதுதல்- மந்திரித்து எண்ணெய் தடவுதல்
696. கிண்ணிவட்டில்- சிறு உண்கலம்

பதறாதே ஆசியம்மா பாலகனை நீபெறுவாய்
பிள்ளையில்லை மருத்துவமே பெருவயிறு கொண்டேனடி
உள்ளமொழி சொல்லாமல் ஒளித்திடுமோ மருத்துவமே
இப்படியே அறிந்ததுண்டால் இருப்பேனோ வசனமது
வசனமது இருப்பேனோ வாய்த்த குறியதுதான் கேட்பேனோ
கணவனைநான் அறியாமல் கருமருந்தைக் குடித்தேனில்லை
பிள்ளைபெற்ற தாய்மாரே பிழைக்கபுத்தி சொல்லிடுங்கோ
வாணால்தான் மறுகுதடி வயிறுமுட்டாக இருக்குதம்மா
என்றுசொல்ல சோமாண்டி ஏதுசொல்வார் மடவாரெல்லாம்
நாட்டிலுள்ள பெண்கொடிமார் நாலிரண்டு நாளாக
வயிறுநொந்து பாடுபட்டு மதலையது பெற்றெடுப்பார்
மலைநம்பி திருவருளால் மதலைநீ பெற்றெடுப்பாய்

சோமாண்டி குழந்தை பெறுதல்

மடவார்கள் தானுரைக்க மங்கைநல்லாள் தந்தனுக்கு
அகோரமாக வயிறதுதான் அன்னேரம் நொந்திடுமாம்
ஒயிலாகக் கன்னிக்குடமுடைய உருதிரண்டபிள்ளை தான்பிறக்க
சிறக்கவே பொன்கலத்தை எடுத்து செய்ய மருத்துவம் ஏந்துவாளாம்
பாலன்வந்து பிறந்தபோது பாவையர் குரவையிட
குரவையிட மருத்துவத்தாள் கொப்பிளது தானறுத்தாள்
மனம்மகிழ்ந்து நம்பியானும் வந்துநின்ற சனங்களுக்கு
வேண்டும்வண்ணம் உபசரித்து வெற்றிலையும் தான்கொடுத்தான்
வேண்டியவர் போனபோது மெல்லிநல்லாள் மருத்துவமும்
என்னைஅனுப்பு மென்று ஏந்திழையாள் தான்கேட்டாள்

---

698. பதறாதே- நடுக்கம் கொள்ளாதே
703. கருமருந்து- வெடிமருந்து
705. வாணால்- உயிர்
705. மறுகுது- கலங்குது, சுழலுது
711. அகோரமாக- மிகக்கொடுமையாக
712. ஒயிலாக- அழகாக
712. கன்னிக்குடம்- குழந்தை பிறப்பதற்கு முன்னர் வெளிவரும் நீர்
713. பொற்கலம்- அழகிய பாத்திரம்
715. குரவை- பெண்கள் நாவைச்சுழற்றி எழுப்பும் மங்கல ஒலி
715. கொப்பிள்- தொப்புள்
716. சனங்களுக்கு- ஊர்மக்களுக்கு

மருத்துவத்தைத் தானழைத்து மறையவனும் அன்னேரம்
கொடுத்தானே பொன்பணத்தை கொடியிடையாள் மனமகிழ

தாய்ப்பால் கொடுத்துக் குழந்தையை வளர்த்தல்

மனங்கள் மகிழ்ந்து அவள்வாங்கி மருத்துவத்தாள் போனபின்பு
திருத்தமுடன் மகனார்க்கு சிறந்த கொங்கைப்பால் கொடுக்க
கொடுத்தபால் குடித்த கூண்டநல்ல பாலகனும்
தாராட்டி ஓராட்டித் தார்குழலாள் தான்வளர்த்தாள்

குழந்தைக்குப் பெயர் சூட்டுதல்

இருபத்தெட்டுடனே வென்று இருபேரும் தான்பேசி
இருபத்தெட்டும் கட்டிநன்றாய் ஏற்றநல்ல பாலனுக்கு
ஆருடைய பேரிடுவோம் அழகுடைய பாலனுக்கு
மாமனய்யர் பேரிடவோ மைத்துனன்மார் பேரிடவோ
மலைநம்பி கோயிலுள்ள மாயவனார் பேரிடவோ
என்றுரைத்து இருந்தவர்கள் ஏதுசொல்வான் மறையவனும்
மலைநம்பி கோவிலிலே வருந்திதவம் செய்ததினால்
தவமிருந்து பெற்றபிள்ளை தானே லெச்சணகுமாரன் என்றார்
லெச்சணகுமாரன் என்றுஇட்டார்கள் பெயரதுதான்
சதங்கை கிண்கிணிகள் தண்டைமிகப் பூட்டி
மோதிரங்கள் தான்போட்டு முதல்பணிகள் கழுத்திலிட்டு
நன்றாகப் பாலூட்டி நாயகியாள் தான்வளர்த்தாளே

---

720. மறையவன்- புரோகிதனான சந்தனநம்பி
720. பொன்பணம்- பொன்னும் பணமும்
723. கொங்கைப்பால்- முலைப்பால்(தாய்ப்பால்)
725. தாராட்டி- தாலாட்டுப்பாடி
725. ஓராட்டி- தாலாட்டி
729. மாமனய்யர்- மாமனார் தகப்பனார்
733. லெட்சணகுமாரன்- சந்தனநம்பியின் மகன்
735. சதங்கை- ஒரு காலணி வகை
735. கிண்கிணிகள்- காலணிகளில் ஒன்று
735. தண்டை-ஒரு காலணி
736. மோதிரங்கள்- கைவிரல் அணிகலன்
736. முதல்பணிகள்- முதன்முதல் அணியும் அணிகலன்கள்

லெட்சணகுமாரன் வளர்ந்து வருதல்
விருத்தம்

பாலகன் பிறந்தபோது பதிவுடன் நம்பியானும்
நாயகன் அருளினாலே நல்லதோர் மதலைபெற்றோம்
மலைநம்பி கோயில்தன்னில் வாய்த்ததோர் பூசைசெய்து 740
பாலது குடித்துநன்றாய் பாலகன் வளர்ந்தானே
ஒன்றான வயததிலே ஊர்ந்துநடை யிட்டிடுவான்
உடலழகும் பிரகாசம் என்ன (உடலழகும்)
உடலழகும் ஒப்பினையும் ஒய்யாரக் கண்ணழுகும்
ஊர்ந்து விளையாடுகின்ற நேரம் (ஊர்ந்து) 745
பால்கொடுத்து தொட்டில்கட்டி பைங்கொடியாள் சோமாண்டி
பாலகனைத் தானும் வளர்த்தாளே (பாலகனை)
இரண்டான வயததிலே நடக்கப் படித்தவனும்
நாயகியாள் சோமாண்டி ஆசி (நாயகியாள்)
அரைஞாணும் கிண்கிணியும் அணிந்தவளும் 750
ஆதிபரன் தந்தமகன் எனவே (ஆதிபரன்)
மூன்றான வயததிலே முன்புமுறை இல்லையென்று
மொய்குழல்மார் கூடியேதோ சொல்வார் (மொய்குழல்)
மதலை இல்லாதிருந்த மங்கைநல்லாள் சோமாண்டி
மாணிக்கம்போல் ஆண்பிள்ளையைப் பெற்றாள் (மாணிக்கம்) 755
நாலான வயததிலே நல்லபிள்ளை இவனெனவே
நாட்டிலுள்ள பேர்கள் ஏதோசொல்வார் (நாட்டிலுள்ள)
கோசிமா புரமதிலே குடியிருக்கும் அகரமதில்
கூண்டநம்பி மகன்தனைப் போல்காணோம் (கூண்ட)
ஐந்தான வயததிலே வஞ்சகமில்லாமல் படித்து 760
அழகுமலை கோவில் எங்கே யென்றான் (அழகுமலை)
வசனமது தானிருந்து மறையோனும் பூசைசெய்து
மலைநம்பி தந்தமகன் எனவே (மலைநம்பி)
ஆறான வயததிலே மாறாத புத்திகளும்
அன்னைபிதா சொன்னபடி கேட்டு (அன்னைபிதா) 765

---

738. பதிவுடன்- மனம் ஒன்றி
744. ஒப்பினையும்- ஒப்பனையும் - செவ்வையும்
744. ஒய்யாரம்- அலங்காரம், ஒயிலான
746. பைங்கொடியாள்- அழகிய பெண்ணாள்
750. அரைஞாண்- அரையில் அணியும் ஆபரணம்
751. ஆதிபரன்- சிவபெருமான்

ஏழான வயததிலே ஏற்றநல்ல பாலகனும்
ஏழுத்தோத வைக்கவேணு மென்று (எழுத்தோத)
மன்னவன் கணவனோடே வாணுதலாள் ஏதுசொல்வாள்
வாத்தியாரைத் தானழைத்து வாரும் (வாத்தியாரை)
அழைத்துவாரும் என்றபோது ஆசியவள் தன்னோடே
அந்தநம்பி ஏதுமொழி சொல்வான் (அந்தநம்பி)
இன்றுபூசை செய்துகொண்டு ஏற்றமலை நம்பியிடம்
இயல்புதாரும் பாலகனுக்கு எனவே (இயல்பு)
கும்பிட்டு நமஸ்கரித்து கற்பனையோடு உந்தனுக்கு
கோதையரே பள்ளியிலே வைப்போம் (கோதையரே)

சந்தன நம்பி அறியாமல் அவன் பின்னால் மகன் கோயிலுக்குச் செல்லுதல்

என்றுசொல்லி சருகமதை ஏற்றதலை தனிலே வைத்து
ஏற்றநம்பி போகிறதோர் நேரம் (ஏற்றநம்பி)
சந்தமுத்து நம்பிமகன் கூடப்போக வேணுமென்று
கடந்தானே லெச்சண குமாரன் (கடந்தானே)
இன்றுகூடப் போவதற்கு ஏதுவசம் என்றுசொல்லி
இடைவழியில் மறைந்து வந்து நின்றான் (இடைவழி)
மறைந்துநின்ற லெச்சண குமாரன் மறையவனைக் காணாமல்
பாலகன் நின்றதை அறியாமல் (பாலகன்)
பாதையது தானும்விட்டு பாங்குடனே சந்தனநம்பி
பாதையது தானும் கடந்தானே (பாதையது)..
நடந்தானே நம்பியானும் நல்ல கோசிமா புரமுமிட்டு
மந்தன்வடலி விட்டு மாவடியும் தான்கடந்து
மறைந்து நின்ற லெச்சணகுமாரன் மறையவனைக் காணாமல்

767. எழுத்தோத- எண்ணும் எழுத்தும் கற்பிக்க
769. வாத்தியார்- ஆசிரியர்
776. சருகம்- சருவம்- ஒருவகைப் பாத்திரம்
778. சந்தமுத்துநம்பி- சந்தனநம்பி
780. வசம்- நிலைமை
782. மறையவன்- புரோகிதன்
786. கோசிமாபுரம்- நாங்குநேரிக்கும் வள்ளியூருக்கும் இடைப்பட்ட ஓர் ஊர்
787. மந்தன்வடலி- வள்ளியூருக்கும் திருக்குறுங்குடிக்கும் இடைப்பட்ட ஓர் ஊர்
787. மாவடி- வள்ளியூருக்கும் திருக்குறுங்குடிக்கும் இடைப்பட்ட ஓர் ஊர்

வழிநடக்க வேணுமென்று வாய்த்தநல்ல நம்பியானும்
பிள்ளையது வாறதையும் பிரிந்தவனும் பாராமல்   790
நம்பியவன் தானடந்து நல்ல இளைப்பாறும்
கண்டாங்கி பாறைவிட்டு கடுநடையாய் தானடந்தான்
கிடுகிடுத்தான் பாறைவழி கிட்டவென்று தானடந்தான்

சந்தன நம்பி தன் மகன் வருவதைக் காணுதல்

திரும்பியவன் பார்க்கையிலே சிறந்தமகன் தன்னைக் கண்டான்
கெடுத்தாயே நீமகனே கேடுவந்த காலமிதோ   795
பழிகாரன் வந்ததுதான் பாதை யறைந்ததெப்படியோ
என்றுசொல்லி நம்பியானும் இவன் மயங்கி நின்றானே
அடுக்கவந்த பிள்ளையது அவனோடு சேருமட்டும்
நின்றானே மறையோனும் நெடுமூச்சு தானறிந்து
திரும்பிவிட வேணுமானால் சேரதுணை இல்லையென்று   800
என்றுசொல்லி முன்னேவிட்டு இவன்நடந்தான் நம்பியானும்

மகனை அழைத்துக்கொண்டு சந்தனநம்பி கோயிலுக்குச் செல்லுதல்

சந்தனவாழ் நம்பியானும் தானேலெச்சண குமாரனுமாய்
உச்சிபுளி மூடுமிட்டு உசந்தமரக் காடுமிட்டு
உப்பாறு ஓடைவிட்டு உடன்நடந்தார் இருபேரும்

---

790. பிள்ளை- மகன் லெட்சணகுமாரன்
790. வாறதை- வருவதை
790. பிரிந்தவனும்- பிரிந்து அவனும்- திரும்பி அவனும்
791. இளைப்பாறு- திருக்குறுங்குடி அருகிலுள்ள ஒரு கால்வாய்
792. கண்டாங்கிபாறை- திருக்குறுங்குடி அருகிலுள்ள ஓர் இடம்
792. கடுநடையாய்- விரைந்த நடையாய்
793. கிடுகிடுத்தான்பாறை- திருக்குறுங்குடி அருகிலுள்ள ஓர் இடம்
793. கிட்டவென்று- பக்கத்தில் என்று
796. பழிகாரன்- மகன் லெட்சணகுமாரன்
796. பாதையறைந்தது- வழி தெரிந்தது
798. அடுக்கவந்த பிள்ளை- பக்கத்தில் வந்தமகன்
803. உச்சிபுளிமூடு- திருக்குறுங்குடி அருகிலுள்ள ஒரு புளியமரம் (நிற்குமிடம்)
803. உசந்தமரக்காவு- உயரமான மரங்கள் அடர்ந்த சோலை
804. உப்பாறு ஓடை- திருக்குறுங்குடி அருகிலுள்ள ஒரு கால்வாய்

ஆற்றுக்குள்ளே தானிறங்கி அப்புறத்தே கரையேறி
மாற்றுடுத்து நம்பியானும் வந்துநின்ற வாசலிலே
கதவுதிற கதவுதிற காவலவா சேத்திரபாலா
வாசல்திற வாசல்திற வடிவழகா சங்கிலிபூதம்
ஈஸ்பரபால சுவாமியோடே இனிக்கதவு திறவும் என்றான்
என்றமொழி தனைக்கேட்டு ஏற்ற சங்கிலி பூதமது
கதவதையும் தான்திறக்க கண்டாரே பாலகனை
சந்தோசமாய் மகிழ்ந்து தானேதோ சொல்லுவாராம்
வந்தான் வயதிழந்து வாய்த்த நல்ல பாலகனும்
என்றுசொல்லியே அவர்கள் இருந்தாரே கோயிலுக்குள்
அப்போது நம்பியானும் அழகு லெச்சண குமாரனுமாய்
பூசையது செய்வதற்குப் பெருக வெள்ளம் தான்கோரி
அழகுநல்ல சருவமதில் அவனுமிட்டு அனலிடவே
போதநல்ல அனலுமிட்டு பொங்கியவன் இறக்கிவைத்து
சேசமுள்ள கோப்புகளும் சிறப்புடைய மாலைகளும்
வைத்தவனும் பூசைசெய்ய வாய்த்த தூபம் தனைக்காட்டி

மகன் உறங்குவதை அறியாத சந்தனநம்பி வீட்டுக்குச் செல்லுதல்

இப்படியே இருக்கையிலே ஏற்றலெச்சண குமாரனவன்
காவலுறும் கிளிபோலே கண்ணுறக்கம் அவன்தூங்க
உறக்கம் முழிக்குமுன்னே உற்ற சந்தன நம்பியானும்
சந்தனவாழ் நம்பியானும் தான்புறத்தே வந்துநின்று
வாசலடை வாசலடை வடிவழகா சேத்திரபாலா
ஈஸ்பரபால சுவாமியோடே இனிக்கதவு அடையுமென்றார்

---

805. ஆறு- நம்பியாறு
806. மாற்றுடுத்து- குளித்தபின் புதிய உடைஉடுத்து
813. வயதிழந்து- பல ஆண்டுகள் வாழ முடியாது
816. வெள்ளம்கோரி- தண்ணீர் எடுத்து
817. சருவம்- பெரிய பாத்திரம்
818. போத அனலிட்டு- போதுமான தீயிட்டு
818. பொங்கி- நைவேத்தியங்களைத் தயாரித்து
819. சேசமுள்ள- மீதியுள்ள
819. கோப்புகள்- பூசைப்பொருட்கள்
820. தூபம்- சாம்பிராணிப்புகை
822. காவலுறும் கிளிபோல- காவல் காத்த கிளியைப்போல

நம்பியவன் சொன்னபோதே நல்லதென்றே கதவடைத்தார்
வாசலடை பட்டபோது வாறோமென்று வழியனுப்பி
சருவமது தலையில் வைத்துத் தானடந்தான் நம்பியானும்

விருத்தம்

சருவமது தலையில் வைத்து தான்வழியனுப்பி நம்பி
வரும்வழியில் வலத்தே நின்று வருவாய் நீஇப்போ என்று
கருமமே அறிந்து பல்லி அவன்காதினில் கேட்கச் சொல்லி
அதுகளையும் விசாரியாமல் ஆறதுதான் கடந்தானே
நம்பியவன் தான்கடந்து நல்ல மாவடி ஊருமிட்டு
குட்டுவம் குளம்கடந்து கோசிமா புரத்தில் வந்தான்

மகன் எங்கே என்று சோமாண்டி வினவுதல்

வந்தவுடன் அகரமதில் மனையாள் சோமாண்டி ஆசி
சந்தமுடன் வந்தபோது தம்பி லெச்சண குமாரன் எங்கே
கேட்டவுடன் நம்பியவன் கெடுத்தேனே என்றுசொல்லி
பூசைசெய்ய போகையிலே பிறகாலே தானும் வந்தான்
கண்டேனில்லை நானவனை காரிகையே சோமாண்டி
கோயிலுக்குத் தானடுக்க கூண்டநல்ல பாதையிலே
போகையிலே தான்திரும்பி புறத்தேநான் பார்க்கையிலே
கூடவே தான்வந்து நின்றான் கூண்டநல்ல பாலகனும்

---

832. கருமம்- வினைப்பயன்
832. பல்லி- கெவுளி
833. அதுகளையும்- அவற்றையும்
833. விசாரியாமல்- தெரிந்துகொள்ளாமல்
833. ஆறு- நம்பியாறு
834. மாவடியூர்- வள்ளியூருக்கும் திருக்குறுங்குடிக்கும் இடைப்பட்ட ஓர் ஊர்
835. குட்டுவம்குளம்- வள்ளியூரிலிருந்து திருக்குறுங்குடி செல்லும் வழியிலுள்ள ஓர் ஊர்
835. கோசிமாபுரம்- நாங்குநேரி வள்ளியூர் இடையேயுள்ள ஓர் ஊர்
836. அகரம்- வீடு, பார்ப்பனச்சேரி
837. சந்தமுடன்- குணமுடன்
839. பிறகால்- பின்னால்
842. போகையிலே- போகும்போது
843. பாலகன்- மகன்

கூட்டிக்கொண்டு நானவனைக் கோயிலுக்குள் தானிருத்தி
பூசைசெய்யு முன்னே பிள்ளையது உறங்கி விட்டு 845
வரும்போது மறந்துவிட்டு வாசலதை அடைக்கச் சொன்னேன்
பூதமது கதவடைக்கப் போறேன் என்றுவழியனுப்பி
மறந்துபோய் வந்தேன்நான் வாணுதலே சோமாண்டி

சோமாண்டியின் அழுகையால் நம்பி கோயிலுக்குத் திரும்பி வருதல்

சொன்னமொழி கேட்டபோது சோமாண்டி விழுந்தழுதாள்
கல்லதிலே முட்டிடுவாள் கால்மாட்டில் பாய்ந்திடுவாள் 850
என்னுடைய மகன் ஏற்றலெச்சண குமாரனையும்
இப்போ கொண்டுவரா விட்டால் இருப்பதில்லை இறந்திடுவேன்
என்றமொழி தனைக்கேட்டு எடுத்தானே ஓட்டமது

பூதங்களைக் கதவு திறக்கச் சொல்லுதலும் அவை காரணம் கேட்டலும்

வழியதுவும் தான்கடந்து வந்து நின்று கோயிலிலே
கதவுதிற கதவுதிற காவலவா சேத்திரபாலா 855
வாசல்திற வாசல்திற வடிவழகா சங்கிலிபூதம்
ஈஸ்பரபால சுவாமியோடே இனிக்கதவு திறவுமென்றார்
ஏழுக்கட்டா நம்பியானே இப்போ வந்த காரியம்தான்
என்மகன் லெச்சண குமாரனையும் இங்கேதான் விட்டுவிட்டு
போனேன்நான் மறந்துவிட்டு புத்திரனைத் தரவேணும் 860

மகன் உறங்குகிறான் நாளை வந்து அழைத்துச் செல்லுமாறு பூதம் கூறுதல்

உந்தன்மகன் உறங்குகிறான் உன்னாணை நம்பியானே
என்றுசொல்ல பூதமது ஏற்றநம்பி ஏதுசொல்வான்
பிள்ளைதனைத் தரவேணுமய்யா புகழும் சேத்திரபாலசுவாமி

---

850. கால்மாட்டில்- காலடியில்
858. ஏதுக்கடா- எதற்கடா
860. புத்திரன்- மகன்

நம்பியானே ஒருவார்த்தை நானும் சொல்லக் கேளுமென்றார்
ஒருக்கால் அடைக்க வரம் ஒருக்கால் திறக்க வரம் 865
இருக்கால் அடைப்பதற்கும் இருக்கால் திறப்பதற்கும்
எங்களுக்கு வரங்களில்லை ஏற்றநம்பி நீபோடா
விடிந்தபோது வந்துநின்று வேண்டிப்போ உன்மகனை
என்றுசொல்லி சங்கிலிபூதம் ஏற்றசந்தன நம்பியிடம்
பிள்ளைநீங்கள் தராவிட்டால் போகவிடாள் சோமாண்டி 870
போகாதே நம்பியானே புறநடையில் படுத்துறங்கு
உன்னாணை நம்பியானே உற்றலெச்சண குமாரனைத்தான்
நேரமது விடிந்தவுடன் வாங்கிப்போ தன்மகனை
இப்போது உறங்குகிறான் எழுப்ப வேண்டாம் பாலகனை
என்றுசொல்லி வழியனுப்ப ஏற்றநம்பி தான்போனான் 875

வீட்டுக்குத் திரும்பிச் சென்ற சந்தன நம்பியிடம் சோமாண்டிதன் மகனைப்பற்றி விசாரித்தல்

கோயிலது தானும் விட்டு கூண்ட மாவடி தான்கடந்து
குட்டுவம் குளம்கடந்து கோசிமா புரத்தில் வந்தானே.
வந்தவுடன் அகரமதில் மனையாள் சோமாண்டி ஆசி
மறையவரே என்மகனைத்தான் எங்கே (மறையவரே)
பிள்ளையெங்கே நம்பியானே போனகாரியம் ஏதோ 880
புகலுவீர் என்னோடே நம்பி (புகலுவீர்)
பிள்ளைகொண்டு வாறேனென்று போனதுவும் வந்ததுவும்
பேசாமல் இருப்பதுவும் என்ன (பேசாமல்)
கோயிலுக்குப் போனதுவும் கூண்டுவந்து நின்றதுவும்
கூறுவீரே என்னோடே நம்பி (கூறுவீரே) 885

கோயிலில் பூதம் கூறியதை நம்பி சோமாண்டியிடம் கூறுதல்

அந்தமொழி ஆசிசொல்ல அன்னேரம் நம்பியான்

---

865. ஒருக்கால்- ஒருமுறை
866. இருக்கால்- இருமுறை
871. புறநடை- வெளிவாயில்
879. மறையவர்- புரோகிதர்
881. புகலுவீர்- சொல்வீர்

ஆயிழையோடு ஏதுமொழி சொல்வான் (ஆயிழையோடு)
நம்பியோடே கோயிலிலே நானோடு சென்றுநின்று
நல்மகனைத் தாருமென்று கேட்டேன் (நல்மகனை)
கேட்டவுடனே அவர்கள் கிருபையுடன் மனமகிழ்ந்து   890
கெடுத்தாயே இப்போ வந்து நம்பி (கெடுத்தாயே)
ஒருக்கால் அடைப்பதற்கும் ஒருக்கால் திறப்பதற்கும்
உலகளந்தார் தந்தவரம் உண்டு (உலகளந்தார்)
இருக்கால் அடைப்பதற்கும் இருக்கால் திறப்பதற்கும்
ஈஸ்வரனார் தந்தவரம் இல்லை (ஈஸ்வரனார்)   895
சந்தோசமாய் அகரமதில் தானேபோன நம்பியானே
தரைவெளுத்தால் பாலகனைத் தாறோம் (தரைவெளுத்தால்)
தாறோமென்று வாக்குச்சொல்லி தவறாமல் ஆணையிட்டு
தானனுப்பி விட்டாரே என்னை (தானனுப்பி)

சோமாண்டி தற்கொலைக்குத் துணிதல்

அனுப்பி விட்டார் என்றவார்த்தை ஆசியவள் கேட்டதுவும்   900
அடித்தாளே வயிற்றோடே தானும் (அடித்தாளே)
அகரமதில் மோதிடுவாள் அங்கங்கும் பாய்ந்திடுவாள்
அலறிடுவாள் சோமாண்டி ஆசி (அலறிடுவாள்)
என்னுடைய பாலகனை இப்போது காணாவிட்டால்
என்னுடைய உயிரை இப்போ விடுவேன் (என்னுடைய)   905
நாக்கைப் பிடுங்கிடுவேன் நஞ்சுதின்று செத்திடுவேன்
நாயகனே உம்மாணை நானும் (நாயகனே)
மங்கையரே உன்னுடைய மகனையும் நான்கூட்டி வாறேன்
வாணாலைப் போக்காதே நீதான் (வாணாலை)
என்றவள்க்குப் புத்திசொல்லி இன்பமுடன் நம்பியானும்   910
ஏற்றமலை நோக்கி நடக்கலுற்றானே (ஏற்றமலை)

---

893. உலகளந்தார்- திருமால்
897. தரைவெளுத்தால்- நேரம் விடிந்தால்
907. உம்மாணை- உமது மேல் சத்தியம்
909. வாணால்- உயிர்
912. மலைநம்பிகோயில்- திருக்குறுங்குடி நம்பிகோயில்

சந்தனநம்பி மீண்டும் கோயிலுக்கு வருதல் விருத்தம்

மலைநம்பி கோயில்நோக்கி வாய்த்ததோர் நம்பியானும்
தலமதில் ஆசியர்க்கும் தானுமே புத்திசொல்லி
நல்மகனைக் கூட்டிநானுமே வாறேனென்று
பலமுடன் வாறேனென்று பாதையது கடந்தானே

நடந்தானே நம்பியானும் நல்மகனைக் கூட்டிவர
கோசிமா புரமும்விட்டு குட்டுவம் குளம்கடந்து
ஓடிஓடி வழிநடந்து உப்பாறு தான்கடந்து
சிற்றெறும்பு பாதைவழி சென்றானே கோயிலிலே

நம்பி பூதத்திடம் முறையிடுதல்

வாசலிலே வந்துநின்று மறையோனும் ஏதுசொல்வான்
கும்பிட்டு அடிதொழுது கூப்பிடுவான் பூதமதை
மாயவரை அடிதொழுது மறையோனும் முறையமிட்டு
கதவுதிற கதவுதிற காவலவா சேத்திரபாலா
வாசல்திற வாசல்திற வடிவழகா சங்கிலிபூதம்
ஏதுக்கடா நம்பியானே இப்போவந்த காரணமேன்
பாலனுக்காக வந்தேன் பரதவித்து ஓடிவந்தேன்
என்றுரைக்க நம்பியானும் ஏதுசொல்வார் சேத்திரபாலன்
முன்னேநான் சொல்லிவிட்டேன் மீண்டுவந்த காரியந்தான்
காரணமோ நம்பியானே கற்பனையோ உந்தனுக்கு
என்றுரைக்க பூதமது ஏதுரைத்தான் நம்பியானும்
அகரமதில் சென்றேன்நான் என் ஆசியவள் படும்துயரம்
பார்த்து முடியாது பிராமணத்தி படும்துயரம்
நஞ்சுதின்று செத்திடுவேன் நாக்கைப் பிடுங்கிடுவேன்
கல்ப்படியில் முட்டுகிறாள் கால்மாட்டில் விழுந்தழுதாள்
என்னுடைய பாலகனை இப்போதே தராவிட்டால்

---

913. தலமதில்- இருப்பிடத்தில்
919. சிற்றெறும்புபாதை- திருக்குறுங்குடி செல்லும் வழியில் ஓர் இடம்
922. முறையம்- முறையீடு
926. பரதவித்து- இரங்கி
929. கற்பனை- இல்லாததை உள்ளதாக எண்ணுதல்
931. அகரம்- வீடு
931. படும்துயரம்- அனுபவிக்கும் துன்பம்
932. பிராமணத்தி- பார்ப்பனப் பெண்ணான சோமாண்டி ஆசி
934. கல்ப்படி- கல்லால் கட்டப்பட்ட படிக்கட்டு
934. கால்மாடு- காலடி

உயிரதுவும் மாய்த்திடுவேன் ஒருவிடமும் தரிப்பதில்லை
கூட்டிவரப் போனீரே குழந்தைதான் எங்கேயென்றாள்
ஏங்கியவள் தானழுதாள் இருகண்ணிலும் நீர்சொரிய
லெச்சண குமாரனையும் இப்போ கையில் தராவிட்டால்
இருப்பதில்லை இறந்திடுவேன் என்னுடைய பழிசுமப்பாய்
என்ஆசி படும்பாடு கண்டு ஈஸ்பரன் மேல் ஆணையிட்டு
ஆணையிட்டு நான்கொடுத்து அரைநொடியில் இங்குவந்தேன்
வந்தேன் நான் உங்களுட வாக்குத் தவறாதபடி
தந்ததுண்டால் பாலகனைத் தானிருப்பாள் ஆசியவள்
இன்றிரவு தராவிட்டால் இறந்திடுவாள் மனத்துயரால்
பிள்ளையைத் தராவிட்டால் போவதில்லை இவ்விடமிட்டு
போகாதே நம்பியானே புறக்கடையில் படுத்துறங்கு
நேரமது விடிந்ததுண்டால் ஏற்ற லெச்சண குமாரனையும்
தந்திடுவோம் பாலகனைத்தான் கொடுபோ ஆசியிடம்
என்றுசொல்ல சங்கிலிபூதம் ஏதுசொல்வான் நம்பியானும்
பாலகரைத் தராவிட்டால் பழிகள் மூன்று ஏற்றிடுவீர்

பூதம் லெட்சணகுமாரனைப் பிய்த்து எறிதல்

என்றுசொல்ல நம்பியானும் ஏதுரைப்பார் சேத்திரபாலன்
உனக்குப் போராத காலமிது பிழைவருமே நம்பியானே
சொல்லவுந்தான் கேட்டதில்லை துயரப்படும் காலமிது
எங்களைக் குறைசொல்லாதே ஏற்ற சந்தன நம்பியானே
மகனுனக்கு வேண்டுமானால் வடக்குவாசல் தனிலே வாடா
என்றுசொல்ல பூதத்தானும் ஏற்றமுந்தி தனைவிரித்தான்
சென்றெடுத்து பூதமது சீவனையும் தான்வாங்கி
சந்துசந்தாய் தான்வகுத்துப் போட்டாரே முந்தியிலே

---

936. மாய்த்திடுவேன்- செத்துவிடுவேன்
936. தரிப்பதில்லை- இருப்பதில்லை
940. பழிசுமப்பாய்- பாவம் ஏற்பாய்
947. புறக்கடை- வாயிலுக்கு வெளியே
951. பழிகள்- பாவங்கள்
953. பிழைவரும்- தவறு நேரிடும்
957. முந்தி- உடுத்தியிருக்கும் துணியின் முந்தி
958. சீவன்- உயிர்
959. சந்துசந்தாய்- துண்டுதுண்டாய்
959. வகுத்துப்போட்டார்- பிய்த்துப் போட்டார்

விந்தையுடன் பூமியிலே விழுந்துருண்டு அழுவானாம்
இந்தவிதமோ மகனே இதுக்கோ நான் பேறுபெற்றேன்
அந்தநம்பி அழுதுசொல்ல வாழும் சங்கிலி பூதத்தானும்
தெற்குவாசல் தனிலே வாடா உன்சிறந்த மகன் வேண்டுமானால்
நற்குமாரன் தனக்காக நம்பி தெற்குவாசல் வந்தான்
புகழும் நம்பிதனை நோக்கி பூதத்தான் ஏதுசொல்வான்
ஒருமுந்தி தனை விரியுமடா ஒதுங்கிநின்று வாங்குமடா
என்றுசொல்லி சங்கிலிபூதம் இரண்டு கையும் பிய்த்தெறிய
அன்று லெச்சண குமாரன் அழகுகையைக் கண்டபோது
சென்றுமுகத் தோடணைத்து சிகரதிலே முட்டுவானாம்
இன்றுவரை நான்வளர்த்து இதுக்கோநான் பேறுபெற்றேன்
சண்டாள பூதமது சற்றுமுகம் பார்த்ததில்லை
கொன்றுகொலை செய்வதற்கோ கோதையரும் சுமந்து பெற்றாள்
பண்டுபழி செய்தேனோ பாலனுக்குப் பலித்ததுவோ
மண்டலத்தில் உன்னைப்போல் மாபாவி கண்டதில்லை
கால்வேறு கைவேறு கழற்றிவிட நீதியுண்டோ
கோலமுள்ள புத்திரனைக் கொல்லாவிட்டால் ஆகாதோ
பால்கொடுத்து தான்வளர்த்த பாவிகண்டால் ஆறுவாளோ
நீலவர்ண பூதத்துக்கு நெடுநாளாய்த் தொண்டுசெய்தேன்
வேழமுண்ட கனிபோலே விழுந்தழுதான் நம்பியானும்
தோழமையாய் சங்கிலிபூதம் சொல்லுவாராம் சேத்திரபாலன்
கீழக்கோட்டை வாசல்வந்து கேட்டுவாங்கு உன்மகனை
ஏழையந்த நம்பியானும் எழுந்து கீழ வாசல் வந்தான்

---

960. விந்தை- அதிசயம்
961. பேறுபெறுதல்- வரம்பெறுதல்
964. நற்குமாரன்- நல்லமகன்
969. சிகர்- சுவர்
971. சண்டாளபூதம்- துரோகியான பூதம்
973. பண்டுபழி- முன்னாள் குற்றம்
973. பலித்தது- வாய்த்தது
974. மண்டலம்- பூமி
974. மாபாவி- மிகத்தீயோன்
975. நீதி- முறைமை
976. கோலமுள்ள- அழகுள்ள
977. பாவி- பேதை
979. வேழமுண்டகனி- யானை உண்ட விளாம்பழம்
980. தோழமையாய்- நட்பாய்
981. கீழக்கோட்டை- கிழக்குச்சுவர் வாயில்
982. கீழவாசல்- கிழக்கு வாயில்

வாசலிலே வந்துநின்று அவரறிந்து சங்கிலிபூதம்
கூசாமல் நம்பியானை கூப்பிட்டு ஏதுசொல்வார்
பேசாதே நம்பியானே பிடியுமடா முந்தியிலே 985
ஆசாரமாக நின்று அவன்விரித்தான் வேட்டிதன்னை
தலைவேறு உடல்வேறாய் தானேரெண்டு துண்டாக்கி
மலையாதே உன்மகனை வாங்கிடுவாய் திறமாக
துலையாத கோபத்தோடே தூக்கிவிட்டார் தலைதனிலே
கொலைகாரன் உடலதையும் கூடவிட்டார் முந்தியிலே 990
கண்டானே நம்பியானும் காதல்மகன் உறுப்பையெல்லாம்
பெண்ணான சோமாண்டி பெண்கொடியாள் செய்தபிழை
இந்தமொழி தனைக்கேட்டு ஏதுரைப்பார் சங்கிலிபூதம்
கொண்டு உன் ஆசியிடம் கொடுத்துவிடும் நம்பியானே
இன்னும் இங்கே துண்டம் ஒன்றாய் எண்ணிவைத்து பொதிந்துகட்டி 995
அன்னநடை பெண்கொடியாள் ஆசிகையில் கொடுத்திடுவாய்

---

984. கூசாமல்- நாணாமல்
984. கூப்பிட்டு- அழைத்து
986. ஆசாரமாக- கட்டளையை ஏற்பபடி
988. மலையாதே- வருத்தம் கொள்ளாதே, தடுமாறாதே
988. திறமாக- உறுதியாக
989. துலையாத- தொலையாத, தணியாத
992. பெண்கொடியாள் செய்தபிழை- சந்தனநம்பியின் மனைவி சோமாண்டி ஆசி செய்த தவறு. மகன் கோயிலில் உறங்குவதை அறியாத நம்பி அவனை அழைக்காமல் வீடு வந்துவிட, நம்பியின் மனைவி அவனிடம் அழுதுபுரண்டு இப்போதே மகனை அழைத்துவரும்படி கணவனைத் திருப்பி அனுப்பிவிடுகிறாள். மீண்டும் கோயிலுக்கு வந்த சந்தனநம்பி பூதங்களிடம் மகனை அழைத்துச் செல்லவேண்டும், கதவைத் திறக்குமாறு கேட்க, பூதங்கள் எங்களுக்குக் கோயில் கதவை ஒருமுறை திறக்கவும் ஒருமுறை அடைக்கவுமே வரம் தந்துள்ளனர் திருமாலும் சிவனும். எனவே நாளை காலை வந்து உன் மகனை அழைத்துச் செல் என்று கூறுகின்றன. அதைக்கேட்டு வீடு வந்த நம்பியை, இருக்க விடாமல் அழுது புரண்டு மீண்டும் துரத்துகிறாள் சோமாண்டி. மீண்டும் கோயிலுக்கு வந்த நம்பி, பூதங்களைக் கட்டாயப்படுத்த, அவை நம்பியின் மகனைத் துண்டு துண்டாகப் பிய்த்து வெளியே எறிகின்றன. இவையெல்லாம் சோமாண்டி ஆசி செய்த பிழையால் ஏற்பட்டவை. (பார்க்க அடி எண்கள் 58-60)

995. பொதிந்து கட்டி- பொதியாகக் கட்டி

996. அன்னநடை பெண்கொடியாள்- அன்னம் போன்று நடக்கும் கொடிபோன்ற பெண்ணான சோமாண்டி ஆசி

மகனின் உடலைப் பொதிந்து
கட்டிக்கொண்டு நம்பி வீட்டுக்கு வருதல்

சொன்னபோதே அந்தநம்பி சோர்ந்து மதிமயங்கிடுவான்
உன்னைநம்பி வந்ததற்கு உதவி இதுபோலுமுண்டோ
உதவியுள்ள புத்திரனை உயிரிறக்கக் கொடுத்தேனே
மதிகெட்ட நம்பியானும் வாரியொன்றாய் பொதிந்துகொண்டு   1000
விதிவசமோ என்றுசொல்லி வெறுத்துவழி தானடந்தான்
நதிபெருகி ஓடுகின்ற நாட்டாறு தான்கடந்து
காட்டுவழியாய் நடந்து கம்புகளும் கிழித்திடுமாம்
முட்டுவழியாய் நடந்து முள்ளுகளும் கிழித்திடுமாம்
காலதிலே கட்டைகுத்தி கனமுள்ளுகள் தைத்திடுமாம்   1005
வீடதிலே போகவென்று வேதனையைப் பாராமல்
கடந்தவன்தான் அரண்மனையில் கன்னி கையில் கொடுத்தானே

மகன் உடலைக் கண்ட சோமாண்டி
கதறி அழுது மயங்குதல்

மடந்தையவள் சோமாண்டி மகன்உடலைக் கண்டபோது
கடந்தவாசல் நடையதிலே கல்படியில் முட்டுவாளாம்
உடைந்ததல்லோ தலையதுதான் ஓடுதல்லோ பெரும்சோரை   1010

---

997. மதிமயங்குதல்- அறிவுகலங்குதல்
1000. மதிகெட்ட - அறிவுமங்கிய
1000. வாரிபொதிந்து- அள்ளி பொதியாகக்கட்டி
1001. விதிவசமோ- ஊழ்வினையோ
1001. வெறுத்து- வாழ்வில் வெறுப்படைந்து
1002. நாட்டாறு- திருக்குறுங்குடி அருகில் ஓடும் ஆறு
1003. கம்புகள்- மரக்கிளைத்துண்டுகள்
1004. முட்டுவழியாய்- மேடான பகுதியில்
1004. முள்ளுகள்- ஊசிமுனை கொண்ட முள்
1005. கட்டை- கூர்முனை மரக்கட்டை
1005. முள்தைத்திடும்- முட்கள் காலில் குத்துதல்
1007. அரண்மனை- வசிப்பிடம், வீடு
1007. கன்னி- பெண் சோமாண்டி
1008. மடந்தை- பெண்- சோமாண்டி
1010. சோரை- இரத்தம்

சீவனது போனதுபோல் சிறந்தநம்பி ஏதுசொல்வான்
சண்டாளப் பூதத்திற்குத் தானே பூசை செய்ததினால்
இப்படியே தானுயிர் இருபேருக்கும் போச்சுதென்றான்

சோமாண்டிக்கு வைத்தியம் பார்த்தல்

என்றுசொல்லித் தானழுது இருகண் நீர்சொரிய
இரண்டுபேர் இறந்ததற்கு நானிருந்து என்னபலன்
மண்டை விதியெனவே வைத்தியரைக் கூட்டிவந்தான்
கூட்டிவந்த பண்டிதர்கள் கூண்டுஅவள் கைபார்த்து
உண்டுஅவள் தனக்கு சீவன் ஒருவரும் மலங்க வேண்டாம்
மலங்க வேண்டாம் என்றுசொல்லி வாய்த்த நல்ல பண்டிதர்கள்
சுக்குடனே வென்னீரும் சுடச்சுடக் கொண்டுவந்து
குடிக்கவே தான்கொடுத்தார் கோதை சோமாண்டிக்குத்தான்
வீசறிகள் தான்போட்டு வீசிடுவார் சிலபேர்கள்
சோமாண்டி ஆசியுட சீவன் வந்து பரந்திடுமாம்

சோமாண்டி மகனுக்குத் தீமூட்டுதல்

சீவன் வந்து பரந்தபோது சேயிழையாள் ஆசியவள்
நெஞ்சதிலே தானடித்து நெட்டூரம் செய்திடுவாள்
கண்டுநான் இருப்பேனோ கடும்பூதம் செய்ததையும்
சண்டாளப் பூதத்திற்கு தலைதிருவிப் போடுதற்கு
கண்டதுண்டோ உலகமதில் காசினியில் உள்ளவர்கள்
கொன்றதுண்டால் ஆளுகளைக் குறைப்படுத்திப் போடுவானேன்
சந்துசந்தாய் வகுந்துபோட தானும் பிள்ளை வளர்த்தேனோ

1011. சீவன்- உயிர்
1012. சண்டாளப்பூதம்- துரோகியான பூதம்
1016. வைத்தியர்- மருத்துவர்
1017. பண்டிதர்கள்- மருத்துவத்தில் தேர்ச்சிபெற்றவர்கள்
1017. கூண்டு- கூடி
1018. மலங்குதல்- கவலைப்படுதல்
1020. சுக்கு - ஒரு மருந்துப்பொருள்.
1023. பரந்திடும் - தெளிந்திடும்
1025. நெட்டூரம்- தாக்குதல்
1027. தலைதிருவி- தலையைத் திருகி
1030. சந்துசந்தாய்- துண்டுதுண்டாக
1030. வகுந்துபோட- பிளந்துபோட

இன்றுதன்னைத்தாறோமென்று இப்படியே செய்யலுற்றாள்
சண்டாளப் பூதத்திற்குத் தானும்பிழை செய்யவில்லை
என்றுசொல்லி சோமாண்டி ஏங்கியவள் தானழுதாள்
மண்டையிலே தானடித்து மனமறுகி அவள்அழுதாள்
கண்டவர்கள் சோமாண்டிக்குக் கண்ணீர் துடைத்திடுவார்
புத்திசொல்லி இவள்தனக்குப் பிழைக்கமதி சொல்லிடுவார்
எத்தனைசொன்னாலும் இவள்மனது தேறாது
இவள்மனது தேறுதற்கு இனிமதலை பெறவேணும்
என்றுசொல்லி சிலபேர்கள் ஏந்திழையோடே உரைக்க
என்றுஅந்த ஊரிலுள்ள எல்லோரும் தான்கூடி
இன்றிவனைப் போட்டிருந்தால் இனிதிரும்ப வருவானோ
என்றுசொல்லி நம்பியோடே இனிஅடக்க வேணுமென்றார்
நன்றெனவே சொல்லி நம்பியவன் சம்மதித்து
கொண்டுபோய் துண்டமதைக் கூண்டஇடு காடதிலே
நின்றவர்கள் சொற்படியே நேசமுடன் கட்டையிலே
கட்டையிலே தானும்வைத்து கடுக அனல் வைத்தனராம்

ஊரிலுள்ளோர் பூதத்திற்குப் பூசை செய்யும்படி அறிவுறுத்துதல்

தீயதுதான் வைத்தவுடன் சிறந்தநல்ல ஊரிலுள்ளோர்
எரிந்துதண லானபோது எல்லோரும் பதியில் வந்தார்
வீடதிலே தானும்வந்து மேலுமுள்ள முறைகள் செய்தார்
முறையதுதான் செய்தவுடன் மீண்டுஅந்த பேர்களெல்லாம்
இப்படித்தான் செய்ததற்கு மேலும்என்ன செய்யவேண்டும்
செப்பமுடன் ஈஸ்வரனார் செய்தவிதி முறைகளுக்கு
இப்படியே பாலகனை இன்னும்பெறு வாரெனவே
செப்பமுள்ள பூதத்திற்குச் சிறந்தபூசை செய்யவேணும்
இப்படியே புத்திசொல்லி எல்லோரும் தான்போனார்

1034. மனமறுகி- மனமிரங்கி
1042. அடக்கவேணும்- பிணத்தை நல்லடக்கம் செய்ய வேண்டும்
1044. துண்டம்- உடல் துண்டுகள்
1044. இடுகாடு- சுடுகாடு
1058. பதியில்- ஊரில்
1049. முறைகள்- சடங்குகள்
1054. செப்பமுள்ள- அழகுள்ள

நம்பியும் சோமாண்டியும் எதிர்த்துப் பேசுதல்

போனவுடன் நம்பியானும் புலம்பி அழுதே இருந்தான்
மேலெல்லாம் ரெத்தமது வெள்ளமது தானோட
சொன்னபடி கேளாமல் சோமாண்டி கெடுத்தாள்
பூதமது சொன்னபடி புறத்தேனான் படுக்காமல்
என்னவிதி யோதான் என்புத்தி மறந்துவிட்டு 1060
மறந்துவிட்டோம் என்றுசொல்லி மறையோனும் தானிருக்க
இருக்குமந்த வேளையிலே ஏற்றநல்ல சோமாண்டி
குடிகெடுத்த பாதகனே கூட்டியே போய்நீ கெடுத்தாய்
கண்டவுடன் நீமகனைக் காதவழி யானாலும்
கொண்டுவந்து அகரமதில் கூண்டநல்ல மகன்தனையும் 1065
தந்துநீ போனதுண்டால் சதிகேடு வாராது
என்றுசொல்லி சோமாண்டி இருகண்ணில் நீர்சொரிய
வயிறதிலே தானடித்து வாணாலைப் போக்குகிறாள்
ஒன்றும் குடியாமல் உற்றநல்ல சோமாண்டி
ஆரொருவர் சொன்னாலும் அவள்மனது தேறாது 1070

பூதங்களைக் கட்டுவதற்குச் சோமாண்டி சபதம் ஏற்றல்

பூதமது தனைப்பிடித்து பூமியிலே தணிப்பதற்கு
தணித்தா லென்மனது சற்றே தெளியுமென்றாள்
என்றுசொல்லி தான்கேட்டு இதுவும் சம்மதமோ
சம்மதம் தான்பூதங்களைத் தான்பிடித்து அடைக்கவென்று
பொன்பணங்கள் நமக்குப் போதவே இருந்ததினால் 1075
என்னபலன் நமக்கு என்மகன்தான் இல்லாமல்
கருங்கண் மலைதனிலே காளிப்புலையனிடம்

1063. குடிகெடுத்தபாதகன்- குடும்பத்தைக் கெடுத்த துரோகி
1064. காதவழி- தூரவழி
1065. அகரம்- வீடு
1066. சதிகேடு- வஞ்சனையுடன் கூடிய அழிவு
1071. தணிப்பதற்கு- அடக்குவதற்கு
1074. அடைக்க- கூட்டில் அடைக்க
1075. போதவே- போதுமானதாகவே
1077. கருங்கண்மலை- குமரிநாட்டில் ஒரு மலையின் பெயர்
1077. காளிப்புலையன்- புலைச்சாதியைச் சேர்ந்த காளி என்பவன்

ஆக்கமுடன் தானேபோய் அவனையிங்கே கூட்டிவந்து
பிள்ளைகொன்ற பூதமதைப் பிடித்து அடையாமல்
உள்ளே மகிழ்ந்திருப்பதில்லை உம்மாணை நம்பியானே.. 1080

நம்பியும் சோமாண்டியும் கருங்கண்
மலைக்குச் செல்ல ஆயத்தமாதல்

சோமாண்டி சொல்கேட்டு சிறந்தநல்ல நம்பியானும்
சென்றுகருங் கண்மலையில் போக (சென்று)
கொண்டு போகவேண்டும் என்று கோப்புகளும் வேணுமென்று
கோலாகலமாய் சிரித்துக் கொண்டான்(கோலாகல)
கோலாகலமாய்ச் சிரித்து கூண்டநல்ல நம்பியானும் 1085
கோப்புகளும் தானெதுக்கு வானாம் (கோப்புகளும்)
தண்ணிக்குடி பண்டங்களும் தானேயந்தப் புலையனுக்கு
தனிக்கோப்பு வேறே சம்பாதித்தான் (தனிக்கோப்பு)
சம்பாதிச்சுக் கோப்புகளும் தானவனும் உண்டுபண்ணி
சம்பாதிச்சுக் கட்டியவன் வைத்தான் (சம்பாதிச்சு) 1090
பூதமதைப் பிடித்தடைக்கப் போதபணம் கேட்பானே
பெட்டகத்தைத் தானவள் திறந்து (பெட்டகத்தை)
மூவாயிரம் பணமெடுத்து முந்தியிலே கட்டுவாளாம்
பின்னும் சிலவுக்குக் கொடுத்தாளே (பின்னும்)
எடுத்தந்த சோமாண்டி இனிபோக வேணுமென்று 1095
ஏந்திழையாள் தானும் புறப்பட்டாள் (ஏந்திழையாள்)

1078. ஆக்கமுடன்- செல்வத்துடன்
1983. கோப்புகள்- உணவுப்பொருள்கள்
1084. கோலாகலம்- ஒசையாய்
1086. ஒதுக்குவான்- எடுத்துவைத்தான்
1087. புலையன்- புலைச்சாதியான்
1088. தனிக்கோப்பு- தனியாகப் பொருட்கள்
1088. சம்பாதித்தான்- வாங்கிவைத்தான்
1091. போதபணம்- தகுந்தபணம்
1092. பெட்டகம்- பணம், அணிகலன் வைக்கும் பெட்டி
1093. முந்தி- சேலைமுந்தி
1094. சிலவு- செலவு

நிமித்தத்திற்கு நம்பி பலன் கூறுதல்

வாருமென்று நம்பியான் வலதுகால் எடுத்துவைக்க
வலத்தேநின்று நிமிர்த்தமது சொல்ல (வலத்தே)
நிமிர்த்தமது சொன்னதுவும் நின்றந்த நம்பியானும்
நேசமுடன் சாத்திரத்தைப் பார்த்து (நேசமுடன்)
சாத்திரத்தைப் பார்த்தபோது தானேயந்த நம்பியானும்
தன்னாசி தன்னோடே சொல்வான் (தன்னாசி)
நிமிர்த்தமது சொன்னதுவும் நின்றுநிலை பார்த்ததுவும்
நேசமுடன் சாத்திரத்தைக் கேளு (நேசமுடன்)
சொன்னவர்கள் தன்குடும்பம் செய்தவர்கள் தன்குடும்பம்
திருக்கணங் குடிதனிலிருக்கும் பேரும் (திருக்கணங்குடி)
சொல்ல வொண்ணா கரையாளன் சீமானார் தன்குடும்பம்
சிறப்புடனே தான்முடியும் என்றான் (சிறப்புடனே)
நம்பிகோயில் பூசைசெய்து நல்முதல் உண்டுபண்ணி
நமக்கழிவு இருக்கிறது என்றான் (நமக்கழிவு)
முடியும் என்று சொன்னபோது மொய்குழலாள் சோமாண்டி
முட்டிடுவாள் கால்மாட்டிலே தான் (முட்டிடுவாள்)
முட்டாதே சோமாண்டி முன்னேநான் வாறேனென்று
மொய்குழலாள் தன்னோடே போனானே (மொய்குழலாள்)

நம்பியும் சோமாண்டியும் கருங்கண்மலைக்குச் செல்லுதல்

கொண்டுபோற பணங்களையும் கோப்புகளையும் தானெடுத்து
காளிபுலையனையும் கண்டு கூட்டிக் கொண்டுவர
பூதமதைப் பிடித்தடைக்கப் போனார்கள் இருபேரும்
கோசிமாபுரமுமிட்டு குட்டுவன் குளங்கடந்து

1098. நிமிர்த்தம்- நிமித்தம், சகுனம்
1100. சாத்திரம்- கலை
1103. நிலைபார்த்தல்- நேரம்பார்த்தல்
1106. திருக்கணங்குடி- திருக்குறுங்குடி. பூதகணங்கள் குடியிருந்ததால் திருக்கணங்குடி எனப் பெயர் திரிந்திருக்கலாம்
1107. கரையாளன்- வேளாளன்
1107. சீமானார்- செல்வமுடையவன்
1109. நம்பிகோயில்- திருக்குறுங்குடி அழகிய நம்பி கோயில்
1112. முட்டுதல்- தலையைக் கொண்டு இடித்தல்

திருக்கணங் குடிகடந்து செல்லுவாளாம் கோட்டையிலே
அனந்தாபுரக் கோட்டைவிட்டு அப்புறத்திலே கடந்து   1120
கடுக்கரை மலைகடந்து கடுநடையாய்த் தானடந்து
தவித்த இடம் தனிலிருந்து தண்ணீரும் குடித்துக்கொண்டு
வெற்றிலையும் தின்றுகொண்டு வீரநல்லூர் மலைதனிலே
அந்தநல்ல மலைதனிலே அதிகமுள்ள குறக்குடியில்
கண்டவர்கள் போகையிலே காரியங்கள் தான்கேட்டார்   1125
இன்றுகருங்கண் மலைக்கு எப்படித்தான் போகவேணும்
என்றுகுறவனிடம் இவன்கேட்டான் நம்பியானும்

பொன்மலையைச் சென்றடைதல்

இன்றங்கே போவதற்கு இனிநேரம் காணாது
இன்றுமே பொன்மலையில் இருபேரும் தங்கிப்போங்கோ
தங்கிப்போம் என்றுசொல்லி தானவனும் அப்படியே   1130
பொன்மலையில் தாமதித்துப் போகவேணும் என்றுசொல்லி
பித்தாநாள் விடிந்தபோது புறப்பட்டார் இருபேரும்
சந்தணங்கள் வாடைவீசும் தனிமரக் காவுமிட்டு
போக்காக வழிநடந்து பொன்மலை போய்ச்சேர்ந்தானே..

பொன்மலையை விட்டுப் புறப்படுதல்

அந்தநல்ல ஊரதிலே அகரமது தானுமுண்டு   1135
அதிலே இருபேரும் தாமத்தித்து (அதிலே)

1119. கோட்டை- அரண்
1120. அனந்தாபுரக்கோட்டை- குமரிநாட்டுக் கடுக்கரையிலுள்ள அனந்தாபுரத்திலுள்ள கோட்டைமதில்
1121. கடுக்கரைமலை- குமரிநாட்டிலுள்ள ஒரு மலைப்பகுதி
1121. கடுநடை- விரைவாக நடத்தல்
1122. தவித்த இடம்- தண்ணீர் தாகமெடுத்த இடம்
1123. வீரநல்லூர்- குமரிநாட்டில் தோவாளை தாலுகாவில் ஓர் ஊர்
1124. குறக்குடி- குறவர்கள் குடியிருக்கும் இடம்
1125. காரியங்கள்- நோக்கங்கள்
1129. பொன்மலை- குமரிநாட்டிலுள்ள ஓர் ஊர்
1131. தாமதித்து- இரவு தங்கி
1132. பித்தாநாள்- மறுநாள்
1133. மரக்காவு- மரங்கள் நிறைந்த சோலை
1135. அகரம்- பார்ப்பனச்சேரி

பித்தாநாள் விடிந்து போகவேணும் என்றுசொல்லி
துரிதமுடன் பசியாற்றிக் கொண்டு (துரிதமுடன்)
தாமதித்த அகரமதில் தானிருந்த பாப்பானோடே
தானவர்கள் விசேடமது கேட்டார் (தானவர்கள்)

கருங்கண் மலையைச் சென்றடைதல்

காளிபுலையன் இருக்கும் கருங்கண் மலைக்குத்தானும்
கனதூரம் தானும் இனியுண்டோ (கனதூரம்)
என்றவர்கள் கேட்டபோது ஏதுசொல்வான் பாப்பானும்
என்னைப்போல் நடப்பவர்க்குத் தானும் (என்னைப்)
இளநேரத்து வழிதான் இனிபோக வேணுமென்று
ஏற்றநல்ல பாப்பானவன் தானும் (ஏற்றநல்ல)
அந்தமொழி கேட்டபோதே ஆசியோடே நம்பியானும்
அனுப்பிக் கொண்டு தானவர்கள் போனார் (அனுப்பி)
பொன்மலை ஊருமிட்டு போனார்கள் மேற்குநோக்கி
பிரியமுடன் இருபேருமாக (பிரியமுடன்)
குரங்குகள் தான்குட்டியிட்டுக் கொண்டுமே திரியக்கண்டு
கோதையரும் ஏதுசொல்வாள் (கோதையரும்)
என்மகன் தான் இருந்ததுண்டால் இப்படி நடப்பானே
ஏற்றநல்ல பூதம் கொன்றுவிட்டு (ஏற்றநல்ல)
என்றுசொல்லி சோமாண்டி ஏற்றநல்ல நம்பியானும்
இருபேரும் தானும் நடந்தாரே (இருபேரும்)
போனாளே பூதமது பின்னாலே செய்வதையும்
பெண்கொடியாள் தானுமறி யாமல் (பெண்கொடியாள்)
சூளிப்பிலா மூடுமிட்டு சுறுக்காகத் தானடந்து
சிறந்தநல்ல கொம்பன் மலைவிட்டு (சிறந்த)
சுறுக்காக வழிநடந்து சோமாண்டி தன்னுடனே

1137. துரிதமுடன்- விரைவாக
1140. விசேடம்- சிறப்புச்செய்தி
1142. கனதூரம்- அதிகத்தொலைவு
1143. பாப்பான்- பிராமணன்
1145. இளநேரத்துவழி- குறைவான தூரம்
1159. சூளிப்பிலாமூடு - மேடான பகுதியில் நிற்கும் பலாமரம், நீர்க்கரையில் நிற்கும் பலாமரம்
1159. சுறுக்காக- விரைவாக
1160. கொம்பன்மலை- குமரிநாட்டில் ஒரு மலைப்பகுதி

சென்றார்கள் இருபேரும் கருங்கண் மலைதனிலே..

காளிப்புலையன் குறித்து விசாரித்தல்
விருத்தம்

சென்றுதான் கருங்கண் மலைசிறப்பது கண்டுதானும்
இன்றுதான் காளிதானும் இருப்பிடம் எவ்விடமென்று
கண்டுதான் பேசப்போறோம் கலங்கியே அவர்கள்நின்று
கண்டுதான் பேசுதற்குக் காணவென் றிருந்தாரே
இருந்தாரே இருபேரும் ஏற்றநல்ல சோலையிலே
ஆளதுவும் காணவில்லை ஆரோடே பேசப்போறோம்
என்றுசொல்லி இருக்கையிலே ஏற்றநல்ல புலையனவன்
வந்தானே ஒருபுலையன் வாய்த்தநல்ல சோலையிலே
அந்தநல்ல புலையனோடே அவர்கேட்டார் விசேடமது
காளிபுலையன் தானிருக்கும் காவது எவ்விடம் என்றார்
வழிகாட்டித் தந்ததுண்டால் வாக்குடனே பணம்தருவோம்

காளிப்புலையனைச் சந்திக்க
அவ்வூர்க்காரனிடம் விபரம் கேட்டல்

என்றவார்த்தை சொன்னபோதே ஏற்றநல்ல புலையனவன்
கண்டுதான் கூட்டிக்கொண்டு கையோடே தான்வாறேன்
என்றுசொல்லிப் புறப்பட்டானே ஏற்றநல்ல புலையனுமோ
கண்டுஅந்த காளிதன்னைக் காரியங்கள் சொல்லுவானாம்
இரண்டுபேர் வந்திருந்து நம்முடைய சோலையிலே
இன்றுஉம்மைக் கூட்டிவர நம்முடனே சொல்லிவிட்டார்
பெண்ஞ்சாதி புருசனென்று பேசிடலாம் தானவரை

1162. கருங்கண்மலை- குமரிநாட்டில் ஒரு மலைப்பிரதேசம்
1164. காளி- காளிப்புலையன்
1165. கலங்கி- மனம் குழம்பி
1169. புலையனவன்- புலையர் சாதியிலுள்ள ஒருவன்
1172. காவு- மரச்சோலை
1173. வாக்குடன்- சொன்னபடி
1175. கையோடு- தன்னுடன்
1177. காளி- காளிப்புலையன்
1177. காரியங்கள்- செய்திகள்
1180. பெண்சாதி- மனைவி
1180. புருசன்- கணவன்

சோலையிலே தானிருந்து சொல்லிவிட்டார் என்னையும்தான்

காளிப்புலையனை நம்பி சந்தித்தல்

காரணங்கள் தான்கேட்டு காளிபுலையனவன்
இஷ்டமுடன் வீட்டுக்குள்ளே இறைபெட்டி தனையெடுத்து
கதர்நல்ல வேட்டிகளும் கருத்துடைய முண்டுகளும்
சட்டமுடன் தானெடுத்து தானவனும் உடுத்துக்கொண்டு 1185
வெள்ளிக்கட்டு நாராயமும் மேலேயவன் சொருகிக்கொண்டு
வந்தவர்க்குக் கோப்புகளும் வகைவகையாய் உண்டாக்கி
வருக்கைப் பிலாப்பழமும் வாழப்பழக் குலையும்
மலைதனிலே காய்க்குமந்த மாங்கனியும் தானெடுத்து
பழுக்காய் நல்ல பாக்குடனே பழுத்திலையும் கொண்டுவந்தான் 1190
இத்தனையும் கொண்டுவந்து இலையதிலே வைத்துக்கொண்டான்

காளிப்புலையனிடம் நம்பி விபரம் பேசுதல்

கண்டவுடன் நம்பியானும் கனபிரியமாய் மகிழ்ந்து
இன்றுவந்த காரியம்தான் இனிநமக்கு எட்டுமென்று
கோசிமா புரமதிலே செய்தகோப்பு அத்தனையும்
கொண்டுவந்த கோப்புகளைக் கொடுத்தாரே புலையனுக்கு 1195
கண்டுஇரு பேருமாகக் காரணங்கள் தான்பேசி
கொண்டுவந்த பணமதுவும் கொடுத்தாரே புலையனுக்கு
இன்றுஅந்த பூதமதை இனிஅடைக்க வேலை செய்வோம்
சொன்னவுடன் மனமகிழ்ந்து சோமாண்டி ஆசியவள்
பின்னேவரும் காரியத்தை பெண்கொடியாள் அறியாமல் 1200
சோமாண்டி சொன்னவுடன் சிறந்தநல்ல புலையனுமோ

1183. இஷ்டமுடன்- விருப்பமுடன்
1183. இறைபெட்டி- அணிகலன், உடை முதலியன வைக்கும் பெட்டி
1185. சட்டமுடன்- திருத்தமுடன்
1186. வெள்ளிக்கட்டு நாராயம்- வெள்ளியால் கைப்பிடி அமைந்த எழுத்தாணி
1190. பழுக்காய்பாக்கு- முற்றிய பாக்கு
1192. கனபிரியம்- மிகுந்த மகிழ்வு
1195. காரணம்- அங்கு வந்த காரணம்
1200. காரியம்- அவல நிகழ்வு

காளிப்புலையனை மனைவி தடுத்தல்

என்னுடைய வீடுதன்னில் ஏந்திழையாள் தன்னிடத்தில்
வழியனுப்பி வாறேனென்று வார்த்தை சொல்லித் தான்போனான்
பெண்சாதி தனையழைத்து பெருத்தபணம் தான்கொடுத்தான்
கொடுத்த நல்ல கோப்புகளும் கொண்டுபோய் தான்கொடுத்தான்   1205
இன்றுகோசிமா புரத்தில் இனிநானும் போய்வாறேன்
சென்றுஅந்த பூதமதை சிறப்புடனே பிடித்தடைக்க
இரண்டுமூன்று நாளைக்குள்ளே நான்வாறேன் என்றுசொன்னான்
அன்றுவனப் புலைச்சியவள் அவனோடு ஏதுசொல்வாள்
பிடித்துநீர் அடைத்துண்டால் பின்னாலே அதுமுடிக்கும்   1210
கண்டேன்நான் சாத்திரங்கள் கணவரய்யா போகவேண்டாம்
என்றுதான் புலைச்சி சொல்ல ஏதுசொல்வான் புலையனவன்
என்னையும் முடிப்பதற்கு இருக்குதோ பூதமது
மனம்தேறி புலையனவன் வழியனுப்பிக் கொண்டனராம்
இத்தனைநாள் குடியிருந்தும் என்தொழிலை அறியாயோ   1215
மந்திரத்தின் மூடுகளும் வலுவான ஏடுகளும்
சந்தோசமாய் மகிழ்ந்துதானே அந்துஏடுகளும்
கொண்டவனும் நம்பியிடம் கூசாமல் வந்துசென்றான்

காளிப்புலையன் நம்பியுடன் கோசிமாபுரம் வருதல்

இன்றுதான் போவோமென்று எழுந்திருந்து தானடந்தான்
நடந்தவர்கள் மூபேரும் நல்லமலை தானுமிட்டு   1220
அன்றுதங்கி பித்தாநாள் அகரமதில் வந்துசேர்ந்தாரே..

புலையனிடம் சோமாண்டி நடந்த கதையைக் கூறுதல்

வந்துநின்றுசோமாண்டி வடித்துகறி சமைத்து

1209. வனப்புலைச்சி- காட்டில் வாழும் புலையர் இனப்பெண், காளிப்புலையன் மனைவி
1216. மந்திரத்தின்மூடு- மந்திரத்தின் ஆழம்
1216. வலுவான ஏடுகள்- மந்திரம் எழுதப்பட்டிருக்கும் ஓலைச்சுவடிகள்
1217. அந்துஏடுகள்- முடிவுகூறும் மந்திரச்சுவடிகள்
1220. பித்தாநாள்- மறுநாள்
1222. வடித்து- சோறுசமைத்து
1222. கறிசமைத்து- கூட்டு, குழம்பு சமைத்து

இருபேரும் உண்டுகொண்டு ஏற்றகாளி புலையனுக்கும்
இலைபோட்டுத் தான்கொடுத்தார் ஏற்றகறி சோறுகளும்
சாப்பிட்டுக் கரையேறி தானேகாளி புலையனவன்   1225
இருக்குகிற நேரத்திலே ஏற்றநல்ல சோமாண்டி
காளிபுலையனுடன் காரியங்கள் சொல்லுவாளாம்
வடநாட்டில் இருந்ததுவும் வந்துபஞ்சம் பிடித்ததுவும்
கோசிமா புரம்தனிலே குடியிருக்க வந்ததுவும்
சங்கிலி பூதம்வந்து அதிக கனா கண்டதுவும்   1230
பூசைசெய்ய போனதுவும் பிள்ளையில்லா திருந்ததுவும்
பூசைசெய்து வரும்நாளையிலே பிள்ளைதான் தந்ததுவும்
தகப்பனோடே போறேனென்று தானேஅவன் இருந்ததுவும்
கோயிலுக்குப் போய்குழந்தை தன்னைக்கண்டதுவும்
பூசைசெய்யும் வேளையிலே பிள்ளைதான் உறங்கினதுவும்   1235
வருகின்ற வேளையிலே மறந்துதான் வந்ததுவும்
வந்ததுவும் போனதுவும் வளமையெல்லாம் சொல்லுவாளாம்

காளிபுலையன் பூதங்களை
அடக்குவதாக உறுதி கூறுதல்

இந்தமொழி கேட்டபோதே ஏற்றகாளி புலையனவன்
சந்தமுடன் பூதமதை தானடைப்பேன் என்றுசொன்னானே.
என்றுசொல்லி புலையனவன் ஏற்றநம்பி தனையழைத்து   1240
இன்றுசொன்ன கோப்புகளை இப்போ உண்டாக்கவேணும்
செப்பமுடன் சீக்கிரத்தில் சிறப்பாகத் தரவேணும்
பத்தாயப் பொறிதனையும் பாவையிரண்டும் உண்டாக்கி
சித்திரப்பாவை வாறதற்கு சூத்திரக் கண்ணாளரையும்
இப்போ கூட்டிவாருமென்று ஏற்றகாளி சொன்னபோது   1245

1237. வளமையெல்லாம்- நடந்த நிகழ்வுகள் எல்லாம்
1239. சந்தமுடன்- கருத்துடன்
1241. கோப்புகள்- பூசைப்பொருட்கள்
1243. பத்தாயம்- தானியம் முதலியவைசேர்த்துவைக்கும் களஞ்சியம்
1243. பொறி- இயந்திரம், இயந்திரப்பதுமை
1243. பத்தாயப்பொறி- உள்ளே சென்றவுடன் பூட்டிக்கொள்ளும் இயந்திரத்துடன்
கூடிய களஞ்சியம் போன்ற பெரிய பெட்டி
1243. பாவை- இயந்திரப்பதுமை
1244. சித்திரப்பாவை- அழகிய பதுமை
1244. சூத்திரக்கண்ணாளர்- மண்பானை செய்யும் குலாலர்கள்

நம்பியவன் ஆளனுப்பி நல்லதொழில் படித்தவனை
சென்றவனும் கொண்டுவந்து சிறந்தநல்ல காளியிடம்
சொன்னபடி உண்டாக்கி சீக்கிரத்திலே தாருமென்றான்

புலையன் கேட்டுக்கொண்டபடி மரப்பொம்மைகளைச் செய்துகொடுத்தல்

என்னவகை களெல்லாம் இப்போ உண்டாக்க வேணும்
பாவையிரண்டு உண்டாக்கிப்பாவினையாய் தானிருக்க
பெண்பாவை உண்டாக்கி பேதமையாய் தானிருக்க
கண்டவர்கள் தான்மயங்க கடும்பாவை உண்டாக்கி
என்றவர்கள் தானிருக்க சீக்கிரத்தில் உண்டுபண்ணி
மத்தாளம் கைத்தாளம் வாக்குடனே கையில்கொடுத்து
இத்தனையும் உண்டாக்கி இமைக்குமுன்னே தாருமென்றார்
என்றமொழி தனைக்கேட்டு ஏற்றநல்ல மாந்தையர்கள்
அன்றுகாளி சொன்னதிலும் அதிகமுள்ள பாவைரண்டும்
கைத்தாளம் மத்தாளம் கைதனிலே தான்கொடுத்து
சித்திரம்போல் வர்ணம் செய்து சீவனது தான்குறையாய்
அந்தக்குற்றம் இல்லாமல் வர்ணங்களைச் செய்துவைத்தான்
பெண்பாவை தந்தனக்குப் பூசிவைத்தார் சாதிலிங்கம்
கண்டவர்கள் வீடதிலே கால்வாங்கிப் போகாமல்
நின்றவர்கள் தான்பார்த்தார் நேசமுள்ள பாவைதன்னை
காளிபுலையனவன் கனபிரியமாய் மகிழ்ந்து
சந்தன மரமறுத்துத் தானே ஒருபத்தாயம் தான்

1248. சீக்கிரம்- விரைவாக
1251. பாவினை- தெளிந்த தியானம்
1251. பெண்பாவை-பெண்பதுமை
1251. பேதமை- மனக்குழப்பம்
1252. கடும்பாவை- கடுகடுப்பான முகபாவனை கொண்ட பதுமை
1254. மத்தாளம்- ஒரு பறை
1254. கைத்தாளம்- சிறுதாளம்
1254. வாக்குடனே- தன்மையுடன்
1255. இமைக்குமுன்னே- கண்தட்டி விழிக்கும் முன்பாக, மிகமிக விரைவாக.
1256. மாந்தையர்கள்- பொம்மைகள் உருவாக்கும் மண்பாண்டம் செய்வோர்
1259. சித்திரம்- வியக்கத்தகுந்த
1259. சீவனதுதான் குறையாய்- உயிர் மட்டும் இல்லாமல்
1261. சாதிலிங்கம்- ஒரு மருந்து
1265. பத்தாயம்- நெல் சேமித்து வைக்கும் பெரிய மரப்பெட்டிக் களஞ்சியம்

சூத்திரங்கள் வைத்துசெய்து சீக்கிரத்தில் தாருமென்றார்
சித்தமுடன் வேலைசெய்து சூத்திரங்கள் வைத்துக் கொண்டான்
அந்தநல்ல பாவைதன்னை அதிலேநிறுத்தி தான்கொடுத்தான்

பூதம் வருமிடத்தில் பொம்மைகளைக் கொண்டு செல்லுதல்

கொடுத்து அந்த மாந்தையர்கள் கூலிவாங்கிப் போனபின்பு
காளிபுலையனவன் கடுகநம்பி தனையழைத்து
சத்தியது தான்கொடுக்க தானேகோப்பு வேணுமென்றான்
கரும்புடனே பறவை ஐந்தும் பழக்குலையும் வேணுமென்றான்
வெற்றிலையும் பாக்குகளும் வேண்டுமென தேங்காயும்
சந்தனமும் மாலைகளும் சாம்பிராணி சூடகமும்
சத்தியது கொடுப்பதற்கு தானேகறி சோறுகளும்
வேணுமென்ற கோப்பையெல்லாம் வேண்டும்வண்ணம் உண்டாக்கி
வெள்ளிக் கிழமையிலே மேலான நாளையிலே
இத்தனைக் கோப்புகளும் ஏற்றவொரு பத்தாயமும்
எடுக்கவே ஆள்வேணும் என்றுஏற்றநம்பி யோடேசொல்ல
சந்தனவாழ் நம்பியானும் தானேயந்த ஊரதிலே
ஆளுகளைக் கூட்டிவந்தான் அந்தநல்ல நம்பியானும்
கொண்டுபோய் சாமான்களும் பூதம் குளிக்க வருமிடத்தில்
என்றைக்குதான் பாதையிது ஏற்றநல்ல பூதத்துக்கு
சங்கிலிபூதத்தானும் தானே சேத்திர பாலனுமாய்
வந்துகுளிக்கும் தலம் வாசகமாய் சொல்லுவானாம்
அன்றுஅந்த புலையனவன் அவன்சொன்ன எல்லையிலே
கொண்டுபோய் தானிறுத்தி குன்றுமலை பாவைதன்னை
சீவனது தான்கொடுக்க சிறப்புடன் தொழில் செய்தானே..

1266. சூத்திரங்கள்- இயந்திரங்கள்
1267. சித்தமுடன்- திண்ணமுடன்
1269. கூலி- பாவைகள் செய்ததற்கான பணம்
1270. சக்தி- பாவைக்கு உயிர்கொடுத்தல்
1285. வாசகமாய்- ஒன்றுவிடாமல் சொல்லுதல்
1287. குன்றுமலைபாவை- சிறிய குன்று போன்ற பெண்பொம்மை

பூதங்களைக் கவர்வதற்காக மரப்பாவைகளை உருவேற்றி நிறுத்துதல்

கொண்டுபோன கோப்புகளைக் கோலாகலமாய் எடுத்து
கூண்டநல்ல காளிபுலையன் (கூண்ட)
சென்றுகறி யானதையும் சேசமுள்ள கோப்பதையும்
தேங்காய் அடித்து வைத்து தானும் (தேங்காய்)
வெற்றிலையும் பாக்குகளும் வேண்டும் மணமாலைகளும்
விதவிதமாய் தானும் படைத்தானே (விதவிதமாய்)
இப்படியே தான்படைத்து ஏற்றநல்ல பாவைதன்னை
இனிசேவிக்க வேணுமென்றான் (இனிசேவிக்க)
படித்திருந்த மந்திரத்தை பாவையில் உருவேற்றி
பாவையது சீவன் உண்டாக்கி (பாவை)
சீவனது வந்தபோது சிறப்பாக வெலிகொடுத்து
திறமாக காளிபுலையன் (திறமாக)
கோழிகிடா அறுத்து கொடுத்தானே வெலிதனையும்
கூண்டநல்ல பாவைரண்டுக்கும் தான் (கூண்ட)
வெலியது உண்டபோது வேண்டும் வண்ணம் பாவையது
மேனியெல்லாம் பொன்னிறங்களாக (மேனியெல்லாம்)
பாவையது நின்றுகொண்டு பாவினையாய் அன்னேரம்
பையவேதான் மத்தளத்தில் கொட்ட (பையவே)
மத்தளத்தில் கொட்டிடுமாம் வாய்திறந்து பாடிடுமாம்
மச்சாவி வாருமென்று சொல்ல (மச்சாவி)

1291. சேசமுள்ள கோப்பு- மீதமுள்ள பூசைப்பொருட்கள்
1293. மணமாலை- நறுமணம் பொருந்திய பூமாலைகள்
1296. சேவிக்க- பூசித்து தொழுதல்
1297. பாவையில் உருவேற்றி- பொம்மையில் தெய்வத்தன்மையை ஏற்றி
1298. பாவையது சீவன் உண்டாக்கி- பொம்மைக்கு உயிர்கொடுத்து
1299. வெலி- உயிர்ப்பலி
1301. கோழிகிடாவெலி- கோழியையும் ஆட்டுக்கிடாவையும் அறுத்துப் பலிகொடுத்தல்
1304. பொன்னிறங்களாய்- உயிரூட்டப்பட்ட பொம்மைகள் பொன் போன்று நிறம் கொண்டன
1305. பாவினையாய்- மாதிரியாய் (ஒரு பெண்ணைப்போல்)
1306. பையவே- மெதுவாக
1306. மத்தளம்- கொட்டு போன்ற ஒரு பறை
1308. மச்சாவி- மைத்துனர்

இப்படியே சேவித்தவன் ஏற்றநல்ல பாவையிரண்டும்
இணக்கமுடன் பாதையதில் நிறுத்தி (இணக்கமுடன்)
நிலையாக நிற்கவேணும் நீங்கள்இந்த பாதையிலே
நெட்டூர பூதமது வந்தால் (நெட்டூர)
கண்டுஅதை கூப்பிடவேணும் காரணங்கள் பேசவேணும்
காலையிலே நானிங்கே வாறேன் (காலையிலே)
என்றுகாளி புலையனவன் இப்படியே செய்திசொல்லி
இதமாகச் சேவித்து நிறுத்தி (இதமாக)
என்று கோசிமா புரத்தில் இனிபோக வேணுமென்று
எல்லோரையும் கூட்டியவன் போனானே (எல்லோரையும்)

விருத்தம்

கோசிமாபுரம் தன்னிலே கூண்டதோர் நம்பியானும்
காளிதன் தொழிலைக் கண்டு கன்னிசோமாண்டியோடே

நானிவன் தன்னைப்போலே நாட்டினில் கண்டதில்லை
சோறுதான் கொடுவுமென்றுசோமாண்டியோடு சொன்னானே

சேத்திரபாலபூதம் பொறியில் சிக்கிக் கொள்ளுதல்

காளிபுலையனவன் கடுந்தொழில் செய்துவைத்து
பூதமது வந்ததுண்டால் பிடித்தடைக்க வேணுமென்று
பாவையதைத் தானிறுத்தி பாதகங்கள் செய்யவென்று
பாவையதை செய்துவிட்ட உபாயங்கள் அறியாமல்
பூதங்கள் குளிக்கவென்று புறப்பட்டு ஒன்றுபோலே
பாதையது தான்கடந்து பாட்டுப் படித்துவர
பாவையது தானறிந்து பாட்டதுதான் கேட்டுதென்ன
வருகுதுகாண் பூதமது மத்தளத்தில் கொட்டிடுமாம்
வாருங்காண் வாருங்கள் என்று வாய்திறந்து பாடிடுமாம்

1309. சேவித்து- வழிபாடு செய்து
1310. இணக்கமுடன்- பொருத்தமுடன்
1310. பாதை- பூதங்கள் வந்துசெல்லும் வழி
1312. நெட்டூரபூதம்- கொடும்பூதம்
1320. காளிதன் தொழில்- காளிப்புலையன் பூதத்தைப் பிடித்தடக்கச் செய்த வேலைகள்
1326. உபாயங்கள்- வகைகள்

மாதேவின் கூட்டுபோலே மத்தாளம் கொட்டுதென்ன
இந்தநல்ல காட்டுக்குள்ளே ஏதெனவே என்றுசொல்லி
இத்தனைநாள் குளிக்கவந்தோம் இப்படித்தான் கண்டதில்லை
இந்தநல்ல காட்டுக்குள்ளே இப்படி அதிசயமாய்
இன்றைக்கு அதிசயமாய் இருக்குதென்ன என்றுசொல்லி
ஆற்றங்கரை வழியே அவர்கள் மூபேருமாய்
கிட்டே வரும்போது ஒருவிதமாய் கேட்டிடுமாம்
மச்சாவி வாருமென்று வாய்பிளந்து பாடிடுமாம்
குளிக்குமந்த இடமதிலே ஒருபத்தாயம்
இதுக்ககத்தே தானிருந்து இப்படி காண்பானேன்
என்றுஅந்த பூதம் மூன்றுபேரும் பார்த்திடுமாம்
கிட்டபூதம் போனபோது கிளையான பேர்களைப்போல்
மச்சாவி வாருமென்று உபாயம்செய்ய கூப்பிடுமாம்
புலையனவன் செய்துவைத்த பொறிகள் என்று தெரியாமல்
உபாயமது அறியாமல் வந்து சேத்திரபாலசுவாமி
சந்தோசமாய் மகிழ்ந்து தானே பெண்ணுக்காகுமென்று
மருண்டு தான்பூதமது வந்தகத்தே அகப்படுமாம்
பத்தாயத்துக் ககத்தே பரும்பூதம் வந்தபோதே
சூத்திரங்கள் போட்டிருந்த பூட்டதுவும் பூட்டிக்கொண்டு
பொறிகள் விழுந்து அந்தபூட்டதுவும் பூட்டினபோது
சங்கிலிமா பூதத்தானும் தான்வலித்துப் பார்த்திடுமாம்
வலித்துத்தான் பார்த்து வந்ததில்லை என்றுசொல்லி
மாயனிடன் சொல்லவேணும் என்றுசொல்லி சங்கிலிபூதமது
ஈஸ்பரபால பூதத்தானும் இவர்களுமே ஓடிவந்து
அழகிய நம்பி கோவிலிலே அங்கேபோய் சொல்லிடுமாம்
வார்த்தையது கேட்டபோது மாயவனார் ஏதுசொல்வார்

1332. மாதேவின்- பெருந்தெய்வத்தின்
1337. மூபேரும்- சங்கிலிபூதம், சேத்திரபாலபூதம், ஈஸ்வரகாலபூதம்
1338. கிட்டேவரும்போது- அருகில்வந்தபோது
1340. பத்தாயம்- தானியங்களைச்சேர்த்து வைக்கப் பயன்படும் மிகப்பெரிய களஞ்சியப்பெட்டி
1343. கிளையானபேர்- உறவினர்
1345. பொறிகள்- இயந்திரப்பதுமைகள்
1348. மருண்டு- மயங்கி
1350. சூத்திரங்கள்- இயந்திரங்கள்
1350. பூட்டு- பூட்டும் கருவி
1356. அழகியநம்பிகோயில்- திருக்குறுங்குடி நம்பிகோயில்
1357. மாயவனார்- திருமால்

எப்படிதான் கொண்டுவர இனிஏது உபாயமென்றுசொல்லி
மழையதுதான் பெய்வதற்கு மாயவன் அருள்புரிந்தாரே

பூதம் சிக்கிய பொறிப்பத்தாயத்தை எடுத்துப் புதைத்தல்

அன்றிரவு தான்விடிந்து அதிககாளி புலையனவன்
சந்தனவாழ் நம்பியானும் தானே ஆள்கூட்டிக்கொண்டு
வந்தவர்கள் பார்க்கையிலே வாய்த்தநல்ல பத்தாயமும்
பூட்டியங்கே இருக்கக்கண்டு பூதம் அகப்பட்டுதென்ன
சந்தோசமாய் மகிழ்ந்து தானெடுக்க வேணுமென்று
வந்தஆள் கொண்டுசத்தி வந்ததில்லை பத்தாயமும்
இந்தநல்ல பூதமதை எடுப்பதற்கு எப்படித்தான்
எந்தனுட தொழில்தனையும் இப்போது பாருமென்றான்
கிங்கிலியர் அல்லாது கிளம்பாது பத்தாயம்தான்
மந்திரத்தின் முடுக்காலே வரவேணும் கிங்கிலியர்
நாலுநல்ல கிங்கிலியர்கள் நன்றாக உருவேற்றி
பூசையது தான்கொடுத்து புலையனவன் ஏதுசொல்வான்
இந்தநல்ல பத்தாயம் எடுத்துசத்தி நாலுபேரும்
எந்தனுக்கு கொண்டுவந்து இப்போது தரவேணும்
என்றுஅந்த காளிசொல்ல எடுத்தாரே கிங்கிலியர்
அந்தநல்ல கிங்கிலியர் ஆகாயமாய் எடுத்து
பண்டுமுன்னாள் ஆண்டிருந்த பதினெட்டு நாட்டார்நிலத்தில்
கொண்டுவந்த பூதமதை குறித்தவயல் தனைப்பார்த்து
இன்றதிலே புதைப்போம் என்றுஎல்லோரும் தான்பேசி
ஆழத்திலே குழியை வெட்டி அதில்புதைத்தார் பூதமதை
பூதமதைதான் புதைத்து போனார்கள் எல்லோரும்
சென்று கோசிமா புரத்தில் சிறந்த காளிப்புலையனுக்கு
அன்றுஅந்த நம்பியானும் ஆயிரம் பணம்கொடுத்து
கொண்டுபோக வேணுமென்று கோப்பதுவும் தான்கொடுத்து
கொடுத்ததெல்லாம் அவன்வாங்கிக் கொண்டு போனான் புலையனுமோ

1368. கிங்கிலியர்- பலமான ஏவலாட்கள்
1368. கிளம்பாது- எழும்பாது
1369. முடுக்காலே- வலிமையாலே
1375. ஆகாயமாய் எடுத்து- மேலே தூக்கியெடுத்து
1376. பண்டு- பழங்காலத்தில்
1375. பதினெட்டு நாட்டார்-

சங்கிலிபூதத்தின் செயல்கள்

புலையனவன் போனதையும் பூதமது தானறிந்து
புதைத்திருந்த இடமதிலே வந்து (புதைத்திருந்த)
அண்ணனையும் புதைத்திருந்தான் அடியறுவான் புலையனவன்
ஆழத்திலே தானும்குழி வெட்டி (ஆழத்திலே)
இதுக்கெப்படி என்றுசொல்லி ஏற்றசங்கிலி பூதத்தானும்
எழுப்பிஇதை மேலே வைக்கவேணும் (எழுப்பி)
உபாயம் செய்யவேணும் என்றுவந்துசத்தி பத்தாயத்தை
மம்பட்டிக்குத் தட்டவேணுமென்று(மம்பட்டி)
தட்டவேணும் என்றுசொல்லி தானுசத்தி மேலேவைத்து
சங்கிலிமா பூதமது தானும் (சங்கிலி)
உபாயமது செய்யவேன்று வந்துசங்கிலி பூதமது
மழையதுதான் இன்றுபெய்ய வேணும் (மழையது)
இன்றுமழை பெய்யவேணும் எம்பெருமான் தன்னருளால்
என்றுமந்த பூதமது சொல்ல (என்று)
அன்றுசங்கிலி பூதம்சொல்ல அதிகமழை பெய்திடுமாம்
அன்றுஇராக் காலத்திலே தானும் (அன்று)
சென்றுஅந்த பூதமது திருக்கணங் குடிதனிலே
சொல்லவொண்ணா கரையாளர் தானும் (சொல்ல)
காளையிரண்டு கொண்டுவந்து கைமேலே தானிறுத்தி
காணிக்கவேணும் இத்தலத்தில் (காணி)

சங்கிலிபூதம் கரையாளன் காளைகளைக் கடத்துதல்

என்றுசொல்லி பூதமது எழும்பி தொழுவில் விழுந்து
ஏற்றநல்ல பூட்டு திறக்காமல் (எற்றநல்ல)
எழுபத்தொரு ஏருமுண்டு ஏற்றகரை யாளருக்கு
இதிலே இரண்டுகாளை கொண்டுபோக வேணும் (இதிலே)

1387. அண்ணர்- சேத்திரபாலர்
1387. அடியறுவான்- பிடிப்பு அற்றுப்போகிறவன்
1391. உசத்திபத்தாயம்- களஞ்சியப்பெட்டியை உயர்த்தி
1392. மம்பட்டி- மண்வெட்டி
1393. தானுசத்தி- தான் உயர்த்தி
1401. திருக்கணங்குடி- திருக்குறுங்குடி
1402. கரையாளர்- வேளாளர்
1404. காணிக்க - காண்பிக்க
1407. ஏர்- உழவுமாடு

முன்னேரு காளைரெண்டு முகவெண்டலை காளையது
வீரமுள்ள காளைரெண்டு தானும் (வீரமுள்ள) 1410
உச்சிக்கொம்பாய் இருந்தும் உசந்தநல்ல காளையது
உச்சியிலே சுட்டியது உண்டு (உச்சியிலே)
பூவால் காளையது புள்ளிபுள்ளியாய் இருக்கும்
புட்டியிலே வெள்ளையது உண்டு (புட்டியிலே)
மற்றவிடம் பார்க்கையிலே மாக்காளையாய் இருக்கும் 1415
வாய்த்தநல்ல காலதிலே தண்டை (வாய்த்த)
இந்தநல்ல காளையது ரெண்டுஇப்போகொண்டுபோகவேணும்
என்றுசொல்லி பூதமது தானும் (என்றுசொல்லி)
கதவுதிறக்காமல் கைசாலை இடிக்காமல்
காளையிரண்டும் பூதம்கொண்டு வந்து (காளை) 1420
பதினெட்டு நாட்டார் நிலத்திலே பரபரென்று கொண்டுவந்து
பார்த்தவர்க்குத் தடமும் தெரியாமல் (பார்த்தவர்)
தடமும் தெரியவேணும் தானேயந்த நிலம்வரைக்கும்
சம்பிரதாயம் போலே கொண்டுவந்து (சம்பிரதாயம்)
இந்தநிலத்தை விட்டு எங்கேயும்தான் போகாமல் 1425
இன்றுவிடியும் மட்டும்தானும் (இன்று)
இன்று காளையை நிறுத்தி ஏற்றசங்கிலி பூதம்நிற்க

**கரையாளன் தடம்பார்ப்பவன் உதவியோடு
காளைகளைக் கண்டுபிடித்தல்**

இதமாய் விடிந்தவுடன் தானும் (இதமாய்)
நேரம் விடிந்தவுடன் சொல்லவொண்ணா கரையாளர்
சிறந்த பண்ணைக் காரனவனோடே (சிறந்த) 1430

1409. முகவெண்டலை- ஒரு காளையின் வகை
1411. உச்சிக்கொம்பு- நீண்ட கொம்பையுடைய காளை
1412. உச்சிச்சுட்டி- தலையில் வெண்மைநிற புள்ளி
1408. பூவால் காளை- பூப்போன்ற வாலையுடைய காளை
1414. புட்டி- காளையின் பின்புறம்
1415 மாக்காளை- கறுப்புநிறக்காளை
1416. காலில்தண்டை -காளையின்காலில்வெண்மைநிறத்தில்தண்டை போல்வளையமிருப்பது
1419. கைசால்- மதிற்சுவர்
1422. தடம்- அடையாளம்
1424. சம்பிரதாயம்- தொன்றுதொட்ட வழக்கம்
1429. சொல்லவொண்ணா- ஏராளமான
1430. பண்ணைக்காரன்- வேலைக்காரன்

இன்றுமழை பெய்ததினால் ஏருகளைக் கொண்டுவந்து
எல்லா நிலமும் உழச்சொன்னான் (எல்லா)
சொன்னவுடன் பண்ணைக்காரன் சென்று கதவைத்திறந்து
சிறந்தநல்ல காளைகளைப் பார்த்தான் (சிறந்த)
முன்னேரில் பூட்டு மந்தமுக வெண்டலை காளைரெண்டும்
மோசமது வந்திருக்கு தென்ன (மோசமது)
கதவு திறக்கவில்லை கைசாலை இடிக்கவில்லை
காளைரெண்டு காணவில்லை என்றான் (காளைரெண்டு)
கள்ளர் வரவுமில்லை காளைரெண்டு காணவில்லை
கரையாள னோடேயவன் சொன்னான் (கரையாளன்)
சொன்னமொழி தான்கேட்டு சொல்லவொண்ணா கரையாளன்
சென்று தொழுவதனைப் பார்த்தான் (சென்று)
பார்த்துக் கரையாளன் பாவிதான் கெடுத்தேனென்று
பாதையது எப்படித்தான் போச்சு (பாதை)
போனவிடம் தான்பார்க்க புறத்தே வந்தவனும்
பின்னேயுள்ள ஆளுகளும் கூட்டி (பின்னேயுள்ள)
தடம்பார்க்கும் பேர்களையும் தானேயவன் கூட்டிவந்து
சண்டாளன் தான்கெடுத்தான் என்ன (சண்டாளன்)
பாரென்று சொன்னபோது பார்த்தான் தடக்காரன்
பச்சை புல்லுமேலே தடம் கண்டான் (பச்சை)
கண்டதடக் காரனவன் கரையாளன் தன்னோடே
காவலவன் அய்ந்தாறுபேர் கூடி (காவலவன்)
பார்த்து தடத்தைக் கண்டு பாவினையாய் சொல்லுவானாம்
பதினெட்டு நாட்டார் நிலத்தில் வந்து (பதினெட்டு)
வந்துஅந்த கரையாளன் வாய்த்தநல்ல காளையிரண்டும்
மதயானை போலே அவன் கண்டானே (மதயானை)..

1435. மந்தமுக வெண்டலைக்காளை- காளைமாட்டின் வகை
1436. மோசம்- பிசகு
1439. கள்ளர்- திருடர்
1442. தொழுவு- மாட்டுத்தொழுவம்
1447. தடம்பார்த்தல்- மாடு சென்றிருக்கும் இடத்தை அடையாளம் கண்டு குறிசொல்லுதல்
1448. சண்டாளன்- துரோகி
1449. தடக்காரன்- குறிசொல்பவன்
1456. மதயானைபோல்- மதம்பிடித்தயானை போல்

நிலத்தைச் சீர்திருத்த கரையாளன் ஏர்பூட்டச் சொல்லுதல்

காளையது கண்டபோது கரையாளன் ஏதுசொல்வான்
இந்தநல்ல நிலம்தானும் இப்படித்தான் கிடப்பதையும்
கண்டவர்கள் ஒருவரில்லை காட்டுக்குள்ளே தான்கிடக்கு
பண்டுமுன்னாள் இருந்தவர்கள் பயிரிட்ட நிலமிதுதான்
இன்றுதான் கண்டதுவும் என்காளை ஏதுவினால்
ஆயிரம் கோட்டை விதைப்பாடும் அதற்கேற்ற குளப்புரவும்
மேற்கே குளமதுவும் வெள்ளம்பாய மடையுமுண்டு
வடக்கேதான் ஊற்றுஉண்டு மலையில் வெள்ளம் தான்பாயும்
வெட்டிதிருத்தி நல்லவேலை செய்யவேணுமென்று
என்றுசொல்லி கரையாளன் ஏற்றபண்ணைக் காரனையும்
சென்றுநாம் ஊரதிலே செய்யும் வேலைக்காரனையும்
சம்பளக் காரரையும் தன்னாள்கள் பறையரையும்
குட்டையும் மண்வெட்டியும் கொண்டுவந்தார் பண்ணைக்காரன்
கண்டவுடன் மனமகிழ்ந்து கரையாளன் ஏதுசொல்வான்
இன்றுஅந்த நிலம்தனையும் இப்போவெட்டி திருத்துமென்றார்
அந்தமொழி கேட்டவர்கள் அவர்கள் வெட்டி தான்சுமந்தார்
வெட்டிதிருத்தியவர் வேலைசெய்து நன்றாக

1457. கரையாளன்- வேளாளன்
1461. ஏதுவினால்- மூலத்தால்
1462. கோட்டை- இருபத்தொரு மரக்கால் கொண்ட அளவு
1462. ஆயிரம் கோட்டை விதைப்பாடு- இருபத்தோராயிரம் மரக்கால் நெல் பயிரேற்றும் பூமி
1462. குளப்புரவு- குளத்துநீர் பாயும் வயல்
1463. வெள்ளம்பாய- தண்ணீர் செல்ல
1463. மடை- நீர் பாயும் மடை
1464. ஊற்று- நீரூற்று
1465. வெட்டித்திருத்தி- பண்படுத்தி
1464. பண்ணைக்காரன்- வீட்டிலேயே தங்கியிருந்து பண்ணைவேலைசெய்பவன்
1467. வேலைக்காரன்- காலைமுதல் மாலைவரை வேலைசெய்யும் பணியாள்
1468. சம்பளக்காரர்- இத்தனை மணிநேரம் எனக் கூலிக்கு வேலைசெய்பவர்
1468. தன்னாள்கள்- வேலை உதவி செய்வோர்
1468. பறையர்- நாற்று நடுதல் முதலிய வேளாண்மைத் தொழில்செய்பவர்கள்
1469. குட்டை- மண் சுமக்கும் கூடை
1469. மண்வெட்டி- மண்வெட்டும் கைக்கருவி
1471. வெட்டித்திருத்துதல்- மேடுபள்ளங்களைச் சீராக்கிப் பண்படுத்துதல்
1472. வெட்டிதான்சுமந்தார்-மேடானபகுதி மண்ணைப்பள்ளத்திற்குச்சுமந்து கொட்டுதல்

ஆயிரம் கோட்டை விதைப்பாடும் அதற்கேற்ற வரப்புமிட்டு
வாய்க்காலும் தானும்வெட்டி வாய்த்தநல்ல குளம்தனிலே
உகந்த இடம் பார்த்துவெட்டி ஒருக்காலே மண்சுமந்து
குளக்கரையும் தான்பேணி கூண்டமடை நன்றாக்கி
மடைகளையும் நன்றாக்கி மகிழ்ந்து கரையாளன்
சந்தோசமாய் அவர்க்குச் சம்பளமும் தான்கொடுத்து
நாளைவந்து தான்உழுது நன்றாக்க வேணுமென்றான்
கூடியவர் தான்பேசி கூண்டநல்ல ஊரதிலே
ஊரதிலே போனவுடன் உற்றநல்ல கரையாளன்
போனவுடன் கரையாளன் பெண்சாதி தனையழைத்து
இன்றுவெட்டி திருத்திவந்த ஏற்றநிலம் தான்விளைந்தால்
உண்டிருக்க லாமெனவே உற்றகரை யாளன்சொன்னான்
பித்தாநாள் விடிந்து பொழுதுதான் விடிந்தவுடன்
பண்ணைக்காரன் தன்னைவிட்டு பறையரையும் கூட்டிவந்து
எழுபத்தொரு ஏர்மாடும் ஏற்றநல்ல கலப்பைகளும்
கொண்டுவந்து ஆளோடே கூட்டிவந்தான் கரையாளன்
சென்றுமந்த வயல்தனிலே சிறப்புடனே ஏருகளை
இன்றுதானே பூட்டுமென்று ஏற்றகரையாளன் சொன்னானே..

உழவர்கள் ஏர்பூட்டுதல் (காளைகளின் வகை)

கூடுகொம்பன் குடல்பூறி கொண்டுவாடா இரண்டையும்தான்

1474. வரப்பு- எல்லை
1475. வாய்க்கால்- தண்ணீர் செல்லும் கால், ஓடை
1476. உகந்த இடம்- உயர்ந்த இடம்
1479. சம்பளம்- வேலைக்கான கூலி
1486. பித்தாநாள்- மறுநாள்
1488. கலப்பை - வயல் உழும் கருவி
1490. ஏருகாளை- உழவுக் காளைமாடு
1491. பூட்டுமென்று- ஏர் கட்டுங்கள் என்று
1492-1525. இவ்வடிகளில் காணப்படும் கூடுகொம்பன், குடல்பூறி, விரட்டுக்காளை, மேளகாளை, வெள்ளைக்காளை, கூளக்காளை, கூழக்கொம்பன், அடிபடாக்காளை, வாழைப்பூக் கொம்பன், மடக்கன் செவிவாலன், நெட்டக்கொம்பன், சுட்டிக்காளை, காரிக்காளை, படலைக்கொம்பன், நாணிக்காலன், விடத்தலப்பூநிறத்தான், வேகக்காளை, வாழைப்பூநிறத்தான், உச்சிக்கொம்பன், முகவண்டலைக்காளை, ஏறுவாலன், புல்லைக்காளை, மாக்காளை, காரிக்காளை, கால்மடக்குக் கள்ளன், கிராக்காளை, வரிக்காளை, கடுவாய்ப்போரன், மாதளம்பூநிறத்தான், புள்ளிக்காளை, நாகக்காளை என்பன தமிழகத்தின் தென்பகுதியான தென்பாண்டிநாட்டில் காணப்பட்ட காளைமாட்டு வகைகள் ஆகும்.

வேற்றாளைக் கண்டதுண்டால் விரட்டிபாயும் காளையிரண்டும்
இஷ்டமுடன் பூட்டுமென்று ஏற்றகரை யாளன்சொல்ல
மேளகாளை இரண்டையும் தான் வேறேரில் பூட்டுமென்றான்
வெள்ளைக்காளை இரண்டையும்தான் வேறேரில் பூட்டுமென்றான்
கூளக்காளை இரண்டையும்தான் கூட்டேரில் பூட்டுமென்றான்
கூழக்கொம்பன் இரண்டையும்தான் கூடப்பூட்டும் ஓரணையில்
அடிபடாமலே நடக்கும் அதிகமுள்ள காளையிரண்டும்
ஓரணையால் பூட்டுமென்று உற்றகரை யாளன்சொல்ல
வாழைப்பூ கொம்பனையும் மடக்கன் செவிவாலனையும்
ஓரணையில் பூட்டுமென்று உற்றபண்ணைக் காரனவன்
நெட்டகொம்பன் சுட்டியையும் சேசமுடன் பூட்டுவானாம்
காரிக்காளை ரண்டையும்தான் கனத்தேரில் பூட்டுமென்றார்
படலைக்கொம் பனையுந்தான் பாவினையாய் பூட்டுவானாம்
நாணிக்கால் இரண்டையுமே நடுஏரில் பூட்டுமென்றார்
விடத்தலப்பூ நிறத்தானை வேறேரில் பூட்டுவானாம்
வேகமுள்ள காளையைத்தான் வேறேரில் பூட்டுவானாம்
வாழைப்பூ நிறத்தானை வாய்த்த ஏரில் பூட்டுமென்றான்
உச்சிக்கொம்பன் இரண்டையும்தான் உல்லாசமாய்ப் பூட்டுவானாம்
முகவண்டலை காளையைத்தான் முதலேரில் பூட்டுமென்றார்
ஏறுவாலன் இரண்டையும்தான் இசனையாய் பூட்டுதற்கு
புல்லைக்காளை இரண்டையும்தான் பூரணமாய்ப் பூட்டுமென்றான்
மாக்காளை இரண்டையும்தான் மறுஏரில் பூட்டுவானாம்
காரிக்காளை இரண்டையும்தான் கலந்துபூட்டும் என்றுசொன்னான்
கழுத்திலே நுகத்தை வைத்தால் கால்மடக்கும் கள்ளனையும்
பிரியமுடனே பூட்டி பின்னேரில் தானடிங்கோ
கிராக்காளை இரண்டையும்தான் கெர்விதமாய் பூட்டுமென்றார்

1493. வேற்றாளை- வீட்டார் அல்லாது வேறு ஆட்களை
1493. விரட்டிப்பாயும்- துரத்திச்செல்லும்
1496. வேறேரில் - வேறு வேறு ஏர்களில்
1497. கூட்டேர் - ஒரே ஏர்
1498. ஓரணை- ஒரே ஏரில்
1503. சேசமுடன்- குறைவுடன்
1504. கனத்தேர்- கனத்த ஏர்
1512. இசனையாய்- ஏமாற்றமாய்
1513. பூரணமாய்- திருப்தியாய்
1516. நுகம்- காளைகளின் கழுத்தில் வைக்கும் நுகத்தடி
1516. கால்மடக்கும்- நடக்கமுடியாதபடி காலை ம டக்குதல்
1517. பின்னேர்- கடைசி ஏர்
1518. கெர்விதம்- செருக்கு

வரிவரியாய் தானிருக்கும் வாய்த்த நல்ல காளைகளை
வரிசையுடன் பூட்டுமென்று வாய்த்த கரையாளன் சொல்ல   1520
கடுவாய்ப்போர் இரண்டையும்தான் கடுத்தேரில் பூட்டுவானாம்
மாதளம்பூ நிறத்தானை மகிழ்ந்துமே பூட்டுவானாம்
புள்ளிக்காளை இரண்டையும்தான் பூரணமாய்ப் பூட்டுவானாம்
நாட்டியம் நின்றாடும் நாகமுள்ள காளையிரண்டும்
நாகமுள்ள காளைகளை நாயகனைத் தொழுதுபூட்டும்   1525
சேசமுள்ள காளைகளை சிறப்புடனே கலந்துபூட்டும்
இப்படியே ஏரைப்பூட்டும் இனிஉழுவோம் என்றுசொல்லி
கணபதியைத் தான்தொழுது கரையாளன் ஏருழுதான்

பூதம் அடைபட்ட பத்தாயம்
கலப்பைக் கொழுவில் தட்டுதல்

முகவண்டலை காளையைத்தான் முன்னேரில் பூட்டியுள்ளான்
குமரிச்சால் தான்வளைந்து கூடவொரு மடக்கு உழ   1530
முன்புதைத்த பத்தயமும் முதல்ஏரில் தட்டிடுமாம்

கரையாளன் புதையலுக்காக நிலத்தைத் தோண்டுதல்

கலப்பையிலே தட்டிடவே கரையாளன் தான்மகிழ்ந்து
இன்றுவந்து நிலம்உழுதோம் இருக்குதுகாண் திரவியம்தான்
நன்றெனவே முதல்பலந்தான் நமக்குதான் என்றுசொல்லி
என்றுசொல்லி கரையாளன் ஏருகளைத் தானிறுத்தி   1535
கொண்டுவந்து மண்வெட்டியைக் கோலாகலமாய்த் தோண்ட
அன்றுவந்த மண்வெட்டியில் அழகுநல்ல பத்தாயமும்
சென்றதிலே தட்டிடுமாம் செவிகேட்க எல்லோர்க்கும்
இன்றிதிலே திரவியம்தான் இருப்பதுவும் நிச்சயம்தான்

1521. கடுத்தேர்- கடுத்த ஏர்- கடினமான ஏர்
1530. குமரிச்சால்- முதல் உழவு
1530. கூடவொரு மடக்கு உழ- ஒருமுறை சாலடித்து மறுமுறை திரும்பி வந்து உழும்நேரம்
1531. முன்புதைத்த பத்தயம்- காளிப்புலையன் புதைத்த பூதப்பத்தாயம்
1533. திரவியம்- புதையல்
1534. முதல்பலந்தான் - முதலிலேயே செல்வம்தான்
1535. ஏருகள்- ஏர்மாடுகள்
1536. கோலாகலமாய்- குரலெழுப்பியபடி

பத்தாயத்தை வெளியே எடுத்தல்

பூதமது இருப்பதுவும் பின்னேவரும் காரியமும்
கரையாளன் அறியாமல் கரையேற்றும் என்றுசொன்னார்
மனமகிழ்ந்து எல்லோரும் மரக்காலும் தான்வேணும்
பெரியநல்ல பத்தாயம் போதவுண்டு திரவியம்தான்
எண்ணி பகுந்துண்டால் ஏற்றநல்ல நேரம்செல்லும்
மரக்காலுக்கு ஆளுவிட்டு மறுத்தந்த பத்தாயத்தை
அன்றந்த சேத்திரபாலர் அசையாமல் இருந்துகொண்டார்
இன்றுதனை எடுப்பதற்கு இவர்களுக்குப் பலமும் இல்லை
என்றுசொல்லி சங்கிலிபூதம் இவர்கள்கண்ணில் காணாமல்
நின்றுகொண்டு தான்தூக்கி நேசமுடன் புறத்தே வைத்தார்

பத்தாயத்தை உடைத்தல்

இன்றுவந்து வாச்சுதென்று எல்லோரும் தான்கூடி
ஈஸ்வரனார் அருளாலே இந்திராணி மலையிது வென்றார்
பதினெட்டு நாட்டார் அறுத்தடித்த பரப்புகளும் அதிலேஉண்டு
காவலர்கள் அறுத்தடித்த கமலதட்டாம் பாறையிது
அந்தநல்ல பாறையிலே அதிலெடுத்து தானும் வைத்து
பாறையிலே தானும் வைத்து பத்தாயம் தானுடைக்க
கோடாலி கொண்டுவந்து கூடியவர் தானுடைத்தார்
சேத்திர பாலருக்குச் சினம்வந்து தோன்றிடுமாம்
பூட்டைத் திறந்து நம்மைப் புறத்தே விடமாட்டாமல்
வெட்டிப் பிளக்குகிறான் வேதனைகள் மெத்தவுண்டு
சட்டமுடன் கரையாளன் தன்குடும்பம் தனைமுடிப்பேன்

1541. கரையேற்றும்- பத்தாயத்தை வெளியே எடுத்து வையுங்கள்
1543. மரக்கால்- ஓர் அளவை
1543. போதவுண்டு- நிறைய உள்ளது
1550. வாச்சுது- கிடைத்தது
1551. இந்திராணிமலை- திருக்குறுங்குடி அருகிலுள்ள ஒரு ம லையிடம்
1552. அறுத்தடித்த பரப்புகள்- வயல் அறுத்து நெல் அடித்த இடங்கள்
1553. கமலதட்டாம்பாறை- திருக்குறுங்குடி அருகிலுள்ள ஒரு பாறை
1556. கோடாலி- மரம் வெட்டும் ஒரு கை ஆயுதம்
1560. சட்டமுடன்- முழுமையாய்

காளிபுலையனுட கடும்தொழிலும் தான்போச்சு
வீணாகப் போச்சுதென்று வெட்டியந்த கரையாளன்
மரக்காலுக்கு ஆளைவிட்டோம் மாயமென்று அறியாமல்
வெட்கி அவர்தான் போனார் வீணாக வீடதிலே..

பூதங்கள் காளிபுலையனைக் கொல்ல கருங்கண் மலைக்குச் செல்லுதல்

கரையாளன் போனபோதே காவலவன் சேத்திரபாலன்
சந்தனவாழ் நம்பியானை தானேகொல்ல வேணுமென்றார்
அந்தவார்த்தை கேட்டபோது அழகுசங்கிலி பூதத்தானும்
ஈஸ்பரபால சுவாமியுடன் இவர்கள் மூபேருமாக
என்றைக்குத்தான் கொன்றிடலாம் ஏற்றசந்தன் நம்பியானை
இன்றுகாளி புலையனையும் இப்போகொல்ல வேணுமென்று
என்றுமூபேருமாக ஏற்றகருங்கண் மலையில்
சென்றுகாளி புலையனுட திறம்காண வேணுமென்று
திறம்காண வேணுமென்று சென்றுகருங்கண் மலையில்
பொந்து தடியுடனே புறப்பட்டுத் தானடைந்தார்

காளிபுலையனைக் கொல்லுதல்

கருங்கண் மலைதனிலே காளிபுலையனுட
மனைதனிலே தானும்சென்று மறைந்துநின்று தானவர்கள்
மாலைமயங்கும் போது வருவான் புலையனவன்
ஓரடியாய்த் தானடித்து உயிரையும் வாங்கவேணும்
வந்தசெய்தி அறிந்ததுண்டால் மந்திரம் சேவிப்பானவன்
காளிபுலையனவன் கடியதொழி லாளியென்று
மாயமாக நின்றுகொண்டு மறைந்து மூபேருமாக
எப்போதும் வந்ததுபோல் ஏற்றகாளி புலையனவன்
அன்றைக்கும் அப்படியே ஆபத்து அறியாமல்
மறைந்தவர்கள் நிற்பதையும் மாயமாக சொல்வதையும்
காளிபுலையனவன் அறியாமல் கருக்கலாகும் நேரத்திலே

1574. பொந்துதடி- பூதங்கள் கையில் வைத்திருக்கும் பூதத்தடி
1577. மாலைமயங்கும்போது- கருக்கல்நேரம்
1581. மாயமாக- தந்திரமாக
1585. கருக்கல்- இரவு கூடும்நேரம்

மலைவிளையைச் சுற்றிப்பார்த்து வந்தான் இடைவழியில்
இடைவழியில் வந்துநின்று ஏற்றநல்ல பூதமது
பொந்துதடி தானெடுத்து போட்டிடுவார் இடுப்படியாய்
இடுப்பிலடி பட்டபோது ஏற்றகாளி புலையனவன்
ஏதெனவே இப்போது இந்தப்படி யாரடித்தார்
அடியதுதான் பட்டபோது அவன்நடக்க மாட்டாமல்
விழுந்து கிடந்துகொண்டு வீடதிலே ஆளனுப்பி
வீடதிலே சொன்னபோது விரும்பியந்த மனையாளும்
அடுத்தவீட்டில் புலைச்சிசென்று அதிகமுள்ள மன்னனோடே
அந்தச்செய்தி கேட்டபோதே அவர்களுமே ஓடிவந்து
ஆளதுதான் வந்தபோது அவனும்போய் சென்றனராம்
பெண்சாதி தனையழைத்து புத்தியேதோ சொல்லுவானாம்
விளக்கைக் கொளுத்திக் கொண்டு வேகத்திலே வருமுன்னேதான்
ஓரடியால் தானடித்து உடனேகொல்ல வேணுமென்று
மந்திரம் படிக்குமுன்னே மண்டையிலே போடுவாராம்
வாய்பிளக்க மாட்டாமல் வாணாலை வதைத்திடுவார்
பின்னாலே தான்விளக்கைப் புலைச்சி தானே கொண்டுவந்தாள்
சீவனது பார்த்தபோது செத்துக் கிடந்தானவன்

பூதம் புலையன் குடும்பத்தாரைக் கொல்லுதல்

ஏதெனவே என்றுசொல்லி ஏந்திழையாள் தானழுதாள்
ஆவலாதி கேட்டபோதே அடுத்தவீட்டார் ஏதுசொல்வார்
கிளையான பேர்களெல்லாம் கிட்டவந்து பார்த்திடுவார்
மாயமிது ஏதெனவே வந்தவர்கள் அத்தனையும்
பெண்சாதி தன்னோடே பிள்ளைகள் தான்கூடி
ஒன்றாகச் சாகவென்றுஉடனே மடிந்திடுவார்
மாயஅடி பட்டதுவும் மனுசருக்கும் தெரியாது
அன்றுகாளி தனையடக்கி அவரவர்கள் மனைபோனார்
எல்லோரும் இப்படித்தான் இன்றுஒன்று நாளையொன்றாய்
இப்படியே கொன்றுவிட்டு ஏற்றசேத்திர பாலசுவாமி

1586. மலைவிளை- மலைத்தோட்டம்

1605. ஆவலாதி- ஒப்பாரிச்சத்தம்

1606. கிளையானபேர்கள்- உறவினர்கள்

1611. காளிதனையடக்கி- காளிப்புலையன் பிணத்தைப் புதைத்துவிட்டு

சங்கிலிமா தலைவரோடே தானே ஈஸ்பரபாலனுமாய்
கருங்கண்மலைதன்னைவிட்டு கடந்தவர்கள் தான்போனாரே... 1615

பூதங்கள் கோசிமாபுரம் வருதல்

வீரமுள்ள புலையனையும் வீட்டிலுள்ள பேர்களையும்
கொன்று முடித்துவிட்டு கோசிமா புரமதிலே
போகவேணு மென்றுசொல்லி புறப்பட்டுத் தானடந்தார்
நடந்து சேத்திரபால சுவாமி சங்கிலிமா தலைவரோடே
ஈஸ்பர பாலருமாய் ஏற்றநம்பி அகரமதில் 1620
போகவேணு மென்றுசொல்லி புறப்பட்டுத் தானடந்தார்
நடந்து சேத்திரபால சுவாமி சங்கிலிமா தலைவரோடே
ஈஸ்பர பாலருமாய் ஏற்றநம்பி அகரமதில்
போகவேணு மென்றுசொல்லி பிரியமாய்த் தானடந்தார்
குட்டுவம் குளங்கடந்து கோசிமா புரத்தில் வந்தார் 1625

நம்பி, சோமாண்டி ஆகியோரைப் பூதம் கொல்லுதல்

வந்தசெய்தி அறியாமல் வாய்த்த சந்தன நம்பியானும்
ஆசியவள் சோமாண்டி அபாயம் வருமென்றுசொல்லி
தானறிய மாட்டாமல் சமைத்துக் கறிவைத்துக் கொண்டு
உண்டவர்கள் தானுறங்க ஒருசாம வேளையிலே
சென்றுபொந்து தடியெடுத்து சோமாண்டி தனையடித்து 1630
நம்பியவன் அறியாமல் நல்லுயிரை வாங்கிவிட்டார்
சற்றுநேரம் தான்கழித்து நம்பியவன் தான்முழித்து
சோமாண்டியைத் தானெழுப்பச் சத்தமது இல்லாமல்
சந்தனவாழ் நம்பியானும் தான்பதறி ஏதெனவே
சென்றவனும் விளக்கெடுத்து தீக்கொளுத்திப் பார்க்கையிலே 1635
சீவனது இல்லாமல் சோமாண்டி தானுறங்க
ஏதெனவே என்றுசொல்லி ஏற்றநல்ல சாத்திரத்தை
பார்க்கும் அந்தவேளையிலே பழிகாரப் பூதமது
புலையனுட குடும்பத்தையும் போய்முடித்துத் தான்திரும்பி
சோமாண்டி தனைக்கொன்று சிறந்தமலை போலேநிற்க 1640

1620. நம்பி அகரம்- சந்தனநம்பியின் வீடு
1629. சாமவேளை- நடு இரவு நேரம்

இப்படியே சாத்திரங்கள் இவன்மனதில் ஆனபோது
சோமாண்டி தன்னோடே சொன்னேன் நான் முன்னேதான்
கூப்பிட்டால் கேளாது கொல்லும்நம்மை என்றுசொல்லி
இன்றுதான் உறங்காமல் இருக்கவேணும் என்றிருந்தான்
கண்ணை மருட்டியவன் கைத்தடியால் தானடித்தார்
அடியதுதான் பட்டபோது அலறிவிழுந்தான் அவனும்
உரையாட்டம் இல்லாமல் உடன்போச்சு சீவனது
சங்கிலிமா பூதமது தானேதோ சொல்லிடுமாம்
செத்தவர்கள் தங்களையும் சென்றெடுக்க வந்தவர்களையும்
ஒன்றாகக் கொல்லவென்று உடன்நாமும் என்றுசொல்லி
அப்படியே ஆகட்டென்று அழகுசேத்திர பாலசுவாமி
நிற்குமந்த வேளையிலே நேரமது விடிந்ததுவே..

பூதம் ஊராரைக் கொல்லுதல்

ஊரிலுள்ள பேர்களெல்லாம் விளித்துமே வெளியில் வந்து
நம்பியுட அகரமதில் நல்லாசி சோமாண்டியவள்
என்றைக்கும் தான்விழித்து இதற்குமுன்னே தான்வருவாள்
இன்றைக்குக் காணவில்லை எழுப்புவோம் என்றுசொல்லி
தானவர்கள் சென்றெழுப்ப சத்தமது கண்டதில்லை
ஆனதினால் ஏதெனவே அவர்பார்த்தார் சோதனையை
சோதனையைப் பார்க்கையிலே செத்துக்கிடந்தார் அவர்களுமே
ஊரவர்கள் தானிறங்கி ஒன்றாகக் கூடிவந்து
தானவரை அடக்கியல்லோ தான்போனார் ஊரதிலே
வந்துநின்று அனைபேரும் மனத்துயரம் என்றுசொல்லி
சந்தமுடன் பூதமது தானேற காலத்திலே
கூடினபேர் அத்தனையும் கொன்று முடித்திடுமாம்
சந்தனவாழ் நம்பியவன் தானிருந்த ஊரதிலே

திருக்குறுங்குடி கரையாளர்களைப் பூதம் கொல்லுதல்

கூடினபேர் தனையும் கொன்று முடித்துவிட்டு
திருக்கணங் குடிதனிலே சொல்லவொண்ணா கரையாளர்

1645. கண்மருட்டுதல்- கண்மயங்கி இருத்தல்
1647. உரையாட்டம் - பேச்சுமூச்சு இல்லாமை
1661. அடக்கி - பிணங்களைப் புதைத்துவிட்டு
1663. சந்தமுடன்- கருத்துடன்

பூட்டைத் திறந்து அன்று புறத்தேதான் விட்டதுண்டால்
கரையாளன் இடமதிலே கலகமிட நீதியில்லை
வெட்டிப் பிளந்ததுதான் வேதனைகள் மெத்தவுண்டு   1670
ஆனதினால் கொல்லவேணும் அவனோடே தன்னோடே
என்றுசொல்லி பூதத்தானும் ஈஸ்பரபால சுவாமியுமாய்
திருக்கணங் குடிதனிலே செல்லுவாராம் சேத்திரபாலன்
சங்கிலி பூதத்தானும் தான்கூடி சென்றிடுமாம்
பொந்துதடி தானெடுத்து போய்நின்றுமூபேரும்   1675
சொல்லவொண்ணா கரையாளன் சீமானார் கூடவந்தான்
குடும்பத்திலே உள்ளவரும் கூண்டநல்ல அடிமைகளும்
பெண்சாதி பிள்ளையையும் பெரியகரை யாளனையும்
ஒக்கவொண்ணா தானடித்து ஒன்றாகச் சாகவென்று
மாயமாக தானடித்து வாணாலை வாங்குவாராம்   1680
இப்படியே தானடித்து எல்லோரையும் கொன்றுவிட்டு
பூதங்கள் மூபேரும் போகவென்று தானடந்தார்

பூதங்கள் மலைநம்பி கோயில் வந்து
மாயவரிடம் நடந்ததைச் சொல்லுதல்

மலைநம்பி கோயிலிலே மாயவனார் இடமதிலே
வந்துசேத்திர பாலசுவாமி வடவன் சங்கிலி தலைவரோடே
ஈஸ்பரபால சுவாமியோடே இவர்கள் மூபேருமாக   1685
சந்தமுடன் மாயவரைத் தான்தொழுது நின்றாரே..
சந்தமுடன் தொழுதுகொண்டு சேத்திர பாலனோடே
சங்கிலி மாபூதமது தானும் (சங்கிலி)
ஈஸ்பரபால சுவாமியுடன் இணக்கமுடன் மூபேரும்
இணங்கி அவரிடத்தில் சொல்ல (இணங்கி)   1690

1679. கலகமிட- துன்பம் செய்ய
1679. நீதியில்லை- நியாயமில்லை
1670-1671. வெட்டிப்பிளந்ததுதான்- புதையல் என நினைத்த பத்தாயத்தை வெளியே எடுத்தவுடன் அதனுள் இருந்த பூதத்தை வெளியில் விடாமல், புதையல் இருக்கிறது என்று பத்தாயத்தைக் கோடரியால் வெட்டிப்பிளந்த குற்றம்தான் கரையாளர்கள் கொல்லப்பட்டதற்கான காரணம்.
1676. சீமானார்- பணக்காரர்
1677. அடிமைகள்- கரையாளன் வீட்டில் தங்கியிருந்து வேலைபார்க்கும் பண்ணைக்காரர்கள்

மாயவரின் கேள்விக்குப் பூதம் பதில் கூறுதல்

அந்தநல்ல வேளையிலே அழகுநல்ல மாயவனார்
அதிகமுள்ள சேத்திர பாலாநீதான் (அதிகமுள்ள)
அந்தநல்ல பத்தாயத்தில் அபத்தம் வருமென்று சொல்லி
அறியாமல் எப்படித்தான் போனாய் (அறியாமல்)
என்றைக்கும் போல்குளிக்க மூபேரும் போகையிலே
ஏற்றநல்ல ஆற்றிலேதான் தானும் (ஏற்றநல்ல)
அன்றைக்கு அதிசயமாய் அங்கேயொரு பத்தாயம்
ஆற்றங்கரை தனியேதான் இருந்து (ஆற்றங்கரை)
இன்றுபார்க்க வேணுமென்று மூபேரும் போனோம்
ஏற்றநல்ல பாவையிரண்டு தானும் (ஏற்றநல்ல)
பெண்களைப் போல்பேசுறது புலையனவன் உண்டாக்கி
பெரியநல்ல சூத்திரமும் போட்டு (பெரியநல்ல)
மச்சாவி வாருமென்று வாய்பிளந்து பாடுதற்கு
மத்தாளம் கைத்தாளம் கொடுத்து (மத்தாளம்)
சேவித்த வார்த்தையென்று செய்திதனை அறியாமல்
சென்றுஎட்டிப் பார்த்தோம் மூபேரும் (சென்றுஎட்டி)
அன்றுமருண்டு தானும் அதுக்ககத்தே சென்றுவிட்டேன்
அவன்செய்த சூத்திரமதுவும் விழுந்து (அவன்செய்த)
பூட்டதுவும் பூட்டிக்கொண்டு புறத்தே வரமாட்டாமல்
பெண்களோடே தானிருந்து நானும் (பெண்களோடே)
அந்தநல்ல பத்தாயத்தை அவன்புதைத்துப் போனபின்பு
அன்றுமழை பெய்ததுவும் உம்மருளால் (அன்றுமழை)
சென்றுசங்கிலி பூதத்தானும் சொல்லவொண்ணா கரையாளன்
சீமானார் காளைரெண்டும் தானும் (சீமானார்)
கொண்டுவந்து தானிறுத்திக் குறித்தநல்ல நிலமதிலே
கோலாகல மாகஅவன் நிறுத்தி (கோலாகலமாக)
காளைகளைத் தேடிவந்த கரையாளன் தானவனும்
கலப்பைகளைக் கொண்டுவந்து உழுதான் (கலப்பை)
அன்றுதட்டி பத்தாயத்தை ஆகாயத்திலே எடுத்து
அடித்து உடைத்து விட்டானே (அடித்து)
உடைத்த கரையாளன் உடனேதான் புறத்தேவந்து
உற்றநல்ல நம்பியையும் கண்டேன் (உற்றநல்ல)

1693. அபத்தம்- ஆபத்து
1707. அதுக்ககத்தே- அதனுள்ளே, பத்தாயத்தின் உள்ளே

கண்டுமூபேருமாக காளிபுலையனையும்
காரிழை சோமாண்டியையும் கொன்றோம் (காரிழை)
சந்தனவாழ் நம்பியோடே தானேகரை யாளனையும்
தானேமூன்று பேருமாகக் கொன்றோம் (தானே)
சென்று மாயவனிடத்தில் செய்தியது தானும்சொல்ல
சீர்பாதம் தொழுது நிற்க வந்தோமே (சீர்பாதம்)..

பாவம் தீர பூதங்களைப் பாவநாசத்தில் நீராடி வருமாறு மாயவர் பணித்தல் விருத்தம்

தொழுதவர் நிற்கையிலே சொல்லுவாராம் மாயவனார்
கரையாளன் தனைக்கொன்றதற்கு கடும்பாவம் மெத்தவுண்டு
பாவமது தீருதற்கு பாவநாசக் கரைதனிலே
சென்றுதீர்த்தம் ஆடிக்கொண்டு சீக்கிரத்தில் வாருமென்றாரே

பூதங்கள் பாவநாசத்தில் குளித்தல்

அந்தவார்த்தை தனைக்கேட்டு அழகுசேத்திர பாலசுவாமி
சங்கிலிமா தலைவரோடே தானே ஈஸ்பரபாலனோடு
மாயவரை வழியனுப்பி வாய்த்த தீர்த்தம் ஆடவென்று
ஆடவென்று தீர்த்தமது ஆறதுவும் தான்கடந்து
கடந்து நடந்தவர்கள் களக்காடு ஊருமிட்டு
பரபரென்று வழிநடந்து பச்சையாறு தான்கடந்து

1728. சீர்பாதம்- திருப்பாதம்

1731. பாவநாசக்கரை- திருநெல்வேலி மாவட்டம் பாவநாசத்தில் ஓடிவரும் ஆற்றின் கரை

1732. தீர்த்தமாடி- பாவம் தீருவதற்குக் குளித்தல்

1737. களக்காடு- திருநெல்வேலி மாவட்டத்தில் கன்னியாகுமரி மாவட்டத்தின் அருகிலுள்ள ஓர் இடம். இம்மலைக்காட்டில் களாமரங்கள் ஏராளமாகக் காணப்பட்டதால் இவ்விடம் களக்காடு என்று அறியப்படுகிறது. இதன் பண்டைய பெயர் திருக்களந்தை என்பதாகும். இராவணன் சீதையை இங்கிருந்து கவர்ந்து சென்றான் என்று கூறப்படுகிறது, அதனால் இவ்விடத்திற்குச் சோரகாடவி என்ற பெயரும் உண்டு.

1738. பச்சையாறு-மேற்குத்தொடர்ச்சி மலைகளின் கிழக்குச் சரிவில் தோன்றும் ஓர் ஆறு. இது தமிழகப் பகுதியில் உற்பத்தியாகி ஓடி, பின்னர் தாமிரபரணி ஆற்றில் கலக்கிறது. இதன் நீளம் முப்பத்திரண்டு கிலோமீட்டர் ஆகும்.

பிரியமுடனே நடந்து பெரிய சேத்திரபால சுவாமி
பெரியாறு தான்கடந்து பேசிபேசி வழிநடந்து   *1740*
பாவினையாய் வழிநடந்து பாவநாசக் கரையில்சென்று
பாவநாசக் கரைதனிலே பாரிலுள்ள மனிதரெல்லாம்
மனிதரெல்லாம் தீர்த்தமாடி வந்ததிலே குளிக்கவென்று
நல்லதீர்த்தம் என்றுசொல்லி நாமும் தீர்த்தம் ஆடவேணும்
சேத்திரபால சுவாமியோடே ஏற்ற சங்கிலி தலைவர்களும்   *1745*
ஈஸ்பரபால சுவாமியுமாய் இவர்கள் மூபேருமாக
பாவம்தீர வேணுமென்று பச்சைமால் தனைத்தொழுது
பாவநாசக் கரையதிலே பரிந்து தீர்த்தம் ஆடுவாராம்
இந்தநல்ல தலமதிலே ஏற்றதீர்த்தம் ஆடிக்கொண்டு
தீர்த்தமது தானாடி செல்லுவாராம் கோயிலிலே   *1750*
பாவமது தீருமென்று பச்சைமால் தனைத்தொழுதார்
ஆனதினால் இத்தலத்தில் அங்கிருந்து இங்குவந்தோம்
பாவமது தீரவேணும் பாவநாசப் பெருமாளே
என்றுசேத்திர பாலசுவாமியோடே ஏற்றசங்கிலி தலைவர்களும்
ஈஸ்பரபால சுவாமியோடே இவர்கள்தீர்த்தம் ஆடிக்கொண்டு   *1755*
தீர்த்தமது ஆடிக்கொண்டு தெற்கே நோக்கி நடந்தார்

பூதங்கள் பாவநாசத்தில் குளித்துவிட்டுத் திரும்புதல்

தெற்கே நோக்கி தானடந்து சிறந்தபச்சை யாறுமிட்டு
ஆறதுவும் தான்கடந்து அழகர் சேத்திரபால சுவாமி
சங்கிலிமா தலைவரோடே தானேஈஸ்பர பாலசுவாமியுமாய்
பொந்துத்தடி தானெடுத்துப் புறப்பட்டு வருகையிலே   *1760*

துகழமுத்து புகழமுத்து கன்னியர் கதை

வருகிற வேளையிலே வாய்த்தவட சீமையிலே
வடசீமை யானதிலே வகுத்தரனார் அருளாலே

1740. பெரியாறு- திருநெல்வேலி மாவட்டத்தில் சிவகிரி மலைப்பகுதியில் உருவாகும் பெரியாறு, மேற்குத்தொடர்ச்சி மலைகளைத் தழுவி கேரளாவின் மலைப்பகுதியில் உருவாகும் முல்லையாற்றுடன் முல்லைக்கொடி என்னுமிடத்தில் சங்கமித்து முல்லைப்பெரியாறு ஆகிறது.
1747. பச்சைமால்- திருமால்
1753. பாவநாசப்பெருமாள்- பாவநாசத்தில் குடியிருக்கும் திருமால்
1761. வடசீமை- வடக்குத் திசைப் பிரதேசம்
1762. அரனார் அருள்- சிவனருள்

மாயனுட செயலாலே வாய்த்தவட நாடதிலே
வடநாடு ஆனதிலே வாய்த்ததெய்வ லோகமதில்

கன்னியர்கள் கல்லறையைக் காணுதல்

சிவனுடைய அருளாலே சென்றந்த கன்னியர்கள் 1765
தெய்வலோக மானதிலே சிறந்த கல்லறைகளாம்
கல்லறை வளர்ந்திருக்கும் கமுகினங்கள் பூச்சொரியும்
கல்லாலே கதவுமிட்டு கடுகெனவே கன்னியர்கள்
இப்படியே கன்னியர்கள் எமலோக மானதிலே
கல்லறைக்கு அருகாக கலந்து கொஞ்ச கன்னியர்கள் 1770
கல்லறையில் இருந்ததுவும் இந்தக்கன்னியர்க்குத் தெரியாது
தெரியாது கன்னியர்க்குச் சிறந்தநல்ல கல்லறைதான்
கல்லறைக்குள் இருந்தபேரை கயிலாசம் சென்றவர்
அல்லாமல் ஒருவருமே அறியமாட்டார் கல்லறையை

கன்னியர்கள் தானிய முளை வைக்கச் செல்லுதல்

இந்தநல்ல கன்னியர்கள் இனிபோவோம் முளைகள் வைக்க 1775
முளைகள் வைக்கப் போறதையும் மொய்குழல்மார் தானறிந்தார்
கல்லறைக்குள் இருந்தாலும் அந்தக்கன்னியர் சொல்வதையும்
அக்காளும் தங்கையுமாய் அவர்களோடு கூடிப்போவோம்
இவர்களோடு போனதுண்டால் இவர்கள்நம்மை அறிவாரோ
அறிவாரோ என்றுசொன்னதுவும் புகழமுத்து ஏதுசொல்வார் 1780

கன்னியர்கள் கல்லறையைத் திறத்தல்

தனியேநாம் போனதுண்டால் தடமும் தெரியாது
தடமும் தெரியாது தங்கையரே என்றுசொன்னாள்
அப்படியே சம்மதித்து அக்காளும் தங்கையுமாய்

1764. தெய்வலோகம்- வானுலகம்
1765. கன்னியர்கள்- கன்னிப்பெண்கள்
1766. கல்லறைகள்- கல்லினால் கட்டப்பட்ட அறைகள்
1775. முளைகள்- முளைப்பாலிகை
1780. புகழமுத்து- தெய்வலோகக் கன்னி

ஒருநாளும் திறக்காத கல்லறையை நாம்திறப்போம்
கல்லறையைத் திறந்ததுண்டால் கன்னியரைக் கண்டிடலாம்
இருபேரும் சம்மதித்து இவர்திறந்தார் கல்லறையை
கல்லறையைத் திறந்ததுவும் கதவோசை சத்தமது
இடிமுழக்கம் கேட்டதுபோல் இங்கேதான் கேட்டிடுமாம்
அருகாக இருந்த பெண்கள் அதிசயத்தைக் கேட்டபோது
கேட்டபோது கன்னியரும் கெர்விதமாய் எழுந்திருந்து
பார்த்துவருவோம் என்றுபாவையர் கள் ஐந்துபேரும்
போறபோது கன்னியர்கள் புகழ்பெரிய கல்லறையை
கல்லறையைக் கண்டபோது காலயர்ந்து சோர்ந்திடுமாம்
தூரவேதான் நின்றுகொண்டு சொல்லுவாராம் கன்னியர்கள்
ஈதேது கல்லறைதான் எமலோகம் ஆனதிலே
இத்தனைநாள் நாமிருந்தோம் இந்தஅறையைக் கண்டதில்லை
கல்லறை கிட்டவேதான் கன்னியரே போவோமென்றார்
அப்படியே சம்மதித்து அந்தநல்ல கன்னியரும்
எப்படித்தான் இருந்தாலும் கல்லறையை நாம்பார்ப்போம்
அயர்ந்து சோர்ந்து காலதுதான் அதிவேகமாக வேதான்
கல்லறை வாசலதைக் கண்டாரே கன்னியரும்
வாசலது திறந்திருக்கு வாய்த்தநல்ல தோழியரே

கல்லறைக்குள் இருக்கும் பிற கன்னியரைக் காணுதல்

கல்லறைக்குள் இரண்டுபேர் காவினம்போல் இருக்கிறார்கள்
நம்மைப்போல் இரண்டுபெண்கள் நாயகிமார் இருக்கிறார்கள்
இனிநமக்குப் பயமுமில்லை ஏற்றதெய்வ லோகமதில்
கல்லறைக்குள் தானிருக்கும் கன்னியரும் கண்டாரே
புகழமுத்தும் துகழமுத்தும் பூரணமாய்க் கண்டாரே
கலந்துமொழி பேசிக்கொண்டு கன்னியர்கள் இருக்கும்நேரம்
வாசலிலே வந்துநின்று வாய்த்ததொரு கன்னியர்கள்
கதிரோன் உதித்ததுபோல் கன்னியர்கள் இருபேரும்

1793. காலயர்ந்து- கால்சோர்ந்து
1794. தூரவே- தொலைவில்
1795. எமலோகம்- எமதர்மன் இருப்பிடம்
1803. காவினம்- கலைமகள்
1807. துகழமுத்து- தெய்வலோகக் கன்னி
1807. பூரணமாய்- முழுமையாய்

தூரநின்று பார்த்திடுவார் தோகையாள் ஐந்துபேரும்
எங்கள்கிட்டே வாருங்கள் ஏற்றநல்ல தோழியரே
ஐந்துபேரும் வந்துநின்று அதிசயத்தைத் தான்பார்த்து

கன்னியர் எழுவரும் முளைவைத்தல்

புகழமுத்தும் துகழமுத்தும் புகழ்ந்து..... பேசுவாராம்
கலந்துமொழி பேசிக்கொண்டு கன்னியர்கள் இருக்கும்நேரம்
நாங்கள்போறோம் என்றுசொல்லி நாயகிமார் எழுந்திருந்தார்
புகழமுத்தும் துகழமுத்தும் பூரணமாய் ஏதுசொல்வார்
கொஞ்சநேரம் சென்றுநீங்கள் போகலாம் தோழியரே
கொஞ்சநேரம் செல்லுமானால் கோதையரே முடக்கம் வரும்
முடக்கமது வருமென்றீரே மொய்குழலே தோழியரே
எங்கேதான் நீங்கள் போறீர் எனக் கேட்டார் இவர்களுமே
நாங்களுமே ஐந்துபேரும் நல்ல முளை வைக்கப் போறாம்
போறாரே முளைகள் வைத்து புகழ்பெரிய தோழியோடே
நாங்களுமே உங்களோடே ந ல்லமுளை வைக்கவாறோம்
வாறோமென்று சொன்னபோது மனம்தளர்ந்து ஐந்துபேரும்
கல்லறையைத் தானடைத்து கன்னியரே வாருமென்றார்
போவோமென்று கன்னியர்கள் புகழ்ந்து ஏழுபேருமாக
தெய்வலோகம் ஆனதிலே சிறந்தபெண்கள் ஏழுபேரும்
வாய்த்த தெய்வலோகமிட்டு வந்தார் பச்சையாறதிலே
பச்சையாறு தனிலேவந்து பாவையர்கள் ஏழுபேரும்
முளைவைக்க வேணுமென்று மெல்லியர் அந்தபெண்களுமே
துகழமுத்தும் புகழமுத்தும் தோகையர்கள் தான்கூடி
வந்துபச்சை யாறதிலே வாய்த்தமுளை தானும்வைத்தார்
மலையருகே முளையும் வைத்தார் வாய்த்த நல்ல பாவையர்கள்
சுனையருகே முளைகள் வைத்தார் துகழமுத்தும் புகழமுத்தும்
எல்லோரும் வைத்தமுளை ஏழாம்நாள் முளைத்திடுமாம்
முளைத்து வளர்ந்திடுமாம் வேண்டுவண்ணம் தானோடி
நல்லமுளை என்றுசொல்லி நாயகிமார் தான்மகிழ்ந்தார்
புகழமுத்தும் துகழமுத்தும் தோகையர்கள் வைத்தமுளை
ஏழாம்நாள் முளைக்கவில்லை எழும்பிவரவு மில்லை

1819. முடக்கம்-தடை
1828. தெய்வலோகம்- வானுலகம்
1829. பச்சையாறு- அடிஎண். *1738*-ஐக் காண்க

முளைக்கவில்லை என்றுசொல்லி முகம்கோணி இருபேரும்
இருக்கிற வேளையிலே ஏற்றகன்னி மார்களெல்லாம்
முளைவைத்து பலனும்கண்டோம் மெல்லியரே போவோமென்று
துகழமுத்தும் புகழமுத்தும் சொல்வாராம் பெண்களோடே
நாங்கள்வைத்த முளையதுதான் நல்லமுளை கண்டதில்லை
மறுமுளைதான் வைக்கவேணும் மங்கையரே போங்களென்றார்
போங்களென்று சொன்னபோது புகழ்ந்து அந்ததோழியரும்
கூடிவந்தோம் வருகையிலே கூண்டநல்ல தோழியரே
போங்கோநீங்கள் தோழியரே என்றுபுகழ்ந்து மொழிசொன்னார்கள்
என்றவர்கள் சொன்னபோது ஏந்திழைமார் தான்போனார்
மங்கையர்கள் போனபோது மறுமுளைதான் வைக்கவென்று
மறுமுளைதான் வைக்குமுன்னே மாரிமழை பொழிந்திடுமாம்
மாரிமழை பொழிந்ததிலே வாய்த்தசுனை பொங்கிடுமாமே..

இரு கன்னியர் ஆற்றில் செல்லுதல்

சுனையதுதான் பொங்கினதை தோகையர்கள் அறியாமல்
வேறுமுளை வைக்குமுன்னே வெள்ளமது இழுத்திடுமாம்
துகழமுத்தும் புகழமுத்தும் தோகையர்கள் இருபேரும்
ஆற்றுவெள்ளத்தில் மிதந்து அவர்கள் வாறவேளையிலே
துகழமுத்து ஆனவள்தான் சொல்லுவாளாம் ஒருவார்த்தை
ஆளோடே போகாமல் அகப்பட்டோம் இருபேரும்
இப்படித்தான் பிரமாவும் எழுதிவிட்டார் தான்நமக்கு
கண்டடுக்க யாருமில்லை கையேற்பார் ஒருவரில்லை

கன்னியரைப் பூதங்கள் காணுதல்

என்றுசொல்லி இருபேரும் வெள்ளத்திலே வரும்போது
சேத்திரபால சுவாமியோடே தீரன்சங்கிலி பூதத்தானும்
ஈஸ்பரபால சுவாமியோடே இவர்கள் மூபேருமாக
தீர்த்தமாடி மூபேரும் தெற்குநோக்கி வரும்போது

1841. முகம்கோணி- முகம் மாறுபட்டு
1851. மறுமுளை- ஒரு முறை முளைக்காததால் மற்றொருமுறை முளைப்பதற்கு நவதானியங்களை வைப்பது
1855. வெள்ளம்- பெருக்கெடுத்த தண்ணீர்
1861. கண்டடுக்க- கண்டு நெருங்க
1861. கையேற்பார்- கைகொடுத்துக் காப்பாற்றுபவர்

வரும்வழியில் பச்சையாறதிலே மங்கையர்கள் இருபேரும்
கனிநவ்வல் தான்பழுத்து கனபழங்கள்தான் சொரிய
நவ்வல் கனியானதையும் நாயகிமார் கண்டபோது
வெள்ளம்கொண்டு போகக்கண்டு விரைவாக இறங்கியவர்
கையைப்பிடித்து அவர்கரைதனிலே நிறுத்துவாராம்
திவக்கங்கள் தீருமட்டும் தானிருந்தார் இருபேரும்
துகழமுத்தும் புகழமுத்தும் தோகையர்கள் இருபேரும்
திவக்கங்கள் தீர்ந்தபின்பு தானாக வேணுமென்று
வேணுமென்று சொன்னபோது மெல்லியரைத் தான்கூட்டி
பச்சையாறு தான்கடந்து பரபரென வழிநடந்து

பூதங்கள் உதவியோடு கன்னியர் பழம் பறித்தல்

வருகிற வழிதனிலே வாய்த்தகனி நவ்வல் மரம்
கனிநவ்வல்தான் பழுத்து கனபழங்கள் தான்சொரிய
நவ்வல்கனி ஆனதையும் நாயகிமார் கண்டபோது
இந்தக்கனி எங்களுக்கு இச்சையாகத் தானிருக்கு
இந்தக்கனி எங்களுக்குத் தான்பறித்துத் தாருமென்றார்
தாருமென்று கேட்டபோது தானேசேத்திர பாலசுவாமி
ஆறுகொண்டு போகையிலே அன்றுகரை ஏற்றிவிட்டேன்
கரையேற்றி விட்டதல்லால் காரணங்கள் கேட்கவில்லை
வழியிலே தானும்வந்து வாய்த்ததென்று தானுமிப்போ
சங்கிலிமா பூதத்தானே மரம்தாரும் என்றார்

கன்னியர்கள் மரத்தில் தொங்குதல்

காலுகொண்டு தான்மிதித்து கனிநவ்வல் தாழ்ந்திடுமாம்
நவ்வலது தாழ்ந்தபோது நாயகிமார் தன்னையும்தான்
மெல்லியரே உங்களுக்கு வேணுமென்ற பழம்பறிங்கோ
என்றமொழி தான்கேட்டு ஏற்றநல்ல கன்னியர்கள்
குழந்தைகள் போலிருக்கும் கொப்பதையும் பிடித்துக்கொண்டு
கனிபழம் பறிக்குமுன்னே காலதையும் எடுத்துவிட்டார்

1867. கனிநவ்வல்- நாவல்பழம்
1871. திவக்கங்கள்- மூச்சிரைத்தல்
1877. கனபழங்கள்- ஏராளமான பழங்கள்
1890. கொப்பு- மரக்கிளை

மருதமரம் ஆனதிலே வெளவால் தூங்கினாப் போல்
நவ்வல்மர மானதிலே நாயகிமார் தூங்குவாராம்
தூங்குமந்த வேளையிலே துகழ முத்து சொல்வாளாம்
ஆறதுவும் தான்கடத்தி அப்புறத்தில் கூட்டிவந்து
இந்தமரம் ஆனதிலே எங்கள்பழி ஏக்குகிறீர்
ஏக்குகிறீர் என்றபோது ஏற்றசங்கிலி சுவாமியவர்
வார்த்தையதும் நான்மடிவேன் வாழும்சங்கிலி பூதத்தானே
வார்த்தை கன்னிமார்கள்சொல்ல வடிவழகன் சேத்திரபால சுவாமி
பாரியாய் இருப்பேனென்று பாவையரே சொல்லுமென்றார்

பூதங்களுக்கு மனைவியாக இருப்பதாக தெய்வக்கன்னியர் வாக்குறுதி அளித்தல்

இன்றுமுதல் பாரியாக இருப்போம் இனியென்று
மாயவர்மேல் ஆணையிட்டாள் மங்கை துகழமுத்தவளும்
துகழமுத்தும் புகழமுத்தும் சொல்லி ஆணையிட்டபோது
சொல்லி ஆணையிட்டதுவும் சென்றுநவ்வல் மரமதையும்
மிதித்தே தாழ்த்திடுவார் சங்கிலிமா தலைவர்களும்
மரமதுதான் தாழ்ந்தபோது மங்கையர்கள் இறங்கிவந்தார்
கனியது தான்வேணு மென்றால் கையாலே பறியுமென்றார்
வேணுமென்ற நவ்வல்கனி மெல்லியர்கள் பறித்துதின்றார்
கனியதுதான் தின்றபோது கன்னியரைக் கூட்டிக்கொண்டு
மலைநம்பி கோயில்நோக்கி வந்தாரே இவர்கள் ஐந்துபேரும்..

பூதங்கள் கன்னியரோடு மலைநம்பி கோயிலுக்கு வருதல்

மலைநம்பி கோயிலிலே வந்துநின்று ஐந்துபேரும்
மாயவரைத் தானும் தொழுதாரே (மாயவரை)
அந்தநல்ல கோயிலிலே அழகுநல்ல மாயவனார்
ஆயிழைமார் எங்கிருந்து என்றார் (ஆயிழை)
எங்கிருந்து என்றபோது ஏற்றசேத்திர பாலசுவாமி
ஏதுமொழி மாயனோடே சொல்வார் (ஏதுமொழி)

1892. மருதமரம்- ஒருவகை மரம்
1892. வெளவால் தூங்கினாப்போல்- மரத்தில் வெளவால் தொங்கிக்கிடப்பதுபோல்
1900. பாரியாய்- மனைவியாய்

தீர்த்தமது ஆடிக்கொண்டு திரும்பி நாங்களும் வருகையிலே
சிறந்தநல்லபச்சையாறு தன்னில் *(சிறந்த)*
வெள்ளமது கொண்டுவர மெல்லியரைக் கண்டுநாங்கள்
வேணுமென்று தானும்கரை ஏற்றி *(வேணுமென்று)*   1920
பாரியாய் இருப்போமென்று பாவையரைக் கொண்டுவந்தோம்
பச்சைமால் மனதுவுண்டானால் *(பச்சைமால்)*
வைத்துக்கொள்ள கற்பனைதான் மாயவனார் மனதுண்டானால்
மங்கையரை நாம் இருத்திக் கொள்வோம் *(மங்கையரை)*
அல்லது போனதுண்டால் அவர்களையும் போகச்சொல்ல   1925
அங்கிருந்து கற்பனை வேணும் *(அங்கிருந்து)*
அவர்களையும் பாரியாக அருள்புரிந்தார் மாயவனார்
அல்லவென்று நாங்கள் சொல்லவேண்டாம் *(அல்லவென்று)*
மங்கையரைப் பாரியாக வைத்துக்கொள்ளும் என்றுசொல்லி
மாயவனார் அருள்புரிந்தாரே *(மாயவனார்)*   1930
அந்தமொழி கேட்டபோது அழகுசேத்திர பாலசுவாமி
அழகுநல்ல சங்கிலி பூத்தானும் *(அழகுநல்ல)*
என்றமொழி கேட்டபோதே ஏற்றநல்ல மாயவனார்
ஈஸ்பரபால சுவாமியோடே சொல்வார் *(ஈஸ்பர)*
வைத்திருந்தார் அன்றுமுதல் மங்கையரைப் பாரியாக   1935
மாயவரைச் சேவித்து அவர்நின்றார் *(மாயவரைச்)*
சங்கையுடன் முன்போலே தானே சேத்திரபாலசுவாமி
எங்கள் பெருமாள் சுவாமிக்குத் திருநடனம் புரிந்துநின்றாரே

சுபம், முற்றும்

●

1923. கற்பனைதான்- விருப்பம்தான்
1926. கற்பனை- கட்டளை

துணைநின்ற நூல்கள்

ஆறுமுகப்பெருமாள் நாடார், தோட்டுக்காரி அம்மன்கதை, செந்தாமரை அச்சகம், திங்கள் சந்தை, 1981.

கழகப்புலவர் குழு, கழகத் தமிழ் அகராதி, கழகவெளியீடு, சென்னை, 2003

காமராசு முத்தாலங்குறிச்சி, நெல்லை வைணவத் தலங்கள், காவ்யா, சென்னை, 2010

கிருஷ்ணன், என்.டி, வடக்குவீட்டு வம்ச வரலாறு, ஜெய்கிருஷ்ணா பதிப்பகம், நாகர்கோவில், 2002

சாந்தி சாதனா, தமிழ்க் கல்வெட்டுச் சொல்லகராதி, சாமியர்ஸ் சாலை, சென்னை, 2003

சாமி, பி.எல், தமிழ் இலக்கியத்தில் தாய்த் தெய்வ வழிபாடு, என்.சி.பி.எச், சென்னை, 2003

சாமிநாதையர், உ.வே. (பதி), சிலப்பதிகாரம் மூலமும் அடியார்க்கு நல்லார்உரையும், உ.வே.சா. நூல் நிலையம், அடையாறு, சென்னை, 1927

சாமிநாதையர்,உ.வே.(பதி), மணிமேகலை மூலமும் உரையும், வீனஸ் அச்சகம்,புரசைவாக்கம், சென்னை, 1949

சிங்காரவேலு முதலியார், அபிதானசிந்தாமணி, ஏசியன் எடுகேசனல் சர்வீசஸ், புதுதில்லி, 1988

தசரதன், ஆ, பத்மநாபசுவாமி கதைப்பாடல், தமிழ் ஓலைச்சுவடிகள் பாதுகாப்பு மையம், சென்னை, 2005

தமிழ்நாடன் (மொ.ஆ), மநுதர்மம், காவ்யா, சென்னை, 2011

தனபாக்கியம், ஜி, இலங்கையில் தொல்லியல் ஆய்வுகளும் திராவிடக் கலாச்சாரமும், மணிமேகலை பிரசுரம், சென்னை, 2001

தெய்வநாயகம், கோ, கோயில் வாகனங்கள், மெய்யப்பன் பதிப்பகம், சிதம்பரம், 2003

நடராசன், பே, திருக்குறுங்குடி நம்பிகோவிலின் வழிபாடும் திருவிழாக்களும், தியாகராஜநகர், திருநெல்வேலி, 1998

நாராயண வேலுப்பிள்ளை, எம்,(உரை), வில்லிபாரதம், பூம்புகார் பதிப்பகம், சென்னை, 2006

புலியூர்க்கேசிகன்(உரை), முக்கூடற்பள்ளு தெளிவுரை, பாரிநிலையம், சென்னை, 2001.

பெரிய திருவடி(பதி), நாலாயிர திவ்வபிரபந்தம், காரிமாறன் கலைக்காப்பகம், சென்னை, 2001

பெருமாள் அ.கா, ஸ்ரீகுமார் எஸ், பொன்னிறத்தாள் கதை, என்.சி.பி.எச், சென்னை, 1997

மீனாட்சி சுந்தரனார் தெ.பொ (பதி), மாகபுராண அம்மானை, அரசினர் கீழ்த்திசை சுவடிகள் நூலகம், சென்னை, 1971

லக்ஷ்மி சுப்ரமணியன், ஆர், மாரிஅன்பன், இதிகாசக்களஞ்சியம், ஸ்ரீலக்ஷ்மி பிரசுரம், சென்னை, 2006.

விவேகானந்தன், சிவ, பிரமசக்தியம்மன் கதை, சோபிதம் பதிப்பகம், நாகர்கோவில், 1987

விவேகானந்தன், சிவ, பிரமசக்தியம்மன் பிறவிகள், சோபிதம் பதிப்பகம், நாகர்கோவில், 1989

விவேகானந்தன், சிவ, செங்கிடாக்காறன் கதை, ஸ்ரீகண்ணன் பதிப்பகம், கோவில்பட்டி, 1994

விவேகானந்தன், சிவ, வலைவீசுகாவியம், காவ்யா, சென்னை, 2006

விவேகானந்தன், சிவ, நீலன்சரிதம், காவ்யா, சென்னை, 2008

விவேகானந்தன், சிவ, பெண்ணரசுகாவியம், காவ்யா, சென்னை, 2012

விவேகானந்தன், சிவ, வள்ளிநாடகம், காவ்யா, சென்னை, 2014

விவேகானந்தன், சிவ, ஆவிகள் பூதங்கள் பேய்கள்: வரலாறும் வழிபாடும், காவ்யா, சென்னை, 2015.

வைத்தியநாதன், எச், பாகவதக்கதை, தமிழ்ப்புத்தகாயம், சென்னை, 1985

புகைப்படங்கள்

குமரிநாட்டு அகஸ்தீஸ்வரம் தாலுகா மணிகட்டிபொட்டல்
அருகிலுள்ள பெருங்குளம் பூதத்தார்

பெருங்குளத்தில் பூதம் உறைந்திருக்கும் தர்மசாஸ்தா கோயிலின்
நுழைவு வாயில்

தோவாளை தாலுகா கடுக்கரை தெற்குத் தெருவில் பூதத்தாருக்காக வடிவமைக்கப்பட்டுள்ள பீடம்.

கடுக்கரை தெற்குத் தெருவில் அமைந்துள்ள பூதத்தான் கோயில்

கடுக்கரை வடக்குத் தெருவில் அமைந்துள்ள தம்பிரான் கோவிலின் தென்புறம் அமைந்துள்ள பூதத்தான் கோயிலின் தோற்றம்

தோவாளை தாலுகா இறச்சகுளம் குறுந்தாழ் பூதத்தான்

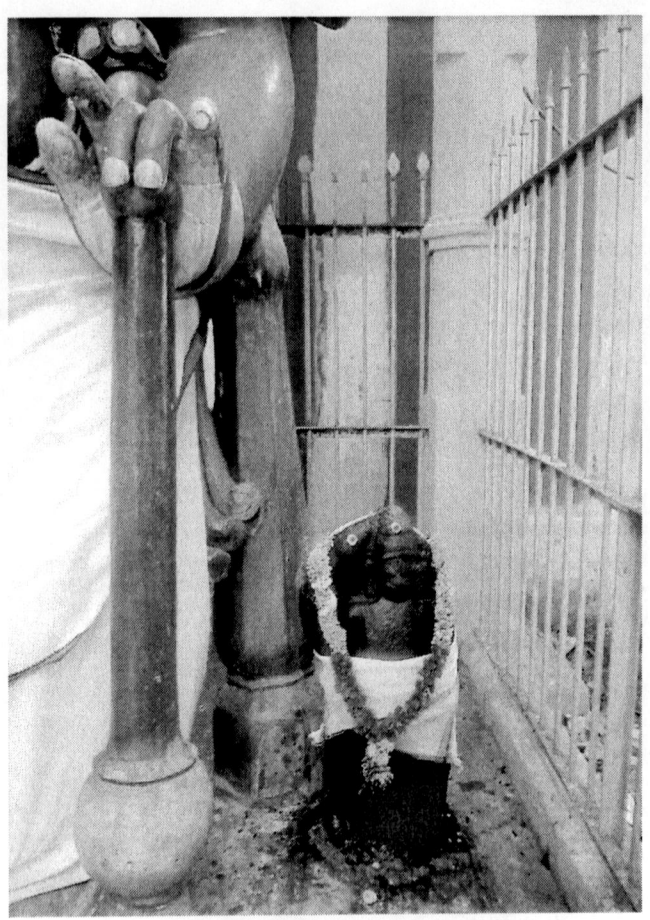

இறச்சகுளம் குறுந்தாழ் பூதத்தாரின் இடக்கையில் அமைந்துள்ள பூதத்தடி

இறச்சகுளம் குறுந்தாழ் பூதத்தாரின் வலக்கை சிங்கம் மற்றும் நாகத்தின் மேல் அமைந்துள்ள விதம்

இறச்சகுளம் குறுந்தாழ் பூதத்தாரின் மருட்டிய பார்வையும் வலக்கையில் ஓர் ஆயுதமும்

இறச்சகுளம் குறுந்தாழ் பூதத்தார் கோயில்

தோவாளை தாலுகா பூதப்பாண்டியில் அமைந்துள்ள
பூதலிங்கசுவாமி திருக்கோயிலின் நுழைவு வாயில் கோபுரம்.
துவாரபாலகர்களாக இரு பூதங்கள்

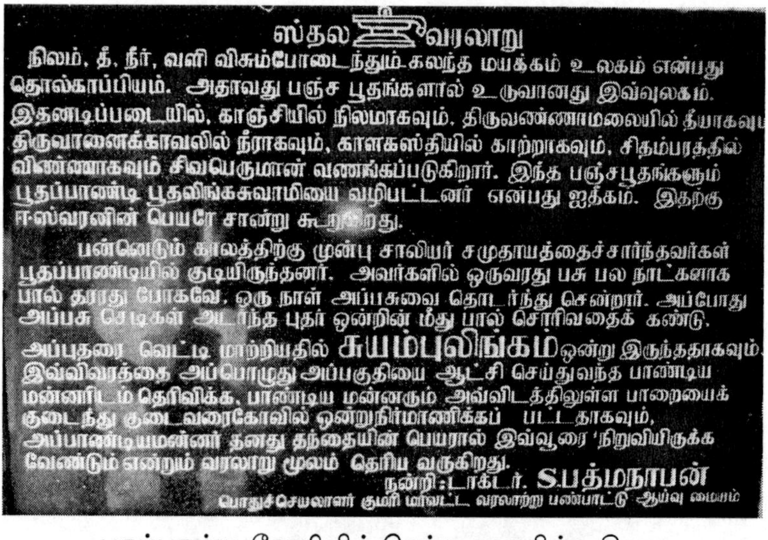

ஸ்தல வரலாறு

நிலம், தீ, நீர், வளி விசும்போடைந்தும் கலந்த மயக்கம் உலகம் என்பது தொல்காப்பியம். அதாவது பஞ்ச பூதங்களால் உருவானது இவ்வுலகம். இதனடிப்படையில், காஞ்சியில் நிலமாகவும், திருவண்ணாமலையில் தீயாகவும் திருவானைக்காவலில் நீராகவும், காளகஸ்தியில் காற்றாகவும், சிதம்பரத்தில் விண்ணாகவும் சிவபெருமான் வணங்கப்படுகிறார். இந்த பஞ்சபூதங்களும் பூதப்பாண்டி பூதலிங்கசுவாமியை வழிபட்டனர் என்பது ஐதீகம். இதற்கு ஈஸ்வரனின் பெயரே சான்று கூறுகிறது.

பன்னெடும் காலத்திற்கு முன்பு சாலியர் சமுதாயத்தைச்சார்ந்தவர்கள் பூதப்பாண்டியில் குடியிருந்தனர். அவர்களில் ஒருவரது பசு பல நாட்களாக பால் தராது போகவே, ஒரு நாள் அப்பசுவை தொடர்ந்து சென்றார். அப்போது அப்பசு செடிகள் அடர்ந்த புதர் ஒன்றின் மீது பால் சொரிவதைக் கண்டு. அப்புதரை வெட்டி மாற்றியதில் சுயம்புலிங்கம் ஒன்று இருந்ததாகவும். இவ்விவரத்தை அப்பொழுது அப்பகுதியை ஆட்சி செய்துவந்த பாண்டிய மன்னரிடம் தெரிவிக்க, பாண்டிய மன்னரும் அவ்விடத்திலுள்ள பாறையைக் குடைந்து குடைவரைகோவில் ஒன்றுநிர்மாணிக்கப் பட்டதாகவும், அப்பாண்டியமன்னர் தனது தந்தையின் பெயரால் இவ்வூரை 'நிறுவியிருக்க வேண்டும் என்றும் வரலாறு மூலம் தெரிய வருகிறது.

நன்றி: டாக்டர். S.பத்மநாபன்
பொதுச்செயலாளர் குமரி மாவட்ட வரலாற்று பண்பாட்டு ஆய்வு மையம்

பூதப்பாண்டி கோயிலில் தெற்கு வாசலில் புதிதாக
அமைக்கப்பட்டுள்ள கல்வெட்டு

பூதப்பாண்டி கோயிலில் தெற்குவாசலில் வரையப்பட்டுள்ள
பூதலிங்கசுவாமி திருவுருவம்

பூதப்பாண்டி கோயிலின் கிழக்கு வாயில்

பூதப்பாண்டி கோயிலில் அமைந்துள்ள பூதத்தேர்

பூதப்பாண்டி கோயில் தேரில் அமைந்துள்ள ஒரு பூதம்

பூதப்பாண்டி கோயில் தேரில் அமைந்துள்ள இன்னொரு பூதம். தூக்கிய வலக்கையில் பூதத்தடியையும் தொங்கிய இடக்கையில் பூதத்தடியையும் கொண்டு விளங்குகிறது

பூதப்பாண்டி கோயில் தேரில் அமைந்துள்ள மற்றொரு பூதம். வலக்கையில் சாமரத்தை உள்ளங்கையில் மாற்றிப் பிடித்தும் இடக்கையில் பூதத்தடியையும் கொண்டு விளங்குகிறது

பூதப்பாண்டி கோயில் தேரில் அமைந்துள்ள அடுத்ததொரு பூதம்.
இடக்கையில் ஒரு கமண்டலத்தையும் வலக்கையில்
பூதத்தடியையும் கொண்டு விளங்குகிறது

பூதப்பாண்டி கோயில் தேரில் அமைந்துள்ள ஒரு பூதம்.
வலக்கையை நோக்கியவாறு உயர்த்தியும் இடக்கையில்
பூதத்தடியையும் கொண்டு விளங்கிறது

பூதப்பாண்டி கோயில் தேரில் அமைந்துள்ள ஒரு பூதம். வலக்கையில் சாமரமும் இடக்கையில் பூதத்தடியும் கொண்டு விளங்குகிறது.

பூதப்பாண்டி கோயில் தேரில் அமைந்துள்ள ஒரு பூதம். தூக்கிய இடக்கையில் பூதத்தடியையும் தொங்கிய வலக்கையில் பூதத்தடியையும் கொண்டு விளங்குகிறது.

பூதப்பாண்டி கோயில் தேரின் இடப்பக்கக் குதிரை

பூதப்பாண்டி கோயில் தேரின் வலப்பக்கக் குதிரை

பூதப்பாண்டி கோயில் தேரின் சாரதி

கடுக்கரை அருகிலுள்ள எரியூரில் அமைந்துள்ள பூதத்தான்

வாலியான்துறை அருகில் அமைந்துள்ள பெண்பூதம்

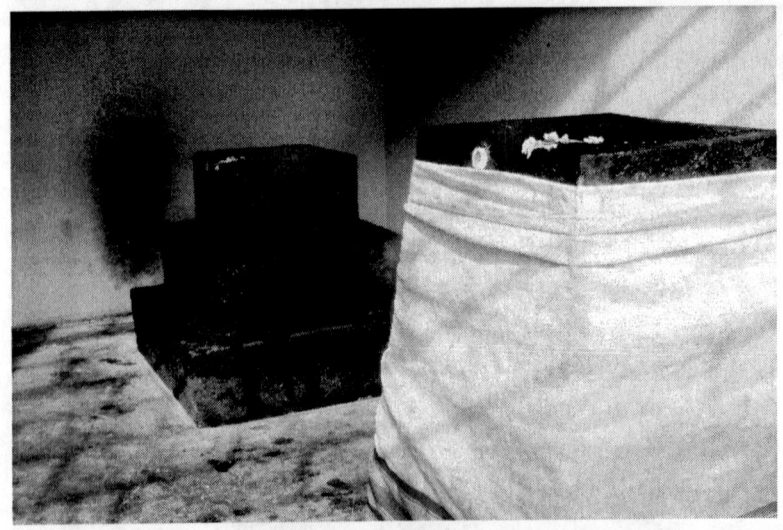

பறக்கை அருகிலுள்ள ஒரு கோயிலில் காணப்படும் பூதங்களுக்கான இருக்கைகள்

பறக்கை அருகிலுள்ள ஒரு கோயில் பூதங்கள், இசக்கி, வாதைகள்

பறக்கை அருகே சிதம்பரநாடார் மனைவி பாப்பாத்தி

தோட்டுக்காரியை விரும்பிய கொந்தளப்பராசன் மகன் குமரப்பராசன்- கோயில்விளை

வடக்குச்சூரன்குடியில் அமைந்துள்ள அரிதிப்பிள்ளை

வடுகன்பற்று அகத்தியர் கோயில் அருகிலுள்ள கோயிலில் காணப்படும் உதிரக்கன்னி, பிராமணக்கன்னி, பூவழகி

குமரிநாட்டு மாடுகட்டிவிளை பூலங்கொண்டாளம்மன் கோயிலில் அமைந்துள்ள பெண்பூதங்களுக்கான பீடங்கள்

குமரிநாட்டு வெள்ளமடி பூதப்பெருமாள் கோயிலில் அமைந்துள்ள ஈஸ்வரகாலபூதத்திற்கான பீடம்

வெள்ளமடி பூதப்பெருமாள் கோயில்

குமரிநாட்டு அம்மாண்டிவிளை பெரியதம்பிரான் கோயிலில் அமைக்கப்பட்டுள்ள பூதங்களுக்கான இருக்கைகள்

தூத்துக்குடி மாவட்டம் கழுகுமலை வெட்டுவான் கோயிலில் காணப்படும் பூதச்சிற்ப வரிசை

கழுகுமலை வெட்டுவான் கோயிலில் காணப்படும் பூதங்கள்

கழுகுமலை வெட்டுவான் கோயிலில் அமைந்துள்ள பூதங்கள்

கழுகுமலை வெட்டுவான் கோயிலில் காணப்படும் பூதங்கள்

கழுகுமலை வெட்டுவான் கோயிலில் காணப்படும் பூதச்சிற்ப வரிசை

கழுகுமலை வெட்டுவான் கோயிலில் காணப்படும் பூதங்கள்

சொல்லடைவு

அக்கினி 58, 80, 87, 185, 186, 190, 241, 255
அக்கினிக்கூண்டு 58
அக்கினிகள் 184
அக்கினித்தூண் 57, 58, 59, 182, 183, 184, 185, 187, 188
அக்கினிலிங்கம் 11
அக்குள் 171, 246
அகத்தியம் 133
அகத்தியமுனிவர் 134
அகத்தியர் 45, 133
அகரம் 274, 275, 278, 279, 291, 295, 297, 302, 305, 311, 312, 313, 320, 323, 324, 327, 345, 346,
அகல்விளக்கு 144
அகவழகு 67
அகவிதானம் 210
அகழி 216
அகஸ்தியான்பள்ளி 9
அகாலமரணம் 9
அகிலத்திரட்டு அம்மானை 42
அகுதம் 13
அகோரமாக 303
அங்காடி 2
அங்காடிப்பூதம் 3
அச்சுதனார் 17, 247
அசம்புமலை 29
அசம்புமலைக்காடு 29
அசுரர் 163
அசுரர்கள் 136
அசுரன் 158
அசுவசேனன் 225
அசுவத்தாமன் 166
அசுவமேதயாகம் 13
அசைவப்படையல் 16
அஞ்செழுத்து 144, 146
அஞ்ஞாதவாசம் 164
அடக்கவேணும் 319
அடக்காய் 193
அடங்காமையல் 189
அட்டதிக்கு 220
அட்டமி 158
அட்டவசுக்கள் 152
அட்டூழியங்கள் 71
அட்டூழியம் 70, 176, 216
அடவிகள் 255
அடவிமலை 29, 31
அடிதொழுது 313
அடிபடாக்காளை 339, 340
அடிபிடி 302
அடிமைகள் 123, 347
அடியறுவான் 335
அடியார் 75, 78, 172, 227, 237
அடியார்கள் 84
அடியிணை 227
அடியிறை 241, 248
அடியிறையார் 249
அடியுறை 171, 215, 241
அடுக்க 307
அடுப்பு 76
அடுப்புக்கல் 230
அடை 238
அடைக்க 320
அடைக்கவரம் 311
அடைக்காய் 193
அடைகள் 233
அணங்கு 3
அண்டவெளி 230
அண்டிரன் 12
அண்டை 76, 230
அண்ணர் 257, 258
அண்ணன் 335
அண்ணாமலை 59, 189
அண்ணாவி 186, 243
அணிகலன் 10, 290, 326
அணிப்பிள்ளை 138, 202
அணில் 46, 63, 202
அணிற்காலன் 25
அணுகாமல் 239
அணை 25

அத்தக்கருப்பன்	26	அமிர்தவயிறு	180
அத்தி	46, 140, 141	அமுது	56, 177, 213, 248, 284
அத்திகள்	280	அமுதுகள்	284
அத்திமரங்கள்	96	அயர்ந்து	352
அத்திரி	139	அயரும்	255
அதிகபெலம்	218	அயன்	188, 270
அதிசயங்கள்	97, 284	அயிராணி	132
அதிசயம்	96, 98, 101, 116, 124, 125, 280, 282, 285, 295, 315, 333, 348, 352, 353	அரக்கன்	20, 21
		அரக்கி	133, 160
		அரங்கன்	19
		அர்ச்சுனன்	52, 89, 163, 167, 225, 251, 252
அதிதிதேவி	139		
அதிபதிக்கடவுள்	4	அரசடி இசக்கி	99, 288
அந்தணர்	20, 21, 139, 225	அரசமரங்கள்	96
அந்தரகுல இசக்கி	5	அரசு	46, 140, 141
அந்தரம்	221	அரசுகள்	280
அந்தரமாய்	234	அரண்	266, 323
அந்தரவேள்வி	136	அரண்மனை	62, 99, 198, 278, 317
அந்துஏடுகள்	31, 114, 327	அரண்மனைக் காரன்	93, 94, 95
அநியாயம்	92, 231, 244, 245		
அநிருத்தன்	134	அரண்மனையார்	275
அநுசூயை	139	அரண்மனையான்	95, 276
அபத்தங்கள்	114	அரத்தை	46, 141
அபத்தப்பிழை	222	அரமந்தி	202
அபத்தம்	41, 72, 124, 186, 223, 245, 348	அரம்பையர்	63, 195, 199
		அரவம்	188, 202, 247, 258
அப்பர்	10	அரவான்	53, 167, 168
அபயம்	51, 65, 104, 302	அரன்	134, 151, 152, 153, 157, 160, 166, 171, 176, 182, 187, 204, 207, 209, 217, 224, 227, 228, 237, 242, 245270, 350,
அபயமுறை	37, 234		
அபாயம்	345		
அபிஷேகம்	79, 82, 84, 0, 144, 238, 244, 249, 264		
அபிமன்யு	167		
அபிஷேகங்கள்	210, 215	அரன்பாதம்	268
அபிஷேகம்	217	அரனார்	248
அமத்தி	220	அரிசிச்சோறு	300
அம்பலவிளி	180	அரிசிப்பாயாசம்	67
அம்பறாத்தூணிகள்	225	அரித்தல்	82, 243, 244
அம்பிகை	164	அரித்திடுதல்	81
அம்பு	165, 167, 176, 208, 250	அரித்து	244, 245
		அரிதாரம்	63
அம்புவி	270	அரியநெடுமால்	265
அம்மாண்டிவிளை	16 39	அருங்கடல்	170
அமராவதி	12, 139	அருச்சுனன்	85, 134

அருணமணிக் கோபுரம்	18, 270	அறுத்தடித்த	342
அருந்தசேர்விழியார்	298	அறைபோகு அமைச்சர்	3
அருந்தவம்	235, 268	அனக்கம்	258
அருந்திறல்கடவுள்	4	அனத்தம்	195, 231
அரும்பாரம்	54, 172	அனந்தகுளத்து இசக்கி	5, 6
அருமாந்த	205	அனந்தாபுரக்	
அருள்விசயன்	257	கோட்டை	28, 113, 323
அரை	68, 69, 79, 90, 181	அனந்தாபுரம்	323
அரைக்கச்சு	8	அனந்தாபுரம்	
அரைசபூதம்	4	கோட்டை	28
அரைஞாண்	8, 105, 305	அனல்	80, 148, 184, 241, 308, 319
அரைநொடி	314	அனல்மூட்டுதல்	111
அரைப்பகுதி	72	அன்னநடை	226, 316
அரைப்பு	63	அன்னப்பறவை	138, 202
அரைப்பூட்டு	197, 200, 221	அன்னபிதா	305
அரைப்பூட்டுகள்	62, 63	அன்னம்	46, 63, 138, 202, 316
அரைப்பொறி	211, 215	அன்னம்பிள்ளை	202
அரைபூ	238	அன்னவண்டி	46
அல்	271	அன்னவண்டி	142
அலம்புசன்	167	அனியாயம்	216, 217, 235, 267
அலவற்பெண்டிர்	3	அனுகிரகம்	175
அலறிடுவாள்	312	அனுசரித்து	249
அலுத்து	245	அனுமான்	269
அவதரித்தல்	294	அனுமான்பாய்ந்த	
அவதரித்து	101	மலை	269
அவிசொரிதல்	13, 14	அனேகநாள்	248
அவுணர்	45, 136	அனேகம்	258
அழகியநம்பி	17, 18, 44, 270	ஆக்கம்	321
அழகியநம்பி கோயில்	105, 285, 288, 322, 333	ஆக்கி	301
		ஆக்கினை	217, 218
அழகியநம்பிபதி	270	ஆக்கினைகள்	216
அழகியமணவாளர்	22	ஆகம முறை	15
அழகியமலைநம்பி கோயில்	99	ஆகமங்கள்	84
அழகுமலைகோவில்	306	ஆகமத்தெய்வ வழிபாடு	15
அழகுமுன்னடி	288	ஆகம்தெய்வங்கள்	15
அழிப்பாட்டம்	89, 90, 161, 162, 216, 218, 220, 262	ஆக்ரோசசக்தி	129
		ஆகாயலிங்கம்	11
அழுக்குமறையன்	26	ஆகுதிமலை	136
அழுந்தி	223	ஆசனி	46, 141
அளகு	138	ஆசனிப்பலாமரம்	96
அறவுரை	188		

ஆசனிபிலாமரம்	280	ஆதிஇனத்தெய்வம்	83
ஆசாரம்	54, 110, 171, 190, 27, 248, 316	ஆதிகணநாதர்	132
		ஆதிகாலக்கன்னி	35
ஆசாரவண்டி	46, 142	ஆதிசிவன்	297
ஆசாரவார்த்தை	60, 172, 190	ஆதிநாராயணர்	83, 248
ஆசாரி	166	ஆதிபரநாதர்	215
ஆசாரியார்	52, 166	ஆதிபரம்	132
ஆசி	28, 31, 273, 279, 284, 285, 286, 290, 291, 293, 295, 97, 302, 306, 311, 312, 313, 314, 316 318, 322, 324, 345, 346	ஆதிபரர்	168
		ஆதிபரன்	55, 101, 105, 35, 173, 184, 185, 186, 190, 199, 207, 217, 218, 220, 221, 241, 305
		ஆதிபரா	293
ஆசிசோமாண்டி	293	ஆதிபூதம்	4
ஆசியம்மா	303	ஆதியீசன்	18
ஆசியம்மை	292	ஆதிரஞ்சுனை	215
ஆசியர்	313	ஆதினம்	247
ஆசிரியர்	105, 306	ஆந்திரநாடு	12
ஆசைமொழி	246	ஆந்திரம்	11
ஆட்டிடையன்	83, 247	ஆந்திரன்	12
ஆட்டுக்கார இசக்கி	40	ஆபத்து	343
ஆட்டுக்கிடா	331	ஆப்பு	61, 194, 222
ஆட்டுக்குட்டி	71, 83, 218, 247	ஆபரணம்	290
ஆடு	116	ஆயக்கால்	195, 196, 198, 199
ஆண்குழந்தை	101, 104	ஆயக்கால்கள்	62, 63
ஆண்சிங்கம்	202	ஆய்குலமன்னர்	12
ஆண்டே	25	ஆய்ப்பாடி	161
ஆண்பிள்ளை	102, 302, 305	ஆயர்	161
ஆண்பூதங்கள்	16, 34, 153	ஆயர்கள்	159
ஆண்பூதம்	50	ஆயர்மனை	161
ஆண்மகன்	104	ஆயனிப்பலா	280
ஆண்மை	73, 223	ஆயிரங்கால்ஐயன்	99, 288
ஆண்யானை	202	ஆயிழை	212, 285, 290, 312
ஆணவங்கள்	191	ஆயிழைமார்	186, 239, 242, 243, 291, 356
ஆணழகன்	242		
ஆணழகன்வலுபூதம்	263	ஆயிழையாள்	233, 298
ஆணறிகாலன்	26	ஆர்ப்பாட்டம்	71, 89, 218
ஆணி	63, 200	ஆரல்வாய்மொழி	35, 42
ஆணை	108, 127, 151, 164, 165, 166, 312, 314, 356	ஆராதனை	250
		ஆரியக்கலப்பு	13
		ஆரியர்	13
ஆத்தாமல்	256	ஆல்	46, 141
ஆத்தியடிமாடன்	15	ஆலிலை	139, 180
ஆதாளி	48, 151, 185	ஆலிலைவயிறு	48

ஆவணி	158		இசைவாணர்	4
ஆவலாதி	344		இடங்கேடு	218, 225
ஆவஹனம்	129		இடி	150
ஆவி	8, 9, 258		இடிமுழக்கம்	125, 352
ஆவிகள்	12		இடுக்கம்	233
ஆவிநம்பிக்கை	1		இடுக்கி	207, 246
ஆவிபொன்றி	256		இடுகாடு	9, 111, 319
ஆவிவழிபாடு	1		இடுப்பு	66, 122, 207, 209, 344
ஆழ்வார்	19		இடும்புகள்	213
ஆழ்வார்கள்	21		இடுமூத்துப்பூதன்	13
ஆள்காசு	46		இடைக்கிடை	242
ஆளரவம்	247		இடைத்தெரு	161
ஆளிட்டகாசு	139, 203		இடைப்பெண்கள்	161
ஆளுருவக்காசு	64		இடையர்	83, 246
ஆளைவெறிச்சான்	26		இடையர்கள்	159
ஆற்றங்கரை	281		இடையர்குடி	51
ஆற்றுமாடத்தம்			இடையர்கூட்டம்	247
புரான்கோயில்	16		இடையர்சாதி	246
ஆறாட்டு	56, 177, 213		இடையர்சேரி	161
ஆறுமுகன்	139		இடையர்பெண்கள்	83
ஆனை	70, 71, 104, 173, 202, 218, 301		இடையன்	83, 247
			இடைவழி	344
ஆனைகட்டும்தம்			இணக்கம்	82, 94, 174, 220, 246, 266, 276, 278, 279, 281, 283, 284, 285, 287, 332, 347
புரான்	99, 288			
ஆனைகள்	69			
ஆனைச்சொறியன்	26			
ஆனைத்தோலி	145		இணக்கி	89
ஆனைப்பலம்	190, 214		இணங்கி	173, 222, 223, 262, 347
ஆனைப்பிலம்	155, 259			
ஆனைபலம்	54, 60, 172		இணையடி	207
ஆனைமணி	79, 90, 240, 265		இணையம்	26
ஆனைமதம்	240, 259		இத்தி	46, 141
ஆனைமுகக்கடவுள்	132, 134		இதமாய்	336
ஆனையடி	203		இந்திரத்துய்மன்	133
ஆஸ்டிரிக்			இந்திரபதவி	139
இனக்குழு	12		இந்திரர்	47, 143, 227
இக்சுவாகு	253		இந்திரன்	13, 14, 46, 50, 57, 74, 134, 139, 157, 159, 181, 225, 253
இசக்கிகள்	40			
இசக்கிகோயில்	32			
இசக்கியம்மன்	27		இந்திரன்காடு	225
இச்சிமரம்	141		இந்திராணி	139
இச்சை	242, 355		இந்திராணிமலை	121, 342
இசனை	340		இந்துமதக்கடவுள்	15
இசைக்கருவிகள்	4		இந்துமதவழிபாடு	15

இமைக்குமுன்	329		இளம்பிறைநெற்றி	48
இயக்கி	288		இளமலடு	298
இயந்திரங்கள்	191, 330		இளவல்	255
இயந்திரப்பதுமை	328		இளைப்பாறு	96, 100 279, 291, 307
இயந்திரப்பதுமைகள்	333		இளையமாடம்பி	32
இயந்திரம்	20, 211, 328		இறச்சக்குளம்	16
இயற்கைவழிபாடு	1		இறந்தோர்எலும்பு	59
இரத்தச்சோறு	3		இறை	172, 190, 214, 219
இரத்தம்	111, 317		இறைகூலி	94, 95, 99, 275, 276, 277, 289
இரதம்	243			
இராக்காலம்	273, 335		இறைபக்தி	22
இராகவையங்கார், மு	12		இறைப்புகழ்	8
இராகேஸ்வரர் கோயில்	16		இறைபெட்டி	30, 326
			இறையவன்	139, 181
இராமநாதபுரம்	192		இறைவணக்கப் பாடல்கள்	269
இராமபிரான்	133			
இராமர்	253		இறைவன்	98, 100, 101, 102, 106, 227, 248
இராமர்கதை	2			
இராமன்	134		இறைவா	101
இராமானுசர்	21, 22, 23		இனமரபுக்குழு	2
இராவணன்	133, 349		இனிப்புக்கூழ்	264
இராஜகோபுரங்கள்	15		ஈசன்	33
இருக்கால்	312		ஈத்துப்புரை	298
இருக்குவேதம்	10		ஈந்து	268
இருக்கை	16, 39		ஈமக்கிரியை	10
இரும்பாணி	20		ஈமக்குழிகள்	10, 11
இரும்புத்தடி	196		ஈயக்குட்டை	136
இரும்புமதில்	146		ஈயக்குடைக்காரர்	45
இருவாச்சி	46, 75, 138, 141, 228		ஈயம்	229
இலக்கணநூல்	133		ஈயமலை	76, 229, 230
இலக்கு	247		ஈற்றுப்புரை	102, 103
இலங்கை	269		ஈனகுல இசக்கி	5
இல்லறத்தார்	14		ஈனம்	225
இலிங்கக்கற்கள்	10, 11		ஈஸ்பரகாலசுவாமி	283, 310, 343
இலிங்கங்கள்	11		ஈஸ்பரகாலபூதத்தான்	333
இலிங்கவடிவு	11		ஈஸ்பரபாலசுவாமி	284, 292, 294, 308, 347, 350, 354, 357
இலுப்பை	46, 141			
இலை	95, 114		ஈஸ்பரபாலர்	345
இளக்கி	283, 295		ஈஸ்பரபாலன்	345, 349
இளங்கோவடிகள்	3		ஈஸ்பரர்	228, 235
இளந்துறவிகள்	202		ஈஸ்பரன்	314
இளநீர்	84		ஈஸ்பரனார்	220, 225, 266, 287
இளநேரத்துவழி	324		ஈஸ்வரகாலப்பூதம்	78
இளநேரத்துவாதை	5, 6, 41		ஈஸ்வரகால பூதக்கதை	130

ஈஸ்வரகாலபூதம்	16, 34, 45, 46, 49,	உடுக்கு	180
	50, 51, 52, 53, 54,	உடுக்கை	57, 264
	55, 56, 57, 116, 117,	உடைகுலைய	221
	128, 131, 135, 139,	உடையவர்	298
	155, 156, 157, 160,	உடையவனார்	151, 286, 297
	162, 163, 166, 163,	உடையார்	19, 242
	166, 170, 174, 177	உதத்மம்	113
	179, 182, 204, 208,	உத்தி	165
	210, 212, 215, 217,	உத்திரநட்சத்திரம்	63, 167, 199
	283	உத்திரம்	62, 196, 199
ஈஸ்வரகாலர்	44, 93, 121, 122, 124,	உத்திராக்கமாலை	149
	127, 153	உத்திராச்சம்	133
ஈஸ்வரபாலர்	269	உத்திராட்சத்தாவடம்	149
ஈஸ்வரர்	157, 158, 168, 176,	உதரபந்தம்	8
	187, 188, 204, 212,	உதறுதல்	219
	245, 263	உதறும்	178
ஈஸ்வரன்	48, 67, 219	உதித்து	289
ஈஸ்வரனார்	135, 151, 159, 170,	உதிரக்கன்னி	16, 34, 36, 39, 40,
	173, 189, 208, 210,		41 45, 55, 56, 57, 58,
	211, 214, 217, 218,		68, 69, 131, 139, 174,
	235, 312, 319, 342		175, 176, 177, 178,
ஈஸ்வரா	59		180, 185, 186, 203,
ஈஸ்வரியாள்	235		212, 213, 214, 215,
உக்கிரங்கள்	112		216
உக்கிரம்	155	உதிரக்கன்னி உருவம்	64
உகந்த	339	உதிரக்கன்னிதாயார்	131
உச்சந்தலை	198	உதிரக்கன்னியர்	40
உச்சி	336	உதிரம்	33, 40, 256
உச்சிக்கடன்	14	உபகாரம்	299
உச்சிக்கொம்பன்	26, 339,, 340	உபத்திரிக்க	224
உச்சிக்கொம்பன்		உப்பாறு	96, 100, 108, 281, 313
காளை	120	உப்பாறுஓடை	106, 307
உச்சிக்கொம்பு	118, 336	உப்புக்கடல்	139
உச்சிச்சாமம்	79, 238	உபரசரணை	283
உச்சிச்சுட்டி	336	உபன்னியு	139
உச்சிப்பிறை	36, 73, 77, 81, 224,	உபாயங்கள்	49, 21, 332
	236, 242	உபாயம்	153, 165, 167, 190,
உச்சிப்புளி	106		191, 201, 210, 211,
உச்சிப்புளிமூடு	96, 281, 307		333, 334, 335
உச்சைச்சிரவம்	139	உம்பர்	270
உசத்தி	258	உம்மருள்	348
உசந்தமரக்காடு	307	உம்மாணை	67, 108, 112, 210,
உசந்தமரக்காவு	281		312, 321
உடன்பாடாய்	276	உமாதேவி	134, 135, 176

உமை	132, 134, 157, 188	உழுது	339
உமைநாதர்	176, 187, 212, 227	உள்பூட்டு	98, 196, 285
உமைபாகர்	235	உள்பூட்டுகள்	62
உமைபார்வதி	235	உள்ளறை	63, 200
உமையம்மை	45	உளி	194
உயர்ந்தமரக்காடு	106	உளுந்து	133
உயர்ந்தமரக்காவு	96	உறக்கம்	308
உயர்ந்தோர்	66	உறங்குகிறான்	310
உயிர்கொடுத்து	331	உறுக்கி	186
உயிர்ப்பலி	13, 14, 331	உறுங்குடி	270
உரசி	224	உறை	102, 296
உரத்த	218	உறைப்பாய்	229
உரப்பனைவிளை	35	உறையுருவி	296
உரம்	157	உறைவாள்	296
உரல்	141, 161	உன்னாணை	108, 310
உரவி	224	உன்னும்	226
உரு	138, 139, 303	ஊச்சி	174
உருண்டு	221	ஊசி	77, 234
உருத்திரவழிபாடு	10, 11	ஊசிமுனை	317
உருதிரண்டபிள்ளை	303	ஊர்த்தெய்வங்கள்	15
உருமித்து	269	ஊர்வசி	133, 253
உருவேற்றி	117, 331, 334	ஊரார்	300
உருளி	49, 154, 181, 220	ஊழ்	195
உருளிகள்	53, 57, 71, 89, 90, 170, 262, 265	ஊழ்வினை	317
		ஊற்று	70, 119, 217, 338
உரையாட்டம்	346	ஊறுணி	280
உரோமபதன்	132	ஊன்றி	301
உலக்கை	14	ஊன்றுகோல்	148, 150, 154
உலகளந்தமால்	18	ஊன்றுதடி	104, 302
உலகளந்தார்	312	எட்டிப்பார்த்து	221
உலகுடைய பெருமாள்	41, 42	எட்டெழுத்து	47, 144, 146
		எடை	219
உலகுடைய பெருமாள்கோயில்	16	எண்ணெய்ஒத	104
		எண்ணெய்க்காப்பு	61
உல்லாசம்	340	எண்ணெய்க்குழம்பு	228
உலூபி	167	எண்ணெய்க்குளியல்	193
உலோபாமுத்திரை	133	எண்ணெஒத	302
உலோபிகள்	268	எண்ணெக்காப்பு	193
உலோபியான நீறுற்று	259	எதிரடிவாழ்வாதை	5
உவனம்	131	எதிர்ப்பதங்கள்	302
உழவு	119	எதிர்ப்பு	104
உழவுக்காளை	339	எமதர்மன்	24, 352
உழவுத்தொழில்	4	எமதர்மன்	
உழுவுமாடு	335	கணக்காளன்	293

எமப்பட்டணம்	23	ஏந்திழையாள்	213, 214, 226, 235, 287, 288, 289, 291, 296, 303, 321, 327, 344
எமபுரி	24		
எம்பெருமான்	129, 335		
எமலோகம்	23, 24, 125, 351, 352		
எமன்	14	ஏந்துதல்	303
எய்தகணை	250	ஏப்பம்	65, 70, 207, 216
எரிதணல்	146	ஏமம்	154, 171, 172
எருக்கலம்பூ	188	ஏய்த்தல்	191, 204
எருது	204	ஏய்த்திட	211, 221
எருமக்கொடி	178	ஏய்த்து	183, 222, 242, 246
எருமைக்கொடி	56	ஏய்ப்பில்	221
எருமைச்சின்னக் கொடி	178	ஏர்	25, 26, 118, 120, 335, 340
எலி	71, 219	ஏர் உழுதல்	341
எலும்புமாலை	59, 188	ஏர்கள்	119
எலுமிச்சம்பழம்	37, 234	ஏர்பூட்டல்	119
எலுமிச்சைப்பழம்	77	ஏர்மாடு	339
எழுத்தாணி	30, 102, 114, 296, 326	ஏர்மாடுகள்	118, 120, 341
எழுத்திட்டான்பாறை	169	ஏரிச்சுழியன்	27
எழுத்துவாசகம்	169, 258	ஏருகள்	337, 339, 341
எழுத்தோத	306	ஏலாமல்	256
எள்ளுருண்டை	3	ஏவல்	157
என்னாணை	131	ஏவல்பணி	154
ஏக்காத	220	ஏழானைப்பலம்	214
ஏக்குதல்	356	ஏழுகுலம்	140
ஏகசாந்தி	177, 213	ஏழைபங்கர்	212, 221
ஏகபராபரம்	84, 250	ஏழைப்பங்கர்	176, 187, 227
ஏகமயம்	252	ஏற்றுமாலை	67, 210
ஏகாதசி	21	ஏறுதழுவுதல்	26
ஏகாதசிதிதி	20	ஏறுமாடம்	32
ஏகாதசிவிரதம்	19	ஏறுவாலன்	26, 27, 339, 340
ஏகாம்பர ஈஸ்வரர்	10	ஏறுவாலன்காளை	120
ஏகாம்பரநாதர்	11	ஏனம்	136
ஏகி	186, 287	ஐங்கவர்	239
ஏச்சு	253	ஐதீகம்	129
ஏடாகூடம்	70	ஐதுகஸ்	10
ஏடாவிடம்	218	ஐந்தலைநாகம்	139, 202, 238, 239, 240
ஏடு	87, 257		
ஏடுகள்	31	ஐந்துதலைநாகம்	46, 63, 78, 79, 80
ஏத்தவிடுமூர்த்தி	5	ஐந்தெழுத்து	47
ஏதானபூதம்	53, 169	ஐந்தெழுத்துமந்திரம்	61
ஏதானம்பூதம்	169, 170	ஐந்தெழுத்துமறை	145
ஏந்திழை	290, 319	ஐபேர்	206
ஏந்திழைமார்	234, 239, 243, 295, 354	ஐம்பொன்மணி மண்டபம்	270

ஐயன்	66		ஓராட்டி	304
ஐயனார்கோயில்	13		ஓராள்பிராயம்	251
ஐராவதநாககுலம்	167		ஓலைக்கூரை	103, 299
ஐராவதம்	139		ஓலைகட்டி	299
ஒக்க	144, 347		ஓலைச்சுவடி	130
ஒக்கில்	42		ஓவியத்தாள்	294, 297
ஒட்டர்	45		ஓவியம்	102, 289
ஒட்டர்கள்	136		ஔவால்	127
ஒட்டியாணம்	48		கக்கம்	50, 54, 62, 83, 156,
ஒட்டியானம்	149			171, 198, 246
ஒண்ணுதல்	175		கங்கைநதி	166
ஒத்தபடி	242		கச்சிஏகம்பம்	10
ஒத்திக்கால்	154		கச்சு	8
ஒத்திணங்கி	262		கச்சை	70, 71, 218, 219
ஒத்து	221		கசடன்	65, 206
ஒத்தை	218		கடக்கவும்	166
ஒப்பம்	284, 293		கடக்குறை	160
ஒப்பரவு	213, 292		கடகம்	8
ஒப்பனை	305		கட்டளை	357
ஒப்பாக	218		கட்டளைக்கதவு	196, 200
ஒப்பாரிச்சத்தம்	344		கட்டளைக்கதவுகள்	62
ஒப்பினை	182, 305		கட்டிப்பாயாசம்	210
ஒப்பு	167		கட்டுக்கொம்பன்	26
ஒப்புச்சீட்டு	277		கட்டை	317, 319
ஒப்புரவு	278		கட்டைக்காரி	26
ஒய்யாரம்	305		கட்டைக்கால்	6
ஒயிலாக	303		கட்டைக்காளை	26
ஒயிலான	305		கட்டைக்கொம்பன்	26
ஒருக்கால்	237, 311, 312		கட்டைவால்கூழை	26
ஒருபாடு	224		கடப்பாரை	194
ஒருபூ	238		கடம்படிவளாகம்	16
ஒற்றைக்காலன்	176		கடல்	172
ஒட்டம்	310		கடல்கள்	139
ஓடை	106, 307		கடவுள்நம்பிக்கை	1
ஓதி	116, 117, 302		கடவுள்மங்கலம்	2
ஓதிப்போட	104		கடவுளர்	14
ஓமக்குண்டம்	271		கடவுள்வேள்வி	131
ஓமக்குழி	136, 137, 139, 143,		கடன்தீர்க்க	261
	144, 147		கடிகை	14
ஓம்நமசிவாய	194		கடியதொழிலாளி	343
ஓம்நமோநாராயண	144		கடியப்பட்டணம்	153, 169
ஓமம்	131, 143, 145, 147,		கடுக்கரை	16, 35, 323
	151, 152, 154, 220		கடுக்கரைமலை	28, 113, 323
ஓரணை	25, 120, 340		கடுஞ்சாமம்	238

கடுத்த ஏர்	26, 120, 341	கணபதியார்	199
கடுத்தவர்	268	கணம்	2
கடுத்தேர்	341	கண்மாயம்	203
கடுநடை	307, 323	கணவரய்யா	327
கடுந்தொழில்	332	கணியன்	6
கடும்பாரம்	174	கணியாமல்	205
கடும்பாவம்	349	கணை	85, 250
கடும்பாவை	329	கத்திக்கொம்பன்	26
கடும்பூதம்	318	கத்திதீட்டிபாறை	33
கடுவாய்	46, 63, 96, 97, 138, 202, 285, 291	கதர்மை	192
		கதர்வேட்டி	30, 326
கடுவாய்ப்புலிகள்	100	கத்ரு	42
கடுவாய்ப்போர்	341	கதலினம்	39, 175, 212
கடுவாய்ப்போர்க் காளை	26	கதவு	96, 97, 98, 100, 107, 108, 118, 123, 125,
கடுவாய்ப்போர் காளை	120		128, 129, 243, 281, 282, 283, 285, 292,
கடுவாய்ப்போரன்	339, 340		294, 308, 309, 310,
கடுவாய்மூர்த்தி	5, 6		313, 336, 337, 351,
கடைகெழுபீடிகை	3		352
கடைசிஏர்	340	கதவுகள்	63, 196
கடையால்	83, 161, 246	கதவுதாழ்	294
கணக்கு	101, 132, 293, 294	கதவுநிலை	281
கணக்கெழுதும்பூதம்	53	கதவோசை	352
கண்டகுண்டமணி	133	கதிரோன்	352
கண்டகோடாலி	48, 79, 90, 149, 240, 264	கதை	6
		கதைப்பாடல்	17, 28, 39, 41, 275
கண்டச்சொல்	180	கதைப்பாடல்கள்	1, 2, 5, 25, 27, 3, 34, 45, 130
கண்டமாலை	8		
கண்டாங்கிப்பாறை	96, 106, 279, 307	கதைப்பாடல் சுவடிகள்	129
கண்ணப்பன்	64, 205		
கண்ணபிரான்	160, 165	கந்தன்	132
கண்ணபெருமான்	225	கப்பரை	189
கண்ணன்	134, 158, 159, 161	கபித்தன்	158
கண்ணன்மயிலை	26	கம்சன்	134, 158, 160
கண்ணாடி	167	கமண்டலம்	87, 134, 255
கண்ணாளர்	103, 115, 298, 299	கம்பு	104, 246, 301
கண்ணி	211	கம்புகள்	110, 317
கண்ணிகள்	67	கம்பைகள்	200
கண்ணுறக்கம்	308	கமலதட்டாம்பாறை	121, 342
கண்திருட்டி	268	கழுகினங்கள்	351
கண்திருஷ்டி	203	கழுகுமரங்கள்	125
கணநாதர்	45, 132	கயம்	216
கணபதி	47, 63, 120, 132, 143, 193, 194, 287, 341	கயிலாசபுரம்	74

கயிலாசம்	74, 125, 147, 227, 228, 351	கருங்கிடாக்காரன்	16
		கருங்குருவி	104, 302
கயிலாசமலைச் சாரல்	254	கருங்குழி	176
		கருங்கூழை	26
கயிலாயபுரம்	57	கருடப்பருந்து	302
கயிலாயம்	45, 47, 48, 51, 54, 56, 58, 69, 70, 80, 198, 209, 214, 272	கருடன்	42, 64, 65, 67, 68, 104, 152, 204, 205, 207, 210
கயிலை	39, 41, 45, 57, 58, 59, 62, 68, 72, 73, 75, 77, 78, 90, 93, 101, 132, 221, 224, 225, 228, 234, 236, 237, 241, 245, 263, 272, 293	கருடாழ்வார்	210
		கருடாழ்வான்	302
		கருத்துடையமுண்டு	326
		கருந்துளசி	141
		கருநிறம்	4
		கருப்பன்	25, 26
		கருப்பு	63
கயிலைமலை	50, 131, 142	கருப்புநிறயானை	145
கயிற்றுமாலை	210	கரும்பன்றி	6
கரண்டைப்பூட்டு	20, 201	கரும்பு	63, 65, 115, 202, 204, 330
கரண்டைப்பூட்டுகள்	63		
கர்ப்பம்	102	கரும்புகள்	64
கரம்	203	கரும்புச்சக்கை	64, 205
கர்வம்	120, 159	கரும்புச்சாறு	64, 65, 205
கரிக்கண்டர்	36, 188	கரும்பூதப்படை	18
கரிக்கண்டனார்	183, 186	கரும்போரான்	25
கரிகண்டனார்	40, 176	கருமம்	309
கரிந்து	184	கருமருந்து	303
கரிய ஆடை	4	கருமலை	54, 59, 60, 147, 172, 188, 190
கரியகுருவி	302		
கரியமலை	193	கருமறைக்காளை	26
கரியமுல்லை வண்ணனார்	269	கருமறையன்	25
		கருமறையான்	26
கரு	48, 147, 297	கருமி	14
கருக்கல்	343	கருமேகம்	48
கருக்கல்நேரம்	122	கருவலங்கள்	153, 169, 170
கருக்காமயிலை	27	கருவலம்	262
கருக்கொள்ளும் பருவம்	286	கருவிளை	4
		கருவுடையவள்	297
கருங்கடல்	198	கருவுருகி	193
கருங்கண்மலை	27, 28, 29, 112, 113, 114, 122, 320, 321, 323, 324, 325, 343, 345	கருவுருகிப் பாய்ந்தமலை	61
		கருவுளி	60, 192
		கருவுறுதல்	102
கருங்கல்	35	கருவூர்ச்சேரமான் சாத்தன்	13
கருங்காளி	27		

கருவூர்சதுக்கம்	12	கல்லறைப்பொறி	68
கருவூர்ப் பெருஞ் சதுக்கத்துப் பூதநாதனார்	12	கல்லறைமாபுரம்	198, 209, 213
		கல்லறைவாசல்	126
கருவூர்ப்பூஞ் சாத்தனார்	12	கல்லாறு	32, 40, 56, 60, 176, 192
கருவூலங்கள்	5, 49, 53	கல்லூளி	60, 192
கருவூலத்துப்பூதம்	6	கல்வெட்டு	169
கருவூலம்	53, 89, 153, 170, 262	கல்வெட்டுகள்	203
கரையாளர்	335, 336, 346	கலியுகம்	203
கரையாளர்கள்	347	கலியுகராமன்பணம்	64, 203
கரையாளன்	322, 337, 338, 339, 341, 342, 343, 347, 348, 349	கலை	162, 251, 282
		கலைக்கோட்டு முனிவர்	45, 132
கல்இயந்திரம்	201	கலைமகள்	352
கல்இளக்குதல்	193	கலைமான்கொம்பு	132
கல்கதவு	125, 351	கவசம்	218
கலகம்	347	கவர்	79, 183
கலங்கொட்டி வாதை	5, 6	கவராக	183
கலங்கொம்பு	48, 149	கவரி	4, 49, 50, 135, 156
கல்தச்சர்	60	கவரிகள்	155
கல்தச்சர்கள்	63	கவரு	183, 184
கல்நடுதல்	8	கவிர்த்தானம்	166
கல்நெஞ்சன்	65	கழர்	148
கல்படி	111, 317	கழற்சிக்கண்ணன்	26
கல்ப்படி	313	கழற்வாய்வெறியன்	26
கலப்பை	4, 119, 120, 124, 341	கழுக்கோல்	63, 196, 199, 200
கலப்பைகள்	339, 348	கழுகு	152
கல்பிளத்தல்	193	கழுத்தணிமாலை	150
கல்பொறி	63, 201, 211	கழுத்திகாபிள்ளை	27
கல்முறிதல்	194	கழுத்து	68, 69, 74, 105, 120, 221, 304, 340
கல்முறிந்து	195		
கல்லடித்தபலன்	195	கழுத்துப்பூட்டு	197
கல்லடித்தல்	191, 193, 194, 195	கழுத்துப்பூட்டுகள்	62
கல்லடிவிளை	16	கழுத்துப்பொறி	211, 215
கல்லறை	43, 59, 60, 61, 63, 64, 67, 68, 69, 80, 125, 126, 193, 194, 195, 201, 202, 203, 204, 205, 209, 210, 211, 212, 214 215, 242, 352, 353	கழுத்துவிலங்கு	227
		களக்காடு	18, 124, 349
		களஞ்சியப்பெட்டி	333, 335
		களஞ்சியம்	329
		களஞ்சு	300, 301
		களஞ்சுபொன்	103
		களப்பலி	53, 167, 168
		களம்	2
கல்லறைகள்	63, 18, 190, 191, 199, 351	கள்வன்	168
		களவாண்ட	160

களவாண்டு	161	கன்னி	34, 35, 37, 39, 131, 156, 235, 252, 317, 332
களவாண்டு	163		
கள்ளக்காடன்	26		
கள்ளக்காளை	26, 120	கன்னிக்கால்	62, 63, 195, 198, 199
கள்ளத்தனம்	72, 120	கன்னிக்குடம்	104, 303
கள்ளத்தாப்பாள்	196	கன்னிக்குலை	31, 32
கள்ளத்தாழ்ப்பாள்	62	கன்னிகள்	153
கள்ளம்	222, 250	கன்னித்தெய்வங்கள்	41
கள்ளர்	118, 337	கன்னித்தெய்வப்	
களாமரங்கள்	349	பெண்கள்	40, 175
களியாட்டம்	13	கன்னிதிரௌபதி	86
களியாது	219	கன்னிப்பெண்கள்	51, 180
கற்கம்புகள்	62	கன்னிப்பெண்கள்	351
கற்பனை	306	கன்னிமலடு	98, 286
கற்பனை	313, 357	கன்னிமார்	40, 175, 245
கற்பு	86	கன்னிமார்கள்	34, 43, 79, 81, 82, 239, 242, 354, 356
கற்புக்கன்னி	86		
கறிசோறு	115	கன்னிமூலை	63
கறிசோறு	116	கன்னிமூலை	199
கறுத்தமிடத்தரனார்	207	கன்னியர்	16, 34, 35, 43, 44, 63, 81, 125, 127, 161, 195, 19, 352, 356
கறுத்தமிடத்தோன்	208		
கறுப்புக்காளை	336		
கறைக்கண்டர்	37, 152, 176, 187, 203, 207, 208, 234	கன்னியர்கள்	37, 41, 42, 82, 26, 127, 128, 155, 162, 234, 243, 244, 351, 353, 355
கறைக்கண்டனார்	182, 183		
கனக்குது	173, 174		
கனகசபை	60, 190	கன்னியாகுமரி	349
கனகவெள்ளிமலை	226	கன்னிவழிபாடு	34
கனத்த ஏர்	25, 120, 340	கனா	102, 296, 328
கனத்த ஓசை	89	கனி	251, 252, 254, 259, 355, 356
கனத்தசுமை	173		
கனத்தபூட்டுகள்	196	கஸ்தூரி	75, 228
கனத்தேர்	340	காக்காச்சிகுறுப்பு	33
கனதூரம்	324	காக்காச்சிமலை	27, 29, 31, 32, 33
கனபழங்கள்	355	காக்கை	14
கனபிரியம்	326	காக்கைபெலி	15
கனபிரியம்	329	காசிநாடு	164
கனமானபூட்டுகள்	62	காசிபமுனிவர்	42
கனவு	94, 95, 99, 115, 274	காசியபமுனிவர்	139
கன்று	83, 158, 161, 240, 269	காசினி	270, 318
கன்றுகள்	181	காசினிஅளந்த	
கன்றுமேய்த்தல்	246	கோமான்	270
கன்னடநாடு	23	காசினியளந்த	
		கோமான்	18

காஞ்சி	11	காராண்மை	203
காஞ்சிபுரம்	10, 176, 192	காராம்பசு	26
காட்டாளம்மன்	5	காராளர்	25
காட்டானை	226	காரானை	145
காட்டானைவனம்	74	காரானைத்துருத்தி	47
காட்டுப்புலி	202	காறி	12
காட்டுப்புன்னை விளை	96, 279	காறிக்காளை	25, 26, 120, 339, 340
காட்டுயானை	226	காறிகை	212, 289, 296, 309
காட்டுவழி	317	காறிகையாள்	176, 185, 214
காடிவெள்ளம்	76, 232	காறியங்கள்	323, 325, 328
காடு	73	காறியம்	289, 310, 311, 313, 326, 342
காடுகள்	87	காறிழை	349
காடுகாள்	12, 13	காரை	201
காண்டகம்	168	காரைக்கால் அம்மையார்	9
காண்டம்	176, 213, 225	காரைகள்	63
காண்டவவனம்	225	கால்	68, 72, 105
காண்டவன்	225	காலக்கணிதம்	133
காண்டவனம்	225	காலகாலர்கோயில்	16
காண்டீபம்	225	காலசுவாமி	16, 283
காணிக்கை	287	காலடி	310, 313
காதணி	264	காலணி	274
காதம்	3	கால்பூட்டு	197, 200, 201
காதவழி	112, 320	கால்பூட்டுகள்	62
காந்தாரி	40, 65, 164, 206	காலபைரவர்	128, 129
காப்பியம்	2	கால்பொறி	211
காப்பு	73, 224	கால்மடக்குக் கள்ளன்	339, 340
காப்புத்தெய்வம்	13	கால்மாடு	193, 301, 313, 322
காப்புப்பாடல்கள்	269	காலயர்ந்து	352
காம இச்சை	51	கால்வாய்	279, 281, 307
காமக்குரோணிதம்	162	காலழகு	94
காம்பு	156	காலேறாமல்	219
காமம்	234	காலைசாந்தி	177
காமமயக்கம்	182	காவல்தெய்வங்கள்	1
காமன்	162	காவல்தெய்வம்	2, 3, 128
காய்ச்சல்	192	காவல்பூதங்கள்	5, 6
காயம்	219	காவல்பூதம்	5
கார்குயில்	46, 140, 141	காவலர்கள்	342
காரணங்கள்	326, 332, 355	காவலவன்	279, 280, 291, 294, 337, 343
காரணம்	313	காவலவா	282, 292, 293, 294, 308, 313
கார்த்தவீரியன்	139		
கார்த்திகைமாதம்	20		
காரமாய்	166		
கார்வண்ணனார்	247		

காவலூறும்கிளி	308	கிங்கிலியர்	45, 70, 72, 132, 135, 197, 198, 218, 219, 221, 229, 231, 334
காவிரி	134, 253		
காவிவேட்டி	149		
காவினம்	352	கிங்கிலியர்கள்	62, 71, 75, 76, 117
காவு	153, 280, 325	கிடக்க	221, 223
காளமுனி	45	கிடக்குது	223
காளஹஸ்தி	11	கிட்டினர்	51, 160, 162
காளாஞ்சி	56, 179	கிடத்தல்	236
காளாத்திமலை	136	கிடா	331
காளாமுனி	133, 134	கிடாம்	76
காளி	13, 167, 320, 325, 328, 329, 332, 334, 344	கிடாய்	6
		கிடாரங்கள்	57, 71
		கிடாரம்	38, 75, 76, 78, 154, 170, 181, 220, 228, 229, 230, 231, 232, 235, 236
காளிகுலம்	27, 33		
காளிப்புலைச்சி	27, 29, 30, 32, 33, 34		
		கிடுகிடுத்தான்பாறை	96, 280, 307
காளிப்புலையர்	29	கிண்கிணி	105, 304, 305
காளிப்புலையன்	27, 28, 29, 30, 31, 32, 33, 34, 112, 113, 114, 115, 116, 117, 121, 122, 320, 325, 327, 334, 341, 322, 344	கிண்ணிவட்டில்	104, 302
		கிரகபதம்	139
		கிராக்காளை	26, 120, 339, 340
		கிரீடங்கள்	233
		கிரீடம்	274
காளிபுலையன்	322, 324, 326, 328, 329, 331, 332, 334, 343, 344, 349	கிருகிய சூத்திரம்	10
		கிருட்டினர்	50, 167, 246
		கிருட்டினன்	134
காளிமுத்து	27, 33	கிருதாசி	166
காளை	64, 68, 118, 119, 120, 124, 205, 335, 338, 348	கிருபை	180, 210, 211, 219, 312
		கிருஷ்ணசாமி கோயில்	16
காளைகள்	17, 118, 119, 120, 337, 341	கிருஷ்ணர்	164
காளைமாட்டுவகை	339	கிழக்குக்கோட்டை	91
காளைமாடுகள்	25, 26	கிழக்குச்சரிவு	349
காளைவாகனம்	221	கிழக்குத்திக்குப் பாலகன்	139
காற்சிலம்பன்	26		
காற்பூட்டுகள்	63	கிழக்குவாசல்	110
காற்றுலிங்கம்	11	கிழக்குவாயில்	315
கானம்	254	கிழவர்வேடம்	20
கிங்கரர்	197	கிளம்பாது	334
கிங்கரர்கள்	135	கிள்ளை	138
கிங்கரன்	218	கிள்ளைகள்	202
		கிளி	63, 308
		கிளிகள்	46

கிளிப்பிள்ளை	138, 202	குடல்பூறி	25
கிளைக்கதை	130	குடல்பூறி	339
கிளையானபேர்	333, 344	குடல்பூறிகாளை	119
கிளைவழி	122	குடிகெடுத்த	320
கினா	274, 275, 276, 289	குடிகேடு	301
கீதம்	155	குடுமி	32, 149
கீரி	42	குடை	4, 64, 69, 154, 156, 178
கீழக்கடல்	174		
கீழ்க்கடல்	55	குடைச்செவியன்	25
கீழ்க்கயிலாயம்	47	குடைபிடித்தல்	204, 214
கீழ்க்கைலாசம்	142	குண்டலம்	48, 79, 83, 90, 149, 240, 246, 264
கீழ்க்கைலை	142		
கீழக்கோட்டை	110, 266, 315	குண்டுக்கண்ணன்	26
கீழ்ச்சாதி	160	குண்டோதரன்	72, 222
கீழவாசல்	282, 315	குத்தி	141
கீறுதல்	217	குத்துக்கல்	299
குகை	143	குத்துக்கல்லு	103, 299
குங்குமச்சிமிழ்	228	குத்துக்கல்விளை	96, 280
குங்குமத்திலகம்	7	குத்துக்கால்	195, 199
குசையுடைபுரவி	256	குற்றுக்குளம்பன்	25, 27
குஞ்சங்கள்	8	குத்துச்சாந்து	201
குஞ்சம்	50, 156	குத்துப்பிறைஇசக்கி	128
குஞ்சரம்	150, 181, 240	குதம்	13
குஞ்சரன்	15	குதிரை	104, 256, 301
குஞ்சிக்கோவிக்கல்	198	குதிரைகள்	139
குஞ்சிச்சடை	149	குதிரைவேள்வி	139
குட வயிறு	48	குந்தரிக்கம்	46, 141, 143
குடகமல்லி	46, 141	குந்தாதேவி	253
குடங்கள்	70	குந்தாலி	136
குட்டிமதயானை	240	குந்தாலிக்காரர்	45
குட்டிமலை	94, 275	குந்தி	65, 167
குட்டியானை	80	குந்திதேவி	86, 167, 253
குட்டுவம்குளம்	96, 100, 107, 108, 113, 122, 279, 291, 309, 311, 313, 345	குந்திமாதேவி	206
		குந்திமைந்தர்	254
குட்டுவன்குளம்	28, 322	குந்திரிக்கம்	47, 75, 141, 143, 46, 229
குட்டை	136, 338		
குட்டைக்கொம்பன்	25	குப்பம்	131, 136
குட்டைச்செவியன்	26	குப்பாய்ப்பூச்சு	201
குட்டைநரம்பன்	26	குப்பை	103, 301
குடம்	63, 76, 129, 133, 201, 230	குபேரன்	161
		குமடுமலை	31
குடமாடி	17, 129, 270	கும்பக்குடம்	193
குடமுனி	133	கும்பகோணம்	9
		கும்பம்	201

கும்பமுனி	133	குலதெய்வங்கள்	99
கும்பிகுளம்	95, 276	குலமதயானை	150
கும்பிட்டு	283, 306, 313	குலாலர்கள்	328
குமரப்பராசன்	234	குலுங்காமல்	301
குமரிச்சால்	341	குலைவாழை	
குமரிநாடு	5, 6, 7, 15, 16, 28,	இசக்கியம்மன்கதை	29
	35, 36, 37, 39, 41,	குலைவாழை	32, 63, 202
	42, 44, 129, 130, 153,	குலைவாழை	
	170, 192, 203, 234,	இசக்கிகதை	27
	288, 320, 323, 325	குலைவாழை	
குமரிமாவட்டம்	29, 169	யிசக்கி	32
குமிந்து	244	குலோத்துங்கச்	
குமிழ்மூக்கு	6, 48, 148	சோழன்	10
குயிலினம்	73, 224	குழந்தை	98, 101, 328
குரக்கு	256	குழந்தைகள்	355
குரங்கு	63, 202	குழல்காது	48
குரங்குகள்	113, 324	குளக்கரை	119, 339
குரல்வளை	32	குளச்சல்	35
குரவை	38, 41, 46, 48, 49,	குளப்புரவு	338
	56, 57, 59, 63, 69,	குளம்	53, 119, 170, 338
	74, 78, 105, 139, 147,	குள்ளச்சிவப்பன்	27
	15, 178, 180, 187,	குறக்குடி	28, 113, 323
	195, 199, 214, 215,	குறத்தி	98, 99, 100, 287, 288,
	226, 236, 303		290
குரவையர்	3	குறவர்	288
குரு	65, 175, 206, 269	குறவர்இனப்பெண்	287
குருக்கச்சித்திரமடம்	62, 198	குறவர்இனம்	175
குருகுலத்தார்	206	குறவன்	28, 113, 323
குருகுலம்	65, 206	குறள்	2
குருகுலமன்னர்கள்	206	குற்றாலன்	25
குருசிவன்	18	குற்றி	46
குருதவசி	46, 137	குறி	98, 99, 100, 102, 175,
குருந்தமரம்	51, 162		189, 287, 289, 290,
குருந்தமரம்	162		297, 302, 303
குருந்தமலர்	139	குறிகள்	287
குருந்தன்மரம்	162	குறிநாமம்	246
குருநாடு	40, 56, 175	குறிமுகம்	99, 287, 288
குருபக்தி	22	குறுக்குடி	270
குருமூர்த்தி	5, 6	குறுங்கால்கள்	8
குருவம்சம்	175	குறுங்குடி	18, 19, 269
குருவிகள்	46	குறுங்குடிப்	
குருஜங்காலநாடு	225	பெருமாள்	21
குரோணிதம்	162	குறுங்குடி	
குலக்குறிவழிபாடு	1	பெருமாள்	20

குறுங்குடியம்மன்	128	கூளி	2	
குறுங்குடியாறு	18	கூறு	248, 249, 264, 267	
குறுங்கைகள்	8	கெங்கை	132	
குறுமாங்குழி இசக்கி	5	கெண்டைச்சொல்	180	
குறுமாங்குழிக்காரி	6	கெம்பி	206, 258	
குறுமாங்குழிகன்னி	41	கெர்ப்பம்	297	
குறுமுனி	45, 132	கெர்விதம்	340, 352	
குறுமுனிவர்	132	கெருடன்	152, 204, 210, 211	
குறைச்சீவன்	209	கெருடாழ்வார்	204	
குன்றிமணி	103	கெருடாழ்வான்	211	
குன்றுக்குடை	159	கெவுளி	309	
குன்றுகள்	270	கெவுளிப்பாத்திரம்	84,	
குன்றுமணி	301	கெவுளிபாத்திரம்	248	
குன்றுமலை	31	கேடய ஒலி	180	
குன்றுமலைபாவை	330	கேத்திரபாலன்	18	
குன்னம்பாறை	56, 179	கேத்திரன்	18	
கூக்குரல்	302	கேரளப்பிராமணர்		
கூசாமல்	316, 327	கள்	21	
கூடங்கள்	60, 192	கேரளம்	271	
கூட்டப்பந்தம்	179	கேரளா	350	
கூட்டு	333	கைக்கணக்கு	153	
கூட்டுவளை	196, 199	கைக்கிடாரம்	53, 170	
கூட்டுவளைகள்	62, 63	கைச்சிறுத்தடி	169	
கூட்டேர்	340	கைசால்	336	
கூடம்	61, 103, 194	கைசாலை	336	
கூடு	63, 299	கைசிகதுவாதசி	20	
கூடுகொம்பன்	25, 27, 339	கைசிகம்	19	
கூடுகொம்பன்காளை	119	கைசிகம்	20	
கூடை	80, 119, 144, 192, 241, 245, 278	கைத்தடி	123, 198, 250, 346	
		கைத்தாளம்	115, 124, 329, 348	
கூடைக்காரர்	45	கைநகம்	212	
கூடைகள்	60	கைப்பறிந்து	218	
கூண்டு	265, 290, 318	கைப்பிடிகள்	63	
கூத்தர்கள்	4	கைப்பிலங்கள்	219	
கூரை	167, 299	கைப்பூட்டுகள்	62	
கூலி	93, 103, 300, 330	கைமோதிரம்	52, 165, 302	
கூலியாட்கள்	119	கையேற்பார்	354	
கூலிவேலை	119	கைலாசபர்வதம்	134	
கூழ்	76, 232	கைலாசபுரம்	36, 37, 182, 186, 217, 226, 227, 234	
கூழக்கொம்பன்	25, 120, 339, 340			
கூழை	141	கைலாசம்	132, 136, 142, 143, 151, 159, 168, 172, 185, 213, 214	
கூழைசிவலை	27			
கூழைவாலன்	27			
கூளக்காளை	25, 120, 339, 340	கைலாசவாழ்புரம்	40, 176	

கைலை	131, 142, 157, 159, 176, 185, 186, 191, 204, 213, 218	கொம்பு	118
		கொய்யாமல்	244
		கொழு	120
கைவசம்	89, 262	கொழுந்து	14
கைவவளையல்	224	கொழுந்துமாலை	188
கைவிரல்	226	கொன்றை	168
கைவெட்டிவாதை	5	கோகுலத்தவர்கள்	159
கொக்கின்பிள்ளை	19	கோகுலம்	158, 246
கொக்கோட்டு இசக்கி	5, 6, 41	கோசிமாபுரம்	28, 30, 31, 94, 96, 97, 98, 99, 100, 103, 104, 106, 107, 108, 113, 114, 115, 116, 117, 122, 272, 274, 275, 276, 277, 279, 284, 287, 288, 291, 295, 300, 302, 305, 306, 309, 311, 313, 322, 326, 327, 328, 332, 334, 345
கொங்கைப்பால்	304		
கொச்சைச்சாதி	51		
கொச்சைச்சாதி	160		
கொட்ட	230		
கொட்டு	331		
கொட்டுதல்	333		
கொட்டைப்பாக்கன்	25, 27		
கொடமாடி	129		
கொடி	4, 178, 179		
கொடிபடர்ந்தான் மலை	31	கோட்டை	75, 91, 119, 143, 146, 229, 230, 234, 265, 323, 338, 339
கொடிமரம்	20, 21, 23, 50, 56, 59, 68, 90, 94, 128, 157, 177, 188, 213, 263, 270, 274		
		கோட்டைமதில்	323
		கோடரி	148, 149, 347
கொடியிடையாள்	304	கோடாலி	136, 342
கொடுங்கோல் மன்னன்	176	கோடாலிக்காரர்	45
		கோது	205
கொடும்பூதம்	332	கோதை	318
கொண்டை	147, 148	கோதைநல்லாள்	287, 290
கொண்டைத்தலை	48	கோதையம்மன்	85
கொண்டைத் தலையன்	27	கோதையம்மன் தாயார்	251
கொத்தவண்டி	46, 142	கோதையர்	306, 315, 324, 353
கொத்துப்பூட்டு	196	கோப்பு	273, 277, 279, 284, 291, 292, 321, 326, 330, 334
கொத்துமலர்	188		
கொதிப்பிக்க	230		
கொந்தளப்பராசன்	234	கோப்புகள்	30, 278, 281, 282, 308, 322, 326, 327, 328, 331
கொப்பரை	170, 181, 231		
கொப்பிள்	302, 303		
கொப்பு	251, 253, 254, 355	கோபாலர்	18, 53, 159, 168, 246
கொப்புக்கத்தி	302	கோபியர்	161, 162
கொப்பூம்	104	கோபுரங்கள்	18
கொப்பூம்கொடி	104, 105	கோபுரம்	50, 56, 59, 68, 90, 91, 94, 157, 17, 18, 213, 263, 266, 274
கொம்பன்மலை	29, 113, 324		

கோயில்	96, 97, 98, 100, 101, 102, 105, 106, 107, 108, 115	சங்கரர்	168, 172, 173
		சங்கரனார்	135, 263
		சங்கிலி	48, 79, 84, 90, 105, 150181, 240, 249, 264, 265
கோயில்கதவு	97		
கோயில்கள்	99		
கோயில்நடை	281, 285	சங்கிலிகள்	57
கோர	256	சங்கிலிசுவாமி	356
கோரி	232, 256, 263	சங்கிலிதலைவர்	347, 350
கோரைப்பற்கள்	6, 7	சங்கிலிப்பூதம்	5
கோலம்	97, 138, 168, 283, 315	சங்கிலிபூதத்தார்	44, 93, 121, 122, 127
கோலவண்டி	47	சங்கிலிபூதத்தான்	124, 127, 269, 271, 274, 275, 283, 315, 330, 335, 343, 347, 348, 354, 356, 357
கோலாகலம்	280, 284, 331, 341, 348		
கோலாகலமாய்	321		
கோலாலவண்டி	142	சங்கிலிபூதத்தான் கதை	16, 25, 27, 29, 30, 33, 35, 128, 130, 269
கோவர்த்தனமலை	159		
கோவிக்கல்	198		
கோவிக்கல்மேடை	60, 192	சங்கிலிபூதம்	6, 16, 83, 84, 94, 97, 99, 102, 108, 109, 110, 115, 116, 17, 118, 121, 123, 124, 127, 128, 269, 271, 276, 283, 289, 292, 294, 295, 296, 308, 310, 311, 313, 314, 315, 316, 328, 333, 335, 342
கோவிந்தராசப் பெருமாள்	21		
கோழி	331		
கோழிகள்	115, 116		
கோன்	247		
கோன் இடையர்	83, 246		
கோன்கூட்டம்	247		
கோனதாண்டிராசன்	234		
கோனனார்	246		
கோனனார்கூட்டம்	83	சங்கிலிமாதலைவர்	345, 349, 356
கௌரவர்கள்	164, 206	சங்கிலிமாபூதத்தான்	333, 355
சக்கரங்கள்	139	சங்கிலிமாபூதப் பெருமாள்	240
சக்கரவாழ்க்கொடி	179		
சக்கரவாழ்கொடி	48, 56, 148	சங்கிலிமாபூதம்	236
சக்கை	206	சங்கிலிமாபூதம்	240, 246, 249, 335, 346, 347
சகதி	70, 216, 217		
சக்தி	115, 116, 129, 135, 330	சங்கிலியார்	127, 128
		சங்குவண்ணன்	27
சகாதேவன்	85, 87, 89, 163, 251, 256, 261	சங்கை	270, 357
		சங்கொலிமாபூதம்	270
சகாதேவா	255	சடங்கு	1
சகுனங்கள்	302	சடங்குகள்	1, 111, 319
சகுனம்	322	சட்டம்	167, 342
சகுனி	164	சட்டமுடன்	326
சங்கநூல்கள்	12	சடவு	234
சங்கமம்	350	சடாமுடி	173

சடுதி	151, 191, 300		316, 330, 334, 343, 345, 346, 349
சடை	48, 68, 73, 147, 148, 149, 174, 177	சந்தனப்பிள்ளை	27
சடைகள்	223	சந்தனப்பூஞ்சோலை	280
சடைத்து	194, 198, 257	சந்தனப்பூஞ் சோலைகள்	96
சடைமுடி	147, 149		
சடையிசக்கி	5, 41	சந்தனம்	46, 47, 79, 91, 97, 103, 115, 138, 141, 146, 330
சடையோன்	212		
சண்டாளப்பூதம்	5, 318, 319		
சண்டாளபூதம்	110, 111, 315	சந்தனமணம்	79
சண்டாளம்	14	சந்தனமணம்	238
சண்டாளன்	337	சந்தனமரக்கட்டை	76
சண்முகன்	46, 74, 139, 181, 227	சந்தனமரம்	115, 329
சதங்கை	105, 304	சந்தியடி	103, 299
சத்தி	334	சந்திரகுல மன்னர்கள்	206
சத்தியபாமா	134		
சத்தியம்	112, 210, 312	சந்திரர்	77, 132
சதபதபிரமாணம்	10	சந்திரவடமாலை	210
சதிகேடு	112, 320	சந்திரவாளி	94, 274
சதிமானம்	241	சந்திரன்	42, 46, 50, 74, 139, 157, 25, 27, 235
சதிவு	183, 222		
சதுக்கப்பூதம்	3, 12	சந்துசந்தாய்	318
சதுஞ்சலித்து	270	சந்துசந்து	109, 314
சந்தணங்கள்	28, 323	சந்நிதி	128
சந்தணப்பூந்தாழை	34, 242	சப்தமாதர்கள்	13
சந்தணம்	140, 238, 267, 283, 301	சப்பாணிப்பூதம்	16, 49, 53, 153, 170
		சமத்து	188, 190
சந்தணமரக்கட்டை	231	சம்பளக்காரன்	338
சந்தணமரம்	231	சம்பளம்	275, 339
சந்ததி	286, 297	சம்பாதித்தான்	321
சந்தம்	165, 346	சம்பிரதாயம்	118, 336
சந்தமுடன்	309, 328, 347	சம்புவன்	134
சந்தமுத்து	306	சம்மதம்	320
சந்தனநம்பி	28, 93, 94, 95, 97, 99, 100, 101, 02, 103, 105, 107, 108, 109, 110, 111, 115, 116, 117, 121, 122, 123, 124, 272, 273, 274, 275, 278, 279, 80, 281, 284, 289, 291, 293, 294, 297, 298, 299, 300 304, 306, 307, 308, 311, 314,	சமயச்சடங்குகள்	2
		சமயநம்பிக்கை	1
		சம்வருணன்	175
		சமாதிக்கோயில்கள்	9
		சமாதிகள்	8
		சமுத்து	14
		சமூகவலைத்தளம்	26
		சயந்தன்	139
		சர்க்கரை	95, 97, 144, 277, 283
		சர்க்கரைப்பாயாசம்	210
		சர்க்கரைப்பொங்கல்	248, 298

சர்ச்சி	27	சாதிலிங்கம்	63, 115, 201, 329
சரசுவதிதேவி	45	சாந்தம்	250
சரசோதி	131, 132	சாந்து	138, 201, 283
சரணம்	193	சாந்துக்கலவை	46
சரப்பணி	48, 150	சாந்துகள்	63
சரம்	85, 250	சாபம்	133
சரல்	16, 41, 42	சாபவிமோசனம்	21
சரிந்தார்	296	சாமநேரம்	238
சருகம்	306	சாம்பவர்	35
சருவங்கள்	277, 281, 291	சாம்பிராணி	75, 79, 95, 115, 146,
சருவம்	106, 107, 283, 308, 309		229, 238, 250, 278, 283, 330
சலித்து	245	சாம்பிராணிப்புகை	308
சலியாமல்	252	சாமம்	79, 154, 171, 172, 239
சவட்டி	222	சாமரங்கள்	155
சவட்டிமுறிப்பேன்	222	சாமரம்	135
சவ்வாது	76, 79, 230, 238	சாமவேளை	345
சவுணர்	45, 136	சாமான்கள்	330
சன்னதி	270, 290	சாமி, பி.எல்	12
சன்னதிகள்	18	சாய்ந்தமலை	31
சன்னபின்னல்	212	சால்	120, 341
சன்னல்	164, 165	சாவி	262, 281
சன்னல்கதவு	282	சாவிக்கொத்து	128, 129
சன்னாசிமார்கள்	202	சாவிகள்	197, 265
சன்னியாசி	63, 149	சாவுவேள்வி	134
சாசனம்	277	சாளரம்	165
சாட	231	சாளரவாசல்	282
சாடுதல்	223	சாற்றுமாலை	67, 210
சாண்	141	சான்றார்குலம்	234
சாதகப்பறவை	225	சான்றோர்க்காசு	63
சாத்தன்	12, 13, 99, 288	சான்றோர்காசு	46, 139, 203
சாத்தன்ஆட்டம்	13	சாஸ்தா	288
சாத்தன்தெய்வம்	13	சாஸ்தாகோயில்கள்	16
சாத்தன்வழிபாடு	12	சாஸ்திரம்	97
சாத்தனார்	12	சிகப்பு	63
சாத்தா	288	சிகர்	214, 281, 282, 315
சாத்தி	281, 285	சிங்கம்	63, 202
சாத்திரங்கள்	30, 98, 114, 285, 327, 346	சிங்கரன்	24
		சிங்கன்குலை	32
சாத்திரம்	85, 112, 123, 251, 282, 322, 345	சிசுபாலன்	134
		சித்தமுடன்	330
சாத்துமாலை	91, 267	சித்தாதியோகன்	133
சாதவாகனர்கள்	12	சித்திரங்கள்	46
சாதிமுறைமை	234	சித்திரத்தாதியர்	46

சித்திரத்தாதியர்கள்	137	சிவயநம	47
சித்திரப்பாவை	115, 328	சிவயோகம்	145
சித்திரப்பூட்டு	196	சிவலிங்க வழிபாடு	11
சித்திரப்பூட்டு	200	சிவவில்	165
சித்திரப்பூட்டுகள்	62	சிவன்	11, 12, 18, 21, 33,
சித்திரப்பூட்டுகள்	63		38, 40, 45, 46, 47,
சித்திரபுத்திரயினார்	101, 293		49, 51, 53, 54, 55,
சித்திரபுத்திரர்	293		56, 57, 58, 59, 60,
சித்திரபுத்திரனார்	101, 294		62, 64, 66, 67, 68,
சித்திரம்	63, 139, 201, 329		69, 72, 73, 74, 75,
சித்திரமடம்	60, 192, 198		77, 78, 79, 81, 82,
சித்திரவண்டி	46, 142		84, 90, 93, 98, 101,
சித்துளி	192		109, 121, 131, 146,
சிதம்பரநடராசப்			158, 159, 167, 169,
பெருமாள்	21		171, 176, 182, 183,
சிதம்பரம்	11, 21, 222		184, 185, 188, 189,
சிந்துமாடு	27		204, 207, 208, 210,
சிமிழ்	75, 76, 228, 230		228, 236, 37, 238,
சிரார்த்தம்	14		240, 242, 244, 264,
சிலப்பதிகாரம்	3, 4, 5, 7, 12, 13		271, 286, 287, 316,
சிலம்பு	94, 274, 275		351
சிலவு	321	சிவன்கோயில்	7, 10, 19
சிலைநம்பி	270	சிவன்கோயில்கள்	9
சிவ வழிபாடு	11	சிவன்சன்னதி	19
சிவகிரி	350	சிவனருள்	102, 125, 131, 350
சிவகிரிமலை	350	சிவன்வாகனம்	151, 204
சிவகீதை	133	சிவனார்	48, 50, 51, 132, 222
சிவச்சின்னங்கள்	135	சிவாயநம	145
சிவத்தலங்கள்	9, 10	சிவாலயம்	190, 193
சிவதனுசு	165	சிற்பசாத்திரம்	6, 7
சிவதீட்சை	9	சிற்பநூற்சாத்திரம்	197
சிவபிரான்	133	சிற்றரசன்	234
சிவபூதத்தலைவன்	18	சிற்றிலக்கியங்கள்	25
சிவபெருமான்	9, 10, 21, 37, 39, 45,	சிற்றுளி	60
	46, 51, 58, 64, 66,	சிற்றெறும்புப்பாதை	96, 97, 100, 108, 281,
	68, 69, 71, 75, 86,		284, 291, 313
	90, 91, 92, 98, 101,	சிறிகிட்டனர்	158
	108, 111, 125, 131,	சிறியஅரண்மனை	198
	138, 151, 152, 154,	சிறியோர்	66, 208
	168, 170, 172, 173,	சிறுஉண்கலம்	302
	183, 211, 215, 241,	சிறுகாரிபூனை	6
	242, 263, 271, 286,	சிறுதாளம்	329
	287, 293, 297, 305	சிறுதுளசி	46, 75, 141, 228
சிவமூர்த்தி	139	சிறுதெய்வங்கள்	15

சிறுநீர்	51, 162	சுப்பிரமணியசுவாமி	
சிறுபாக்கு	277	கோயில்	16
சிறுபூட்டு	281	சுமைதாங்கி	96, 279, 280
சிறைபிடிக்க	234	சுயம்வரம்	134
சினம்	342	சுருள்முகப்பு	196
சின்முத்திரை	8	சுரேஷ்	35, 42
சின்ன இசக்கி	6, 41	சுவடிகள்	129
சின்னம்	1	சுவர்	315
சின்னவண்டி	46, 142	சுவாமி	106, 107
சீக்கிரம்	284, 300, 328, 329, 330, 349	சுவானபெலி	15
		சுவேதன்	133
சீதவாசவிரிசுனை	255	சுழற்சிக்கண்ணன்	25
சீதை	349	சுற்றுகள்	18
சீமானார்	322, 347, 348	சுறுக்காக	324
சீரங்கம்	253, 264, 271	சுறுக்காய்	165, 222
சீரங்கன்	3	சுனை	68, 70, 87, 126, 127, 162, 215, 216, 25, 259, 354
சீர்பாதம்	54, 135, 172, 349		
சீவன்	314, 318, 329, 330, 331, 344, 345, 346		
		சுனையாறு	217
சீற்றம்	234	சூடகம்	238, 278, 283, 330
சீனநாடு	20	சூட்சம்	282
சீனப்பூட்டு	200	சூட்சமம்	97
சீனப்பூட்டுகள்	63	சூட்சுமம்	282
சீனிப்பூட்டு	196	சூடம்	79, 96, 115, 250
சீனிப்பூட்டுகள்	62	சூத்திரகண்ணாளர்	328
சுக்கிரர்	163	சூத்திரங்கள்	115, 116, 117, 124, 330, 333
சுக்கிலபட்சம்	20		
சுக்கு	318	சூத்திரம்	165, 201, 348
சுக்குப்பொடி	111	சூதாட்டம்	164
சுகர்	134	சூரியகுலம்	175
சுகியோகன்	133	சூரியசந்திரர்கள்	38
சுசீந்திரம்	15	சூரியசந்திரர்கள்	77
சுசுமுனை	139	சூரியசந்திரவழிபாடு	1
சுட்டி	118, 336	சூரியர்	132
சுட்டிக்காளை	25, 339, 340	சூரியன்	14, 15, 48, 139, 148, 175, 235
சுட்டிக்காளைகள்	120		
சுடலை	10	சூல்	33, 102
சுடலைக்கோயில்	10	சூலம்	7, 147, 188
சுடுகாட்டுக்கடவுள்	11	சூலாட்டு இசக்கி	5
சுடுகாடு	9, 10, 319	சூலாடுஇசக்கி	6
சுத்துகள்	270	சூலி	297
சுதர்சனச்சக்கரம்	225	சூளிப்பலாமூடு	113, 324
சுதர்மை	139	செக்கடி	64, 204, 205
சுபத்திரை	167	செக்கடித்தல்	65, 204, 206

செக்காலக்கூட்டம்	204	செப்பரிய	301
செக்காலை	204	செப்பு	75, 76, 228, 230
செக்கு	64, 65, 66, 204, 205, 206, 207, 208, 209	செப்புக்குடம்	37, 217, 234
		செப்பும்	249
செக்குப்பலகை	64, 204	செம்பு	78, 238
செக்கோட்டுதல்	64	செம்பூத்துக்காரி	27
செங்கண்நெடுமால்	247	செம்பொன்மணி	
செங்கண்மால்	248	மாலை	270
செங்கமலவாவிகள்	270	செம்பொன்முடி	
செங்கழுநீர்வண்ணம்	4	மண்டபம்	18
செங்கிடாக்காரன்	16	செம்போத்து	42
செங்கிடாக்காறன் கதை	29, 140	செம்மறைக்காளை	27
		செம்மறையன்	25
செங்கிடாப்பூதம்	5	செம்மறையன்	27
செங்கிடாபூதம்	6	செய்குந்தம்	269
செங்கிடாவாதை	40, 41	செருக்கு	340
செட்டிச்சி	103, 299, 300	செலவு	321
செட்டிப்பெண்	299	செவலைஎருது	27
செட்டியார்	209	செவ்வை	182, 305
செட்டியார்கள்	204	செவிவழிச்செய்தி	169
செண்பகக்குட்டி	33	செழும்புனல்	256
செண்பகத்தாமை	78	செறுத்து	251
செண்பகத்தாமை	238	சென்னை	26
செண்பகத்தோட்டம்	245	சேசம்	31, 216 308, 331, 340, 341
செண்பகப்பூ	76, 230		
செண்பகப்பூந் தோட்டம்	82	சேசமுள்ள	331
		சேத்திரகாலபூதம்	116
செண்பகம்	46, 47, 75, 141, 228	சேத்திரபாலசுவாமி	293, 294, 310, 333, 344 345, 346, 347, 349, 350, 354, 355, 356, 357
செண்பகமரக் காடுகள்	96		
செண்பகமரம்	280		
செண்பகவெள்ளி மலை	78, 238	சேத்திரபாலபூதம்	101, 109, 117, 271
		சேத்திரபாலர்	44, 93, 101, 109, 121, 122, 123, 124, 127, 128, 269, 271, 292, 293, 294, 308, 310, 313, 335, 342, 348
செந்தழைமுவயிரன்	27		
செந்தாமரைப்பூ	76, 138, 231		
செந்தாமை	34, 78, 80, 81, 82, 237, 238, 239, 242		
செந்தாமழைமூடு	82, 83, 245, 247	சேத்திரபாலன்	116, 270, 293, 313, 314, 315, 330, 343, 347
செந்தெங்கு	248		
செந்தெங்கு இளநீர்	84		
செப்பம்	237, 271, 283, 285, 286, 291, 292, 293, 319, 328	சேத்திரபாலா	282
		சேதம்	66, 78, 81, 82, 209, 237, 243, 244
செப்பமுடன்	319	சேதி	236

சேதுராமன் குடந்தை	9	சோமாண்டிதாய்	99
செயிழையாள்	318	சோரகாடவி	349
சேர அரசர்கள்	13	சோர்ந்து	352
சேர அரசன்	12	சோரம்	198
சேரசோழபாண்டிய நாடு	192	சோரை	317
		சோலை	233, 325
சேரநாடு	271	சோழநாடு	21, 192
சேரன்	12	சோறுவடித்து	295
சேரன்மகாதேவி	18	சௌரவ்வயன்	167
சேலை	77	ஞாயம்	164, 165, 166
சேலைமுந்தி	321	தக்கன்	134
சேவல்	138	தகப்பன்	115, 328
சேவிக்க	124, 157, 331	தகம்	155
சேவித்த	348	தகை	255, 255, 260
சேவித்தல்	116, 145, 343	தங்கக்காசு	46, 64, 139, 203
சேவித்து	171, 241, 270, 332	தங்கநாணயம்	203
சேறு	70, 216, 217	தங்கநிறவண்டு	243
சேனைதிரள்	155	தங்கப்பாளம்	203
சைவக்கோயில்கள்	15	தங்கம்	63, 201
சைவப்படையல்	16	தங்கவளை	182
சைவபூதம்	207	தச்சர்கள்	61
சைவம்	58, 186	தச்சி	192
சைவவேதம்	144	தச்சு	60
சொறியன்	27	தச்சுவேலை	192
சோதிடம்	195, 287, 297	தடக்காரன்	337
சோதிலிங்கம்	11	தட்சகன்	42, 225
சோமன்	139	தட்சணை	99
சோமாண்டி	2998, 99, 100, 101, 102, 103, 104, 105, 106, 107, 108, 109, 110, 111, 11, 113, 114, 122, 123, 124, 273, 74, 276, 284, 287, 288, 289, 290, 292, 293, 294, 295, 296, 297, 298, 300, 302, 309, 310, 311, 316, 317, 318, 319, 320, 321, 322, 324, 326, 327, 328, 332, 345, 346, 349	தட்சன்	134
		தட்டழிதல்	285
		தட்டாதாமரை	154, 220
		தடம்	336
		தடம்பார்த்தல்	118, 337
		தடம்பார்ப்பவன்	118, 119
		தடமாட்டம்	168
		தடவரை	148, 179
		தடி	79, 83, 94
		தடிக்கம்பு	52, 301
		தடிவிலங்கு	74, 218, 220, 221, 226
		தண்டமிழ்	133, 270
		தண்டமிழ்சேர் மாயவனார்	18
சோமாண்டிஆசி	28, 93, 95, 7, 122, 273, 278, 290, 300, 305, 309, 311, 313, 318, 326	தண்டாயுதம்	62, 85, 148, 198, 250
		தண்டு	48
		தண்டு	148

தண்டை	8, 94, 105, 304, 336	தலம்	313
தண்ணிக்குடி		தல்லயன்காளை	27
பண்டங்கள்	321	தலைக்கிணறு	103, 299
தணல்	319	தலைக்கொண்டை	148
தணித்தால்	320	தலைதிருவி	318
தணிப்பதற்கு	320	தலைமுடி	164
தத்திக்கால்	154	தலையுச்சி	118
தத்துவங்கள்	60, 189	தலையெயெழுத்து	61, 195
தந்திரங்கள்	72	தலையோடு	188
தந்திரம்	55, 67, 71, 200, 252, 343	தலைவாசல்	103, 299
		தலைவாழையிலை	32
தபதி	175	தவ ஒழுக்கம்	134
தப்பரவு	183, 213	தவசி	202
தம்பட்டம்	66, 208	தவசிகள்	63
தம்பிமார்வரலாறு	169	தவசிப்பிள்ளை	63, 202
தமயந்தி	134	தவசு	142
தமிழ்நாடு	12	தவத்தோர்	132, 134
தமிழ்நாரதர்	133	தவநிலை	134
தமிழ்மொழி	13	தவம்	142, 234, 235
தமிழர்திருநாள்	26	தவமுறை	134
தயிர்	50, 51, 144, 158, 161	தவமுனிவன்	189
தராணி	225	தவவேடம்	3
தர்ப்பணங்கள்	15	தவிடுபொடி	215, 229, 236
தரம்	201	தவிழ்ந்துருளும்பூதம்	49, 153
தர்மகர்த்தா	273, 275, 28	தழுவுதல்	241
தர்மதேவன்	42	தளப்பன்	27
தர்மம்	253	தளர்ச்சை	233
தர்மர்	52, 87, 164, 165, 166, 67, 250, 251, 252, 253, 256, 258, 259, 260, 261, 262	தள்ளி	222
		தறிகொம்பன்	27
		தனஞ்செயன்	167
		தனபாக்கியம்	10, 11
தர்மராஜா	250, 251	தனம்	246, 298
தர்மவழி	163, 164	தன்வசம்	102
தர்மன்	163	தன்னாள்கள்	338
தர்மிதர்	262	தனிமரக்காவு	323
தருக்கள்	139	தனு	165
தருப்பை	14	தாக்குடன்	233
தருமம்	298	தாக்கோல்	49, 154, 181, 197, 262, 263, 265, 281
தருமர்	65, 85, 86, 87, 88, 89, 134, 206, 251, 255, 257		
		தாடகை	133
		தாண்டவங்கள்	59, 188, 190
தருமவர்மா	253	தாணிமரம்	33
தருமன்	163	தாணுமாலயன்	
தரைவெளுப்பு	312	கோயில்	15

தாதியர்	137		திங்கள்	139
தாப்பாள்	196		திசைக்கடவுளர்	14
தாமதித்த அகரம்	324		திட்டுமுட்டு	102, 298
தாமதித்து	323		திடுக்கம்	254, 255
தாம்பூலம்	276, 277		திண்தேர்க்குரக்கு	256
தாமரைகுளம்	96, 279		தியானம்	145, 329
தாமரைப்பூக்கள்	279		திரணதூமாக்கினி	13
தாமிரபரணி	273, 349		திரவியம்	341, 342
தாய்த்தெய்வம்	12, 13		திரளி	84
தாயப்பணிகள்	62		திரளி	248, 264
தாய்ப்பால்	105, 304		திரளிப்பாயாசம்	67, 90, 91, 210, 248, 264, 267
தாயம்	196			
தாயம்	199		திரிபுரஅசுரர்கள்	134
தாயவனார்	356		திருக்கச்சிமயானம்	10
தாரணி	280		திருக்கடவூர்மயானம்	9
தாரணி	286		திருக்கடையூர்	9
தாரா	46, 138		திருக்கண்	146, 146
தாராட்டி	304		திருக்கணங்குடி	28, 322, 323, 335, 346, 347
தாலு	255			
தாவடம்	48, 149, 150		திருக்கயிலாசம்	78, 237
தாழ்	292		திருக்களந்தை	349
தாழ்	294		திருக்காட்டுப்பள்ளி	9
தாழ்க்கோல்	89, 90, 96, 281		திருக்குடை	45, 54, 56, 154, 170
தாழ்திறந்து	283		திருக்குடைக்காம்பு	50, 156
தாழ்ந்தகாது	7		திருக்குடைகள்	78, 237
தாழ்ந்தோர்	66		திருக்குற்றாலம்	133
தாழ்பூட்டி	189, 295		திருக்குழுஎரு	270
தாழ்பூட்டு	283, 284		திருக்குறுங்குடி	17, 18, 19, 20, 21, 22, 23, 14, 25, 44, 93, 113, 118, 123, 128, 271, 272, 279, 280, 281, 306, 307, 309, 313, 317, 322, 333, 335, 342
தாழம்பூ	241			
தாழி	8			
தாழை	78, 79, 80, 83, 238, 239, 240, 241, 246			
தாழைகள்	39, 55, 73, 175, 212, 224			
தாழைச்செடிகள்	68		திருக்குறுங்குடி நம்பிகோயில்	312
தாழைமணம்	238, 240			
தாழையிலை	241		திருக்குறுங்குடி நம்பி	20
தானம்	136			
தானம்	298		திருக்குறுங்குடி பெருமாள்	23
தானமானம்	225			
தானவர்	132, 235		திருக்கைலாசபுரம்	217
தானியடிபூத்தான்	99		திருக்கொடிமரம்	18
தானியடிபூத்தான்	288		திருக்கொடிமாமரம்	270
திகைத்தல்	300		திருக்கொம்புக்காறன்	5

திருக்கோயில்	91, 265	திருமாயவர்	174
திருச்சடை	39, 49, 55, 59, 80,	திருமாயன்	270
	31, 153, 172, 173,	திருமார்பன்	270
	174, 178, 182, 188,	திருமால்	17, 18, 19, 20, 21,
	189, 241		46, 50, 51, 52, 53,
திருச்சடைகள்	172		57, 64, 66, 67, 68,
திருச்சடைப்பூதம்	49, 153		74, 82, 83, 84, 86,
திருச்சடைபாரம்	55, 57		87, 0, 91, 92, 93, 101,
திருச்சித்திரக்கூடம்	21		132, 133, 134, 139,
திருச்சிராப்பள்ளி	93, 272, 275		151, 52, 157, 158,
திருச்சினாப்பள்ளி	272, 273		163, 165, 188, 203,
திருஞானசம்பந்தர்	9		208, 245, 247, 249,
திருடர்	337		253, 262, 265, 268,
திருத்தேர்	135		269, 270, 271, 274,
திருதராட்டிரன்	40, 164		312, 333, 350
திருநடனம்	128, 357	திருமால்கோயில்	17
திருநனிப்பள்ளி	9	திருமால்வாகனம்	204
திருநாடு	176	திருமால்வில்	165
திருநாமம்	131	திருமுடி	45, 131, 135, 153, 178
திருநீற்றுப்பட்டை	7	திருமுழுக்கு	69, 82, 144, 177, 210,
திருநூல்	265		217, 249
திருநெல்வேலி	17, 18, 93, 272, 273,	திருமேனி	49, 135, 154, 271
	274, 275, 276, 349,	திருவடிநிலைகள்	22, 23
	350	திருவண்ணமருப்பு	
திருநெல்வேலி		மலை	269
சீமை	273	திருவண்ணாமலை	11, 61, 189, 193
திருப்பரிவட்டப்		திருவமுது	251
பாறை	22	திருவயிறு	300
திருப்பாதம்	92, 169, 349	திருவரங்கம்	19, 21,2 2, 86, 91,
திருப்பாற்கடல்	139, 189, 203, 270		93, 253, 264, 269, 271
திருப்பாற்கடல்		திருவரங்கன்	19
நம்பி	17, 270	திருவரசு	19
திருப்பிரம்பு	45, 50, 54, 135, 154,	திருவருள்	303
	156, 171, 217	திருவனந்தபுரம்	21, 22
திருப்பெருமாள்	265, 266	திருவனந்தம்	93, 269
திருமங்கை		திருவனந்தாழ்வான்	139
யாழ்வார்	19	திருவாக்கு	129
திருமஞ்சனம்	47, 56, 68, 177, 231	திருவாங்கோடு	29, 169, 203
திருமண்	23	திருவாசி	15
திருமண்பெட்டி	23	திருவாராதனமூர்த்தி	22
திருமதில்	18, 266, 270	திருவாழி	164, 206, 302
திருமதில்கள்	18	திருவாழிமோதிரம்	302
திருமயானப்பட்டன்	10	திருவானைக்கா	11
திருமயானப்		திருவி	318
பண்டிதன்	10		

திருவீழிமிழலை	10		துகழ்	126, 127
திரௌபதி	86, 164, 167, 252		துகழமுத்து	34, 43, 44, 125, 126, 127, 352, 353, 354, 355, 356
தில்லை	72, 222			
திவக்கங்கள்	355			
திவக்கம்	355		துகில்	77, 162, 235
திவ்யதேசம்	21		துச்சாதனன்	164
திவ்வியதேசங்கள்	21		துடம்	181
திறக்கவரம்	311		துடை	221
திறந்தவெளிக் கோயில்	11		துடைசேர்கூழை	27
			துடைப்பூட்டு	197
திறம்	343		துடைப்பூட்டுகள்	62
திறல்பூதங்கள்	12		துடைப்பொறி	211, 215
திறவுகோல்	154		துடைவிலங்கு	227
தின்கனிகள்	249		துணங்கையர்	3
தீக்கவர்	184		துண்டுதுண்டாய்	314
தீக்கள்	146, 147		துணைத்தெய்வம்	15
தீக்கொளுத்தி	345		துதிக்கை	61, 193
தீகள்	231		தும்பி	81, 244
தீச்சுவாலை	143, 147, 231		துர்வாசர்	167
தீட்சை	11, 14, 145		துரிதம்	324
தீண்டல்	222, 252		துரியோதனன்	52, 65, 84, 85, 86, 89, 134, 163, 164, 165, 206, 249, 250, 253, 254, 262
தீண்டாத	220			
தீத்தழுவுதல்	184			
தீத்தி	138			
தீத்தூண்	183		துருத்தி	47, 143, 146
தீநாக்கு	47, 76, 143, 231		துருத்தியகண்	6
தீபக்கட்டி	278		துருத்து	145
தீபதூபங்கள்	85, 250		துரோகி	337
தீபதூபம்	61, 97, 107, 193		துரோகியானபூதம்	315, 318
தீப்பந்தம்	56, 179		துரோணம்	166
தீபம்	283		துரோணர்	166, 167
தீமூட்டி	234		துரோணாச்சாரியார்	52, 166
தீர்க்கம்	182, 220		துரோபதை	252, 253
தீர்க்கமுடன்	234		துலுக்கர்	29
தீர்த்தம்	125, 128, 349, 350, 354, 357		துலையாதகோபம்	316
			துவாதசி	19
தீர்த்தமாட	349		துவாதசிபாராயணம்	20
தீர்த்தமாடி	350, 354		துவாரம்	194
தீர்த்தமாடுதல்	124, 125, 128, 169		துளசி	75, 141, 228
தீர்த்தயாத்திரை	164		துள்ளுமறிக்காறி	5
தீரன்	131, 236		துளை	194
தீரன்சங்கிலி பூதத்தான்	354		துறவிகள்	202
			தூக்குப்பாத்திரம்	83
தீவெட்டி	56, 179		தூக்குமாலை	210

தூங்கச்செழியன்	27		135, 151, 15, 184,
தூங்குதல்	356		215, 217, 240, 241,
தூண்டுமுனி	189		244, 245
தூத்து	300	தெய்வீகநிலை	2
தூத்துக்குடி	192	தெரிசனங்கோப்பு	16
தூதுவன்	103, 104, 299, 300, 302	தெற்கு	98
		தெற்குக்காடு	22
தூபக்கால்	278	தெற்குக்கோட்டை	91, 267
தூபக்கிண்ணம்	278	தெற்குவாசல்	109, 315
தூபங்கள்	85, 250	தெற்குவீடு	19
தூபம்	61, 95, 97, 193, 278, 283, 308	தெறிக்குது	215
		தெறித்தல்	226, 227
தூர	221	தென்கடல்	55, 174
தூரவழி	320	தென்கயிலாயம்	47
தூரவிலகி	247	தென்கைலாசம்	142
தூரவே	352	தென்கைலை	142
தாற்றிப்பெருக்குதல்	78	தென்திசை	133
தாற்றுதல்	237	தென்பாண்டிநாடு	269, 339
தூன்ஈசர்	255	தென்பாண்டியநாடு	176
தெட்சணாபூமி	269	தென்புலத்தார் வேள்வி	131
தெட்சணை	193, 287		
தெண்பாண்டியநாடு	203	தென்புலத்தார்	13, 133, 139
தெய்வக்கன்னி	16, 41, 42, 46, 73, 74, 77, 79, 81, 140, 224, 234, 239	தென்மேற்குமூலை	199
		தென்வடம்	136
		தென்னகம்	25
தெய்வக்குழந்தை	158	தென்னங்கன்று	202
தெய்வகுலக்கன்னி	34, 3, 81, 223, 24, 242	தென்னம்பிள்ளை	202
		தென்னாடு	93, 272
தெய்வகுலக் கன்னியம்மை	244	தென்னைமரச் சோலை	280
தெய்வங்கள்	1, 33, 240	தென்னைமரச் சோலைகள்	96
தெய்வத்தலம்	270		
தெய்வத்தன்மை	331	தேக்குமரக் கூட்டங்கள்	96
தெய்வப்பெண்கள்	175, 199		
தெய்வம்	93, 247	தேக்குமரக் கூட்டம்	280
தெய்வலோகக்கன்னி	351, 352		
தெய்வலோகத்தார்	151	தேங்காய்	95, 99, 115, 116, 277, 287, 330, 331
தெய்வலோகம்	43, 47, 125, 126, 147, 351, 352, 353		
		தேசம்	131, 284
தெய்வார்	136, 139, 143, 145, 146, 152, 183, 199, 229, 231, 239, 241, 243, 272	தேர்	42, 66, 139, 204, 234, 243
		தேரு	208
		தேரூர்	16
தெய்வார்கள்	45, 47, 62, 63, 70, 75, 79, 80, 81, 82,	தேவகன்	164

தேவகன்னி	180	தோகைபங்கன்	189
தேவகி	158	தோகையர்	185
தேவதைகள்	6, 128	தோகையர்கள்	353, 354, 355
தேவமாது	13	தோகையாள்	353
தேவர்	14, 45, 132, 139, 157, 239	தோசம்	252
		தோட்டுக்காரி	34, 41, 42, 77, 81, 82, 234
தேவர்கள்	14, 152, 161, 189		
தேவர்கோமான்	3	தோட்டுக்காரி	
தேவர்தலைவன்	139	யம்மை	244
தேவலோக கல்த்ச்சர்	0	தோடு	224
தேவலோகத் தச்சர்கள்	61, 191, 201	தோண்ட	341
		தோதகங்கள்	177, 186, 225
தேவலோகத் தலைவன்	181	தோத்தரவு	183
		தோயம்	257
தேவலோகத்தார்	49, 57, 58, 140, 152, 155, 240, 272	தோவாளை தாலுகா	323
		தோழமை	315
தேவலோகப் பெண்கள்	49	தோள்	68, 74, 90, 198, 235, 243
தேவலோகம்	8, 35, 225	தோள்பூட்டு	197, 211
தேவவேள்வி	13	தோள்பூட்டுகள்	62, 63
தேவாரம்	13, 177, 213	தோள்விலங்கு	227
தேவேந்திரன்	133, 134, 167	தோளுப்பூட்டு	200
தேன்	144	நகட்டி	152, 236
தேன்மொழி	73	நகட்டுதல்	176, 188, 213, 214, 225
தேன்மொழிமார்	234		
தேன்மொழியாள்	174, 226	நகம்	73, 212, 223
தைத்தல்	317	நகழ	215
தைப்பொங்கல்	26	நகுடன்	13
தைமூர்	176	நகுலன்	85, 87, 163, 251, 256, 261
தையல்நல்லாள்	295		
தையலார்	300	நச்சுதோயம்	257
தொட்டில்	105, 305	நச்சுநீர்ச்சுனை	87
தொடுபிடி	243, 293	நச்சுப்புனல்	88
தொடை	68, 69, 72, 74	நச்சுப்பொய்கை	256, 257
தொந்தவயிறு	193	நச்சுவெஞ்சுனை	259
தொப்புள்	303	நச்சுனை	254
தொப்பூழ்	302	நஞ்சு	313
தொல்காப்பியர்	133	நஞ்சுத்தண்ணீர்	257
தொலி	145	நஞ்சுநீர்நிலை	254
தொழி	216	நட்சத்திரங்கள்	42
தொழிலாளி	343	நட்சத்திரம்	102
தொழு	335, 337	நட்டணை	148, 209
தொழுவம்	118	நட்டணைகள்	263
தொன்மரம்	254, 255	நடப்புக்கதை	269

நடனம்	72, 222	நம்பியார்	129
நடுஏர்	340	நம்பியாற்றங்கரை	281
நடுக்கம்	244	நம்பியாறு	18, 124, 281, 308, 309
நடுக்காடு	96, 100, 280	நம்பூதிரிகள்	129
நடுக்கென	213	நமஸ்கரிக்கும்	169
நடுச்சாமம்	122	நமஸ்கரித்து	171, 250, 306
நடுநிசி	129	நமஸ்காரம்	261, 283
நடை	282	நயினார்	132, 294
நண்ணுதல்	300	நரகம்	8, 260
நதி	317	நருள்	172, 227, 237
நந்தகோபர்	158	நருளடியார்	237
நந்தனார்	21	நருளு	236
நந்தி	21, 48, 49	நல்லகனி	251
நந்திதேவர்	48, 49, 151, 152	நல்லபலாமூடு	96, 279
நமசிவய	47, 144	நல்லமலை	327
நமசிவாய	194	நல்லரவம்	239
நம்பாடுவான்	19, 20, 21	நல்லரவம்	258
நம்பி	17, 28, 29, 31, 93,	நல்லுயிர்	345
	94, 97, 98, 100, 101,	நல்வாக்கு	217
	103, 105, 106, 107,	நவ்வல்	355
	108, 110, 112, 113,	நவ்வல்கனி	355, 356
	114, 115, 122, 123,	நவ்வல்மரம்	280, 355, 356
	270, 271, 272, 274,	நளகூபரன்	161
	275, 276, 277, 278,	நற்கவரி	156
	279, 281, 282, 283,	நற்குமாரன்	315
	284, 289, 291, 292,	நற்சொல்	217
	294, 295, 303, 305,	நற்பகளம்	201
	306, 307, 308, 309,	நற்பெண்	175
	311, 312, 313, 314,	நற்றமிழ்	269
	315, 316, 317, 318,	நறுக்குவாமடை	62, 196
	319, 320, 321, 322,	நறுமணத்தூள்	283
	324, 326, 327, 328,	நறுமணநீர்	228
	329, 330, 332, 334,	நறுமணவேர்	230
	345, 346, 348	நறும்புகை	3
நம்பிக்கைகள்	1	நன்னெடும்பூதம்	7
நம்பிக்கோலம்	23	நாகக்கன்னி	42, 57, 180
நம்பிகள்	282	நாகக்கன்னி	180
நம்பிகோயில்	18, 113, 128, 269,	நாகக்காளை	339, 340
	271, 322, 333	நாககன்னி	167
நம்பிதேசம்	269	நாக்கு	312, 313
நம்பிபதி	270	நாககுலம்	167
நம்பிமகன்	305, 306	நாகங்கள்	57, 180
நம்பிமார்கள்	96, 97, 282, 285	நாகணாசேரி	269
நம்பியாண்டவன்	20	நாகப்பழமேனி	297

நாகப்பாம்பு	140, 202, 239	நாரதர்	45, 133, 134
நாகம்	63, 78, 80, 238, 239, 240	நாரதவாழ்முனி	132
		நாரதவான்	133
நாகமணிபூதத்தான்	15, 16	நாரம்	134
நாகமுள்ளகாளை	26, 120, 341	நாராயணர்	52, 53, 246, 253, 259, 260
நாகர்கோவில்	15, 16		
நாகராஜாகோயில்	15	நாராயம்	30
நாங்கனாசேறி	274	நாராயம்	296, 326
நாங்குநேறி	272, 274, 306, 309	நாரானையடி	203
நாங்குநேரி	93, 94, 269	நாரைக்கழுத்தன்	27
நாசிப்பிள்ளை	202	நால்மறை	17, 270
நாடங்குலை	143	நால்வகைப்பூதம்	5
நாட்டார்	279, 300, 334, 336, 337, 342	நால்வருணப் பூதங்கள்	7
நாட்டார்கள்	274	நாலுமூலைசுமை	
நாட்டாறு	110, 270, 317	தாங்கி	96, 279
நாட்டியம்	26, 120, 341	நாலூர்மயானம்	9
நாட்டுக்கல்விளை	96, 279	நாவல்பழம்	102, 127, 128, 355
நாட்டுப்பற ஆய்வாளர்கள்	15	நாவல்மரத்தடி	96
		நாவல்மரம்	44, 96, 127, 280
நாட்டுப்புறச் சமயம்	1	நாவி	228
		நாழி	75, 154, 181, 193, 229
நாட்டுப்புறமக்கள்	1	நாழிகள்	71
நாட்டுமரக்கூட்டம்	100, 279, 291	நாழிகை	79, 238
நாட்டுமரக்கூடம்	96	நாழிநெல்	144
நாட்டுவாழை	143	நாழிப்பூட்டு	196, 200
நாணயம்	203	நாழிப்பூட்டுகள்	62, 63
நாணாமல்	216	நாளங்காடிப்பூதம்	3
நாணிக்கால்காளை	25, 120	நாள்நட்சத்திரம்	102
நாணிக்காலன்	339, 340	நாற்சந்தி	3
நாதங்கள்	156	நாற்பால்பூதம்	5
நாதன்	45, 132	நாற்பூதப்பெருமாள்	240
நாமக்குறி	83	நான்குவருணங்கள்	4
நாமம்	246	நான்முகன்	134
நாய்	14	நானாவிதம்	218
நாயகர்	173	நிகண்டுகள்	12
நாயகன்	297, 305, 312	நிட்டூரம்	177
நாயகிமார்	352, 353, 355, 356	நித்தியம்	15
நாயகியாள்	284, 297, 305	நித்திரை	139, 292
நாரணநாராயணர்	246	நிபந்தனை	272
நாரணர்	166, 168, 254, 259, 260, 261, 262, 263	நிமித்தங்கள்	114
		நிமித்தம்	97, 98, 100, 107, 112, 322
நாரணனார்	247		
நாரதமுனிவர்	133	நிமிர்த்தம்	282, 285, 292, 322

நியாயம்	168, 224	நெட்டூரபூதம்	332
நியாயவிரோதம்	267	நெட்டூரம்	74, 168, 177, 213, 220, 225, 259, 264, 318, 332
நிரைமேய்த்த	270		
நிலை	281		
நிலைபார்த்தல்	322	நெட்டைக்காலன்	27
நிறவண்ணனார்	270	நெட்டைக் கொம்பன்	27
நிறுத்தக்குடம்	37		
நிறுத்தகுடம்	234	நெடுக்கம்	233
நிறைக்கல்	11	நெடுமால்	18, 247, 264, 265
நிறைகோல்	4	நெடுமூச்சு	307
நிறைநாழி	47, 61, 99, 144, 193, 287	நெடுவீதிகள்	18
		நெத்திப்பிறை	36, 224, 242
நீதி	110, 165, 259, 315, 347	நெய்	76, 77, 144, 230, 232, 235
நீதிமுறை	168	நெய்க்கிடாரப்பிறவி	77
நீதியுள்ளதருமர்	88	நெய்க்கிடாரம்	37, 38, 39, 75, 76, 77, 78, 80, 228, 233, 235, 236, 242
நீர்ச்சுனை	87		
நீர்ச்சுனைகள்	69		
நீர்த்தேவதைகள்	14		
நீர்நிலை	14, 119, 215	நெய்க்கொப்பரை	228
நீரூற்று	280	நெய்கொதிக்க	231
நீலகண்டசுவாமி கோயில்	16	நெய்நிலை	215
		நெய்பால்	161
நீலகிரி	33	நெல்	99, 164
நீலகிரிமலை	32	நெல்பொரி	193
நீலகிரியிசக்கி	32	நெல்லைவைணவத் தலங்கள்	128
நீலம்	63, 81		
நீலவர்ணப்பூ	77, 138	நெழியுது	232
நீலவர்ணபூதம்	110, 315	நெளிதல்	236
நீலவர்ணம்	236, 242	நெளிந்து	226
நுகத்தடி	340	நெற்பாயாசம்	210
நுகம்	26, 120, 340	நெற்றிப்பிறை	73, 7, 81, 236
நுகர்ந்து	242	நெற்றியணி	224
நுதல்	148	நெறி	189
நூப்பு	240	நெறுத்து	230
நூல்	216	நேசம்	319, 342
நூற்றியெட்டு வைணவத்தலங்கள்	18	நேசமுடன்	322
		நேசமுள்ள	329
நூற்றுவர்	65	நேமத்தி	177
நூற்றுவர்	206	நேமித்தல்	82, 244, 248, 264
நெஞ்சுதிடம்	301	நேமித்தியங்கள்	91, 92, 268
நெஞ்சுறுதி	301	நேமித்தியம்	85, 213, 251, 267
நெட்டக்கொம்பன்	25, 120, 399, 340	நேமிதம்	84, 90
நெட்டூரங்கள்	264	நைவேத்தியங்கள்	95, 308

நைவேத்தியம்	213, 251	பச்சைவண்டு	36, 81, 243
நொண்டிக்கால்	176	பச்சைவர்ணம்	77
நொந்தவுடன்	302	பச்சைவளை	38, 236
நொந்திடும்	303	பச்சைவளையல்	36, 78, 242
நொறுங்குதல்	236	பசி	3
நோயாளி	14	பசுக்காத்தான்	25
நோலை	3	பசுங்கழுத்தான்	27
பக்கத்தாங்கல்கள்	8	பசையாறு	124
பக்கவாமடை	62	பஞ்சணை	296
பக்கவாமடை	196	பஞ்சபாண்டவர்	206, 250, 251, 254
பகவான்	20, 21, 22, 23, 24, 44, 94, 129, 164, 269	பஞ்சபாண்டவர்கள்	163, 164, 192
		பஞ்சபாண்டவர்	
பகழவாமடை	62	வனவாசம்	2
பகழவாமடை	196	பஞ்சபூதவடிவு	11
பகளம்	63, 81, 242	பஞ்சபூதவழிபாடு	1
பகுத்தறிவு	1	பஞ்சம்	93, 95, 99, 272, 275, 276, 288, 328
பகுந்து	342		
பங்கர்சுனை	259	பஞ்சவர்	261
பங்குனிமாதம்	167	பஞ்சவர்கள்	53, 65, 163, 169, 192, 250 253, 262
பச்சமால்	18, 139, 203, 209, 245		
பச்சரிசி	95, 97, 277, 283	பஞ்சவர்ணக்காடு	60, 192
பச்சவர்ணம்	38	பஞ்சவர்ணகிளி	63
பச்சன்	259	பஞ்சவர்ணம்	202, 235
பச்சிப்பறவை	202	பஞ்சாட்சரம்	144
பச்சிலை	228	பஞ்சாப்	176
பச்சிலைகள்	46	பஞ்சாமிர்தம்	47, 84, 91, 144, 248, 267
பச்சை	63, 81, 242		
பச்சைக்கிளி	138	பஞ்சு	301
பச்சைக்கிளி	202	பஞ்சுணை	49, 153
பச்சைத்தின்னி இசக்கி	5	பஞ்சுமெத்தை	296
		பட்சிப்பறவை	63
பச்சைத்தின்னி மாடன்	5	பட்டங்கம்	151
		பட்டமரம்	220
பச்சைத்தேர்	36	பட்டயம்	277
பச்சைத்தேர்	42, 77, 81, 233, 243	பட்டர்	45
பச்சைநாடன்	47	பட்டர்கள்	136
பச்சைநிறவளையல்	81	பட்டாங்கம்	86, 251, 252, 253
பச்சைப்புல்லு	337	பட்டான்	166
பச்சைமரம்	46, 141	பட்டிக்காளை	27
பச்சைமால்	51, 64, 139, 159, 350, 357	பட்டியல்	63, 196, 200
		பட்டியல்கள்	62
பச்சையாறு	43, 94, 125, 127, 128, 273, 349, 350, 353, 355, 357	பட்டு	94, 243, 247
		படலைக்கொம்பன்	27, 25, 120, 339, 340
		படி	144

படிகடந்து	301		பத்தினி	252	
படித்தரங்கள்	95, 288		பத்தினி	253	
படித்தரம்	272, 273, 276, 277		பத்மநாபசுவாமி		
படுத்துறங்கு	311, 314		கதை	2	
படைக்கருவிகள்	46, 63		பத்மநாபசுவாமி		
படைக்குருவி	138, 202		கதை	130	
படைக்கூட்டம்	155		பத்மநாபபுரம்	16	
படைப்புப்பிடுங்கி	25		பதறாமல்	301	
படையல்			பதறுதல்	303	
பொருட்கள்	97		பதி	271, 319	
பண்	20		பதிவு	277, 305	
பணக்காரர்	347		பதிற்றுப்பத்து	12	
பணங்கள்	322		பதினெட்டு		
பண்டங்கள்	321		நாட்டார்	117, 118, 121, 279,	
பண்டிதர்கள்	318			334, 336, 337, 342	
பண்டு	272, 273, 288, 315,		பதினெட்டு		
	334, 338		நாட்டார்நிலம்	118, 119	
பண்டைபூதம்	169		பதினெட்டு		
பண்ணைக்காரர்கள்	347		நாட்டார்விளை	96	
பண்ணைக்காரன்	336, 337, 338, 339,		பந்தம்	56, 179	
	340		பந்திறிநாழி	154, 181	
பண்பரூர்	19		பந்திருநாழி	197, 220, 265	
பணம்	105, 113, 114, 304,		பந்து	180	
	321, 325, 326, 327,		பம்மத்துமூலை	169	
	334		பயணம்	100	
பணயம்	164		பயந்து	221, 239	
பணி	242		பய்யப்பய்ய	301	
பணிகள்	304		பரத்தி	299	
பணிபடுத்தி	298		பரத்துதல்	199	
பணிப்பெண்	164		பரத்வாசமுனிவர்	166	
பணிமாறுதல்	193		பரதவித்து	258, 313	
பணிவகை	196		பரதேசிநாடு	40, 175	
பணிவகை	197, 200		பரந்திடும்	318	
பணிவிடை	142, 180		பரப்புகள்	342	
பணிவிடைகள்	54, 78, 169, 171, 237		பரமசிவன்	57, 135, 177, 213,	
பத்தயம்	341			225, 235, 293	
பத்தறை	35		பரமசிவனார்	181	
பத்தாயப்பொறி	115, 328		பரமதமவாழ்வு	19	
பத்தாயம்	115, 116, 117, 118,		பரம்பாகவதர்	21	
	120, 121, 124, 329,		பரமன்	9, 22, 23	
	330, 333, 334, 335,		பரமார்த்தம்	185, 190	
	341, 342, 348		பரமானந்தம்	50, 158	
பத்தி	239		பரல்கள்	42	
பத்திரகாளி	14		பர்வதங்கள்	56	

பர்வதம்	40, 121, 175,	பழுத்திலை	326
பராபரம்	250	பழையமூர்த்தி	5, 6
பரிசம்	136	பழையூர் இசக்கி	6
பரிசன்	256	பள்ளி	9, 106, 306
பரிசை	57, 180	பள்ளிக்குடை	40, 54, 156, 170
பரிநகுலன்	256, 257	பள்ளிப்படை	9
பரிவட்டம்	104, 302	பள்ளிப்படைகல்	
பரிவாரங்கள்	14	வெட்டு	9
பரிவாரதேவதை	13	பள்ளிப்படை	
பரும்ஆப்பு	194	கோயில்கள்	9
பருமணல்	87	பறக்கை	16
பருமணல்ஏடு	257	பற்குணன்	167
பரும்பூதம்	333	பறங்கிச்சாம்பிராணி	229
பரும்மலை	275	பறவை	330
பருமலை	150	பறவைகள்	55, 68
பலகாரம்	91, 267	பற்றவைத்து	231
பலங்கள்	214	பறிந்து	218
பலசாலிகள்	71	பறியும்	356
பலசொரூபம்	36	பறை	208, 329, 331
பலசொரூபம்	224	பறைதல்	185, 189, 90, 205, 209
பலராமன்	158	பறைந்தது	265
பல்லக்கு	104, 301	பறைந்தார்	237
பல்லி	100, 107, 309	பறைந்திடுவார்	239, 261
பல்லிநிமித்தம்	97, 112	பறைந்து	173, 205, 209, 220,
பலன்பார்த்து	195		221, 222, 246
பலாமரம்	279	பறையர்	338, 339
பலி	11, 14, 116, 167	பறையர்கள்	119
பலிக்கந்தம்	11	பறைவார்	208, 222
பலித்தல்	315	பனங்காய்மயிலை	27
பலிபொருட்கள்	14	பனங்காரி	27
பவளம்	171	பன்னிருசாண்	234
பழக்கம்	222	பன்னீர்	75, 76, 79, 91, 228,
பழக்குலை	47, 90, 91, 95, 115,		230, 267
	144, 264, 267, 277,	பாக்கியம்	97
	330	பாக்கிலை	267
பழம்	84	பாக்கு	30, 61, 95, 99, 104,
பழம்	116		114, 116, 193, 277,
பழி	314, 356		287, 302, 326, 331
பழிகள்	109, 314	பாக்குஇலை	91
பழிகாரப்பூதங்கள்	123	பாகை	42
பழிகாரப்பூதம்	345	பாங்கு	280
பழிகாரன்	307	பாங்குடன்	173, 306
பழுக்காய்	30, 326	பாசக்கயிறு	7
பழுத்திலை	30	பாசம்	3

பாசாணம்	201	பாரதப்போர்	52, 163, 164, 167
பாசுபதச்சித்தாந்தம்	10	பாரதம்	40
பாசுபதம்	167	பாரதயுத்தம்	164
பாசுபதர்கள்	9, 10	பார்ப்பனச்சேரி	309, 323
பாசுபதவேடம்	10	பார்ப்பனர்	268
பாஞ்சாங்குருவி	63, 138, 202	பார்ப்பனர்கள்	4
பாட்டுப்படித்து	332	பார்ப்பனன்	267
பாண்டவர்	134	பாரப்பூதம்	187
பாண்டவர்கள்	85, 86, 89, 167, 206	பாரப்பெருவிரல்	234
பாண்டித்தியம்	206	பார்வதி	77, 132, 185, 188, 235
பாண்டித்துளை	194	பார்வதிஅம்மை	11
பாண்டியநாடு	192, 203	பார்வதிதேவி	38
பாண்டு	167, 206	பார்வதிதேவி	58
பாணர்	19	பார்வதியாள்	135, 235
பாணர்கள்	4	பாரவலுபூதம்	245, 248
பாணர்குலம்	19	பாரவேள்வி	144
பாதக்குறடு	90, 264	பாராயணம்	14
பாதங்கள்	206, 332	பாரி	356, 357
பாதகத்தி	77, 177, 186, 213, 235	பாரிசாதமலர்	134
பாதகன்	112, 205, 320	பால்	77, 84, 144, 160, 168, 235, 299, 315
பாதகாணிக்கை	171, 215, 241, 249		
பாதங்கள்	157	பாலகன்	106, 108, 303, 304, 305, 306, 308, 309, 311, 312, 313, 314, 315, 319
பாத்திரப்பண்டங்கள்	95		
பாத்திரப்பண்டம்	100		
பாதம்	78, 124, 131, 169, 172, 237, 268		
பாதம்சேவிக்க	124	பால்காய்த்தல்	103, 299
பாதாளபூதம்	5	பால்பழம்	267
பாதாளம்	88, 89, 163, 228, 260, 262	பால்பாத்திரம்	246
		பால்பாயாசம்	67
பாபநாசம்	44	பாலமிர்தம்	47, 144
பாப்பான்	267, 272, 324	பால்வெள்ளை	27
பாப்பி	33	பாலன்	105, 291, 303, 313
பாம்பு	42, 88	பாலாட்டு இசக்கி	5, 6
பாம்புவடிவு	24	பாலுபழம்	248
பாம்புவழிபாடு	1	பாலூட்டி	304
பாய்ந்திடுவாள்	3123	பாவங்கள்	124, 125, 314
பாயவனார்	270	பாவநாசக்கரை	124, 349, 350
பாயாசம்	16, 84, 90, 91, 248, 264, 267	பாவநாசப்பெருமாள்	125, 350
		பாவநாசம்	124, 125, 128, 349, 350
பாரக்கைலாசம்	185		
பாரச்சிவனார்	222	பாவம்	124, 349, 350
பாரதச்செய்தி	65	பாவவிமோசனம்	21
		பாவி	14
		பாவித்து	156, 270

பாவினை	274, 280, 283, 291, 299, 329, 331, 337, 340, 350	பிரகுதம்	13
		பிரசவம்	103, 300
		பிரதிட்டை	253
பாவை	116, 223, 22, 328, 329, 330, 331, 332, 348	பிரபவம்	134
		பிரமசக்தியம்மன் கதை	136, 189
பாவைகள்	124	பிரமசத்தி	147
பாவைநல்லாள்	233, 235	பிரமதேவர்	134
பாவைப்பொம்மை	115	பிரம்பு	53, 70, 169, 217
பாவைப்பொம்மை கள்	116	பிரம்மசக்தி	237
		பிரம்மசக்தியம்மன்	
பாவையர்	290, 299, 303, 357	பிறவிகள்	237
பாவையர்கள்	43, 352, 353	பிரம்மபுரத்து	
பாளையங் கோட்டை	94, 273	மகாதேவர்	10
		பிரம்மராட்சன்	21
பாற்கடல்	64, 68, 76, 139, 203, 211, 231	பிரம்மவேள்வி	13
		பிரம்மன்	14
பாற்பாயாசம்	210	பிரம்மா	11, 98, 127, 132
பாறை	121, 342	பிரமவேள்வி	131
பாறைகள்	137	பிரமன்	74, 139, 143, 253
பானம்	139	பிரமா	44, 286, 354
பான்னீய்யம்	254	பிரமெக்கியம்	14
பிச்சி	46, 75, 138, 141, 144, 228	பிராசிதம்	13
		பிராமக்கன்னி	140
பிச்சிப்பூ	49, 278	பிராமண இசக்கி	35
பிச்சிப்பூமாலை	95	பிராமணக்கலப்பு	13
பிச்சை	155, 189	பிராமணக்கன்னி	16, 34, 35, 36, 37, 41, 58, 73, 74, 77, 79, 80, 81, 185, 223, 224, 233, 239, 241, 242
பிசாசு	1, 32		
பிணங்காமல்	82, 220, 246		
பிணங்கி	173, 210		
பிண்ணாக்கு	65, 206		
பிணத்தை நல்லடக்கம்	319	பிராமணக்கன்னி யம்மை	42, 225, 242, 243
பிணி	3	பிராமணக்	
பிணைப்பு	66	குடும்பங்கள்	35
பித்தளைப்பூட்டு	196	பிராமணக்குடும்பம்	36
பித்தாநாள்	28, 276, 323, 324, 327, 339	பிராமணத்தி	109, 313
		பிராமணப் புரோகிதர்	267
பிதற்றல்	104		
பிதா	305	பிராமணப்பெண்	35, 37
பிதிர்கள்	15	பிராமணர்கள்	35
பிதுர்க்கள்	14	பிராமணன்	28, 91, 92, 93, 113, 272, 324
பிதுர்வேள்வி	13		
பிரகாசம்	134, 305	பிராமியகுதம்	13

பிராயம்	251	புட்டம்	118
பிரியம்	298, 324, 326, 329, 345, 350	புட்டி	336
		புண்ணியசீலர்	164
பிரியமுடன்	340	புண்ணியனார்	262
பிலங்கள்	178, 219, 226, 227	புத்தர்	134
பிலம்	174, 182, 186, 187, 199, 211	புத்திமதிகள்	111
		புத்திரன்	310, 315, 317
பிலாப்பழம்	326	புதுமைகள்	285
பிலாமரம்	140	புதையல்	5, 120, 124, 153, 262, 341, 347
பிலாமூடு	279		
பிழைகேடு	250, 253	புதையல்கள்	71, 170
பிள்ளை	99, 100, 101, 104, 105, 107, 108, 109, 112, 115, 307, 310, 311, 314, 318, 321, 328	புரச்சம்	195
		புரட்டி	221
		புரவி	256
		புரவு	338
		புரள	221
பிள்ளைகள்	347	புரளும்	232
பிள்ளைகொன்ற பூதம்	321	புரிசடையோன்	172, 173, 211
		புருசன்	292, 325
பிள்ளையார்	99, 193, 287	புருஷாதேவி	40
பிள்ளையார்சிலை	61	புருரவர்மன்	206
பிறத்தியம்	249	புரோகிதர்	92, 268, 311
பிறப்பிறப்புகணக்கு	293	புரோகிதன்	272, 274, 295, 304, 306
பிறர்மனைநயப் போர்	3	புலம்பி	320
பிறை	188	புலமாடன்	99, 288
பின்கொம்பு	50, 53, 156, 169	புலமாடி	288
பின்னேர்	26, 120, 340	புலர்ந்து	255
பீடங்கள்	16	புல்லைக்காளை	26, 120, 339, 340
பீடம்	41, 42, 84, 249	புலி	63, 71, 96, 189, 202, 280, 291
புக்கவன்	255		
புகலுவீர்	311	புலிகள்	97, 100, 285
புகழ்	126, 127	புலிகுளம்	27
புகழ்மாயன்	268	புலித்தோல்	133, 189
புகழமுத்து	34, 35, 43, 44, 125, 126, 127 351, 352, 353, 354, 355, 356	புலைச்சாதி	320
		புலைச்சாதியான்	321
		புலைச்சி	30, 32, 33, 122, 327, 344
புகார்நகரம்	13		
புகார்புறம்பணை யான்	13	புலையர்இனப் பெண்	327
புங்கம்மரம்	141	புலையர்சாதி	325
புங்கு	46, 141	புலையன்	30, 31, 32, 113, 114, 115, 116, 117, 121, 122, 124, 321, 325,
புசிக்க	259		
புசித்து	295		

	326, 327, 328, 330,	பூசைப்பொருட்கள்	115
	333, 334, 335, 343,	பூஞ்சுனை	56, 69, 70, 71, 2, 213,
	345, 348		216, 217, 222
புவனம்	131, 174	பூஞ்சுனைகள்	177
புழுக்கல்	3	பூஞ்சோலை	233
புழுங்கல் அரிசி	3	பூஞ்சோலைகள்	77
புளகீதம்	270	பூட்டி	221
புள்ளிக்காளை	120, 339, 340, 341	பூட்டிவிடுதல்	221
புள்ளிபுள்ளி	336	பூட்டு	81, 96, 121, 123, 124,
புள்ளினம்	39, 73, 175, 212, 242		211, 226, 243, 281,
புள்ளு	202		285, 333, 335, 342,
புளி	46, 141		347, 348
புளிக்கறி	300	பூட்டுகள்	62, 63, 68, 117, 196
புளிக்குழம்பு	300	பூட்டுத்துவாரம்	196
புளியமரம்	307	பூட்டுவாமடை	62, 196
புறக்கடை	109, 314	பூட்டுவிலங்கு	227
புறங்கூற்றாளர்	3	பூண்ட	211
புறநடை	108, 311	பூண்டிடுதல்	211
புறப்பூட்டு	196, 285	பூணுதல்	211
புறம்பணையாள்	13	பூணுநூல்	179
புறவழுகு	67	பூணூல்	48, 149, 150
புறவிதானம்	209	பூத உடல்கள்	9, 10, 11
புனல்	255, 259	பூத உருவம்	64
புன்னை	46, 141	பூதக்கதைப்பாடல்	2
புனிதப்பொருள்		பூதக்கோயில்கள்	7, 11, 16, 130
வழிபாடு	1	பூதகணங்கள்	13 140, 322
புனிதம்	1	பூதகணம்	131, 135, 156, 170,
புனுகு	75, 76, 79, 148, 228,		185, 272
	230, 238	பூதகணவகை	169
பூக்குடை	179, 96, 144, 239, 278	பூதங்கள்	2, 3, 4, 5, 6, 7, 9,
பூக்கொடி	148, 150		12, 14, 15, 33, 36,
பூங்கா	233		37, 40, 44, 45, 50,
பூங்காவனங்கள்	77		54, 93, 98, 100, 106,
பூங்காவனம்	17, 233, 270		107, 108, 109, 110,
பூங்குழலாள்	233		111, 112, 116, 17,
பூச்சக்கரவாழ்			122, 123, 124, 125,
குடை	48, 50, 149, 156		127, 128, 149, 156,
பூச்சக்கரவாள்			316, 320, 332, 343,
குடை	90, 265		347
பூச்சனை	220	பூதங்களின் உருவம்	6
பூச்சாற்றுதல்	84	பூதங்களின்கதை	45
பூச்செடிகள்	68	பூதங்களின்பிறவி	34, 39
பூசைக்கூலி	272	பூதங்கொல்லி	70, 218
பூசைப்பொருட்கள்	95, 96, 97	பூதசுதுக்கம்	3

பூதத்தடி	48, 49, 50, 54, 56,	78, 80, 81, 82, 83,
	61, 64, 84, 85, 86,	84, 85, 86, 87, 88,
	90, 91, 149, 154, 156,	89, 90, 91, 92, 94,
	171, 179, 203, 240,	95, 97, 99, 102, 107,
	249, 250, 264, 266,	108, 110, 112, 113,
	274, 343	114, 117, 118, 121,
பூதத்தான்	16, 66, 67, 89, 91,	122, 123, 124, 28,
	172, 208, 229, 249,	131, 134, 135, 150,
	262, 264, 267, 274,	151, 152, 155, 156,
	288, 314, 315, 347	159, 160, 162, 163,
பூதத்தின் உருவம்	7	165, 168, 169, 170,
பூதத்தெய்வம்	36	171, 172, 173, 174,
பூத்தானம்	173	178, 179, 180, 182,
பூத்தானம்	184	183, 184, 186, 187,
பூதநாதன்	12, 13	188, 191, 193, 195,
பூதப்படை	93, 269	198, 199, 203, 204,
பூதப்பத்தாயம்	341	205, 207, 208, 210,
பூதப்பாண்டி	16	211, 212, 214, 215,
பூதப்பிறவிகதை	130	216, 217, 218, 219,
பூதப்பிறவிகள்	149	220, 221, 223, 226,
பூதப்பெருமாள்	34, 34, 36, 38, 39,	227, 229, 231, 232,
	40, 41, 48, 0, 51, 55,	233, 236, 237, 240,
	57, 62, 63, 65, 67,	241, 242, 243, 245,
	68, 71, 74, 75, 77,	246, 247, 248, 249,
	78, 79, 80, 149, 150,	251, 253, 254, 259,
	152, 53, 157, 168,	260, 262, 263, 264,
	174, 175, 179, 181,	265, 267, 268, 272,
	190, 205, 211, 22,	276, 277, 282, 283,
	228.236, 240, 249, 26,	285, 288, 289, 310,
	283	313, 318, 319, 320,
பூதப்பெருமாள்கதை	34, 36, 37, 39, 41,	321, 322, 324, 327,
	43, 45, 130	328, 330, 332, 333,
பூதப்பெருமாள்		334, 335 36, 342, 344,
கோயில்	16	346, 347
பூதப்பெலி	15	பூதம்கொல்லி
பூதபலி	14	விலங்கு 227
பூதம்	1, 2, 3, 9, 13, 15,	பூதலிங்கசுவாமி
	16, 27, 28, 29, 30,	கோயில் 16
	31, 34, 38, 39, 48,	பூதவழிபாடு 1, 4, 7, 8, 9, 12, 85
	49, 50, 51, 52, 53,	பூதவாகனம் 7, 8
	55, 56, 57, 58, 59,	பூதவேள்வி 13, 14, 131
	60, 61, 62, 63, 66,	பூதவொலி 249, 264
	67, 68, 69, 70, 71,	பூதவொலிபீடம் 84, 249
	72, 73, 4, 75, 76, 77,	பூதன் 13

பூதனை	160	
பூந்தாழை	242	
பூந்துளசி	270	
பூந்தோட்டம்	241, 242, 243, 249	
பூநூல்	90, 265	
பூப்பது	238	
பூப்புரச்சம்	195	
பூமணங்கள்	248	
பூமணம்	47	
பூமரங்கள்	73	
பூமரம்	39, 175, 212, 224	
பூமலர்	245	
பூமாதேவிவழிபாடு	1	
பூமாலை	90, 138	
பூமாலைகள்	95, 331	
பூமிகாவல்பூதம்	49, 154	
பூமுடக்கம்	245, 248	
பூரணம்	341, 352, 353	
பூரணமாய்	295, 340	
பூரநட்சத்திரம்	167	
பூலங்கொண்டாளம்மன்	16, 37	
பூலோகம்	59, 102	
பூவணிந்தகொண்டை	48	
பூவணை	296	
பூவபிசேகம்	82	
பூவழகி	16, 34, 37, 38, 39, 41, 42, 73, 74, 77, 78, 79, 80, 81, 140, 223, 224, 226, 233, 234, 235, 236, 239, 241, 242, 243, 245	
பூவழகிஅம்மை	39	
பூவழகிதாயார்	39, 224, 225	
பூவழகியம்மை	243	
பூவால்	118	
பூவினம்	126	
பூவுகொய்து	242	
பூவுலகு	74, 159, 296	
பூனூல்	56	
பூனை	54, 71, 172, 173	
பெண்கன்னி	34	
பெண்கொடி	177, 186, 213, 276, 289, 301	
பெண்கொடிமார்	179, 234, 296, 303	
பெண்கொடியாள்	29, 288, 296, 316, 324, 326	
பெண்சாதி	327, 339, 344, 347	
பெண்ஞ்சாதி	325	
பெண்ணரசி	40, 176	
பெண்ணரசு	284	
பெண்ணரசுகாவியம்	33, 40, 41, 176	
பெண்பதுமை	329	
பெண்பாவை	329	
பெண்பூதக்கன்னியர்	16	
பெண்பூதங்கள்	34, 37, 40	
பெண்பூதம்	36, 39, 41, 50, 131, 140, 174, 212, 223	
பெண்பொம்மை	115, 330	
பெரிய இசக்கி	5, 6, 41	
பெரியதம்பிரான் கோயில்	39	
பெரியதம்புரான்	99, 288	
பெரியதம்புரான் கோயில்	16	
பெரியதிருமொழி	19	
பெரியமடம்	169	
பெரியமாடம்பி	32	
பெரியமீசை	6	
பெரியமுனை	184	
பெரியவிலங்கு	70	
பெரியாறு	124, 350	
பெரியாறு	350	
பெருங்கல்லறை	203	
பெருங்கிடாரம்	231	
பெருங்குண்டலம்	7	
பெருங்குளம்	6, 16	
பெருஞ்சோறு	14	
பெருத்தபணம்	327	
பெருந்துளை	194	
பெருந்தெய்வங்கள்	15	
பெருந்தெய்வம்	333	
பெரும்பாதை	279	
பெரும்பாரம்	173	
பெரும்பூதங்கள்	53	
பெரும்பூதம்	50, 156, 169	

பெருமலை	49 153	பொங்குவாயன்	27
பெருமழை	118	பொட்டைக்	
பெருமாள்	22, 23, 91, 118, 163, 264, 265, 266	கண்ணன்	27
		பொதிந்து	317
பெருமாள்ஆலயம்	19	பொதிந்துகட்டி	316
பெருமாள்சுவாமி	357	பொதியமலை	13
பெருமாள்சுவாமி கதை	269	பொதியாகக்கட்டி	316
		பொந்துதடி	94, 122 274, 276, 343, 344, 345, 347, 350
பெருமாள்மடம்	22		
பெருமான்	168	பொம்மை	115
பெருமீசை	7	பொம்மைகள்	116, 329
பெருவயிறு	104, 303	பொய்க்கரியாளர்	3
பெருவிரல்	234	பொய்கை	255, 256, 257
பெலக்காரன்	218	பொய்கைக்கரை	78, 80
பெலங்கள்	214, 219, 223	பொய்கைகரை	238, 240
பெலம்	185, 210, 218, 219	பொறி	193
பெலமுடுக்கம்	216	பொல்லாத	245
பெலி	15	பொல்லாப்பு	65, 66, 85, 90, 159, 206, 208, 250, 252, 264
பேச்சி	51, 160		
பேச்சியம்மன்	99, 288		
பேச்சுமூச்சு	123	பொலிதல்	213
பேதகங்கள்	177, 213	பொற்கட்டி	203
பேதமை	329	பொற்கவசம்	36, 81, 242
பேதலித்து	293	பொற்கவரி	50, 156
பேய்	1, 32	பொற்கன்னிமார்	46, 139
பேய்க்கடுக்காய் மூடு	169	பொற்கன்னிமார்	242, 245
		பொற்குடை	170
பேய்க்கூட்டம்	179	பொற்கூடை	239
பேய்கள்	9	பொற்கொடிமார்	223
பேய்ப்படை	56, 179	பொற்சயிலம்	256
பேய்வேடம்	13	பொற்சாமரம்	156
பேயன்குலை	143	பொற்பிரம்பு	70, 88, 217, 260
பேயாண்டி	51, 159	பொற்பூக்கூடை	82
பேருளி	60, 192	பொற்றாழை	84, 249
பேழைவயிறு	61, 193	பொற்றேர்	39, 81
பேறு	315	பொற்றோடு	36, 38, 78, 81, 236, 242
பைய	221		
பையவே	331	பொறி	115, 117, 124, 211
பைரவன்	12	பொறிகள்	63, 67, 68, 117, 191, 200, 201, 215, 333
பொங்கல்	3, 97, 106, 107, 159, 298		
		பொறுதி	251
பொங்கலிடுதல்	102	பொன்	73, 103, 105, 121, 140, 150, 153, 164, 173, 296, 300, 301
பொங்காத்தபூதம்	153		
பொங்குதல்	283		

பொன்எழுத்தாணி	102	பொன்னூசி	37, 77, 234
பொன்கலம்	303	பொன்னெருமக்	
பொன்காத்த பூத்தான்	181, 264	கொடி	178
		போக்குமுட்டி	73, 223
பொன்காத்தபூதம்	37, 49, 53, 54, 153, 156, 168, 169, 170, 171, 172, 204, 23, 232, 240 263, 264, 266	போத	308
		போதம்	155
		போதரவாய்	283
		போதரவு	296
பொன்கூடை	239, 245	போதவே	320
பொன்தட்டு	104	போர்க்களம்	40, 176
பொன்தேர்	39, 243	போர்வீமன்	89, 257, 261
பொன்நாராயம்	296	போராதகாலம்	109, 314
பொன்பணங்கள்	320	போருக்காளை	27
பொன்பணம்	304	போறவர்	235
பொன்பூக்கூடை	79	போற்றிகள்	21, 22
பொன்மதில்	146	மகத்துவம்	94, 289
பொன்மலை	28, 60, 74, 76, 78, 113, 256, 323, 324	மகதியாழ்	134
		மகதேவர்	272
பொன்மாலை	46, 138	மகரம்	138, 202
பொன்ராஜ்	129	மகாகருடன்	207
பொன்வண்டு	39, 81, 82, 245	மகாதவம்	235
பொன்றி	257	மகாதேவர்	50, 56, 69, 78, 131, 152, 170, 173, 176, 178, 182, 184, 187, 191, 204, 208, 209, 210, 211, 212, 214, 218, 224, 225, 227, 228, 236, 239, 241, 244, 245, 246, 248, 253, 263, 264, 265
பொன்னணிந்தகாது	48		
பொன்னம்பலக் கல்லறை	68, 211		
பொன்னம்பலம்	67, 190		
பொன்னம்பலம்	213		
பொன்னரன்	65, 159, 176, 187, 227, 263		
பொன்னரனார்	84, 135, 138, 173, 178, 205, 221, 245, 248		
		மகாதேவன்	18
		மகாபலங்கள்	214
பொன்னாபரணம்	148	மகாபலம்	67
பொன்னிறங்கள்	331	மகாபலி	163
பொன்னிறத்தாள் கதை	5, 6	மகாபெலம்	210
		மகாவிரதிகள்	9
பொன்னிறம்	4	மகிழ்த்துவம்	284, 289
பொன்னிறம்	39, 116	மகிழும்பூ	138
பொன்னும்கைலை	131, 134	மகுத்துவம்	275
பொன்னுமலை	229	மகேந்திரகிரி	18, 19
பொன்னுரவி	224	மகேந்திரநாதர்	19
பொன்னுவண்டு	243	மகேந்திரப்பள்ளி	9
பொன்னுவெள்ளி மலை	238	மங்கல ஒலி	303
		மங்களசாசனம்	21

மங்காத்தபூதம்	153		மணல்எழுத்து	88
மங்காதபேர்	228		மண்வெட்டி	118, 119, 120, 136,
மங்குநிறம்	141			335, 338, 341
மங்குநிறமரங்கள்	46		மணி	49
மங்கை	295		மணிக்காரன்	93, 273
மங்கைநல்லாள்	295, 297, 303, 305		மணிக்கிரீவன்	161
மங்கையர்	225, 235, 289, 300,		மணிகட்டிப்	
	312, 354, 357		பொட்டல்	16
மங்கையர்கள்	354, 355		மணிகாரன்	94, 95, 99, 275, 276,
மங்கையுமைபாகன்	18			277, 278, 289
மங்கோலியர்	176		மணிமண்டபம்	270
மச்சம்	216		மணிமேகலை	7, 11
மச்சாவி	116, 117, 124, 331,		மத்தள ஓசை	116
	333, 348		மத்தளம்	115, 116, 124, 331,
மச்சான்	246			332, 329, 333, 348
மஞ்சணத்தி	140		மத்தியஅரசு	26
மஞ்சணை	75, 76, 228, 230		மதம்	181, 205, 211
மஞ்சமயிலை	27		மதயானை	48, 63, 138, 150, 202,
மஞ்சலிவாலன்	27			337
மஞ்சள்	75, 76, 104, 147, 229,		மதயானைகள்	46, 57, 181
	230, 231, 302		மதலை	286, 290, 292, 294,
மஞ்சள்கிடாரம்	49, 154			297, 303, 305
மஞ்சள்துண்டு	302		மதிமயங்குதல்	317
மஞ்சள்வாலன்	25, 27		மதியறியேன்	301
மடக்கன்செவி			மதில்	91, 118, 266
வாலன்	129, 339, 340		மதிலிடித்தபூதம்	91, 266
மடங்கள்	9		மதிற்சுவர்	118, 336
மட்டைக்கொம்பன்	25		மதுகொள்வேள்வி	12
மட்டைக்கொளம்பன்	27		மதுசூதனப்பெருமாள்	
மடந்தை	317		கோயில்	16
மடப்புல்லை	25		மதுராந்தகம்	176, 192
மடவார்கள்	155, 189, 295, 303		மதுரை	203
மடை	119, 338, 339		மந்தம்மாலை	188
மடைகள்	53, 170, 339		மந்தமுகம்	337
மண்காத்தபூதம்	49, 153, 154		மந்தமுக	
மண்சகதி	216		வெண்டலை	337
மண்சுமந்து	339		மந்தன்வடலி	96, 97,100 106, 279,
மண்டபம்	91			284, 291, 306
மண்டலம்	155, 315		மந்திர ஆழம்	327
மண்டை	122, 319, 344		மந்திரக்கோல்	149
மண்டைவிதி	318		மந்திரங்கள்	30
மண்ணளந்தோன்	269		மந்திரச்சுவடிகள்	30, 327
மண்ணுலகம்	163		மந்திரதந்திரங்கள்	33
மணமாலை	331		மந்திரதந்திரம்	27

மந்திரம்	34, 85, 86, 117, 121, 122, 133, 145, 166, 167, 251, 331, 343, 344	மருட்டி	222
		மருட்டி	346
		மருண்டு	333
		மருண்டு	348
மந்திரமுடுக்கு	334	மருதங்கள்	170
மந்திரமூடுகள்	31, 114, 327	மருத்துவச்சி	299, 300
மந்திரமூர்த்தி	5	மருத்துவத்தாள்	103, 104, 105, 299, 301, 302, 303, 304
மந்திரவாதிகள்	34		
மந்திரவாள்	102, 296	மருத்துவநூல்	133
மந்திரவேலன்	33	மருத்துவப்பெண்	301
மம்பட்டி	335	மருத்துவம்	103, 299, 300, 301, 302, 303, 304
மயானம்	9		
மயில்	42, 46, 63, 138, 202	மருத்துவர்	318
மயிலாள்	174	மருதமரங்கள்	161
மயிலை	25, 27	மருதமரம்	127
மயிலைக்காளை	27	மருதமரம்	356
மயூரம்	138	மருமாது	269
மர ஆசாரி	298	மருவரும்	255
மர ஆசாரிகள்	103	மலங்காடு	285
மரக்கட்டை	317	மலங்காதே	302
மரக்கட்டைகள்	110, 111	மலங்குதல்	318
மரக்கால்	121, 229, 338, 342, 343	மலங்குறத்தி	98, 99, 102, 287, 289, 290, 297
மரக்காவு	28, 281, 323	மலடு	286, 300
மரக்கிளை	251, 355	மல்பிடி	244
மரக்கீற்று	20	மலர்பாதம்	191
மரக்கூட்டம்	279	மல்லிகை	230
மரக்கொப்பு	85, 86	மல்லிகைப்பூ	76, 138
மரக்கொப்புகள்	127	மல்லுகட்டுதல்	71
மரக்கோவில் வழிபாடு	11	மல்லுகெட்ட	220
மரகதம்	201	மல்லுமுகம்	62
மரச்சோலை	212, 279, 325	மல்லுமுகம்	186
மரநிழல்	10	மலைக்கன்னிமார்	56, 99, 288
மரப்பெட்டிக் களஞ்சியம்	329	மலைக்கன்னியர்	175
		மலைக்காடு	97, 349
மரவழிபாடு	1	மலைக்குறத்தி	98
மரிக்கொழுந்து	278	மலைகோவில்	305
மரிக்கொழுந்து மாலை	96	மலைச்சார்பு	238
		மலைத்தோட்டம்	344
மரியாதி	163	மலைதல்	316
மருக்கொழுந்து	144	மலைநம்பி	101, 104, 270, 293, 294, 297, 303, 306
மருங்கூர்	16		
மருங்கூர்ப்பாகை பூதன்சாத்தனார்	13	மலைநம்பிகோயில்	93, 94, 5, 96, 97, 98, 99, 100, 101, 105,

	108, 115, 117, 123,	மறுமுளை	126, 354
	128, 271, 274, 284,	மறை	251
	285, 286, 294, 296,	மறைச்சிவலை	27
	297, 297, 304, 305,	மறையவர்	311
	313, 347, 356	மறையவன்	18, 93, 304, 306
மலைநம்பிகோவில்	275, 277, 281, 282,	மறையோன்	270, 295, 297, 305,
	286, 290, 291, 293,		307, 313, 320
	295, 304	மனக்கவலை	286
மலைநம்பிதிருமால்	294	மனஞ்சடைத்து	258
மலைநம்பி		மனமறுகி	319
பெருமாள்	94, 95, 97	மனமிரங்கி	319
மலைநாட்டு		மன்று	165
வழிபாட்டுமுறை	22	மன்னவன்	306
மலைநாட்டு		மன்னன்	131
வழக்கம்	21	மன்னன்கருங்காளி	
மலைநாட்டு		கதை	27, 29, 31, 33
வைணவத்		மனுசர்	344
திருப்பதிகள்	21	மனையாள்	309, 311, 344
மலைநாடு	21, 22, 271	மாக்காளை	26, 120, 336, 339, 340
மலைப்பிரதேசம்	325	மாகபுராண	
மலைபிளத்தல்	191, 192, 193	அம்மானை	14
மலையடிவாரம்	129	மாங்கனி	30, 85, 86, 87, 114,
மலையநம்பி	17		252, 253, 326
மலையாளநம்		மாங்கனிகள்	84, 249
பூதிரிகள்	129	மாங்கொப்பு	87
மலைவனம்	46, 47	மாசாலம்	173
மலைவிளை	34, 122	மாஞ்ஞாலங்கள்	214
மழு	48, 58, 147, 148, 149,	மாட்சிமை	299
	186, 188	மாட்டுத்தொழுவம்	337
மழுபோன்றபல்	48	மாடப்புரை	234
மழை	272, 335, 337, 348	மாடம்	31
மழைக்கடவுள்	159	மாடம்பிமார்	32
மழைவழிபாடு	1	மாடம்பிமார்கள்	29, 31, 33
மறக்குடிமகளிர்	3	மாடன்	5
மறவன்மார்	29	மாடு	65, 66, 207, 208, 209,
மறிப்பாய்	246		221
மறிப்பு	213	மாடுகட்டிவிளை	16, 37
மறியல்	68, 74, 213	மாடுகள்	24, 27, 118
மறுஏர்	340	மாடுகளின்வகை	26
மறுகுதல்	303	மாண்டிடும்	216
மறுநாள்	276	மாணிக்கம்	105, 305
மறுப்பிருக்க	235	மாத்திரக்கோல்	48
மறுப்பிருத்தல்	213	மாத்திரைகோல்	149
மறுப்பு	219, 222, 225	மாத்து	134

டாக்டர் சிவ. விவேகானந்தன் 437

மாதவம்	77	மாயவன்	18, 105, 269, 334, 349
மாதளம்பூநிறத்தான்	339, 340, 341		
மாதுமை	17	மாயவனார்	146, 151, 153, 154,
மாதுளம்பூநிறக்			158, 160, 199, 204,
காளை	26		208, 210, 211, 226,
மாதுளம்பூநிறக்			240, 242, 249, 264,
காளை	120		265, 266, 271, 274,
மாதேவி	333		277, 294, 304, 333,
மாந்தர்வேந்தர்	197		347, 348, 349, 357
மாந்தையர்	191, 192, 193, 194,	மாயவித்தைகள்	69, 214
	195, 201	மாயன்	18, 50, 158, 246, 268,
மாந்தையர்கள்	195 201, 329, 330		270, 294, 333, 351,
மாநாகம்	239		356
மாநிறம்	118	மார்கழி	159
மாபாவி	110, 315	மார்பகம்	246
மாபுரம்	62, 63, 67, 69, 198,	மார்பு	68, 72, 74, 76, 79,
	209, 213		84, 90, 198, 221, 232,
மாபூதம்	223		249
மாபெரும்பூதம்	7	மார்புப்பூட்டு	197, 200, 211
மாமதப்பன்	54,153, 10, 172, 240	மார்புப்பூட்டுகள்	62, 63
மாமரங்கள்	55, 68, 73	மார்புவிலங்கு	227
மாமரம்	39, 46, 84, 41, 175,	மாறிமழை	354
	212, 224	மால்	248
மாமலை	192	மால்	249
மாமனய்யர்	304	மாலை	95
மாமாயன்	17	மாலைகள்	115, 116
மாமிமகன்	83, 246	மாலைசாந்தி	177
மாமுனி	189	மாலைசாற்றல்	106
மாமுனிவர்	59	மாவடி	97, 100, 284, 291,
மாய அடி	122, 344		306, 311
மாய்த்தல்	314	மாவடியூர்	96, 106, 107, 279, 309
மாயப்பெருமாள்	263	மாவலி	18
மாயம்	195, 265, 343, 347	மாவஷ்ஸ்டர்	132
மாயமாயக்		மாவும்கொடியும்	40
கோட்டை	91	மாவெலியார்	270
மாயவர்	39, 58, 108, 117, 123,	மாவேதம்	14
	124, 125, 127, 128,	மாற்று	281, 289, 292, 308
	156, 157, 159, 169,	மாற்றுடை	10, 96
	171, 174, 181, 190,	மாற்றுத்துணி	10, 106
	191, 204, 205, 207,	மாறுவேடம்	84, 246, 248
	208, 221, 222, 227,	மான்	102
	239, 241, 243, 245,	மான்	296
	254, 266, 283, 284,	மானிடப்பிறவி	35
	313, 347, 349, 356,	மானிடவேள்வி	131
	357		

மானுடவேள்வி	13	முட்டிப்பொறி	211, 215
மிச்சம்	216, 219	முட்டுக்கட்டை	195, 199
மித்திரர்	133	முட்டுக்கால்	62
மின்னார்கள்	188	முட்டுப்பூட்டு	197
மீவியல்புச்சாயம்	2	முட்டுப்பூட்டுகள்	62
மீவியல்புபண்பு	2	முட்டுவழி	317
மீன்	138 167, 202	முடிகள்	77, 233
மீன்கள்	46, 70, 212	முடியமுடு	94
மீன்ற	63	முடுக	219, 235
முக்கண்ணர்	183	முடுகி	267
முக்கவர்	238	முடுகு	150, 183
முக்காடு	243	முடுகுதல்	204
முக்கால்	232, 239	முண்டு	326
முக்கால்வட்ட இசக்கி	5	முண்டுகள்	30
		முத்தாரம்மன்கதை	2, 42
முக்குளிப்பார்	232	முத்தாவெளி	74, 213, 225, 229, 235
முக்கூட்ட இசக்கி	5	முத்திரை	222
முக்கூடற்பள்ளு	24, 27	முத்தீ	4
முகந்தாயம்	199	முத்து	153, 171
முகப்பு	196, 203	முத்துக்கள்	49
முகபாவனை	329	முதல்ஏர்	120, 341
முகம்	63	முதல்கால்	195
முகம்கோணி	126, 354	முதல்சாமம்	238
முகவண்டலைக் காளை	26, 120, 339, 340, 341	முதல்பலன்	341
		முதலை	202
முகவெண்டலைக் காளை	118, 336, 337	முதன்மைத்தெய்வம்	15
		முதுபூதங்கள்	63
முகிந்த	200	முதுபூதம்	50, 156, 169, 230
முகில்	147	முந்தி	38, 77, 81, 83, 109, 110, 112, 235, 246, 314, 315, 321
முகில்	149		
முங்கி	250		
முங்குவார்	232	முப்புரம்	146
முடக்கம்	126, 353	முப்புராதியம்மன் கதை	2
முடக்கொற்றான் செடி	141	முழ்மூர்த்தி	286
முடங்காமல்	95, 268, 277	மும்மூர்த்திக்கள்	134
முடங்கி	244	முயலகன்	188
முட்டப்பதி	234	முரசறைவோர்	4
முட்டாக	303	முரசு	4
முட்டாங்கு	36, 81, 235, 243	முரசுயர்ந்தோன்	257
முட்டாய்	245	முரிகாளை	27
முட்டி	68, 69, 74	முருகக்கடவுள்	133
முட்டிக்காலன்	27	முருகபெருமான்	287
முட்டிப்பூட்டு	200		

முருகன்	57, 99, 139, 181, 287	முனிவர்	14, 45, 132
முல்லைக்கொடி	350	முனிவர்கள்	47
முல்லைப்பெரியாறு	350	முனைமுறியா	
முல்லையாறு	350	மஞ்சள்	104
முலைக்காம்பு	298	மூக்கு	74, 226
முலைப்பால்	304	மூங்கில்கம்பு	200
முழக்கோல்	60, 61, 192, 193	மூச்சடைப்பாய்	298
முழம்	141	மூச்சிரைத்தல்	355
முழிக்குமுன்	308	மூட்டுவிலங்கு	227
முழித்தாள்	296	மூத்திரம்	162
முள்ளுகள்	110, 317	மூதேசநாடு	60, 192
முளை	43, 44, 125, 126, 353, 354	மூநகரவட்டத்திசுக்கி	41
		மூர்த்தி	45, 132
முளைகள்	351, 353	மூலபாடம்	130
முளைப்பாலிகை	43, 351	மூவகைப்பூதங்கள்	3
முற்றம்	300	மூவர்	45, 132
முற்றவெளி	68, 213, 230	மூவரசர்சீமை	40, 56, 176
முற்றியதேங்காய்	287	மெத்த	286, 349
முற்றியபாக்கு	326	மெய்க்கன்னிமார்	57
முறி	165	மெய்க்கனிமார்	189
முறிக்கொம்பன்	27	மெய்ப்பாக	218
முறித்தழித்தல்	244	மெய்ப்பாதை	254
முறிப்பேன்	222	மெய்யுறை	242
முறியாதமஞ்சள்	302	மெரினாகடற்கரை	26
முறுக்குவாமடை	62	மெருகு	136, 295
முறுக்குவாமடை	196	மெல்லிநல்லாள்	284, 303
முறைகள்	319	மெல்லியர்	353, 354, 355, 357
முறைகேடு	210	மெல்லியர்கள்	356
முறைகேடு	250	மெழுகி	235
முறையம்	176, 313	மெழுகுதல்	228
முறையீடு	313	மேகப்பட்டு	38, 77, 235
முன்கவளை	182	மேகவண்ணன்	27
முன்கொம்பு	50, 53, 156, 169	மேதினி	208
முன்னடி	288	மேல்அறை	143
முன்னடிசாமி	288	மேலக்கோட்டை	91, 267
முன்னடிசுவாமி	99	மேல்கடல்	55, 174
முன்னேர்	336, 337, 341	மேல்கயிலாயம்	47
முன்னேர்காளை	118	மேல்குகை	47, 143
முன்னோடும்பூதம்	5	மேல்கைலாசம்	142
முன்னோர்ஆவி	1	மேல்கோட்டை	23
முன்னோர்கதைப் பாடல்	2	மேலசிகர்	281
		மேலாங்கோடு	16
முன்னோர்வழிபாடு	1, 8, 9	மேவும்	230
முனிமார்	134, 142	மேளகாளை	25

மௌகாளை	339, 340	யோகசர்மா	21
மேற்கட்டி	138, 209	யோகவேட்டி	48 90, 149, 264
மேற்குத்தொடர்ச்சி		ராமர்	255
மலை	273, 349, 350	ராமிச்சம்வேர்	76
மைத்துனர்	158, 159, 168, 245, 331	ராமிச்சம்வேர்	230
		ராவு	231
மைத்துனன்மார்	304	ராஜசூயயாகம்	164
மைத்துனனார்	169, 186	றிசிகள்	14, 253
மையல்	182, 189	றிஷபம்	204, 211, 132
மொண்டிக்காலன்	40, 56	ருக்குமணி	134
மொண்டியொத்த காலன்	176	ருசி	32
		ருத்திரன்	15
மொந்தை	256	ரெஜித்குமார்	129
மொய்குழல்	300, 353	ரோகிணி	158
மொய்குழல்மார்	227, 305, 351	லட்சணங்கள்	102
மொய்குழலாள்	322	லட்சுமி	14
மோசம்	337	லீலாவிநோதம்	160
மோடி	13	லீலாவிநோதங்கள்	53
மோதிடுவாள்	312	லெக்கம்	195
மோதிரங்கள்	304	லெக்காய்	269
மோதிரப்பொறி	211, 215	லெச்சணகுமாரன்	304, 306, 307, 308, 309, 310, 311, 314, 315
மோதிரம்	65, 104, 105, 206, 302		
மோழை	25		
யசோதை	51, 158, 161	லெட்சணகுமாரன்	105, 106, 107, 109, 109, 10, 307
யசோதைமகன்	50		
யமதர்மன்	164	லெட்சணங்கள்	295
யமுனைநதி	225	லெட்சுமி	269
யயாதிராசன்	206	வகுத்து	350
யயோதை	158, 161	வகுத்துப்போடுதல்	314
யாகங்கள்	21	வகுந்து	318
யாகம்	163	வங்காளக்கஸ்தூரி	75
யாகாவெளி	258	வங்காளநாவி	228
யாத்திரை	10, 291	வங்காளப்பச்சை	76, 230
யாதானபூதம்	169	வங்காளமரம்	46
யாதேசிநாடு	56, 175	வங்காளமரம்	141
யாய்த்து	174	வங்கிசம்	182
யாலாதோ	243	வச்சாசரன்	158
யாலுமோ	243	வச்சிரம்	139
யாளி	63, 202	வசமிழந்து	298
யானை	54, 79, 110, 133, 150, 240, 256, 315	வசவுரை	133
		வசனம்	289, 292, 293, 294, 295, 297, 303, 305
யானைமணிகள்	181		
யானைமதம்	88	வசி	3
யுதிஷ்டிரன்	163	வசிட்டர்	13, 175

வசீகரம்	82	வடவன்	347
வசைமொழிகள்	165	வடவன்சங்கிலி	
வஞ்சகம்	105, 305	தலைவர்	347
வஞ்சனை	183	வடித்து	295
வஞ்சனைகள்	252	வடிவழகன்	283
வஞ்சி	301	வடிவழகா	292, 294, 308, 310,
வஞ்சிக்காண்டம்	12		313
வஞ்சிநகர்	12	வடிவு	243
வஞ்சியர்	189	வடிவேலர்	287
வடக்கு	98	வடுகக்டவுள்	12
வடக்குக்கோட்டை	91, 266, 267	வடுகநம்பி	22, 23
வடக்குச்சீமை	125	வடுகன்	23
வடக்குசிகர்	282	வடுகி	12
வடக்குமதில்	266	வடுவாக	208
வடக்குவாசல்	109, 314	வணக்கம்கூறும்	
வடக்குவாசல்		பூதம்	53
மாடன்	128	வண்டிகள்	46, 142
வடகடல்	55, 174	வண்டு	81, 82, 239, 243, 244
வடகயிலாயம்	47	வண்டுறுக்கி	186
வடகைலாசம்	142	வண்ண அரைப்பு	63
வடகைலை	142	வண்ணாரப்பெண்	189
வடசீமை	350	வம்சம்	182, 247
வடசேரி	16	வம்பாய்	186
வட்டக்கரியன்	27	வம்பு	208
வட்டச்சங்கிலி	150, 181	வயதிழந்து	308
வட்டச்செவியன்	27	வயிரக்கழுத்தணி	150
வட்டதனம்	298	வயிறு	76, 232
வட்டப்புல்லை	27	வரங்கள்	131, 171, 237
வட்டப்பூஞ்சுனை	215	வர்ணக்காளை	27
வட்டபூஞ்சுனை	216	வர்ணங்கள்	329
வட்டமுக்காதிசக்கி	41	வர்ணத்திருச்சடை	174
வட்டவடிவக்குடை	265	வரணுமானால்	235
வட்டில்	148	வரப்பு	119, 339
வட்டில்கண்	48	வரம்	159, 160, 172, 182,
வடதவசி	46, 137		183, 189, 190, 191,
வடதிசை	133		220, 226, 227, 228,
வடநாடு	60, 93, 94, 95, 96,		236, 241, 242, 263,
	97, 102, 14, 192, 272,		264, 266, 292, 311,
	275, 276, 280, 282,		312, 315
	285, 288, 297, 328,	வர்மம்	251
	351	வரிக்காளை	26
வடம்	136, 181	வரிக்காளை	120
வடமலையாளம்	13	வரிக்காளை	339, 340
வடமாலை	67 210	வரிச்சல்	196

வரிச்சி	20	வலுபூதம்	45, 49, 71, 82, 90, 135, 155, 157, 160, 163, 166, 171, 178, 182, 184, 185, 186, 187, 189, 191, 193, 195, 198, 201, 203, 204, 205, 207, 208, 209, 212, 216, 218, 220, 231, 237, 240, 241, 242, 245, 247, 248, 249, 253, 259, 260, 262, 263, 265, 26, 268
வரிச்சி	20		
வரிபழுத்ததேங்காய்	287		
வருக்கைப்பலா	114		
வருக்கைப்பிலா	30		
வருக்கைப்பிலாப் பழம்	326		
வருகுது	332		
வருணபகவான்	225		
வருணப்பூதங்கள்	4		
வருணப்பூதம்	3		
வருணர்	133		
வருணன்	14		
வருத்தி	222	வலுபேசல்	251
வருவிளைக்காவு	49	வலுபொய்கை	257
வருவுவிளை	153	வலுவாய்	229, 282
வலக்கால்	112	வலுவான ஏடுகள்	31, 114, 327
வல்லட்டி	188	வலுவீமன்	259
வல்லமை	173, 233, 237	வலைவீசுகாவியம்	188
வல்லவர்	227	வவ்வால்கள்	71
வல்லவி	177, 213, 226, 241	வழக்கழிவு	267
வல்லாத	152, 235, 236	வழபாடுகள்	2
வல்லாதகிடாரம்	236	வழிகாட்டி	2
வல்லாதபூதம்	58, 185, 191	வழித்தலவாள் இசக்கி	6, 41
வலித்தார்	138		
வலியவந்து	221	வழிபடுகடவுள்	2
வலியேப்பம்	216	வழிபாட்டுக் குரியவன்	2
வலியோர்	66, 208		
வலு	218, 219, 231	வழிபாட்டு நியதிகள்	250
வலுஒமம்	146		
வலுகிடாரம்	38, 236	வழிபாடு	1
வலுசேதம்	209	வழிவிலக்கு	180
வலுநேர்ச்சை	254	வளமை	328
வலுப்பூதப் பெருமாள்	91, 153, 211, 228, 236	வள்ளி	99
		வள்ளிக்கொம்பன்	27
வலுப்பூதம்	152, 154, 172, 174	வள்ளியம்மா	287
வலுபலங்கள்	74	வள்ளியாறு	169
வலுபறைதல்	220	வள்ளியூர்	18, 272, 274, 275, 279, 306, 309
வலுபிலங்கள்	178, 187, 236		
வலுபிலம்	153, 211	வளன்	3
வலுபூதத்தடி	249	வளை	196
வலுபூதத்தான்	267	வளைக்கொம்பன்	27
வலுபூதப்பெருமாள்	190, 205, 238, 249, 266	வளைகாப்பு	224
		வறுத்து	230

வனச்சோலை	224	வாதைப்பிறவிக்கதை	29
வனதேவதை	14	வாதைபிறவிகதை	27
வனப்புலைச்சி	27, 30, 114, 327	வாமடை	63, 196, 200
வனம்	73	வாமடைக்கழுக்	
வன்மம்	85	கோல்	62
வனவாசப்பர்வதம்	40, 175	வாமனர்	163
வனவாசம்	65, 164, 206	வாய்க்கால்	119
வன்னம்	225	வாய்த்த	222
வன்னமலை	61	வாய்த்தாரங்கள்	180
வாக்கு	281, 287, 288, 314	வாய்த்தாரம்	190
வாக்குடன்	329	வாய்ப்புவாழ்	
வாகனங்கள்	7, 64	இசக்கி	41
வாகனம்	68, 151, 221	வாயம்	164, 173, 248
வாகான	269	வார்த்தனர்	230
வாகீஸ்வரபண்டித		வார்ப்புப்பாத்திரம்	265
படாரர்	9	வாரிசு	286
வாசகம்	169, 258, 330	வாலசரசோதி	131
வாச்சியுளி	192	வாலி	139
வாச்சுது	221, 342	வாலியாந்துறை	49, 153
வாச்சுளி	60	வாலியாம்பாறை	169
வாசம்	218	வாலியான்துறை	53, 169
வாசல்	308, 309, 313, 352	வாவறைவாள்	
வாசல்நடை	294, 317	இசக்கி	6
வாசனைப்		வாவிகள்	270
பொருட்கள்	47	வாவுவிளை	53, 170
வாசுதேவன்	270	வாழ்க்கைவரலாற்றுக்	
வாடை	28, 144	குறிப்புகள்	2
வாடைப்பொடிகள்	230	வாழ்க்கைவரலாறு	2
வாணால்	99, 108, 122, 275, 289, 303, 312, 320, 344, 347	வாழப்பழக்குலை	30, 326
		வாழ்மயிலாள்	174, 213
		வாழைக்குலை	32, 47, 114
வாணிபம்	4	வாழைகள்	39 55, 73, 175, 212, 224
வாணியர்கள்	64, 66, 204		
வாணியன்	65, 66, 67, 205, 206, 207, 209	வாழைப்பூக்	
		கொம்பன்	25, 120, 339, 340
வாணுதல்	300, 310	வாழைப்பூ	
வாணுதலாள்	284, 306	நிறக்காளை	26, 120
வாணுமலை	269	வாழைப்பூ	
வாத்தியார்	306	நிறத்தான்	339, 340
வாத்து	138	வாழைமரங்கள்	47, 68
வாதாடி	182, 224, 236	வாழைமரம்	141, 144
வாதாவில்வல்லவன்	133	வாளுறை	296
வாதைக்கதை	37	வாறவர்	235
வாதைகள்	6, 33, 40	வானம்	172

வானமாமலை கோயில்	269	வியர்வை	10, 112, 292
வானவர்	132, 143, 152, 184	வியன்பெரும் கடவுள்	4
வானவர்கள்	47, 217	வியாசமுனிவர்	164
வானுமாலைதேவி	40	வியாசர்	164
வானுலகம்	23, 351, 353	வியாழன்	175
விக்கிரகம்	135	விரட்டுக்காளை	339, 340
விசயன்	85, 86, 87, 88, 250, 251, 252, 254, 256, 257, 259	விரதநியமங்கள்	144
		விரதம்	10, 101, 102, 289
		விரல்	68, 69, 105, 211, 234
விசர்ப்புநீர்	292	விரல்பூட்டு	197
விசாரமுற்று	258	விரல்பூட்டுகள்	62
விசாரியாமல்	309	விரலை	226
விசிறி	111, 171	விரிந்தநாசி	7
விசிஷ்டாத்வைதம்	23	விரிந்தபுருவம்	6
விசேடம்	324, 325	விருது	56, 178
விசையன்	256	விருந்தினர்	14
விட்டம்	196, 199	விருந்தினர்	14
விட்ணு	15	விருந்தோம்பல்	13
விடத்தலைப்பூ நிறக்காளை	25	வில்	52, 86, 87, 31, 164, 165, 225, 252, 257, 259
விடத்தலைப் பூநிறத்தான்	25, 339, 340	வில்காசு	46
விடிந்தது	211	விலங்கு	70, 71, 72, 73, 75, 80, 221, 222, 223, 226, 227, 242
விடுமூர்த்தி	5, 6		
விண்ணுலகம்	163		
வித்தை	173	விலங்குகள்	74
விதானம்	46, 138, 143, 209, 210	வில்டுரண்ட்	9
விதி	61, 79, 88, 195, 256, 258, 298, 320	வில்பொறி	63, 211
		வில்போர்	167
விதிப்படி	298	வில்முறித்தல்	164
விதிமுறை	108, 144, 319	வில்லாளி	167
விதிவசம்	72, 74, 10, 222, 226, 260, 317	வில்லிட்டகாசு	139, 203
		வில்லுப்பாட்டு	130
விதுரர்	165	வில்லுப்பாட்டுக் கலைஞர்	42
விதுரன்	52, 164, 165		
விதைப்பாடு	119, 338, 339	வில்லுப்பாட்டுப் புலவர்	35
விந்தமலை	13		
விந்தை	315	வில்லுருவக்காசு	64
விநாயகர்	199	வில்லை	140
விநாயகன்	143, 194	வில்லொடித்தல்	86
விபீசணர்	253	விவரீதம்	131
விமானம்	139, 253	விழாக்கள்	2
வியர்த்து	257	விழித்தாள்	296

விழுக்குடைமடை	3		வெட்டித்திருத்தி	338
விளக்கு	47 99, 144		வெட்டிப்பிளத்தல்	342
விளாம்பழம்	110, 315		வெட்டிவேர்	76, 230
விளாமரம்	158		வெட்டுமுகப்பு	196
விளிமலை	216		வெடிமருந்து	303
விளியெறிதல்	56		வெண்கலப்	
விளியெறிந்து	38		பாத்திரம்	170
விற்பொறி	201		வெண்கலப்பூட்டு	81
வினைப்பயன்	309		வெண்கலவார்ப்பு	181
வினோதா	42		வெண்ணிலா	4
விஸ்தாரம்	197		வெண்ணிறயானை	145
விஸ்தாரம்	197		வெண்ணீறு	133, 188
விஷ்ணு	11		வெண்ணெய்	50, 51, 158, 160
விஷ்ணுதரு			வெண்ணை	
மோத்திரம்	10		யுண்டோன்	18, 270
விஷ்ணுதனுசு	165		வெண்பொன்னிறம்	4
வீசறி	318		வெண்மலர்	47, 144
வீடுபேறு	14, 19		வெத்திலை	276
வீண்சொல்	222		வெந்தணல்	147
வீணாக	343		வெந்நீர்	111
வீமராஜன்	252		வெப்பம்	231
வீமன்	65, 85, 86, 87, 88,		வெம்பதாக	256
	89, 163, 164, 206,		வெம்பி	258
	250, 251, 254, 257,		வெம்போர்	256
	258, 259, 261		வெலி	33, 331
வீரக்கொடி	206		வெலிகள்	137
வீரதண்டை	94, 274		வெள்ளம்	76, 119, 127, 128,
வீரத்தலைவன்	2			216, 217, 232, 308,
வீரதீரச்செயல்கள்	2			320, 338, 354, 355,
வீரநல்லூர்	28			357
வீரநல்லூர்மலை	323		வெள்ளமடி	129
வீரமணி	153		வெள்ளம்பாய	338
வீரமுள்ளகாளை	336		வெள்ளானை	145 146
வீரவநல்லூர்	113		வெள்ளானைத்	
வீரன்	166		துருத்தி	47
வீரியம்	133, 139, 166		வெள்ளி	63, 78, 146, 201, 238
வீறுடன்	301		வெள்ளிக்கட்டு	30
வெக்கை	231		வெள்ளிக்கட்டுநாராயம்	326
வெகுபெலங்கள்	219		வெள்ளிகதவு	81, 243
வெங்கலம்	243		வெள்ளிக்கிழமை	63, 100, 115, 199, 291
வெங்கலராஜன்கதை	2		வெள்ளிக்குடக்காரர்	45
வெஞ்சாமரம்	54, 171		வெள்ளிப்பூண்	114
வெஞ்சாமரை	171		வெள்ளிமதில்	146
வெட்கி	343			

வெள்ளிமலை	74, 76, 214, 226, 229	வேதனைகள்	75, 227, 289, 342, 347
வெள்ளிமலைச் சாரல்	78, 87	வேதாளம்	2
		வேம்பாறு	60, 192
வெள்ளிமலைச் சார்வு	254	வேர்த்து	257
வெள்ளிலை	292	வேலத்தி	33
வெள்ளை	27, 336	வேலைக்காரன்	338
வெள்ளைக் கண்ணன்	27	வேழம்	315
		வேழமுகத்தோன்	194
வெள்ளைக்காளை	25, 27, 333, 340	வேழமுண்டகனி	315
வெள்ளைக் காளைகள்	120	வேள்வி	12, 13, 37, 40, 41, 42, 47, 48, 49, 50, 71, 131, 143, 144, 149, 153, 185, 212, 223, 270, 271, 274
வெள்ளைக் குடும்பன்	27		
வெள்ளைக்குதிரை	139	வேள்விக்கருவி	4
வெள்ளைச்சேவல்	46, 137	வேள்விக்குண்டம்	136, 143, 146
வெள்ளைப் போரான்	27	வேள்விக்குழி	45, 46, 47, 48, 49, 53, 71, 140, 145,
வெள்ளையானை	139	வேள்விகள்	17
வெளிப்பூட்டு	98	வேளாச்சீமான்	113
வெளிப்பூட்டுகள்	62	வேளாளர்	25, 118, 119, 120, 121, 123, 124, 335
வெளியறை	63		
வெற்றிலை	28, 61, 95, 97, 9, 100, 104, 105, 113, 114, 115, 116, 193, 276, 277, 284, 287, 302, 303, 323, 330, 331	வேளாளர்கள்	17
		வேளாளன்	119, 322, 338
		வேற்றாள்	340
		வேறுஏர்	340
		வேறுமுளை	354
வெற்றிலைபாக்கு	267	வைகுந்தபர்வதம்	269
வென்னீர்	318	வைசியர்கள்	299
வேகக்காளை	26, 339, 340	வைணவக் கோயில்கள்	15
வேகமுள்ளகாளை	120		
வேசிமகன்	165	வைத்தியர்	111, 318
வேட்டி	89, 110, 114, 263, 316	வைதேவன்	17
வேட்டை	87	வையகம்	282, 285, 286
வேணியரன்	168	வெளவால்	219
வேதங்கள்	21	வெளவால்	356
வேதநிறம்	133	ஜடாமகுடம்	6
வேதம்	85, 144, 251	ஜல்லிக்கட்டு	26
வேதம்ஓதுதல்	13, 14	ஸ்மசான	10
வேதமந்திரம்	145, 251	ஸ்மசானம்	10
வேதமுதல்வன்	4	ஸ்ரீபூதநாதர்	16
வேதமுனி	45, 133	ஸ்ரீரங்கம்	90, 91, 92, 23, 263, 264, 265, 267, 268
வேதவேள்வி	4		
வேதனை	272, 317		

ஆசிரியரின் பிற நூற்கள்

1. பிரம்மசக்தியம்மன் கதை (1987)
2. பிரம்மசக்தியம்மன் பிறவிகள் (1989)
3. செங்கிடாக்காறன் கதை (1994)
4. குருக்கேத்திரன் கதை (1997)
5. பார்பதியம்மன் வழிபாடு (2000)
6. அய்யா வைகுண்டர் வாழ்வும் வழிபாடும் (2003)
7. வலைவீசு காவியம் (2006)
8. நாகராஜா கோவில் (2007)
9. நீலன் சரிதம் (2008)
10. பயன்பாட்டு இலக்கணம் (2008)
11. குமரிநாட்டில் சமணம் - தொல்லியல் பார்வை (2009)
12. சமணசமய வரலாறு - குமரிநாட்டில் (2010)
13. நாகர் வரலாறு (2010)
14. அயோத்தி ராமாயணம் (தமிழக அரசு பரிசுபெற்றது) (2011)
15. பெண்ணரசு காவியம் (2012)
16. தம்பிமார் வரலாறு (2012)
17. குமரிநாட்டுக் கோட்டைகளும் கொட்டாரங்களும் (2013)
18. வள்ளி நாடகம் (2013)
19. குமரிநாட்டு வரலாற்று ஆவணங்கள் (2014)
20. ஆவிகள் பூதங்கள் பேய்கள் - வரலாறும் வழிபாடும் (2015)
21. நீதிவெண்பா மூலமும் உரையும் (2016)
22. குமரிநாட்டில் சமணம்: தோற்றம் வளர்ச்சி வீழ்ச்சி (2017)
23. சிதரால் திருச்சாரணத்துமலை சமணப்பள்ளி (2018)
24. பூதங்களின் கதை (2019)